புறநானூறு

— புதிய வரிசை வகை —

பதிப்பாசிரியர் :
சாலமன் பாப்பையா

தோற்றம் 1976

கவிதா பப்ளிகேஷன்

8, மாசிலாமணி தெரு,
பாண்டி பஜார்,
தியாகராய நகர்,
சென்னை – 600 017.

📞 044-42161657
📞 +91-7402222787
✉ kavitha_publication@yahoo.com
✉ kavithapublication@gmail.com
🌐 www.kavithapublication.com

புறநானூறு (புதிய வரிசை வகை)

பதிப்பாசிரியர்: சாலமன் பாப்பையா

முதற் பதிப்பு	: மே, 2019
இரண்டாம் பதிப்பு	: ஆகஸ்ட், 2019
மூன்றாம் பதிப்பு	: பிப்ரவரி, 2020
நான்காம் பதிப்பு	: ஜூன், 2022

விலை : ₹ 1000/-

PURANAANOORU (PUTHIYA VARISAI VAGAI)
By SOLOMON PAPPIAH - PUBLISHING EDITOR

First Edition : May, 2019
Second Edition : August, 2019
Third Edition : February, 2020
Fourth Edition : June, 2022
Pages : 928

Published by:
KAVITHA PUBLICATION
8, Masilamani Street,
Pondy Bazaar,
T. Nagar, Chennai, 600 017.
044-42161657, 7402222787
E-mail : kavitha_publication@yahoo.com
kavithapublication@gmail.com
website : www.kavithapublication.com
ISBN : 978-93-88450-10-2

Price : ₹ 1000/-

ஒளி அச்சு	: சு. அசோக்குமார்
அச்சிட்டோர்	: விஷால் எண்டர்பிரைசஸ், சென்னை.

பேராசிரியர் **சாலமன் பாப்பையா**

நன்றியுரை

புலவர் பெருமக்களின் ஆளுமையில்
இருக்கும் அரிய நூல் புறநானூறு.
இந்த நூல் சராசரித் தமிழ்
மகளுக்கும் மகனுக்கும் பயன்பட வேண்டுமே?
அவர்களுக்காகவே ஆனதுதான்
இந்த சராசரித் தமிழனின்
புதிய வரிசை வகையான இந்தப் பதிப்பு.

அணிந்துரை வேண்டுமே;
அச்சந்தான் எனக்குள்.
அறிஞர் தெ. ஞானசுந்தரம் அவர்கள்
நான் போற்றும் அறிஞருள் அறிஞர் -
மும்மொழியிலும் முதிர்ந்த புலமை,
புலமையில் புதைந்து போகாத பண்பு,
எதையும் எதிர்பார்க்காத ஞானம்.
இறைவன் இவருக்கு அளித்த சுந்தரம்.

ஆசை வெட்கம் அறியாது என்பார்கள்;
அச்சத்தோடே அவரை அணுகினேன்;
என் அறியாமை, அசதி, அவசரம்
இவற்றைப் பயன்படுத்திக் கொண்டு

பதுங்கி இருந்த பிழைகளைக்
கண்டு சொல்லித் தமிழ்த்
தொண்டு செய்யும் மேதை அவர்.

தனிமனிதன் விழலாம்; தமிழ் மட்டும்
விழவே கூடாது என்பதில்
தனிக் கவனம் செலுத்தும்
தமிழரின் தனிச் சொத்து அவர்; அவருக்கு......

எவர் இதை வெளியிட்டால்
எல்லார்க்கும் இந்நூல்
எளிதாகக் கிடைக்கும்?
என் நினைவில் நின்றவர்
திருமிகு கவிதா. எஸ். சொக்கலிங்கம் அவர்கள்
உலகு எங்கும் இந்நூலை
எடுத்துச் செல்லும்
தூதராக அமைந்தார் .... அவருக்கு

கையெழுத்தில் படிகளைத் தருவதை விடக்
கணினி வழி தருவது தெளிவாக
இருக்குமே என்ற என் மனம் அறிந்து
உருவும் உயிரும் கொடுத்த
மதுரைத் தூய்மை விழிகள் நிறுவனர்
என் தம்பி வேல்முருகன் .... அவருக்கு
செல்வி மகாலெட்சுமி முதலிய
நிறுவனத்துப் .... பிள்ளைகளுக்கு
நிறைவான வடிவம் தந்த
திருமிகு அசோக்குமார் .... அவருக்கு

என் நன்றி; நன்றி.

மதுரை
07.05.2019

பதிப்புரை

பேரன்பிற்கும் பெருமதிப்பிற்குரிய எங்கள் ஐயா திருமிகு. **சாலமன் பாப்பையா** அவர்களின் புறநானூறு புதிய வரிசை வகை நூலை பதிப்பிப்பதில் கவிதா பப்ளிகேஷன் மிக்க மகிழ்ச்சி அடைகிறது.

சன் தொலைக்காட்சியில் 'தினம் ஒரு குறள்' பற்றி ஆற்றிய உரையை கவிதா நூலாக்கி அது வாசகர்களின் பார்வையை ஈர்க்கச் செய்தது. அதைத் தொடர்ந்து மதுரை கம்பன் கழகத்தில் ஐந்தாண்டுகளாக கம்பன் பற்றிய தொடர் கட்டுரைகளை ஐயா அவர்கள் தொகுத்து ஆண்டுதோறும் மதுரை கம்பன் கழகத்தின் தொடக்க விழா அன்று நூல் வெளியிடப்படுகிறது. ஐயா தலைமையின் கீழ் உள்ள மதுரை கம்பன் கழகக் குழு அற்புதமாக அதைச் செயல்படுத்துகிறது.

ஆயிரம் பக்கங்களைக் கொண்ட புறநானூறு புதிய வரிசை வகை நூல் உங்கள் கரங்களில் மிளிர்கிறது. ஐயா அவர்கள் ஓர் ஆராய்ச்சி மாணவர் போல் இந்த ஒவ்வொரு பக்கத்தையும் அவர்களின் புலமையால் மெய்ப்படுத்தி இருக்கிறார்கள்.

சராசரித் தமிழனுக்கும் இந்த நூல் போய்ச்சேர வேண்டும், பயன்பட வேண்டும் என்ற நோக்கத்தின் வெளியீடு இந்த புதிய வரிசை வகை என குறிப்பிடுகிறார்கள் ஐயா.

புறநானூறு புதிய வரிசை வகை நூலை கவிதா வெளியிட அனுமதி அளித்த எங்கள் ஐயா அவர்களுக்கும், இந்நூலுக்கு அணிந்துரை நல்கிய செம்மொழி வித்தகர் திருமிகு. தெ.ஞானசுந்தரம் அவர்களுக்கும், வாசகர்களின் தொடர் ஆதரவிற்கும் கவிதாவின் நன்றிகள்.

கவிதா பப்ளிகேஷன்
சென்னை - 17.

மிக்க அன்புடன்
சேது சொக்கலிங்கம்

சங்க காலத் தமிழகம்
0 30 60 90 120
கிலோ மீட்டர்கள்
பெண்ணை
வேங்கடம்
அருவா வடதலை நாடு
மயிலாப்பூர்
பாலாறு
மாமல்லபுரம்
அருவா நாடு
மாவிலங்கை
சேர்வராயன் குன்றுகள்
பச்சை மலை
காவிரிப்பூம்பட்டினம்
கொங்கு
உறையூர்
கொடும்பாளூர்
முசிறி
வஞ்சி
பாண்டி நாடு
மதுரை
திருப்பரங்குன்றம்
கொற்கை
ஈழம்
குமரி
75° 76° 77° 78° 79° 80°

அணிந்துரை

தமிழ் ஞாயிறு

தமிழறிஞர்களுள் ஊர் அறிந்தவர்கள் பலர்; நாடறிந்தவர் சிலர்; உலகம் அறிந்தவர் மிகச் சிலர். அந்த உலகம் அறிந்த மிகச் சிலரை எண்ணத் தொடங்கினால் விரற்கு முன்நிற்பவர் அறிஞர் சாலமன் பாப்பையர் ஆவர். அவர் உயர்ந்தோர் தொழ விளங்கும் தமிழ் ஞாயிறு. இன்று அந்த ஞாயிற்றின் ஒளிபடாத தமிழ் மக்கள் வாழும் நிலப்பகுதி உலகில் எதுவும் இல்லை. உலகத் தமிழ்மக்களின் நெஞ்சில் நீங்காத இடம் பிடித்த நிகரற்ற பெருந்தகை அவர் என்று சொன்னால், அது மிகை இல்லை. அவர் பெற்றுள்ள சீர்த்தி தமிழ் கற்றோர் அனைவரையும் தலைநிமிர்ந்து பகடுபோல் பெருமித நடை போடச் செய்வதாகும். எய்தற்கு அரிய எந்த முகட்டினையும் தமிழால் எட்டிப் பிடிக்கலாம் என்பதனை எண்பித்தவர் அவர்.

உலகம் அவரைப் பட்டிமன்ற நடுவராகவே பெரிதும் அறிந்துள்ளது. பட்டிமன்றம் அவர் மகிழ்ச்சிக்காக விளையாடும் நீச்சல் குளம், அவர் வெறும் நீச்சல்காரர் அல்லர்; இலக்கியக் கடலில் முங்கிக் குளித்து முத்தெடுக்கும் வல்லாளர். இதனை அறிந்தோர் மிகச் சிலரே.

ஐம்பது ஆண்டுகளுக்கு முன்பு 1968 அல்லது 69ஆம் ஆண்டு நடந்த நிகழ்ச்சி. ஒரு வைகுண்ட ஏகாதசி நாள். கோபிச்செட்டிப்பாளையத்தை அடுத்த கள்ளிப்பட்டி என்னும்

சிற்றூர். அவ்வூரில் கம்பன் விழா. அன்று நண்பகல் தான் அறிஞர் பாப்பையா அவர்களை முதன்முதலில் நேரில் சந்தித்தேன். அதற்கு முன்பு காரைக்குடிக் கம்பன் விழா நிகழ்ச்சிகள் திருச்சி வானொலி நிலையத்தால் ஒளிபரப்பப் பட்டபோது அவரது பேச்சைக் கேட்டுள்ளேன். அப்போ தெல்லாம் அவர் பெயரைக் கேட்டு யாரோ பேச்சாற்றல் மிக்க கிறித்தவத் துறவி கம்பராமாயணத்தில் ஈடுபாடு கொண்டு கலந்து கொண்டுள்ளார் என்று எண்ணியிருந்தேன். கள்ளிப்பட்டி விழாவில் கலந்துகொள்ள மதுரையிலிருந்து நண்பர் ஒருவரோடு 'மோட்டார் சைக்கிளில்' பயணம் செய்து வந்ததாக அவர் தெரிவித்தபோது எனக்கு வியப்பு மேலிட்டது. அவருடைய உரையாடலை வியப்போடு செவிமடுத்தேன்.

மாலையில் கருத்தரங்கம், அதில் 'கம்பனில் சமரசம்' என்னும் சுவை பற்றி அவர் பேசினார். அவ்விழாவில் கலந்து கொண்ட மற்றோர் அறிஞர் பேச்சில் மட்டுமல்லாமல் பாட்டிலும் வல்லவர்; இனியவர். அவருடைய பேச்சும் என்னைக் கவர்ந்தது. அவர் இரவு வேறோர் இடத்தில் சொற்பொழிவு செய்துவிட்டு வர மகிழ்வுந்தில் சென்றார். அப்பேச்சிற்கு அவர்களோடு யானும் செல்வதாக இருந்தேன். அதன்படி அவ்விழாவுக்குப் புறப்பட்ட அவர்கள் என்னையும் புறப்படுமாறு கூறினார்கள். அப்போது அறிஞர் பாப்பையா சுவையாகப் பேசிக் கொண்டிருந்தார். கருத்தின் ஆழமும் அதனை எடுத்து வைத்த சொல்லின் வீச்சும் என்னைக் கட்டிப் போட்டுவிட்டன. 'இச்சுவை தவிர யான் போய் இந்திர லோகம் ஆளும் அச்சுவை பெறினும் வேண்டேன்' என்னும்படி அமைந்திருந்தது சுவைக்குச் சுவை சேர்த்த பேச்சு. அதனை விடுத்து எப்படிச் செல்ல முடியும்? அவர்களிடம் 'யான் இங்கேயே இருக்கிறேன்' என்று இருந்த இடத்திலிருந்தவாறே சைகை காட்டிவிட்டுப் பேச்சில் தோய்ந்தேன். அவர்கள் வருத்தமுற்றிருந்தாலும் இருக்கலாம். என் செய்வது? என்னால் மரியாதை கருதிக்கூட எழுந்து செல்ல முடியவில்லை. 'இதுதான் கேட்டார் பிணிக்கும் தகையவாய் அமையும் பேச்சுப்போலும்!' என்று வியப்பு மேலிட்டது.

அறிஞர் பாப்பையா ஆழ்ந்து அகன்ற நுண்ணிய இலக்கியப் புலமையாளர். அவர் செம்மொழி இலக்கியங்களில் தோய்ந்தவர். தொலைக்காட்சியில் ஒரு நாளுக்கு ஒரு குறளாகப் பல நாள் இனிக்க இனிக்கத் திருக்குறள் முழுவதற்கும் விளக்கம் சொல்லிப் பாமர மக்களிடத்தும் திருக்குறட் காதலை உண்டாக்கிச் செயற்கரிய செயல் செய்த பெருந்தகை. அவரது புலமை வீச்சினையும் ஆய்வுச் செழுமையினையும் மெய்ப்பிக்கும் வண்ணம் அமைந்ததே 'புறநானூறு புதிய வரிசை வகை' என்னும் இந்நூலாகும்.

தொகை நூல்கள்

தமிழரின் பண்டைய இலக்கியங்கள் பத்துப்பாட்டும் எட்டுத்தொகையும் ஆகும். அவை அகம், புறம் என்று இருவகையாகப் பகுக்கப்பட்டுள்ளன. அகம் என்பது களவு, கற்பு வாழ்க்கை குறித்த செய்திகளையும் புறம் என்பது அறம், பொருள், இன்பம், வீடு குறித்த செய்திகளையும் தெரிவிப்பன. அவ்விலக்கியங்களைப் படைப்பதற்கான விதிமுறைகளை இலக்கணம் வகுத்துரைத்துள்ளது. அவற்றுள் குறிப்பிடத்தக்க ஒன்று அகப்பாடலகளில் தலைமகன் தலைமகள் பெயர் சுட்டக்கூடாது என்பதாகும். அத்தகைய கட்டுப்பாடு புறப்பாடல்களுக்கு இல்லை. அதனால் புறப்பாடல்கள் அக்காலத்து அரசர், குறுநிலமன்னர், வள்ளல்கள் ஆகியோரை அவர்கள் பெயர் சுட்டிப் பாடியுள்ளன. புறப்பாடல்கள் அக்கால வாழ்க்கையை அறியக் கூடிய வகையில் அமைந்துள்ளன. சுருக்கமாகச் சொன்னால், அகப்பாடல்கள் உள்ளத்து உணர்ச்சிகளைக் கற்பனை கலந்து பாடுவனவாகவும், புறப்பாடல் உலகத்து நிகழ்ச்சிகளை உள்ளவாறு அழகுறப் பாடுவனவாகவும் அமைந்துள்ளன. பத்துப்பாட்டால் மன்னர்கள் சிலரைப் பற்றியும் குறுநில மன்னர்கள் சிலரைப் பற்றியும் அறிய முடிகிறது. ஆனால் மன்னர், குறுநில மன்னர், வீரர் என்று பலரைப் பற்றியும் ஆட்சி முறை, வாழ்க்கை முறை, அறக்கோட்பாடு என்று பலவகைப் பொருள் பற்றியும் அறியப் பெருந்துணையாக அமைவது புறநானூறே ஆகும்.

எட்டுத்தொகையில் நானூறு பாக்களைக் கொண்ட தொகை நூல்களாக இருப்பவை குறுந்தொகை, நற்றிணை, அகநானூறு, புறநானூறு என்னும் நான்குமே ஆகும். இவற்றுள் நற்றிணையைத் தொகுப்பித்தவன் பன்னாடு தந்த பாண்டியன் மாறன் வழுதி. அகநானூற்றைத் தொகுப்பித்தவன் பாண்டியன் கானப்பேர் தந்த உக்கிரப் பெருவழுதி. குறுந்தொகையைத் தொகுப்பித்தவன் பெயர் இல்லை. குறுந்தொகையைத் தொகுத்தவர் பூரிக்கோ. அகநானூற்றைத் தொகுத்தவர் உப்பூரிகுடி கிழார் மகனார் உருத்திர சன்மனார். நற்றிணையைத் தொகுத்தவர் பெயர் இல்லை.

நற்றிணையைத் தொகுப்பித்த பன்னாடு தந்த பாண்டியன் பாட்டு ஒன்று நற்றிணையில் இடம் பெற்றிருத்தலோடு குறுந்தொகையிலும் ஒன்று (குறுந். 270) இடம் பெற்றுள்ளது. ஔவைப்பெருமாட்டியின் பாக்கள் குறுந்தொகை, நற்றிணை, அகநானூறு ஆகிய மூன்று நூல்களிலும் இடம்பெற்றுள்ளன. அவர் அகநானூற்றைத் தொகுத்த பாண்டியன் கானப் பேர் தந்த உக்கிரப் பெருவழுதியை நேரில் கண்டு பாடியுள்ளார் (புறம், 367). இவற்றை நோக்கும்போது இவை மூன்றும் பாண்டியன் பன்னாடு தந்த மாறன் வழுதி காலத்திலும் அவனுக்குப் பின் அரசாண்ட பாண்டியன் உக்கிரப் பெருவழுதி காலத்திலும் தொகுக்கப்பட்டன என்று துணியலாம்.

ஒரே காலத்தில் தொகுக்கப்பட்ட இம்மூன்று நூல்களில் ஒன்றான நற்றிணையையும் பூரிக்கோவோ, உப்பூரிக்குடிகிழார்மகனார் உருத்திரசன்மனோ தொகுத்திருக்க வேண்டும் என்று ஊகிக்கலாம். பூரி என்பது உப்பூரிகுடி என்னும் ஊரின் குறுக்கம் (மரூஉ) என்றும் கோ என்பது கிழார் என்பதனைக் குறிக்கும் மாற்று வடிவம் என்றும் கொள்ள இடமுண்டு. சேக்கிழாரை உமாபதிசிவம் சேவையர்கோ என்று குறித்துள்ளார். இந்நூலின் நுழைவாயிலில், 'நிழக்கிழார் வரிசை' குறித்து எழுதும்போது இவ் அறிஞரும் அவர்களை ஊரின் தலைவர்-உடைமையாளர் என்று குறித்தலும் கருதத்தக்கது. இவ்வாறு கொண்டால் குறுந்தொகையையும் நற்றிணையையும் தொகுத்தவர் பூரிக்கோ (உப்பூரிகுடி கிழார்)

என்றும் அகநானூற்றைத் தொகுத்தவர் அவர் மகனார் உருத்திரசன்மர் என்றும், குறுந்தொகையைத் தொகுப்பித்த பன்னாடு தந்த பாண்டியன் மாறன் வழுதியே நற்றிணையையும் தொகுப்பித்தவன் என்றும் கொள்ளலாம். இப்பெயர் புறநானூற்றில் காணப்படவில்லை. புறநானூற்றில் வரும் பாண்டியன் கூடகாரத்துத் துஞ்சிய மாறன் வழுதியே இவன் ஆவான் என்கிறார் அறிஞர் சாலமன் பாப்பையா அவர்கள். அவர் தந்துள்ள குறிப்பு வருமாறு: பாண்டியன் கூடகாரத்துத் துஞ்சிய மாறன் வழுதி (51,52) இவன் தமிழகம் மூவேந்தருக்கும் பொது என்று சொல்வதைக் கூடப் பொறுத்துக் கொள்ள மாட்டான். 'சினப்போர் வழுதி' எனப்படுகிறான். நற்றிணையைத் தொகுப்பித்தவன்". இக்குறிப்புப் பன்னாடு தந்த என்னும் அடைமொழிக்குத் தக்கதாய் அமைந்துள்ளது.

அகப்பாக்கள் பயிலும் அடிகளின் வரையறையை யொட்டி, நானூறு நானூறாகத் தொகுக்கப்பட்ட நிலையில், யாரே ஒருவர் புறப்பாக்களிலும் நானூறு பாக்களைத் தேர்ந்து தொகுத்துள்ளார். அத்தொகைக்கு அகநானூறு என்னும் பெயரினையொட்டிப் புறநானூறு என்று பெயரிட்டுள்ளார். ஆதலின் அகநானூற்றுக்குப்பின் தொகுக்கப்பட்டதே புறநானூறு என்று கருதலாம். அறிஞர் பாப்பையா குறுந்தொகையில் பாடலில் பயிலும் தொடரையும் உவமையையும் ஒட்டி வந்துள்ள கயமனார், ஓரேர் உழவர் என்னும் பெயர்கள் எவ்வாறு புறநானூற்றில் இடம்பெற்றன என்னும் நேர்மையான ஐயத்தை எழுப்பியுள்ளார். இத நம் சிந்தனையைத் தூண்டுவதாக உள்ளது. ஒருவேளை குறுந்தொகையைத் தொகுத்தவரே புறநானூற்றையும் தொகுத்தாரோ என்ற எண்ணத்தைத் தோற்றுவிக்கிறது. குறுந்தொகையில் வரும் கயமனார், ஓரேர் உழவர் போன்ற புலவர்களின் இயற்பெயர் ஏடுகளில் இருந்த நிலையில் அவர்கள் பயன்படுத்தியுள்ள உவமைகளின் சிறப்பினையொட்டி இயற்பெயரை விடுத்து அப்பெயர்களை அமைத்தாரோ என்றும், புறநானூற்றைத் தொகுக்கும்போது அவர்கள் இயற்பெயர்

இருந்த நிலையில் அதனை விடுத்துத் தாம் குறுந்தொகையில் அவர்களை குறிக்கப் பயன்படுத்திய (உவமையால் ஆகிய) அப்பெயர்களையே அதிலும் அமைத்தாரோ என்றும் எண்ணத் தோன்றுகிறது.

புதிய வரிசையில் புறநானூறு

புறநானூற்றுப் பாக்கள் மன்னர்களின் கால வரிசைப் படியோ, திணை அடிப்படையிலோ, பாடிய புலவர்களின் வரிசைப்படியோ தொகுக்கப்படவில்லை. ஒரு மன்னனைப் பற்றிய பாடல்களும் கூடத் தொடர்ச்சியாக அமையாமல் அங்கொன்றும் இங்கொன்றுமாக அமைந்துள்ளன. அவ்வாறே ஒரு புலவர் பாடிய பாடல்களும் இடம் மாறி அமைந்துள்ளன. இதனால் கற்போர்க்குத் துன்பம் உண்டாகிறது. இதனை உணர்ந்த அறிஞர் பெருந்தகை சாலமன் பாப்பையா அவர்கள் தமிழக வரலாற்றுப் புதையலான இந்நூலினை வரலாற்றுப் பார்வையிலும் இன்றைய வாழ்க்கைக்கு வழிகாட்டும் வகையிலும் வரிசைப்படுத்தியுள்ளார். இது புதுமையாகச் செய்ய வேண்டும் என்னும் நினைப்பில் எழுந்த பதிப்பன்று; புறநானூற்றைப் புரிந்துகொள்ள உதவ வேண்டும் என்னும் உயரிய நோக்கில் உருவான பதிப்பு.

இந்நூல் 1. கடவுள் வாழ்த்து, 2. சிற்றூர்களுள் சிறுநடை, 3. வேந்தர்களின் வரிசை (சேரர், சோழர், பாண்டியர், குறுநில மன்னர்கள், கடையெழு வள்ளல்கள், பிற குறுநில மன்னர்கள், நிலக்கிழார்கள், வீரரைப் பாடிய புலவர்கள்) 4. போர் (போருக்கான காரணங்கள், போருக்குமுன், பின், வீரர் மறைவும் புலவர் நிலையும், 5. போருக்குப் பின் பெண்களின் நிலை, 6. அரசிற்கு அறிவுரை, 7. முதிர்ந்த சிந்தனை ஆகிய தலைப்புகளில் முறையே பாக்களைப் பகுத்து விளக்கம் தருகிறது. இறுதியில் புறநானூற்றுப் பாக்களின் திணை துறை குறித்து விளக்கம் இடம்பெற்றுள்ளது. முதலில் அரிய முன்னுரை ஒன்று நுழைவாயில் என்னும் தலைப்பில் அமைந்துள்ளது. இப்பதிப்பின் ஆசிரியர் தமிழ்நாட்டுப் பாட நூல் நிறுவனம் தமிழ்நாட்டு வரலாற்றுக் குழுவின் துணையோடு வெளியிட்டுள்ள 'சங்க காலம்-அரசியல்'

என்னும் நூலினை அடிப்படையாகக் கொண்டு பாக்களை வரிசைப்படுத்தியுள்ளார். மர்ரே ராஜம் பதிப்பித்த மூலத்தையொட்டிப் பாக்களைச் சொற்பிரிப்போடு தந்துள்ளார். பழைய உரையாசிரியர்களின் உரையினை அப்படியே தராமல், எல்லோருக்கும் விளங்கும் வகையில் எளிய நடையில் பாக்களுக்கு விளக்கம் வரைந்துள்ளார்.

தகவல் முத்துகள்

முதலில் அமைந்துள்ள நுழைவாயில் பதிப்பாசிரியரின் அரிய ஆய்வின் விளைச்சல். அதனைப் புறநானூறு குறித்த பல ஆய்வு நூல்களையும் ராகுல சாங்கிருத்தியாயன், கோசாம்பி, சிவத்தம்பி போன்ற அறிஞர்களின் வரலாற்று நூல்களையும் துணையாகக் கொண்டு படைத்துள்ளார். அதில் காணப்படும் அரிய செய்திகள் பதச்சோறாகச் சில:

சோழர்கள் ஒன்பது தாயாதிகளாகப் பிரிந்திருந்தனர். இவர்களுள் உறையூரைத் தலைநகராகக் கொண்டு கிள்ளிமரபினரும் அழுந்தூரைத் தலைநகராகக் கொண்டு சென்னி மரபினரும் ஆண்டனர்.

கி.மு. 303ல் மெகஸ்தனிஸ் எழுதிய இண்டிகா என்னும் நூலில் பாண்டிய நாட்டை ஒரு பெண் ஆண்டு வந்தாள் என அறிகிறோம்.

பாண்டியன் சித்திர மாடத்துத் துஞ்சிய நன்மாறனும் (59) இலவந்திகைப் பள்ளித் துஞ்சிய நன்மாறனும் ஒரு நபரே என்கிறார் சதாசிவப் பண்டாரத்தார்.

நாஞ்சில் வள்ளுவன் திருநெல்வேலியிலிருந்து நாகர் கோவிலுக்குச் செல்லும் பெருவழியின் இடையே உள்ள வள்ளியூரைத் தலைநகராகக் கொண்டு ஆண்டவன் என்பர்.

இந்தியாவைப் பற்றி எழுத எண்ணிய காரல் மார்க்க இந்தியாவையும் இத்தாலியையும் ஒப்பிட்டு இரண்டும் தீபகற்ப நாடுகள் என்றார். அந்தத் தீபகற்பத்தின் தென் கோடியில் மூன்று கடல்களால் சூழப்பட்ட நாடே தமிழ் நாடு.

பாண்டிய நாட்டின் துறைமுகம் கொற்கை. அது புறநானூற்றில் சொல்லப்படவில்லை.

பிள்ளைகளுக்குச் செல்வம் என்று பெயர் வைக்கும் வழக்கம் அன்றைக்கு இருந்திருக்கிறது என்பதைச் செல்வக் கடுங்கோ வாழியாதன் என்ற பெயர் காட்டுகிறது.

உலக வரலாறும் தமிழக வரலாறும்

இவையேயன்றிப் பிற நாடுகளின் வரலாறுகளோடு தமிழக வரலாற்றை இணைத்துக் காட்டிச் செல்வது அறிவுக்கு விருந்தாக அமைந்துள்ளது. தமிழகம் சேர சோழ பாண்டிய நாடுகளாக இருந்தது போலவே பழைய கிரேக்கமும் இயோலியர், டோரியர், ஐயோனியர், அக்கேயர் என்னும் நான்கு பிரிவுகளாக இருந்தது என்று குறிக்கிறார். பங்காளி களான நலங்கிள்ளியும் நெடுங்கிள்ளியும் சண்டையிட்டுக் கொண்டது விவிலியம் கூறும் யூதர் வரலாற்றில் எரேபெயாம், ரெகேபெயாம் என்னும் இரு பங்காளிகள் போரிட்டுக் கொண்டதைப் போன்றது என்கிறார்.

தமிழ் மன்னர் சிலர் வென்ற நாட்டைத் தீக்கு இரையாக்கிய நிகழ்ச்சியைக் குறித்து எழுதும்போது அலெக்சாண்டர் 'தீப்ஸ்' நகரைத் தீக்கு இரையாக்கிய கிரேக்க வரலாற்றை நினைவுபடுத்துகிறார்.

இவ்வாறே நூலின் உள்ளேயும் பாரியைக் கொல்ல மன்னர்கள் படையோடு வந்ததனைக் குறித்து எழுதும்போது, அதிகார ஆசை கொண்டோர் கொலையும் செய்வர் என்பதைச் சூலியஸ் சீசர் வரலாற்றிலும் காண்கிறோம் என்று பிறநாட்டு வரலாற்றை இணைத்துக் காட்டுகிறார் (197).

தமிழ்நாட்டின் பழைய சமுதாய அமைப்பைக் கிரேக்க, ஈரானிய, ஜப்பானிய சமுதாய அமைப்புகளோடு ஒப்பிட்டுக் காட்டுவது ஆசிரியரின் கல்வியின் விரிந்த பரப்பினைக் காட்டுவதோடு நமக்கும் புதிய தகவல்களைப் பரிமாறுகிறது.

அன்றைய விவசாயிகளும் இன்றைக்குப் போலவே ஆட்சியாளரின் பரிவு இல்லாமல் நீருக்கும் வரிகட்டுவதற்கும்

நெஞ்சொடிந்து நிற்கவே செய்தனர் என்று குறிப்பதும், அக்காலத்தில் நிலவிய வறுமையை எறும்புக்கூட்டம் போல் சோறு தரும் வீட்டைத் தேடிச் சென்ற மக்கள் கூட்டத்தைக் காட்டி விளக்கி எழுதிவிட்டு, நம் பாட்டன், பூட்டன் காலத்தை உண்மையான வெளிச்சத்தில் பார்ப்பதில் தப்பில்லையே என்று வினவுவதும் நூலாசிரியரின் பரிவையும் நேர்மையையும் காட்டுகின்றன. இப்பகுதியில் திருவீழிமிழலை யில் திருஞானசம்பந்தரும் திருநாவுக்கரசரும் வாசியுள்ள காசினாலும் வாசியில்லாக் காசினாலும் அடியார்களுக்கு உணவு படைத்த நிகழ்ச்சியைக் குறிப்பிட்டுக் காசுக்கு உணவு கிடைத்தது என்றால், 'பஞ்சம் நெல்லுக்கல்ல; தானியத்தைப் பதுக்கி வைத்திருந்த அன்றைய மக்களின் மன இரக்கத்திற்குத்தான் என்பது விளங்குகின்றது அல்லவா? என்று எழுதுவது அருமையான நேரிய ஆய்வு முடிபு.

பாடல் தலைப்புகள்

ஒவ்வொரு பாடலுக்கும் அவற்றின் கருத்தினையொட்டி, (28) 'சோர்வு இல்லா இவனுக்குச் சூரியனே! நீ எப்படி ஈடாவாய்?' (59) 'வியக்க வியக்க வியப்புப் பெருகுகிறது' (64) 'சான்றோர் சான்றோரையே சார்வர்' (85) 'உன் செல்வம் உதவட்டும்' (97) 'தீய கனவுகள்' (98) 'பழங்கதை' (117) 'தமிழ் மக்கள் தமக்குள் செய்த போர்' (118) 'இதுவரை கேளாத வெற்றி' (133) வீரமா? வேள்வியா? (173) 'கொல்லும் பசியைக் கொல்பவன்' (257) 'அறத்துறை அம்பி' (336) வெண்முடித் தாயின் வீரம் (365) 'கழிகல மகளிர்' போன்ற அழகிய தலைப்புகள் தந்துள்ளது சிறப்பான ஒன்றாகும்.

அறிமுக உரை

ஒரு சில பகுதிகளுக்கு அறிமுகமாக எழுதப்பட்டுள்ள குறிப்புக் கவிதைநயத்தோடு சுவை மிக்கதாய் அமைந்துள்ளது. கோப்பெருஞ்சோழன் குறித்து எழுதும்போது,

புலவர்களுக்குப் பொருளைக் கொடுத்ததா?
வயதான பின்பும் ஆட்சிப்பொறுப்பில் நீடித்ததா?
எது பிள்ளைகளுக்கு

எரிச்சலைத் தந்தது? போர் மூண்டது (213)
இனியும் வாழேன் என்று
வடக்கிருந்தான் மன்னன் (214)
வாங்க வந்த புலவர்கள்
தாங்க வருவார்களா?
வருவார்கள் என்றான் சோழன் (215, 216)
வார்த்தை பலித்தது (217)

என்று பாடல்களின் கருத்தினையொட்டி தந்துள்ள குறிப்பு நெஞ்சை ஈர்ப்பதாக உள்ளது.

பாக்களை அறிவுக்கண் கொண்டு மட்டும் பார்க்காமல் இதயத்தால் நோக்கி விளக்கம் தந்துள்ளார். இல்லையென்றால், முன்பு குதிரைகளை எண்ணிய பாரி மகளிர் அவனை இழந்த நிலையில் உப்பு வணிகரின் வண்டிகளை என்னும் காட்சியைப் பற்றி எழுதும்போது, "அந்தக் காட்சியும் இந்தக் காட்சியும் கபிலரைக் கலங்கடித்து விடுகின்றன. என் வாழ்நாள் வளராமல் தேயட்டும் என்று புலம்புகிறார். இந்தப் புலம்பலில் நட்பும் பண்பும் எத்தனை மேன்மையானவை என்று சிலிர்த்துப் போகிறோம்" என்று உணர்ச்சி பொங்க எழுத இயலுமா? *(201)*

இயைபு காட்டல்

ஔவையார் பாடல்களின் வரிசை அமைப்பு முறைக்குத் தக்க இயையு காட்டுவது ஒரு தொடர்கதையைப் படிக்கும் உணர்ச்சியை உண்டாக்குகிறது. 158ஆம் பாட்டுக்கு எதிரிகள் அஞ்சியை எதிர்க்க முற்பட்டனர் என்றும், 159ஆம் பாட்டுக்கு ஔவையார் சொன்னதைக் கேட்டுப் பகைவர் கலையவில்லை என்றும் 160ஆம் பாட்டுக்குப் பகைவர்கள் எழுப்பிய வினாவிற்கு விடை தருகிறார் என்றும், 161ஆம் பாட்டுக்கு போர் மூண்டுவிட்டது என்றும் எழுதியுள்ள இயைபு நினைந்து நினைந்து மகிழத் தக்கதாகும்.

எளிய விளக்கம்

இவ்விளக்கங்கள் அறிஞர்களை மட்டும் கருத்தில் கொண்டு எழுதப்படவில்லை. ஓரளவு கல்வி உடைய

எளியவர்களும் புறநானூற்றைப் படித்துப் புரிந்துகொள்ள வேண்டும் என்னும் நோக்கத்தில் எழுதப்பட்டுள்ளன. அதனால்தான் 'கலம் செய் கோவே' *(108)* என்னும் தொடருக்கு மட்பாண்டங்களைச் செய்யும் வேட்கோவனே என்று உரையிடாமல், "சமையல் சட்டி பானைகளைச் செய்யும் குயவரே!" என்று பேச்சுத் தமிழில் விளக்கம் தந்துள்ளார்.

பேகனைப் பற்றிய குறிப்பில், "பேகன் என்பது இவன் பெயர். 'பெரும்' என்பது இக்காலத்தில் 'பெரும் புலவர்' என்பது போல அன்று ஆட்சியாளர்கள் இந்தப் 'பெரும்' என்னும் ஒட்டைப் 'பெருங்கடுங்கோ, 'பெருஞ்சோழன்', 'பெருஞ் சேரலாதன்' என்ப போலச் சேர்த்துக் கொண்டுள்ளனர் என்று விளக்கியுள்ளார் *(142)*.

சேம அச்சு என்பதற்குப் பாதுகாப்பாக வைத்துள்ள அச்சு என்று கூறாமல், எல்லோருக்கும் புரிந்த நடையில் 'உபரி அச்சு' *(166)* என்று குறித்துள்ளார். இதுபோலவே எஞ்சிய மதுவைத் தான் விரும்பி உண்ணுவான் என்று புலவர் நடையில் எழுதாமல், "மீந்த மதுவைத் தான் விரும்பிக் குடிப்பான்" *(172)* என்று பொதுமக்கள் நடையில் எழுதியுள்ளார்.

இளவெளிமான் யாருக்கும் கொடுக்க விரும்பாதவன். இதனைக் கடும்பற்றுள்ளம் உடையவன் என்றோ கையழுத்தம் உடையவன் என்றோ கடுநடையில் எழுதாமல், இவன் கஞ்சன் என்று எவர்க்கும் புரியும் சொல்லால் தெரிவித்துள்ளார். *(242)*

'நெடிய அல்லது பணிந்து மொழியலன்' *(315)* என்னும் தொடருக்கு இவன் பேச்சை நெடிதாக இழுத்துக்கொண்டே போகிறானே அன்றிப் பணிவான சொற்களைப் பேசவில்லை என்பதும் மக்கள் பேச்சு வழக்கையொட்டி அமைந்துள்ளமை காணலாம்.

பழைய பெயரும் புதிய பெயரும்

காலப்போக்கில் இடங்களின் பெயர்கள் திரிந்து வழங்கி வருகின்றன. சொல்லின் செல்வர் ரா.பி.சேதுப்பிள்ளை

அவர்கள் ஊரும் பேரும் என்னும் தம் நூலில் அவற்றைக் குறித்து விரிவாக ஆய்ந்து எழுதியுள்ளார். இந்நூலாசிரியரும் அங்கங்கே இடங்களின் பழைய பெயரையும் அவற்றிற்குரிய இன்றைய பெயர்களையும் குறிப்பது கற்பார்க்குப் பாக்கள் சுட்டும் இடங்களைப் பற்றிய தெளிவு நல்குவதாய் அமைந்துள்ளது.

கானப்பேர்-காளையார் கோயில்
கவிரம்-செங்கோட்டைப் பகுதி.
கொல்லிமலை-சேலம், தருமபுரி மாவட்டங்கள்.
கண்டீரம்-விருத்தாசலத்திற்குத் தென்மேற்கில் இருக்கும் வாலிகண்டபுரம்.
முதிரைமலை-பழனி வட்டத்தின் வடமேற்குப் பகுதியும் உடுமலைப் பேட்டை வட்டத்தில் தென்கிழக்குப் பகுதியும்.
தோன்றிமலை-கரூர் வட்டத்தில் உள்ளது.
அரிசில்-அரியலூர்.

மேலும், அதியமான் நெல்லிக் கனியைச் சேலத்தை அடுத்த கஞ்சமலையில் இருந்து பெற்றான் *(151)* உடுமலைப் பேட்டைக்கு அருகில் இருக்கும் குதிரை மலையே முதிர மலை *(221)* தென்னாற்காடு மாவட்டத்தில் உள்ள திண்டிவனமே பழைய ஓய்மா நாடு *(227)* இப்போது கொல்லிமலையின் வடகிழக்குப் பகுதியில் உள்ள பச்சைமலையே முன்னாளில் விச்சிமலை ஆகும் *(231)* கோடைமலை இன்று கொடைக்கானல் எனப்படுகிறது *(241)* திருநெல்வேலிக்கும் நாகர்கோயிலுக்கும் இடையில் உள்ள வள்ளியூர் நாஞ்சில் வள்ளுவனின் தலைநகர் *(247)* இன்று ஈரோட்டின் மேற்குப் பகுதியில் உள்ள ஈங்கூரே பண்டைய ஈர்ந்தூர் *(256)* கொங்கானம் இன்றைய மங்களூர் வடக்கு தெற்கு கன்னட மாவட்டங்கள் அடங்கிய பகுதி *(259)* சோழநாட்டில் முடிகொண்டான் ஆற்றங்கரையில் அமைந்த ஊர் பூஞ்சாற்றூர் *(270)* ஒல்லையூர் இன்றைய புதுக்கோட்டை மாவட்டத்தில் உள்ள ஒலியமங்கலம் *(326)* இன்றைய கேரளத்தின் அம்பலப் புழை அன்று கோட்டம்பலம் எனப்பட்டது *(371)* என்று குறித்துள்ளார்.

ஆய்வுத் துணிபுகள்

தம் பழுத்த தமிழ்ப்புலமையினால் புலமை வீச்சினாலும் சில கருத்துகளைத் துணிவோடு தெரிவித்துள்ளார்.

குமணனைப் பாடிய பெருஞ்சித்திரனாரின் 'உருகெழு ஞாயிற்று' *(223)* என்னும் பாடலும், அவனைப் பாடிய பெருந்தகைச் சாத்தனாரின் 'ஆடுநனி மறந்த' *(225)* என்னும் பாடலும் தாயின் பாலற்ற மார்பைச் சுவைத்து வருந்தும் குழந்தையைப் பாடுவதால், பின்னவர் பாடலை "ஒரு சந்தேகம். இந்தப் பாடல் பெருஞ்சித்திரனாரின் பாடலைக் கொஞ்சம் திருத்திப் பாடுவதுபோல் தெரிகிறதே" *(225)* என்று குறித்துள்ளார். இவ்வாறே, 'நீர் அறவு அறியா' என்னும் வெறிபாடிய காமக் கண்ணியார் பாடலும் *(341)*, 'மணி துணர்ந்தன்ன மாக்குரல்' என்னும் மோசி சாத்தனார் பாடலும் *(342)* கருத்தொற்றுமை உடையனவாய் இருத்தலைச் சுட்டியுள்ளார். இது பதிப்பாசிரியரின் நுட்பமான ஆய்வுப் பார்வைக்குச் சான்றாய் அமைந்துள்ளது.

அதிகமான், ஔவையார் நட்பு புகழ்வாய்ந்தது. ஆனால் எத்திசைச் சென்றாலும் அத்திசையில் சோறு கிடைக்கும் என்று அவர் பாடுவது *(149)* நட்புணர்ச்சியைக் காட்டுவதாக இல்லை. அதனால் அவர் அவனைப் பார்க்கப் போய்க் காலம் கடந்த நிலையில் பாடிய முதற்பாட்டாக இருக்கலாம் என்று கூறுவது உண்மையை ஊகித்துக் கண்டறிந்து கிளத்துவதாக இருக்கிறது. 'உழுது ஊர் காளை' *(276)* என்னும் பாடலில் பேரரசன் ஒருவனை எதிர்க்கும் குரல் ஒலிப்பதாகக் கூறுவது நுண்ணிய நோக்காக அமைந்துள்ளது. தமிழக வரலாற்றில் முதல் தூது அதுவும் பெண் தூதுவர் ஔவையார் *(323)* என்பது எவர்க்கும் உடன்பாடான முடிபே ஆகும்.

நேர்மை

தமக்குத் தெரிந்ததைத் தெரிந்தது என்றும் தெரியாததைத் தெரியாதது என்றும் தெரிவிப்பவரே நேர்மையான ஆய்வாளர்

ஆவர். அந்த நேர்மை நிறையவே இவ் அறிஞரிடம் காணப்படுகிறது.

சீத்தலை என்பது ஊர்ப்பெயர் என்றும் சீழ்ப்பிடித்த தலை என்று விரித்தும் பொருள் கூறுவர். இரண்டிற்கும் அடிப்படை எது என்று தெரியவில்லை. (131) என்று குறித்துள்ளார். வடம என்பதன் பொருள் தெரியவில்லை (263) காரியாதி என்பதன் பொருள் தெரியவில்லை (266) விண்ணந்தாயன் என்ற பெயரின் பொருள் தெரியவில்லை (270) என்றெல்லாம் குறித்தல் காணலாம்.

ஐய வினாக்கள்

அங்கங்கே ஐயவினாக்களையும் எழுப்பியுள்ளார். தொல்காப்பியர் நான்காவது பிரிவினர்க்கு மட்டும் கல்வியைப் பொறுத்தமட்டில் ஏதும் கூறாத நிலையில், குறமகள் இளவெயினி, வெண்ணிக் குயத்தியார் என இவர் போன்றோர் எப்படிக் கற்றார்கள் என்பது வியப்பாக உள்ளது என்கிறார். கீழ்ப்பால் ஒருவன் கற்பின் மேற்பால் ஒருவன் அவன்கட் படும் என்று புறநானூறு சொல்வதால் சமுதாயத்தின் கீழ்நிலையில் இருத்தவர்களுக்கும் கற்கும் வாய்ப்பு இருந்ததாகவே தோன்றுகிறது.

புலவர்களில் புத்த சமயத்தைச் சார்ந்த பெயர்கள் காணப்படவில்லை என்றும் பகைப்பார்வை காரணமாக மொத்தமாக அழித்திருப்பார்களோ என்று கருதுகிறார். இளம்போதியார் என்னும் சங்க காலப் புலவர் பெயர் புத்தசமயத்தைச் சார்ந்த பெயர் என்பர். நீதிநூல்களில் சிலவற்றைப் பாடியவர்களின் பெயர் சமணப்பெயர்களாக இருப்பதை நோக்கின் சமயக் காழ்ப்புக் காரணமாக அழிந்தனர் என்று எண்ண இயலவில்லை.

அன்றைய வேந்தர்கள் வசதி மிக்கவர்களாக வாழ்ந்தார் களே அன்றி வள்ளல்களாக வாழ்வில்லை என்று குறித் துள்ளார். ஒரு சில அரசர்கள் அவ்வாறு இருந்துள்ளனர் என்பது உண்மையே. எனினும்,

நிற் பாடிய வயங்கு செந்நாப்
பின் பிறர் இசை நுவலாமை
ஓம்பாது ஈயும் ஆற்றல் எம்கோ! (புறம் 22)

என்று சேரமான் யானைக்கட்சேய் மாந்தரஞ்சேரல் இரும்பொறையைக் குறுங்கோழியூர் கிழாரும்,

அளந்து கொடை அறியா ஈகை
மணிவரை அன்ன மாஅயோனே (புறம் 229)

என்று அவனைக் கூடலூர் கிழாரும்,

'வருநர்க்கு வரையா வசைஇல் வாழ்க்கை' *(10)* யை உடையவன் என்று சோழன் நெய்தலங் கானல் இளஞ்சேட் சென்னியை ஊன்பொதிப் பசுங்குடையாரும், 'பிறன்கடை மறப்ப, நல்குவன் செலினே' *(68)* என்று சோழன் நலங் கிள்ளியைக் கோவூர்கிழாரும் பாடியுள்ளனர். இக்குறிப்புகள் வேந்தர்களின் கொடைச் சிறப்பைக் கொண்டாடுவது காணலாம்.

அந்தணர்க்குக் கொடுக்கும்போது மட்டும் பெறுபவர் கையில் நீரை ஊற்றுவது கொடுப்பவர் தூய்மை அற்றவர் என்பதனாலா? என்று வினா எழுப்புகிறார். இது சிந்தனைக்குரியது.

சேரமான் கணைக்கால் இரும்பொறை சிறையில் இறக்குமுன் பாடிய பாட்டு "எப்படி ஏட்டிற்கு வந்தது? எதிலும் (கவரில்) எழுதி வைத்துவிட்டு இறந்தானோ? விளக்கம் இல்லை" என்கிறார். நேர்மையான சிந்தனையைத் தூண்டும் ஐயம். *(348)*

குறுந்தொகையில் பாட்டில் வரும் வரியும் கருத்தும் கொண்டு அமைந்த கயமனார் என்னும் பெயர் புறத்தில் அவ்வாறே இடம் பெற்றது எவ்வாறு என்று தடை எழுப்பியுள்ளார். ஆய்வுக்குரிய தடை. *(357)*

'யானை தந்த முளிமர விறகின்' *(373)* என்னும் புறப்பாட்டின் ஆசிரியர் பெயர் பேராலவாயர் என்று இருக்கிறது. 'இப்பெயர் உண்மைப் பெயரா, 'இறையனார்' போன்று கற்பனைப் பெயரா? எண்ணுக' என்று குறித்துள்ளார்.

இந்நூலின் தனிச்சிறப்பு இதன் நடை நலமாகும். சிற்சில இடங்களில் கவிதைக்குக் கவிதையில் எழுதப்பட்ட விளக்கம் போல் அமைந்திருக்கிறது.

வல்வில் ஓரியைக் குறித்து எழுதும்போது, "இவன் மழவர் குடியைச் சேர்ந்தவன்; கொல்லி மலையின் மன்னன்; மலைத் தேன் நாவிற்கு இனிமை; கொல்லிப் பாவை மனத்திற்கு மயக்கம்," என்ற எழுதிச் செல்வது கொல்லிமலைத் தேன் போல் இனிமை தருகிறது.

"பாணாற்றுப்படை, புலவராற்றுப்படை, விறலியாற்றுப் படை என்று வருவன எல்லாம் நமக்குப் பழுத்த இலக்கியச் சுவை; புலவர்களுக்கோ அன்றைக்குக் கொல்லும் பசிப்பிணி" அடடா! நூற்பாவைப் போல் அமைந்த எத்துணைச் செறிவான தொடர்.

"பாரியின் பறம்பு மலையைப் பார்க்கிறார் கபிலர். தொலைவு போகிறார். தொலைவு போனாலும் பார்வையி லிருந்து தொலைந்து போகும் மலையா அது? புலவரின் மனம் புலம்புகிறது" (203) என்பதனைப் படிக்கும்போது தொலைவு, தொலைந்து என்னும் சொல் விளையாட்டில் மனம் மகிழ்கிறது. துன்பம் கூடக் கவிதையாகும்போது இன்பம் பயக்கும் மாயம் இது!

"இந்தப் புலவர் அன்று முதுமைப் போர்வையில் முட்டாள் தனத்தை அரங்கேற்றிய பெரியார் சிலரையோ, பலரையோ பார்த்துச் சிந்தை நொந்து சிந்தித்ததின் விளைவே இச்சிந்தனை" என்னும் 382ஆம் பாட்டின் முகவுரை உருவகத் தால் கவிதையின் இடத்தை எட்டிப் பிடித்துக் கொள்கிறது.

'ஏற்று வலன் உயரிய எரிமருள் அவிர்சடை, மாற்று அருங் கணிச்சி மணி மிடற்றோனும்' என்னும் பகுதிக்கு,

காளைக்கொடியை உயர்த்தியவன்;
நெருப்பாக ஒளிவிடும் சடாமுடியை உடையவன்;
தடுப்பதற்கு மாற்று ஆயுதம் இல்லாத
மழு ஆயுதத்தைக் கொண்டவன்;

நீலக் கல் போன்ற
அழகிய கழுத்தை உடையவன்
இவனே சிவன்.

என்று தந்துள்ள விளக்கம் எளிமையின் எல்லை நிலத்தில் அமைந்து சிவன் தோற்றத்தைச் சொல்லோவியமாகக் கண்முன் கொண்டுவந்து நிறுத்துகிறது.

பேகன் பிழையைச் சுட்டிப் பாடியுள்ள பரணர் பாட்டிற்கு (144) எழுதியுள்ள முகவுரை 'அழகு, அழகு' என்று போற்றி மகிழ்ச்சியில் துள்ளச் செய்கிறது. அக்குறிப்பு வருமாறு:

கொடையில் கொடி நட்ட பேகனைப்
பாடிப் பெருமைப்பட்ட பரணருக்கு,
பேகனின் அக வாழ்க்கை தெரிய வந்தது
அதிர்ந்து போனார்.
அடுத்தவரின் அகவாழ்வுக் குறையை
அவரிடமே பேச முடியுமா?
அதுவும் பரிசிலை வேண்டி
அலையும் புலவருக்கு?
பரிசிலைவிட நாடாளும் மன்னனின்
பண்பாடு முதன்மை அல்லவா?
நேராகவே பேசுகிறார்.

இதுபோலவே 175ஆம் பாட்டுக்கு எழுதியுள்ள விளக்கம் நேரே நின்று பேசுவது போன்று அமைந்துள்ளது. குழந்தைக்குக் கதை சொல்வதுபோல் எளிமைக் கோலத்தோடு திகழ்கிறது. 208ஆம் பாட்டின் முகவுரையும் அழகாக அமைந்துள்ளது.

அரும்பணி

பாக்களை வகைப்படுத்துவது என்பது அரிய செயல். மூளையைக் கசக்கிப் பிழியும் முயற்சி. ஆரணங்கு ஒருத்தியின் கூந்தலின் சிக்கலை எடுத்துச் சீர்செய்வது போன்றது. சிறை இருந்த செல்வியை இராமன்முன் அழைத்துச் செல்வதற்கு முன் வான மாதர் கோலஞ் செய்தனர். அப்போது அவள் சடையாகிப் போன கூந்தலை அரம்பை ஒருத்தி சிதறிக் கிடந்த வேதங்களை எல்லாம் சிக்கறுத்து வகைப்படுத்தி ஒழுங்குசெய்த வேத வியாசனைப் போல ஒழுங்கு செய்தாளாம்.

> காணியைப் பெண்மைக்கு எல்லாம்,
> கற்பினுக்கு அணியை, பொற்பின்
> ஆணியை, அமிழ்தின் வந்த
> அமிழ்தினை, அறத்தின் தாயை,
> சேண்உயர் மறையை எல்லாம்
> முறைசெய்த செல்வன் என்ன,
> வேணியை, அரம்பை, மெல்ல,
> விரல்முறை சுகிர்ந்து விட்டாள்.   (9994)

என்கிறார் கம்பர். புறநானூற்றை ஒழுங்குபடுத்துவதும் அத்தகைய செயலே. அதனைத் திருத்தமுறச் செய்துள்ள அறிஞர் சாலமன் பாப்பையா அவர்களைச் சேணுயர் புறநானூற்றை முறைசெய்த செல்வர் என்று கொண்டாட நெஞ்சம் விழைகிறது. அவர் தமிழ்ப்பணி சிறக்கவும் பேச்சாலும் எழுத்தாலும் தமிழன்னைக்கு அருந்தொண்டாற்றவும் 'இன்னீர்க் காவிரி எக்கர் இட்ட மணலினும் பல' ஆண்டு வாழ இறைவனை இறைஞ்சுகிறேன்.

சென்னை-101   அன்பன்
24.04.2019   தெ.ஞானசுந்தரம்

நுழைவாயில்

ஆயிரத்து எண்ணூற்றுத் தொண்ணூற்று நான்காம் ஆண்டு, அந்த ஆண்டில்தான் புலவர்களின் பயிற்சியிலும் பாதுகாப்பிலும் இருந்த புறநானூற்றைப் பெரியவர் உ.வே.சா அவர்கள் அச்சில் ஏற்றித் தமிழ் உலகிற்குத் தந்தார். அப்போது அயல்நாட்டில் இருந்தாலும் தன்னோடு தொடர்பில் இருந்த அறிஞர் ஜி.யு.போப் அவர்களுக்கும் அந்த நூலின் ஒரு பிரதியை அனுப்பி வைத்தார்.

ஜி.யு.போப்

நூலை வெளியிட்ட முயற்சியைப் பெரிதும் பாராட்டிய போப் அவர்கள் "புறநானூற்றை இன்னும் தெளிவுபடுத்த முடியாதா? எனக்குத் தமிழ் தெரியுமென்று நான் எண்ணிக் கொண்டிருந்தாலும் எனக்கு அதில் பல பகுதிகள் விளங்கவில்லை. ஆதலால் இன்னும் தெளிவும் சுலபமுமான நடையில் உரை வேண்டும். பண்டிதரல்லாத என்போலியரிடம் கருணை கொள்ளுங்கள்" (என் சரித்திரம் உ.வே.சா) என்று வேண்டுதல் செய்தார். தமிழ் இலக்கணத்தை மிக எளிதாகக் கற்றுக் கொள்ளத் 'தமிழ்த் தென்றல்' திரு.வி.க போன்றவர்களுக்கே எளிய இலக்கண நூல் தந்த ஜி.யு.போப்பிற்கு இந்தப் பழைய உரை விளங்கவில்லை என்றால் நம் நிலை என்ன ஆவது?

இன்றைய நிலை

எதிலும் புதுமையையும் வளர்ச்சியையும் விரும்பும் தமிழ் மக்கள்தாம் நாம். ஆனாலும் 'தமிழ் எனக்கு அவ்வளவா வராது' என்று சொல்லும், தமிழையும் ஆங்கிலத்தையும் கலந்து மேற்கத்திய ஒலிப்பிலும், தோள் அசைப்பிலும் பேசிக் கொள்ளும் நம் பிள்ளைகளின் எண்ணிக்கை பெருகிவரும் இக்காலத்தில் புறநானூற்றை எளிதில் விளங்கிக் கொள்ள ஏதாவது செய்தாக வேண்டும் என்ற எண்ணத்தின் விளைவே இந்த நூல்.

1894-பின்

பெரியவர் உ.வே.சா 1894ல் இந்நூலை அச்சேற்றியதற்குப் பின் கி.பி.2010 முடியக் கடந்த 116 ஆண்டுகளில் 24 பதிப்புகள் 17 ஆசிரியர்களால் வெளியிடப் பெற்றிருக்கின்றன. (அ.செல்வ) இவற்றுக் கிடையே 1957ல் மர்ரே.எஸ்.ராஜம் அவர்கள், புலவர்களின் வசை மழைக் கிடையே மூலத்தை மட்டும் சீர் பிரித்துப் பொது மக்களின் நலனுக்காக மலிவுப் பதிப்பாக வெளியிட்டார். அறிஞர் ஜார்ஜ் எல்.கார்ட்டும் கவிஞர் ஹேங்க் கீ பெட்சும் இணைந்து புறநானூற்றை ஆங்கிலப்படுத்தி 1999ல் உலகிற்கு அளித்தனர். இவர்கள் அத்தனைப் பேருமே உ.வே.சா விற்குக் கிடைத்த எட்டு மூலப் பிரதிகளில் அந்நூல் எப்படி இருந்ததோ அப்படியே பதிப்பித்து வெளியிட்டனர்.

400 என்று கணக்கு

எட்டுத் தொகை நூல்களுள் கலித்தொகையையும் பரிபாடலையும் தவிர்த்த பிற ஆறு நூல்களுள் பதிற்றுப் பத்தும் புறநானூறும் புறம் சார்ந்தவை. பிற அகநூல்கள். அடி வரையறையையும் திணையையும் அடிப்படையாகக் கொண்டு, நானூறு என்ற கூண்டிற்குள் அவற்றைத் தனித் தனியே அடைத்து விட்டார்கள். அப்போது புறநானூற்றைத் தொகுத்தவர்கள் ஏன் இப்படிச் செய்தார்கள் என்று நாம் அறிந்து கொள்ள முடியாதபடி தொகுத்திருப்பார்களோ என்று தோன்றுகிறது.

1. கடவுள் வாழ்த்து

தொல்காப்பியத்திற்குக் கடவுள் வாழ்த்து இல்லை; சங்க இலக்கியங்களுக்கு இருக்கிறது. பாரதம் பாடிய பெருந்தேவனார் என்பவர் பாடிய கடவுள் வாழ்த்து புறநானூற்றின் தொடக்கமாக அமைந்துள்ளது. இவரே அகநானூறு, ஐங்குறுநூறு, குறுந்தொகை, நற்றிணை என்னும் நான்கு அகநூல்களுக்கும் கடவுள் வாழ்த்துப் பாடியிருக்கிறார்.

பெருந்தேவனார் சங்க இலக்கியப் புலவர் இல்லை. நூல்கள் தொகுக்கப்பட்ட காலத்தவராக இருக்கலாமோ என்றால் அதிலும் ஐயம் தோன்றுகிறது.

பாண்டியன் உக்கிரப் பெரு வழுதியின் உதவியால் மதுரை உப்பூரி குடி கிழான் மகன் உருத்திரசன்மனால் அகநானூறு தொகுக்கப்பட்டது.

ஐங்குறுநூற்றைத் தொகுத்தவர் புலத்துறை முற்றிய கூடலூர் கிழார். தொகுக்க உதவியவன் யானைக் கண் சேய் மாந்தரஞ் சேரல் இரும்பொறை.

குறுந்தொகையைத் தொகுத்தவர் பூரிக்கோ. தொகுக்க உதவியவன் பெயர் தெரியவில்லை.

நற்றிணையைத் தொகுத்தவர் பெயர் தெரியவில்லை. தொகுக்க உதவியவன் பன்னாடு தந்த மாறன் வழுதி.

புறநானூற்றைத் தொகுத்தவர் பெயரும் இல்லை. தொகுக்க உதவியவன் பெயரும் இல்லை.

அகநானூறும் நற்றிணையும் மதுரையில் தொகுக்கப் பட்டிருக்கின்றன. ஐங்குறுநூறோ சேரநாட்டில் தொகுக்கப் பட்டிருக்கிறது. ஐங்குறுநூறு மட்டும் அன்று; புறநானூறும் சேரர் தலைநகரில் தான் தொகுக்கப் பட்டிருக்க வேண்டும் என்கிறார் பேராசிரியர் வையாபுரியார் (தமிழ்.இல.வ).

இந்நூல்கள் தொகுக்கப் பட்ட நாடுகள் வேறு வேறு.

தொகுப்பித்த மன்னர்கள் வேறு வேறு.

தொகுத்த புலவர்களும் வேறு வேறு.

தொகுக்கப் பட்ட காலம் ஒரே காலமா, வேறு வேறு காலமா? தெரியவில்லை. ஆனால் ஐந்து நூல்களுக்கும் புலவர் ஒருவரே கடவுள் வாழ்த்துப் பாடியிருக்கிறாரே அது எப்படி என்ற வினா எழாமல் இல்லை. எவரோ ஒருவர் ஏதோ ஒரு நோக்கத்துடன் ஒவ்வொரு நூலிலும் இவரது கடவுள் வாழ்த்துப் பாடலை இணைத்திருக்க வேண்டும் என்று தோன்றுகிறது.

2. புதிய வரிசை வகையில் மன்னர்கள்

முடி மன்னர்களில் இருந்துதான் நூலைத் தொடங்கு கிறார்கள்; அதுவும் முறையாக இல்லை; அகர வரிசையை அடிப்படையாகக் கொண்டால் சேர, சோழ, பாண்டிய என்று தொடர வேண்டும். ஆனால் சேர, பாண்டிய, சோழ என்று தொடர்கிறது; அதுவும் முழுமையாக இல்லை; இதற்கான காரணமும் தெரியவில்லை.

மன்னர்களின் கால வரிசையாக இருக்குமோ என்றால் அப்படியும் இல்லை என்கிறார் அறிஞர் சிவத்தம்பி.

உ.வே.சா அவர்களுக்குக் கிடைத்த பிரதிகளில் ஒன்றின் தொடக்கத்தில் "அறநிலை" என்று காணப்பட்டதாம். அதைக் கொண்டு 'இந்நூல் அறநிலை, பொருள்நிலை, இன்பநிலை என்னும் மூன்று பகுதிகளாகப் பகுக்கப்பட்டிருக்க வேண்டும்' என்று அவரே ஊகிக்கிறார். ஆகவே இப்போது இருக்கும் வரிசை முறை முதன்முதலில் தொகுக்கப்பட்ட போது இருந்த வரிசை இல்லையோ என்ற சந்தேகம் எழுகிறது.

நம் நெருக்கடி

இப்போது வழக்கில் இருக்கும் தொகுப்பில் ஒரு குறிப்பிட்ட மன்னனை முழுமையாகத் தெரிந்து கொள்ள

விரும்பினால் அவனைப் பற்றிய பாடல்களைத் தேடிப் படிக்க வேண்டும் சான்றாக, சேரமான் யானைக்கண் சேய் மாந்தரஞ் சேரல் இரும்பொறையை அறிய 17, 20, 22, 125, 229 என்ற வரிசையில் வரும் பாடல்களைத் தேட வேண்டும். ஒரு புலவரை முழுமையாகக் கற்க எண்ணினாலும் அப்படியே தான்; அரிசில் கிழாரை அறிய 146, 230, 281, 285, 300, 304, 342 என்று தான் பார்க்க வேண்டும்.

திணை அடிப்படையா?

திணையை அடிப்படையாக வைத்து நூலைத் தொகுக்கத் தொடங்கி இருப்பதாகத் தெரிகிறது. சான்றாகக் கைக்கிளைப் பாடல்கள் 83, 84, 85 என்று வருவது போல சில திணைகள் வரிசையாகவே வருகின்றன; அதுவும் முழுமையாக இல்லை; சான்றாக, காஞ்சித் திணைப் பாடல்கள் 71, 281, 336, 366 என்று சிதறிக் கிடக்கின்றன. இது போலவே தான் துறையின் நிலையும்!

வையாபுரியார்

தமிழக வரலாற்றுப் புதையலான இந்நூலில் மன்னர்களையோ, அவர்களைப் பாடிய புலவர்களையோ முழுமையாகப் படிப்பதில் இடர்ப்பாடு இருப்பதை எவரும் எளிதில் உணர முடியும். இதை அறிந்த பேராசிரியர் வையாபுரியார் கி.பி.1944ல் சென்னை சைவ சித்தாந்த மகா சமாஜத்தின் பெயரில் சங்கப் புலவர்களை அகர வரிசைப் படுத்திப் 'பாட்டும் தொகையும்' என்ற ஒரு நூலை வெளியிட்டார். அதில் புலவர்கள் வரிசை இருந்தது. மன்னர்கள் வரிசை இல்லை.

நம் நோக்கம்

வரலாற்று நூலான புறநானூற்றின் பாடல்களை வரலாற்றுப் பார்வையிலும், நம் இன்றைய வாழ்க்கைக்கு வழிகாட்டும் வகையிலும் வரிசைப்படுத்திப் பதிப்பிக்க வழி காணும் முயற்சியின் விளைவுதான் இந்நூல்.

வழிகாட்டி

1983ல் தமிழ்நாட்டுப் பாட நூல் நிறுவனம் தமிழ்நாட்டு வரலாற்றுக் குழுவின் துணையோடு 'தமிழ்நாட்டு வரலாறு - சங்க காலம் - அரசியல்' என்ற நூலை வெளியிட்டிருக்கிறது. அந்நூலை அடிப்படையாகக் கொண்டு புறநானூற்றின் பாடல்களை வரிசைப்படுத்தும் முயற்சியில் உருவான புதிய வரிசை வகையிலும், மார்ரே.எஸ்.ராஜம் அவர்கள் பதிப்பித்த மூலத்தைப் பின்பற்றியும் இந்த நூல் அமைந்துள்ளது.

1. சேர மன்னர்கள் வரிசை

இராமாயணத்தில் சேர நாடு என்றும், மகாபாரதத்தில் சேரர் என்றும், கிரேக்கத் தூதரான மெகஸ்தனீஸின் குறிப்பில் 'சேரமான்கள்' என்றும் திருஞான சம்பந்தரின் பதிகங்களில் சேரர் என்றும் குறிப்பிடப்படும். சேரர்களை கி.பி.ஏழாம் நூற்றாண்டிற்குப் பின் 'கேரளர்' என்று சமக்கிருத வழக்கிலேயே குறிப்பிடத் தொடங்கினர் (த.ச.அ)

புறநானூற்றில் மன்னர் வரிசை கால வரிசையிலோ, ஒரு மன்னனின் பாடல் தொகுப்பு என்றோ இல்லாமல் சிதறிப் பலப்பல இடங்களில் இருக்கக் காண்கிறோம்.

தமிழ் அகர வரிசைப்படி சேர மன்னர்களை முதலாவதாகப் பார்க்கிறோம்.

சேர மன்னர் வரலாற்றைப் பதிற்றுப்பத்தும் புறநானூறும் பேசுகின்றன. பதிற்றுப்பத்து இரண்டு கால் வழி வரும் சேர மன்னர்களைக் கூறுகிறது.

1. உதியன் கால்வழி
2. அந்துவன் கால்வழி

1. உதியன் கால்வழி

உதியன் கால்வழியினராக நெடுஞ்சேரலாதன், பெருஞ் சேரலாதன் என இருவர்.

நெடுஞ் சேரலாதன் *(62)* சோழன் வேல்பல் தடக்கைப் பெருநற்கிள்ளியுடன் போரிடுவதைப் புறநானூற்றில் *(62, 63)* காண்கிறோம்.

பெருஞ்சேரலாதனுக்கும் *(65)* கரிகால் பெருவளத் தானுக்கும் நடை பெற்ற போரைப் புறம் பேசுகிறது.

சேரமான் பெருஞ்சோற்று உதியன் சேரலாதன் *(2)*. இவ்வழியைச் சேர்ந்தவனே. மகாபாரதத்துடனான இவன் தொடர்பு வெறுங் கற்பனைப் புகழ்ச்சியே.

2. அந்துவன் கால்வழி

சேரமான் அந்துவனை, சேரமான் அந்துவஞ் சேரல் இரும்பொறை *(13)* என்றே கருதுகின்றனர் *(த.ச.அ)*. இந்த அந்துவஞ் சேரல் இரும்பொறைக்கு ஆண்மக்கள் இருவர். ஒருவன் செல்வக் கடுங்கோ வாழியாதன். மற்றொருவன் சேரமான் தகடூர் எறிந்த பெருஞ் சேரல் இரும்பொறை.

1. சேரமான் கடுங்கோ வாழியாதன் *(8)*

கடுங்கோ வாழியாதன் *(14)*

சேரமான் சிக்கற் பள்ளித் துஞ்சிய செல்வக் கடுங்கோ வாழியாதன் *(387)*.

இத்தனைப் பெயர்களும் ஒருவனுடையதே.

2. *1.* சேரமான் தகடூர் எறிந்த பெருஞ் சேரல் இரும்பொறை *(50)*,

2. சேரமான் குடக்கோச் சேரல் இரும்பொறை *(210, 211)*,

3. சேரன் மாந்தரஞ் சேரல் இரும்பொறை *(53)*,

4. சேரமான் மாந்தரஞ் சேரல் இரும்பொறை *(125)*

5. கோச் சேரமான் யானைக் கண் சேய் மாந்தரஞ் சேரல் இரும்பொறை *(220)*,

6. யானைக் கண் சேய் மாந்தரஞ் சேரல் இரும்பொறை (17)

7. சேரமான் யானைக் கண் சேய் மாந்தரஞ் சேரல் இரும்பொறை (20, 22)

8. சேரமான் கோக்கோதை மார்பன் (48, 49).

9. கோச் சேரமான் யானைக் கண் சேய் மாந்தரஞ் சேரல் இரும்பொறை (229).

10. சேரமான் கருவூர் ஏறிய ஒள் வாள் கோப் பெருஞ் சேரல் இரும்பொறை (5).

இத்தனைப் பெயர்களும் ஒருவனுக்கே. பாலை பாடிய பெருங்கடுங்கோ (11, 282) இவனும், சேரமான் தகடூர் எறிந்த பெருஞ்சேரல் இரும்பொறையும் ஒருவரே என்றும் கூறுகின்றனர்.

3. சேரமான் கணைக்கால் இரும்பொறை (74) பொறையர்குடி அரசர்களுள் கடைசி அரசன் இவனே. சோழன் செங்கண்ணானோடு போரிட்டுச் சிறைப் பட்டவன். சிறையில் இருந்தபோது இவன் பாடிய பாட்டு ஏட்டிற்கு எப்படி வந்தது என்பது சிந்திக்க வேண்டிய ஒன்று.

4. ஐந்தாவது பதிற்றுப்பத்தின் தலைவன் சேரமான் கடல் ஓட்டிய வேல் கெழு குட்டுவன் (369). இவன் குட்ட நாட்டு மன்னன்.

5. சேரமான் குட்டுவன் கோதை (54) இவன் சேரன் செங்குட்டுவனின் மக்கள் இருவரில் ஒருவன். செங்குட்டு வனுக்குப் பின் தொண்டி, வஞ்சி முதலிய இடங்களில் ஆட்சி புரிந்தான்.

6. சேரமான் கோட்டம்பலத்துத் துஞ்சிய மாக்கோதை (245). இவனைப் பற்றிய செய்திகள் கிடைக்கவில்லை.

7. சேரமான் மாரிவெண்கோ (367)

8. சேரமான் வஞ்சன் (363). இவன் குறுநில மன்னன்.

9. சேரமான் பாமுளூர் எறிந்த நெய்தலங்கானல் இளஞ்சேட் சென்னி (203). சேரமானின் பாமுளூரை வென்ற நெய்தலங்கானல் இளஞ்சேட் சென்னி என்று பொருள் படுகிறது. காரணம் பாமுளூர் சேரனுக்கு உரியது.

மற்றொன்று சோழன் செருப்பாழியை வென்ற இளஞ்சேட் சென்னி (370, 378). இது சோழனின் செருப்பாழியை வென்ற இளஞ்சேட் சென்னி என்று பொருள்படுகிறது. சோழனுக்குரிய ஊரை சோழனே (சென்னி) எப்படி வெற்றி கொள்வான்? ஒரு காலத்தில் நன்னனுக்கு உரியதாக இருந்ததும், மேற்குக் கடற்கரை வழியே வடபகுதி மக்கள் வருவதற்கு வழியாக இருந்ததுமான இந்த செருப்பாழி நகரை வென்றவன் சோழன் இளஞ்சேட் சென்னி. அதனால் அவன் பெயர் சோழன் செருப்பாழி வென்ற இளஞ்சேட் சென்னி (370, 378)

சோழன் நெய்தலங்கானல் இளஞ்சேட் சென்னி (10). நெய்தலங்கானல் சோழநாட்டுக் காவிரி கடலோடு கலக்கும் இடத்தில் இருந்தது. எனவே நெய்தலங்கானல் என்ற ஊரில் ஆட்சி செய்ததாலும், செருப்பாழி என்ற ஊரை வென்றதாலும், பாமுளூரை வென்றதாலும் இந்தச் சோழன்

1. நெய்தலங்கானல் இளஞ் சேட் சென்னி (10)

2. செருப்பாழியை வென்ற இளஞ் சேட் சென்னி (370, 378)

3. பாமுளூரை வென்ற இளஞ்சேட் சென்னி (203)

என்னும் இம்மூன்று பெயராலும் அழைக்கப்படுகிறான். அதனால் 'சேரமான் பாமுளூர் எறிந்த' என்று சேரர் வரிசையில் வரும் இப்பாடல்கள் சோழர் வரிசையில் வரவேண்டியவை.

ஆகவே சேரமன்னர்களை இப்படி வரிசைப்படுத்து கிறோம்.

1. **உதியன் கால்வழி**

1. சேரமான் குடக்கோ நெடுஞ்சேரலாதன் *(62, 63)*

2. சேரமான் பெருஞ் சேரலாதன் *(65)*

3. சேரமான் பெருஞ் சோற்று உதியன் சேரலாதன் *(2)*

2. **அந்துவன் கால்வழி**

1. சேரமான் அந்துவஞ் சேரல் இரும்பொறை *(13)*

2. சேரமான் கடுங்கோ வாழியாதன் *(8)*

சேரமான் செல்வக் கடுங்கோ வாழியாதன் *(14)*

சேரமான் சிக்கற் பள்ளியில் இறந்த செல்வக் கடுங்கோ வாழியாதன் *(387).*

3. சேரமான் பாலை பாடிய பெருங் கடுங்கோ *(11)*

பாலை பாடிய பெருங் கடுங்கோ *(282)*

யானைக் கண் சேய் மாந்தரஞ் சேரல் இரும்பொறை *(17)*

சேரமான் யானைக் கண் சேய் மாந்தரஞ் சேரல் இரும்பொறை *(20, 22)*

சேரன் மாந்தரஞ் சேரல் இரும்பொறை *(53)*

சேரமான் மாந்தரஞ் சேரல் இரும்பொறை *(125)*

சேரமான் கோக்கோதை மார்பன் *(48, 49)*

சேரமான் தகடூர் எறிந்த பெருஞ் சேரல் இரும்பொறை *(50)*

சேரமான் குடக்கோச் சேரல் இரும்பொறை *(210, 211)*

கோச்சேரமான் யானைக் கண் சேய் இரும்பொறை *(229)*

சேரமான் கருவூர் ஏறிய ஒள் வாள் கோப் பெருஞ் சேரல் இரும்பொறை *(5).*

பாடல் அடிக்குறிப்பில் இவன் பெயர் இருக்கிறது. இவன் ஆளும் நாடு யானைகள் மேயும் கானக நாடு என்று பாடல் கூறுகிறது. உம்பல் என்றால் யானை என்பது பொருள். இவன் உம்பற்காட்டில் (ஆனைமலைப் பகுதி) ஆட்சி செய்திருக்கலாம். கொங்கு நாட்டில் உம்பற்காட்டை ஆண்டு கொண்டிருந்த இவன் கருவூரை வென்று (ஏறிய) முதல் சேர மன்னனாக இருக்கலாம் (த.ச.அ).

4. சேரமான் கணைக்கால் இரும்பொறை (74 போருக்குப் பின் வரிசையில் காண்க)

5. சேரமான் கடல் ஓட்டிய வேல் கெழு குட்டுவன் (369).

6. சேரமான் குட்டுவன் கோதை (54).

7. சேரமான் கோட்டம்பலத்துத் துஞ்சிய மாக்கோதை (245)

8. சேரமான் மாரிவெண்கோ (367)

9. சேரமான் வஞ்சன் (398) (குறுநிலமன்னர் வரிசையில் காண்க)

2. சோழ மன்னர்கள் வரிசை

'கோலர் என்னும் பழங்குடி மக்களில் ஒரு கிளையினர் சோழராக இருக்கலாம். கோலர் கரிய நிறத்தவர். இப்படிக் கூறுபவர் கர்னல் ஜெரினி.

சோளம் மிகுதியாக விளைந்த நாட்டை ஆண்டவரே 'சோளர்' இது பின்பு 'சோழர்' எனத் திரிந்திருக்கலாம் என்று டி.ஆர்.பந்தர்க்கர் கூறுகிறார் (த.ச.அ).

இன்றுள்ள தென் ஆர்க்காட்டின் தென் பகுதியும், தஞ்சை, திருச்சி மாவட்டங்களும் சேர்ந்தது 'சோழநாடு' (மா.ராச).

சோழர்கள் கிள்ளி, செம்பியன், சென்னி, வளவன் என்னும் குடிப்பெயர்களால் அழைக்கப்படுகின்றனர். இவர்கள் ஒன்பது தாயாதிகளாகப் பிரிந்திருந்தனர். இவர்களுள்

உறையூரைத் தலைநகராகக் கொண்டு கிள்ளி மரபினரும், அழுந்தூரைத் தலைநகராகக் கொண்டு சென்னி மரபினரும் ஆண்டனர் *(அர.ராமலி).*

கிள்ளி மரபினர்

1. சோழ மன்னருள் காலத்தால் முற்பட்டவன் பெருநற் கிள்ளி-I. இவன் சோழன் போரவைக் கோப் பெருநற் கிள்ளி எனப்படுகிறான். இவனுக்கும் ஆமூர் அரசன் மல்லனுக்கும் முக்காவல் நாட்டின் தலைநகர் ஆமூரில் மற்போர் நடந்தது. *(80, 81, 82, 83, 84, 85)*

2. இரண்டாம் பெருநற் கிள்ளி சோழன் முடித்தலைக் கோப் பெருநற்கிள்ளி-II முடித்தலை என்பது இன்றைய கொடுமுடியாக இருக்கலாம். *(13)*

3. மூன்றாம் பெருநற் கிள்ளி சோழன் வேல் பல் தடக்கைப் பெருநற் கிள்ளி-III. இவனுக்கும் சேர அரசன் குடக்கோ நெடுஞ்சேரலாதனுக்கும் போர் நடந்தது. *(62, 63, 368)*

4. கோப்பெருஞ்சோழன். இவன் கரிகால் பெரு வளத்தானுக்குக் காலத்தால் முற்பட்டவன். இவனது தலைநகரம் உறையூர். *(67, 191, 212, 213, 214, 215, 216, 217, 219, 220, 221, 222, 223)*

சென்னி மரபினர்

5. சென்னி என்னும் சோழர் குடியைச் சேர்ந்த அரசர் இருவர். அவர்கள் கரிகால் பெருவளத்தானுக்கு முன்பு ஆட்சி செய்தனர். அவர்கள்

    1. சோழன் பாமுள்ளூர் எறிந்த நெய்தலங்கானல் இளஞ் சேட் சென்னி-I *(10, 203)*.

    2. இரண்டாமவன் சோழன் செருப்பாழி எறிந்த இளஞ் சேட் சென்னி-II. பாழி என்பது மேற்குக் கடற்கரையில் இருந்த நகரம். அது வடநாட்டி லிருந்து தமிழ்நாட்டிற்குள் நுழைபவர்க்கு அன்றைக்கு வாசலாக இருந்தது. மோரியர் இந்த

வழியே தான் வந்தனர் என்கின்றனர். அடிக்கடி போருக்குக் காரணமானதால் இந்த நகர் (செரு-போர்) செருப்பாழி எனப்பட்டது. *(370, 378)*

3. சோழன் உருவப் பல்தேர் இளஞ் சேட் சென்னி-III மூன்றாமவன். இவனுடைய மகனே பொரு நராற்றுப்படை சிறப்பிக்கும் கரிகால் பெருவளத் தான். *(4, 266)*

4. கரிகால்பெருவளத்தான்: பட்டினப்பாலையும் பொருநராற்றுப் படையும் இவனையே பேசு கின்றன. கல்லணையைக் கட்டியவன் இவனே என்பது செவி வழிச் செய்தியாம். *(7, 65, 66, 224)*

5. சோழன் இலவந்திகைப் பள்ளித் துஞ்சிய இளஞ் சேட் சென்னி. இவன் நலங்கிள்ளிக்கும் மாவளத் தானுக்கும் தந்தை. *(61)*

6. நலங்கிள்ளி சேட் சென்னி. இவன் காலத்தில் தான் உறையூரை நெடுங்கிள்ளி ஆண்டு வந்தான். நலங்கிள்ளிக்கும் நெடுங்கிள்ளிக்கும் போர் மூண்டது. *(27, 28, 29, 30, 31, 32, 33, 43, 44, 45, 47, 68, 73, 75, 225, 382, 400)*

7. மாவளத்தான். நலங்கிள்ளியின் தம்பி. ஆவூர் முற்றுகையில் இவன் தன் அண்ணனுடன் இருந்தான். *(43)*

8. (காரியாற்றுத் துஞ்சிய) நெடுங்கிள்ளி. இவன் நலங்கிள்ளியின் உடன்பிறவாப் பங்காளியாக இருந்திருக்கலாம். *(44, 45, 46, 47)*

9. சோழன் குளமுற்றத்துத் துஞ்சிய கிள்ளிவளவன்-I *(35, 36, 37, 38, 39, 40, 41, 42, 46, 69, 70, 173, 226, 227, 228, 393, 397)*

10. சோழன் குராப்பள்ளித் துஞ்சிய கிள்ளிவளவன்-II (பெருந் திருமா வளவன்) இவனைக் 'காவிரிக்

கிழவன் 'உறந்தைப் பொருநன் என்றும் கூறுவர். *(58, 60, 197, 373)*

12. இராச சூயம் வேட்ட பெருநற் கிள்ளி-IV. இவன் காலத்தில்தான் மூவேந்தரும் பகையின்றி உறவாக வாழ வேண்டும் என்ற கருத்து பிறந்தது. *(16, 125, 367, 377)*

13. சோழன் செங்கணான் - சோழன் குளமுற்றத்துத் துஞ்சிய கிள்ளி வளவனுக்குப் பின் சோழநாட்டை ஆண்டவன். சங்க இலக்கியங்களிலிருந்து அறியப்படும் சோழ அரசர்களுள் கடைசி அரசன் இவன். பெரிய புராணத்தில் வரும் கோச் செங்கட்சோழன் இவன் அல்லன். *(74)*

3. பாண்டிய மன்னர்கள் வரிசை

பழமையான வரலாற்றை உடையவர் பாண்டியர். அதனால் அவர்களைப் 'பற்றிய வரலாறு தொடர்ச்சியாகவும் வரன்முறையாகவும் கிடைக்கவில்லை'.

கி.மு.304ல் மெகஸ்தனீஸ் எழுதிய இண்டிகா என்னும் நூலில் பாண்டிய நாட்டை ஒரு பெண் ஆண்டு வந்தாள் என அறிகிறோம். கி.மு.மூன்றாம் நூற்றாண்டில் அசோகரின் பாறைக் கல்வெட்டில் பாண்டிய அரசர் பற்றிய குறிப்பு இருக்கிறது. இவை தவிர வேறு விபரங்கள் கிடைக்கவில்லை.

பாண்டியர்கள் பஞ்சவன், பாண்டியன், கௌரியர், செழியன், தென்னவன், வழுதி என்றெலாம் அழைக்கப் பட்டனர்.

இன்றுள்ள மதுரை, இராமநாதபுரம், திருநெல்வேலி, தூத்துக்குடி, கன்னியாகுமரி ஆகிய மாவட்டங்களைக் கொண்டது பாண்டிய நாடு (மா.ராச). பாண்டியரின் தலைநகரம் மதுரை.துறைமுகங்கள் காயல், தொண்டி, பாண்டியர் ஐந்து பிரிவாகப் பிரிந்து நாட்டை ஆண்டனர்.

1. செழியன் என்னும் பெயருடைய அரசர்கள்

★ ஆரியப்படை கடந்த நெடுஞ்செழியன் (183)

அன்றைய சமூகப் பகுப்பைப் பற்றிக் கூறும் அரசன் இவனே. சிலப்பதிகாரத்தில் வரும் பாண்டியன் நெடுஞ் செழியன் இவனே என்பர்.

★ தலையாலங்கானத்துச் செரு வென்ற நெடுஞ்செழியன் (18, 19, 23, 24, 25, 26, 72, 76, 77, 78, 79, 371, 372). 'வென்வேற் செழியன்' 'பாண்டியன் நெடுஞ்செழியன்;' ஆகிய பெயர்கள் தலையாலங்கானத்துச் செரு வென்ற நெடுஞ்செழியனையே குறிப்பிடுகின்றன. தலையாலங்கானம் - இன்று தஞ்சை மாவட்டத்தில் தலையாலங்காடு என்று கருதப்படுகிறது. ஆரியப்படை கடந்த நெடுஞ்செழியனுக்குப் பின் கூடல் நகரை ஆண்டவன்.

2. மாறன் என்னும் பெயருடைய அரசர்கள்

★ பாண்டியன் இலவந்திகைப் பள்ளித் துஞ்சிய நன்மாறன் (55, 56, 57, 196, 198). தலையாலங்கானத்துச் செரு வென்ற நெடுஞ்செழியனைப் பாடிய புலவருள் சிலர் இவனையும் பாடியுள்ளனர். அதனால் நெடுஞ்செழியனுக்குப் பின் வந்தவன் இவனாக இருக்கலாம்.

★ பாண்டியன் சித்திர மாடத்துத் துஞ்சிய நன்மாறன் (59). இவனது காலத்தைச் சரியாகச் சொல்ல முடியவில்லை. இவனும் இலவந்திகைப் பள்ளித் துஞ்சிய நன்மாறனும் ஒரு நபரே என்கிறார் சதாசிவப் பண்டாரத்தார்.

3. வழுதி என்னும் பெயருடைய அரசர்கள்

★ பல்யாகசாலை முதுகுடுமிப் பெருவழுதி (6, 9, 12, 15, 64) வழுதி என்ற சொல் 'வழித் தோன்றல்' என்னும் பொருளை உடையது. இவனை வாழ்த்தும் புலவர் 'பஃறுளி ஆற்றின் மணலைக் காட்டிலும் பல ஊழி வாழ' வாழ்த்துகிறார். (9) அந்த ஆறு கடலால் கொள்ளப்படுவதற்கு முன் இவன் வாழ்ந்திருக்கலாம்.

★ கானப்பேர் எயில் கடந்த உக்கிரப் பெருவழுதி (21, 367). இன்றைய காளையார் கோயில்தான் கானப்பேர் எயில் என்பர்.

★ வெள்ளியம்பலத்துத் துஞ்சிய பெரு வழுதி (58). இவனும் சோழன் குராப்பள்ளித் துஞ்சிய திருமா வளவனும் ஒருங்கிருந்த காட்சியைப் புலவர் பாடுகிறார். இவன் 'மதுரையில் ஆண்ட போது வெள்ளியம்பலம் எனப்படும் மதுரைச் சொக்கநாதர் கோயில் மன்றத்தில் உயிர் நீத்தான்' என்பர். இது மேலும் விசாரிக்கப்பட வேண்டிய ஒன்று.

★ கடலுள் மாய்ந்த இளம்பெரு வழுதி (182). இவன் ஒருவேளை கடற்போரில் மாண்டிருக்கலாம்.

★ பாண்டியன் கருங்கை ஒள்வாள் பெரும் பெயர் வழுதி (3). கரிய கையில் ஒளி மிகுந்த வாளை உடையவன். தனுக்கோடியை அடுத்த பகுதியிலும், கவிரம் என்று சங்க காலத்தில் வழங்கிய செங்கோட்டைப் பகுதியிலும் வாழ்ந்த பாண்டியருள் கௌரியர் எனும் குடியினரும் இருந்தனர். இவர்கள் வழி வந்தவனே இவன்.

★ பாண்டியன் கூடகாரத்துத் துஞ்சிய மாறன் வழுதி (51, 52). இவன். தமிழகம் மூவேந்தருக்கும் பொது என்று சொல்வதைக் கூடப் பொறுத்துக் கொள்ள மாட்டான். 'சினப் போர் வழுதி' எனப்படுகிறான். நற்றிணையைத் தொகுப் பித்தவன்.

4. பாண்டியன் என்னும் பெயருடைய அரசர்கள்

★ ஒல்லையூர் தந்த பூதப் பாண்டியன் (71). மனைவி யிடம் மிகுந்த அன்பினன். அவளும் அப்படியே. அதனால் அல்லவா உடன்கட்டை ஏறினாள்.

★ பாண்டியன் அறிவுடை நம்பி (184, 188). ஆசைக் கனியின் அமுதான பிள்ளைச் செல்வம் பற்றிய இவனது சிந்தனை எண்ணி இன்புறத் தக்கது. வளரும் இளமை இதை எப்படி வாங்குமோ? மக்கள் தரும் வரி மக்களுக்கே. ஆனால் அதை எப்படி வாங்குவது? வழி காட்டுகிறான்.

★ நம்பி நெடுஞ்செழியன் (239-வீரர் மறைவு வரிசையில் காண்க). பாண்டியன் அறிவுடை நம்பியின் மகனாக இவன் இருக்கலாம் என்பர்.

4. குறுநில மன்னர்கள் வரிசை

அன்றைய தமிழகத்தில் குன்றில் வாழ்ந்த மக்கள் 'குறவர்' எனப்பட்டனர் (129). ஆக்களை நம்பி முல்லை நிலத்தில் வாழ்ந்தவர் 'ஆயர்' (398). காடுகளைச் சார்ந்து வாழ்ந்தவர் 'வேட்டுவர்' (33). வயலில் தங்கள் வாழ்வை, இந்த வையத்தின் வாழ்வை உயர்த்தியவர் 'கழனி உழவர்' (13) கடலைத் தெய்வமாக நம்பி வாழ்ந்தவர் 'திண்திமில் பரதவர்' (24) பாலை நிலத்தில்; வருவார் போவாரை வதைத்துப் பிழைத்தவர் 'ஆறலை கள்வர்' (136) (கூளியர்). கால வளர்ச்சியில் இனப்பெருக்கம் இனக் குழுக்களைத் தோற்றுவித்தது. அதியர் (91) ஆவியர் (147) கொங்கர் (130) கோசர் (169) மழவர் (88) மறவர் (23) பரதவர் (378) பூழியர் (387) விச்சியர் (200) வேளிர் (24) எனப் பல இனக் குழுக்களுக்குள் உடைமைச் சமூக உணர்வு பெருகிய போது, பிறர் பொருளை எடுக்கவும் தடுக்கவுமான முயற்சியில் அரசு என்ற அமைப்பு ஏற்பட்டிருக்கிறது. 'சமுதாயத்தின் குறிப்பிட்ட ஒரு வளர்ச்சிக் கட்டத்தின் விளைவே அரசு' என்பார் ஏங்கெல்சு. (அரசும் புரட்சியும் லெனின்)

உடைமைச் சமூகங்கள் தத்தமக்கான அரசினை அமைக்க முயன்ற முயற்சியில் ஒரு குழு மற்றொரு குழுவைத் தனக்குக் கீழே அடக்கி அடிமைப் படுத்த எண்ணும்போது போர் ஏற்பட்டிருக்க வேண்டும். இத்தகைய போரின் விளைவுதான் குறுநில மன்னர்களின் தோற்றம். குறுகிய நிலப்பரப்பில் மண்ணையும் மனிதர்களையும் தம் உடைமையாகக் கொண்டு ஆண்ட அரசர்களைக் 'குறுநில மன்னர்' எனச் சொல்வது சங்க காலம் முதல் இருந்து வரும் மரபு. இதனால் 'தமிழகத்தின் வரலாறு ஆதிகாலம் முதல் பெரிதும் சிற்றரசுகளின் வரலாறாகவே இருந்து வருகிறது' என்கிறார் வையாபுரியார் (சங்க இலக்கியம்).

காலப் போக்கில் குறுநில மன்னர்கள் தங்கள் காலம், இடம், வலி முதலியவற்றைக் கணக்கில் கொண்டு முடி வேந்தர்களைச் சார்ந்து அடங்கியும், சாராமல் தனித்தும் நின்ற காட்சியைப் புறத்தில் காண்கிறோம்.

வேந்தர்களைச் சார்ந்து நின்றதற்குச் சான்று இரு பெரு வேந்தரோடும் ஐந்து குறு நில மன்னர்களும் சேர்ந்து ஏழு பேராகக் கூடித் தலையாலங்கானத்துச் செரு வென்ற பாண்டியன் நெடுஞ் செழியனை எதிர்ப்பதைக் காண்கிறோம் (19). சாராமல் தனித்து நின்று போரிட்டதற்கு மூவேந்தரையும் எதிர்த்து நின்ற பாரியைச் (109) சான்றாகக் கூறலாம். தம் நிலை அறிந்து வேந்தர்களுக்குப் பயந்து வாழ்ந்ததற்கு இருங்கோ வேளும் (201), விச்சிக்கோனும் (200) சான்று.

முடி மன்னர்களை 'வேந்தர் என்றனர் (11). அடுத்த நிலை யினர் குறு நில மன்னர். இவர்களைக் 'கோ' (147) கோமான் (95) வேளிர் (201) என்னும் பெயர்களாலும் சுட்டுகின்றனர்.

முதலில் 'மாபெரும் குறுநில மன்னர்'களாகவும், புலவர்கள் தம் நா மணக்கப் பாடும் வள்ளல்களாகவும் வாழ்ந்த ஏழு வள்ளல்களைப் பார்ப்போம் (158). 'கிரேக்கர்களுக்கு மிகவும் புனிதமான எண் ஏழு. ஞானிகள் எழுவர்; கிரகங்கள் ஏழு; கிரகங்களை ஒட்டி வாரத்தின் நாட்கள் ஏழு; உலக அதிசயங்கள் ஏழு; வான் உலகங்கள் ஏழு; அவற்றுக்குச் செல்லும் வாசல்கள் ஏழு' என்பார் வெ.சாமிநாதசர்மா. (கிரிஸ் வாழ்ந்த வரலாறு).

யூதர்களும் ஏழு என்ற எண்ணைப் புனிதமாக எண்ணினர். பெரு வெள்ளத்தில் உயிரினங்களைக் காக்கத் தன் பேழைக்குள் நோவா ஏழு ஏழாக அவற்றை ஏற்றினார். வளம் வந்தால் ஏழு ஆண்டுகள்; பஞ்சம் வந்தாலும் ஏழு ஆண்டுகள். வாரத்தின் ஏழாவது நாள் ஓய்வு நாள்; யூதர்களின் கூடாரப் பண்டிகை ஏழு நாள். கிறித்துவின் சிலுவை மொழிகள் ஏழு. இப்படிப் பலப்பல விவிலியம் கூறும்.

திருவள்ளுவர் பெருமானுக்கும் ஏழு என்ற எண் பெரிதும் பிடிக்கும். அவருக்குப் பிறவிகள் ஏழு *(62)*; பிரிந்திருப்பவர்க்கு ஒருநாள் ஏழு நாளாகத் தோன்றும் *(269)*; இந்த வரிசையில், தானே வைத்து வாழாமல் பிறர் துய்த்து வாழ வழங்கும் வள்ளல்களை ஏழு பேராகக் கண்டனர். அவர்கள் வரிசை

4.1 வையாவிக் கோப் பெரும் பேகன் (141, 142, 143, 144, 145, 146, 147)

இவன் ஆவியர் குடியைச் சேர்ந்தவன். வையாவி என்பது குடி முதல்வன் பெயர். அன்றைய ஆட்சியாளர்கள் 'பெரும்' எனும் ஒட்டை 'பெருங்கடுங்கோ, பெரும் சோழன், பெரும் சேரலாதன், பெருந்திருமாவளவன், பெரு நள்ளி, பெரு நற்கிள்ளி, பெருவளத்தான்; பெரு வழுதி எனச் சேர்த்துக் கொண்டனர். பொதினி மலையை இவன் ஆண்டான். அது இன்றைய பழனிமலைதான். இதைச் சூழ்ந்த பகுதி வையாபுரி நாடு.

4.2 அதியமான் நெடுமான் அஞ்சி (87-95, 97, 101, 103, 104, 206, 231, 232, 235, 315, 390)

இவன் மழவர் குடித் தலைவன். சேரர் குடும்பத்தைச் சேர்ந்தவன். இவன் ஆண்ட தகடூர் இன்றைக்குத் தர்மபுரி எனப்படுகிறது. தர்மபுரி, அரூர், ஓசூர், கிருஷ்ணகிரி வட்டங்களின் தென்பகுதி தகடூர் நாடாகும். தர்மபுரிக்குத் தெற்கே உள்ள அதமன் கோட்டை சங்க காலத்து அதியமான் கோட்டையாகும். இவன் மகன் பொகுட்டு எழினி ஆவான். *(96, 102, 230, 392)*

4.3 வல்வில் ஓரி (152, 153)

இவன் மழவர் குடியைச் சேர்ந்தவன். கொல்லி மலையின் மன்னன். கொல்லி மலைத் தேன் நாவிற்கு இனிமை; கொல்லிப் பாவை மனதிற்கு மயக்கம்; கொல்லி மலை சித்தர்கள் வாழ்விடம். தற்போதுள்ள சேலம், தருமபுரி மாவட்டங்களே கொல்லி மலை நாடாகும்.

4.4 ஆய் அண்டிரன் (127-136, 138, 240, 241, 374, 375)

இவன் வேளிர் குலத்தவன். பொதியில் மலைப் (குற்றால மலை) பகுதியின் தலைவன்.

4.5 வேள் பாரி (105-120, 138, 200, 201, 202, 236, 240, 241, 374, 375)

இவன் வேளிர் குலத்தவன். பறம்பு மலையின் (தற்போது பிரான்மலை) தலைவன். இந்நாடு *300* ஊர்களை உடையது. பிரான்மலை இன்றைய இராமநாதபுரத்தின் வடபகுதியில் இருக்கிறது. பரமக்குடி வட்டத்தில் உள்ள பரமக்குடி - பறம்புக்குடியோ என்று ஆய்வாளர் எண்ணுகின்றனர். மதுரை மாவட்டத்தில் உள்ள மேலூர் வட்டத்தின் கீழ்ப்பகுதியும் இராமநாதபுர மாவட்டத்தின் திருப்பத்தூர், சிவகங்கை, பரமக்குடி வட்டங்களும் பறம்பு நாடாக இருந்திருக்கலாம்.

4.6 மலையமான் திருமுடிக்காரி (121, 122, 123, 124, 126)

மலைநாட்டை ஆண்டவர் மலையமான்கள். குன்றுகள் நிறைந்த திருக்கோவிலூர் வட்டாரமே அன்று மலை நாடு எனப்பட்டது. இவர்களின் தலைநகரம் கோவலூர், பெண்ணை ஆற்றின் தென்கரையில் இது இருக்கிறது. இப்பகுதியின் முக்கிய நகரம் முள்ளூர். முள்ளூர் மலை இங்குண்டு.

4.7 கண்டீரக்கோ பெருநள்ளி (148, 149, 150, 151)

தென்னார்க்காடு மாவட்டத்தில் விருத்தாசலத்திற்குத் தென்மேற்கில் இருப்பது வாலிகண்டபுரம். இது தான் அன்று 'கண்டீரம்' எனப்பட்டது. குன்றுகள் நிறைந்த பகுதி அது. இதன் தலைநகரம் நள்ளி.

4.7.1 குமணன் *(158-165)*

வள்ளல்கள் ஏழுபேர்தாம். ஆனால் சங்க காலத்தின் கடைசிக் காலத்தில் முதிரை மலை நாட்டை ஆண்ட குமணன் சிறப்புமிக்க வள்ளலாக வாழ்ந்தான். அதனால்

அவனையும் மாபெரும் குறுநில மன்னர்கள் வரிசையில் காண்கிறோம். உடுமலைப் பேட்டை வட்டத்தில் உள்ள ஒரு மலைச் சிகரத்தின் பெயரே முதிரை மலை. பழனி வட்டத்தின் வடமேற்குப் பகுதியும் உடுமலைப் பேட்டை வட்டத்தின் தென்கிழக்குப் பகுதியும் அடங்கியது அந்நாடு.

4.7.2 ஓய்மான் நல்லியக்கோடன் *(176, 376)* ஓய்மான் வில்லியாதன் *(379)*. தென்னார்க்காடு மாவட்டத்தில் உள்ள திண்டிவனம் வட்டமே ஓய்மானாடு. தலைநகரம் கிடங்கில். ஓய்மான் வில்லியாதன் நல்லியக் கோட னுக்கு முன்பு ஆண்டவன். ஓவியர் குடி. எயிற்பட்டினம், வேலூர், ஆமூர், மா விலங்கை முக்கிய நகரங்கள்.

4.8 கோ, கோமான், கோன் எனும் பட்டப் பெயருடன் சில குறுநில மன்னர்கள்.

1. இளங்கண்டீரக்கோ, இளவிச்சிக்கோ - 151

இளங்கண்டீரக்கோ, கண்டீரக்கோப் பெருநள்ளியின் தம்பி. இவன் நண்பன் இளவிச்சிக்கோ. இருவரும் சேர்ந்து இருந்த போது பெருந்தலைச் சாத்தனார், இளங்கண்டீரக் கோவை மட்டும் தழுவித் தன் அன்பை வெளிப்படுத்தினார். தன்னை ஏன் தழுவவில்லை என்று இளவிச்சிக்கோ கேட்ட போது புலவர் அளித்த விடை புலவர்களின் பண்பாட்டைப் பறைசாற்றும்.

2. ஏறைக்கோன் - 157

இவனது குடி குறவர்குடி. இவனைப் பாடுபவள் குறமகள் இளவெயினி. மலைநாட்டை ஆண்டான். காந்தட் பூ மாலையை அணிந்தான்.

3. தாமான் தோன்றிக்கோ - 399

கரூர் வட்டத்தில் உள்ள தோன்றிமலையை ஆண்டவன் தாமான் தோன்றிக்கோ.

4.9 இனி வருபவர்கள் வேந்தர் குடியில் பிறந்தவர்கள். முடிசூட்டிக் கொள்ளும் உரிமையுடன் குறுநில மன்னராய் விளங்கினர்.

1. சேரமான் வஞ்சன் - 398

அருவிகள் பாயும் பாயல் மலையின் நாட்டிற்கு அரசன். சேரர் குடியினன். இவனை 'வாய்மொழி வஞ்சன்' என்பார் திருத்தாமனார். கோசர்களையும் 'வாய்மொழிக் கோசர்' என்பர். ஆனால் அவர்கள் சபதத்தை நிறைவேற்ற முடியாத போது சூழ்ச்சி செய்தாவது நிறைவேற்றுவராம். இவன் அப்படி அல்லன் என்கிறார்.

2. பாண்டியன் கீரஞ்சாத்தன் - 178

பாண்டிக் குதிரைச் சாக்கையன் என்றும் கூறப்படுகிறான்.

4.10 வேள் என்ற அடைமொழியோடு குறுநில மன்னராக வாழ்ந்த சிலரும் உண்டு. 'நாற்பத்து ஒன்பது வழிமுறை வந்த வேளிர் (201) என்று கபிலர் கூறுகிறார். 'தொல் முதிர் வேளிர் (24) என்றும் கூறுவர்.

1. இருங்கோவேள் - 201, 202 (பாரி வரிசையில் காண்க)
2. நெடுவேள் ஆதன் - 338 (போர்க் காரண வரிசையில் காண்க)
3. வாட்டாற்று வேள் எழினி ஆதன் - 396. இவன் ஊர் வாட்டாறு.
4. வேள் எவ்வி - 233, 234 (போர் பின் வரிசையில் காண்க)

4.11 இனி வருவோர் படைத் தலைவராகப் பணியாற்றியவர்கள். ஆனால் போர்க்களத்தில் இவர்கள் பெற்ற பெரும் வெற்றி காரணமாக (சேனாதிபதி) ஏனாதி பட்டம் பெற்று சிற்றரசர்களுக்குரிய உரிமையையும் பெற்றிருந்தனர்.

1. ஏனாதி திருக்கிள்ளி - 167

வாள் பட்ட புண் வடு வாய்ந்த மேனியோடு விளங்கி 'ஏனாதி' என்ற பட்டம் பெற்ற படைத்தலைவன்.

2. சோழிய ஏனாதி திருக்குட்டுவன் - 394

குட்டுவன் என்பதால் இவன் சேரர் குடியைச் சேர்ந்தவன். இவன் வெண்குடை என்னும் ஊரை ஆண்டு வந்தான். இவன் சோழனது படைக்குத் தலைமை பூண்டு வெற்றி தேடித் தந்ததால் ஏனாதி பட்டம் பெற்றிருக்க வேண்டும்.

3. மலையமான் சோழிய ஏனாதி திருக்கண்ணன் - 174.

சோழனின் படைத் தலைவன். சோழ மன்னன் அரச பதவியை இழந்து தலைமறைவாக இருந்த போது சோழனின் பகைவர்களை எதிர்த்து வெற்றி கண்டு சோழனுக்கு மீண்டும் பதவி கிடைக்கச் செய்தவன்.

4.12 இனி வருவோர் பட்டம் ஏதும் பெறவில்லை. ஆனாலும் படை வீரர்களான இவர்கள் தகுதி காரணமாக ஒரு சிற்றரசனுக்கு உரிய சிறப்பினைப் பெற்றிருந்தனர்.

1. அவியன் - *383*

2. தந்துமாறன் - *360*

3. தழும்பன் - *348*

4.13 மூவேந்தர்களுடைய நாடுகளின் எல்லைப் பகுதிகளில் இருந்த சிற்றரசர்கள் சிலர், வேந்தர்களின் மேலாண்மையை ஏற்று அவர்களின் எல்லைப்புறக் கோட்டைகளின் காவற் படைத் தலைவராகவும் இருந்திருக்கின்றனர். இவர்கள் பழங்குடி மக்களின் இனக்குழுத் தலைவர்களாக விளங்கினர்.

1. ஆதனுங்கன் - 175, 389 (வீரர் வரிசையில் காண்க)

2. கடிய நெடுவேட்டுவன் - 205 (வீரர் வரிசையில் காண்க)

3. தித்தன் - 352 (போர்க் காரணம் வரிசையில் காண்க)

4. இளவெளிமான் - 207, 237, 238 (வீரர் மறைவு வரிசையில் காண்க)

4.14 கீழ் வருவோர் மிகச் சிறிய நிலத்திற்கு உரியவர்கள் தாம். ஆனாலும் அவர்களின் வீரம் - விவேகம் - கொடை அனைத்தும் அவர்களுக்குத் தலைமையைத் தந்திருக் கின்றன.

1. அந்துவன் கீரன் - 359
2. தேர்வண் மலையன் - 125
3. மூவன் - 209

4.15 மேலும் சில குறுநில மன்னர்கள்

1. **நாஞ்சில் வள்ளுவன்** - 137, 138, 139, 140, 380

திருநெல்வேலியிலிருந்து நாகர் கோவிலுக்குச் செல்லும் பெரு வழியின் இடையே உள்ள வள்ளியூரைத் தலைநகராகக் கொண்டு ஆண்டவன் என்பர்.

2. **பிட்டங் கொற்றன்** - 168, 169, 170, 171, 172

வடகானரா மாவட்டத்திலிருந்து மைசூர் மாவட் டத்தைப் பிரிக்கும் மலைத் தொடர் குதிரைமலை. இவன் சேரனின் படைத் தளபதி.

5. **நிலக்கிழார் வரிசை**

5.1 மருத நிலத்தில் வாழ்ந்த உழவர் சமுதாயம் ஆள்பலம், அறிவுபலம், பணபலம் என்னும் இவை காரணமாக நிலத்தைத் தன் உடைமை ஆக்கிக் கொண்டது. அதனால் கிழார் - உரிமையுடையோர் என்று சிறப்புப் பெயரும் பெற்றது. இத்தகைய உழவருள் 'உழுவித்து உண்பவர், 'உழுது உண்பவர் என்னும் இரண்டு பிரிவு ஏற்பட்டது. நிலமும் பணமும் திறமும் உள்ளவர் முதலாமவர். அவை

ஏதும் இல்லாதவர் இரண்டாமவர். இவர்களை 'வேளிர்' (24) என்றும் கூறுவர். இவர்கள் எந்த ஊரில் வாழ்ந்தார்களோ அந்த ஊரின் பெயரையே முன் ஒட்டாகப் பெற்று விளங்கினர். இவர்கள் ஊரின் தலைவர் - உடைமையாளர் ஆவர். இவர்களுள் பாடல் பெற்ற நிலக்கிழார்கள்

1. அம்பர் கிழான் அருவந்தை - 385 (அரசிற்கு அறிவுரை)
2. ஈர்ந்தூர் கிழான் தோயன் மாறன் - 180
3. ஒல்லையூர் கிழான் பெருஞ் சாத்தன் - 242
4. கரும்பனூர் கிழான் - 381, 384
5. கொண்கானங் கிழான் - 154, 155, 156
6. சிறுகுடி கிழான் பண்ணன்-I - 173, 388
7. நாலை கிழான் நாகன் - 179
8. பிடவூர் கிழான் பெருஞ் சாத்தன்-II -395
9. பொறையாற்றுக்கிழான் - 391
10. மல்லிகிழான் காரியாதி - 177
11. வல்லார் கிழான் பண்ணன்-II - 181
12. சோழ நாட்டுப் பூஞ்சாற்றூர்ப் பார்ப்பான் கௌணியன் விண்ணந்தாயன் - 166

5.2 பாடல் ஏதும் பெறாமல் பிறரைப் பாடும் கிழார்களாகவே கீழ் வருவோரைக் காண்கிறோம்.

1. அரிசில் கிழார் (146, 230, 281, 285, 300, 304, 342)
2. ஆலத்தூர் கிழார் (34, 36, 69, 225, 324)
3. ஆவூர் கிழார் - 322
4. ஆவூர் மூலங்கிழார் - 38, 40, 177, 178, 196, 261, 301

5. இடைக்குன்றூர் கிழார் - 76, 77, 78, 79
6. ஐயூர் மூலங்கிழார் - 21
7. காரிகிழார் - 6
8. குறுங்கோழியூர் கிழார் - 17, 20, 22
9. குன்றூர் கிழார் மகனார் - 338
10. கூடலூர் கிழார் - 229
11. கோவூர் கிழார் - 31, 32, 33, 41, 44, 45, 46, 47, 68, 70, 308, 373, 382, 400
12. துறையூர் ஓடை கிழார் - 136
13. நொச்சி நியமங் கிழார் - 293
14. பெருங்குன்றூர் கிழார் - 147, 210, 211, 266, 318
15. வடமோதங் கிழார் - 260
16. ஒல்லையூர் கிழார் மகன் பெருஞ்சாத்தன் - 2 4 2 (வீரர் மறைவு வரிசையில் காண்க)

எனப் பதினாறு கிழார்கள் புறநானூற்றுப் புலவர்களாக இருக்கின்றனர்.

6. கிடைக்காத பாடல்கள்

நானூறு என்ற முடிவைக் கொண்டு தொகுக்கப்பட்ட சங்க நூல்களில் புறநானூறும் அந்த விதிக்குள்தான் வந்தது. ஆனால் (267, 268) இரண்டு பாடல்கள் கிடைக்காததால் தற்போது இருப்பவை 398 பாடல்கள். கடவுள் வாழ்த்துப் பாடலைத் தவிர்த்தால் புறப்பாடல்கள் 397 மட்டுமே.

7. ஆசிரியர் பெயர் இல்லாத பாடல்கள்

(244, 256, 266, 267, 263, 297, 307, 323, 327, 328, 333, 339, 340, 355, 361).

8. கீழ்வரும் புலவர்களின் இயற்பெயர் தெரியவில்லை.

சிறந்த அப்பாடலின் தொடர் கொண்டு இவர்கள் பெயர் பெற்றவர் ஆவர்.

1. ஓரேருழவர் *(193)*

2. கயமனார் *(254)*

3. கூகைக் கோழியார் *(364)*

4. தும்பி சொகினனார் *(249)*

5. தொடித்தலை விழுத்தண்டினார் *(243)*.

இவருள் கூகைக் கோழியாரும், தொடித்தலை விழுத்தண்டினாரும் பெயர் பெற்றது புறநானூற்றுப் பாடல் வரிகளால், மற்றவர்கள் பிற சங்க இலக்கியங்களின் தொடர்களால் பெயர் பெற்றவர்கள், அந்தப் பாடல்களுக்கு உரியவர்கள் இவர்கள் தாம் என்பது எப்படித் தெரியும்?

9. திணைப் பாடல்கள்

  1. *சேர மன்னர் 74, 245*

  1. *சோழ மன்னர் 73, 75, 190, 214, 215, 216, 282*

  2. *பாண்டியமன்னர் 71, 72, 182, 183, 188, 246, 346*

  3. *தொண்டைமான் இளந்திரையன் 185*

10. கடவுள் வாழ்த்து (1)

  3. வளமான தமிழகம்

காலம்

புறநானூற்றின் காலம் கி.மு.100 - கி.பி.200க்கு இடைப்பட்ட காலம் என்பது பலரின் கருத்து.

தமிழகம்

இந்தியாவைப் பற்றி எழுத எண்ணிய காரல் மார்க்சு இந்தியாவையும் இத்தாலியையும் ஒப்பிட்டு இரண்டும் தீபகற்ப

நாடுகள் என்றார். அந்தத் தீபகற்பத்தின் தென் கோடியில் மூன்று கடல்களால் சூழப்பட்ட நாடே தமிழ்நாடு, இந் நாட்டை 'வையக வரைப்பில் தமிழகம்' (168) என்று புறம் கூறுகிறது. இந்நாட்டின் கிழக்கே 'தொடுகடல் குணக்கும்' மேற்கே 'தொன்று முதிர் பௌவத்தின் குடக்கும்' தெற்கே (6) 'தென் பவ்வமும்' (380) கடல் வளந் தந்தன. விளங்கும்படி சொல்வது என்றால் மேற்கே அரபிக்கடல்; கிழக்கே வங்கப் பெருங்கடல்; தெற்கே இந்தியப் பெருங்கடல். மேற்கில் சேர நாடு; வட கிழக்கில் சோழ நாடு; தென் மேற்கில் பாண்டிய நாடு.

மேற்கு-கிழக்கு எல்லை

தமிழ்நாட்டின் வடமேற்கே இன்று கருநாடகத்தில் இருக்கும் துவார சமுத்திரம், அன்று இருங்கோவேள் ஆண்ட நகரமாக இருந்தது. வடகிழக்கில் ஆதனுங்கன் ஆண்ட 'கல்லிழி அருவி வேங்கடம்' (389) எல்லையாக இருந்தது.

சேரநாட்டில் தொண்டியும் (17) முசிறியும் (343) துறை முக நகரங்கள். சோழ நாட்டில் காவிரிப் பூம்பட்டினம் (57) பாண்டிய நாட்டில் கொற்கை; அது புறநானூற்றில் சொல்லப்பட இல்லை.

வளமான கடற்கரை

கடலால் கிடைக்கும் பல பண்டங்களின் 'கடல் பல் தாரத்த நாடு' (30) தமிழ்நாடு. முத்துக் குளிக்கும் நாடு. ('திரைய முத்தம்' (58) 'கடல் பயந்த கதிர் முத்தம்' (377);) கடல் வளத்தை நம்பி வாழ்ந்த பரதவர் குடியிருப்புகள் பெருகின. தென் திசையில் அவர்கள் குறுநில மன்னராக வாழ்ந்தனர் (378) பாண்டிய நாட்டில் நெல் அறுக்கும் உழவர்கள் சூரியனின் வெம்மையைத் தாங்க முடியாத போது தெளிந்த அலைகளை உடைய கடல் மேல் பாய்வர்; வலிமையான தோணிகளை உடைய பரதவர் வெம்மையான மதுவைக் குடித்து மெல்லிய குரவைக் கூத்திற்கு ஏற்ப ஆடுவர். கடல் துளிகளால் தழைத்த தேன் நிறைந்த புன்னையின் மெல்லிய பூங்கொத்தால் செய்யப்பட்ட மாலையைச் சூடிய

ஆடவர் பெண்களுக்குக் கை கொடுத்து ஆடுவர். வண்டுகள் மொய்க்க மலர்ந்த குளிர்ந்த மணமிக்க கானலில் விளைந்த கடல்முள்ளிப் பூவால் செய்யப்பட்ட மாலையை உடைய, வளையலை அணிந்த பெண்கள், பெரிய பனையின் நுங்கின் நீரும், அழகிய கரும்பின் இனிய சாறும், மணல் மேட்டில் நிற்கும் தென்னையின் இனிய இளநீருடனே கலந்து மூன்று நீரையும் உண்டு முந்நீர்க் கடலுள் பாய்வர் (24) இத்தகைய வளமிக்க கடற்கரைகள்.

மலைகள்

இந்நாட்டிற்குள் குடகமலை (166) குதிரைமலை (168) கொண்கான மலை (164) கொல்லி மலை (22) தோட்டிமலை (153) தோன்றிமலை (399) பறம்புமலை (176) பாயல்மலை (398) பூங்குன்றம் (193) பொதியில் (128) முதிரமலை (158) முள்ளூர் மலை (128) விச்சிமலை (200) எனப் பல்வேறு மலைகளால் வளம் நிறைந்த நாடு தமிழ்நாடு. இனிய சுளைகளை உடைய பலா மரங்கள் வேங்கை மரங்கள் நிறைந்த முன்றில்; அங்கே குறுகலான இறப்பைக் கொண்ட சிறிய வீடுகளை உடைய குறவர்கள் வளைவாக அமைந்த மூங்கில் குழாய்களில் பழுத்த தேறலைப் பருகி மகிழ்ச்சியால் ஆடுவர் (129). புனத்தில் விளைந்த தினையை உண்பர் (143) நகர்ந்து வரும் மேகக் கூட்டத்தைத் தன் உயரத்தால் தடுக்கும் மலை; சூரியன் மறையும் நேரம், வந்து சேர வேண்டிய நேரத்தில் வராமல் இருக்கும் பெண்மானை எண்ணி ஆண்மான் அழைக்கும் ஓசையை முழையில் கிடக்கும் பெரிய ஆண்புலி கேட்கும் (157). மான் கிழித்துத் தின்று பிளவுபட்ட முழவு போன்ற பலாப்பழத்தை, வைத்து உண்ணச் சுவையாக இருக்கும் என்பதால் குறவர் அவற்றை வைத்து உண்பர் (236) சிதைந்த கூட்டிலிருந்து தேன் ஒழுகும் (22) சிறிய இலைகளை உடைய நெல்லி மரமும் நிறைந்திருக்கும் (91) மேகக் கூட்டம் தங்கி இருக்கும் மலைகள் (131) மரங்கள் நிறைந்த குளிர்ந்த மலைகள் (136) மான் கூட்டம் நிறைந்திருக்கும் (138) வேண்டும் பொழுது, மழை வர வேண்டியும், வேண்டாத பொழுது வேண்டாம் என வேண்டியும், பலி தூவும் குறவர்களின் மலை

(143) கல்முழைகளிலிருந்து வீழும் அருவியை உடைய பல மலைகள் *(147)* மிளகு கொடி வளரும் மலைச் சாரல்; அங்கே மலர்ந்த காந்தளின் விளைந்த கிழங்கு வெளிப்படுமாறு மண்ணைக் கிளறிய பன்றி குவித்த புழுதியைப் பார்த்து, நல்ல நாள் வந்துவிட்டது என்று கண்டு, குறவர்கள் நிலத்தை உழாமலேயே விதைத்த தினையின் கதிரை, நல்ல நாளில் உண்பதற்காக மலை ஆட்டின் இனிய பாலை, மான் கறி மணக்கும் பானையில் உலைநீராய் ஊற்றுவர்; சந்தன விறகால் சமைப்பர்; அழகிய கூதாளியோடு மலை மல்லிகை மணக்கும் முற்றத்தில் வாழையின் அகன்ற இலையில் வைத்துப் பலரோடும் பகுத்து உண்பர் *(168)* மழை பெய்தாலும் பெய்யாவிட்டாலும் சிகரங்கள் தோறும் நீர் கொட்டும் அருவிகள் *(105)* இத்தகைய மலைவளம் நிறைந்த நாடு.

காட்டுவளம்

சிறு சிறு குன்றுகளுக்கு இடையே யானைகள் மேயும் காடுகள் *(5)* காட்டுக் கோழிகள் முட்டையிடும் காடுகள் *(52)* உச்சியில் தோன்றும் முழுநிலவைக் கண்டு காட்டு மயில்கள் மகிழ்ந்து ஆடும் *(60).* கள்ளைக் குடித்துக் கண் சிவந்த ஆண்கள் புளிப்புச் சுவைக்காகக் களாப் பழத்தோடு துடரிப் பழத்தையும் தின்று வெறுத்துப் போய்க் காட்டாற்றின் மணற் குன்றின் மேல் ஏறிக் கரும் நாவல் பழத்தைப் பறித்து இருந்து உண்பர் *(177)* வேலைக்கு மரம் வேண்டிய தச்சனின் பிள்ளைகள் மழுவை எடுத்துக் கொண்டு காட்டிற்குப் போய் மரத்தை வெட்டுவர் *(206)* இலை தழையால் மூடிக் கிடக்கும் பெருங்காடு *(259)* எனக் காட்டு வளமும் நிறைந்திருந்தது.

நீர்வளம்

கனல் மிக்க கதிரை வீசும் சூரியன் நான்கு திசையில் தோன்றினாலும், வெள்ளி தெற்குத் திசைக்குச் சென்று விட்டாலும் அழகிய குளிர்ந்த நீரை உடைய காவிரியாறு வாய்க்கால்கள் வழி பாய்ந்து செல்லும் *(35)* காரியாறு *(45)* அயிரை மீன் நிறைந்திருக்கும் குமரியாறு *(67)* நன்னீர்ப் பஃறுளியாறு *(9)* பெண்ணையாறு *(126)* தண்புனல் நிறைந்த

பொருநையாறு (11) மலிபுகழ் வையையாறு (71) எனப் பல ஆறுகள் ஓடத்திருமேனி செழித்த தமிழ்நாடு.

வயல்வளம்

நெல் விளைந்த வயல்; அங்கே நிறையவரும் பறவைகளை விரட்டுபவர்கள், விழுந்த பனங்கருக்கை விறகாகக் கொண்டு கழியில் கிடைக்கும் மீனைச் சுட்டு அத்துடன் வெப்பமான மதுவைக் குடிப்பர் (29). நெற்கதிர் காற்றில் அசையும் வயல்கள் (49) வயல் இடையே மருத மரங்கள் வளர்ந்து நிற்கும் (52) கொண்டையையும் குளிர்ந்த தழை ஆடையையும் உடைய உழத்தியர் வயலில் உள்ள நெய்தலையும் ஆம்பற் பூவையும் களைவர். குத்தும் கருவியால் பொய்கையில் பிடித்த வாளை மீனின் பெருந்துண்டத்தை நெல்லின் வெள்ளைச் சோற்றின் மேல் வைத்து விலாப் புடைக்க உண்பர். சூடடிக்க இடம் தெரியாமல் உழவர் தடுமாறுவர். தென்னை இளநீரை வெறுத்த சிறுவர்கள் தங்கள் தந்தையர் குவித்திருக்கும் நெற்போரின் மேல் ஏறிக் குதித்துக் குதித்துக் கொத்தாக இருக்கும் பனம் பழத்தைத் தொட முயல்வர் (61). மழை பெய்யாமல் போய் நீர் நிலைகள் வற்றிக் களியாய்ப் போன கோடை காலம் என்றாலும் ஆம்பலின் அகன்ற இலையின் நிழலில் கதிர் போன்ற கொம்பை உடைய நத்தையின் கரிய முகமுடைய ஆண் இளஞ் சங்குடனே பகற் பொழுதில் கூடிக் களிக்கும்படி நீர் விளங்கும் வயல்கள் (266)

'ஏர் பரந்த வயல், நீர்பரந்த செறு
நெல் மலிந்த மனை, பொன் மலிந்த மறுகு' (338)

வயல்களின் வாசலிலும் பொய்கையின் வாசலிலும் கயல் மீனை உண்ண வரும் நாரைகளை வாளை மீன் விரட்டும். அந்த வாளை மீனை நீரில் விளையாடும் பெண்கள் தங்கள் வளமனைக்குக் கொண்டு செல்வர் (354). காதல் கொண்ட இருவரே அல்லாமல் இரவுப் பொழுதில் தனி ஒருவன் நுழையாத சோலைகள் (33) யானைக் கூட்டம் படியும் பெரிய குளங்கள் (44) ஆழமான அகன்ற குளங்கள் (386) இத்தகைய வளம் நிறைந்த தமிழகம்.

4. அன்றைய ஆட்சியாளர்கள்

இத்தனை வளங்கள் மலிந்த தமிழகத்தில் மூன்று பேரரசுகள், பலப்பல குறுநில மன்னர்கள், சிற்றரசர்கள், எல்லைக் காவல் தலைவர்கள், சிறு சிறு குறு நில மன்னர்கள், நிலக்கிழார்கள் எனப் பல்வேறு மனிதர்கள் நிலத்தைப் பங்கு போட்டு வாழ்ந்தனர். பிறர் பங்கைத் தன் பங்கோடு சேர்க்கப் போரிட்டனர்.

வேந்தர்கள்

அரசன் உலகிற்கு உயிர் என்று உணர வேண்டும் என்று புலவர்கள் அவனுக்கு அறிவுறுத்தினர். அந்த வேந்தர்கள் தாம் வாழ்வதற்கு என்று பெரிய மாளிகையைக் கட்டிக் கொண்டனர். அது அரசன் (கோ) வாழும் இடம் ஆதலால் கோயில் (241) எனப்பட்டது. புது நிலவு போல சுதைப் பூசப்பட்ட (378) உயர்ந்த மாடம், வாசல் (67) நீண்ட மதில்களால் சூழப்பட்டது. கோட்டையில் வேந்தனின் சின்னம் பொறிக்கப்பட்டிருக்கும் (174) சுற்றிக் கடப்பாரையால் தோண்டப்பட்ட ஆழமான அகழி (14) அகழியில் வாளை, ஆரல், வரால், கெடிற்று மீன்கள் இருந்தன (18). அதில் முதலைகள் செருக்கித் திரிந்தன. அவை ஒன்றாக விரைந்து இரவு நேரக் காவலர் தம் கைகளில் ஏந்தி வரும் விளக்கின் ஒளிக் கதிர்களைக் கவ்வும் (37). நீண்ட வாசலில் காவலர் இருந்தனர் (206).

இரவில் உறங்கும் மன்னன் காலையில் எழப் பள்ளி எழுச்சி என முரசை அறைந்து சங்கு ஊதுவர் (225).

நான்கு வகைப் படை

வேந்தர்களிடம் யானைப் படை (6) குதிரைப் படை, தேர்ப்படை, காலாட்படை (72) என நான்கு வகைப் படைகள் இருந்ததாகத் தெரிகிறது. புதிதாகச் சேர்த்துக் கொள்ளப்பட்ட படை குமரிப்படை (294) முன்னே செல்லும் படை தார் (62) பின்னே வரும் படை கூழை (88) மள்ளர் (77) மழவர் (88) கோசர் (169) என வீரர் பலவகையாகப் பேசப்படுகின்றனர்.

இந்தப் படை 'நிலைப் படை'யா அல்லது தேவைப்படும் போது சேர்ப்பதா என்று தெரியவில்லை. வீரர்கள் படைக் கலங்களைக் கற்றுக் கொள்வது *(169)* தெரிகிறது. போர் வரும்போது வீரர்கள் விரைந்து வருக என்று வேந்தன்தூது அனுப்பி அழைக்கக் காண்கிறோம் *(284)* படை எடுப்பிற்கு முன்பு என்ன செய்யப் போகிறோம் என்பதற்கு அடையாள மாகச் சூடப்பெறும் பூவைப் பெறுவதற்கு வீரர்களை அழைப்பர் *(289)*. போரில் சிறப்பாகப் போர் புரிந்த வீரர்க்குச் 'சீறூர்' *(285)* அல்லது குளிர்ந்த மருதநிலம் *(287)* வழங்கப் பட்டது.

போர்க்கருவிகள்

போர்க் கருவிகளாக வில், வேல், வாள், கேடகம் என்பன பயன்பட்டன. இவற்றைச் செய்பவன் 'கருங்கைக் கொல்லன்', தேகத்தை மறைக்கப் புலித்தோலில் செய்யப்பட்ட கவசம் *(13)* அணிவர்; கேடகத்தையும் பிடித்துக் கொள்வர் *(4)* பூத்தொழில் செய்யப்பட்ட ஆடையோடு நீல நிறக் கச்சையை இடுப்பில் இறுகக் கட்டிக் கொண்டு போர் செய்யப் புகுவர் *(274)*

அரசன் ஏறிச் செல்லும் வாகனம் குதிரை பூட்டப் பெற்ற தேர் *(4)* அதைச் செலுத்துபவன் வலவன் *(27)* யானைகளுக்கும் பாகன் உண்டு *(220)*. யானையின் மேல் மன்னனின் கொடி அசையும் *(228)*

அமைச்சர்?

அரசர்க்கு ஆலோசனை கூற அமைச்சர், படையை வழி நடத்த சேனைத் தலைவர் என யாரும் இருந்ததாகத் தெரியவில்லை. ஆனால் 'உன் வழி நடப்பவரை விரைவில் அறிந்து கொள்வாய்; மற்றவரைப் பற்றிப் புறம் சொல்வோர் சொற்களை நீ ஏற்க மாட்டாய். உண்மையாகவே இது தீமை தான் என்று நீ கண்டால் நன்கு சிந்தித்து அதற்கு ஏற்ப தண்டனை தருபவன் நீ *(10)* எனச் சோழன் நெய்தலங் கானல் இளஞ்சேட் சென்னியிடம் புலவர் கூறுவதைப் பார்த்தால் மன்னனைச் சுற்றி வேறு சிலரும் இருந்தது தெரிகிறது.

தளபதி

படைத் தளபதியைக் காண முடியவில்லை. ஆனால் போரில் சிறந்து விளங்குபவர்களுக்கு 'ஏனாதி' விருது வழங்குவது தெரிகிறது. இவர்கள் புதியவர்கள் என்றால் முன்பே ஏனாதி விருது பெற்றவர் அரசருடன் இருப்பாரா அல்லது தனியாகவே இருப்பாரா? தெரியவில்லை.

மனைவி

மன்னன் திருமணம் செய்து கொண்டது ஒருத்தியையா, பலரையா? பலரையும் திருமணம் செய்து கொண்டிருந்தால் அது பழிக்கப்படும் ஒன்று அன்று. ஏனென்றால் அரசன் பலரையும் மணந்து கொள்வது அன்றைய தருமம். இலியத் என்ற கிரேக்க காப்பியத்தில் ஹெக்டரின் தந்தை பிரியத்திற்கு ஒரு மனைவி மூலம் 19 பிள்ளைகள். மீதி 31 பிள்ளைகளை அரண்மனைப் பெண்கள் பெற்றார்கள் என்று பிரியமே கூறுகிறான். இராமாயணத்தில் தசரதனுக்கு மனைவியர் பலர் என்று காட்ட 60, 000 என்று கூறுவர். யூதர்களில் தாவீது அரசனுக்கு மனைவியர், மறுமனைவியர் என 300 பேருக்கும் மேல் சொல்லப்படுகின்றனர். அதனால் தமிழகத்திலும் அப்படி இருந்திருந்தால் அது குற்றமாகக் கருதப்படாது. பூதப் பாண்டியன் மனைவியைக் கோப்பெருந் தேவி (246) என்கின்றனர். சேரமான் கோட்டம்பலத்துத் துஞ்சிய மாக்கோதையின் மனைவியைப் பெருங் கோப் பெண்டு என்கின்றனர் (245). கோப்பெரும் என்றும் பெருங்கோ என்றும் கூறுவதைப் பார்த்தால் அரசனின் முதல் தேவி, பட்டத்து ராணி என்று கொள்ளத் தோன்றுகிறது. ஆனாலும் உறுதிப் படுத்த சான்று இல்லை. பாண்டியன் தலையாலங்கானத்துச் செருவென்ற நெடுஞ் செழியனை மாங்குடி கிழார் வாழ்த்தும் போது 'ஒளிமிக்க வளையலை அணிந்த பெண்கள் பொன்னால் செய்யப்பட்ட கலத்தில் ஏந்திய குளிர்ந்த மணமிக்க மதுவைக் கொடுக்க உண்டு மகிழ்வாயாக' (24) என்பது பணிப் பெண்களையா, பக்கம் அமரும் மனைவியரையா? சிந்திக்க வேண்டியது. யாகம் செய்யும் அந்தணனுக்குப் பணிவிடை செய்வதற்குப் பத்தினிகள் மூவருக்குக் குறையாமல் இருக்க

வேண்டும் என்பது விதி (166) என்கிறார் உ.வே.சா. கட்டிய மனைவி கண்ணீர் விட வேறொரு பெண்ணை விரும்பிச் செல்லும் பேகனைப் பார்க்கும் போது நம் வேந்தர்கள் பலதாரம் வைத்திருந்தால் வியப்பில்லை; அன்று அது உலகநடை.

அரசனின் தலைமகன் ஆட்சியாளனாகி விடுவான். மற்ற ஆண்பிள்ளைகள் சிற்றரசர்களாக எந்த ஊரிலேனும் பதவியில் இருப்பார்கள். அவ்வாறு இருந்தவர்களாக சேரமான் வஞ்சன் (398) பாண்டியன் கீரஞ்சாத்தன் (178) நம்பி நெடுஞ்செழியன் (229) முதலியோர் குறிப்பிடப்படுகின்றனர்.

கோ (இளங்கண்டீரக்கோ, 151) விச்சிக்கோ (200), இளவிச்சிக்கோ (151), தாமான் தோன்றிக்கோ (399), கோன் (ஏறைக்கோன் (157)) எனச் சிலர் பட்டப் பெயர் உடையவராய் இருந்தனர். இவர்கள் எவரேனும் முடிமன்னர் தர இச்சிறப்பினைப் பெற்றவரா அல்லது தாமே தமக்கு இட்டுக் கொண்டவரா என்பது தெரியவில்லை.

செல்வம்

மன்னர்களிடம் 'பெருஞ் செல்வம்' (213) இருக்கக் காண்கிறோம். 'மலை பயந்த மணி, காடு தந்த பொன், கடல் வழங்கிய முத்தம், வேறுபடும் உடைகள், கள் நிறைந்த குடங்கள்' (377) அவர்களிடம் இருந்தன. அவன் நிலவரி வாங்கியதைப் பிசிராந்தையார் (184) பேசுகிறார். அதைப் 'புரவு' (75) என்றும் சோழன் நலங்கிள்ளி பாடுகிறான். தோற்ற மன்னர் திறை தருவதையும் (156) காண்கிறோம்.

தாயம்

மன்னர்கள் எப்படி மண்ணை ஆளும் உரிமையைப் பெற்றார்கள்? அரசு உரிமை விதி வழி கிடைத்தது என்று நம்புகிறார்கள். 'பால் தர வந்த பழ விறல் தாயம் (75) விதி தந்ததால் தனக்கு வந்த அரசுரிமை' என்று கூறுகிறார்கள். ஆனால் அரசின் தோற்றத்திற்கான பல்வேறு கோட்பாடுகளுள் தாய்வழிக் கொள்கை (matriarcal system) ஒன்று. இவர்களுக்கு ஆளும் உரிமை தாய் வழி வந்திருக்குமோ, அதனால்தான்

இந்த உரிமையைத்'தாயம்' (22, 73) என்று கூறுகிறார்களோ என்று எண்ணத் தோன்கிறது.

நாளவை

ஒவ்வொரு நாளும் மக்கள் தன்னைக் காணும்படி காட்சிக்கு எளியவனாய் அரசன் அவையில் அமர்ந்திருப்பான். இதை நாளவை (54) நாள் மகிழ் இருக்கை (29) என்பர்.

நாட்டிற்குள் உண்டாகும் வழக்குகளைக் கேட்டு விசாரித்து நீதி வழங்குவதற்கு நடுநிலையாளன் ஒருவனை அரசன் நியமிப்பது உண்டு என்பதை ஒல்லையூர் தந்த பூதப் பாண்டியனின் (71) பாடலில் தெரிந்து கொள்கிறோம்.

இலாஞ்சனை

முடி மன்னர்களிடம் கொடி, குடை, முரசு என்று மட்டும் இல்லை. அவர்கள் தங்களுக்கு என்றே இலாஞ்சனை அடையாளச் சின்னம் வைத்திருந்தனர். சோழன் பெரிய வாயை உடைய புலியையும் (33) சேரன் வில்லையும் (39) பாண்டியன் கயல் மீனையும் (58) சின்னமாகப் பொறிப்பதைக் காண்கிறோம்.

5. போரும் பொதுமக்கள் நிலையும்

'தமிழகம் பன்னூறு ஆண்டுகள் பாண்டிநாடு, சோழ நாடு, சேர நாடு, கொங்கு நாடு முதலிய அரசியல் பிரிவுகளுக்கு உட்பட்டுக் கிடந்ததற்கு அதன் இயற்கை அமைப்புதான் காரணம் என்பது தெளிவு'. (தமிழக வரலாறு - கே.கே.பிள்ளை)போக்கு வரத்திற்கான வாகனங்களோ, வீதிகளோ இல்லாத காலம் அது. நிலக்கிழார், குறுநில மன்னர், வேந்தர் என்று பிரிவினைகள் மலிந்த காலம் அது.

சிற்றூர், பேரூர், நாடு என்ற கருத்தும் முளைவிட் டிருந்தது. கோனாடு (61) முக்காவல் நாடு (80) காரி நாடு (122) காட்டு நாடு (150) வேங்கட நாடு (389) என்றும், என் தலைவனுக்கு ஊர் இது அன்று; நாடும் இது அன்று என்று (85),

தங்கள் தங்கள் நாட்டைக் குறித்துப் பேசும் எண்ணமும் வளர்ந்து விட்டிருந்தது. இத்தகைய சூழலில் அரசனோடு சேர்ந்து அல்லது அவனது ஆணையின் பேரில், அல்லது தாமாகவே அடுத்தவர் ஊருக்குள் புகுந்து பசுக்களைத் திருடுவது (வெட்சி 257) பகைவரால் திருடப்பட்ட பசுக்களை மீட்பது (கரந்தை 259) அடுத்தவர் நாட்டைக் கைப்பற்றச் செல்வது (வஞ்சி 213) நாட்டைக் கைப்பற்ற வந்தவனை எதிர்த்துப் போரிடச் செல்வது (வாகை 279) எனப் போருக்கு இலக்கணம் வகுத்துக் கொண்டு போர் நடை பெற்றதாகப் பாடல்கள் கூறுகின்றன.

தமிழகத்தில் மட்டுந்தான் என்றில்லை மானுடம் வளர்ச்சி பெற்ற நாடுகளில் எல்லாம் இதுதான் வரலாறு. மிகப் பழைய வரலாறு கொண்ட நாடு என்று கிரேக்கத்தைக் கூறுவர். அந்த நாட்டின் கதையும் இதுதான். தமிழகத்தை விடப் பெரிய நாடு அது. அன்று அதன் பெயர் ‘ஹெல்லாசு’. தமிழகத்தில் சேர, சோழ, பாண்டிய நாடுகள் என மூன்று பிரிவு என்றால் ஹெல்லாசில் இயோலியர், டோரியர், ஐயோனியர், அக்கேயர் என நான்கு பிரிவாக அந்த நாடு ஆளப்பட்டது. அவர்கள் அத்தனைப் பேரும் கிரேக்கர்களே. ஆனாலும் அவர்களுக்குள் பிரிவும் சண்டையுந்தான்! ஆகவே பிரிவு என்பது அன்றைய பொது விதி.

போரிடக் காரணம்

அன்றைய தமிழ் மக்கள் போரிடக் காரணம் இருந்தது. தாம் வாழும் நாடு சிறியது; அதை விரிவு படுத்த வேண்டும் என்ற எண்ணம்; மாற்றார் தன் சொல்லுக்கு அடங்கித் தன்னை வழிபட வேண்டும்; இந்த மண் மற்றவர்க்கு அல்ல; எனக்கே சொந்தம் என்னும் கருத்து காரணமாகப் (8) போர் நடந்தது.

எதிரி நாட்டை ஆள்பவன் இளம்பிள்ளை் இப்போது சென்றால் அவன் நாட்டை எளிதாகக் கைப்பற்றிவிடலாம் என்று ஒருவனை வீழ்த்த ஏழு பேர் கூட்டணியாகச் (76) சென்று போரிட்டதும் உண்டு.

அவன் குறுநில மன்னன். புகழாலும் பொருளாலும் அவன் எங்களை விடப் பெரிதாக வளர்வதா? இப்படி ஏதோ ஒரு காரணத்தைச் சொல்லி மூவேந்தரும் போரிடச் சென்றதும் உண்டு (109).

அவன் சிறந்த வீரன்தான்; ஆனாலும் என் வீட்டில் பெண் கேட்க அவனுக்கு என்ன தகுதி? அவனை விடலாமா? அதற்கும் போர்; மகள் மறுத்தல் துறை என்று அதற்குப் பெயர்.

வேந்தர் வீட்டில் பெண் கேட்கலாமா என்ற விபரம் இந்தக் குறுநில மன்னனுக்கு இருந்திருக்க வேண்டாமா? அவன் இனியும் இருக்கக் கூடாது என்று போருக்கு எழுவது மகட்பாற் காஞ்சி (354) தாயின் தடை, தந்தையின் மறுப்பு, தமையன்மாரின் ஆவேசம் இவை எல்லாம் அன்றைய போருக்கான சில காரணங்கள்.

சோழன் நலங்கிள்ளிக்கும் நெடுங்கிள்ளிக்கும் பங்காளி களுக்குள் ஏற்பட்ட உரிமைப் போர் (45). யூதர் வரலாற்றில் எரேபெயாம், ரெகேபெயாம் என்னும் இரு பங்காளிகள் போரிட்டுக் கொண்டதை விவிலியம் கூறுகிறது.

குமணனுக்கும் இளங்குமணனுக்கும் (164) ஏற்பட்ட சண்டை ஆட்சி உரிமை கோரி அண்ணன் தம்பி போட்ட போர். அசோகனுக்கும் அவனுடைய தம்பியர்க்கும் நடந்த உரிமைப் போர் இந்திய வரலாறு.

எத்தனைக் காலம் நீயே நாட்டை ஆள்வது? இத்தனை வயதான பின்னும் பதவியை எங்களுக்குத் தரக்கூடாதா? என்று பிள்ளைகள் இருவர் தகப்பனிடம் கேட்டு நடத்திய கலவரமே கோப் பெருஞ் சோழன் வரலாறு (213). அப்சலோம் என்பவன் தன் தகப்பன் தாவீதை எதிர்த்துக் கலவரம் செய்தது யூத வரலாறு.

இவ்வாறு நாட்டின் எல்லையை விரிவாக்க, மற்றவர் தனக்கு அடங்கிக் கப்பம் கட்ட (22) பங்காளிகளுக்குள் எனப் பல்வேறு காரணங்களை முன்னிட்டுக் கொண்டு அன்று போர் நடை பெற்றிருக்கிறது. அதனால்

'ஒருவனை ஒருவன் அடுதலும் தொலைதலும்
புதுவது அன்று; இவ்வுலகத்து இயற்கை' (76)

என்ற கருத்தும் பிறந்தது.

போருக்கு முன்

போர் என்று வந்ததும் எதிரி நாட்டு மக்களுக்கு எச்சரிக்கை கொடுக்கும் மரபு தெரிகிறது. பசுக்கள், பசுப்போன்ற பார்ப்பனர், பெண்கள், பிணி வசப்பட்டோர், இறந்து போன தாய் தந்தையர்க்கு அவர்கள் ஆன்மா அமைதி அடைய நற்செயல் செய்ய வேண்டிய ஆண் பிள்ளைகளைப் பெறாதவர்கள் - என்னும் இவர் எல்லாம் எங்கள் படை வரும் முன்பே பாதுகாப்பான இடத்திற்கு போய்விடுங்கள் என்று எச்சரிக்கை தரும் வழக்கமும் (9) தெரிகிறது. போருக்கு முன்பு இது எந்த அளவிற்குப் பொது மக்களிடம் போய்ச் சேர்ந்து இருக்கும் என்பதற்கான சான்றுகள் கிடைக்கவில்லை.

புறப்பட்ட படை வீரர் எதிரி நாட்டின் வீரத்திற்கு அடையாளமாகக் காத்து வரும் காவல் மரத்தைக் (57) கோடாலி கொண்டு வெட்டுவர். யானைகள் போரிட, வீரர் மடிய, சிதறிக் கிடக்கும் உடல் துண்டங்களை விரும்பும் பறவைக் கூட்டம் வானத்தே பறக்கும் (64) நரிக்கூட்டமும் பேயும் அங்கே நடமாடும் (373).

ஊரை நோக்கிப் புறப்பட்ட படை வீரர் மக்கள் நீருண்ணும் ஊருணியில் யானையை விட்டுக் கலக்குவர் (18). ஊருக்குள் உள்ள வளமான வீடுகளுக்குள் நுழைந்து, அங்கே எதை எதை எடுக்கலாமோ அத்தனையையும் எடுத்துக் கொண்டு, தேவையற்றவற்றை மாற்றார் எடுத்துக் கொள்ள விடாமல் அழித்து விடுவர். இது மட்டும் அன்று; இத்தகைய செயலைத் தொடர்ந்து செய்வோம் என்று எச்சரிப்பர் (23). நன்கு விளைந்த நெல் வயல்களைக் கொள்ளை இடுவர். பெரிய ஊரைத் தீக்கு இரையாக்குவர் (57). இது இரவென்றும் பகலென்றும் பாராது நடக்கும் (7).

கோட்டைகளை அழித்து, கழுதையைப் பூட்டி உழுது, வெள்ளை வரகும் கொள்ளும் விதைப்பர் (392) உணவு

உண்ணாததால் பால் இல்லாத பெண்களின் குழந்தைகள் அழும், பெண்கள் பூச்சூடாமல் தலையை முடிவர், ஊருக்குள் அழுகுரல் பெரிதாகக் கேட்கும் (44).

சுருங்கச் சொன்னால் உணவும் நீரும் பெற முடியாதபடி ஊர் அழிக்கப்படும். திரும்ப எடுத்துக் கட்ட முடியாதபடி வீடுகள் தீயிட்டுக் கொளுத்தப்படும். தீப்ஸ் என்ற நகரை அலெக்சாண்டர் தீயிட்டுக் கொளுத்தியதைக் கிரேக்க வரலாறு கூறுகிறது.

போருக்குப் பின்

மகனைத் தாய் இழப்பாள். பெண் கணவனை இழப் பாள். கணவனை இழக்கும் பெண்ணின் கதை பெரும் சோகம்.

போர்க்களத்தில் இறந்து கிடக்கும் கணவனின் மார்பைக் கட்டியவாறே, கீரையைக் கூட உண்ணாமல் பனி நீரில் மூழ்காமல் விழுந்து இறந்து கிடப்பர் (62). கணவன் இறந்ததை அறிந்து தம் கையில் அணிந்துள்ள வளையல்கள் முறிந்து போக மார்பில் அடித்துக் கொண்டு அழுவார்கள் (237). மார்பில் அடித்து அழுவதோடு, ஆற்று நீர் இட்ட கோடுகள் போன்ற அழகிய, மெல்லிய, நிறைந்த, கருங் கூந்தலைப் பறித்து (மொட்டையாகச் செய்து) கொள்வர் (25) நகைகளைக் கழற்றி விடுவர் (224) அவர்களின் முந்தைய அழகு தொலைந்து போகும் (238).

இரவலர் இனி அந்த வீட்டிற்கு வரமாட்டார். அவளோ அல்லி அரிசியால் ஆன உணவையே உண்பாள் (250). வெளுத்துப் போன அவள் தன் கைகளைத் தலைமேல் வைத்துக் கொண்டு கணவனின் சொந்தக்காரரிடம் செல்ல நேரலாம் (253). தன் மகனின் தலைமையையும் செல்வத்தையும் எண்ணிப் பெருமைப்பட்ட தாய், தன் மருமகளின் நிலையைக் காணும் போது என்ன ஆவாளோ? (254).

நடுகல்

கணவனின் உடலைத் தாழியுள் வைத்துப் புதைப்பர். புதை குழிக்கு மேல் கல் எடுப்பர். இது நடுகல் எனப்படும்.

அதற்கு மயில் தோகையைச் சூட்டுவர். நாரால் வடிக்கப்பட்ட மதுவைச் சிறு கலத்தில் ஊற்றிப் படைப்பர். அவளுக்கு இனி காலையும் இல்லை; மாலையும் இல்லை *(232)*.

யானையின் கால் அளவிலான அந்தக் குழியைச் சாணமிட்டு மெழுகிக், குழி மேல் சிறிய புல்லைப் பரப்பி அதன்மேல் அவன் விரும்பி உண்ணும் இனிய சிற்றுண்டிகளை வைப்பர் *(234)*. கல்லில் அவன் பெயர் எழுதுவர். நடுகல்லிற்கு மேல் புடவையால் ஒரு பந்தலும் போட்டிருப்பர் *(260)*. குரும்பையில் தொடுத்த சிவப்புப் பூமாலையை மயில் தோகையோடு சூட்டி மக்கள் தொழ, அவள் அந்த நடுகல்லைக் கும்பிடுவாள் *(306)*. நடுகல்லை நன்னீரால் கழுவி, அருகே விளக்கேற்றி வைப்பர் *(329)*. இனி அவர்கள் கும்பிடும் கடவுள் அதுதான் *(335)*.

செல்வச் செழிப்புள்ள மேட்டுக்குடி மகளிர் நிலை வேறு, அவர்கள் வெறும் நீர்ச் சோற்றுத் திரளை (கஞ்சி) கையால் பிழிந்து அந்தத் திரளுடன் வெள்ளை எள்ளை விழுதுபட அரைத்து, அத்துடன் புளியைச் சேர்த்துச் சமைக்கப்பட்ட வெந்த வேளைக் கீரையை உணவாகக் கொள்வர். பருக்கைக் கற்கள் பரப்பப்பட்ட படுக்கையின் மேல், பாயும் இல்லாமல் படுத்திருக்க வேண்டும். இதைத் தவிர்க்க எண்ணினால் கரிய முருட்டுக் கட்டை பரப்பப்பட்ட பாயில் கணவனோடு சேர்ந்து கொழுந் தீயில் உடன் கட்டை ஏற வேண்டும் *(248)*.

வசதி இல்லாத மக்கள் சடலத்தைப் புதைக்க, வசதியுள்ள குடும்பமே நெருப்பைப் பயன்படுத்தி இருக்கிறது. வசதியற்ற பெண்களின் கைம்மை நோன்பிற்கும் வசதியுள்ள பெண்களின் கைம்மை நோன்பிற்கும் பெரிய வேறுபாடு தெரிகிறது. உணவு முறையும், படுக்கையும் பெரிதும் வேறுபடுகின்றன. எரிபொருள் வாங்கும் சக்தியுள்ளவர் உடன்கட்டை ஏறும் வழக்கத்தையும் கொண்டிருந்திருக்கின்றனர். இது இரண்டே பாடலில்தான் *(246, 247)* தெரிய வரும் மன்னர் வீட்டுச் செய்தி. ஆயின் உரிமை மகளிரோடு காலன் கவர்ந்து கொண்டு போய் விட்டான் *(240)* என்ற செய்தி உடன்கட்டை ஏறலை மறை

முகமாகக் குறிப்பிடுவதாகத் தெரிகிறது. இந்தப் பழக்கம் தமிழ் மக்களுடையதுதானா, அல்லது வடபுலத்திலிருந்து வந்ததா? சிந்திக்க வேண்டும்.

போருக்குப் பின் நாட்டின் பொருளாதாரம் சீரழிந்தது என்றால் வீட்டின் நிலையும் அதுதான். நாடும் வீடும் நலிந்து போகச் செய்யும் போரை எதிர்த்துப் புலவர்கள் பாடத்தான் செய்தனர்.

போரிட்ட நாடு தாய் இல்லாத குழந்தை பசி மிகுதியால் இடை விடாது அழுவது போலத் துயரப்படும்; புலம்பும் (4) கரை கடந்து வரும் நீர்ப் பெருக்கை மண்ணால் அடைக்காமல் மீனால் அடைக்கும் அளவிற்கு நீர் வளமிக்க ஊர்களின் நாடுதான் அது. ஆனாலும் என்ன? அந்த நாட்டில் நல்ல பொருள் என்று இனி எதுவும் இராது (7) வீரர்கள் பலரும் மாண்டு போகக் காப்பார் இல்லாத இல்லங்கள் பெருகும். தப்பித்த வீரர்கள் தம் துன்பத்தைத் தம் மனைவியர் அறியக் காட்டாமல் தம் சின்னஞ் சிறு பிள்ளைகளின் பூப்போன்ற கன்னங்களில் முத்தமிட்டுத் தம் துயரத்தைக் குறைப்பர். வீடும் நாடும் கலங்கிப் போகும் (41). பகைவரின் நாடு அழியும். இத்தகைய காட்சிகளை வீரத்தின் பெயரால் பாடுவது போல சோகத்தைச் சொல்லி மன்னர்களுக்கு அறிவு கொளுத்;தினர். இதற்குக் 'கொற்ற வள்ளைத் துறை' என்று பெயர்.

இவ்வாறு மண்ணிற்காகவும் பொன்னிற்காகவும் ஓயாது போரிட்டுக் கொண்டிருந்த மன்னர்களை ஒற்றுமைப்படுத்தும் ஆசையும் புலவர்களிடம் இருந்தது. ஒன்று சேர்ந்து இருந்த மூவேந்தர்களையும் ஔவையார் (367) வாழ்த்துகிறார். அவர்கள் என்ன நோக்கத்திற்காக ஒன்றாகக் கூடி இருந்தனர் என்பது விசாரிக்கப்பட வேண்டிய ஒன்று.

6. சமுதாய பகுப்பு

புறநானூற்றுத் தமிழர்கள் வாழ்ந்த சமுதாயத்தின் அமைப்பு எவ்வாறு இருந்தது?

அன்றைய கிரேக்க சமுதாயத்தில் நான்கு வகுப்பினர் இருந்தனர்.

1. முதல் பிரிவினர் யூப்பாட்ரிட்கள். அனைத்து அதிகாரமும் கொண்ட ஆட்சியாளர் இவர்களே.
2. குதிரைகளைச் சொந்தமாக வைத்துக் கொண்டு குதிரைப்படையில் சேர்பவர் - தொழில் திறமை வாய்ந்தவர், வியாபாரிகள்
3. ஒரு ஜதை எருதுகளையும் சில போர்க்கருவிகளையும் சொந்தமாகக் கொண்டவர்.;
4. குடிமக்களாகக் கருதப்படாத உழைப்பாளர்கள் (கிரீஸ் வாழ்ந்த வரலாறு).

'இந்தியாவின் வடபகுதியில் அன்று வாழ்ந்த மக்களிடையே வருணம் இருந்தது. வருணம் என்பது வகுப்பு. வர்க்கங்கள் அற்ற சமூகத்திலேயே தோன்றி விட்ட மிகத் தொன்மை, வாய்ந்த ஏற்பாடு இது.... வருணங்கள் வேத காலத்தால் தோற்றுவிக்கப்பட்டவை அல்ல. பண்டைய ஈரானில் சமுதாய குழுக்கள் நிலவின; இவை பிஷ்த்ரா (நிறம்) எனப்பட்டன. இவற்றை இந்திய வருணங்களுக்கு ஒப்பாகக் கருதலாம். இவற்றில் புரோகிதர்கள் பிராமணர்களுக்கும், படை வீர உயர் குழுவினர் சத்திரியர்களுக்கும், கிராமத்தினர் வைசியர்களுக்கும் ஒப்பானவர்கள். ரிக் வேதத்தில் மூன்று உயர்ந்த வருணங்கள் பல முறை குறிக்கப்படுகின்றன. கடைசியான பத்தாவது மண்டலத்தில்தான் நான்கு வருணங்களும் ஆதி புருஷனிலிருந்து உற்பத்தியான கதை அடங்கி இருக்கிறது' (இந்தியாவின் வரலாறு - மாஸ்கோ)

ஜப்பான்

ஜப்பானிய சமுதாயம் வீரர்கள் எனப்படும் சாமுராய், விவசாயிகள், கைத்தொழில் செய்பவர், வணிகர், சுத்தமே இல்லாதவர் (புராக்குமின்) மனிதரே அல்லாதவர் (எடா) எனப் பிரிக்கப்பட்டிருந்தது (ஜப்பான் உள்ளும் புறமும்).

தமிழகத்தில்

உலகின் பல பகுதிகளில் சமுதாயம் எவ்வாறு பிரிக்கப்பட்டிருந்தது என்று அறியும் போது நமது பண்டைய தமிழ்ச் சமூகம் எப்படிப்பிரிக்கப்பட்டிருந்தது அல்லது பிரிந்து கிடந்தது என்று அறிந்து கொள்ளும் ஆர்வம் நமக்குள் வருகிறது. புறநானூற்றை ஒரு பார்வை பார்க்கிறோம்.

அன்றைய சமுதாயம் நான்கு பகுப்பாகப் பிரிக்கப்பட்டிருந்ததாக நமக்கு முதல் தகவல் தருபவன் பாண்டியன் ஆரியப்படை கடந்த (பி-ம். தந்த) நெடுஞ்செழியன்.

"வேற்றுமை தெரிந்த நாற்பால் உள்ளும்
கீழ்ப்பால் ஒருவன் கற்பின்
மேற்பால் ஒருவனும் அவன்கண் படுமே" (183)

என்பது அவனது செய்தி. இவன் ஆரியப்படையைக் கடந்த - அழித்தவனா? அல்லது ஆரியப்படைகளைத் தந்த - கொண்டு வந்த நெடுஞ்செழியனா? இப்படி இரு வகையாய் எண்ணுவதற்கு ஏற்ப இந்தக் குறிப்பு அமைந்திருக்கக் காண்கிறோம்.

நான்கு பிரிவுகள் காணப்பட்டுள்ளன. அதில் கற்றவர் அரசருக்கு அடுத்தா அல்லது அரசருக்கு மேலா? 'இந்தியா விற்குள் ஆரியர் முதலில் வந்தபோது போர்வீரர் அல்லது மேன்மக்கள், சமயத்தலைவர், பொதுமக்கள் என்னும் மூன்று பிரிவே இருந்தன என்று ரொமிலா தாபர், இந்திய வரலாறு என்ற நூலில் கூறுகிறார். ரிக் வேதத்திலும் அப்படியே இருந்ததாகவும், பத்தாவது மண்டலத்தில்தான் நான்கு வருணங்கள்' கூறப்படுவதாகவும் மாஸ்கோ பதிப்பகம் வெளியிட்ட 'இந்தியாவின் வரலாறு' கூறுகிறது. 'பறைச் சேரி என்பது போல் பார்ப்பனச் சேரி, இடைச்சேரி என்றெலாம் பெயர்கள் இருந்தன. சாதிப்பிரிவுகள் ஊர் அமைப்பில் அக்காலத்திலேயே இடம் பெற்றுவிட்டன எனத் தோன்றுகிறது. என்று கே.கே.பிள்ளை கூறுகிறார்.

தாமாகவே

மூன்றோ, நான்கோ இந்தப் பகுப்பைத் தமிழ் மக்கள் தாமாகவே அமைத்துக் கொண்டார்களா? அல்லது வேறு

எவரேனும் இவர்களுக்குள் திணித்தார்களா? வேறு எவரேனும் திணிக்கும் அளவிற்குத் தமிழ் மக்கள் அத்தனை ஏமாளிகளா?

வேற்றவர் என்றால்

வேற்றவரால் திணிக்கப்பட்டது என்றால் இத்தனைக் காலம் அதை ஏற்றுக் கொண்டது ஏன்? அந்த அடையாளத்தை வீர விருது போல் தத்தம் பெயருக்குப் பின்னே போட்டுக் கொள்வதும் ஏன்?

இதில் சாதி மக்கள், சாதி இல்லாத மக்கள் என்று ஏற்றமும் இழிவும் ஏற்பட்டுவிட்டதாக எண்ணுவது ஏன்?

இந்த அடையாளங்களைப் பெயரில், பள்ளிச் சான்றிதழில், திருமண, நீத்தார் நினைவு விளம்பரங்களில், வீட்டுப் பலகைகளில் எழுதிக் கொள்வது மட்டும் அல்ல; சாதித் தலைவர்கள் என்று சொல்லிக் கொள்ளாத தலைவர்களுக்கும், தங்கள் வட்டத்தில் அவர்கள் பிறந்ததற்காகவே சிலை எடுப்பது; விழா எடுப்பது; ஆண்டுதோறும் 'இந்தப் படை போதுமா' என்று ஊர்வலம் செல்வது, தேர்தலிலும் கட்சியாகப் பிரிந்து நிற்பது இவை எல்லாம் ஏன்?

தொழில் அடிப்படையா?

தொழில் வளர்ச்சி காரணமாகப் புதிய தொழில் பிரிவுகள் ஏற்படுவதும், பழைய தொழில்கள் மறைந்து போவதும், தவிர்க்க முடியாதது. மில் தொழிலாளர், ஆட்டோ ஓட்டுநர், மின் தொழிலாளி, எழுத்தர், அரசு ஊழியர், அடுமனையாளர், ... இப்படி புதிய யுகத்தில் புதுப்புது தொழில் பிரிவினர் உருவாகியுள்ளனர். அவர்கள் சாதிக்குப் பதில் சங்கங்களை அல்லவா சார்ந்தவர்களாக இருக்கிறார்கள். இரண்டு சாதி!

தலைமுறைத் தொழில் பிறப்பிற்கு;
புதிய தொழில் பிழைப்பிற்கு!
இது வேடிக்கையாக இல்லையா?

பிறப்பு அடிப்படையா?

தொழில் காரணமாகத்தானே சாதி பிறந்தது? அது எப்போதிருந்து, ஏன் பிறப்பு காரணமாக மாறியது? அப்படி மாற்றியது யார்? அதை மாற்ற அவருக்கு ஏது அதிகாரம்?

இவை எல்லாம் கிடக்கட்டும். அன்றைய தமிழகத்தில் 'புலையர்' என்றொரு பிரிவு மக்கள் இன்றும் அங்கும் இங்கும் குறைவாகவே இருக்கின்றனர். அப்பெருமக்களை நாம் நம் மனத்தால் எப்படி மதிக்கிறோம் என்பதை உங்கள் மனசாட்சிக்கு விட்டுவிடுகிறேன்.

இழிசினன்

முருகன் உடம்பில் இறங்கியதால் சாமி ஆடும் பெண்ணைப் புறம் (259) 'புலைத்தி' என்கிறது. இப்போ தெல்லாம் முருகன் கோவிலில் 'சாமி ஆடுவது' இல்லை அல்லவா. உவர் நிலத்தில் குழி தோண்டி துணி துவைத்துத் தரும் பெண்ணையும் 'புலைத்தி' (311) என்கிறது. சுடுகாட்டில் பிணத்தை நல்லடக்கம் செய்யும் முன் நடக்கும் சடங்கில் புல்மேல் வைக்கப்பட்ட கள்ளையும், சோற்றையும் படைக்க, அந்தப் புல்மேல் இருந்து உண்ணும்படி ஏவுபவன் 'புலையன்' (360) என்கிறது.

பாசறையில் பூக்கொடை நாள் பற்றித் தெரிவிக்கத் தண்ணுமை கொட்டுவோன்; 'இழிசினன்' (289), தோல் அல்லது பனைநார் கொண்டு கட்டில் பின்னுபவன் 'இழிசினன்' (82). ஒல் என ஓசை பிறக்குமாறு தன் பலம் கொண்டு துடியை அடித்து ஒலி எழுப்பும் துடியன் 'இழி பிறப்பாளன்' (170) என்றெலாம் கூறப்பட்டிருப்பதைப் பார்க்கிறோம்.

புலையன், புலைத்தி என்பதும் கூட தொழில் காரண மாகக் கூறப்படும் பெயர் என்று சொல்ல முடியாது. ஏனென்றால் அங்கே வேறு வேறு தொழில் இருப்பது வெளிப்படை. இந்தச் சொற்கள் இழிசினன் என்பதையும் இழிபிறப்பாளன் என்பதையும் சுமந்து வருவதைப் பார்க்கும்

போதுதான் இது பிறப்பை அடிப்படையாகக் கொண்டு வருவது தெளிவாகத் தெரிகிறது.

தங்களை இழிபிறப்பாளன், இழிசினன் என்று மற்றவர் கூறுவதை அந்த மக்கள் அன்று எதிர்ப்பில்லாமல் ஏற்றுக் கொண்டிருந்தார்கள் என்றால் அவர்கள் தமிழர்கள்தாமா அல்லது பிற மொழி மக்களா?

அவர்களை மட்டும் அப்படி அழைக்க எது காரணம்? பெரிய வருவாய் தராத தொழிலைச் செய்ததுதான் காரணமா? 'இழிந்தோன், ஒப்போன், உயர்ந்தோன் என எந்தெந்தச் சொல்லை எவரெவர் பயன்படுத்தலாம் எனத் தொல்காப்பியர் (எச்சவியல்) கூறும்போது ஈ, தா, கொடு என்னும் சொற்களை இழிந்தோன், சமமானவன், உயர்ந்தவன் என்பவர்களுக்குத் தனித்தனியாகச் சொல்வது அன்றைய சமுதாயத்தில் இந்த வேறுபாடு ஆழமாக இருந்திருக்கிறது என்று காட்ட வில்லையா?

மறுபடியும் நெடுஞ்செழியனின் பாட்டைப் பார்ப்போம். அன்றைக்குக் கீழ் வரிசையில் இருக்கும் ஒருவர் கல்வி கற்றுச் சிறந்தால் மேல் வரிசையில் இருக்கும் ஒருவரும் அவரிடம் போய்க் கற்பார்; கருத்தைக் கேட்பார் என்று அந்தப் பாட்டு கூறுகிறது. ஆனால் அன்றைக்குக் கீழ்வரிசையில் இருப்பவர் கற்கும் உரிமையைப் பெற்றிருந்தார்களா என்ன? பெற்றிருந்தால் "ஓதல் பிரிவும் தூதுப் பிரிவும் உயர்ந்தவர்க்கே உரியன" என்று தொல்காப்பியர் கூறுவாரா? 'வணிகருக்கும் கல்விப் பிரிவு உண்டென்று சொன்ன தொல்காப்பியர் நான்காவது பிரிவினருக்கு மட்டும் கல்வியைப் பொறுத்த மட்டில் ஏதும் கூறவில்லை என்பதையும் எண்ணிப் பார்க்க வேண்டும். தொல்காப்பியர் நான்காவது பிரிவினரின் கல்வி பற்றி ஏதும் கூறவில்லை என்றாலும் குறமகள் இளவெயினி, பேய்மகள் இளவெயினி, வெண்ணிக் குயத்தியார் என இவர் போன்றார் எல்லாம் எப்படிக் கற்றார்கள் என்பது வியப்பாக இருக்கிறது.

'சான்றோன் ஆக்குதல் தந்தைக்குக் கடனே (312) என்ற புறத்தின் வரிக்குப் பழைய உரைகாரர் 'தன் குலத்துக்குரிய

படைக்கலப் பயிற்சி ஆகிய கல்வி, அதற்குரிய அறிவு, அதற்குரிய செய்கைகள் ஆகிய இவற்றால் நிறைந்தவனாகச் செய்தல் தகப்பனுக்குக் கடமையாகும்' என்று எழுதுகிறார்.

'கீழ்ப்பால் ஒருவனும் அவன்கண் படுமே' (183) என்ற வரிக்கு 'இது வேளாளர் ஓதலின் சிறப்புக் கூறியது?' என்று நச்சினார்க்கினியர் தொல் சூத்திரத்திற்கு எழுதிய உரையைக் குறிக்கிறார்கள்.

வேளாளர் பெண்களைக் 'கடைசியர் (61) என்று கூறுவது அவர்கள் நான்காவது பிரிவினர் என்பதை உறுதி செய்கிறது. அவர்களைப் போலவே புலையன், புலைத்தி, துடியன் என்பாரும் நான்காவது பிரிவினரா? அல்லது நான்காவது பிரிவிற்கும் கீழா? ஏனென்றால் அவர்களை 'இழிசினன், இழிபிறப்பாளர்' என்றல்லவா கூறுகிறார்கள்? 'இழிசினன்' என்ற சொல்லை சாத்தந்தையார் (82, 287), கழாத்தலையார் (289) என்னும் இருவரும், 'இழிபிறப்பாளன்' என்ற சொல்லை உறையூர் மருத்துவன் தாமோதரனாரும் (170) பயன்படுத்து கின்றனர். மூன்று புலவர்கள் பாடுவதால் இக்கருத்து அன்று பெரு வழக்காக இருந்திருக்குமோ என்றும் எண்ணத் தோன்று கிறது. உழைப்பாளருள் ஒரு சில பிரிவினரும் கலைஞருள் சில பிரிவினரும் இழிவாகக் கருதப்பட்டிருக் கிறார்கள். அது ஏன்?

இழிவாகக் கருதப்பட்ட மக்களுக்கு, அவர்களுக்குக் கல்வி உண்டா என்பது குறித்து ஏதும் தெரியா நிலையில் கற்றுக் கொடுப்பவரும் இருந்திருப்பாரோ? என்ற சந்தேகம் எழுகிறது.

ஆசான் என்றால் ஆசிரியர். இப்பெயர் கொண்டு மதுரை வேள் ஆசான் (305) என்றொரு புலவரைப் பார்க்கிறோம். அவரோ 'யாகஞ் செய்யுந் தொழிலைக் கற்பிக்கும் ஆசான்.

மதுரைக் கணக்காயனார் என்றொரு புலவர். இவர் கற்றுத் தருபவர். இவர் எங்கே எப்படி எவரெவர்க்குக் கற்றுத் தந்தார் என்று அறிய வழி இல்லை. அடைநெடுங் கல்வியார் என்றொரு புலவர். அவரைப் பற்றிய விபரம் தெரிய வில்லையே!

'ஆசிரியர்க்கு ஒரு நெருக்கடி நேர்ந்த போது அதைத் தீர்க்க வந்து உதவியும், பெரும் பொருளைக் கொடுத்தும், அவரை வணங்கி நின்று கற்பதை வெறுக்காமல் கற்பது' (183) அன்றைக்கு நான்காம் பிரிவினர் எல்லார்க்கும் செய்யக் கூடியதாக இருந்திருக்குமா?

வணிகர்கள்

சமுதாயத்தில் நான்காம் பிரிவினரை விட்டு விட்டு மூன்றாம் பிரிவினராகிய வணிகரைப் பற்றிப் பார்ப்போம். "பண்டைய தமிழர் ஈடுபட்டிருந்த இரு பெரும் உற்பத்தித் தொழில்கள் உழவும் வாணிகமும்.... மக்களுள் பெரும்பாலார் வாணிகத்தில் ஈடுபட்டிருந்தனர்" என்கிறார் கே.கே.பிள்ளை.

மக்களின் அடிப்படைத் தேவை உணவு. அதற்கான பல்வேறு பண்டங்களையும் விற்றவர் மதுரைக் கூல வாணிகன் சீத்தலைச் சாத்தனார் (59). அடுத்தது உடை. அதை விற்றவர் மதுரை அறுவை வாணிகர் இளவேட்டனார் (329) வெயிலுக்கும் மழைக்கும் வேண்டியது குடை. அதைப் பனை, தென்னை, தாழை ஆகியவற்றின் ஓலையால் செய்து விற்றவர் மதுரை ஓலைக் கடைக் கண்ணம் புகுந்தாராயத்தனார் (350) மங்கல நாளானாலும் துக்க நாளானாலும் மக்கள் மலர்களை அன்றைக்கும் பயன்படுத்தினர். வீடு வீடாகச் சென்று பூவை விற்கும் பெண்ணையும் (293) காண்கிறோம்.

உமணர்கள்

'உப்பில்லாப் பண்டம் குப்பையிலே' அல்லவா. அன்று உப்பை விற்பதற்கு ஒரு சாதியே இருந்தது. அது உமண் சாதி. அவர்களை உமணர் என்று அழைத்தனர். அவர்கள் தாங்களே உற்பத்தி செய்தோ அல்லது உற்பத்தியாளரிடம் கொள்முதல் செய்தோ வண்டிகளில் ஏற்றி ஊர் ஊராகச் சென்று விற்பனை செய்திருக்கின்றனர். அவர்களின் வண்டி வரிசையைச் சிறு பெண்கள் எண்ணிப் பார்க்கும் அளவிற்கு அது நீண்டு இருந்திருக்கிறது (116). கடற்கரை கழியின் நீரில் விளைந்த உப்பை ஏற்றிக் கொண்டு மலை நாட்டை நோக்கிச் செல்லும் ஆரக்கால் உடைய சக்கரம் பள்ளத்துள் வீழ்ந்தாலும் இழுத்துச்

செல்லும் வலிமை மிக்க, பாரத்தைத் தாங்கிக் கொள்ளும் காளை (60) பேசப்படுகிறது. மேடு பள்ளம் உள்ள வழிகளைக் கண்டு உமணர் அஞ்சுகின்றனர் (84) எருதுகளோ இளையவை. நுகத்தில் பூட்டப்படுவதையும் அறியமாட்டா. வண்டியில் இருக்கும் பண்டமோ மிக அதிகம். அதனால் வண்டி பள்ளத்தில் இறங்கினாலும் மேட்டில் ஏறினாலும் அப்போது என்ன செய்வது என்று மிகக் கவனமாக உமணர் சேம அச்சினையும் எடுத்துப் போவார்கள் (102). போகும் வழியில் கால் முடம் பட்டுப் போகும் எருதினுக்கு நீரும் புல்லும் தராமல் ஆள் அரவம் இல்லாத இடத்தில் அதை விட்டு விட்டுப் போய் விடுவர் (307).

கள் உண்பது அன்று பெரு வழக்காக இருந்திருக்கிறது. கடத்தி வந்த பசுக்களைக் கொடுத்துக் கள்ளைக் குடிக்கும் வீரர்களைக் காண்கிறோம். மதுரைக் கள்ளிற் கடையத்தன் வெண்ணாகனார் (316) கள் விற்றாரோ என்று எண்ணத் தோன்கிறது.

அயலக வணிகர்

உள்ளூர் வணிகரே அன்றி அயல் நாட்டு வணிகரும் இருந்திருக்கின்றனர். 'நல்ல குப்பி (ஜாடி)களில் யவனரால் கொண்டு வரப்பட்ட குளிர்ந்த நறு மணமிக்க தேறலைப் பாண்டியன் இலவந்திகைப் பள்ளியில் மடிந்த நன்மாறன் பருகியதாகத் தெரிகிறது (56). கடலில் போகும் நாவாய் (13) நீண்ட கடலின் அதிகமான ஆழத்தில் காற்றால் அலைக்கப்பட்ட கலம் (26) கூம்போடு கூட விரிக்கப்;பட்ட பாயை மாற்றாமல் அதன் மேற் பாரத்தையும் குறைக்காமல் ஆற்றின் முகத்தே புகுந்த பெரிய கலம் (30) மேலைக் கடலில் பொன்தரும் நாவாய் (126) என்றெலாம் வரும் பாடல் வரிகள் கடல் வாணிகமும் இங்கே இருந்தது என்று காட்டுகின்றன.

ஒன்றைக் கொடுத்துப் பிறிதொன்றை வாங்கும் பண்டமாற்று முறை மிகப் பழைய விலை வடிவம். 'மீனைக் கொடுத்து நெல்லை வாங்கிக் குவிப்பதைப்' (343) படிக்கும்

போது பண்டமாற்று இருந்ததை அறிகிறோம். விலைக்குரிய கள் *(352)* தூண்டிலில் பிடித்த மீனை விற்றுக் கிணை மகள் காய்ச்சிய பாவல் புளிங்கூழ் *(399)* என இவற்றைப் பார்க்கும்போது தனிநபர்களுக்குள் இருந்த பண்ட மாற்று வணிகம், சிறு வணிகம், கடல் வணிகம் என வணிகம் அன்று பரவலாக இருந்திருப்பது தெரிகிறது.

7. வேந்தர் குடி

குறுநில மன்னர்கள் குடித்தலைவராக இருந்தனர். சேர, சோழ, பாண்டியர் என்னும் மூவேந்தரும் எந்தக் குடியைச் சேர்ந்தவர்? பரிமேலழகரும் இந்தக் கேள்வியைத் தனக்குள் கேட்டிருக்க வேண்டும். அதனால் 'வழங்குவ துள்வீழ்ந்தக் கண்ணும் பழங்குடி' என்ற குறளுக்கு எழுதும் உரையில் பழங்குடி -'தொன்று தொட்டு வருகின்ற குடி, தொன்று தொட்டு வருதல் - சேர, சோழ, பாண்டிய ரென்றாற் போலப் படைப்புக் காலந் தொடங்கி மேம்பட்டு வருதல்' என்று உரை தருகிறார். இது அவர்களின் குடிப் பெயரைக் கூறுவதாகச் சொல்ல முடியாது. மொத்தத்தில் மூவேந்தர்களின் குடிப்பெயர் என்ன என்று கண்டறிய முடியவில்லை. மூவேந்தரும் ஒரு குடியிற் பிறந்தவர்களா, அல்லது வேறு வேறு குடியினரா? - கண்டு கொள்ள முடியவில்லை.

நம் வேந்தர்கள் தங்களை வட மன்னர்களின் புராணக் கதைகளோடு தொடர்பு படுத்திப் பாடுவதைக் கேட்பதில் பெருமைப் பட்டிருக்கின்றனர். 'கவுரியர் மருக' 'கவுரியர் (பாண்டியர்?) மரபில் வந்தவனே' *(3)* என்று பாண்டியனைக் கூறுகின்றனர். 'செரு மாண் பஞ்சவர் ஏறு' *(58)* 'பஞ்சவர் (பாண்டியர்?) குடியுள் ஏறே' என்றெலாம் பாடப்படுகிறான். கவுரியர், பஞ்சவர் என்றும் சொற்கள் பாரதத்தை நினைவுபடுத்துவதைக் காண்கிறோம். சோழனையோ,

> 'புள்ளுறு புண்கண் தீர்த்த வெள்வேல்
> சினங் கெழு தானைச் செம்பியன் மருக' (37)

'புறவின் அல்லல் சொல்லிய கறையடி
யானை வான்மருப்பு எறிந்த வெண்கடைக்
கோல் நிறை துலாஅம் புக்கோன் மருக' (39)

'அவிர் சடை முனிவரும் மருளக் கொடுஞ்சிறைக்
கூருகிர்ப் பருந்தின் ஏறுகுறித்து ஒரீஇத்
தன்னகம் புக்க குறுநடைப் புறவின்
தபுதி அஞ்சிச் சீரை புக்க
வரையா ஈகை உரவோன் மருக' (43)

எனப் பல பாடல்களில் இராமனின் முன்னோனாகிய சிபிச் சக்கரவர்த்தியின் மரபில் வந்தவன் என்று சொல்லக் காண்கிறோம்.

சேரர்களைப் பொறுத்தமட்டில் அவர்களைச் 'சேரமான்' என்று கூறுகின்றனர். 'சேரமான்' என்னும் சொல் சேரர் குடி மகன் என்னும் பொருளைத் தரும். சேரர் குடி, சேர நாட்டை அரசாண்ட குடி; சேர நாட்டுக் குடிமக்கள் அன்று' (த.ச.அ).

இந்த மூன்று குடியினரும் இன்று எந்தக் குடியினராய், அல்லது சாதியினராய்க் கருதப் படுகின்றனர் என்பதற்கு எந்த வகையான சான்றும் இல்லை. எவரேனும் தாங்கள் தாம் இந்த வேந்தர் குடி என்று கூறுவார் என்றால் அது வெறும் கற்பனை என்றுதான் கூறவேண்டும்.

8. அந்தணர்

அன்றைய வேந்தர்கள் அந்தணர்களைச் சார்ந்தவர்களாக இருந்தனர். பாண்டியன் பல்யாகசாலை முதுகுடுமிப் பெரு வழுதி பல யாகங்களைச் செய்ததாலோ, யாகசாலைகளைக் கட்டிக் கொடுத்ததாலோ இப்பெயர் பெற்றிருக்கிறான் (15). சோழனோ இராச சூயம் வேட்ட பெருநற்கிள்ளி (16) சோழன் கரிகால் பெருவளத்தான் குறை இல்லாத பெண்களுடன் வட்ட வடிவில் பலவிதமாகச் செய்யப்பட்ட மதில் சூழ்ந்த வேள்விச் சாலையுள் பருந்து விழுங்குவதாகச் செய்யப்பட்ட இடத்தில் நிறுவப்பட்ட வேள்வித் தூணில் வேத விதிகளின்படி

வேள்வியைச் செய்து முடித்தவன் (224). சோழன் குளமுற்றத்துத் துஞ்சிய கிள்ளி வளவனோ 'அறுதொழில் அந்தணர் அறம் புரிந்து எடுத்த தீயோடு விளங்கும் நாடன்' (397). சோழன் நலங்கிள்ளி 'வேதங்களை அறிந்த அந்தணர் நிறைந்த வேள்விச் சாலையில் உள்ள தூண்களை' உடைய நாட்டின் சொந்தக்காரன் (400).

இவ்வாறு சோழரும் பாண்டியரும் அந்தணர் வசப்பட்டு வேள்விகளைச் செய்வதிலே விருப்பம் நிறைந்தவர்களாக இருந்திருக்கின்றனர். சோழ அரசர்களின் பெயர்களைப் பாருங்கள், 'சோழன் நல்லுருத்திரன்' (190) சோழ நாட்டுச் சிற்றரசன்; 'தருமபுத்திரன்' (366). இவ்வாறு அன்றைய கல்வியாளர்களாகிய அந்தணரோடு கைகோத்துக் கொண்டு நிற்பதிலே சோழ, பாண்டிய அரசுகள் முன் நிற்கக் காண்கிறோம்.

சிந்து வெளி நாகரிகத்தை ஆய்வு செய்த அறிஞர்கள் சிலர் 'சிந்து வெளியில் ஆட்சி அதிகாரம் மதக்குருக்களின் கையில் இருந்தது' என்றே கருதுகின்றனர். (இந்திய வரலாறு மாஸ்கோ பதிப்பகம்-ப29) அந்த வகையில் தமிழ்நாட்டு அந்தணர்களும் சோழ பாண்டியர்களைச் சார்ந்தவர்களாகவும் அவர்களை இயக்குபவர்களாகவும் இருக்கின்றனர். சோழனின் முன்னோர்கள் 'பார்ப்பார் மனம் நோகும்படியான செயல்களைச் செய்யமாட்டார்கள்' (43) என்று தாமப்பல் கண்ணனார் கூறுகிறார்.

கல்வியாளர்களாகிய இவர்கள் அந்தணர் என்றும், பார்ப்பார் என்றும் நல்ல தமிழ்ச் சொற்களால் அழைக்கப் பெறுகின்றனர். அந்தணன் என்ற சொல்லை (அம் - தண் - அன்) எனப் பிரித்தால் முற்றிலும் நல்ல இயல்புகளையும் இரக்கத்தையும் உடையவன் என்று பெப்ரிசியஸ் கூறுகிறார். பார்ப்பார் என்பதற்குச் சரியான பொருள் கூறப்படவில்லை.

புறநானூற்றின் கடவுள் வாழ்த்துப் பாட்டிலேயே 'மறை நவில் அந்தணர்' (1) வந்து விடுகின்றனர். முதல் பாட்டில் மட்டும் அன்று; இறுதிப் பாட்டிலும் 'கேள்வி மலிந்த வேள்வித் தூணம்' (400) சொல்லப்படுகிறது.

அந்தணர் வீடு பேறு ஒன்றையே விரும்பி ஐம்புலன் அடக்கம் உள்ளவர்; தாயின் வயிற்றிலிருந்து ஒரு பிறப்பும் உபநயனத்தில் மற்றொரு பிறப்பும், என இரு பிறப்பினை உடையவர். அந்தணர்களுக்கு நான்கு வேதங்கள் இருந்தன. அவை 'நான்மறை' (6) எனப்பட்டன. பூணூல் அணிந்தனர் (166) வேள்வித் தூண்களை நட்டு வேள்வி செய்தனர் (15).

ஆகவனீயம், காருகபத்தியம், தட்சிணாக்கினியம் என்னும் மூன்று தீயை வளர்த்தனர் (367). தொல்காப்பியர் சொல்வது போலவே 'அறுதொழில்' செய்தனர் (397).

'நீள் நிமிர் சடை முது முதல்வன்' ஆகிய சிவன் இவர்களின் கடவுள். புத்த சமயத்தை எதிர்த்தனர். இருபத்தொரு வேள்விகளையும் செய்தனர் (166). 'நாஅல் வேத நெறி - இமயமலை மேல் அந்திப் பொழுதில் மூன்று தீயை வளர்த்து அரிய பூசெய் செய்யும் அந்தணர் (2) பெருமை பேசப்படுகிறது. எனவே இந்த அந்தணர் தமிழ் நாட்டை மட்டுமே சார்ந்தவரா அல்லது இமயம் வரை பரந்து கிடந்த மக்களா என்பதை எண்ணிப் பார்க்க வேண்டும்.

நான்மறை முனிவர் வாழ்த்தும் போது பாண்டியன் தலையை தாழ்த்தி வாழ்த்தினைப் பெறுவான் (16). பசுவின் அமைதிக் குணமும், பயனும் உள்ளவர் 'பார்ப்பனமாக்கள்; போருக்கு முன் ஊரை விட்டு வெளியேறுவர் (9). 'ஆன்ற கேள்வி அடங்கிய கொள்கை நான்மறை முதல்வர் சுற்றமாக வேந்தர்கள் அந்தணரின் ஏவலுக்குப் பணிந்தனர்' (26). 'நிலத்தின் மேல் மிக்க மாந்தர் எல்லாரினும் அறிவின் கண் மாசற்ற அந்தணாளன் கபிலன்' (126).

அந்தணர்க்குப் பரிசு தரும் போது அவர் கையில் நீர் வளர்த்து அதற்குப் பின் பொன்னைத் தந்தனர் (361).

போரில் வீரமரணம் அடையாமல் நோயால் மாண்டு போன மன்னனைப் பசும்புல் மேல் கிடத்தி வீரர்கள் சென்ற வழியே செல்க என்று நான்மறை முதல்வர் வாளால் பிளந்து அதற்குப் பிறகு புதைத்தனர் (எரித்தனர்) (93).

'இறந்த உயிர் இடுகாட்டிலேயே தங்கி விடாமல் உயர்ந்தோர் வாழும் விண்ணுலகிற்குச் செல்ல அந்தணரின் கைகளில் நீர் ஊற்றி அதன்பின் பொன்னும், மருத நிலத்து ஊரும் வழங்கினர் (362).

பொன்னை வழங்கும்முன் பெறுபவர் கையில் நீரை ஏன் ஊற்ற வேண்டும்? அவர்கள் கையில் ஊற்றிய நீர் மட்டும்கடல் அளவு பரந்து செல்லுமாறு ஊற்ற வேண்டுமாமே' (362) அது யார் சொன்னது? எவர் செய்த விதி இது? கொடுப்பவர் தூய்மை அற்றவர் என்றா? இப்படி நீர் ஊற்றும் முறை அந்தணருக்குத் தரும்போது மட்டுமே பின்பற்றப்படுவதால் இப்படி ஒரு வினா எழுகிறது.

பொன்னிற்கு நீர் சரி, ஊரை வாங்கும்போது என்ன செய்வர்? அந்தணருள் நிலக்கிழாரும் (166) இருந்தனர்.

பசலைக் கொடிபோல் வாடிய இடை, வருத்தத்தோடு ஊர்ந்து செல்லும் நடை கொண்ட இளம் பார்ப்பான் ஒருவன் இரவுப் பொழுதில் வந்தான்; எங்கும் நிற்கவில்லை - (வந்தது தூது சொல்லி (305) இவ்வாறு தூது செல்லும் அந்தணரும் உண்டு. அந்தணருக்கு அரசரிடையே அத்தனை உரிமைகள் இருப்பது தெரிகிறது.

இவற்றை எல்லாம் கூர்ந்து கவனிக்கும் போது நமக்கு ஒன்று தெரிகிறது!

தமிழ்நாட்டில் அன்று வாழ்ந்த அந்தணர் தமிழையும் நன்கு அறிந்த தமிழ்மக்களே. ஆனால் அவர்கள் இமயமலை வரை தொடர்பு கொண்டிருப்பது எப்படி என்று தெரிய வில்லை. தமிழகத்து அந்தணர் இமயத்திற்கும் போனார்களா, இமயத்து அந்தணர் தமிழகத்திற்கு வந்தார்களா? விடை காண வேண்டும்.

சமயக்கல்வியையும் அரசனின் அண்மையையும் அவர்கள் தம் தொழிலுக்கு உகந்தவையாகத் தெரிவு செய்திருக்கிறார்கள் என்றும் தெரிகிறது.

9. இரு வேறு உலகம்

வேந்தர்கள், குறுநிலமன்னர்கள், சிற்றரசர், எல்லைக் காவலர், ஏனாதி என அரசைச் சார்ந்தவர்கள். அந்தணர்கள் என வேதம் ஓதுவதும் யாகம் செய்வதும் என வாழ்ந்தவர்கள். வேறு வேறு வணிகம் செய்தவர்கள். உழவர்கள், 'பாணன், பறையன், கடம்பன், துடியன்,' புலையன், சலவை செய்வோர், கட்டில் நிணக்குபவர், தச்சர், கொல்லர், பொற் கொல்லர், புலவர், விறலியர், பார்வை அற்றோர், கூனர், குறளர், ஊமையர், செவிடர், மருள் (புத்தி இல்லாதவர்) (28) என இவ்வாறு பிறப்பாலும் தொழிலாலும் வேறு வேறாக இயங்கிய சமூகம் அது. இந்த சமூகத்தில் 'படைப்புப் பல படைத்துப் பலரோடு உண்ணும் உடைப் பெரும் செல்வர்' (188) வாழ்ந்தனர். செல்வத்தின் இன்றியமையாமையை உணர்ந்து பிள்ளைக்குப் பெயரையே செல்வம் என்று வைக்கும் வழக்கம் அன்றைக்கே இருந்திருக்கிறது என்பதைச் 'செல்வக் கடுங்கோ வாழியாதன்' என்ற பெயர் காட்டுகிறது.

செல்வந்தர்

'முத்துப்' போன்ற வெண்மணல் பரப்பப்பட்ட முற்றத்தைக் கொண்ட மாடங்கள். 'மலைக் கணம்' போன்ற கூட்டமான மாடங்கள் (390) அவை வெண் சுதை பூசப் பட்டு உயரமாக இருந்தன. (378) வாசலில் காவலர் (67) மாடத்தின் அருகே இருந்த திண்ணையில் பெண்கள் தெற்றி விளையாடினர் (53). பாம்பு உரிக்கும் தோல் போன்ற வடிவினை உடைய, உடைக்கப் பட்ட மூங்கிலின் உள்ளே கிடைக்கும் வெள்ளிய தோல் போல் நெய்யப்பட்டுள்ள இழைகளின் வரிசை கண்ணுக்குப் புலப்படாத சொலியை உடைய கலிங்கத்தை ஆடவர் உடுத்தி இருந்தனர் (383).

பொன், பவளம், முத்து இவற்றை எல்லாம் இணைத்து அரிய விலை தரும் நல்ல அணியும் (218) செய்யப்பட்டது. கறியும் சோறும் வெறுத்துப் போனால் பாலில் ஊறியதையும், வெல்லப் பாகில் கொண்டதையும் அளவோடு கலந்து மெல்ல

மெல்லப் பருகும் வாழ்க்கையும் அன்று இருந்தது *(381)*. 'நெய் மலிந்த மனை, பொன் மலிந்த' தெரு *(338)* அல்லவா அது!

இல்லாதவர்

இவை ஒரு புறம் இருக்க ஏழ்மை இடம் பிடித்துக் கொண்ட கூரைக் குடிசைகளும் மனைகளும் தாழ்ந்த கூரைகளைக் கொண்ட குரம்பைகளும் அன்று மலிந்து இருந்தன. புல்லால் வேயப்பட்ட கூரைகள் *(120)* கூரையும் உயரமாக இல்லாமல் தாழ்வாகவே இருந்தன *(129)*. குருவிகளும் அதில் கூடுகட்டிக் குடியிருப்பதும் உண்டு *(318)* கூரைகளில் வீரர் வேலும் *(332)* தீக்கடை கோலும் *(315)* செருகப்பட்டிருந்தன. நான்கு கால்களின் மேல் கூவை இலையால் வேயப்பட்ட பந்தலின் கீழ் வாழும் இச்சிறுமனை வாழ்க்கையை அன்றைய மக்கள் வெறுத்தனர் *(29)*.

நீண்ட நாட்களாக வீட்டில் அரிசி முதலியன ஏதும் இல்லை. அந்த வீட்டில் வாழ்ந்த எலி அங்கும் இங்கும் போய்த் தேடிப் பார்த்தது. எங்கும் கிடைக்கவில்லை. பட்டினி கிடந்து பழம் சுவரிலேயே படுத்து மயங்கிவிட்டது *(212)*.

கடன் வாங்கிக் காலம் தள்ளுவதும் உண்டு. வாங்கிய கடனை உரிய முறையில் திரும்பக் கொடுத்து விட வேண்டுமே. கொடாது போனால் கடன் கொடுத்தவர் புலவர் பாடிப் பரிசு பெறப் போகும் இடத்திற்கே வந்து அவரை வளைத்துக் கொள்வதும் உண்டு *(156)*. எருதுகளை விட்டு மிதித்து எடுக்கும் அளவிற்குப் பெரிய விளைச்சல் இல்லை. இளைஞர்கள் காலால் மிதித்து எடுத்த வரகுதான். மிக மிகக் கொஞ்சம்தான். என்ன செய்ய? கடன்காரர்கள் விடுவார்களா? வளைத்துக் கொண்டார்கள். கொடுத்தது போகக் கொஞ்சம் இருந்தது. அப்போது பாணர்கள் பசியோடு வந்தனர். அந்தக் கொஞ்சமும் தீர்ந்தது. இப்போது என்ன செய்வது? அரசனே எதிர்த்து வந்தாலும் தடுக்கும் வீரன்தான் அவன்; ஆனால் தன் அருகே இருப்போர் சுற்றத்தார். பசித்த வயிற்றோடும் பரிதாபப் பார்வையோடும் இருக்கும் அவர்களைத் தாங்குவது

எப்படி? அதனால் அற்ப மனிதர்களிடம் (சிறு புல்லாளர்) தன் நிலையைக் கூறி வரகைக் கடனாகக் கேட்கிறான் (327).

அப்போதைக் கப்போது கைம்மாற்றாக (குறியெதிர்ப்பு) வாங்கி அதே அளவில் திரும்பக் கொடுத்து வாழ்வதும் உண்டு (163)

ஏதும் முடியாத போது குப்பையில் விளைந்த கீரைச் செடியில் முன்பு பறித்த இடத்தை விட்டுவிட்டு முதிராத இளம் தளிரைப் பறித்து உப்பும் இல்லாமல் நீரை உலையில் ஏற்றி, மோரும் இல்லாமல், சோறும் இல்லாமல், வெந்த வெறுங்கீரையைத் தின்பதும் உண்டு (159). சமையலை மறந்த அடுப்பு; அதனால் அதில் காளான் பூத்திருக்கிறது (164). வெறுமையாக இருக்கும் பானை; வீரிட்டு அழும் குழந்தை (160). 'பரந்த இந்த உலகத்தில் கொடுத்துக் காப்பவரைக் காணாமல் மரங்களின் கீழே பட்டினியால் மயங்கி இருந்தவர் (371) பலநாள் பலநேரம் பட்டினி; அதனால் உடம்பு வாடி, மெலிந்தது. கண்களில் நீர்; மேனியில் வியர்வை; சுற்றத்தின் கூட்டம் (136). அவர்கள் உடுத்தி இருப்பதோ 'குளிர் காலத்துப் பருந்தின் சிறகைப் போல சிதைந்த ஆடை' (150) நிலம் தின்றதால் சிதைந்த ஆடை அது.

சோறு சமைப்பதையே மறந்து போன எங்கள் பானையைத் திரும்பவும் பயன்படுமாறு செய்யும் வள்ளல்கள் எவரையும் எங்கும் காணாததால்; கொடுக்கும் மனத்தோடு எங்களை ஏற்று உதவுவோர் யார் என அங்குமிங்கும் அலைந்தனர்.

உரிக்கப்பட்ட உடும்பின் எலும்பெலாம் வெளியே தெரிவது போல உடம்பின் எலும்பு தெரியத் தன் சுற்றத்தின் கொடிய பசியைப் போக்குவாரைக் காணாமல் சிலரே கேட்டு மகிழும் தன் யாழைப் பார்த்து நொந்து நிற்கும் பாணர்கள் ஒருபுறம் (68) தோளின் ஒரு பக்கம் பதலை (தபேலா) தொங்க, மறுபக்கம் சிறிய கண்ணை உடைய முழா தொங்கு கிறது. இவற்றைச் சுமந்து கொண்டே கவிழ்ந்து கிடக்கும் என்

உணவுக் கும்பாவை (மண்டை) உணவு இட்டுத் திருப்புபவர் யார் என்று கேட்டு அலையும் விறலி *(103)*.

பசுக் கூட்டம் நிறைந்த பல வழிகளைக் கடந்து, மான் கூட்டம் மலிந்த மலையைக் கடந்து, மீன் கூட்டம் நிறைந்த ஆறுகளில் நீந்தி அலைகின்றனர் *(138)*.

யாழ்ப் பத்தரின் வெளிப்பக்கத்தைப் போல இழை சூழ்ந்த பல தையலின் இடையே உள்ள துவாரங்களைப் பற்றி ஒன்றோடொன்று தொடர்ந்த கட்டு விடாமல் கிடக்கின்ற ஈர்க்கூட்டத்தோடு நிறைந்து கிடக்கும் பேன் என்ற பகை மட்டுந்தானா? உண்ணாததால் உடம்பு மெலிந்து, கண் நீரால் நிறைந்து வேர்த்திருக்கும் என் பல சுற்றத்தையும் பசி நோய் வருத்தும் பகை மட்டுந்தானா? இத்தகைய என் நிலையை அறியாமல் உன் கைப் பொருளை எல்லாம் தா என்று சொல்லி எங்கள் நிலை எல்லாம் தளரும்படி மரங்கள் செறிந்த குளிர்ந்த மலையில் குரங்கு போலப் பறித்துக் கொள்ளும் இயல்பை உடைய அற்ப மனிதராகிய ஆறலைகள்வர் என்ற பகை மட்டுந்தானா *(136)* என்று புலம்புகின்றனர். எவரோடும் உறவில்லாத ஆறலைகள்வர் அடித்துப்பறித்து ஆளைக் கொல்லும் அருஞ் சுர வழிகள் *(161)* அவர்கள் அனுபவித்த துன்பம் நரகத் துன்பம் *(376)*!

வீட்டிற்கு விருந்தினர் வந்தால் அவர்களை வரவேற்காமல் ஒளிந்து கொள்ளும் திருந்தாத வாழ்க்கை அது *(266)*.

அன்றைய கல்வியாளர்களாகிய புலவர்கள், கலைஞர்களாகிய கூத்தர், பாணர், துடியர், விறலியர் என்பார் எல்லாரும் தொழில் என்று எதுவும் செய்ததாகத் தெரியவில்லை, 'அறிவால் உழுது உண்ணும் கற்றோர்' *(46)* வள்ளல்தனம் உடையவர் செவியில் விளங்கத் தக்க சொற்களை விதைத்துத் தாம் விரும்பும் பொருளைப் பெறுவர். அவ்வாறு பெற்று வாழும் இல்வாழ்க்கையை உடையவர் *(206)*.

தன்னால் முடியாததை முடியும் என்றும், முடிந்ததை முடியாது என்றும் கூறிய ஒரு பாண்டியனைக் கண்டு நொந்து

பாடுகிறார் ஒரு புலவர் (196). மக்களைக் காக்கும் தலைமை நிலையை எண்ணிப் பார்க்காமல் உன் போன்றவர் அன்பும் அறமும் அற்றவராய் அருள் இல்லாமல் போவார் என்றால் என்னைப் போன்றவர் இவ்வுலகில பிறக்காமலே போகட்டும். துன்பத்தோடு கூடிய மனமுள்ளவனாகவே நான் போகிறேன் என்று சேரன் ஒருவனிடம் (210) புலவர் பாடுகிறார்.

முதல் நாள் பரிசு என் கைக்கு வந்தது போலக் காட்டினாய்; அடுத்த நாள் பொய் பேசினாய்; அப்போது நான் வருந்திய வருத்தத்தைக் க்ண்டு நீ வெட்கப்படவும் இல்லை. என்றாலும் நீ நாணுமாறு என் நுண்ணிய ஆராய்ச்சியை உடைய செந்நா வருந்த உன்னைப் புகழ்ந்தேன். பாடப் பாடப் புகழை ஏற்றுக் கொண்ட உன் மார்பை வாழ்த்திச் செல்கிறேன் (211) என்றும் பாடுகிறார்.

சுடர் மிக்க சூரியன் நான்கு திசையிலுந் தோன்றினாலும், கதிர் மிக்க வெள்ளிமீன் தெற்குத் திசைக்குச் சென்றாலும் அழகிய குளிர்ந்த காவிரி ஆறு வந்து பல கிளைகளாய் ஓடி வளம் சோக்க வேலின் காட்சியைப் போல அசைந்த கண்ணை உடைய கரும்பின் வெளிய பூ அசையும் நாடு என்று சொல்லப்படுவது சோழ நாடு (35). அந்த நாட்டில் மழை பெய்யுங் காலத்தைப் பார்த்துத் தம் முட்டைகளைக் கொண்டு மேட்டு நிலத்திற்குப் போகும் மிகச் சிறிய எறும்பின் சிறு வரிசையைப் போல வேறு வேறாகப் போகும் பெரிய சுற்றத்தோடும் கூடிய பிள்ளைகளை சோறுடைய கையினராகக் காண்கிறேன். அதைப் பார்த்து எங்கள் பசி வருத்தத்தாலும் வந்த வழி தந்த வருத்தத்தாலும் பசிப் பிணி போக்கும் மருத்துவனின் மனை இங்கே பக்கத்திலா அல்லது தூரத்திலா, எங்கே இருக்கிறது? எங்களுக்குச் சொல்லுங்களேன்' (173) என்று கேட்பாரைச் சோழன் குளமுற்றத்துத் துஞ்சிய கிள்ளி வளவனே கண்டு பாடுகிறான்.

இவற்றை எல்லாம் பார்க்கும் போது புறநானூற்றின் காலத்தில் செல்வர்கள் வளமாகவே வாழ்ந்தனர். ஆனால் செல்வம் சேர்க்கும் வழியும் திறமும் எல்லார்க்கும் வாய்த்து விடுவதில்லை அல்லவா? அதனால் பிழைப்பதற்காகத் தம்

அறிவுத் திறம் காட்டி இரப்போர் (இரவலர் 162) அன்று மிகுதியாகவே வாழ்ந்திருக்கின்றனர். பாணாற்றுப்படை (141) புலவராற்றுப்படை (48) விறலியாற்றுப்படை (141) என்று வருவன எல்லாம் நமக்குப் பழுத்த இலக்கியச் சுவை; புலவர்களுக்கோ அன்றைக்குக் கொல்லும் பசிப் பிணி!

10. வறுமையும் செழுமையும் வழங்கிய சிந்தனை

இத்தகைய சூழலில் வறுமைக்கும் செழுமைக்கும் இடையே வாழ்ந்த சிந்தனையாளர், சிலரிடம் செழுமையும், பலரிடம் வறுமையும் பரவி இருக்கக் காரணம் தெரியாமல் எதை எதையோ எண்ணித் தங்களைத் தாங்களே சமாதானப் படுத்திக் கொண்டனர். வையத்தில் வளமாக வாழ வழி சொல்ல முடியாமல் வான் உலகம் என்ற ஒன்றைச் சொல்லி ஏழைகளுக்கு நம்பிக்கை ஊட்டினர். அவர்கள் சிந்தனையில்..

1. உலகம்

இந்த உலகம் மூன்று அடுக்காக அமைந்துள்ளது. நிலம், வானம், சொர்க்கம் என்னும் மூன்று அடுக்கானது (6) நிலத்திற்குக் கீழ் பாதாள உலகம்; வானத்திற்கு மேலே உயிர்கள் சிறந்து விளங்கும் மேல் உலகம். இதை 'ஆனிலை உலகம்' (6) என்பர். இதைப் 'புத்தேள் உலகம்' (22) என்றும் 'உயர்ந்தோர் உலகம்' (174) உயர்நிலை உலகம் (249) தொய்யா உலகம் (214); 'தேவர் உலகம்' (228) என்றும் கூறினர்.

அந்தத் தேவர் அணிந்திருக்கும் மாலைகள் வாடுவதில்லை; அவர்கள் கண்கள் இமைப்பதில்லை; மணம் மிக்க அவியே அவர்கள் உணவு. அந்த உலகம் பெறுவதற்கு அரியது (62). அவர்களுக்கு மரணம் இல்லை (99). அவர்கள் வாழும் உலகம் இனிய சூழல் உடையது; அங்கே பொன்னாய்ப் பூக்கும் கற்பகச் சோலையும் உண்டு (38). அங்கே செல்வது கடினம்; அரிது (260).

'நிரயம்'- நரகம் என்ற ஒன்றும் உண்டு. அருளையும் அன்பையும் தம் வாழ்வில் விலக்கி விட்டவர்களை அந்த நரகம்

வெளியே விடாது (5). வறுமை தரும் துன்பத்தைப் போன்றது நரகம் (376).

2. உயிர்

உயிர் என்றும் உடம்பு என்றும் உண்டு. உயிர் இந்த உடம்பை விரும்புகிறது (223). உடம்பு நம் கண்ணிற்குத் தெரிகிறது. உயிரோ தெரியாது. உயிர் உடம்போடு சேர்ந்து வாழ்வது 'இம்மை'; உடம்பை நீத்து வேறு உலகிற்குப் போய் விடுவது 'உம்மை; அல்லது திரும்பவும் பிறப்பது உம்மை (236). இந்த உயிர் திரும்பத் திரும்பப் பிறப்பது உண்டு. அவ்வாறு பிறவாது போனால் புகழாவது மிஞ்சும் (214) நிலவு தேய்கிறது; மறுபடியும் வளர்கிறது. இது எத்தனை உண்மையோ அத்தனை உண்மை மனிதன் மடிவதும் பிறப்பதும் (27). என் சபதத்தை (வஞ்சினத்தை) நான் நிறைவேற்றாது போவேன் என்றால் நல்ல நாடாகிய பாண்டிய நாட்டைக் காக்கும் இப்பிறவியிலிருந்து புன்செய் நிலங்களைக் காக்கும் குடியில் பிறப்பேனாக (71) இப்பிறப்பில் செய்வது அடுத்த பிறப்பில் உதவும் (134).

3. நிலையாமை

இவ்வுலகில் நிலைத்து வாழ்வோர் எவரும் இல்லை. நாடகத்தில் ஆடும் வேட மாந்தர் வேறு வேறு வேடம் தாங்கி வந்து போவது போல மனிதரும் வந்து போகின்றனர். இது தான் உலகம் (29).

ஒரு வீட்டில் மணப்பறை; இன்னொரு வீட்டில் பிணப்பறை; படைத்தவன் இப்படித்தான் படைத்திருக்கிறான் (194).

வேளை வரும் போது 'கடுந்திறல் ஒருவன் (195) ஞமன் (6) மறலி (13) கூற்றம் (19) காலன் (41) கூற்று (42) மடங்கல் (363) வருவான். வந்து உயிரைக் கட்டுவான்; தவறு செய்த உயிர்க்குத் தண்டனை உண்டு; சிலவற்றிற்குக் கழுவாய் இல்லை (34).

4. விதி

மேலே சொல்லப்பட்ட அனைத்திற்கும் 'விதி' என்பது காரணமாகும். அதைப் பால் (75, 236) என்று கூறுவர். அறம் என்ற ஒன்றும் உண்டு; அது நாம் செய்வதால் விளைவது; அதன் வழியேதான் பொருளும் இன்பமும் கிட்டும் (31).

உயிர் உடம்பு, இம்மை, உம்மை, தேவர் உலகம், நரகம், விதி, அறம் என்றெலாம் எண்ணும் அன்றைய மக்கள் கடவுளைப் பற்றி எண்ணாது இருந்திருப்பாரோ?

5. அணங்கு

நெடிய சிகரங்களை உடைய மலைகளில் அச்சம் தரும் அணங்கு என்ற ஒன்று உண்டு (52) கடலிலும் அது இருக்கும் (9). கொல்லி மலையிலும் இருக்கும் (251). ஆலமரத்தில் (199) தூணில் (கந்தம்) (52) கள்ளி மரத்தின் நிழலில் (260) எல்லாம் இருக்கும். இது கண்ணிற்குத் தெரியாமல் அச்சந் தருவது. கண்ணுக்குத் தெரியுமாறு அச்சந்தரும் ஒன்றையும் கூறுகின்றனர்.

6. பேய்ப் பெண்டிர்

இதை என்பதா, இவர்களை என்பதா? இடுகாட்டில் பிணங்களைத் தழுவிப் புலால் மணக்கும் உடம்போடு பிணத்தைச் சுடும் அங்கே, காலைத் தூக்கிக் கூத்தாடி மகிழும் (359). பாட்டுப் பாடி அழுகுரல் காட்டும் (370) களத்தில் மடிந்த வீரர்தம் புண்ணில் கை விட்டு நிறைந்த இரத்தத்தையுடைய கைகளால் தம் கூந்தலைத் தடவி நிறத்தோடு கூடிய வடிவை உடையனவாய்ப் பேய்ப் பெண்டிர் மேலும் மேலும் கொட்டப்படும் பறையின் தாளத்தோடு ஆடுகின்றனர் (62). போரில் மடிந்தவரின் தலையே அடுப்பு; கூவிளமே விறகு; ஆக்கிய கூழில் குடல்கள் நெளிகின்றன; பெரிய மண்டை ஓட்டை அகப்பையாகவும் வன்னியைத் துடுப்பாகவும் கொண்டு கிண்டிச் சமைத்த விலங்கும் விரும்பாத உணவைப் பேய் மகள் தருவாள் (372), இப்படி ஒரு நம்பிக்கை அன்று இருந்தது.

7. நடுகல்

இறந்து போன வீரர்களைப் புதைத்து, குழிக்கு மேல் அவ்வீரனின் பெயர் எழுதிய கல்லை நட்டனர் (264). மயில் தோகையை அக்கல்லுக்குச் சூட்டுவர்; ஊற்றும் கள்ளை அவன் ஏற்குமாறு வேண்டுவர் (232) வேறு எவரையும் அங்கு வைத்து விடாதபடி புடைவையால் செய்யப்பட்ட பந்தலையும் இடுவர் (260) வீரனின் மனைவி நடுகல்லைக் கும்பிடுவாள் (306) அந்த நடுகல்லிற்கு விடியற்காலப் பலியை ஊட்டுவர்; நன்னீரால் கழுவுவர்; நெய் விளக்கு ஏற்றுவர் (329) நெல்லைத்தூவி கும்பிடத் தக்க கடவுள் நடுகல்லே; வேறு கடவுள் இல்லை என்றும் நம்பினர் (335).

8.0 கடவுள்

தெய்வம் என்ற பொருளில்தான் கடவுள் என்ற சொல் புறத்தில் பயன்படுத்தப் பட்டிருக்கிறது. நல்லது என்றாலும் சரி, கெட்டது என்றாலும் சரி அற்பமான இலையை உடைய எருக்கம் பூவே என்றாலும் சரியே, உண்மையான அன்போடு படைக்கப்பட்டதைத் தெய்வங்கள் ஏற்றுக் கொள்ள மாட்டோம் என்று சொல்ல மாட்டா (106). கபிலரின் இப்பாடல் தெய்வங்கள் பல என்று குறிப்பாகக் கூறுகிறது.

மலையில் வாழ்ந்த மக்கள் மழை வேண்டும் என்று எண்ணினால் தெய்வத்திற்குப் பலிப்பொருள் தூவினர். மழை பெய்யும்; மழை வேண்டாம் என்றாலும் அப்படியே செய்வர்; மழையும் நின்று விடும் (143) தெய்வங்கள் உயர்ந்த மலைச் சிகரங்களையும் அம்மலையில் வாழும் மன்னனையும் காப்பாற்றுகின்றன (158). புலைத்தியின் உடம்பில் இந்தத் தெய்வம் இறங்கும்; அப்போது அவள் ஆடுகளைப் போல் தாவுவாள்; துள்ளுவாள்; குறியும் சொல்வாள். இந்தத் தெய்வம் முருகு எனப்படுகிறது (259).

அணங்கு, பேய்ப் பெண்கள், தெய்வம் என்றெலாம் அன்றைய மக்கள் எண்ணிய எண்ணத்தில் தொன்ம நம்பிக்கை தெரிகிறது.

மலை என்றால் முருகன், காடென்றால் கண்ணன், வயல் என்றால் இந்திரன், கடல் என்றால் வருணன் என்பார் தொல்காப்பியர். அந்தக் கடவுளரைப் பற்றிப் புறம் என்ன பேசுகிறது?

8.1 முருகன்

ஆழமான கடல்; அதில் வெள்ளி அலைகள்; அந்த இடம் செந்தில் (திருச்செந்தூர்) அங்கே நெடிய நெடு வேள் நிலை பெற்றிருக்கிறது (55). அவனுக்கு நீலமணி போன்ற மயிலே கொடி; வெற்றி ஒன்றையே தரும் அம் மயிலே அவனுக்கு வாகனம் (58). அவன் சினம் மிக்கவன் (16). மழைக்காலத்தில் மணம் மிக்க கடம்பின் பசும் இலையோடு கூடிய மாலையை அணிந்த சூரனைக் கொன்ற முருகனுக்கு வீரர்களின் சுற்றம் உண்டு (23). முருகன் போர்க்களத்தில் சிறந்து விளங்குவான் (14). முருகன் நினைத்ததை முடிப்பவன் (56). பிறரை வருத்தும் முருகன் கோயிலில் உள்ள பாத்திரங்களைத் தூய்மை இல்லாத பெண்கள் தொட முடியாது (299). 'புலைத்தியின் தேகத்தில் முருகு இறங்கும். அப்போது அவள் ஆடு துள்ளுவது போல துள்ளித் தாவுவாள் (259)

8.2 மாயோன்

முல்லை நிலக் கடவுள் மாயோன் என்று தொல்காப் பியம் கூறுகிறது. அவன் நீல நிறத்தவன்; சக்கரப் படையையும் உடையவன் (58). ஆல இலை மேல் மேவியவன் (198) பிறரைத் துன்புறுத்தும் அசுரர் கூட்டம், தொலைவில் இருந்தும் முதன்மையானதாக விளங்கும் சூரியனை எடுத்துக் கொண்டு போய் ஒளித்து வைத்து விட்டது. உலகத்தார் பெரிதும் துன்பப்பட்டனர். அவரது துன்பத்தைப் போக்க மிகுந்த வலிமையை உடைய 'அஞ்சன உருவன் சூரியனைத் திரும்பக் கொண்டு வந்து வைத்தான் (174). பகைவரைக் கொல்வதில் புகழ் மிக்கவன் (56). பாண்டியன் தலையாலங்கானத்துச் செரு வென்ற நெடுஞ் செழியனது குறைந்த வயதைக் கவித்துவமாகக் காட்ட முயன்ற கவிஞர் 'தாலியைக் கழற்றவும் இல்லை' என்று கூறுகிறார். தாலி என்பதற்குப் பழைய உரை ஆசிரியர்

'ஐம்படைத்தாலி - காத்தற் கடவுளான திருமாலின் சங்கம், சக்கரம், கதை, கட்கம், சார்ங்கம் என்னும் ஆயுதங்களின் வடிவமாக அமைக்கப்படும் ஓர் ஆபரணம்' என்கிறார் (77).

8.3 இந்திரன்

வேந்தன் என்று இந்திரனைத் தொல்காப்பியம் கூறுகிறது. இந்திரன் ஒளி பொருந்திய கொடியை அணிந்தவன்; அவனது கை விசாலமானது; அவனுக்கு உரிய படை வச்சிராயுதம்; அவனுடைய கோயிலில் போர்த்தப்பட்ட முரசம் இருக்கிறது. அது முழங்கும் போது வானத்தில் ஓசை தோன்றுகிறது (241). இந்திரனுக்கு உரியது அமிழ்தம் (181). வானவில்லைத் 'திருவில்' - இந்திரவில் என்கின்றனர் (20).

8.4 வருணன்

கடல் தெய்வத்திற்கு விழா எடுக்கப்படுகிறது (9). தொல்காப்பியம் கூறிய தெய்வங்கள் என்று தான் இல்லை. வேறு புதிய புதிய தெய்வங்களையும் புறம் கூறுகிறது.

8.5 சிவன்

அவன் தாழ்ந்த திருச்சடையை உடையவன்; செய்வதற்கு அரிய தவத்தை உடையவன். அவன் திருமுடிமேல் கார் காலத்தில் மலரும் கொன்றைப்பூ கண்ணியாகச் சூட்டப் பெறுகிறது. நிறமிக்க மார்பிலும் அதுவே மாலை. அவன் ஏறி அமர்ந்திருப்பது வெண்மையான காளையின் மேலாம். அவனது கொடியும் அதுதான். அவனது கழுத்தை நஞ்சின் கறுப்பு அழகு செய்கிறது. அக்கறுப்பினால்தான் தேவர்கள் பிழைத்தனர். அதனால் வேதத்தைப் பயிலும் அந்தணர் அதைப் புகழ்வர். அவனது ஒரு பக்கம் பெண் வடிவம். அந்தப் பெண் வடிவத்தை அவன் தனக்குள் மறைத்துக் கொள்ளவும் செய்வான். அவன் சூடியிருக்கும் பிறை அவன் நெற்றிக்கு அழகு தரும். அதைப் பதினெட்டுக்கணங்களும் புகழ்வர். நீர் வற்றாத குண்டிகையை உடையவன்; அனைத்து வகையான உயிர்களுக்கும் அவனே காவலன் (1). அவனுக்குக் கண்கள் மூன்று; அவனுக்கென்று கோயிலும் இருந்தது. வேந்தனது

வெண் கொற்றக் குடை முனிவர்களால் துதிக்கப்படும் அவனது கோயிலை வலம் வரும்போது தாழ வேண்டும் (6). உயர்ந்த மலையாகிய பெரிய வில்லை, பாம்பாகிய நாணைப் பொருத்தி ஒப்பில்லாத அம்பைக் கொண்டு மூன்று கோட்டைகளையும் அழித்து மரணம் இல்லாத் தேவர்களுக்கு வெற்றியைத் தந்தவன் (55). நெருப்புப் போன்ற சடையன்; தடுப்பதற்கு முடியாத மழுப்படையன் (56) நீலமணி போன்ற கரிய கழுத்தை உடையவன் (91) முது முதல்வன் ஆகிய சிவ பெருமானது வாக்கை விட்டு விலகாதது அறம். அந்த அறம் நிறைந்ததே நான்கு கூறுடைய வேதம் (166).

8.6 காலன்

காலன் வலிமை மிக்கவன் (23). தன்னால் கவரப்பட வேண்டியவரின் உயிரைக் கவர உரிய காலத்தை எதிர்பார்த்து காத்திருப்பான் (41). காலன் கண் இல்லாதவன் (240). அவன் செயலைத் (சாவை) தடுக்க மருந்து ஏதும் இல்லை (3). உயிரை உண்ணும் (4) அதற்கு அறம் இல்லை (210) இரக்கமும் இல்லை (227) உயிரைக் கைப்பற்றிச் செல்லத் தெவிட்டாதவன் (361) உரிய முறையில் வெளியே இருந்து உயிரைக் கொண்டு போகும் (98). அவனுக்கு யமன், மறலி, கூற்று, கூற்றுவன், மடங்கல் என்னும் பல பெயர்கள் உண்டு.

8.7 படைப்புக் கடவுள்

உயிர்களை, உலகைப் படைத்தவன் உண்டு. அவன் பண்பற்றவன் (194) உரை ஆசிரியர் இவனை நான்முகன் என்கிறார்.

8.8 பலராமன்

கடலில் வளரும் வலம்புரிச் சங்கைப் போன்ற வெண்மேனியன்; கொலையை விரும்பும் கலப்பையையும், பனைக் கொடியையும் உடையவன் (56) என்று பலராமன் கூறப்படுகிறான்.

உலகப் பற்றை விட்டு விட்டவரைத் திருமகள் கைவிட மாட்டாள். விடாதவரை அவள் கை விட்டு விடுவாள் (358).

கற்புக்கு அடையாளமாக இருப்பது வடதிசையில் தோன்றும் அருந்ததி நட்சத்திரம் (122).

9. புராணம்

இராமாயணத்தில் இராமனின் முன்னோன் சிபிச் சக்கரவர்த்தி, அவனுடைய கொடைக் குணத்தைச் சோதிக்க விரும்பிய தேவர்கள் புறாவாகவும் கருடனாகவும் வந்ததும் புறா அளவு சதை கேட்டதும் அங்கே உள்ள கதை. ஆனால் அந்தக் கதையில் வரும் சிபி வேறு யாரும் இல்லை; சோழன் குள முற்றத்துத் துஞ்சிய கிள்ளி வளவனின் முன்னோன் செம்பியனே என்கிறார் புலவர் (37).

ஊன் பொதி பசுங்குடையார் என்ற புலவர் வான்மீகி இராமாயணம் அறியாத ஒரு செய்தியைக் கூறுகிறார். ஆற்றல் மிக்கவன் இராமன்; அவனுடைய மனைவி சீதை; அவளை வலிமிகு அரக்கன் கவர்ந்து கொண்டு போன போது அவள் தன் ஆபரணங்களை ஒவ்வொன்றாக எடுத்து மேலிருந்து கீழே போட்டாள். கீழே கண்ட அவற்றை எடுத்த சுக்ரிவனின் வீரர்கள் விரலில் போடுவதற்கு உரியவற்றைக் காதில் போட்டனர்; காதில் போடுவதை விரலில் போட்டனர். இடுப்பில் போட வேண்டியதைக் கழுத்தில் போட்டனர்; கழுத்தில் போட வேண்டியதை இடுப்பில் போட்டனர் ஊன் பொதி பசுங்குடையார் சோழன் செருப்பாழி எறிந்த இளஞ் சேட் சென்னியிடம் கூறுகிறார் (378). இந்த நிகழ்ச்சி தமிழ் இராமாயணம் கண்ட புதிய செய்தி.

தமிழகத்திற்குக் கிழக்கே நாம் காண்பது வங்க விரி கடல்; இதைத் 'தொடுகடல்' என்கிறார் புலவர் (6). உரை ஆசிரியர் 'சகரரால் தோண்டப்பட்;ட கடல்' என்கிறார்.

பூமியை 'நில மகள்' என்கிறார் (365). சமயம் சார்ந்த இத்தனைத் தகவல்களை அறிந்த பிறகு இன்னும் ஒன்றையும் நாம் எண்ணிப் பார்க்கிறோம். இன்றைக்குப் பெரும்பாலும் ஒருவரின் பெயரைச் கேட்டவுடன் அவர் எந்தச் சமயத்தைச் சார்ந்தவர் என்பதை நம்மால் முடிவு செய்து விட முடிகிறது. இப்படி ஒரு நிலை அன்றும் இருந்ததா?

புலவர்களின் பெயரை ஒரு பார்வை பார்க்கிறோம் காரிக் கண்ணனார், தாயங் கண்ணனார், தாமப்பல் கண்ணனார், பாண்டரங் கண்ணனார், தாமோதரனார், திருத்தாமனார், ஆலியார், மால் பித்தியார் என்னும் பெயர்கள் வைணவ சமயத் தாக்கத்தைக் காட்டுகின்றன.

சிவன் எருக்கம்பூ மாலையை அணிபவன் அல்லவா இதோ ஒரு புலவர் பெயர் வெள்ளெருக்கிலையார். அவன் கூத்தன்; அதனால் தமிழ்க் கூத்தனார்; முது கூத்தனார்; அவனுக்கு உருத்திரன் என்றொரு பெயரும் உண்டு அல்லவா இதோ நல்லுருத்திரன். இவ்வாறு தொல்காப்பியம் கூறாத சிவனை அவனது வேறு வேறு செயல்களாலும் குணத்தாலும் ஆன பெயர்களோடு காண்கிற போது முருகனைப்பற்றிப் பெயரேதும் உண்டா என்று காண முயல்கிறோம்.

முருகன் குன்றில் வாழ்பவன்; அதனால் பூங்குன்றன்; அவன் குமரன்; அதனால் மதுரைக் குமரனார். என்ன காரணம் என்று தெரியவில்லை; வேத சமயத்துப் பெயர்களும் புலவர்களுக்கு இடப்பட்டிருக்கின்றன.

உத்திரையார், கபிலர், கோதமனார், கௌசிகனார், பரணர், பிரமனார், பெருந்தேவனார், மாதிமாதிரத்தனார், மார்க்கண்டேயனார், தருமபுத்திரன், வான்மீகியார் முதலிய பெயர்கள், வேத சமயத்துச் சிந்தனைகள் இங்கே பரவிக் கிடந்ததைக் காட்டுகின்றன. இவற்றைக் கூர்ந்து நோக்கிய பின் நமக்குள் சில சந்தேகங்கள்;

1. குடி மக்களிடையே காணப்படும் சமயப்பெயர்த் தாக்கம் ஆட்சியாளர்கள் வரிசையில் காணப்பட வில்லையே அது ஏன்?

2. தருமபுத்திரன், மலையமான் சோழிய ஏனாதி திருக்கண்ணன் என்னும் இருவர் பெயர் மட்டும் வேறு படுகிறது. அதிலும் தருமபுத்திரனை அரசன் என்கின்றனர். ஆனால் எந்த ஊருக்கு என்பது கூட இல்லை. திருக்கண்ணன் மட்டும் கோவலூர்க்கரசன் என்கின்றனர். ஏனாதி விருது பெற்றதால் இவன் அரசர் வரிசையில் வருகிறான். வேந்தர்கள்,

குறுநில மன்னர் வரிசையில் எவரும் சமயப் பெயர் பெறாமைக்கு ஏதேனும் குறிப்பிட்ட காரணம் இருக்குமா?

3. இன்றைக்கும் நம் கிராமங்களில் அய்யனார் என்ற கிராம தெய்வத்தின் பெயரை வைத்துக் கொள்ளும் வழக்கத்தைக் காண்கிறோம். அய்யனார் என்ற பெயர் மாசாத்தனார் என்று ஆணுக்கும் மாசாத்தியார் என்று பெண்ணுக்கும் வைக்கப்பட்டிருக்கக் காண்கிறோம்.

வைணவ, சைவ, கிராம தெய்வங்களின் பெயர்கள் இருக்கின்றன. 'அசோகர் காலத்திலேயே காஞ்சி மாநகரில் பௌத்தம் நிலைபெற்றுச் சிறப்புடன் விளங்கியது' என்றும் 'மதுரை திருநெல்வேலி மாவட்டங்களில் கி.மு.3ஆம்-2ஆம்...நூற்றாண்டுக் காலத்திலேயே சமண சமயம் தமிழகத்தில் பரவிவிட்டது' என்றும் கே.கே.பிள்ளை கூறுகிறார். ஆனால் கி.மு. மூன்றாம் நூற்றாண்டிலேயே தமிழகத்திற்குள் வந்து விட்ட சமண, புத்த சமயத்தவரின் பெயர்களைக் காண முடிய வில்லையே அது ஏன்?

உலோச்சு என்பது சமணர் செய்து கொள்ளும் ஒரு சடங்கு (உ.வே.சா). சமண முனிவர்கள் தங்கி இருந்த குகைகள், கல்வெட்டுகள் பலவற்றைத் 'தமிழ்நாடு - சங்ககாலம் - வாழ்வியல்' என்ற நூல் காட்டுகிறது. பூம்புகாரில் நடந்த 'அகழ்வாராய்ச்சியில் ஒரு புத்தப் பள்ளிக்கட்டடம் கண்டு பிடிக்கப் பெற்றுள்ள' (த.ச.அ) செய்தியையும் அறிகிறோம். இத்தனை இருந்தும் உலோச்சனார் என்ற ஒரு புலவரைத் தவிர வேறு எவரையும் காண முடியவில்லை. ஒரு வேளை தமிழ் மக்கள் சிலரிடையே இன்றும் இயல்பாகவே இருக்கும் பகைப் பார்வை காரணமாக மொத்தமாக அழித்திருப்பார்களோ என்று அஞ்சத் தோன்றுகிறது.

11. அன்றைய சமுதாய நிலை

'தேடிச் சோறு நிதம் தின்று' உடுத்தி, உறங்கி, உயிர் வாழும் வாழ்க்கை அன்றைக்கும் துன்பமானதாகவே

இருந்திருக்கிறது. இன்றைக்கு நமக்குள் மேட்டுக்குடி மக்கள் வாழ்வது போலவே அன்றைக்கும் செல்வர்கள் 'படைப்புப் பல படைத்துப் பலரோடு வாழும்' உடைப் பெருஞ்செல்வராக வாழ்ந்தனர். ஆனால் அன்றைய சாமானியர், இன்றைக்கும் பஞ்சைப் பராரிகள், விளிம்பு நிலை மனிதர்கள் வாழ்வது போலவே துயரமான வாழ்க்கையையே வாழ்ந்தனர்.

இத்தனைக்கும் அன்றைய ஏழைகளின் தேவை உணவும், உடையும், உறங்க இடமுந்தான். ஆனால் அதற்கே அவர்கள் வழி இன்றி அலைந்திருக்கின்றனர்.

விவசாயிகளின் வேதனை

அன்றைய உழவர்களின் வாழ்க்கை எப்படி இருந்தது? அவர்களுக்கான கருவிகள் எளிதாகக் கிடைத்தனவா? நீர் வசதிகள் இருந்தனவா? வரிச்சுமை இல்லாமல் இருந்ததா? புறநானூற்றைப் புரட்டுகிறோம்.

நீர் வசதி

பாண்டியன் நெடுஞ்செழியனிடம் குடபுலவியனார் என்ற புலவர் போகிறார். வளம் மிக்க மூதூரின் வலிமை வாய்ந்த வேந்தனே! அடுத்துச் செல்லும் அந்த உலகிற்கு ஆன செல்வம் வேண்டும் என்றாலும், உலகத்து வேந்தர்களில் எல்லாம் நீ ஒருவனாகவே வாழ்வது என்றாலும், இப் பூ உலகில் உன் புகழை நிலை நிறுத்த வேண்டும் என்றாலும் நீ என்ன செய்ய வேண்டும் என்று நான் சொல்வதைக் கேள். நீர் இல்லாமல் இந்த உடம்பு இல்லை; அதனால் இந்த உடம்பிற்குஉணவு கொடுத்தவர்எல்லாம் உயிர் கொடுத்தவரே. உணவை அடிப்படையாகக் கொண்டதுதான் இந்த உடம்பு. உணவு என்று சொல்லப்படுவது நீர் தான். நீரும் நிலமும் கலக்கப் பெற்றவரே இவ்வுலகில் உடம்பும் உயிரும் படைத்தவர் ஆனார். அதனால் விதைத்து வானத்தைப் பார்க்கும் புன் செய் நிலம் கையகல நிலமே என்றாலும் அதை ஆளும் அரசனது முயற்சிக்கு அது பயன்படாது. ஆகவே மன்னா! நான் சொல்லுவதைக் கைக் கொண்டு விரைந்து பள்ளமான இடம் எல்லாம் நீர்நிலை மிகும்படி அதைத் தோண்டினவர் தாம்

செல்லும் உலகத்திற்கான செல்வம் அனைத்தையும் தம் பெயரோடு இவ்வுலகில் நிலைக்கச் செய்தவர் ஆவார். அவ்வாறு நீர்நிலை பெருகச் செய்யாதவர் இவ்வுலகில் தம் பெயரை நிலைக்கச் செய்யாதவரே ஆவார் (18) என்ற இச்செய்தியில் அன்றைய விவசாயிகளுக்கு நீர் வளம் பெருக உதவி செய்ய வேண்டுகிறார் புலவர்.

சோழ நாட்டில்

பாண்டிய நாட்டு விவசாயிகளின் நிலைதான் இப்படி என்றால் சோழ நாட்டிலும் அவர்களின் நிலை சிறப்பாக இல்லை. வெள்ளைக்குடி நாகனார் என்ற புலவர், சோழன் குளமுற்றத்தில் மடிந்த கிள்ளி வளவனைப் பார்க்கிறார் (35). மன்னா! விண் முட்ட உயர்ந்திருக்கும் உன் வெண் கொற்றக் குடை வெயிலை மறைப்பதற்கு என்றா எண்ணுகிறாய்? இல்லை; இல்லை. வருத்தப்படும் குடி மக்களுக்கு நிழல் தருவதற்கே. போர்க் களத்தில் எதிரிகளுக்குப் பெரும் சேதம் உண்டாக்கி உனக்கு வெற்றியைத் தருகிறதே உன் படை, அதுவும் உழுகின்ற கலப்பை நிலத்தில் ஊன்று சாலிடத்தில் விளைந்த நெல்லின் பயனே. (Army muves on its belly என்பர்). பெய்ய வேண்டிய காலத்தே மழை பெய்யாது போனாலும், விளைச்சல் குறைந்து போனாலும், இயல்புக்கு மாறானவை மக்கள் வாழ்க்கையில் தோன்றினாலும் மன்னனையே இந்த உலகம் பழிக்கும். இதை நன்றாக நீ அறிவாய் என்றால் உறவாகவும் நட்பாகவும் இல்லாமல் அயலராய் இருந்து கோள் சொல்லித் தவறாக உன்னை நடத்துவோரின் பயனற்ற சொற்களை ஏற்காமல் உழுபவர்தம் குடியைப் பாதுகாப்பாயாக. அவர்களைப் பாதுகாப்பதாலேயே மற்றவரையும் காத்தவன் ஆவாய். ஆதலால் பகைவரும் உனக்கு அடங்குவர் என்கிறார்.

இந்தப் பாட்டில் விவசாயிகளுக்கு எதிராக மன்னனை வழி நடத்துவோரை அவனுக்குச் சுட்டிக் காட்டி அவர்களை 'நொதுமலாளர்'-'முன்னே பின்னே தெரியாதவர்' என்று அவனிடமே கூறுவதைக் கவனியுங்கள்.

வரிவசூல்

காலம் கடக்கிறது. மறுபடியும் பாண்டிய நாட்டிற்குள் போகிறோம். இப்போது பாண்டியன் அறிவுடை நம்பி நாட்டை ஆள்கிறான். அவனைச் சந்திப்பவர் பிசிராந்தையார் *(184)*.

மன்னா! காய்த்த நெல்லை அறுத்து, யானைக்குக் கவளம் கவளமாகக் கொடுத்தால் (தோராயமாக 1செண்ட்)மா என்னும் அளவிற்குக் குறைந்த நிலத்தில் விளைந்த கதிர் பல நாளைக்கு ஆகும். நூறு செய் (1 ஏக்கர்) நிலமே என்றாலும் யானை தானே தனியாக உள்ளே புகுந்து உண்ணும் என்றால் அதன் வாய்க்குள் புகும் நெல்லைக் காட்டிலும் கால்களால் அழிபவை மிகுதியாகும். இதுபோலவே வரி வசூல் பண்ணும் நெறியை முறையாக அறிந்து கொண்டான் என்றால் அவன் நாடு கோடிப் பொருளைக் கொடுப்பதோடு தானும் மிகவும் தழைக்கும்.

வேந்தன் அறிவால் குறைவுபட்டவனாகி நாள்தோறும் நல்ல வழிகளைக் கூறாமல் வேந்தன் நினைப்பதையே தாமும் கூறும் வெற்றுப் பேச்சாளர் சுற்றத்தோடு கூடி, மக்களின் அன்பு கெட அவர்களிடமிருந்து பெரும் பொருளைப் பெற விரும்பினால் அந்த யானை புகுந்த வயல் போலத் தானும் உண்ணமாட்டான்; அவன் நாடும் அழிந்து போகும் என்று கூறும் இப்பாட்டில் அன்றைய ஆட்சியாளரின் அருகில் இருந்த சுற்றம் 'கல்லென் சுற்றம்'. அதன் வழிகாட்டலில் நாடு அழிந்து போகும். அதனால் மக்கள் மனம் நோகும்படி வரி வாங்கக் கூடாது என்று வழிகாட்டுகிறார்.

சேரமான் கருவூரை வென்ற கோப் பெருஞ் சேரல் இரும்பொறையிடம் நரிவெரூஉத்தலையார் என்ற புலவர் ஒரு முறை செல்கிறார் *(5)*. சென்றவர் வேந்தனைப் பார்த்து, 'மன்னா! நீ அருளும் அன்பும் இல்லாதவராய் வெளியில் வர விடாத நரகத்தில் வாழப் போகிறவரோடு சேராமல் குடிமக்களை, குழந்தையாய் காக்கும் தாயைப் போல் காப்பாற்றுவாயாக. அரசுப் பதவி பெறுவதற்கு எளிதானது

அன்று' என்று கூறுகிறார். இவ்வாறு கூறக் காரணம் ஏதும் இல்லாமல் இருந்திருக்கும் என்றா எண்ணுகிறீர்கள்?

ஆகவே பாண்டிய நாடாயினும் சரி, சோழ நாடாயினும் சரி, சேர நாடாயினும் சரி, வேறு வேறு மன்னர் ஆண்ட காலம் என்றாலும் சரியே, விவசாயிகள், குடிமக்கள் அன்றும் இன்றைக்குப் போலவே ஆட்சியாளரின் பரிவு இல்லாமல் நீருக்கும் வரிகட்டுவதற்கும் நெஞ்சொடிந்து நிற்கவே செய்தனர் என்றே தெரிகிறது.

12. புலவர்களின் நிலை

புலவர்கள், கலைஞர்களின் வாழ்க்கையோ 'வரிசைக்கு வருந்தும் பரிசில் வாழ்க்கை' *(47)* கைம்மாற்றாக, கடனாக வாங்கிக் காலந் தள்ளிய வாழ்க்கை. கடன்காரர் வளைத்துக் கொள்ள மீண்ட வாழ்க்கை. ஆண்டுகள் பல ஆகிவிட்;டது; இன்றும் ஏன் என் உயிர் போகவில்லை என்று பலவாறாக புலம்பும் வாழ்க்கை *(159)*.

ஏற்ற இறக்கம் உள்ள தோலை விரித்து வைத்தது போல் இருக்கும் மேடு பள்ளமுள்ள களர் நிலத்தில் ஒருவனால் விரட்டப்படும் மான் ஓடித் தப்பித்துக் கொள்வதைப் போல இன்பமும் துன்பமுமான இந்த வாழ்க்கையில் நல்ல வழிகளில் நடந்து நானும் தப்பித்துக் கொள்ள முடியும், ஆனால் குடும்பம், சுற்றம் என்று வாழும் இந்த வாழ்க்கை நல்லபடி வாழ விடாமல் என் கால்களைக் கட்டிப் போடுகிறது *(193)* என்று ஓரேருழவர் என்ற புலவர் பாடுகிறார்.

பசியை நோயாகவும் அதைப் போக்குபவரை மருத்துவராகவும் பார்த்த, சோறு மிக உடைய சோழ வள நாட்டிலேயே மழைக் காலத்தில் எறும்புக் கூட்டம் மேட்டில் ஏறுவது போல சோறுதரும் வீடு தேடிச் செல்லும் மக்கள் கூட்டம் அன்று இருந்தது என்றால் வறுமை எத்தனைக் கொடுமையாக இருந்திருக்க வேண்டும் என்று எண்ணிப் பாருங்கள். தமிழகத்திலா, அதுவும் அந்தக் காலத்திலேயா

என்று வியந்தும் சினந்தும் நீங்கள் வினா எழுப்பலாம். நம் பாட்டன் பூட்டன் காலத்தை உண்மையான வெளிச்சத்தில் பார்ப்பதில் தப்பில்லையே.

சான்றிற்கு ஒன்று. இது தமிழகம் பற்றியதுதான்; கொஞ்சம் பிந்தி நடந்த நிகழ்வுதான். ஆனாலும் இதைப் பார்ப்பது நம்மைக் கனவில் இருந்து எழுப்ப உதவலாம் என்பதாலேயே கூறுகிறேன்.

சோழ வள நாடு; நம் புனிதப் பெரியவர்கள் திருஞான சம்பந்தரும் திருநாவுக்கரசரும் வாழ்ந்த காலம்; திருவீழிமிழலை; அந்த ஊரில் கொடிய பஞ்சம்; மக்கள் படும் துயரைப் பார்த்த பெரியவர்கள் அதைப் பொறுத்துக் கொள்ள முடியாமல் ஆண்டவனிடம் போய் 'வாசி தீரவே காசு நல்குவீர்' என்று கேட்டார்கள். காசு கிடைத்தது, அதனால் உணவும் கிடைத்தது என்றால் பஞ்சம் நெல்லுக்கல்ல; தானியத்தைப் பதுக்கி வைத்திருந்த அன்றைய மக்களின் மன இரக்கத்திற்குத்தான் என்பது விளங்குகின்றது அல்லவா.

13. செல்வர்களின் சிந்தனைக்கு

வான் உலகச் சிந்தனை என்னதான் மன ஆறுதல் தந்தாலும் வயிற்றுப் பசி மீண்டும் இந்த மண்ணிற்கு அவர்களைக் கொண்டு வந்து விடுகிறது. இன்றைக்குப் போலவே அன்றைக்கும் புலவர்கள் தங்களைச் சுற்றி ஒரு பார்வை இடுகிறார்கள். அவர்கள் கண் முன்னே ஒருவர்..

மனக்கஞ்சன்

பணம் தேடும் ஆசை படைத்த மனிதர்கள் இருந்தார்கள். தேடிய பணத்தைப் புதைத்தும் வாழ்ந்தார்கள். அதைச் சோழன் நல்லுருத்திரன் இப்படிக் கூறுகிறான். 'நன்கு விளைந்த இடத்தைப் பார்த்து அங்கே வளைந்த கதிராகிய உணவைக் கொண்டு போய் வளைக்குள்ளே மறைத்து வைக்கும் எலி போன்ற மனிதரைப் பற்றிக் கூறுவதைப் பாருங்கள். இவர்கள் மனக்கஞ்சர்கள், இத்தகைய மனிதர்களும் அன்று இருந்தார்கள்

(190). இவர்களை நோக்கித்தான் அன்றைய புலவர்கள் அறிவுரை கூறிப் பாடினார்கள்.

கடலால் சூழப்பட்;ட இவ்வுலகத்தை எல்லார்க்கும் பொதுவானது என்று எண்ணாமல் தமக்கே உரியது என்று ஆண்டு வெண் கொற்றக் குடையால் நிழல் செய்த பேரரசனுக்கும், நள்ளிரவிலும் நடுப்பகலிலும் தூங்காதவனாய் விரைந்து ஓடும் விலங்குகளை வேட்டையாட எண்ணும் கல்லாத ஒருவனுக்கும் உண்ணப் படும் பொருள் நாழி அளவே; உடுக்கும் உடை இரண்டே. பிற இன்பந் துன்பம் என்னும் உணர்வுகள் அனைத்தும் எல்லார்க்கும் ஒரே மாதிரிதான். ஆதலால் நாம் செல்வத்தைப் பெற்றதன் பயன் பிறருக்கும் அதைக் கொடுப்பதே. எவருக்கும் கொடுக்காமல் நாமே அனுபவிப்போம் என்றால் நாம் இழப்பது மிகுதியாக இருக்கும் *(189)*. இந்தப் பாடல் எவருக்காகப் பாடப் பெற்றது என்று எண்ணிப்பாருங்கள்.

கடலுள் மாய்ந்த இளம்பெருவழுதியின் பாடல் இதோ *(182)*. இந்த உலகம் இன்றளவும் ஏன் நிலைத்து நிற்கிறது. தம் கையில் இந்திரர்களே உண்டு வாழும் அமிழ்தமே கிடைத் தாலும் அது நல்லது என்று சிலர் தாமே உண்ண மாட் டார்கள்.... புகழ் என்றால் உயிரையும் கொடுப்பார்கள். பழி வரும் என்றால் உலகமே கிடைப்பதானாலும் ஏற்றுக் கொள்ள மாட்டார்கள். இத்தகைய சிறப்பினை உடையவர்களாய்த் தமக்கு என்றே வாழாமல் பிறருக்காகவும் வாழ்பவர்களால் தான் இந்த உலகம் நிலைத்து நிற்கிறது என்ற பாடலையும் எண்ணிப்பாருங்கள்.

வேந்தரிடமும்

மன்னா! வளர்ந்தது குறைவதும், குறைந்தது வளர்வதும், பிறந்தது இறப்பதும், இறப்பது பின் பிறப்பதும் உண்டு என்ற இந்த உண்மையைக் கற்றும் அறியாதவர்களுக்காய் நிலவு இங்கே இயங்கிக் காட்டுகிறது.

இந்த நாட்டில் ஒன்றைச் செய்ய முடிந்தவர் என்றாலும், முடியாதவரே என்றாலும் வறுமையால் வருத்தப்பட்டு வருபவர்தம் உணவில்லாத வயிற்றைப் பார்த்து அவர்மீது இரக்கங்கொண்டு அவர்க்குக் கொடுக்கும் ஆற்றலைப் பெறுவாயாக (27) என்றும் கூறுகிறார்.

குன்றும் மலையும் எனக் கட்டப் பெற்று, நிலைத்த பொதுமையானது என்று சொல்லப்பட்ட மூவேந்தர்களின் நாட்டையும் பொதுமையில்லாமல் தாம் ஒருவராகவே ஆண்ட வேந்தர்களுக்கும் வாழ்நாட்கள் நிலைத்திருப்பதில்லை. அவர்கள் முடியும் போது அவர்களோடு வருவது அவர்கள் வைத்திருக்கும் பெரும் செல்வம் அல்ல (வெறுக்கை). அறம் செய்வதாகிய தோணியைக் கைவிட்டவர் இக்கரையிலிருந்து அக்கரை சேர முடியாது (357).

சிந்தனை பலித்ததா?

அறிஞர் சொன்னால் என்ன, ஆள்பவனே தான் சொன்னால் என்ன? நேர்வழிப் படும் மனம் எல்லாருக்குமா இருக்கிறது? இருந்திருந்தால் அவதாரக் கதைகளும் திருவிளையாடல்களும் தேவைப்பட்டிருக்குமோ? அவை எல்லாம் வந்த பிறகுந்தான் நாம் எப்படி இருக்கிறோம்? அதனால் சிறு பிள்ளைகளுக்குப் பூச்சாண்டியைக் காட்டிப் பயமுறுத்துவது போலப் பெரியவர்களுக்கு சாவைச் சொல்லிச் சஞ்சலப் படுத்தி மிரட்டினர். 'பல்வேறு விதமாய் அமைந்த குணங்களை உடைய, முடி நரைத்து, முகம் சுருக்கம் விழுந்து, இதுவரையிலும் எவருக்கும் பயன்படாத முதுமையை உடைய சான்றோர்களே! (கவிஞர் செய்யும் ஏளனத்தைக் கவனியுங்கள்) மழு ஆயுதத்தோடும் பாசக் கயிற்றோடும் வரும் எமன், உங்கள் உயிரைக் கட்டிக் கொண்டு போகும் காலத்தில் வருந்துவீர்கள். ஆகவே நல்லதையே செய்யுங்கள்; தீய செயலைத் தவிர்த்துவிடுங்கள். உலகம் விரும்புவது அதைத்தான், என்று சாவை நினைவுபடுத்தி மிரட்டுகிறார் (195). இவரே வேறொரு வழியிலும் புத்தி புகட்டப் பார்க்கிறார்.

பயமுறுத்தல் - நரகம்

மிகுந்த செல்வத்திற்கு உரியவனான நீ, அடுத்தவர்க்குக் கொடுக்கும் அருள் உள்ளமும், உரியவரிடம் காட்ட வேண்டிய அன்பும் இல்லாது நரகத்தில் சிக்கிக் கொள்வாய் (5) என்று அதைக் கண்டு வந்தவர் போல் பயமுறுத்துகிறார்.

ஆசைகாட்டல் - சொர்க்கம்

ஔவையார் இன்னொரு பாதை சமைக்கிறார் (367). சொர்க்கம் போன்ற இப் பூஉலகம் அனைத்தும் நமக்கே உரியதுதான்; என்றாலும் நாம் மறையும் போது அது நம்முடன் கூட வராது. (சொர்க்கத்தை இவர் எங்கே எப்படி பார்த்தார் என்று கேட்டுவிடாதீர்கள்) நாம் செய்த நற்செயல்களே நம்மோடு கூட வரும்; நாம் மடியும் போது நாம் ஏறிச் செல்வதற்கான தோணி நற்செயல்களே அல்லாமல் வேறு இல்லை'. இந்தத் தோணியை 'அறத்துறை அம்பி' (381) என்றும் கூறுகிறார்.

இந்திரலோகம்

பாசக் கயிற்றோடும் வரும் எமன் என்றனர்; நரகம் என்றனர், சொர்க்கம் என்றனர்; இரப்பார்க்குத் தேரையே தந்த கொடையாளி அல்லவா ஆய்; அவனை வரவேற்க இந்திரலோகத்தில் போர்த்தலுற்ற முரசம் ஒலிக்க ஆரவாரம் எழுந்தது என்று கூறி இந்திரலோகம் என்ற ஒன்றையும் அறிமுகப்படுத்துகிறார் புலவர் (241).

இந்திரலோகமா? அதில் யார் இருக்கிறார்கள்? அது பெறுவதற்கு அரிய உலகம். அங்கே வாழ்பவர்கள் அணிந் திருக்கும் பூ வாடுவதில்லை; அவர்தம் கண்கள் இமைப்ப தில்லை; அவர்கள் உணவோ மணம் மிக்க அவியாகிய உணவு (62) என்றும் சொல்லிப் பார்க்கிறார்கள் (இதெல்லாம் பார்த்து வந்து முதன்முதலில் நமக்கு சொன்ன புண்ணியவான்தான் யார்!) இவை எல்லாம் செல்வர்கள் பிறர்க்குக் கொடுக்கும்படி அவர்கள் மனத்தில் மாற்றம் ஏற்படுமாறு செய்த முயற்சிகள். இந்த முயற்சிகள் இன்றைக்கும் எத்தகைய மனமாற்றத்தை

ஏற்படுத்தி இருக்கின்றன என்பது ஒரு மில்லியன் டாலர் கேள்விதான்!

ஏழைகளுக்கு என்ன நம்பிக்கை?

வசதிபடைத்தவர்கள் மீது வெறுப்பும், தம் நிலை பற்றிய ஆத்திரமும் கொள்ளும் ஏழைகளை எப்படி அமைதிப் படுத்துவது? 'செத்த பிறகு சிவலோகம்; வைகுந்தம், பரலோக ராஜ்யம், என்பது அவர்களிடையே கொஞ்சம் அமைதியை ஏற்படுத்தத்தான் செய்யும். அது போதாது. அதனால் வேறொரு வழியில் இறங்கினர். நன்மையோ, தீமையோ நமக்குப் பிறரால் வருவதில்லை. நாம் வருந்துவதோ அதைப் போக்குவதோ அவையும் அப்படியே. வாழ்வதே இனிமை என்று மகிழ்வதும் இல்லை; வாழ்வை வெறுத்து அது கொடியது என்பதும் இல்லை. நீரிலே செல்லும் தெப்பம் எப்படி நீரின் போக்கிலே போகிறதோ அதுபோல வாழ்க்கையும் விதி வழிப்படும் என்பதை அறிஞர்தம் நூல்வழி அறிந்து கொண்டோம் (192) என்று முறை (192), பால் (75), விதி (236), ஊழ் (381) என்ற ஒன்றை அறிமுகப்படுத்துகின்றனர்.

விதி மட்டுந்தானா?

விதி மட்டுந்தான் என்றில்லை; எங்கேயோ ஏதோ ஒன்று, ஒரு சூத்திரக் கயிற்றை வைத்துக் கொண்டு நம்மை ஆட்டிப் படைக்கிறது. நாம் அதன் கையில் சிக்கி, விழாக் காலத்தில் கூத்தர்கள் வருவதும் அவரவர் நிகழ்ச்சி முடிந்ததும் புறப்பட்டுப் போய் விடுவதும் போல நாமும் வருகிறோம், வேலை முடிந்ததும் செல்கிறோம் (29) என்று விதிக் கொள்கையை அழுத்தமாக்குகிறார்கள். சிலர் மட்டும் அரசராகளப்படி வந்தார்கள் என்று எண்ணுகிறீர்கள்? அது அவர்களுக்கு விதி வழியே வந்ததாகும். (75) என்றும் விதிக் கொள்கையை விதைக்கிறார்கள்.

விதியை நாமே உருவாக்குகிறோம்

காலப்போக்கில் விதி என்பது எங்கிருந்தோ விதிக்கப் பட்டது அன்று. அதை நாமே உருவாக்குகிறோம். நாம் நல்ல

செயல்களைச் செய்தால் அதன் பலனைத் தெய்வ லோகத் திற்குப் போய் அனுபவிப்போம் (174) என்றனர்.

மறு பிறவியும் உண்டு

இது மட்டும் அல்ல; 'நமக்கு மறுபிறவி என்ற ஒன்றும் உண்டு. அந்தப் பிறவியிலும் நன்மை செய்து நாம் சிறக்க வாழலாம்' (236) என்றும் கூறினர்.

செய்ய வேண்டியது என்ன?

எமன் உன்னிடம் வருவதற்கு ஒருபோதும் அஞ்ச மாட்டான். அதனால் நன்கு கேட்டறிந்த வேள்வி அந்தணர்க்கு அரிய ஆபரணங்களைத் தாரை நீர் ஊற்றித் தருக. தாய் தன் பிள்ளைகளுக்குத் தருவது போல் பலருக்கும் தருக (361). தகுதிமிக்க பார்ப்பார்க்கு அவர்களின் குளிர்ந்த கை நிறையும்படி பூவையும் பொன்னையும் தாரை நீர் ஊற்றித் தருக (367) என்று பாடி மன்னர்கள், செல்வர்கள் மற்றவர்க்குச் செய்ய வேண்டியதை அன்றைய வேதம் ஓதிய கல்வியாளர்கள் வற்புறுத்தினர்.

அறம்

பெருமானே! உன் செல்வத்தால் அறத்தையும் பொருளை யும், இன்பத்தையும் பெற முடியும். பெற முடியவில்லை என்றால் நீ உன்னைக் காத்துக்கொள்ள வில்லை என்றே ஆகும். (28)

பொருளும் இன்பமும் கூட அறத்திற்குப் பின்புதான் வரும். அறந்தான் முதன்மையானது (31). நான்கு மறைகளும் அறத்தையே கூறுகின்றன (362). அதனால் இந்த அறம் மன்னர்களிடம் பெரிதும் வற்புறுத்தப்பட்டது. போரிடுவது கூட அறவழியில்தான் செய்ய வேண்டும் என்றும் சொல்லப்பட்டது (9, 20). செயலில் எல்லாம் அறம் வேண்டும் (44, 390). நீதி மன்றத்தையோ அறம் தவறாத அன்பின் அவையம் (71) என்றனர். இவ்வாறெல்லாம் அறத்தைப் பற்றி ஒரு பரப்புரை பெருவாரியாகவும் நடத்தப்பட்டது. இன்றைக்கும் நமது அனைத்துச் சமய மேடைகளிலும் ஆன்றோர் வாக்கினிலும்

எழுத்திலும் பேச்சிலும் அறந்தானே தலையாயதாய் இருக்கிறது. அதைப் பின்பற்றுவோர் பின்பற்றும் அளவு எவ்வளவாக இருக்கும், இருப்பர் என்றும் எண்ணிப்பாருங்கள்.

ஒன்றைப் பெறுவதற்காகப் பிறிதொன்றைத் தருவதா? இந்த உலகில் இந்தப் பிறப்பில் அறம் செய்து - விலை கொடுத்து அடுத்த உலகில் பயன் பெறுவதா? அது வாணிக முறை அல்லவா? என்ற வினாவும் அன்று எழவே செய்தது (134). எப்படியோ விதி, சாவு, மேல் உலகம், நரகம், மறுபிறப்பு, அறம், எமன் என்றெலாம் கூறி அன்றைய கல்வியாளர் அரசனிடமும் மக்களிடமும் அச்சத்தை விளைவித்திருக்கின்றனர். 'வேத காலத்து ரிஷிகளுக்கு மறுபிறப்பைப் பற்றித் தெரியாது. உலகத்திலுள்ள ஏழை பணக்காரன் என்ற வேறுபாடு, ஆண்டான் அடிமை என்ற வேற்றுமை - இவை எல்லாம் கொடிய சமுதாய அநீதிகளே என்றும், அப்பிரச்சனைகளை எப்பொழுதுமே நமது கண்களுக்குப் புலப்படாத பரலோகத்தைக் கொண்டு தீர்க்க முடியாதென்றும் துணிவுடன் பிரகடனப் படுத்தக் கூடிய சிந்தனையாளர்கள் அப்போதைக்குத் தோன்றி இருக்கவில்லை. அப்படிப்பட்ட சிந்தனையாளர்கள் தோன்ற ஆரம்பித்ததுமே, உபநிஷத்துகள் காலத்திய மதத் தலைவர்களுக்கு 'மறுபிறப்பு என்னும் கற்பனையை உருவாக்க வேண்டிய அவசியம் ஏற்பட்டது' (ராகுல சாங்கிருத்தியாயன் - இந்துத் தத்துவ இயல்).

கிழக்கத்திய சமயங்கள் திரும்பத் திரும்பப் பிறக்கும் மறுபிறப்புக் கோட்பாடு வரை சென்றன. மத்திய கிழக்கிலிருந்து மேலை நாட்டிற்குச் சென்ற சமயங்கள் எரிநரகம், பரலோகம், சுவனபதி, கடவுள் திரும்ப வருகை, நீதிவிசாரணை என்ற அளவிலேயே நின்றுவிட்டன. இந்தியச் சமயங்கள் நன்மை பெற யாகம் செய்யும் முறைகளையும் காட்டியுள்ளன. இத்தனையையும் செய்து இம்மைக்குரிய நலன்களை எல்லாம் அரசர்களின் அருகில் இருந்து கொண்டே தாரை வார்த்து மன்னர்கள் தரப் பெற்று வந்திருக்கின்றனர். புலவர்களும் கலைஞர்களுமோ துன்பமும் துயரங்களும் தொடரப், 'பெற்றது கொண்டு சுற்றம் அருத்தி' வாழ்ந்து வந்திருக்கின்றனர்.

புலவர்கள் கலைஞர்களுமே இப்படி என்றால் சாமானியர் வாழ்க்கை எப்படி இருந்திருக்கும்?

14. புலவர்தம் வெறுப்பைச் சம்பாதித்த வேந்தர்கள்

அன்றைக்கு மக்களிடையே இரும்பு சிறப்பான இடத்தைப் பெற்றிருந்திருக்க வேண்டும். போருக்கு உரிய படைக் கருவிகள் இரும்பால் ஆனவை அல்லவா. அந்த இரும்பைப் பயன்படுத்தும் கொல்லன் ஓங்கி அடிக்கும் கூடத்தில் இருக்கும் உலைக்கல் (170) எல்லாம் புறத்;தில் பேசப் படுகிறது. கொல்லனின் உலைக் களத்தில் நெருப்பிலிருந்து எடுக்கப்பட்ட இரும்பை நீரில் போட்டவுடன் அது நீரை உறிஞ்சிவிடுகிறது அல்லவா உறிஞ்சப்பட்ட அந்த நீரை மீட்க முடியாது என 'இரும்புண்ட நீர்; என்ற தொடர் பயன் படுத்தப்படுகின்றது (21). அன்றைக்கு இரும்பைப் பொன் (14) என்றே கூறினர். அரசின் படை வலிமை இரும்பில் இருந்தது. உழவர்களுக்கான கொழு இரும்பில் செய்யப் பட்டது. வணிகர்களுக்கான வண்டிச் சக்கரத்தின் பட்டை இரும்பி லானது. யானைகளுக்கான முகபடாம், தந்தத்திற்கான பூண் முதலிய எல்லாம் இரும்பாலானவை (369). 'வேல் வடித்துக் கொடுத்தல் கொல்லற்குக் கடனே' என்று கூறினாலும் ஆயுதத்தை அவனே வீரர்களிடம் விலைக்குக் கொடுத்தானா? அல்லது அரசரிடம் கொடுத்தானா? தன் ஊர்க் கொல்லனிடம் வேலை வடித்துக் கொடு என்று கேட்கும் வீரனையும் (180) பார்க்கிறோம். ஆனால் போர் என்று வந்து விட்டால் படைக்கருவிகளை மன்னன்தான் தருவான் என்று தொல்காப்பியம் கூறுகிறது (மரபியல் 83). தென்னகத்தில் அன்று இரும்பு ஆந்திராவிலும் மைசூரிலும் கிடைத்ததாக கோசாம்பி (பழைய இந்தியா ப163) கூறுகிறார். தமிழகத்தில் சேலம் மலைப்பகுதிகளில் கிடைத்தது என்கின்றனர். எனவே அன்று இரும்பு அரசின் தனி உடைமையாக இருந்திருக்க வேண்டும். இது பற்றிய விபரங்களை அறிய நமக்குப் போதுமான சான்றுகள் கிடைக்கவில்லை. ஆனால் அன்றைய வேந்தர்கள் பெரும் செல்வந்தர்களாக இருந்ததற்கு இரும்பு

ஒரு சிறப்பான இடம் வகித்திருக்க வேண்டும் என்று கூறலாம். வேந்தர்கள் பெரும் செல்வந்தர்களாக இருந்தனர் என்பதைப் புலவர்கள் உறுதிப் படுத்தவும் செய்கின்றனர்.

'முற்றிய திருவின் மூவர்' (205) நிறைந்த செல்வத்தை உடைய மூவேந்தர் என்கிறார் பெருந்தலைச் சாத்தனார். 'பெருகிய திருவின் - பாடின் மன்னர்' (375) என்பார் முட மோசியார். செல்வம் மிகுதியாக இருந்தும் அவ்வேந்தர்கள் தாளிப்பை உடைய சோற்றைப் பிறர்க்குத் தந்து உதவாமல், தம் வயிற்றையே நிறைத்துக் கொண்டு, சிறப்பித்துச் சொல்ல முடியாதபடி புகழ் அற்ற முரசினை உடைய 'அரசராய் இருந்தனர்' (127) என்றும் அவர் கூறுகிறார்.

கடலின் அருகே இருந்த போதும் தாகத்தின் தன்மையை அறிபவரைக் கண்டு தம் தாகத்தைத் தணிக்கும் நீரை உலக மக்கள் அவரிடமே கேட்பர். அதுபோல வேந்தரிடந்தான் வாழ்கின்றனர். என்றாலும் புலவர்கள் தம் குறையைத் தீர்க்கும் வள்ளல்களிடமே செல்வார்கள் என்று (154) மோசி கீரனார் பாடுகின்றார்.

"காற்று இயங்கியது போலத் தாவும் குதிரையோடு கொடி அசையும் தேரை உடையவர்; கடலைக் கண்டது போல ஒளிமிக்க படைக்கருவிகளை உடைய சேனையோடு மலைக்கு எதிராகப் பொருதும் களிற்றை உடையவர்; இடி முழங்குவது போல பயப்படத்தக்க முரசத்தோடு போரில் சிறந்து வெற்றி பெறுபவர்; நிலத்தோடு சேர்ந்த படையையும், ஒளிமிக்க அணிகலன்களையும் உடைய அரசர்களின் வெண் கொற்றக் குடையின் நிழலைப் பெற்ற செல்வத்தை நாங்கள் மதிப்பதில்லை" என்கிறார் மதுரைக் குமரனார் (197).

பிறர்க்குத் தரும் பெருமை இல்லாத அரசரைப் புகழும் புகழ்ச்சியை விரும்பி அவர் செய்யாததைச் சொல்லி அவர்குணங்களைக் கூறுவதை எங்கள் சிறு செந்நா அறியாது (148) என்கிறார் வன்பரணர். "நாளும் ஈயா மன்னர் நாண" (168) என்கிறார் கந்தப்பிள்ளை சாத்தனார். இது மட்டும் அல்ல. சிற்றரசர்களுக்கும் வேந்தர்களுக்கும் இடையே இருந்த

போராட்டத்தை புன் செய் மன்னர்க்கும் மருத நில மன்னருக்குமான போராட்டமாகக் காட்டுகிறார் கவிஞர். நகரங்களுக்கும் கிராமங்களுக்கும் இடையே பகைமை இருந்ததாக அறிஞர் சிவத்தம்பி கூறுகிறார்.

அவன் பருத்தி வேலி சூழ்ந்த சிற்றூரின் மன்னன். உழுந்தின் உமியைத் தின்று கொழுத்த நடையை உடைய அவனுடைய குதிரை, கடலைக் கிழித்துச் செல்லும் தோணியைப் போல் பகைவரின் படையைக் கிழித்துச் செல்கிறது. ஆனால் மருத நிலத்து மன்னரின் குதிரையோ நெய்யிட்ட உணவை உண்டு, பிடரிமயிர் கத்தரிக்கப்பட்டு, (உணவாலும் கவனிப்பாலும் சிறப்பைப் பெற்றிருந்த) அந்தக் குதிரைகள் முருகன் கோவிலில் புகுந்த தூய்மை அற்ற பெண்கள் அங்குள்ள பாத்திரங்களைத் தொடுவதற்குப் பயந்து ஒதுங்கி நிற்பதைப் போல நிற்கின்றனவே என்கிறார் (299) பொன்முடியார்.

ஆவூர் கிழார் இப்படிப் பாடுகிறார். உழவுக் காளையின் கொம்பு போலப் பிளவுபட்ட முள்ளை உடைய கள்ளி; அதன் பொரிந்த அடிப்பக்கம் இருந்து கொண்டு விளைந்த புது வரகைக் கவரும் வயல் எலியைப் பிடிக்க அதை எதிர்பார்த் திருக்கும் சிறுவர்கள், அதைக் கண்ட உடனே மகிழ்ச்சியில் வில்லை எடுத்து ஒலிப்பார்கள். சத்தத்தைக் கேட்ட வேலிப் பக்கம் வாழும் குறுமுயல்கள் கரிய மண்பாத்திரங்கள் உடைந்து போக மன்றில் பாய்ந்து ஓடும். வீரனின் ஊர் இத்தகைய புன்செய் நிலத்தைச் சார்ந்ததுதான். வேந்தனின் ஊரோ கரும்பைப் பிழியும் எந்திரம் ஒலி செய்ய, அச்சத்தத்தைக் கேட்டு, அதன் பக்கமுள்ள நீர் நிலைகளில் வாளை மீன்கள் பிறழும், நன்செய் நிலத்து ஊர்கள் தாம். ஆனால் இந்த ஊர்களைஆளும் வேந்தர்க்கு வேல் வீரனின் ஊரோ இனி அச்சமிகுதியில் உறக்கமே தராது (322) என்கிறார்.

இவை அனைத்தையும் ஒரு சேரப் பார்த்தால் அன்றைய வேந்தர்கள் வசதி மிக்கவர்களாக வாழ்ந்தார்களே அன்றி வள்ளல்களாக வாழவில்லை. அதனால் அவர்களுள் எவரையும்

வள்ளல் வரிசையில் புலவர்கள் பாடவில்லை. புலவருட் சிலர் அவரை வெறுக்கவும் செய்தனர். அவர்கள் வாழ்ந்த நிலம் நன்செய், தண்ணடை ஆனால் அவர்கள் மனமோ வன்னில மாகக் கருதப்பட்டிருக்கிறது. புலவர்களும் பொதுமக்களும் போய் வர முடியாதபடி அகழிக்கு அப்பால், மதில்களின் பின்னே மாடங்களுக்கு உள்ளே வாழ்ந்திருப் பார்களோ? எப்படியோ சிற்றூர்களுக்கும் பேரூர்களுக்கும் இடையே ஒரு வெறுப்பு முளைவிட்டிருக்கக் காண்கிறோம்.

15. தங்கள் பார்வைக்கு...

புறநானூற்றை மட்டும் பழைய உரை ஆசிரியரின் துணையோடும், பெரியவர் உ.வே.சா அவர்களின் வழிகாட்டு தலோடும், புறத்திற்கு உரை கண்டிருக்கும் அறிஞர் பலரின் அறிவு சார்ந்த பார்வை வெளிச்சத்தோடும் பார்த்த பின் சில..

அரிக்கமேடு, கீழடி, ஆதிச்சநல்லூர் - இவை எல்லாம் பூமியின் வாயைத் திறந்து தமிழ் மக்கள் தங்கள் முன்னோர் பெருமையைக் கண்டு கொண்ட உயிர்ச் சான்றுகள். புறநானூறோ தமிழ் மக்களின் வரலாற்றுப் புதையலை வார்த்தைகளில் வடித்த எழிற் கோலம். இப்புதையல் எடுத்துச் செலவழிக்க அல்ல; இதயத்துள் வைத்துச் சிந்திக்க.

1. அன்றைக்கு வேந்தர்கள், குறுநிலமன்னர்கள் அரசு உரிமைக்காக ஒருவரோடு ஒருவர் ஓயாது போரிட்டுக் கொண்டனர். தந்தையும் பிள்ளைகளும் தடுக்க முடியாதபடி தங்களுக்கள் முட்டிக் கொண்டனர். அண்ணனும் தம்பியும் அடித்துக் கொண்டனர். பங்காளிகள் பகையாளிகளாக முட்டினர்; மோதினர். இவை முன்பு நடந்து முடிந்த கதை.

இன்று ஈராயிரம் ஆண்டுகளுக்குப் பின் நம் நிலைமை என்ன? அன்று வேந்தர்கள், இன்று அகில இந்திய அரசியல் கட்சிகள். அன்று குறுநில மன்னர்கள்; இன்று மாநில கட்சிகள்; அன்று நிலக்கிழார்கள்; இன்று சாதிக் கட்சிகள். காட்சிதான் மாறி இருக்கிறது.

2. அன்று அரசுகள் தம்மை நிலைநிறுத்திக் கொள்வது ஒன்றையே தம் குறிக்கோளாகக் கொண்டு இயங்கி இருக்கின்றன. பொது மக்கள் நலத்திற்காக என்று அவர்கள் செய்தது என்ன? சிற்றூர்களில் 'பொதியில்' (52) பொது இடம். பலா மரங்கள் (128) ஊர் உண்ண 'ஊருண் கேணி' (392) இரவு நேர ஊர்க்காவலர் (37) இவை எல்லாம் ஊராட்சி, பஞ்சாயத்து வேலைகள். இவை அன்றி மக்களுக்கு என நம் மன்னர்கள் செய்த பெரிய நன்மைகள் எவை?

இன்றுந்தான் என்ன? ஆட்சியில் இருப்பவர்களின் கல்லாப் பெட்டி கனக்கிறது; எதிர்க்கட்சிகளின் நெஞ்சமோ கொதிக்கிறது!

'அவரு வந்தார் இவரு வந்தார் ஆடினார் - பின்பு
எவருமே முடியாம ஓடினார்?'

இப்படித்தானே இருக்கிறது இன்றைய நம் நிலை. பதவியில் இருப்பவர்களின் பங்களாக்களின் அழகும், அவர்களின் படகுக் கார்களும், அவர்கள் உடுத்தி இருக்கும் 'மினிஷ்டர் ஒயிட்' (!) ஆடைகளும், சாமானியர்களைச் சஞ்சலப்படுத்தவில்லை என்றா எண்ணுகிறீர்கள்? அவரவர் ஆட்சிக் காலத்தில் கட்டப்பட்ட குடியிருப்புக் கட்டடங்களும், தண்ணீர்த் தொட்டிகளும், பாலங்களும், அரசுப் பள்ளிகளும், அரசுப் பேருந்துகளும் எலும்புருக்கி நோய் வசப்பட்டு இப்போதோ அப்போதோ என்று எவர் எவரையோ கொண்டு போகக் காத்திருக்கின்றனவே அது ஏன்?

3. அன்றைய கல்வியாளர்கள் அந்தணர்கள்; அரசின் அருகில் இருந்து கொண்டு, யாகம் என ஒன்றைச் சொல்லி அரசின் வசதிகளில் பங்கெடுத்துக் கொண்டனர். அடுத்த கல்வியாளர்கள் புலவர்கள். கொள்ளை அடித்து வரும் பொருளைப் பங்கு வைத்தல் (பாதீடு), கொடையாகக் கொடுத்தல் (கொடை) என இரண்டு துறைகளை வெட்சித் திணையில் தொல்காப்பியர் கூறுகிறார். அந்த வகையில் பாடிப் பெற்ற கொடைதான் புலவர்களுக்குக் கிடைத்திருக்கிறது.

இன்றைக்கும் கல்வியாளர்கள்தானே அரசின் வருவாயில் 80 விழுக்காட்டிற்கு மேல் ஊதியமாகப் பெற்றுக் கொள்கிறோம்! அரசாங்கமோ தரகுப் பணமாக (commission) பெற்றுக் கொள்கிறது. இதில் எந்த விண்ணப்பமும் ஒவ்வொரு மண்டகப் படியாகக் கடந்து மேலே போவதற்கு அங்கங்கே 'அன்பளிப்புகள்' என்ற அர்ச்சனைகள் நடத்தியாக வேண்டும். எப்படியோ அன்றும் சரி, இன்றும் சரி கல்லாத பொது மக்கள் காப்பவர் இல்லாத - வாக்குப் பெட்டிக்காகவே வாங்கி, வாழ்ந்து கொள்ள வேண்டிய மக்களாகிப் போய் விட்டனர்.

4. அறிஞர் சுஜாதா இன்றைய புதின வளர்ச்சிக்குப் பெருந் தொண்டாற்றிய மேதை, தமிழ் இலக்கியம் பயிலாமல் பிறதுறை சார்ந்த தமிழ்மக்கள் அறிந்து கொள்வதற்கு என்றே புறநானூற்றைப் புதுக்கவிதையில் தந்துள்ளார். அந்நூலின் முன்னுரையில் சில நல்ல கேள்விகளை வைத்துள்ளார். தமிழை ஓரளவு தெரிந்தவர்களிடம் பதிலையும் எதிர்பார்த்திருக் கிறார். அவர் வினாக்களுக்கு விடை என்றில்லை. இதை இப்படியும் பார்க்கலாமா என்ற நட்பில் சில.

1. திணை - துறை எவ்வளவு தூரம் நம்பலாம்?

சிலவற்றில் இதுவுமாம் என்று கூறுவதிலிருந்தே தொகுத்தவர்க்கே இருந்த நம்பிக்கைத் தடுமாற்றம்தெரிகிறது.

பாடியவர் - பாடப்பட்டவர். எவ்வளவு தூரம் நம்ப லாம்? நம்புவதைத் தவிர இப்போதைக்கு வேறு வழியில்லை.

2. அரசர்கள் பாடிய பாடல்கள் - அரசர்கள் பாடியது தானா?

கண்ணன் கீதை; சாலமனின் சங்கீதம்; நம் காலத்தில் ஐயா கலாமின் கவிதை; கலைஞர் கருணாநிதியின் படைப் பாற்றல்.. இவர்கள் எல்லாம் ஒருவகையில் ஆட்சியாளர்கள் தாமே... அரசர்கள் பாடியிருக்கலாம்.

3. புலவர்களுக்குத் தேரும் யானையும் பரிசாகக் கிடைத்தனவா? தேரா...!

இப்படி ஒரு சந்தேகம் எவருக்கும் வரத்தான் செய்யும். தனக்கே ஏதும் இல்லாமல் இரந்து கேட்டுப் போகும் புலவர்க்கு யானை எதற்கு? தேர்தான் எதற்கு? யானைக்குத் தீனி போட்டு ஆகுமா என்ன? ஆனால் மன்னர்கள் கொடுத்திருப்பதை நெட்டிமையார் பாட்டு பொதுவாகக் குறிக்கிறது (12).

என் சுற்றம் மகிழ 'உயர்ந்து ஏந்திய மருப்பினை உடைய களிற்றையே' பெற்றாலும் என்று பெருஞ்சித்திரனார் பாடுகிறார். அவரே குமணனிடம் பரிசிலாகப் பெற்ற யானையை வெளிமானிடம் பெருமையாகக் கூறுகிறார் (162). ஔவையாரும் (140) இதற்கு விதி விலக்கல்ல. இந்தப் புலவர்களை நம்மால் புரிந்து கொள்ளத்தான் முடியவில்லை!

புறநானூற்றுப் பாடல்களைத் துண்டு துண்டுக் காகிதங்களாக எடுத்துப் படிப்பதை விட, அப்பாடல்களுக்கான வரலாற்றுத் தகுதியோடு படிப்பது வளரும் தமிழ் இளைஞர்களிடையே புதிய சிந்தனைகள் பூக்கவும், செயல் உலகம் நோக்கி அவர்கள் செல்லவும் துணையாக இருக்கும் என்ற நம்பிக்கையில் மலர்ந்ததுதான் இந்தப் பதிப்பு.

உள்ளடக்கம்

                                                                பக்கம்
1. நன்றியுரை 3
2. பதிப்புரை 5
3. அணிந்துரை 7
4. நுழைவாயில் 25

புறநானூறு - புதிய வரிசை வகை

1. கடவுள் வாழ்த்து 115
2. சிற்றூர்களுக்குள் சிறுநடை 118
3. வேந்தர்கள் வரிசை
   1. சேரர் 152
   2. சோழர் 206
   3. பாண்டியர் 351
   4. மாபெரும் குறுநில மன்னர் 419
   5. குறுநில மன்னர் 593
   6. நிலக்கிழார்கள் 656

	பக்கம்
7. வீரரைப் பாடிய புலவர்கள்	688
8. பாடிய புலவரும் படமான வீரரும் இல்லாப் பாடல்கள்	724

4. போர்

1. போருக்கான காரணங்கள்	733
2. போருக்கு முன் / பின்	765
3. வீரர் மறைவும் புலவர் நிலையும்	804
5. போருக்குப் பின் பெண்களின் நிலை	816
6. அரசிற்கு அறிவுரை	845
7. முதிர்ந்த சிந்தனைகள்	859
8. திணை - துறை விளக்கம்	895
9. பாடல் முதற்குறிப்பு அகராதி	910

1. கடவுள் வாழ்த்து

தொல்காப்பியத்திற்குக்கடவுள்
வாழ்த்து இல்லை.
சங்க இலக்கியங்களுக்கு இருக்கிறது.
'ஓர் உருவம், ஒரு நாமம்
ஒன்றும் இல்லார்க்கு ஆயிரம் திருநாமம்'
'தொடுக்கும் கடவுட் பழம் பாடல்
தொடையின் பயனைத்
துறை தீந் தமிழின் ஒழுகும்
நறுஞ் சுவையைப்
பருகுவோமா........

1. 'உயிர்களின் காவலன்' (1)

பாரதம் பாடிய பெருந்தேவனார் பாடிய பாடல்.

இன்றைய மக்கள் பெரியசாமி என்று பெயர் சொல்வதைப் போல, இவர் பெயர் பெருந்தேவன்.
இவர் பாரதத்தைத் தமிழில் தந்திருக்கிறார்.
இவரைத்தொண்டை மண்டலத்தார் என்பார் உ.வே.சா.

பாடல்

கண்ணி கார் நறுங் கொன்றை; காமர்
வண்ண மார்பின் தாரும் கொன்றை;
ஊர்தி வால் வெள் ஏறே; சிறந்த
சீர் கெழு கொடியும் அவ் ஏறு என்ப;
கறை மிடறு அணியலும் அணிந்தன்று; அக் கறை

மறை நவில் அந்தணர் நுவலவும் படுமே;
பெண் உரு ஒரு திறன் ஆகின்று; அவ் உருத்
தன்னுள் அடக்கிக் கரக்கினும் கரக்கும்;
பிறை நுதல் வண்ணம் ஆகின்று; அப் பிறை
பதினெண் கணனும் ஏத்தவும் படுமே-

எல்லா உயிர்க்கும் ஏமம் ஆகிய,
நீர் அறவு அறியாக் கரகத்து,
தாழ்சடைப் பொலிந்த, அருந் தவத்தோற்கே.

பொருள்
உயிர் உடையனவற்றுக்கு எல்லாம்
பாதுகாவலன்;
நீர் குறையாத கமண்டலத்தை
உடையவன்;
தாழ்ந்த திருச்சடையன்;
செய்வதற்கு முடியாத சிறந்த
தவத்தன்;

அவன் திருமுடியில் சூடப்படும் தலைமாலை
மழைக் காலத்தில் மலரும்
மணம் மிகும் கொன்றைப்பூ;
அழகிய நிறம் மிக்க திருமார்பின்
மாலையும் கொன்றைப் பூவே;

ஏறும் வாகனம்
தூய வெண்மையான காளை
பெருமை பொருந்திய, சிறந்த கொடியும்
அக்காளையே என்பர்;
திருக் கழுத்தை
நஞ்சின் கறுப்பு அழகு செய்தலும் செய்தது;
அக்கறுப்பு,
வேதத்தை ஓதும் கற்றவரால்
புகழவும் படும்.

பெண் வடிவம்
ஒரு பக்கம் ஆகியது;
அவ்வடிவம் தனக்குள்ளே ஒடுக்கி,
மறைப்பதானாலும் மறைக்கும்;
திருநெற்றிக்கு
பிறை அழகானது;
அந்தப் பிறைதான்
(அசுரர், ஆகாசவாசிகள், இயக்கர்,
இராக்கதர், கந்தருவர், கருடர்,

கின்னரர், கிம்புருடர், சாரணர்,
சித்தர், தாராகணம், தேவர்,
நாகரர், பூதம், போக பூமியோர்,
முனிவர், வித்தியாதரர், வேதாளம்) எனும்

பதினெட்டுக் கணங்களாலும்
புகழவும் படும்.

2. சிற்றூர்களுக்குள் சிறுநடை

இன்றைக்கும் நம் பழமையின்
மிச்ச சொச்சங்கள் இருப்பது
சிற்றூர்களில் (கிராமங்கள்) தான்.
அறிஞர் கோசாம்பியும்
கிராமங்களில் தான் தன்
ஆய்வைத் தொடங்குகிறார்.
அங்கே ஒரு பார்வை. (325, 329, 324, 318, 319, 326, 330, 334, 314, 317, 331, 306, 321)

2.1 குடும்பம்

நாணமும் மானமும்
நாடும் பெண்கள்; (320)
விருந்தை விரும்பும்
அவளும் அவனும்; (333)
பணம் சம்பாதிப்பது எதற்கு? (163)
பிள்ளைகள் இல்லா வாழ்வு (188)
நாட்டின் கடமை (312)
கற்பது நல்லது (183)

2.2 வாழ்க்கையைப் பற்றி

காலைக் கட்டும் குடும்பம் (193)
உலகம் கொடியது (194)

2. 'வேந்தனே வந்தாலும் எதிர்க்கும் ஊர்' (325)

பாடல்

களிறு நீறு ஆடிய விடு நில மருங்கின்,
வம்பப் பெரும் பெயல் வரைந்து சொரிந்து இறந்தென,
குழி கொள் சில் நீர் குராஅல் உண்டலின்,
சேறு கிளைத்திட்ட கலுழ் கண் ஊறல்
முறையின் உண்ணும் நிறையா வாழ்க்கை,

முளவு மாத் தொலைச்சிய முழுச்சொல் - ஆடவர்
உடும்பு இழுது அறுத்த ஒடுங் காழ்ப் படலைச்
சீறில் முன்றில் கூறுசெய்திடுமார்,
கொள்ளி வைத்த கொழு நிண நாற்றம்
மறுகுடன் கமழும் மதுகை மன்றத்து,

அலந்தலை இரத்தி அலங்குபடு நீழல்,
கயந் தலைச் சிறாஅர் கணை விளையாடும்
அரு மிளை இருக்கையதுவே - வென்வேல்
வேந்து தலைவரினும் தாங்கும்,
தாங்கா ஈகை, நெடுந்தகை ஊரே.

திணை: வாகை. துறை: வல்லாண் முல்லை.

புலவர்: உறையூர் முதுகண்ணன் சாத்தனார்.

வெற்றி தரும் வேற் படையை உடைய
வேந்தரே போர் எடுத்து வந்தாலும்
எதிர்நின்று தடுக்கும் வீரமும்,
குறையாத கொடையும் கொண்டது
நெடுந்தகையின் ஊர்.

அங்கே
மேய்ச்சலுக்கு என விடப்பட்ட நிலத்தில்
பன்றிகள் புரண்டு புழுதியாக்கின.

அப்போது புதிதாக வந்த பெரும் மழை
விடாமல் பெய்தது; நின்றது.
குழிகளில் நிறைந்திருந்த
குறைந்த நீரைக் கன்றை உடைய பசுக்கள்
அங்கே முளைத்திருந்த புல்லை மேய்ந்தன.

சேற்றை நீக்கித் தோண்ட ஊறிய
கலங்கலாகிய நீரை
முறை முறையாக உண்ணும்
நிறை வில்லாத வாழ்க்கையை உடைய
முள்ளம் பன்றியைக் கொன்ற
முழுச்சொல் உடைய வீரர்
அறுத்த உடும்பின் தசையை
ஓடு மரத்தின் வலிமை மிக்க கழிகளால் (கம்பு) ஆன
படல் சார்த்தப்பட்ட சிறிய
குடிசையின் முற்றத்தில்
பகுத்துக் கொடுப்பதற்காக
நெருப்பில் வேகவைத்த அந்தக்
கொழுத்த தசையின் மணம்
தெரு வெங்கும் மணக்கும்.

வலிய மன்றத்தில் நிற்கும்
உயர்ந்த இலந்தை மரத்தின்
அசையும் நிழலில்.
மெல்லிய தலையை உடைய சிறுவர்கள்
அம்பை எய்து விளையாடி மகிழ்வர்;
அது மட்டும் அன்று;
எளிதில் கடந்து உள்ளே புகமுடியாத
காவற் காடுகளும் அங்கே உண்டு.

3. 'பிறர் துன்பம் பார்க்கும் பெரியோன்' (329)

பாடல்

இல் அடு கள்ளின் சில் குடிச் சீறூர்ப்
புடை நடு கல்லின் நாட் பலி ஊட்டி,
நல் நீராட்டி, நெய்ந் நறைக் கொளீஇய,
மங்குல் மாப் புகை மறுகுடன் கமழும்,
அரு முனை இருக்கைத்து ஆயினும், வரி மிடற்று   5

அரவு உறை புற்றத்து அற்றே - நாளும்,
புரவலர் புன்கண் நோக்காது, இரவலர்க்கு
அருகாது ஈயும் வண்மை,
உரைசால், நெடுந்தகை ஓம்பும் ஊரே.

திணை: வாகை.   துறை: மூதின் முல்லை.
புலவர்: மதுரை அறுவை வாணிகன் இளவேட்டனார்.

செல்வர்களின் துன்பத்தை எண்ணாமல்
நாளும் இரவலரின்
வறுமைத் துன்பத்தைப் பார்த்து
அவர்களுக்குக் குறைவில்லாமல் கொடுக்கும்
கொடையுள்ளம் கொண்ட
புகழ்மிக்க நற்பண்பாளனான
தலைவன் காக்கும் ஊர்.

வீடுகளில் காய்ச்சப்படும் கள்ளை உடைய
சில குடிகள் வாழும் சிறிய ஊர்தான்.
அதன் பக்கத்தில் நடப்பட்ட நடுகல்லுக்கு
விடியற் காலத்துப் பலியைப் படைத்து,
நல்ல நீரில் கழுவி,
நெய் விளக்கு ஏற்றியதால்
மேகம் போலப் புகை எழுந்து
தெரு முழுவதும் மணக்கிறது.

இப்படி அரிய முதன்மையான இடந்தான் என்றாலும்
வரியுள்ள கழுத்தைக் கொண்ட
பாம்பு வாழும் புற்றைப் போன்றது அவ்வூர்!

4. 'நெஞ்சு அறிதுணை' (324)

பாடல்

வெருக்கு விடை அன்ன வெருள் நோக்குக் கயந் தலை,
புள் ஊன் தின்ற புலவு நாறு கய வாய்,
வெள் வாய் வேட்டுவர் வீழ் துணை மகாஅர்
சிறியிலை உடையின் சுரையுடை வால் முள்
ஊக நுண் கோல் செறித்த அம்பின்,   5

வலாஅர் வல்வில் குலாவரக் கோலி,
பருத்தி வேலிக் கருப்பை பார்க்கும்
புன் புலம் தழீஇய அம் குடிச் சீறூர்,
குமிழ் உண் வெள்ளைப் பகுவாய் பெயர்த்த
வெண் காழ் தாய வண் காற் பந்தர்,   10

இடையன் பொத்திய சிறு தீ விளக்கத்து,
பாணரொடு இருந்த நாணுடை நெடுந்தகை,
வலம் படு தானை வேந்தர்க்கு
உலந்துழி உலக்கும் நெஞ்சு அறி துணையே.

திணை: வாகை.   துறை: வல்லாண் முல்லை.

புலவர்: ஆலத்தூர் கிழார்.

காட்டுப் பூனையின் ஆண் போன்ற
வெகுண்ட பார்வை, பெரிய தலை.
பறவைக் கறி தின்று
புலால் மணக்கும் மெல்லிய வாய் என
வெளுத்த வாயை உடைய வேட்டுவர்களின்,
தங்களுக்குள் ஒருவரை ஒருவர்
நேசிக்கும் சிறுவர்கள்

சிறிய இலைகளை உடைய
உடை மரத்தின் உள்ளே
சிறிய துளையை உடைய வெள்ளை முள்ளை,
ஊகம் புல்லின் நுண்ணிய கோலில் செருகிய அம்பை,
வலாரால் செய்த வில்லில் வைத்து
வளைவாக இழுத்து
பருத்தி வேலியின் கீழே வாழும்
காட்டு எலியை அடிக்கக் குறி பார்ப்பார்கள்.
இத்தகைய புன்செய் வயல்கள் சூழ
அழகிய குடிகள் வாழும் சீறூர் அது.

அங்கே குமிழம் பழத்தை
உண்ணும் வெள்ளாடுகள்
மறு வழியில் வெளிப்படுத்திய
வெண்கொட்டைகள் போன்ற புழுக்கைகள்
சிதறிக் கிடக்கும்;
வளப்பமான கால்களில் நிற்கும் பந்தலுக்குக் கீழ்
ஆயர் மகன் ஏற்றிய
சிறு சுடரையுடைய விளக்கொளியில்
பாணர்கள் சூழ வீற்றிருந்த
நாணம் என்னும் நற்குணத்தோடு கூடிய தலைவன்;

வெற்றி தரும் படையை உடைய வேந்தனுக்குக்
கெடுதி வந்தால் தானும் உடனே
கெடும் உள்ளத்தை
அரசன் அறியக் கொண்ட
நல்ல துணைவன் ஆவான்.

5. 'தலைவன் வீழ்ந்தால் ஊரும் வாடும்' (318)

பாடல்

கொய் அடகு வாட, தரு விறகு உணங்க,
மயில்அம் சாயல் மாஅயோளொடு
பசித்தன்று அம்ம, பெருந்தகை ஊரே-

மனை உறை குரீஇக் கறை அணற் சேவல்,
பாணர் நரம்பின் சுகிரொடு, வய மான் 5

குரல் செய் பீலியின் இழைத்த குடம்பை,
பெருஞ் செய் நெல்லின் அரிசி ஆர்ந்து, தன்
புன் புறப் பெடையொடு வதியும்
யாணர்த்து ஆகும் - வேந்து விழுமுறினே.

திணை: வாகை.   துறை: வல்லாண் முல்லை.

புலவர்: பெருங்குன்றூர் கிழார்.

மயில் போன்ற சாயலும்
அழகிய நிறமும் உடைய மனைவியோடு வாழும்
(வேந்தன் துன்பப்பட
தலைவனின் ஊரே பசித்துக் கிடக்கும்;
(அவன் வீட்டில்) கொய்து கொண்டு வரப்பட்ட
இலைகள் வாடிக் கிடக்கின்றன;
கொண்டு வந்த விறகோ
எரிக்கப்படாமல் கிடக்கிறது.

குடிசையின் இறப்பில் வாழும் சிட்டுக் குருவியின்
கழுத்தில் கறுமை உடைய ஆண்குருவி
பாணர்களின் யாழ் நரம்பிலிருந்து விழும்
கோதுகளோடு சிங்கத்தின் முடியையும்
சேர்த்துக் கட்டிய கூட்டில்
பெரிய வயலில் விளைந்த
நெல்லின் அரிசியை உண்டு,
ஆம்பல் பூவைப் போன்ற சிறகுடைய
தன் புல்லிய பெடையோடு வாழும்படி
நாளும் புது வருவாய்களை
உடைய ஊராகும்.

6. 'சிற்றூர் மன்னன்' (319)

பாடல்

பூவற் படுவில் கூவல் தோண்டிய
செங் கண் சில் நீர் பெய்த சீறில்
முன்றில் இருந்த முது வாய்ச் சாடி
யாம் கஃடு உண்டென, வறிது மாசு இன்று
படலை முன்றில் சிறு தினை உணங்கல்

புறவும் இதலும் அறவும் உண்கெனப்
பெய்தற்கு எல்லின்று பொழுதே; அதனான்,
முயல் சுட்டஆயினும் தருகுவேம்; புகுதந்து
ஈங்கு இருந்தீமோ முது வாய்ப் பாண!
கொடுங் கோட்டு ஆமான் நடுங்கு தலைக் குழவி

புன் தலைச் சிறாஅர் கன்று எனப் பூட்டும்
சீறூர் மன்னன் நெருநை ஞாங்கர்,
வேந்து விடு தொழிலொடு சென்றனன்; வந்து, நின்
பாடினி மாலை அணிய,
வாடாத் தாமரை சூட்டுவன் நினக்கே.

திணை: வாகை. துறை: வல்லாண் முல்லை.

புலவர்: ஆலங்குடி வங்கனார்.

செம்மண் பள்ளத்தில் கிணறு தோண்டியதனால்
ஊறிய தண்ணீரை
முகந்து வைத்த
சிறிய வீட்டின் முற்றத்தில் இருக்கும்
முறிந்த வாயையுடைய சாடி அடிப்பகுதியில்
சிறிது நீர் இருக்கிறது;
அந்நீர் மாசில்லாதது.

படல் கட்டிய முற்றத்தில் உண்ண வரும் புறாவையும்,
இறல் என்னும் பறவைகளையும் பிடிக்கப்

போடுவதற்கு உலர்ந்த தினை இருக்கிறது.
ஆனால் சூரியன் ஒளி மழுங்கி இரவாகி விட்டது.
இனி அவற்றைப் பிடிக்க முடியாது; அதனால்
சுட்ட முயல் கறியாவது தருவோம்;
பேரறிவு படைத்த பாணனே!
இங்கு வந்து இருப்பாயாக.

வளைந்த கொம்பை உடைய காட்டுப் பசுவின்
நடுங்குந் தலையை உடைய கன்றை
செம்பட்டையான முடி கொண்ட சிறுவர்கள்
தங்கள் சிறு தேர்க்குச் சேங்
கன்று என்று கட்டி விளையாடும்
இந்தச் சிறிய ஊரின் மன்னன்
நேற்று வேந்தன் ஏவிய
செயலை ஏற்றுச் சென்றுள்ளான்.
அவன் வந்து
உன் பாடினி மாலை சூட,
உனக்குப் பொற்றாமரைப் பூவும் சூட்டுவான்.

7. 'பாணரோடு விருந்து' (326)

பாடல்

ஊர் முது வேலிப் பார் நடை வெருகின்
இருட் பகை வெரீஇய நாகு இளம் பேடை
உயிர் நடுக்குற்றுப் புலா விட்டு அரற்ற,
சிறையும் செற்றையும் புடையுநள் எழுந்த
பருத்திப் பெண்டின் சிறு தீ விளக்கத்து, 5

கவிர்ப் பூ நெற்றிச் சேவலின் தணியும்
அரு மிளை இருக்கையதுவே - மனைவியும்,
வேட்டச் சிறாஅர் சேண் புலம் படராது,
படப்பைக் கொண்ட குறுந் தாள் உடும்பின்
விழுக்கு நிணம் பெய்த தயிர்க் கண் மிதவை, 10

யாணர் நல்லவை பாணரொடு, ஒராங்கு
வரு விருந்து அயரும் விருப்பினள்; கிழவனும்,
அருஞ் சமம் ததையத் தாக்கி, பெருஞ் சமத்து
அண்ணல் யானை அணிந்த
பொன் செய் ஓடைப் பெரும் பரிசிலனே.   15

திணை: வாகை.   துறை: மூதில் முல்லை.
புலவர்: தங்கால் பொற்கொல்லனார்.

வேலிப் பக்கம் தங்கி இருக்கும் மெத்தென்ற,
நடையை உடைய காட்டுப்பூனை
இருட்டில் வந்து தாக்கும் எனப்

பயந்த
இளம் பெட்டைக் கோழி
உயிர் நடுக்கம் அடைந்து,
பெருமூச் செறிந்து வாயைத் திறந்து கூவுகிறது.

நான்கு பக்கமும் கிடக்கும்.
குப்பை கூளங்களைக் கூட்டி விளக்க
எழுந்த பருத்தி நூற்கும் பெண்ணின்
சிறிய விளக்கு வெளிச்சத்தில்
முருக்கம் பூவைப் போன்ற கொண்டையை
உடைய சேவலைக் கண்டு
தன் பயத்தைப் போக்கிக் கொள்கிறது. அது
கடப்பதற்குக் கடினமான
காவல் காடு சூழ்ந்த இடம்.

அங்கே உள்ள வீட்டில்
மனைக்கிழத்தியும் வேட்டுவச் சிறுவர்களும்
தொலைவு செல்லாமல் மடுவின் கரையில்
பிடித்துக் கொண்டு வந்த
குறுங்காலை உடைய உடும்பின்
விழுக்காகிய தசையைப் போட்டுச்

சமைத்துத் தயிர் சேர்த்த கூழையும்,
புதிதான வேறு சில நல்ல உணவுகளையும்
பாணர்க்கும் அவருடன் வந்த
பிற விருந்தினர்களுக்கும்
ஒன்றாகக் கொடுத்து உண்பிக்கும்
ஆசையுள்ளவளாய் இருக்கிறாள்.

அவள் கணவன்
கடப்பதற்கு அரிய போர் கெடத் தாக்கிப்,
பெரும் போரில் தலைமையான யானைகள்
அணிந்த பொன்னால் செய்யப்பட்ட
முகபடாம் முதலியவற்றைப்
பெரும் பரிசிலாக வழங்குவான்.

8. 'கடலுக்குக் கரை போன்றவன்' (330)

பாடல்

வேந்துடைத் தானை முனை கெட நெரிதர,
ஏந்து வாள் வலத்தன் ஒருவன் ஆகி,
தன் இறந்து வாராமை விலக்கலின், பெருங் கடற்கு
ஆழி அனையன்மாதோ - என்றும்,
பாடிச் சென்றோர்க்கு அன்றியும், வாரிப்

புரவிற்கு ஆற்றாச் சீறூர்த்
தொன்மை சுட்டிய வண்மையோனே.

திணை: வாகை **துறை: மூதின் முல்லை.**

புலவர்: மதுரைக் கணக்காயனார்.

புரவு வரியும் செலுத்துவதற்கு முடியாத வருவாயை உடைய
சின்ன ஊரில் வாழும்
நெடுங்காலமாகப்
பாடிச் செல்பவர்க்கும்
பிறர்க்கும் வழங்கும் குணமுடையான்;

அதுமட்டும் அன்று;
தன் அரசனின் படையின் முன்னணியானது கெடுமாறு
பகைப் படை நெருக்கி மோதுவதால்
அதை எதிர்த்து
வலக்கையில் வாள் ஏந்திப் போரிடுபவன்
தான் ஒருவனாகவே நின்று
தன்னைக் கடந்து பகைப்படை மேலே செல்லாமல்
தடுப்பதால் பெரிய கடலைத் தடுத்துத்
தாங்கி நிற்கும் கரையைப் போன்று
இருக்கிறான்.

9. 'சிற்றூர்த் தலைவன்' (334)

பாடல்

காமரு பழனக் கண்பின் அன்ன
தூ மயிர்க் குறுந் தாள் நெடுஞ் செவிக் குறு முயல்,
புன் தலைச் சிறாஅர் மன்றத்து ஆர்ப்பின்,
படப்பு ஒடுங்கும்மே.பின்பு..
........ன் ஊரே மனையோள்   5

பாணர் ஆர்த்தவும், பரிசிலர் ஓம்பவும்,
ஊண் ஒலி அரவமொடு கைதூவாளே
உயர்மருப்பு யானைப் புகர் முகத்து அணிந்த
பொலம்.................................ப்
பரிசில் பரிசிலர்க்கு ஈய,   10

உரவு வேல் காளையும் கை தூவானே.

திணை: வாகை.   துறை: மூதின் முல்லை.
புலவர்: மதுரைத் தமிழ்க் கூத்தனார்.

அழகிய நீர் நிலைகளில் வளர்ந்திருக்கும்
சண்பங்கோரையின் கதிர் போன்ற தூய்மையான மயிர்,

அடர்ந்த குறுகிய கால்கள், நீண்டகாதுகள் என
இவையுடைய குறுமுயலானது
செம்பட்டைத் தலையரான சிறுபிள்ளைகள்
பொது இடத்தில் போடும்
பெருஞ் சத்தத்திற்குப் பயந்து,
வைக்கோல் போருக்குள் பதுங்கும்.

பின்பு..
வீட்டிற்குரியவள் பாணர்களுக்கு
நிறைய உணவு தரவும்,
பரிசிலர்களைக் காப்பாற்றவும்
அவர்கள் உண்ணும் போது
எழும் ஆரவாரத்தின் நடுவே
உணவு தரும் செயலை மட்டும்
விட்டுவிடாமல், வளைந்து உயர்ந்த
கோடுகளை உடைய யானைகளின்
புள்ளிகளை உடைய முகத்தில் அணியப்படும்
பொன்னால் செய்யப்பட்ட முகபடாத்தைப்
பரிசிலர்க்குப் பரிசிலாகத் தர
வலிய வேல் கொண்ட காளையான
தலைவனும் (அவள் கணவன்)
தவற மாட்டான்.

10. 'ஊர் பாழ்பட்டதுதான்; அவன் உள்ளமோ வீரம் நிறைந்தது' (314)

பாடல்

மனைக்கு விளக்கு ஆகிய வாணுதல் கணவன்,
முனைக்கு வரம்பு ஆகிய வென் வேல் நெடுந் தகை,
நடுகல் பிறங்கிய உவல் இடு பறந்தலை,
புன் காழ் நெல்லி வன் புலச் சீறூர்க்
குடியும் மன்னும் தானே; கொடி எடுத்து

நிறை அழிந்து எழுதரு தானைக்குச்
சிறையும் தானே - தன் இறை விழுமுறினே.

திணை: வாகை.   துறை: வல்லாண் முல்லை.

புலவர்: ஐயூர் முடவனார்.

வீட்டிற்கு ஒளிதரும் விளக்காகிய
ஒளிமிகு நெற்றியை உடைய
பெண்ணின் கணவன் அவன்;
போர்க்களத்தில் தன் படைக்கு எல்லையாகி நின்று
வெற்றிதரும் வேலை உடைய வீரன் அவன்,

குடிமக்களுள் ஒருவனாகிய
அவன் வாழும் ஊரோ
நடுகற்களால் உயர்ந்த, தழைகள் உதிர்ந்த
பறந்தலைகளையும்

அற்பமான விதைகளை உடைய
நெல்லி மரங்கள் நிறைந்த
புன்செய் நிலங்களையும் உடைய
சிற்றூரில் வாழும் குடியுள் அவனும் ஒருவன்
தன் அரசனுக்குத் துன்பம் என்றால்
கொடியை உயர்த்தி நிறுத்தப்படும்
நிறைக்கு அடங்காமல் முந்தி
வரும் படைக்குக்
காவலும் அவனே.

11. 'எல்லாவற்றையும் கொடுத்து ஏதுமின்றி உறங்குகிறான்' (317)

பாடல்

வென்வேல்..............................ந்து
முன்றில் கிடந்த பெருங் களியாற்கு

அதள் உண்டாயினும், பாய் உண்டாயினும்.
யாது உண்டாயினும், கொடுமின் வல்லே;
வேட்கை மீளப.............

....
குும், எமக்கும், பிறர்க்கும்,
யார்க்கும், ஈய்ந்து, துயில் ஏற்பினனே.

திணை: வாகை. துறை: வல்லாண் முல்லை.

புலவர்; வேம்பற்றூர்க் குமரனார்.

வெற்றி தரும் வேல்.....
முன்வாசலில் படுத்துக் கிடந்த
பெரு மகிழ்ச்சியாளனுக்கு
(படுப்பதற்கு) தோல் இருந்தாலும்,
பாய் இருந்தாலும், எது இருந்தாலும் சரி
சீக்கிரம் கொடுங்கள்.

ஆசை மீள
(அவன்) எங்களுக்கும் மற்றவர்க்கும்,
எல்லார்க்கும் தன்னிடம் இருந்தவற்றைக் கொடுத்துவிட்டு
ஏதுமின்றித் தூங்குகின்றான்.

12. 'நீண்ட பந்தலுக்குக் கீழே உணவு தரும் குடும்பப் பெண்' (331)

பாடல்

கல் அறுத்து இயற்றிய வல் உவர்க் கூவல்
வில் ஏர் வாழ்க்கை, சீறூர் மதவலி
நனி நல்கூர்ந்தனன் ஆயினும், பனி மிக,
புல்லென் மாலைச் சிறு தீ ஞெலியும்
கல்லா இடையன் போல, குறிப்பின்

இல்லது படைக்கவும் வல்லன்; உள்ளது
தவச் சிறிது ஆயினும் மிகப் பலர் என்னான்,
நீள் நெடும் பந்தர் ஊண் முறை ஊட்டும்
இற் பொலி மகடூஉப் போல, சிற் சில
வரிசையின் அளிக்கவும் வல்லன்; உரிதினின்   10

காவல் மன்னர் கடைமுகத்து உகுக்கும்
போகு பலி வெண் சோறு போலத்
தூவவும் வல்லன், அவன் தூவுங்காலே.

திணை: வாகை   துறை: மூதின் முல்லை

புலவர்: உறையூர் முதுகூத்தனார்

அறுக்கப்பட்ட செங்கற்களால் கட்டப்பட்ட
கடும் உவர் நீர் ஊறும் கிணறுகளுடன்
வில்லை ஏராகக் கொண்டு
வேட்டை ஆடி உண்ணும்
வாழ்க்கையை உடைய மக்கள் வாழும்
சின்ன ஊர் அது.

ஊரின் வலிமை மிக்க தலைவன்
மிகுந்த வறுமையை அடைந்தான். என்றாலும்,
குளிர் பெருகுவதால்
புல்லென்ற மாலைப் பொழுதில் தீயைக் கடையும்தொழிலன்றி
வேறு தொழில் அறியாத இடையரைப் போல
வீட்டில் வெளிச்சம் இல்லாததையும் அறிந்து
அது விரைந்து இருக்கும்படிச் செய்யும் ஆற்றல் மிக்கவன்
வீட்டில் பொருள் இருப்பது குறைவுதான்;
வந்திருக்கும் பரிசிலரோ பலர்
என்று எண்ணி மயங்க மாட்டான்.

நீண்ட நெடிய பந்தலுக்குக் கீழ் அவர்களை அமர வைத்து
முறையாக உணவைத் தந்து
உண்பிக்கும் குடும்ப வாழ்க்கையில்

சிறந்த பெண் போல
அவரவர் தகுதி அறிந்து
கொடுப்பதிலும் வல்லவன்.

நாட்டைக் காக்கும் அரசினது
பெருமனையின் புற வாசலில்
தரப்படும் சிறந்தபலியாகிய
வெண் சோற்றைப் போலப்
பலரும் கொள்ளும்படி தரத்தக்க
செல்வம் மிக்க காலத்தில்
அனைவர்க்கும் தடையின்றி
அள்ளிக் கொடுக்கவும் வல்லவன்,

13. 'அரிதாக நீர் எடுக்கப்படும் கிணறு' (306)

பாடல்

களிறு பொரக் கலங்கு, கழல் முள் வேலி,
அரிது உண் கூவல், அம் குடிச் சீறூர்
ஒலி மென் கூந்தல் ஒள் நுதல் அரிவை
நடுகல் கை தொழுது பரவும், ஒடியாது;
விருந்து எதிர் பெறுகதில் யானே; என்னையும்

....
ஒ வேந்தனொடு
நாடுதரு விழுப் பகை எய்துக எனவே.

திணை: வாகை. துறை: மூதின் முல்லை.

புலவர்: அள்ளூர் நன் முல்லையார்.

முள்ளுடைய கழல் கொடியால் ஆன
வேலியைக் கொண்ட அழகிய குடிகளை உடைய சிற்றூர்;
அதில் யானை கலக்குவதால் கலங்கிய
எப்போதோ நீர் எடுக்கப்படும் கிணறு;

(அங்கே) நன்கு வளர்ந்த
மெல்லிய கூந்தலையும்
ஒளிமிக்க நெற்றியையும் உடைய பெண் நாளும் தவறாமல்
தன் முன்னோரின் நடுகல்லை வணங்குகிறாள்
விருந்தைப் பெறுவேனாக யான்,
(தன் கணவன் வெல்வது நிச்சயம் என்ற நம்பிக்கையில்)
என் கணவன் தன் மன்னனோடு கூட
நாடுதரும் பெரும் பகைவனைப்
பெறுவானாக (என்று அவள் வேண்டினாள்).

14. 'வெள்ளை எள்ளை விரும்பும் கோழி' (321)

பாடல்

பொறிப் புறப் பூழின் போர் வல் சேவல்
மேந் தோல் களைந்த தீம் கொள் வெள் எள்
சுளகிடை உணங்கல் செவ்வி கொண்டு, உடன்
வேனில் கோங்கின் பூம் பொகுட்டு அன்ன
குடந்தை அம் செவிய கோட்டு எலி ஆட்ட, 5

கலி ஆர் வரகின் பிறங்கு பீள் ஒளிக்கும்,
வன் புல வைப்பினதுவே - சென்று
தின் பழம் பசீஇ. னனோ பாண!
வாள் வடு விளங்கிய சென்னிச்
செரு வெங் குருசில் ஓம்பும் ஊரே. 10

திணை: வாகை. துறை: வல்லாண் முல்லை.

புலவர்: உறையூர் மருத்துவன் தாமோதரனார்.

மேல் தோலை எடுத்து விட்டு வெள்ளை எள்ளை
கருப்புக் கட்டியுடன் சேர்த்துச் சுளகில் வைத்து
முற்றத்தில் காய வைத்திருக்கிறார்கள்
மேனி எங்கும்
புள்ளி புள்ளியாக இருக்கும்

குறும்பூழ்ப் பறவையின்
ஆற்றல் மிக்க சேவல்
முற்றத்தில் நன்கு காய்ந்தவற்றைக்
கவர்ந்து கொண்டது.

உடனே வேனிற் காலத்து மலரும்
கோங்கம் பூவிடத்துள்ள
மெல்லிய கொட்டையைப் போன்று
வளைந்த, அழகிய செவி கொண்ட
வீட்டில் வாழும் எலியைப் பிடித்து அலைக்க,
தப்பிய அது
தழைத்து நிற்கும்
வரகின் தோகையிடையே சென்று
மறைந்து கொள்ளும்

இத்தகைய குறிஞ்சியும் முல்லையும் சேர்ந்த
வன்புல ஊர் அது; அதில் சென்று
பறித்துத் தின்னப்படும் பழம் பசந்து.....
பாணனே!
வாளால் வடுப்பட்டு விளங்கிய தலையை உடைய
போரை விரும்பும் தலைவனால்
பாதுகாக்கப்படும் ஊர் அது.

15. 'பந்தல் வேண்டாது பலரும் தூங்கும் முற்றம்' (320)

பாடல்

முன்றில் முஞ்ஞையொடு முசுண்டை பம்பி,
பந்தர் வேண்டாப் பலர் தூங்கு நீழல்,
கைம்மான் வேட்டுவன் கனை துயில் மடிந்தென,
பார்வை மடப் பிணை தழீஇப், பிறிது ஓர்
தீர்தொழில் தனிக்கலை திளைத்து விளையாட,   5

இன்புறு புணர்நினல கண்ட மனையோள்
கணவன் எழுதலும்; அஞ்சி, கலையே
பிணைவயின் தீர்தலும் அஞ்சி, யாவதும்
இல் வழங்காமையின், கல்லென ஒலித்து,
மான்அதட் பெய்த உணங்குதினை வல்சி   10

கானக் கோழியொடு இதல் கவர்ந்து உண்டென,
ஆர நெருப்பின், ஆரல் நாற,
தடிவு ஆர்ந்திட்ட முழு வள்ளுரம்
இரும்பேர் ஒக்கலொடு ஒருங்கு இனிது அருந்தி,
தங்கினை சென்மோ, பாண!--தங்காது   15

வேந்துதரு விழுக்கூழ் பரிசிலர்க்கு என்றும்
அருகாதூஉயும் வண்மை
உரைசால் நெடுந்தகை ஓம்பும் ஊரே.

திணை: வாகை   துறை: வல்லாண் முல்லை
புலவர்: வீரை வெளியனார்

முன்னைக் கொடியோடு
முசுட்டைக் கொடியும் நெருங்கி வளர்வதால்
பலரும் தூங்குவதற்கு வேண்டிய நிழலுக்குப்
பந்தல் வேண்டாதுதாமே பந்தலாய்ப்
பாகலின் பழம் தொங்கும் நிழலில்

யானையை வேட்டையாடுபவன்
பெருந்தூக்கம் தூங்கி விட,
விலங்குகளைப் பிடிப்பதற்கு என்றே
வளர்த்துப் பழக்கப்படுத்தப்பட்ட
பார்வை பெண் மானைத் தழுவி
தொழில் ஏதும் இல்லாத மற்றொரு
ஆண்மான் மகிழ்ந்து விளையாட
இன்பம் அடையும் இணைச் சேர்க்கையைக்
கண்ட குடும்பத் தலைவி,

கணவன் உறக்கம் கலைந்து எழுந்து விடுவானோ,
கலை மான் தன் கூடலை விட்டு விடுமோ
எனவும் அஞ்சினாள்.
அஞ்சிய அவள்
சிறிதும் நடமாடாமல் ஒருபக்கமாக
வீட்டிற்குள் ஒதுங்கி இருந்தாள்.

கல் என்னும் சத்தத்தோடு
காட்டுக் கோழியோடு
இதல் என்னும் பறவையும்
மான் தோலில் உலர்த்திய
தினையாகிய உணவைக்
கவர்ந்து உண்டு அகப்பட்டுக் கொண்டன.

சந்தனக் கட்டையால் ஆகிய நெருப்பில் சுட்டு
துண்டு துண்டாக
அறுக்கப்பட்ட இறைச்சியை
ஆரல் மீனின் நாற்றமும் சேர்ந்து மணக்க
உன் கரிய பெரிய சுற்றத்தோடு
ஒன்றாக இருந்து உண்டு
இங்கே தங்கிச் செல்வாயாக,

பாணனே! பகை அரசர்
திறையாகத் தந்த சிறந்த பொருளையும்
பரிசிலர்க்கு என்றும்
குறையாமல் கொடுக்கும்
வள்ளல் குணம் கொண்ட
புகழ் மிக்க பெரியோன்
பாதுகாக்கும் ஊர் இது.

16. 'விதைத்தினையையும் விருந்திற்குத் தருவோன்' (333)

பாடல்

நீருள் பட்ட மாரிப் பேர் உறை
மொக்குள் அன்ன பொகுட்டுவிழிக் கண்ண,
கரும்பிடர்த் தலைய, பெருஞ்செவிக் குறுமுயல்
உள் ஊர்க் குறும்புதல் துள்ளுவன உகளும்
தொள்ளை மன்றத்து ஆங்கண் படரின்,

'உண்க' என உணரா உயவிற்று ஆயினும்,
தங்கினிர் சென்மோ, புலவீர்! நன்றும்;
சென்றதற்கொண்டு, மனையோள் விரும்பி
வரகும் தினையும் உள்ளவை எல்லாம்
இரவல் மாக்கள் உணக்கொளத் தீர்ந்தென,

குறித்து மாறு எதிர்ப்பை பெறாஅமையின்,
குரல்உணங்கு விதைத்தினை உரல்வாய்ப் பெய்து,
சிறிது புறப்பட்டன்றோ இலளே தன் ஊர்
வேட்டக் குடிதொறும் கூட்டு...................
....உடும்பு செய்

பாணி நெடுந்தேர் வல்லரோடு ஊரா,
வம்பு அணி யானை வேந்து தலைவரினும்,
உண்பது மன்னும் அதுவே;
பரிசில் மன்னும், குருசில் கொண்டதுவே.

திணை: வாகை **துறை: மூதின் முல்லை**

புலவர்: பெயர் தெரியவில்லை.

நீரினுள் விழுந்த
மழையின் பெரியதுளியால்
சேற்றில் எழுந்த கொப்புளம் போல

கொட்டை போல அமைந்த கண்ணையும்,
கரும் பிடரியுள்ள தலையையும்,
பெருங் காதையும் கொண்ட குறுமுயல்
ஊருக்குள் இருக்கும் குறுகிய புதரில்
துள்ளி விளையாடும்.
துவாரங்கள் இருக்கும்
இரவலர் தங்குவதற்குரிய
மன்றத்திற்குச் சென்றால்
உங்கள் நிலையைக் கண்டு
உண்ணுங்கள் என்று சொல்லும் படியான
நிலை இல்லாத வருத்தம் இருந்தாலும்
புலவர்களே!
நன்கு தங்கிச் செல்வீர்களாக.

இல்லத்திற்குச் சென்றால் இல்லத்தலைவி
வரகு, தினை எனத் தன் வீட்டில்
இருப்பவை அனைத்தையும்
இரவலர் விரும்பி உண்ணவும்
கொள்ளவுமாகத் தீர்ந்து போக;
அருகில் இருப்போரிடம்
அளவாக வாங்கி
அதே அளவு திருப்பித் தரும்
குறியெதிர்ப்பு (கைமாற்று) முறையில்
பெற முடியாமல் போனதால்;
கதிரில் முற்றி உலரவிட்ட விதைத்தினையை
உரலில் போட்டுக் குற்றி
உண்ண வைப்பாளே அல்லாமல்
இல்லாததைக் கூறி உங்களை
வெறுமனே செல்ல விட மாட்டாள்.

தன் ஊரிலுள்ள வேட்டுவர்களின்
வீடுதோறும் கூட்டப்படும்................
உடும்பின் தோலால் செய்யப்பட்ட
கைச்சரடு அணிந்து,

நெடுந் தேரைச் செலுத்தும்
ஆற்றல் மிக்க வீரருடனே ஊர்ந்து,
கச்சு அணிந்த யானையை உடைய
வேந்தரே தன்னிடம் வந்தாலும்
உண்ணக் கொடுப்பது அதுவே யாகும்.
பரிசிலர் தன்னிடம் வரும்போதில்
அவருக்குக் கொடுப்பது
அவன் பகைவரை வென்று,
அதனால் தன் மன்னனிடம் பெற்ற
பரிசுப் பொருளே ஆகும்.

17. 'வைத்து வாழ அல்ல; வழங்கி வாழவே செல்வம்' (163)

சம்பாதிப்பது நம் திறமை மட்டும் இல்லை;
இறைவன் தரும் கொடையும் கூட
அது தனக்கு, தன் பிள்ளைகளுக்கு
மட்டுந்தானா உரியது?
உறவுக்கு, ஊருக்கு, உதவிகேட்டு
வருவார்க்கு! என்று தெரிந்து
தன் மனைவியையும் அவ்வழி வர
அழைத்துச் செல்கிறார் புலவர்
புதைப்பதற்கு அல்ல பொருள்
புவிக்குப் பயன்படவே.

பாடல்

நின் நயந்து உறைநர்க்கும், நீ நயந்து உறைநர்க்கும்,
பல் மாண் கற்பின்நின் கிளை முதலோர்க்கும்,
கடும்பின் கடும்பசி தீர யாழநின்
நெடுங் குறியெதிர்ப்பை நல்கியோர்க்கும்,
இன்னோர்க்கு என்னாது, என்னொடும் சூழாது

வல்லாங்கு வாழ்தும் என்னாது, நீயும்
எல்லோர்க்கும் கொடுமதி - மனை கிழவோயே!-
பழம்தூங்கு முதிரத்துக் கிழவன்
திருந்து வேல் குமணன் நல்கிய வளனே.

திணை: பாடாண் துறை: பரிசில்

புலவர்: பெருஞ்சித்திரனார்

என் வீட்டின் தலைவியே!
மரத்தில் பழங்கள் பழுத்துத் தொங்கும்
முதிர மலையின் தலைவன்;
நன்கு செய்யப்பட்ட வேலை உடைய குமணன்
கொடுத்த செல்வம் இது. இதை

உன்மீது அன்பு கொள்பவர்களுக்கும்
நீ எவர்மீது
அன்பு கொண்டிருக்கிறாயோ அவர்களுக்கும்
பலவாறாகச் சிறப்பினைப் பெற்ற கற்புள்ள
உன் சுற்றத்தில் மூத்த பெண்களுக்கு,
நம் சுற்றத்தின் பெரும் பசி நீங்க
நீண்ட நாளைக்கு என
உனக்குக் கைம்மாற்றாகக் கொடுத்தவர்களுக்கும்
இவர் இவருக்குத்தான் கொடுக்க வேண்டும்
என்று எண்ணாமலும்
என்னைக் (கலந்து தான்) கேட்டுத்தான்
செய்ய வேண்டும் என்று எண்ணாமலும்
இந்தச் செல்வத்தை நமக்கென்றே வைத்து,
நாலுபேர் பாராட்டும்படி
நெடுநாள் வாழ்ந்து விடுவோம்
என்று எண்ணாமலும் எல்லோக்கும்
நீயும் கொடு; (நானும் கொடுப்பேன்)

18. 'பிள்ளைகள் இல்லா வாழ்வு பேரின்பம் இல்லா வாழ்வே' (188)

(பாண்டியன் அறிவுடைநம்பி
நம்பி என்றது எதனால்? தெரியவில்லை.
பிசிராந்தையார் இவன் காலத்துப் புலவர்).
பிள்ளைப் பேறு குறித்த இவனது சிந்தனை
ஓர் அனுபவ நடைச் சித்திரம்
பணமும், கருவிகளும் சுய நலமும்
தலைமை வகிக்கும் இந்த யுகம்,
இதனை எப்படி அனுபவிக்கும்
ஏற்கும் என்று தெரியவில்லை).

பாடல்

படைப்புப்பல படைத்துப் பலரோடு உண்ணும்
உடைப் பெருஞ் செல்வர் ஆயினும், இடைப்படக்
குறுகுறு நடந்து, சிறுகை நீட்டி,
இட்டும் தொட்டும், கவ்வியும், துழந்தும்
நெய்யுடை அடிசில் மெய்பட விதிர்த்தும்,   5

மயக்குறு மக்களை இல்லோர்க்குப்
பயக் குறை இல்லை--தாம் வாழும் நாளே.

திணை: பொதுவியல்   துறை: பொருண்மொழிக் காஞ்சி
புலவர்: பாண்டியன் அறிவுடை நம்பி

(உலகில் நாம் வாழ்வதால்
பெற்ற பெரும் பயன் என்ன?)
ஆக்கப்படும் உணவு வகை
பலவற்றையும், (பரப்பியாயிற்று)
(உறவும் நட்பும் ஆகிய) பலரும்
கூடி இருந்து உண்ணு கின்றனர்

இத்தனைப் பெரும் வளமான செல்வம்
உடையவர்தான் அவர்.
ஆனாலுந்தான் என்ன?

(சிட்டுக் குருவி போல்) சிறு சிறு எட்டு வைத்து,
குழந்தை தன் அருகில் வருவதற்கு
நேரம் ஆகிறது;
சின்னஞ் சிறு கையை நீட்டி
வட்டியில் இருக்கும் உணவை எடுக்கிறது;
அதைத் தரையில் சிந்துகிறது.
(தான் உண்ணும் போது) தன்னுடன் கூட
உணவைப் பிசைகிறது;
(பின்) அள்ளுகிறது; வாயில் கவ்வுகிறது;

(ஆனாலும் என்ன; அதைத்)
தன் மேனியில் படுமாறு சிதறுகிறது;
(இத்தனையையும் கண்டு
நமக்குக் கோபமா வந்தது?
இல்லை)
நம் அறிவை இன்பத்தால் மயக்கிவிட்டது;
இத்தகைய பிள்ளைகளை இல்லாதவர்கள்
இந்த உலகில் தாம் வாழ்ந்ததால்
பெற்ற பலன் ஏதும் இல்லை.

19. 'நாட்டின் கடமை' (312)

பாடல்

ஈன்று புறந்தருதல் என்தலைக் கடனே;
சான்றோன் ஆக்குதல் தந்தைக்குக் கடனே;
வேல்வடித்துக் கொடுத்தல் கொல்லற்குக் கடனே;
தண்ணடை நல்கல் வேந்தற்குக் கடனே,
ஒளிறுவாள் அருஞ் சமம் முருக்கி,

களிறுஎறிந்து பெயர்தல் காளைக்குக் கடனே;

திணை: வாகை   துறை: மூதின் முல்லை
புலவர்: பொன்முடியார்

குழந்தையைப் பெற்று அதைப் பாதுகாப்பது
என் முதன்மையான கடமை;

தன் குலத்திற்குரிய படைக்கலப்
பயிற்சியாகிய கல்வி,
அதற்குரிய அறிவுச் செயல்கள்
ஆகியவற்றால் நிறைந்தவனாக
அவனை வளர்ப்பது
தகப்பனின் கடமை;

படைக் கலங்களைக்
கூர்மையாகச் செய்து அவனிடம் தருவது
கொல்லரின் கடமை

அறஞ் சார்ந்த நற் செயல்களாலும்
ஒழுக்கத்தாலும் நடைபெறும் அரசிற்கு
தன்னைப் போலவே நல்ல ஒழுக்கத்தை
அவனுக்குக் கற்றுக் கொடுக்க வேண்டியதும்
வாழ்வதற்கு (தண்ணடை) மருத நிலங்களைத் தரவேண்டியதும்
அரசிற்குக் கடமை ஆகும்.

தன் நாட்டிற்குப்
பகைவரால் ஆபத்து வரும் போது,
களத்தில் இறங்கிப்
பகைவர் தம் ஆயுதங்களை (களிறுகளை.) அழித்து
வெற்றியுடன் திரும்புவது
இளங் காளைக்குக் கடமை ஆகும்.

20. 'கற்பது நல்லது; ஏன்?' (183)

எல்லா மக்களும்
கல்வி கற்க வேண்டும் என்ற பரப்புரை
நெடுங் காலமாகவே தமிழ் மண்ணில்
இருந்திருக்கிறது.
யாரும் யாரையும் படிக்க வேண்டாம்
என்று அன்று தடுக்கவில்லை.
படித்தால் அரசாங்க வேலை
அல்லது மாதச் சம்பள வேலை
பெறலாம் என்ற நிலை, அன்றைக்கு இல்லை.
இது மட்டும் அன்று;
தந்தை தாய் செய்யும் வேலையைப்
பிள்ளைகள் வீட்டிலேயே கற்றுக் கொண்டார்கள்.
அதையே அவர்களும் தொடர்ந்தார்கள்
அதனால் மன்னனே பரப்புரை செய்தாலும்
மக்கள் கேட்டுக் கொண்டார்கள்;
பின்பற்ற வில்லை.

பாடல்

உற்றுழி உதவியும், உறுபொருள் கொடுத்தும்,
பிற்றைநிலை முனியாது, கற்றல் நன்றே!
பிறப்பு ஓர் அன்ன உடன்வயிற்றுள்ளும்,
சிறப்பின் பாலால், தாயும் மனம் திரியும்;
ஒரு குடிப் பிறந்த பல்லோருள்ளும், 5

'மூத்தோன் வருக' என்னாது, அவருள்
அறிவுடையோன் ஆறு அரசும் செல்லும்;
வேற்றுமை தெரிந்த நாற்பாலுள்ளும்,
கீழ்ப்பால் ஒருவன் கற்பின்,
மேற்பால் ஒருவனும் அவன்கண் படுமே. 10

திணை: பொதுவியல்   துறை: பொருண்மொழிக் காஞ்சி
புலவர்: ஆரியப் படை கடந்த நெடுஞ்செழியன்

(ஏன் அனைவரும் கல்வி கற்க வேண்டும்?)
தன் ஆசிரியர்க்கு
ஒரு நெருக்கடி வந்த போது
அதைப் போக்கத்
தானே போய் உதவியும,
தம்மிடம் இருக்கும் மிகுந்த பொருளை
அவருக்குக் கொடுத்தும்
அவரை வணங்கியும்,
நின்றும், அவர் பின் சென்றும் என
எல்லா நிலைகளிலும்
வெறுப்புக் கொள்ளாமல் கடைப்பிடித்து
அவரிடம் கற்பது நல்லது

(ஏன் அவ்வாறு கற்கவேண்டும் என்றால்)
ஒரு தாய் வயிற்றுள்
பிறந்தவர்கள் என்றாலும்
கற்றிருக்கும் சிறப்பினால் தாய்
கற்றவனிடம் அன்பு காட்டி,
கல்லாத தன் பிள்ளையிடம்
மனத்தால் வேறுபடுவாள்.

ஒரே குடும்பத்துள் பிறந்த பலருள்
மூத்தவனை வா என்னாது
அறிவுடையவனையே அழைத்து
அவன் காட்டும் வழியிலேயே அரசனும் செல்வான்

மனிதர்களுள் கற்போர்,
ஆட்சியாளர், வணிகர்,
பல்வேறு தொழில் பிரிவினர் என
வேறுபாடு காணப்பட்டுள்ள நான்கு பிரிவினருள்ளும்
பல தொழில் செய்வோர் பிரிவில்

பிறந்த ஒருவன் கற்றிருந்தால்
மேலுள்ள பிற மூன்று பிரிவினுள் பிறந்தவன்
தானும் கற்றுக் கொள்ள
அவனிடம் செல்வான்.

21. 'இல்லறவாழ்வுஎன் காலைக் கட்டுகிறது' (193)

இப்பாடலின் புலவர்
இயற்பெயர் தெரிவில்லை.
ஒரு ஏரை உடைய புலவர்
என்பது பொருள்.
இத்தொடர் உடைய பாடல்
குறுந் தொகையில் (131) காணப்படுகிறது.
அந்தத் தொடரைக் கொண்டு
அந்தப் பாடலின் ஆசிரியராக
அப்படிப் பெயர் வைத்ததுசரி.
அந்தப் பெயர் இந்தப் பாட்டிற்கு
எப்படி அமைந்தது என்று தெரியவில்லை.
மனிதன் ஏன் நேர்மையானவழியில் நடந்து
நல்லநிலை அடைய முடியவில்லை என்பதற்கு
இவர் ஒரு காரணம் காட்டுகிறார்

பாடல்

அதள் எறிந்தன்ன நெடு வெண் களரின்
ஒருவன் ஆட்டும் புல்வாய் போல,
ஓடி உய்தலும் கூடும்மன்;
ஒக்கல் வாழ்க்கை தட்கும்மா காலே.

திணை: பொதுவியல் துறை: பொருண்மொழிக் காஞ்சி

புலவர்: ஓரேருழவர்

தோலை அடித்து விரித்து வைத்தாலும்
அதில் மேடுபள்ளங்கள் இருப்பது போன்று
மேடு பள்ளங்கள் உள்ள
நீண்ட களர் வெளியில்
ஒருவன் வேட்டையாடி விரட்டும் மான்
எளிதாகஓடித் தப்பித்துக் கொள்வதுபோல
நானும் நல்லவழிகளிலே நடந்து
பிழைத்துக் கொள்ளமுடியும்

(என்னசெய்வது?)
சுற்றத் தோடு கூடி வாழும்
குடும்ப வாழ்க்கை
நல்லவழிகளில் சென்றுவிடாதபடி
என் காலைக் கட்டிவிடுகிறது.
(எனவே நான் நல்வழியில் நடந்து
மேனிலை அடைவது முடியாது).

22. 'உலகம் கொடியதே' (194)

பக்குடுக்கை நன்கணியார்;
நன்கணியார் என்றால்
நல்லசோதிடன் என்றுபொருள்
பக்குடுக்கை என்றால் (பக்கு - பை)
பைபோன்ற உடையை
அணிந்திருந்தவர் என்றுதெரிகிறது.
ஒரு வேளை துறவியாக இருக்கலாமோ
என்று தோன்றுகிறது.
வேறுவிபரம் தெரியவில்லை.

அழுகையும் ஆனந்தமும்
சோகமும் சுகமும்
கசப்பும் இனிப்பும்
கலந்தவாழ்க்கை இது
இதில் இனியவற்றைக் கண்டு மகிழ்க
என்கிறார் புலவர்.

பாடல்

ஓர் இல் நெய்தல் கறங்க, ஓர் இல்
ஈர்ந் தண் முழவின் பாணி ததும்ப,
புணர்ந்தோர் பூ அணிஅணிய, பிரிந்தோர்
பைதல் உண்கண் பனி வார்பு உறைப்ப,
படைத்தோன் மன்ற, அப் பண்பிலாளன்!   5

இன்னாது அம்ம, இவ் வுலகம்;
இனிய காண்க, இதன் இயல்பு உணர்ந்தோரே.

திணை: பொதுவியல்   துறை: பெருங்காஞ்சி

புலவர்: பக்குடுக்கைநன்கணியார்

(இந்த உலக வாழ்க்கை எத்தகையது?
அதை நாம் எப்படி அனுபவிக்க வேண்டும்?)
அதோ அந்தவீட்டின் முன்னே
சாவிற்கு அடிக்கப்படும் உருமிக் கொட்டு
(சர்பபறை) கொட்டப்படுகிறது.
(இதோ இங்கே பாருங்கள்)
இந்த வீட்டிற்கு முன்னே
திருமணத்திற்குக் கொட்டப்படும்
மிகக் குளிர்ந்த முழவின் (திருமணமேளம்) ஓசை
பெரிதாக ஒலிக்கிறது.

கணவனோடு கூடிய மனைவி
பூவணியை அணிகிறாள்.
கணவனைப் பிரிந்த பெண்ணின்
வருத்தம் மிக்க கரியகண்கள்
நீரைச் சிந்துகின்றன.

இவ்வாறு ஏற்றத் தாழ்வாகவே
இறைவன் படைத்துவிட்டான.

இவ்வுலகின் இயல்பு கொடியதுதான்.
என்றாலும் இதன்
இயல்பை அறிந்தோர்
நல் வாழ்வு பெறுவதற்காக
நல்ல செயல்களையே அறிக; அறிந்து செய்க.

3. வேந்தர்கள் வரிசை

3.1 சேரர்

1. சேரமான் குடக்கோ நெடுஞ் சேரலாதன் - (62, 63, 368)
2. சேரமான் பெருஞ்சேரலாதன் - 65
3. சேரமான் பெருஞ் சோற்று உதியன் சேரலாதன் - 2
4. சேரமான் செல்வக்கடுங்கோ வாழியாதன் - (8, 14, 387)
5. சேரமான் தகடூர் எறிந்த பெருஞ் சேரல் இரும்பொறை - 11, 17, 20, 22, 48, 49, 50, 53, 125, 210, 211, 229, 282, 5
6. சேரமான் கணைக்கால் இரும்பொறை - 74
7. சேரமான் கடல் ஓட்டிய வேல் கெழு குட்டுவன் - 369
8. சேரமான் குட்டுவன் கோதை - 54
9. சேரமான் கோட்டம்பலத்துத் துஞ்சிய மாக்கோதை - 245 (போருக்குப் பின் வரிசையில் காண்க)
10. சேரமான் மாரிவெண்கோ - 367 (குறுநில மன்னர் வரிசையில் காண்க)
11. சேரமான் வஞ்சன் - 398 (குறுநில மன்னர் வரிசையில் காண்க)

சேரமான் குடக்கோ நெடுஞ்சேரலாதன்

23. 'அழகிய இடங்களின் நாடு - இனி ஆகப் போவதுதான் யாதோ?' (63)

இவன் செல்வக்கோ, செல்வக் கோமான், வாழியாதன், செல்வக் கடுங்கோ வாழியாதன், சேரமான் சிக்கற்பள்ளித் துஞ்சிய செல்வக் கடுங்கோ, வாழியாதன், கோ, ஆதன் செல்லிரும் பொறை முதலான பெயர்களால் குறிப்பிடப்படுகிறான் (த.வ.ச) இவனும் சோழன் வேல் பல்தடக்கைப் பெருவிறற் கிள்ளியும் போர் செய்து களத்தில் வீழ்ந்து கிடந்த போது அதைக் கண்ட புலவர்: பாடியது.

பாடல்

எனைப்பல் யானையும் அம்பொடு துளங்கி,
விளைக்கும் வினை இன்றிப் படை ஒழிந்தனவே;
விறற் புகழ் மாண்ட புரவி எல்லாம்
மறத்தகை மைந்தரொடு ஆண்டு பட்டனவே;
தேர் தர வந்த சான்றோர் எல்லாம்,

தோல் கண் மறைப்ப, ஒருங்கு மாய்ந்தனரே;
விசித்துவினை மாண்ட மயிர்க்கண் முரசம்,
பொறுக்குநர் இன்மையின், இருந்து விளிந்தனவே;
சாந்து அமை மார்பில் நெடுவேல் பாய்ந்தென,
வேந்தரும் பொருது, களத்து ஒழிந்தனர்; இனியே,

என் ஆவதுகொல்தானே - கழனி
ஆம்பல் வள்ளித் தொடிக்கை மகளிர்
பாசவல் முக்கி, தண்புனல் பாயும்,
யாணர் அறாஅ வைப்பின்
காமர் கிடக்கை அவர் அகன் தலை நாடே?

திணை : தும்பை   துறை : தொகை நிலை
புலவர் : பரணர்
மன்னன் : சேரமான் குடக்கோ நெடுஞ்சேரலாதன்

போர் செய்ய முடியாமல்
யானைகள் அத்தனையும் அம்புபட்டுக்
கலங்கிக், களத்தே அழிந்து விட்டன;
வெற்றியாம் புகழைத்தரும் குதிரைகள் எல்லாம்
வீரம் விளைக்கும் வீரருடன் அழிந்து விட்டன.

போர் செய்ய எனத்
தேர் மேல் வந்தவர் எல்லாம்
அவர்கள் பிடித்திருந்த கேடயமே
அவர்கள் கண்ணை மறைக்க
விழுந்து விட்டார்கள்.

சிறந்த தொழில் முறையில்
வாரால் கட்டப்பட்டு
மயிர் சீவாது போர்த்தப்பட்ட
கண் உடைய முரசம் எல்லாம்
அடிக்க ஆள் இல்லாமல் போனதால்
செயல் இல்லாமல்
கெட்டுப் போய் விட்டன.

சந்தனம் பூசப்பட்ட மார்பில்
நீளமான வேல் பாய்ந்ததால்
அரசர்களும் போரிட்டுக் களத்தில்
மாய்ந்து விட்டனர்.

வயலில் விளைந்த ஆம்பல் தண்டில் செய்த
வளையலை அணிந்த பெண்கள்
பச்சைஅவலைத் தங்கள் வாயில்
அடைத்துக் கொண்டு

குளிர்ந்த நீரில் பாய்வார்கள்,
இத்தகைய
புதிய விளைச்சலில் குறையாத
அழகு மிக்க ஊர்களைக் கொண்ட
அவர்கள் நாடுகள்
இனி என்னதான் ஆகுமோ?

24. 'மறப் போரில் மடிந்த அறப் போர் வீரர்' (62)

பாடல்

வருதார் தாங்கி, அமர்மிகல் யாவது?
பொருது ஆண்டு ஒழிந்த மைந்தர் புண்தொட்டுக்,
குருதிச் செங்கைக் கூந்தல் தீட்டி,
நிறம்கிளர் உருவின் பேஎய்ப் பெண்டிர்
எடுத்துஎறி அனந்தற் பறைச் சீர் துடங்க,

பருந்து அருந்துற்ற தானையொடு, செருமுனிந்து,
அறத்தின் மண்டிய மறப்போர் வேந்தர் -
தாம் மாய்ந்தனரே; குடை துளங்கினவே;
உரைசால் சிறப்பின் முரைசு ஒழிந்தனவே;
பல் நூறு அடுக்கிய வேறுபடு பைஞ்ஞிலம்

இடம்கெட ஈண்டிய வியன் கண் பாசறை,
களம் கொளற்கு உரியோர் இன்றித், தெறுவர,
உடன் வீழ்ந்தன்றால், அமரே; பெண்டிரும்
பாசடகு மிசையார், பனிநீர் மூழ்கார்,
மார்பகம் பொருந்தி ஆங்கு அமைந்தனரே;

வாடாப் பூவின், இமையா நாட்டத்து,
நாற்ற உணவினோரும், ஆற்ற
அரும் பெறல் உலகம் நிறைய
விருந்து பெற்றனரால்; பொலிசு, நும் புகழே!

திணை: தும்பை   துறை: தொகை நிலை
புலவர்: கழாத்தலையார்
கழாத்தலை என்பது ஊரின் பெயர்; இடம் தெரியவில்லை
புலவர்: இயற்பெயர் தெரியவில்லை,
இவர் கபிலருக்கு முந்தியவர்   (புறம் 202)

எதிர்த்து முன்னே வரும் பகைப் படையைத்
தடுப்போம்; வெல்வோம்
என்பது தான் எப்படி ஆகும்?
போரிட்ட களத்திலேயே வீரர்கள்
இறந்து கிடக்கின்றனர்;

வீரர்களின் புண்பட்ட மார்பை
கருத்த பேய்ப் பெண்கள்
தோண்டுகின்றன.
வழியும் இரத்தத்தால் சிவந்த கையைத்
தம் கூந்தலில் துடைத்துக் கொள்கின்றன.
மெல்லிய ஓசையை உடைய பறையை
மேலும் மேலும் கொட்டுகின்றன.
அந்த ஓசைக்கு ஏற்ற தாளத்தில்
அவை ஆடவும் செய்கின்றன.
பருந்துகளோ ஊனைத் தின்கின்றன.

கோபம் கொண்ட இருவர்
போர் அறம் காரணமாக
நடந்த போரில் இருவருமே
இறந்து போனார்கள்.
அவர்களின் கொற்றக் குடைகள்
தாழ்ந்து விட்டன.
புகழுக்கு உரிய முரசங்களும்
விழுந்து விட்டன.

பல நூறாக வரிசைப்படுத்தப்பட்ட படையில்
இப்போது ஒருவரும் இல்லை;

அகன்ற பாசறையைத் தனது என்று
உரிமை கொள்ள ஒருவரும் இல்லை,
அச்சம் பிறந்தது; போரும் நின்றது.

இறந்த வீரர்களின் மனைவியர்
பச்சைக் கீரைகளைத் தின்னவில்லை;
குளிர்ந்த நீரில் குளிக்கவும் இல்லை;
வீரர்களின் மார்பைக் கட்டி அணைத்துக்
களத்திலேயே கிடந்தனர்,
அவர்கள்,
வாடாத கற்பக மாலையையும்,
இமைக்காத கண்களையும்,
வேள்வியில் கிடைக்கும் உணவையும்உடைய
தேவர்களும் விரும்பும்
பெறுவதற்கு அரிய சொர்க்க லோகத்தில்
பெரிய விருந்து பெற்றவர் ஆனார்கள்;
உங்கள் புகழ் ஓங்குவதாக.

25. 'இந்த நிலையிலும் பாடிவந்தது இதைப் பெறத் தானோ?' (368)

சேரமான் குடக்கோ நெடுஞ் சேரலாதன்
சோழன் வேல்பல்தடக்கை பெருநற் கிள்ளியோடு
போர்க்களத்தில் போரிட்டு
வீழ்ந்து, கழுத்து வெட்டப்பட்ட போதும்
உயிர் போகாது கிடக்க அவனைக் கண்ட
புலவர் கழாத்தலையார் பாடியது.

பாடல்

களிறு முகந்து பெயர்குவம் எனினே,
ஒளிறு மழை தவிர்க்கும் குன்றம் போலக்,
கைம்மா எல்லாம் கணை இடத் தொலைந்தன;
கொடுஞ்சி நெடுந் தேர் முகக்குவம்எனினே;
கடும் பரி நல் மான் வாங்குவயின் ஒல்கி,

5

நெடும் பீடு அழிந்து, நிலம் சேர்ந்தனவே;
கொய் சுவற் புரவி முகக்குவம் எனினே,
மெய் நிறை வழுவொடு பெரும்பிறிதாகி,
வளி வழக்கு அறுத்த வங்கம் போல,
குருதி அம் பெரும் புனல் கூர்ந்தனவே; ஆங்க   10

முகவை இன்மையின் உகவை இன்றி,
இரப்போர் இரங்கும் இன்னா வியன் களத்து,
ஆள் அழிப்படுத்த வாள் ஏர் உழவ!
கடாஅ யானைக் கால்வழி அன்ன என்
தெடாரித் தெண் கண் தெளிர்ப்ப ஒற்றி,   15

பாடி வந்தது எல்லாம், கோடியர்
முழவு மருள் திரு மணி மிடைந்த நின்
அரவு உறழ் ஆரம் முகக்குவம் எனவே.

திணை: வாகை   துறை: மறக்களவழி

ஆண் யானைகளைப் பரிசிலாகப் பெற்றுத்
திரும்பலாம் என்றால்
மழையைத் தடுக்கும் மலை போன்ற
யானைகள் எல்லாம்
அம்பு பட்டு வீழ்ந்து விட்டன;

தேர் மொட்டினை உடைய
நெடிய தேரைப்
பரிசிலாகப் பெறலாம் என்றால்
விரைந்து ஓடும் நல்ல குதிரைகள்
வளைத்த பக்கமெல்லாம் தளர்ந்து
தம் பெருமை எல்லாம் அழிந்து
நிலத்தில் சிதறி வீழ்ந்தன.

கொய்யப்பட்ட பிடரியை உடைய
குதிரைகளைப் பெறலாம் என்றால்

அவற்றின் உடம்பெலாம் காயத்தோடு
மரணம் அடைந்து,
காற்றால் போக்கை இழந்த கப்பலைப் போலப்
பெருகும் இரத்த வெள்ளத்தில் மிதக்கின்றன.

ஆகவே,
எடுத்துக் கொடுக்கப் பரிசு
எதுவும் இல்லாததால்
பரிசு பெற விரும்புவோர்
உவகை இல்லாமல் வருந்தும்
துன்பம் மிக்க போர்க்களத்தில்
வீரர்களாகிய வைக்கோற் போரைக் கடாவிட
வாளாகிய ஏரை விட்ட உழவனே!

மதயானையின் கால் தடம் போன்ற
என் தடாரிப் பறையின் கண் ஒலிக்க அடித்துப்
பாடி வந்ததெல்லாம் கூத்தர்கள்
அவர்களின் முழவு போன்ற
பெரிய மணியால் ஆன வாகுவலயம் அணிந்த
உன் தோளில் கிடக்கும்
பாம்பு போன்ற ஆரத்தைப்
பெறலாம் என்று எண்ணித்தானோ?

சேரமான் பெருஞ்சேரலாதன்

26. 'அவன் இல்லாமல்?' (65)

பாடல்

மண் முழா மறப்ப, பண் யாழ் மறப்ப,
இருங் கண் குழிசி கவிழ்ந்து இழுது மறப்ப,
சுரும்பு ஆர் தேறல் சுற்றம் மறப்ப,
உழவர் ஓதை மறப்ப, விழவும்
அகலுள் ஆங்கண் சீறூர் மறப்ப,

உவவுத் தலைவந்த பெரு நாள் அமையத்து,
இரு சுடர் தம்முள் நோக்கி, ஒரு சுடர்
புன்கண் மாலை மலை மறைந்தாங்கு,
தன் போல் வேந்தன் முன்பு குறித்து எறிந்த
புறப் புண் நாணி, மறத் தகை மன்னன்   10

வாள் வடக்கிருந்தனன்; ஈங்கு,
நாள் போல் கழியல, ஞாயிற்றுப் பகலே!

திணை: பொதுவியல் துறை: கையறுநிலை
சேரமான் பெருஞ் சேரலாதன் சேரமன்னன்.
அவனுக்குச் சோழ மன்னன் கரிகாற் பெருவளத்தானுடன்
பகை இருந்தது, போரும் மூண்டது.
போரில் எக்காரணம் பற்றியோ
சேரனின் முதுகில் காயம் ஏற்பட்டது.
இதற்காக வெட்கப்பட்ட சேரன்
வடதிசை பார்த்து இருந்து உண்ணாது
உயிர்நீக்க அமர்ந்து விட்டான்.
அந்நேரம் கழாத்தலையார்
அவனைப் பார்த்துப் பாடியது இப்பாடல்
வடக்கிருப்பது என்பதனை உத்தரகமனம் என்றும்
மகாப்பிரத்தானம் என்றும் சமணர்கள் கூறுவர் [உ.வே.சா.],

பௌர்ணமி நாளின் மாலைப் பொழுது,
சூரியன், நிலவு எனும் இரு சுடர்களும்
ஒன்றை மற்றொன்று எதிர் நின்று பார்த்து,
அவற்றுள் ஒன்று,
மயங்கும் மாலைப் பொழுதில்
மலையில் ஒளிந்தது.

அது போல
தனக்குச் சமமான மன்னன்
திட்ட மிட்டு எறிந்த

புறப்புண்ணுக்கு வெட்கப்பட்டான்,
அதன் பின்
அறத்தின் வழியை அறிந்த மன்னன்
தன் வாளை ஊன்றினான்;
வடதிசை பார்த்து அமர்ந்து விட்டான்.

அதனால் முழவு,
மா வைக்கப் படுவதை
மறந்து விட்டது.
யாழ், பாட மறந்து விட்டது.
பானை, கவிழ்ந்து
நெய் கடைதலை மறந்து விட்டது,

தம் சுற்றம், வண்டுகள் மொய்க்கும்
மதுவை உண்பதில்லை;
உழவர், வேலை
செய்வதால் எழும்
ஓசையை இழந்தனர்,
சிறிய ஊர்கள், அகன்ற தெருக்களில்
விழாக்களை மறந்து விட்டன.

ஆகவே நாங்கள் அவன் இல்லாமல்,
இங்கே தன்னந்தனியாக உயிர் வாழும்
பகற் பொழுது எல்லாம்
இனி எங்களுக்கு முன்பு போல
இனிதாகச் செல்லாது.

சேரமான் பெருஞ்சோற்று உதியஞ் சேரலாதன்

27. 'அறம் தவறாத அரசு' (2)

பாரதம் பாடியவர் பாடலைக் கடவுள் வாழ்த்தாக
வைத்ததும், அந்தப் பாரதத்தில் பெருஞ் சோறு
அளித்த மன்னன் இவன் என்று கூறுவதும்,
சான்றுகள் இல்லாத வெற்றுக் கதை. இம்மன்னன்
பாரதம் எழுதப்பட்ட காலத்தில் வாழ்ந்தவன் தானா? இல்லை;
'இவனை உதியன், உதியஞ் சேரல், உதியஞ் சேரன்
என்றெலாம் மாமூலனாரும், கோட்டம் பலத்துத்
துஞ்சிய சேரமானும் பாடுவர் (ஔவை- துரை)
மகா பாரதத்தில் இவனைக் காணோம்.

பாடல்

மண் திணிந்த நிலனும்,
நிலன் ஏந்திய விசும்பும்,
விசும்பு தைவரு வளியும்,
வளித் தலைஇய தீயும்,
தீ முரணிய நீரும், என்றாங்கு   5

ஐம் பெரும் பூதத்து இயற்கை போல -
போற்றார்ப் பொறுத்தலும், சூழ்ச்சியது அகலமும்
வலியும், தெறலும், அளியும் உடையோய்!
நின் கடற் பிறந்த ஞாயிறு பெயர்த்தும் நின்
வெண் தலைப் புணரிக் குட கடற் குளிக்கும்   10

யாணர் வைப்பின், நல் நாட்டுப் பொருந!
வான வரம்பனை! நீயோ, பெரும!
அலங்கு உளைப் புரவி ஐவரொடு சினைஇ
நிலம் தலைக்கொண்ட பொலம் பூந் தும்பை
ஈர் - ஐம்பதின்மரும் பொருது, களத்து ஒழிய,   15

பெருஞ் சோற்று மிகு பதம் வரையாது கொடுத்தோய்;;
பா அல் புளிப்பினும், பகல் இருளினும்,
நா அல் வேத நெறி திரியினும்
திரியாச் சுற்றமொடு முழுது சேண் விளங்கி,
நடுக்கின்றி நிலியரோ அத்தை - அடுக்கத்து,   20

சிறு தலை நவ்விப் பெருங் கண் மாப் பிணை,
அந்தி அந்தணர் அருங் கடன் இறுக்கும்
முத் தீ விளக்கின், துஞ்சும்
பொற் கோட்டு இமயமும், பொதியமும், போன்றே!

திணை: பாடாண்   துறை: செவியறிவுறூஉ
                    வாழ்த்தியலும் ஆம்.

புலவர்: முரஞ்சியூர் முடிநாகராயர்

முரஞ்சியூர் ஊரின் பெயர்;
நாகராயர் – ராயர் என்பது
ஏடுபெயர்த்து எழுதியவர் செய்த
பிழை [ஔவை] நாகரையர், நாகனார்
எனவும் வழங்கப்படுவார் [இளங்குமரனார்]
நாக ராஜன் என்று இருக்கலாமோ?

மன்னன் சேரமான் பெருஞ் சோற்று உதியஞ் சேரலாதன்.
உதியஞ் சேரலாதன் என்பது பெயர்,
சேரன் - சேரமான் என்றழைக்கப்படுகிறான்.
சேரன் மகன் சேரமான் (த.வ.ச).
பெருஞ்சோறு என்பது இட்டுக்கட்டப்பட்ட கதை.
'உண்ட வீட்டிற்கு இரண்டகம்
நினையா வண்ணம்' போருக்குப் போகும் முன்
வீரர்களுக்குச் சோறளிப்பது
அன்றைய வழக்கம்.

வேந்தனே!
வான வரம்பனே! பெருமானே!
உன்னைப் போற்றாதவர்களை,
அவர்களின் பிழைகளை,
நீ பொறுத்துக் கொள்கிறாய்.
அவர் பிழை,
பொறுத்துக் கொள்ளத் தக்கன அல்ல
என்று கண்டால்,
அவரை அழிப்பது எவ்வாறு என்று
சிந்திக்கும் அறிவாற்றலில் நீ
ஆகாயம் போன்று விசாலமானவன்.

பகைவரை அழிக்கும் வலிமையில் நீ
ஆகாயத்தைத் தடவி வரும்
காற்றுப் போன்றவன்.
அவரை அழிப்பதில்
காற்றோடு வரும் தீயைப் போன்றவன்.

எவர்க்கும் நன்மை செய்வதில் நீ
நீரைப் போன்றவன்.

காலைப் பொழுதில் கிழக்கே
உன் கடலில் தோன்றும் சூரியன்
மாலையில் வெள்ளிய அலைகளை உடைய
உன் மேற்குக் கடலில் மூழ்குகிறது.
இவற்றிற்கு இடையே, இடைவிடாமல்
புதுப்புது வருவாயைத் தரும் ஊர்கள்
உன் நாட்டில் உண்டு.

அசைவும் தலையாட்டமும் உள்ள
குதிரைகளை உடைய பாண்டவர்கள்
ஐந்து பேருடன் கோபம் கொண்டு
நாட்டைத் தம் வசமாக்கப்

பொன் போன்ற தும்பை மாலையை அணிந்து
போரிட வந்த துரியோதனாதியர் நூறு பேரும்
களத்தில் போரிட்டுச் சாகும் வரை
இரண்டு பிரிவினருக்கும்
பெருஞ் சோறு எனப்படும் மிகுந்த உணவைக்
குறைவு இல்லாமல் கொடுத்தவனே!

தன் இயல்பான சுவையை விட்டுப்
பால் புளிக்குமா? - புளித்தாலும்;
தன் வெளிச்சத்தை இழந்து
சூரியன் இருளுமா? - இருண்டாலும்;
நான்கு வேதத்தின் ஒழுக்கம்
மாறுமா? - மாறினாலும்
சொல்லாலும், செயலாலும் மாறுபடாத
மந்திரி, படைத்தலைவர் எனும் சுற்றத்துடன்

மாலை மறையும் நேரத்தில்
செய்வதற்குக் கடினமான
ஆகவனீயம், காருக பத்தியம்,
தென்திசை அங்கி எனப்படும்
மூன்று வகைத் தீயும்
அந்தணரால் காக்கப்படும் வேள்வியில் எரிய
அத்தீயின் வெளிச்சத்தில்
குன்றுகளின் மேல்
சிறிய தலையை உடைய குட்டிகளுடன்
பெரிய கண்கொண்ட மான் பிணைகள் தூங்கும்;
அத்தகு சூழலில்
பொன்னொத்த உச்சிகளை உடைய
இமய மலையையும், பொதிய மலையையும் போல
அசைக்கப்படாமல்
நெடுங்காலம் வாழ்வாயாக.

சேரமான் செல்வக்கடுங்கோ வாழியாதன்

28. 'சோர்வு இல்லா இவனுக்குச் சூரியனே! நீ எப்படி ஈடாவாய்?' (8)

'சேரமான் என்பது குடிப்பெயர்; சேரன் மகன் என்பது பொருள்.
கடுங்கோ என்பது ஒரு நாட்டின் பெயர்
இவன் அந்துவஞ் சேரல் இரும்பொறைக்கும்
பொறையன் பெருந்தேவிக்கும் பிறந்த மகன். (த.வ.ச)
இவன் செல்வக்கோ, செல்வக்கோமான்,
வாழியாதன், செல்வக்கடுங்கோ வாழியாதன்,
சேரமான் சிக்கற்பள்ளித் துஞ்சிய செல்வக் கடுங்கோ,
கோ ஆதன், செல்லிரும்பொறை
முதலான பெயர்களால் குறிப்பிடப்படுகிறான். (த.வ.ச)

பாடல்

வையம் காவலர், வழிமொழிந்து ஒழுகப்,
போகம் வேண்டி, பொதுச்சொல் பொறாஅது,
இடம் சிறிது என்னும் ஊக்கம் துரப்ப,
ஒடுங்கா உள்ளத்து, ஓம்பா ஈகை,
கடந்து அடு தானைச் சேரலாதனை   5

யாங்கனம் ஒத்தியோ? - வீங்கு செலல் மண்டிலம்!
பொழுது என வரைதி; புறக்கொடுத்து இறத்தி;
மாறி வருதி; மலைமறைந்து ஒளித்தி;
அகல் இரு விசும்பினானும்
பகல் விளங்குதியால், பல்கதிர் விரித்தே.   10

திணை: பாடாண் துறை: இயன்மொழி; பூவை நிலையும் ஆம்;

புலவர்: கபிலர்

மன்னன்: சேரமான் [கடுங்கோ] செல்வக் கடுங்கோ வாழி யாதன்.

நெடிதாகப் பயணிக்கும் சூரியனே!
அகன்று பரந்த இந்தப் பெரிய ஆகாயத்தில்
பகற் பொழுதில் நீ
பல சுடர்களையும் பரப்புகிறாய்;
பகற் பொழுதை
உனக்கு என்று பிரித்துக் கொண்டாய்;

தெற்கு (தட்சிணாயனம்) வடக்கு (உத்திராயனம்) என
இடமாக, வலமாக மாறி மாறி வருகிறாய்.
மாலை வந்ததும்
மலையின் பின் போய் மறைந்தும் கொள்கிறாய்.
நிலவு வந்து விட்டாலோ
புறமுதுகு காட்டிப் போய் விடுகிறாய்.

சேரலாதனோ, உலகைக் காக்கும்
மன்னர் அனைவருமே தனக்கு
வணக்கம் சொல்லி வாழ வேண்டும்
என்ற பெருமையை விரும்புபவன்.
பூமி முழுவதும் மன்னர் அனைவருக்கும்
பொதுவானது என்றுசொல்லப்படும்
சொல்லையும் கூடக் கேட்கப் பொறுக்காதவன்.

தன் நாடு சிறியது என்ற எண்ணமே
அவனைத் தூண்ட சோம்பி இராத
உள்ளம் உடையவன்.
எந்தப் பொருளையும் தனக்கு என்று
எண்ணிப் பாதுகாத்து வைத்துக் கொள்ளாமல்
பிறர்க்கு வழங்கும் ஈகைக் குணம் உடையவன்.
பிறரை வஞ்சிக்காமல் நேரடியாக
எதிர்த்து நின்று கொல்லும் படைகளையும் உடையவன்
இவனுக்கு ஈடாக நீ
எப்படிச் சமமாவாய்? ஈடாக மாட்டாய்.

29. 'உண்ண உதவுமே அன்றி, வேறு ஒன்று அறியாக் கைகள்' (14)

பாடல்

கடுங் கண்ண கொல் களிற்றால்
காப் புடைய எழு முருக்கி,
பொன் இயல் புனை தோட்டியால்
முன்பு துரந்து, சமம் தாங்கவும்;
பார் உடைத்த குண்டு அகழி   5

நீர் அழுவ நிவப்புக் குறித்து,
நிமிர் பரிய மா தாங்கவும்;
ஆவம் சேர்ந்த புறத்தை, தேர்மிசைச்
சாப நோன்ஞாண் வடுக்கொள வழங்கவும்;
பரிசிலர்க்கு அருங்கலம் நல்கவும் குரிசில்!   10

வலிய ஆகும், நின் தாள்தோய் தடக்கை.
புலவு நாற்றத்த பைந்தடி
பூ நாற்றத்த புகை கொளீஇ; ஊன்துவை
கறிசோறு உண்டு வருந்துதொழில் அல்லது
பிறிதுதொழில் அறியா ஆகலின், நன்றும்   15

மெல்லிய-பெரும!-தாமே. நல்லவர்க்கு
ஆர் அணங்கு ஆகிய மார்பின், பொருநர்க்கு
இருநிலத்து அன்ன நோன்மை
செரு மிகு சேஎய்! - நிற் பாடுநர் கையே.

திணை : பாடாண்   துறை : இயன்மொழி
புலவர் : கபிலர்
மன்னன் : சேரமான் செல்வக் கடுங்கோ வாழியாதன்.

பெரியோனே! தலைவனே!
பெண்களைத் துன்பப் படுத்தும் மார்பையும்,
போர் செய்ய வருபவர்க்குப்
பூமி போன்ற வலிமையையும் கொண்டு
போரில் வெற்றியுடன் விளங்கும்
முருகக் கடவுளையும் போன்றவனே!

முழந்தாளைத் தொட்டு நிற்கும்
உன் நீண்ட கைகள்,
இரும்பால் ஆன அழகிய அங்குசத்தால்
கடுங்கோபமுள்ள கொலை யானைகளால்
முன்னும் பின்னுமாகச் செலுத்தப்பட்டுப்
பகைவர்தம் அரண்களின் கதவுகளைக்
காக்கும் கணைய மரங்களை
உடைக்கச் செல்கின்றன.
குந்தாலியால் பூமியை இடித்து ஏற்படுத்திய
குழியுடன் கூடிய அகழியின் ஆழம் கருதி,
விரையும் குதிரையின் கடிவாளத்தை
மேலே செல்லாமல் வேண்டிய அளவு
பிடிக்கின்றன.
முதுகில் அம்பறாத் தூணியைக்
கட்டிக் கொண்டு, தேர் மேல் நின்று,
வில்லை வலிக்க, வலிய நாண்
வடு உண்டாக்குமாறு அம்பைச் செலுத்துகின்றன.
இப்போதெல்லாம் உன் கைகள்
வலிமையானவையாக இருக்கின்றன.
பெறுவதற்கு அரிய அணிகலன்களைப்
பரிசிலர்க்கு அளிக்கின்றன.

உன்னைப் பாடுவோரின் கைகளோ
புலால் நாறும் சிறந்த புலால் துண்டத்தைப்
பூ மணம் கமழும் புகையைக் கொளுத்திச்
சமைத்த ஊன், துவை, கறி, சோறு
ஆகிய இவற்றை உண்டு, உண்டதனால்

வருந்தும்செயலே அல்லாமல்
பிற செயலை அறிவதில்லை.
அதனால் அவை பெரிதும்
மெல்லிய ஆயின

30. 'நெல்லினும் பல காலம் நெடிது வாழ்க' (387)

பாடல்

வள் உகிர வயல் ஆமை
வெள் அகடு கண்டன்ன,
வீங்கு விசிப் புதுப் போர்வைத்
தெண்கண் மாக்கிணை இயக்கி, 'என்றும்
மாறு கொண்டோர் மதில் இடறி, 5

நீறு ஆடிய நறுங் கவுள
பூம்பொறிப் பணை எருத்தின்,
வேறு வேறு பரந்து இயங்கி,
வேந்துடை மிளை அயல் பரக்கும்,
ஏந்துகோட்டு இரும்பிணர்த் தடக் கை, 10

திருந்து தொழில் பல பகடு
பகைப்புல மன்னர் பணிதிறை தந்து, நின்
நகைப் புலவாணர் நல்குரவு அகற்றி,
மிகப் பொலியர், தன் சேவடி அத்தை!' என்று
யான் இசைப்பின், நனி நன்று எனா, 15

பல பிற வாழ்த்த இருந்தோர் என்கோ? .
மருவ இன் நகர் அகன்.........
திருந்து கழற் சேவடி குறுகல் வேண்டி,
வென்று இரங்கும் விறல் முரசினோன்!
என் சிறுமையின், இழித்து நோக்கான், 20

தன் பெருமையின் தகவு நோக்கி,
குன்று உறழ்ந்த களிறு என்கோ?
கொய் உளைய மா என்கோ?
மன்று நிறையும் நிரை என்கோ?
மனைக் களமரொடு களம் என்கோ?

ஆங்கு அவை, கனவு என மருள, வல்லே, நனவின்
நல்கியோனே, நகைசால் தோன்றல்
ஊழி வாழி, பூழியர் பெருமகன்!
பிணர் மருப்புயானைச் செருமிகு நோன் தாட்
செல்வக் கடுங்கோ வாழியாதன்

ஒன்னாத் தெவ்வர் உயர்குடை பணிந்து, இவண்
விடுவர் மாதோ நெடிதே - நி ...
புல் இலை வஞ்சிப் புறமதில் அலைக்கும்
கல்லென் பொருநை மணலினும்; ஆங்கண்
பல் ஊர் சுற்றிய கழனி

எல்லாம் விளையும் நெல்லினும் பலவே.

திணை: பாடாண் **துறை: வாழ்த்தியல்**

புலவர்: குண்டுகட் பாலியாதனார்

மன்னன்: சேரமான் சிக்கற்பள்ளியில் இறந்த செல்வக் கடுங்கோ வாழியாதன்

கூர்மையான நகமுள்ள வயல் ஆமையின்
வெண்ணிற வயிற்றைப் போல
அகலமாக புதிய இறுக்கிக் கட்டப்பட்ட புதிய தோல் போர்த்த
தெளிந்த கண்ணை உடைய
பெரிய தடாரிப்பறையை அடித்தேன்;
எந்தக் காலத்திலும் பகை கொண்டவரின்
கோட்டைகளை இடிப்பதால்
புழுதியில் மூழ்கிய மணமிக்க

புறநானூறு (புதிய வரிசை வகை)

மண்டையையுமுடைய,
பூவேலை செய்யப்பட்ட பட்டம் அணிந்த
பெருத்த பிடரியை உடைய யானைகள்
வெவ்வேறாகப் பரந்து சென்று,
பகை வேந்தரின் காவல் காட்டில் பரவி உலவும்.

பூண் செறிந்த உயர்ந்த கோட்டையும்
பெரிய துதிக்கையையும் உடையனவாய்ப்
பாகர் ஏவியபடியே செயலாற்றும்
பல யானைகளையும் உடைய
பகை நாட்டு மன்னன் பணிந்து
திறையாகத் தந்தான், அவற்றால்
உன்னைச் சார்ந்த இன்பச் சுவை தரும் புலவர்களின்
வறுமையைப் போக்கி,
உன் சேவடி பெரிதும் அழகு பெறுவதாக
என்று நான் பாடினால்
நல்லது என்று பலவாகிய பிற இயல்புகளையும் நான் வாழ்த்த
மகிழ்ந்து இருந்தோரின் தலைவனே!

அடைவதற்கு அரிய உன் அகன்ற வாசலை
அழகிய கழல் அணிந்த
உன் சேவடி அடைய வேண்டி, போர்க்களத்தில்
வெற்றி பெற்றொலிக்கும்
வீரமுரசை உடையவன்
என் சிறுமையை எண்ணி என்னை
இகழ்ந்து பார்க்க மாட்டான்,
தன் உயர்வை எண்ணி
மலை போன்ற யானை என்ன,
கொய்யப்படும் பிடரியை உடைய குதிரை என்ன,
மன்றம் நிறைந்த பசுக்கூட்டம் என்ன,
வீட்டில் சோறும் ஆடையும் பெற்று
வேலை செய்யும் பணியாளரோடு நெற் போர்க்களம்
இவை எல்லாம் கனவோ என்று மயங்கும்படி
விரைந்து உண்மையாகவே தந்தவனே,

தகை சான்ற தலைவன்,
இப்பூழி நாட்டார் பெருமகன்

துதிக்கை கொண்ட
யானையை உடைய போர்க் களத்தே
வெற்றி பெறும் பேராற்றலை உடைய
செல்வக் கடுங்கோ வாழியாதன் என்று
பெயர் சொன்ன அளவில்
பகைவர் தங்கள் உயர் குடையைத்
தாழ்த்திப் பணிந்து,
காலந்தாழ்த்தாமல் செய்ய வேண்டியதைச் செய்து
இங்கே வரவிடுவர், ஆகவே
சிறிய இலை கொண்ட வஞ்சியின்
பெயர் கொண்ட கரூர் கோட்டைக்கு
வெளியே அலை வீசிப் பாயும்
பொருநை (அமராவதி) ஆற்றின் மணலினும்
அவனது பல ஊர்களையும் சுற்றி இருக்கும்
வயல்களில் எல்லாம் விளையும்
நெல்லினும் பலகாலம்
நெடிது வாழ்வானாக!

சேரமான் தகடூர் எறிந்த பெருஞ் சேரல் இரும்பொறை

31. 'வரையா ஈகை' (17)

யானைக்கட் சேய் மாந்தரஞ் சேரல் இரும்
பொறையைப் பாண்டியன் தலையாலங்
கானத்துச் செரு வென்ற நெடுஞ் செழியன்
சிறைப்படுத்தி விட்டான். சேரனோ தப்பித்துத்
தன் நாட்டிற்குப் போய் அரசு கட்டிலில்
அமர்ந்து விட்டான். அதைப் புலவர்: பாடுகிறார்

பாடல்

தென் குமரி, வட பெருங்கல்
குண குட கடலா எல்லை,
குன்று, மலை, காடு, நாடு
ஒன்று பட்டு வழிமொழியக்;
கொடிது கடிந்து, கோல் திருத்திப் 5

படுவது உண்டு, பகல் ஆற்றி,
இனிது உருண்ட சுடர் நேமி
முழுது ஆண்டோர் வழி காவல்!
குலை இறைஞ்சிய கோட் தாழை
அகல் வயல், மலை வேலி! 10

நிலவு மணல் வியன் கானல்,
தெண்; கழிமிசைத் தீப் பூவின்,
தண் தொண்டியோர் அடு பொருந!
மாப் பயம்பின் பொறை போற்றாது,
நீடு குழி அகப்பட்ட 15

பீடு உடைய எறுழ் முன்பின்,
கோடு முற்றிய கொல் களிறு,
நிலை கலங்கக் குழி கொன்று,
கிளை புகலத் தலைக்கூடியாங்கு—
நீ பட்ட அரு முன்பின், 20

பெருந் தளர்ச்சி, பலர் உவப்பப்,
பிறிது சென்று, மலர் தாயத்துப்
பலர் நாப்பண் மீக்கூறலின்
'உண்டாகிய உயர் மண்ணும்,
சென்று பட்ட விழுக் கலனும், 25

பெறல் கூடும், இவன் நெஞ்சு உறப் பெறின்' எனவும்,
'ஏந்து கொடி இறைப் புரிசை,
வீங்கு சிறை, வியல் அருப்பம்,

இழந்து வைகுதும், இனிநாம் - இவன்
உடன்று நோக்கினன், பெரிது' எனவும்   30

வேற்று அரசு பணி தொடங்கு நின்
ஆற்றலொடு புகழ் ஏத்தி,
காண்கு வந்திசின், பெரும! ஈண்டிய
மழை என மருளும் பல் தோல், மலை எனத்
தேன் இறை கொள்ளும் இரும் பல் யானை,   35

உடலுநர் உட்க வீங்கி, கடல் என
வான் நீர்க்கு ஊக்கும் தானை, ஆனாது
கடு ஒடுங்கு எயிற்ற அரவுத் தலை பனிப்ப,
இடி என முழங்கும் முரசின்,
வரையா ஈகைக் குடவர் கோவே!   40

திணை: வாகை   துறை: அரசவாகை; இயன்மொழியும் ஆம்.
புலவர்: குறுங்கோழியூர் கிழார். குறுங்கோழியூர் என்பது ஊர்.
இயற்பெயர் தெரியவில்லை.
மன்னன் பாண்டியன் தலையாலங்கானத்துச் செரு
வென்ற நெடுஞ்செழியனால்
பிணிக்கப்பட்டு இருந்த யானைக் கண் சேய்
மாந்தரஞ் சேரல் இரும் பொறை
வலிதின் போய்க் கட்டில் எய்திய போது பாடப்பட்டது.

தென் திசையில் குமரி;
வட திசையில் பெரும் இமயமலை;
கிழக்கிலும் மேற்கிலும் கடலே எல்லை;
இவற்றிற்கு இடையில் குன்று, மலை,
காடு, நாடு என இவற்றை ஆள்வோர், அனைவரும்
ஒன்றுபட்டு நிற்க, தீய செயலைப் போக்கினாய்;
கோலைச், செம்மையானதாக நடத்தினாய்,
நடுநிலை தவறாது நின்றாய்;

அதனால் ஆட்சிச் சக்கரத்தை
முழுமையாகச் செலுத்தியவர் மரபைக்
காப்பவனே!

குலை தாழ்ந்து, வளைந்த தென்னை
பரந்த வயல்; மலையாகிய வேலி;
நிலாப் போன்ற மணல் கிடக்கும்
அகன்ற கடற்கரை, தெளிந்த
உப்பங் கழிகளில் தீப்பிடித்தது
போன்ற பூ என இத்தனையும்
கொண்ட, குளிர்ந்த தொண்டியரின்
கொலைத் தொழிலுக்கு வீரனே!
பெருமானே!

திரண்ட மேகம் என எண்ணி மயங்கும்
பல வகைப் படை
மலை என மயங்கித் தேனினம் தங்கும்
பெரிய பல யானைகள்,
பகைவர் பயப்படப்
பெரிதாக இருப்பதால்
கடல் எனக் கருதி நீர் கொள்ள
மேகம் இறங்கும் படை அடங்காமல் நஞ்சு சுரக்கும்
பல்லை உடைய பாம்பின் தலை நடுங்கும்படி
இடியோ என்று எண்ணுமாறு
முழங்கும் முரசு, நீங்காத
கொடையையும் கொண்ட
குடநாட்டவர் வேந்தனே!

யானையைப் பிடிக்கும் குழிமேல்
பாவின மூடியை (பாவை,) தன் செருக்கால் அறியாமல்
ஆழமிக்க அந்த நீண்ட குழியுள்
அகப்பட்ட பெருமையும், மிகுந்த வலிமையும்.
முதிர்ந்த கொம்பும், கொலைத் தொழிலும்
உள்ள யானை, குழி சரிய,

அதனைத் தூர்த்துத் தன் இனம் விரும்பச் சென்று,
அவற்றோடு சேர்ந்தது போல,
பகைவர் தடுக்க முடியாத
வலிமை மிகுதியால் பகையை மதிக்காமல்
நீ அடைந்த பெருந் தளர்ச்சி நீங்கப்
பிறி தொரு சூழ்ச்சியால் வெளியேறினாய்;

மிகுந்த உரிமையுள்ள இடத்தில்
பலரும் மகிழ, உன் சுற்றத்தார் நடுவே
உயர்த்திப் பேசப்படுகிறாய்.
அதனால் உனக்கு உரிய நிலத்தையும்,
உன்னைச் சேர்ந்த அணிகலன்களையும்
நீ இல்லாத போது கைப்பற்றியவர்க்கு
உன் உள்ளம் மகிழ்ந்தால் திரும்பவும்
அவர் அவற்றைப் பெறக்கூடும்.

நீ வரமாட்டாய் என்று எண்ணி
தங்கள் ஆட்சியைக் கைப்பற்றிய பகைவர்களும்
நீ பெரிதாகச் சினம் கொண்டு பார்த்ததால்
கொடி ஏறிய உயர்ந்த கோட்டையையும்
காடும் அகழியும் சூழக் காவலை
உடைய அரணையும் நாம் இனி
இழப்போம் என அஞ்சிப் பகைமன்னர்
உன் ஏவலைச் செய்யத் தொடங்குவர்.
காரணம், உன் வலிமை;
அந்த வலிமையையும் புகழையும் வாழ்த்தி
உன்னைக் காணும் பொருட்டே
வந்தேன்.

32. 'கலப்பையை அன்றி ஆயுதம் அறியார்' (20)

பாடல்

இரு முந்நீர்க் குட்டமும்,
வியல் ஞாலத்து அகலமும்,
வளி வழங்கு திசையும்,
வறிது நிலைஇய காயமும், என்றாங்கு
அவை அளந்து அறியினும், அளத்தற்கு அரியை;

அறிவும், ஈரமும், பெருங் கண்ணோட்டமும்;
சோறு படுக்கும் தீயோடு
செஞ் ஞாயிற்றுத் தெறல் அல்லது
பிறிது தெறல் அறியார் நின் நிழல் வாழ்வோரே;
திருவில் அல்லது கொலை வில் அறியார்;

நாஞ்சில் அல்லது படையும் அறியார்;
திறன் அறி வயவரொடு தெவ்வர் தேய, அப்
பிறர் மண் உண்ணும் செம்மல்! நின் நாட்டு
வயவுறு மகளிர் வேட்டு உணின் அல்லது.
பகைவர் உண்ணா அரு மண்ணினையே;

அம்பு துஞ்சும் கடி அரணால்,
அறம் துஞ்சும் செங்கோலையே;
புதுப் புள் வரினும், பழம் புள் போகினும்,
விதுப்புறவு அறியா ஏமக் காப்பினை;
அனையை ஆகன்மாறே;

மன் உயிர் எல்லாம் நின் அஞ்சும்மே.

திணை: வாகை துறை: அரசவாகை

புலவர்: குறுங்கோழியூர் கிழார்

மன்னன்: சேரமான் யானைக் கண் சேய் மாந்தரஞ் சேரல் இரும்பொறை.

பெரிய கடலின் ஆழம்,
விரிந்து பரந்த காற்று இயங்கும் திசை
வடிவம் இல்லாமல் நிலை பெற்ற வானம் என
இவை அனைத்தையும் அளந்து அறிந்தாலும் கூட
உன்னை அளப்பது என்பது அரிது.

அறிவு, இரக்கம் மிகுந்த கண்ணோட்டம்,
சோறு சமைப்பதற்கு உரிய தீ,
சிவந்த சூரியனின் வெம்மை என இவையே அன்றி,
வேறு கடுமையை உன் ஆட்சியில்
வாழ்பவர் அறியார்.
இந்திர வில்லாம் வான வில்லே அன்றிப்
போர்வில் அறியார்;
ஏரையே அன்றி வேறு ஆயுதமும் அறியார்;
ஆற்றல் மிக்க வீரரோடு பகைவரும் அழிய
அவர்தம் மண்ணை உண்ணும் தலைவனே!

உன் நாட்டுச் சூலுற்ற பெண்கள் விரும்பினால்
உன் நாட்டு மண்ணை உண்பார்களே அன்றிப்
பகைவர் உண்ண முடியாத அரிய
நாட்டிற்கு உரியவன் நீ!
அம்புகள் நிறைந்த காவல் மிக்க கோட்டையையும்
அறம் வாழும் செங்கோலையும் உடையவன் நீ!
வரப்போவது குறித்து நிமித்தம் காட்டிப்
புதுப் பறவை வந்தாலும் சரி;
பழைய பறவை சென்றாலும் சரி;
அச்சமும் நடுக்கமும் அறியாத
பாதுகாப்பு உடையவன் நீ!
இத்தகையவனாய் நீ இருப்பதால்
உயிர்கள் எல்லாம் உனக்குப்
பயப்படும்.

33. 'விழா எடுத்த களம்' (22)

பாடல்

தூங்கு கையான் ஓங்கு நடைய
உறழ் மணியான் உயர் மருப்பின,
பிறை நுதலாற் செறல் நோக்கின,
பா அடியான் பணை எருத்தின,
தேன் சிதைந்த வரை போல

மிஞிறு ஆர்க்கும் கமழ் கடாத்து,
அயறு சோரும் இருஞ் சென்னிய,
மைந்து மலிந்த மழ களிறு
கந்து சேர்பு நிலைஇ வழங்க;
பாஅல் நின்று கதிர் சோரும்

வான் உறையும் மதி போலும்
மாலை வெண் குடை நீழலான்,
வாள் மருங்கு இலோர் காப்பு உறங்க,
அலங்கு செந்நெற் கதிர் வேய்ந்த
'ஆய் கரும்பின் கொடிக் கூரை

சாறு கொண்ட களம் போல,
வேறு வேறு பொலிவு தோன்ற;
குற்று ஆனா உலக்கையான்
கலிச் சும்மை வியல் ஆங்கண்
பொலந் தோட்டுப் பைந் தும்பை

மிசை அலங்கு உளைய பனைப் போழ் செரீஇ,
சின மாந்தர் வெறிக் குரவை
ஓத நீரின் பெயர்பு பொங்க;
வாய் காவாது பரந்து பட்ட
வியன் பாசறைக் காப்பாள!

வேந்து தந்த பணி திறையான்
சேர்ந்தவர்தம் கடும்பு ஆர்த்தும்,
ஓங்கு கொல்லியோர், அடு பொருந!
வேழ நோக்கின் விறல் வெஞ் சேஎய்!
வாழிய, பெரும! நின் வரம்பு இல் படைப்பே,

நிற் பாடிய வயங்கு செந் நாப்
பின் பிறர் இசை நுவலாமை,
ஓம்பாது ஈயும் ஆற்றல் எம் கோ!
'மாந்தரஞ்சேரல் இரும்பொறை ஓம்பிய நாடே
புத்தேள் உலகத்து அற்று' எனக் கேட்டு, வந்து,

இனிது கண்டிசின்; பெரும! முனிவு இலை,
வேறுபுலத்து இறுக்கும் தானையொடு
சோறு பட நடத்தி - நீ துஞ்சாய்மாறே!

திணை: வாகை துறை: அரசவாகை; இயன்மொழியும் ஆம்.

புலவர்: குறுங்கோழியூர் கிழார்

மன்னன்: சேரமான் யானைக் கண் சேய் மாந்தரஞ் சேரல் இரும்பொறை

அசைந்த தும்பிக்கை,
தலை நிமிர்ந்த நடை,
மாறி மாறி ஒலிக்கும் மணி,
உயர்ந்த கொம்பு,
பிறை போன்ற மத்தகம்,
சினம் மிகுந்த பார்வை,
பரந்த அடி, பருத்த கழுத்து,
தேனி அழித்த மலை போன்று இருக்க,
தேனீக்கள் ஒலிக்கும் மணம் மிகு மதநீர்,
புண் வழலை வடியும் பெரிய தலை என
இத்தனையும் கொண்ட வலிமை மிக்க
இளங்களிறு அது,

அது கம்பத்தை ஒட்டித்
தான் நின்றபடியே அசைகிறது;
வானத்தே இருந்து கதிரை விடும்
நிலவு போன்ற முத்து மாலையையுடைய
வெண் கொற்றக்குடை அதன் அருகில் இருக்கிறது.
தம்மிடம் வாள் இல்லாமலே கூட
அக்குடையின் நிழலில்
காவலர்கள் உறங்குகின்றனர்.

அசைந்த நெற் கதிரால் வேயப்பட்ட
ஒழுங்கான கூரை
விழா எடுத்து முடிந்த இடம் போல
வேறு வேறாகத் தோன்றுகிறது.
குத்தியும் முடியாத உலக்கை ஒலியுடன்
ஆரவாரம் மிக்க அகன்ற இடம்;
அங்கே பொன்னால் செய்யப்பட்ட
இதழோடு கூடிய பசுந் தும்பையுடன்
மேலே அசைந்த தலை கொண்ட
பசுந் தோட்டைச் செருகி இருக்கின்றனர்.
அத்தோடு சினம் கொண்ட வீரர்
வெறியாடும் குரவைக் கூத்து ஒலி,
ஓசை மிக்க கடல் ஒலி போலப்
பெருகிப் பொங்குகிறது.

படையின் பெருமை கண்டு
பகைவரும் பயப்படும் அளவிற்கு மதிப்புள்ளதால்
இடம் பாராமல் பரந்து பட்ட
அகன்ற பாசறையின் காவலாளனே!
பகை மன்னர் பணிந்து தந்த
திறைப் பொருளால் தம்மைச் சார்ந்த
சுற்றத்தை நிறைக்கும்
உயர்ந்த கொல்லி மலையோரின் பொருநனே!
யானையின் பார்வை எனத் தகும்
பார்வையோடு வெற்றியையே விரும்பும் சேயே!

உன்னைப் பாடிச் சிறந்த எங்கள் செந்நா
அதன் பின் பிறரைப் பாடி
அவர் புகழைச் சொல்லாத வண்ணம்
தனக்கென வைத்துக் கொள்ளாது
பிறர்க்குக் கொடுக்கும்
ஆற்றல் மிக்க எங்கள் கோவே!

மாந்தரஞ் சேரல் இரும் பொறையால்
பாதுகாக்கப்பட்ட நாடு
தேவ லோகத்தைப் போன்றிருக்கும் என்று
மற்றவர் சொல்லக் கேட்டு, வந்து;
என் கண்ணுக்கு இனிதாகக் கண்டேன்;
பெருமானே! வெறுப்பற்ற முயற்சியுடன்
நீ வேற்று நாட்டின் மேல் சென்று
போரிடும் படையுடனே இருக்க மாட்டாய்
ஆதலால் உன் நாட்டில்
சோறு மிகுதியாகச் செயல்படுவாய் ஆக;
பெருமானே! நீ வாழ்வாயாக

34. 'விளங்கு புகழ்க் கபிலன் இன்று இல்லையே' (53)

பாடல்

முதிர் வார் இப்பி முத்த வார்மணல்,
கதிர் விடு மணியின் கண் பொரு மாடத்து,
இலங்கு வளை மகளிர் தெற்றி ஆடும்
விளங்கு சீர் விளங்கில் விழுமம் கொன்ற
களம் கொள் யானை, கடு மான், பொறைய!   5

விரிப்பின் அகலும்; தொகுப்பின் எஞ்சும்;
மம்மர் நெஞ்சத்து எம்மனோர்க்கு ஒருதலை
கைம்முற்றல, நின் புகழே, என்றும்,
ஒளியோர் பிறந்த இம் மலர்தலை உலகத்து
வாழேம் என்றலும் அரிதே--'தாழாது   10

செறுத்த செய்யுட் செய் செந் நாவின்,
வெறுத்த கேள்வி, விளங்கு புகழ்க் கபிலன்
இன்று உளன் ஆயின், நன்றுமன்' என்ற நின்
ஆடு கொள் வரிசைக்கு ஒப்பப்
பாடுவல் மன்னால், பகைவரைக் கடப்பே, 15

திணை: வாகை   துறை: அரசவாகை

புலவர்: பொருந்தில் இளங்கீரனார்

மன்னன்: சேரன் மாந்தரஞ், சேரல் இரும் பொறை.

முதிர்ந்து நீண்ட சிப்பிக்குள்
முத்துப் போல ஒழுங்கு படுத்தப்பட்ட
வெண்மணல் முற்றம்;
அருகே ஒளிவிடும் மணிகளால்
கண்ணோடு மோதும் மாடம்;
அதில் ஒளிமிகும் வளையலை
அணிந்த பெண்கள் திண்ணை மேல்
குரவை விளையாட்டை விளையாடுவர்.
இப்படிப் புகழ் மிகுந்து
வளம் பெருகிய விளங்கில் என்னும்
நகரத்திற்குப் பகைவரால் வந்த
துன்பத்தைப் போக்கிப்
போர்க்களத்தை வெற்றியால் தனதாக்கிக் கொண்ட, யானை,
விரைந் தோடும் குதிரை முதலிய வற்றை உடைய பொறைய!

உன் புகழை விரித்துச் சொன்னால்
அது மிக நீளும்;
தொகுத்துச் சொன்னாலோ
பொருள் குறைந்து போகும்.
ஆகவே எப்படிச் சொல்வது என்று
மன மயக்கம் உள்ள எங்களுக்கு
உன் புகழ் எந்த நாளிலும்
ஒருபக்கமாக முடிந்து விடாது.

கல்வியால் விளக்கம் மிக்கவர் பிறந்த
இப்பரந்த உலகத்தில் வாழ மாட்டோம் என்று
இருக்கவும் முடியாது.
பல பொருட்களும் அடங்கிய செய்யுளை
விரைவாகவே செய்யும் செந்நாவினையும்,
மிகுந்த கேள்விச் செல்வத்தையும் கொண்டு
புகழுடன் விளங்கிய கபிலன்
இன்றும் இருந்திருப்பானேல் நல்லதாக இருந்திருக்குமே;
அதைப் பெறாமல் போனேனே என்று சொல்லும் நீ
பகைவரை வெற்றி கொண்டதை
உன் வெற்றிச் சிறப்பிற்கு ஏற்பப் பாடுவேன்.

35. 'நீலமலை போன்று மாயோன்' (229)

சில வானியல் நிகழ்வுகளைக் கொண்டு
கோச் சேரமான் யானைக்கண் சேய்
மாந்தரந் சேரல் இரும் பொறை
இன்ன நாளில் இறந்து போவான்
என்று எதிர்பார்த்தது போலவே நடக்கப்
புலவர் பாடி அழுகிறார்.

பாடல்

ஆடு இயல் அழல் குட்டத்து
ஆர் இருள் அரை இரவில்
முடப் பனையத்து வேர் முதலாக்
கடைக் குளத்துக் கயம் காய,
பங்குனி உயர் அழுவத்து,

தலை நாள்மீன் நிலை திரிய,
நிலை நாள்மீன் அதன்எதிர் ஏர்தர,
தொல் நாள்மீன் துறை படிய,
பாசிச் செல்லாது, ஊசித் துன்னாது,
அளக்கர்த் திணை விளக்காகக்,

கனை எரி பரப்பக், கால் எதிர்பு பொங்கி,
ஒரு மீன் வீழ்ந்தன்றால், விசும்பினானே;
அது கண்டு, யாமும் பிறரும் பல் வேறு இரவலர்,
'பறை இசை அருவி நல் நாட்டுப் பொருநன்
நோய் இலன் ஆயின் நன்றுமன் தில்' லென,

அழிந்த நெஞ்சம் மடிஉளம் பரப்ப,
அஞ்சினம்; எழு நாள் வந்தன்று, இன்றே;
மைந்துடை யானை கை வைத்து உறங்கவும்,
திண் பிணி முரசம் கண் கிழிந்து உருளவும்,
காவல் வெண்குடை கால் பரிந்து உலறவும்,

கால் இயற் கலி மாக் கதி இல வைகவும்,
மேலோர் உலகம் எய்தினன்; ஆகலின்,
ஒண் தொடி மகளிர்க்கு உறுதுணை ஆகி,
தன் துணை ஆயம் மறந்தனன் கொல்லோ-
பகைவர்ப் பிணிக்கும் ஆற்றல், நசைவர்க்கு

அளந்து கொடை அறியா ஈகை,
மணிவரை அன்ன மாஅயோனே?

திணை: பொதுவியல் **துறை: கையறுநிலை**

புலவர்: கூடலூர் கிழார்

மேச ராசி பொருந்திய கார்த்திகை
நாளின் முதல் கால்;
நிறைந்த இருள் கொண்ட பாதி இரவு;
வளைந்த பனை போன்ற வடிவை உடைய
அனுச நாளின் அடி (முதல்) வெள்ளி முதலாகக்
குள வடிவு போன்ற வடிவை உடைய
புனர்பூசத்துக் கடைசி வெள்ளி
எல்லையாக விளங்கப்
பங்குனி மாதத்து முதல் பதினைந்து நாளில்
உச்சமாகிய உத்தரம்

அவ்வுச்சியில் இருந்து சாய;
அதற்கு எட்டாவது நட்சத்திரமான மூலம்
அதற்கு எதிராக எழுகிறது.
அந்த உத்தரத்திற்கு முன்சென்ற
எட்டாம் நட்சத்திரமாகிய மிருக சீரிடம்
துறை இடத்தில் தாழ;
கிழக்குப் பக்கம் போகாமல்
வடதிசையிற் போகாது;
கடல் சூழ்ந்த இப்பூமிக்கு
விளக்கு என ஒளிர்ந்து நின்ற தீ பரக்கக்,
காற்றால் பிதிர்ந்து பொங்கி
ஒரு நட்சத்திரம் வானத்திலிருந்து விழுந்தது.

அதைக் கண்டு நானும், பிறருமாகிய
பலவகைப் பட்ட பிற இரவலரும்,
எங்கள் பறை ஒலியைப் போன்ற ஒலியை உடைய
அருவி இருக்கும் மலை நாட்டின் வேந்தன்
நோயற்றவனாக இருந்தால் நல்லது
என வருந்தும் உள்ளத்தோடு
தளர்ந்த நெஞ்சினராய்ப் பயந்தோம்.
பயந்தபடியே ஏழாம் நாள் வந்தது.

இன்று வலிமை மிக்க யானை
துதிக்கையை நிலத்தில் விட்டு மடியவும்,
திண்ணிய வாரால் கட்டப்பட்ட முரசின்
கண் கிழிந்து உருளவும்;
உலகின் காவலாகிய வெண்கொற்றக் குடையின் கால்
துண்டு பட்டுச் சிதையவும்
காற்றெனப் பறக்கும் மனச் செருக்குடைய குதிரைகள்
கதியில்லாமல் கிடக்கவும்;
பகைவரைப் பிணிக்கும் ஆற்றலையும்,
வேண்டி வந்தவர்க்கு இவ்வளவு என்று
பாராது கொடுக்கும் வள்ளன்மையை உடைய
நீலமலை போன்ற மாயோன்
தேவருலகத்தை அடைந்தான். ஆகவே

ஒளி மிக்க வளையலை உடைய
பெண்களுக்கான துணையாகித்
தனக்குத் துணையாக வந்த பெண்களையும்
அவன் மறந்து விட்டானோ?

36. 'தமிழைக் கற்பது பண்படவே' (50)

சேரமானின் தகடூரை (தர்மபுரி) அழித்த பெருஞ்
சேரல் இரும் பொறையின் முரசு கட்டிலை,
முரசினை வைத்திருப்பதற்குரிய கட்டில் என்று தெரியாமல்
அதன் மீது ஏறிப்படுத்த மோசிகீரனார் விழித்த பின்
வியந்து பாடியது. இவன் செல்வக் கடுங்கோ
வாழி ஆதனின் மகன். (த.வ.ச)

பாடல்

மாசு அற விசித்த வார்புறு வள்பின்
மை படு மருங்குல் பொலிய, மஞ்ஞை
ஒலி நெடும் பீலி ஒண் பொறி, மணித் தார்,
பொலங் குழை உழிஞையொடு, பொலியச் சூட்டி,
குருதி வேட்கை உரு கெழு முரசம்   5

மண்ணி வாரா அளவை, எண்ணெய்
நுரை முகந்தன்ன மென் பூஞ் சேக்கை
அறியாது ஏறிய என்னைத் தெறுவர,
இரு பாற்படுக்கும் நின் வாள் வாய் ஒழித்தை
அதூஉம் சாலும், நல் தமிழ் முழுது அறிதல்;   10

அதனொடும் அமையாது, அணுக வந்து, நின்
மதனுடை முழுவுத்தோள் ஓச்சி, தண்ணென
வீசியோயே; வியலிடம் கமழ,
இவண் இசை உடையோர்க்கு அல்லது, அவணது
உயர் நிலை உலகத்து உறையுள் இன்மை   15
விளங்கக் கேட்ட மாறுகொல்--
வலம் படு குருசில், நீ ஈங்கு இது செயலே?

திணை: பாடாண்   துறை: இயன் மொழி
புலவர்: மோசிகீரனார்

அது போருக்குப் புறப்படுவோர்
கொட்டும் வீர முரசம்;
அது வைக்கப்படும் கட்டில்
குறை ஏதும் இல்லாமல்
நன்கு இழுத்துக் கட்டப்பட்ட
வாரை உடையதாய்க்
கருமரத்தில் செய்யப்பட்டது.
கருமையோடு கூடப்
பக்கங்களில் அழகு பெற
மயிலின் தழைத்த நீண்ட தோகையால்
தொடுக்கப்பட்டிருந்தது.
அத்தோடு பொறியை உடைய
நீலமணி போன்ற நிறமுள்ள மாலையை,
பகைவரின் மதிலை வளைக்க எண்ணுவோர்
அதற்கு அடையாளமாக அணியும்
உழிஞைக் கொடியோடு கூட
அழகு மிகச் சூட்டியிருந்தனர்.

போருக்குப் புறப்படும் முன்
பயத்தை உண்டாக்கும்படியான
வீர முரசம் நீராடி வர
எடுத்துச் செல்லப்பட்டது.
அப்போது அந்த முரசுக் கட்டில்
எண்ணெயின் நுரையை முகந்தது போல
மெல்லிய பூவை உடையதாய் விளங்கியது.
அது முரசு கட்டில் என்று அறியாமல்
அதன் மேல் ஏறி நான்
படுத்துக் கிடந்தேன்.
அப்போது அங்கே வந்து
என்னைப் பார்த்துச்
சினம் பெருக ஓங்கிய

வாளின் கூர்மையை மாற்றி
வெட்டாமல் விட்டு விட்டாய்.
வெற்றி மிக்க தலைவனே! இந்தப் பெருந்
தன்மைக்குக் காரணம் (நீ நல்ல தமிழை முழுவதுமாக)
அறிந்ததே ஆகும்.

அது மட்டும் அல்ல;
அந்தச் சினம் ஒழிந்து,
என்னை நெருங்கி வந்து,
உன் வலிமை மிக்க முழவு போன்ற தோளை உயர்த்திச்
சாமரத்தால் குளிர வீசினாய்.
இதற்கெலாம் காரணம்
இப்பரந்த பூமியில்
பெருகும்படியான புகழ் மிக்கவர்களுக்கு
அமையுமே அன்றி
மேல் உலகில் வாழ்பவர்க்கும் அமையாது என்பதை
நீ நன்கு தெரிந்து கொண்டது தானோ?
எனக்குக் கூறுவாயாக.

37. 'அது எங்கள் ஊர்' (48)

பாடல்

கோதை மார்பின் கோதையானும்,
கோதையைப் புணர்ந்தோர் கோதையானும்,
மாக் கழி மலர்ந்த நெய்தலானும்,
கள் நாறும்மே, கானல்அம் தொண்டி;
அஃது எம் ஊரே; அவன் எம் இறைவன்;

அன்னோற் படர்தி ஆயின் நீயும்
எம்மும் உள்ளுமோ----முதுவாய் இரவல்!---
'அமர் மேம்படூஉம் காலை, நின்
புகழ் மேம்படுநனைக் கண்டனம்' எனவே.

திணை: பாடாண்   துறை: புலவராற்றுப்படை
புலவர்: பொய்கையார்
மன்னன்: சேரமான் கோக்கோதை மார்பன்.

சேரமான் கோக்கோதை மார்பன்
தன் மார்பில் அணிந்துள்ள மாலையும்,
அவனை மணந்த பெண்கள் சூடியுள்ள மாலையும்,
கருங்கழியில் மலரும் நெய்தற் பூவே.
அப்பூக்களால் தேன் மணக்கும்
கடற்கரையை உடையது தொண்டி.
அதுதான் எங்கள் ஊர்;
அவன் தான் எங்கள் தலைவன்;

வயதால் முதிர்ந்து, உண்மையே பேசும் இரவலனே!
நீ அவனிடம் சென்றால்
'நீ போரில் சிறப்படையும் போது
உனக்கு உரிய புகழால்
உன்னைப் புகழ்வோரை
நாங்களும் பார்த்தோம் என்று சொல்லி
எங்களையும் நினைப்பாயாக.

38. 'அவனை எப்படிச் சொல்வேன்?' (49)

பாடல்

நாடன் என்கோ? ஊரன் என்கோ?
பாடு இமிழ் பனிக் கடற் சேர்ப்பன் என்கோ?
யாங்கனம் மொழிகோ, ஓங்கு வாட் கோதையை?---
புனவர் தட்டை புடைப்பின், அயலது
இறங்கு கதிர் அலமரு கழனியும்,   5

பிறங்கு நீர்ச் சேர்ப்பினும், புள் ஒருங்கு எழுமே.

திணை: பாடாண்

துறை: புலவராற்றுப்படை இயன் மொழியும் ஆம்.

புலவர்: பொய்கையார்

மன்னன்: சேரமான் கோக் கோதை மார்பன்

புனத்தைக் காப்பவர்
கிளிகளை விரட்டுவதற்காகத்
தட்டையை அடித்தால்
அப்புனத்திற்கு அப்பால் வளைந்த நெற்கதிர்
அசையும் வயலிலும்,
மிகுந்த நீர் உடைய கடற் கரையிலும்,
உள்ள பறவைகள்
பயத்தால் அஞ்சி ஒன்றாக எழுந்து பறக்கும்.
ஆகவே குறிஞ்சி நிலம் கொண்டவன் என்பதால்
சிறந்த வாளையுடைய
கோதை மார்பனை
நாடன் என்பதா?
மருத நிலமும் உடையவன் என்பதால்
ஊரன் என்பதா?
ஓசையிடும் குளிர்கடல் உடையவன் என்பதால்
சேர்ப்பன் என்பதா?
நான் எப்படித்தான் சொல்வேன்?

39. ‘கலைஞர்களுக்குப் பாராட்டு’ (11)

பாடல்

அரி மயிர்த் திரள் முன்கை
வால் இழை, மட மங்கையர்
வரி மணல் புனை பாவைக்குக்
குலவுச் சினைப் பூக் கொய்து
தண் பொருநைப் புனல் பாயும்

விண் பொரு புகழ், விறல் வஞ்சிப்
பாடல் சான்ற விறல் வேந்தனும்மே,
வெப்பு உடைய அரண் கடந்து,
துப்பு உறுவர் புறம் பெற்றிசினே;
புறம் பெற்ற வய வேந்தன்   10

மறம் பாடிய பாடினியும்மே;
ஏர் உடைய விழுக் கழஞ்சின்,
சீர் உடைய இழை பெற்றிசினே;
இழை பெற்ற பாடினிக்குக்
குரல் புணர் சீர்க் கொளை வல் பாண் மகனும்மே,   15

என ஆங்கு,
ஒள் அழல் புரிந்த தாமரை
வெள்ளி நாரால் பூப் பெற்றிசினே.

திணை: பாடாண்   துறை: பரிசில் கடாநிலை.

புலவர்: பேய்மகள் இளவெயினி

மன்னன்: சேரமான் பாலை பாடிய பெருங்கடுங்கோ

தன் பொருநை [அமராவதி] ஆறுபாயும் வஞ்சி [தாராபுரம்]
யிலிருந்து ஆண்டவன்.
பேய்மகள் என்பது பேய் பெற்ற, பேய் வடிவில் வந்த,
பேயாகவே இருந்த என்று பொருள் கொள்ள
இடம் உண்டு எனினும் அன்றைய பெண் பூசாரியையே
இப்படிக் கூறியிருக்கலாம் எனலாம்.

குளிர்ந்த நீர் ஓடும் பொருநை ஆற்றின்
கரையில் இருப்பது கருவூர்.
விண்ணை முட்டும் புகழும்,
பகை மேற் செல்லும் வலிமையும்,
வெற்றியால் பாடலும் கொண்ட
வேந்தன் அவ்வூரில் இருக்கிறான்.
அந்நாட்டு இளம் பெண்கள்

மெல்லிய மயிர்த் திரளை உடைய
முன் கை கொண்டவர்;
தூய நகைகளையும் அணிந்தவர்.
அவர்கள் வண்டல் மண்ணால்
பாவை செய்கின்றனர்;
வளைந்த கிளைகளில் பூத்திருக்கும் பூவைப்
பறித்து அதில் சூட்டுகின்றனர்.

அம்மன்னன், பகைவரின் அச்சம் விளைவிக்கும்
காவல் மிக்க அரணை அழிப்பவன்;
வலிமையுடன் எதிர்ப்பவரைப்
புறமுதுகு காட்டி ஓடச் செய்பவன்.
புறங்கொடுத்து ஓடும் பகைவரின் நிலையையும்,
மன்னனின் வீரத்தையும் பாடினி பாடினாள்;
அழகுடன் விளங்கும் சிறந்த
பல கழஞ்சுப் பொன்னால் செய்யப்பெற்ற
நல்ல அணிகலன்களையும் பெற்றாள்.
அவருக்கு முதல் இடமாகிய
குரலோடு (தானம்) பொருந்தும் அளவையுடைய
பாட்டைப் பாடும் திறமை மிக்க பாணனும்
வெள்ளி நாரில் தொடுக்கப் பெற்ற
நெருப்பில் செய்யப் பெற்ற
பொற்றாமரைப் பூவைப் பெற்று விட்டான்.

40. 'என் வறுமை என் முன் செல்லச் செல்கிறேன்' (210)

பாடல்

மன்பதை காக்கும் நின் புரைமை நோக்காது,
அன்பு கண் மாறிய அறன் இல் காட்சியொடு,
நும்மனோரும் மற்று இனையர் ஆயின்,
எம்மனோர் இவண் பிறவலர் மாதோ்
செயிர் தீர் கொள்கை எம் வெங் காதலி

உயிர் சிறிது உடையள்ஆயின், எம்வயின்
உள்ளாது இருத்தலோ அரிதே; அதனால்,
'அறன் இல் கூற்றம் திறன் இன்று துணியப்
பிறன் ஆயினன்கொல்? இறீஇயர், என் உயிர்!' என
நுவல்வுறு சிறுமையள் பல புலந்து உறையும்   10

இடுக்கண் மனையோள் தீரிய, இந் நிலை
விடுத்தேன்; வாழியர், குருசில்! உதுக் காண்;
அவல நெஞ்சமொடு செல்வல்---நிற் கறுத்தோர்
அருங் கடி முனை அரண் போலப்
பெருங் கையற்ற என் புலம்பு முந்துறுத்தே.   15

திணை: பாடாண்   துறை: பரிசில் கடாநிலை
புலவர்: பெருங்குன்றூர் கிழார்
மன்னன்: சேரமான் குடக்கோச் சேரல் இரும் பொறை.
இவன் குட நாட்டின் தலைவன்
இவன் தம்பி குடக்கோ இளஞ்சேரல் இரும் பொறை.
இவன் பொறையர் நாட்டைச் சேர்ந்தவன். [ஓளவை
பரிசு தரத் தாமதம் ஆன போது பாடியது.

தலைவனே! இதைப் பார்ப்பாயாக;
மக்களைக் காக்கும் மேன்மையை நீ எண்ணாமல்,
உன்னைப் போன்றவர்
அறமற்ற பார்வையோடு கூட
அருள் மாறுவார் என்றால்
எங்களைப் போன்றவர் இவ்வுலகில்
பிறக்காமலே போகட்டும்.

குற்றமற்ற கற்புடையவளாய்
என்னை விரும்பிய அன்புக் காதலி
இறந்து போகாமல் உயிரோடு வாழ்வாள் என்றால்
என்னை அவள் நினைக்காமல்

இருப்பது கடினம்;
ஒருவேளை அறம் இல்லாத எமன்
அவள் உயிர் எடுக்கத் துணிய இறந்து போனாளோ?
பலவாறு துன்பப் படுபவளாய்
உயிரும் போகட்டும் என்று
வெறுப்புடன் வாழும் மனைவியின்
துன்பத்தைப் போக்க இப்போதே
விடை பெற்றுக் கொள்கிறேன்.
துன்பம் மிகும் மனத்தோடே போவேன்;
உன் மீது சினம் கொண்டவர்கள்
நெருங்கவும் முடியாத காவலை உடைய
போர்க்களத்தில், தடுக்கும் அரண் போலப்
பெரிதும் செயலற்ற என் வறுமையை
முன்னே செல்ல விட்டுச் செல்வேன்!
நீ வாழ்வாயாக.

41. 'நாணும்படி உன்னை வாழ்த்தி நான் வறுமையோடு செல்வேன்' (211)

பாடல்

அஞ்சுவரு மரபின் வெஞ் சினப் புயலேறு
அணங்குடை அரவின் அருந் தலை துமிய,
நின்று காண்பன்ன நீள் மலை மிளிர,
குன்று தூவ எறியும் அரவம் போல,
முரசு எழுந்து இரங்கும் தானையொடு தலைச்சென்று,

அரைசு படக் கடக்கும் உரைசால் தோன்றல்! நின்
உள்ளி வந்த ஓங்கு நிலைப் பரிசிலென்,
'வள்ளியை ஆதலின் வணங்குவன் இவன்' என,
கொள்ளா மாந்தர் கொடுமை கூற, நின்
உள்ளியது முடித்தோய் மன்ற; முன் நாள்

கை உள்ளது போல் காட்டி, வழி நாள்
பொய்யொடு நின்ற புறநிலை வருத்தம்
நாணாய் ஆயினும், நாணக் கூறி என்
நுணங்கு செந் நா அணங்க ஏத்தி,
பாடப் பாடப் பாடுபுகழ் கொண்ட நின்   15

ஆடு கொள் வியன் மார்பு தொழுதனென் பழிச்சிச்
செல்வல் அத்தை யானே---வைகலும்,
வல்சி இன்மையின் வயின்வயின் மாறி,
இல் எலி மடிந்த தொல் சுவர் வரைப்பின்,
பாஅல் இன்மையின் பல் பாடு சுவைத்து,   20

முலைக்கோள் மறந்த புதல்வனொடு
மனைத் தொலைந்திருந்த என் வாணுதற் படர்ந்தே.

திணை: பாடாண்   துறை: பரிசில் கடாநிலை.
புலவர்: பெருங்குன்றூர் கிழார்
மன்னை: சேரமான் குடக்கோச் சேரல் இரும்பொறை
பரிசு தரக் காலம் தாழ்த்தியதால் ஏற்பட்ட
சின மிகுதியில் பாடுகிறார்.

பயமூட்டும் கடும் சினமுள்ள மேகத்தில்
உள்ள இடியேறு, பயப்படும் பாம்பின்
நெருங்குவதற்கு அரிய தலை துண்டுபட,
நிலப் பரப்பை நின்று பார்ப்பது போன்ற
நீண்ட மலை பிறழுமாறு
சிறுமலை தூவ எறியும் ஓசை போல,
வீர முரசு ஓங்கி ஒலிக்கும்
படையுடன் முன் சென்று அரசுகள் வீழ
எதிர் நின்று கொல்லும் புகழ் மிக்க தலைவனே!

நீ வள்ளல் ஆதலால்
எமக்குத் தாழ்ந்து பரிசு தருவாய் என்று

உன்னை நினைத்து வந்த
உயர்ந்த நிலையை உடைய பரிசிலன் ஆன நான்,
எம்மை ஏற்றுக் கொள்ளாத
மனிதர்களின் கொடுமையை
உனக்குக் கூறிய பின்னும்
நீ நினைத்ததையே உறுதியாகச் செய்தாய்.

முதல் நாள் பரிசு என்கையில்
கிடைத்தது போல முதலில் காட்டினாய்,
அடுத்த நாளே அது பொய்யாகிப் போன
உனது வெளிப்படையான தன்மைக்கு
நான் வருந்திய வருத்தத்தைப் பார்த்து
நீ நாணப்படவில்லை; என்றாலும்
நீ நாணும்படி சொல்லி,
என் நுண்ணிய ஆராய்ச்சியை உடைய
செம்மையான நா வருந்துமாறு புகழ்ந்து,
நாள் தோறும் பாடப்பாட,
பின்னும் பாடு புகழை ஏற்றுக் கொண்ட
உன் வெற்றி பொருந்திய
அகன்ற மார்பை வணங்கி
வாழ்த்தி நான் செல்வேன்.

நாள் தோறும் உணவு இல்லாததால்
இடம் விட்டு இடம் மாறிச் செல்வதால்
வீட்டு எலி மயங்கிப் போன
பழைமையான சுவரை உடையது என் வீடு,

பல முறை பல விதமாகச் சுவைத்தும்
பால் இல்லாததால்
முலையைச் சுவைப்பதையே வெறுத்த புதல்வனோடு
வீட்டில் வறுமையோடு இருக்கும்
ஒளிமிக்க நெற்றியை உடைய
என் மனைவியை எண்ணிச் செல்வேன்.

42. 'அரசைப் பெறுவது அரிது; இழப்பதோ கொடிது' (5)

பாடல்

எருமை அன்ன கருங் கல் இடை தோறு,
ஆனின் பரக்கும் யானைய, முன்பின்,
கானக நாடனை! நீயோ, பெரும!
நீ ஓர் ஆகலின், நின் ஒன்று மொழிவல்;
அருளும் அன்பும் நீக்கி, நீங்கா   5

நிரயம் கொள்பவரோடு ஒன்றாது, காவல்,
குழவி கொள்பவரின், ஓம்புமதி!
அளிதோ தானே; அது பெறல் அருங்குரைத்தே.

திணை: பாடாண்

துறை: செவியறிவுறூஉ; பொருண்மொழிக் காஞ்சியும் ஆம்.

புலவர்: நரிவெரூஉத்தலையார்

இப்பெயர் உருவத்தால் பெற்றது
என்று கதை உண்டு. ஊர்ப் பெயராக இருக்கலாமோ?
மன்னன் சேரமான் கருவூர் ஏறிய (வென்ற) ஒள் வாட் கோப்
பெருஞ் சேரல் இரும்பொறை.
இந்தக் கருவூர் கொங்கு நாட்டில் உள்ளது.
காவிரிக் கரையில் உள்ள முசிறியும்
தாராபுரத்திற்கு வழங்கி வந்த வஞ்சி
என்னும் பெயரும் சேரர்களால் நினைவுச்
சின்னப் பெயர்களாக வழங்கப்பட்டவை. [த.வ.ச]

எருமை போலத் தோன்றும்
கரும்பாறைகளுக்கு இடையே
பசுக்கள் மேய்வது போல்
பரவி இருக்கும் யானைகள்;
பகைவர் கடப்பதற்கு அரிய காடு;

புறநானூறு (புதிய வரிசை வகை)

இவை நிறைந்த
வளமிக்க நாட்டை உடையவனே!
பெரியோனே! உனக்கு ஒன்று கூறுவேன்;
நீ கேட்பாயாக.

ஒருவர் துன்பப்படக் கண்டால்
காரணமே இல்லாமல்
அவரிடத்து நமக்குத் தோன்றும் அருளை,
தன்னால் காக்கப்படும்
மக்கள் மீது உள்ள அன்பை
விட்டு விட்டுத்
தீமையைச் செய்பவரோடு சேராதே.
ஏனென்றால் தீமை செய்பவரைவிட்டு
நரகம் விலகாது;
அதனால் நீ இதுவரை
மக்களிடம் காட்டும் அன்பைக்,
கைக் குழந்தையை வளர்ப்பவரைப் போல்
தொடர்ந்து பாதுகாப்பாயாக.

அரசு பெறுவதற்கு அரியது;
இழந்து வருந்தத் தக்கது அன்று.

சேரமான் கடலோட்டிய வேல்கெழு குட்டுவன்

43. 'நெற்றிப் பட்டம் அணிந்த யானைகளைப் பரிசாகத் தருவாயாக' (369)

பாடல்

இருப்பு முகஞ் செறிந்த ஏந்து எழில் மருப்பின்,
கருங் கையானை கொண்மூ ஆக,
நீண்மொழி மறவர் எறிவனர் உயர்த்த
வாள் மின் ஆக, வயங்கு கடிப்பு அமைந்த
குருதிப் பலிய முரசு முழக்கு ஆக,

அரசு அராப் பனிக்கும் அணங்கு உறு பொழுதின்,
வெவ் விசைப் புரவி வீசு வளி ஆக,
விசைப்புறு வல் வில் வீங்கு நாண் உகைத்த
கணைத் துளி பொழிந்த கண் அகன் கிடக்கை,
ஈரச் செறுவயின் தேர் ஏர ஆக,

விடியல் புக்கு, நெடிய நீட்டி, நின்
செருப் படை மிளிர்ந்த திருத்துறு பைஞ் சால்,
பிடித்து எறி வெள் வேல் கணையமொடு வித்தி,
விழுத் தலை சாய்த்த வெருவரு பைங் கூழ்,
பேய்மகள் பற்றிய பிணம் பிறங்கு பல் போர்பு,

கண நரியோடு கழுது களம் படுப்ப,
பூதம் காப்ப, பொலிகளம் தழீஇ,
பாடுநர்க்கு இருந்த பீடுடையாள!
தேய்வை வெண் காழ் புரையும் விசி பிணி
வேய்வை காணா விருந்தின் போர்வை

அரிக் குரல் தடாரி உருப்ப ஒற்றி,
பாடி வந்திசின்; பெரும்! பாடு ஆன்று
எழிலி தோயும் இமிழ் இசை அருவி,
பொன்னுடை நெடுங் கோட்டு, இமையத்து அன்ன
ஓடை நுதல, ஒல்குதல் அறியாத்

துடி அடிக் குழவிய பிடி இடை மிடைந்த
வேழ முகவை நல்குமதி----
தாழா ஈகைத் தகை வெய்யோயே!

திணை: வாகை

துறை: மறக்கள வழி; ஏர்க்கள உருவகமும் ஆம்.

புலவர்: பரணர்

மன்னன்: சேரமான் கடல் ஓட்டிய வேல் கெழு குட்டுவன்.

இவனைக் கடல் பிறக் கோட்டிய செங்குட்டுவன் என்றும் கூறுவர். [உ.வே.சா] காரணம் தெரியவில்லை.

இரும்பால் செய்யப்பட்ட
பூண் நுனியில் பிடிக்கப்பட்டு உயர்ந்த, அழகிய
தந்தத்தையும், துதிக்கையையும்
உடைய யானையே மேகம்;
சபதம் கூறிய வீரர்
எறியும் படி உயர்த்திய வாளே மின்னல்;

மின்னும் குறுந்தடியோடு
இரத்தப் பலியும் உடைய முரசொலியே இடி;
பகை அரசர்களாகிய பாம்புகள்
நடுங்கி, அச்சப்படும் சமயம்
விரைந்து ஓடும் குதிரைகளே மோதும் காற்று;

யாவற்றையும் ஊடுருவிச் செல்லுமாறு
வேகமாக இழுத்த நாணிலிருந்து
செல்லும் அம்பே மழை எனப் பொழிந்த
இடம் அகன்ற போர்க்களத்தில்
குருதி தோய்ந்து ஈரம் ஆகிய செருவில்
தேர்களே ஏர்,

அதிகாலையில் களத்தில் நுழைந்து
நெடும் பொழுது நீட்டி, உன்
போர் ஆயுதமாகிய படை வாளால்
பகைவர்தம் படைக்கலங்கள்
கீழ் மேல் ஆகும்படி உழுதாய்,
பகைவர்தம் வேலையும் கணைய மரத்தையும்
பொடிபட விதைத்தாய்;
அவர்களின் பெரிய தலைகளை வெட்ட
மூளையும் கொழுப்பும்
பார்ப்பவர்க்குப் பயம் தந்தன;

பிணங்களாகிய நெற் போர்க் களத்தில்
பேய் மகளிர் சூழ்ந்தனர்;
நரிக் கூட்டத்தோடு பேயும்

பிணங்களை இழுத்து உண்டன;
பூதங்கள் அவற்றைக் காத்தன;
பிணங்களாகிய நெல் பொலிந்த
அக்களத்திற்கே
பாடி வந்த பொருநர் முதலியோர் பாடக் கேட்டுக்
கொடுக்கும் பெருமையாளனே!

கல்லில் தேய்த்து
அரைத்த வெண் சந்தனக்கட்டை போன்றதும்.
இழுத்துக் கட்டியதில் குறை சொல்ல முடியாதபடி
புதிய போர்வையையும்,
அரித்து எழும் ஓசையை உடைய
தடாரிப் பறையைச்
சூடு ஏற்றிப் பாடி வந்தேன்;
பெருமானே!
குறைபடாது கொடுக்கும் கொடையால் பெறும்
புகழை விரும்புபவனே!
மேகம் படுத்திருக்க,
பெருத்த ஓசையுடன் அருவி விழ,
பொன் ஒளி மிகும் உச்சியை உடைய
நீண்ட இமய மலையைப் போன்று
நெற்றிப் பட்டம் அணிந்ததும்,
தளர்தலை அறியாத
உடுக்கையின் கண் போன்ற
கால்களை உடைய குட்டிகளை விட்டு,
விலகாத பெண் யானைகளுடன்
ஆண் யானைகளையும்
ஏற்றுக் கொள்ளும் பரிசிலாகத்
தருவாயாக!

சேரமான் குட்டுவன் கோதை

44. 'சொந்தக் காரர்கள் போல' (54)

பாடல்

எம் கோன் இருந்த கம்பலை மூதூர்,
உடையோர் போல இடையின்று குறுகி,
செம்மல் நாள் அவை அண்ணாந்து புகுதல்
எம் அன வாழ்க்கை இரவலர்க்கு எளிதே;
இரவலர்க்கு எண்மை அல்லது---புரவு எதிர்ந்து,   5

வானம் நாண, வரையாது, சென்றோர்க்கு
ஆனாது ஈயும் கவி கை வண்மைக்
கடு மான் கோதை துப்பு எதிர்ந்து எழுந்த
நெடுமொழி மன்னர் நினைக்கும்காலை,
பாசிலைத் தொடுத்த உவலைக் கண்ணி,   10

மாசு உண் உடுக்கை, மடி வாய், இடையன்
சிறு தலை ஆயமொடு குறுகல்செல்லாப்
புலி துஞ்சு வியன் புலத்தற்றே---
வலி துஞ்சு தடக் கை அவனுடை நாடே.

திணை: வாகை   துறை: அரசவாகை
புலவர்: கோனாட்டு எறிச்சிலூர் மாடலன் மதுரைக் குமரன்
மன்னன்: சேரமான் குட்டுவன் கோதை.

எங்கள் தலைவன் இருந்த
ஓசைமிக்க பழமையான நகருக்குள்ளே
அதற்குச் சொந்தக்காரர்களைப் போல,
நேரம் பார்க்காமல்,
அவனது தலைமையில் நிகழும்
அன்றாட அரசவை நிகழ்ச்சியில்

தலை நிமிர்ந்து நெஞ்சை உயர்த்தி நுழைவது
எங்களைப் போன்ற வாழ்க்கையை உடைய
இரப்போருக்கு எளியது.

ஆனால் பாதுகாப்பை ஏற்றுக் கொண்டு
மழைகூட வெட்கப்படும்படி
எந்தப் பொருளையும் குறைவு இல்லாமல்
தன்னிடம் வந்தவர்க்குக் கொடுக்கக் கவிந்த கையால்
நிறையவே கொடுக்கும் கொடைக் குணம் உடைய
விரைந்தோடும் குதிரையை உடைய கோதையின்
வலிமை யோடு மாறுபட்டு
வஞ்சினங் கூறி எழுந்த
வேந்தர்களைப் பற்றி எண்ணினால்
பச்சை இலைகளால் தொடுக்கப்பட்ட தழை மாலையையும்,
அழுக்கடைந்த ஆடையையும்,
மடித்துச் சீட்டி அடிக்கும் வாயையும் உடைய ஆயன்,
சிறுதலையை உடைய தன் ஆடுகளோடும்
அணுக முடியாத புலி தங்கி இருக்கும்
அகன்ற நிலத்தைப் போல,
வலிமை மிகுந்த பெருங் கையனாகிய அவனது நாடு இருக்கும்.

3.2 சோழ மன்னர்கள் வரிசை

1. சோழன் போரவைக் கோப்பெரு நற்கிள்ளி-I 80, 81, 82, 83, 84, 85, 86.
2. சோழன் முடித்தலைக் கோப் பெரு நற்கிள்ளி-II - 13
3. கோப் பெருஞ் சோழன் - 67, 191, 212-217, 219-223.
4. சோழன் நெய்தலங்கானல் இளஞ் செட் சென்னி-I - 10, 203
5. சோழன் செருப்பாழி எறிந்த இளஞ்சேட் சென்னி-II - 370, 378
6. சோழன் உருவப் பல் தேர் இளஞ்சேட் சென்னி-III - 4, 266
7. கரிகால் பெருவளத்தான் - 7, 66, 224.
8. சோழன் இலவந்திகைப் பள்ளித் துஞ்சிய நலங்கிள்ளி சேட்சென்னி - 61
9. நலங்கிள்ளி சேட் சென்னி மாவளத்தான்-27-33, 43-45, 47, 68, 73, 75, நெடுங்கிள்ளி 225, 382, 400.
10. சோழன் குளமுற்றத்துத் துஞ்சிய கிள்ளி வளவன்-I - 35-42, 46, 69, 70, 173, 226, 227, 228, 386, 393, 397
11. சோழன் குராப்பள்ளித் துஞ்சிய கிள்ளி வளவன்-II (பெருந்திருமா வளவன்) - 58, 60, 197, 373
12. இராச சூயம் வேட்ட பெருநற்கிள்ளி-I - 16, 125, 367, 377

சோழன் போரவைக் கோப் பெரு நற்கிள்ளி-I

சோழ மன்னருள் காலத்தால்
மிகவும் முற்பட்டவனாகத்
தோன்றுகிறான்.
தித்தன் என்னும் சோழனின்
மகன் இவன்.
தகப்பனுக்கும் பிள்ளைக்கும்
ஆகி வரவில்லை. *(80, 81)*
வீட்டை விட்டு வெளியேறிய,
வெளியேற்றப்பட்ட பிள்ளை
வறுமையினால்
புல்லரிசிக் கூழிடம்
புகலிடம் கண்டான்.
போரவையில் அவனுக்கு விருப்பு. *(86)*
முக்காவல் நாட்டு ஆமூர் *(82)*
மல்லனைப் போரவையில்
போரிட்டுக் கொன்றான்.
இவன் மீது, பெருங் கோழி நாய்கன் மகள்
நக்கண்ணையாருக்கு
ஒரு தலைக் காதல்!
ஊர் ஒருபக்கம்.
அவள் உள்ளம் ஒரு பக்கம் 83, 84, 85

45. 'மகிழ்ந்தாலும் மகிழாவிட்டாலும்' (80)

பாடல்

இன் கடுங் கள்ளின் ஆமூர் ஆங்கண்,
மைந்துடை மல்லன் மத வலி முருக்கி,
ஒரு கால் மார்பு ஒதுங்கின்றே; ஒரு கால்
வரு தார் தாங்கிப் பின் ஒதுங்கின்றே---
நல்கினும் நல்கான் ஆயினும், வெல் போர்ப்   5

பொரல் அருந் தித்தன் காண்கதில் அம்ம-
பசித்துப் பணை முயலும் யானை போல,
இரு தலை ஓசிய எற்றி,
களம் புகு மல்லற் கடந்து அடு நிலையே!

திணை: தும்பை துறை: எருமை மறம்

புலவர்: சாத்தந்தையார்

மன்னன்: சோழன் போரவைக்கோப் பெருநற்கிள்ளி

இனிய நன்கு புளிக்கும்
கள்ளின் ஊர் ஆமூர்.
அங்கே வலிமை மிக்க
மல்லன் ஒருவன்,
அவனுடைய மறம் மிக்க
வலிமையை அழித்தான்.
ஒரு காலை மடக்கி
அவன் நெஞ்சில் வைத்தான்.
மற்றொரு காலால்
மல்லன் செய்த
தந்திரங்களைத் தடுத்து
அக்காலை மல்லனின் முதுகில் வைத்தான்.

பசித்து மூங்கிலைத் தின்ன
முயலும் யானையைப் போல
இரு பக்கமும் முறியுமாறு ஒடித்துக்
களம் புகுந்த மலலனைக்
கிள்ளி வெற்றி கொண்டு
கொல்லும் காட்சியைக் கண்டு
மகிழ்ந்தாலும் சரி,
மகிழாவிட்டாலும் சரியே.
வெற்றி பெறும் போரில்
பேராற்றல் படைத்த தித்தன்
இதைக் காணவாவது செய்வானாக.

46. 'இரக்கத்திற் குரியவர்' (81)

பாடல்

ஆர்ப்பு எழு கடலினும் பெரிது; அவன் களிறே
கார்ப் பெயல் உருமின் முழங்கல் ஆனாவே;
யார்கொல் அளியர்தாமே----ஆர் நார்ச்
செறியத் தொடுத்த கண்ணிக்
கவி கை மள்ளன் கைப்பட்டோரே?

திணை: வாகை. துறை: அரசவாகை.

புலவர்: சாத்தந்தையார்

மன்னன்: சோழன் போரவைக்கோப் பெருநற்கிள்ளி

இப்படையின் ஆரவாரமோ
ஏழு கடலும் கூடி ஒலிக்கும்
ஒலியிலும் பெரியது.
அவனுடைய யானைகளின் முழக்கமோ
கார் கால இடி முழக்கத்திலும் பெரிது.
நாரில் நெருங்கிக் கட்டப்பட்ட
ஆத்திக் கண்ணியையும்,
கொடுக்கக் கவிந்த கையினையும் உடைய
இவ் வீரனது கையில் படுவோராகிய
பெரிதும் இரக்கத்திற்கு உரியவர் யாரோ?

47. 'புலியின் குகை இருந்த வயிறு' (86)

சோழன் போரவைக் கோப்
பெருநற் கிள்ளியின் காவற் பெண்டு
அதாவது செவிலித்தாய் இப்பெண்
என்று கூறுகின்றனார் (வ.த.இராம)

பாடல்

சிற்றில் நல் தூண் பற்றி, 'நின் மகன்
யாண்டு உளனோ?' என வினவுதி; என் மகன்
யாண்டு உளன் ஆயினும் அறியேன்; ஒரும்
புலி சேர்ந்து போகிய கல் அளை போல,
ஈன்ற வயிறோ இதுவே;   5

தோன்றுவன்மாதோ, போர்க்களத்தானே!

திணை: வாகை   துறை: ஏறாண் முல்லை.
புலவர்: காவற் பெண்டு; காதற்பெண்டு எனவும் பாடம்.

(என்) சின்ன வீட்டின் முன் உள்ள
பலமான தூணைப் பிடித்துக் கொண்டு
'உன் மகன் எங்கே இருக்கிறான்'
என்று கேட்கிறீர்கள்.
என் மகன் எங்கே இருந்தாலும்
அதை நான் அறியேன்.

புலி படுத்துக் கிடந்தது போல்
கல்லால் ஆன குகை போல
(அப்புலியாகிய) என் மகன்
இருந்த வயிறு இதுதான்.
ஆனால் அவனோ
போர்க்களத்தில்தான் தோன்றுவான்.
(காண விரும்பினால்)
அவனை அங்கே சென்று பாருங்கள்.

48. 'உழைக்கும் ஏழை மகன்.' (82)

கிள்ளியின் போர்த் திறமும்
அதைக் காண ஆசைப்பட்ட
உழைக்கும் ஏழை மகனின்

ஆர்வத்தில் பிறந்த வேகமும் என
இரண்டையும் காட்டுகிறார் சாத்தந்தையார்.

பாடல்

சாறு தலைக்கொண்டு எனப், பெண் ஈற்று உற்றென,
பட்ட மாரி ஞான்ற ஞாயிற்று,
கட்டில் நிணக்கும் இழிசினன் கையது
போழ் தூண்டு ஊசியின் விரைந்தன்றுமாதோ---
ஊர் கொள வந்த பொருநனொடு,

ஆர் புனை தெரியல் நெடுந்தகை போரே!

திணை: வாகை. **துறை: அரசவாகை.**

புலவர்: சாத்தந்தையார்

மன்னன்: சோழன் போரவைக்கோப் பெருநற்கிள்ளி

ஊருக்குள் விழா வந்து விட்டது;
என் மனைவிக்கு மகப் பேற்றிற்கான நேரம்;
சூரியன் மறைந்து கொண்டிருக்கிறான்.
மழை பெய்து கொண்டிருக்கிறது.
(மனைவிக்கு உதவப் போகவும் வேண்டும்;
விழாவிற்கும் உதவப் போக வேண்டும்)
இந்த நிலையில்
கட்டிலைக் கட்டும்
உழைக்கும் ஏழை மகன் (இழிசினன்) கையில்
வாரைச் செலுத்தும் ஊசியை விட வேகமானது
ஊரைக் கொள்ள வந்த வீரனோடு
ஆத்தியால் தொடுக்கப்பட்ட கண்ணியை உடைய
இப் பெருந்தகையாகிய கிள்ளி செய்யும் போர்.

49. 'என்போல் ஊரும் நடுங்கட்டும்' (83)

போரவைக் கோப் பெருநற்கிள்ளிக்கு
அவளைத் தெரியாது.
பெருங்கோழி நாய்கன் மகள் நக்கண்ணையார்.
நக்கண்ணை (நப்பின்னை போல) அவள் பெயர்.
அவள் தகப்பன் பெயர்
பெருங்கோழி நாய்கன்
மாநாய்கன் என்றால்
கடல் வழி வியாபாரி என்று
சிலம்பு சொல்லும்
பெருங் கோழி நாய்கன் என்றால்?
கோழி வியாபாரமா?
ஊரின் பெயரா?

வீரனை நல்ல பெண்
விரும்புவாள் என்று அறிவோம்.
கிள்ளியின் போர்த்திறத்தைக் கண்டு, கேட்டு
அவன் மீது காதல் கொண்டுவிட்டாள் நக்கண்ணையார்
அவன் அரசர்குடி;
இவளோ வணிகர் வழி.
காதல் கை கூடுமா என்ன?
அவன் பெயரைச் சொல்லி
அவள் வெளிப்படையாகப் பாடுவதால்
இது அகப் பாட்டாகாமல்
புறப்பாட் டாகியது.

யாரைக் காதலிக்கிறார்களோ
அவர்களுக்குத் தெரியாமலே அவரைக் காதலிப்பது
ஒரு பக்கமான காதல்.
இது கைக்கிளைத் திணை.
காதலிப்பவரை மன்றத்துள் பாராட்டிப் புகழந்து
பேசுவ்தால் இது பழிச்சுதல் துறை.

பாடல்

அடி புனை தொடுகழல், மை அணல் காளைக்கு என்
தொடி கழித்திடுதல் யான் யாய் அஞ்சுவலே;
அடு தோள் முயங்கல் அவை நாணுவலே;
என் போல் பெரு விதுப்புறுக---என்றும்
ஒருபாற் படாஅதாகி,   5

இரு பாற் பட்ட இம் மையல் ஊரே!

திணை: கைக்கிளை. துறை: பழிச்சுதல்.

புலவர்: பெருங்கோழி நாய்கன் மகள் நக்கண்ணையார்

மன்னன்: சோழன் போரவைக்கோப் பெருநற்கிள்ளி

காலில் அழகாகக் கட்டப்பட்ட வீரக்கழல்;
மை பூசியது போன்ற மீசை; இந்த இளைஞனை
எண்ணி (நான் மெலிவதால்)
என் கை வளையல்
என்னை விட்டு விலகுகின்றன;
இதற்காக நான்
என் தாயை எண்ணிப் பயப்படுகிறேன்;
பகைவரைக் கொல்லும்
அவன் தோளைத் தழுவுவதற்கு (எண்ணுகிறேன்)
ஆனால் அவையில் உள்ளவர்களை எண்ணி
வெட்கப்படுகிறேன்.

இவ்வாறு பயமும் நாணமும் கொண்டு
வருந்தும் என் பக்கமும் சேராமல்,
என் காதலை அறிந்து
அவனோடு என்னைச் சேர்க்க எண்ணாத
என் தாய் பக்கமும் என,
ஒரு பக்கமாகச் சேராமல்,
இருவர் பக்கமும் நின்று
மயங்குகின்றஇந்த ஊர்
என்னைப் போலவே
நடுக்கம் கொள்வதாக

50.'உமணரைப் பயப்படுத்தும் வழிகள்' (84)

பாடல்

என்னை, புற்கை உண்டும் பெருந் தோளன்னே;
யாமே, புறஞ் சிறை இருந்தும் பொன் அன்னம்மே;
போர் எதிர்ந்து என்னை போர்க் களம் புகினே,
கல்லென் பேர் ஊர் விழவுடை ஆங்கண்,
ஏமுற்றுக் கழிந்த மள்ளர்க்கு

உமணர் வெரூஉம் துறையன்னன்னே!

திணை: கைக்கிளை. துறை: பழிச்சுதல்.

புலவர்: பெருங்கோழி நாய்கன் மகள் நக்கண்ணையார்

மன்னன்: சோழன் போரவைக்கோப் பெருநற்கிள்ளி

என் தலைவன் உண்பதோ
நீரே நிறைந்திருக்கும் கஞ்சிதான்;
ஆனால் அவன் தோளோ அகன்றது;
நானோ அவனைக் காணாமல்
சிறைப்படுத்தப்பட்டு இருந்தேன்
சிறைப்பட்டதால் அவனைத்
தழுவ முடியாத என் மேனி
வாட்டமுற்றது.

என் தலைவன் போரை ஏற்றுக்
களத்துள் புகுந்தால்
ஊருள் ஆரவாரம் பெருகும்
விழா நிகழும் இடத்தில்
தங்கள் தோளாற்றலில் செருக்குக் கொண்டு
வரும் வீரர்க்கு என் தலைவன்
உப்பு விற்கச் செல்லும்
உமணர் பயப்படும்
மேடு பள்ளங்கள் நிறைந்த
வழியைப் போன்றவன் ஆவான்.

51. 'ஊரும் நாடும் உணர்த்தும் பற்று' (85)

பாடல்

என்னைக்கு ஊர் இஃது அன்மையானும்,
என்னைக்கு நாடு இஃது அன்மையானும்,
'ஆடு ஆடு' என்ப, ஒரு சாரோரே
'ஆடு அன்று' என்ப ஒரு சாரோரே;
நல்ல, பல்லோர் இரு நன் மொழியே;   5

அம் சிலம்பு ஒலிப்ப ஓடி, எம் இல்,
முழா அரைப் போந்தை பொருந்தி நின்று,
யான் கண்டனன், அவன் ஆடு ஆகுதலே.

திணை: கைக்கிளை. துறை: பழிச்சுதல்.
புலவர்: பெருங்கோழி நாய்கன் மகள் நக்கண்ணையார்
மன்னன்: சோழன் போரவைக்கோப் பெருநற்கிள்ளி

என் தலைவனுக்கு
இந்த ஊர் இல்லை
அவனுடைய நாடும் இது இல்லை
இதனாலேயே அவனது வெற்றியை
வெற்றி வெற்றி என்று
ஒரு பிரிவினர் பாராட்டுகின்றனர்
மற்றொரு பிரிவினரோ
இல்லை, அது வெற்றி இல்லை
என்று சொல்கின்றனர்

இப்போது பலரும் அவனோடு
சேர்ந்தும் சேராமலும் சொல்லும்
இவ்விருவகைப்பட்ட வார்த்தைகளும்
நல்லவைதாம்

அவர்கள் இப்படி மாறுபடக் கூறினாலும்
நானோ என் அழகிய சிலம்பு ஒலிக்க ஓடினேன்;
எங்கள் வீட்டின் முன் பக்கமாக
வளர்ந்திருக்கும், மத்தளம் போல
அடிப்பாகம் கொண்ட பனை மரத்தை
ஒட்டி நின்றேன்
என் வளையல்களும் ஆடையும் நெகிழ (கழல)
நான் தோற்றவளாய் நின்றேன்
அவன் இத்தகைய
ஆண்மையுடையவன் ஆதலால்
அவனது வெற்றியையே நான் கண்டேன்.

சோழன் முடித்தலைக் கோப் பெரு நற் கிள்ளி-II

52. 'துன்பம் இல்லாது செல்லட்டும்' (13)

சேரமான் அந்துவஞ் சேரல் இரும்பொறை
இவன் பெயர் மதுரை திருப்பரங்குன்றம்
கல்வெட்டில் காணப்படுகிறது. இந்தக் கல்வெட்டின்
காலம் கி.மு.300 (த.வ.ச)

கருவூரில் சேரனின் வேண்மாடம்.
சேரனோடு புலவரும் வீற்றிருக்கிறார்.
அப்போது
சோழன் முடித்தலைக் கோப் பெருநற்கிள்ளி
ஊர்ந்து வந்த யானைக்கு
மதம் பிடிக்க
அது கருவூருக்குள் நுழைந்து விட்டது.
வருவது யார் என்று தெரியாத
சேரனுக்குப் புலவர் விளக்கம்
தருகிறார்.

பாடல்

‘இவன் யார்?’ என்குவைஆயின், இவனே,
புலி நிறக் கவசம் பூம் பொறி சிதைய,
எய் கணை கிழித்த பகட்டு எழில் மார்பின்,
மறலி அன்ன களிற்று மிசையோனே;
களிறே, முந்நீர் வழங்கு நாவாய் போலவும்,

பல் மீன் நாப்பண் திங்கள் போலவும்,
சுறவினத்து அன்ன வாளோர் மொய்ப்ப,
மரீஇயோர் அறியாது, மைந்து பட்டன்றே;
நோய் இலன் ஆகிப் பெயர்கதில் அம்ம!
பழன மஞ்ஞை உகுத்த பீலி

கழனி உழவர் சூட்டொடு தொகுக்கும்,
கொழு மீன், விளைந்த கள்ளின்,
விழு நீர் வேலி நாடு கிழவோனே.

திணை: பாடாண் **துறை: வாழ்த்தியல்**
புலவர்: உறையூர் ஏணிச்சேரி முடமோசியார்
மன்னன்: சோழன் முடித் தலைக் கோப் பெரு நற்கிள்ளி

‘இவன் யார்’ என்று நீ கேட்பாய் என்றால்
உழவர்கள் தம் நெற்கட்டோடு
அவ்வயல்களில் மயில்கள் உகுத்த தோகையையும்
ஒன்றாகக் கட்டும்படி கொழுத்த வயல் மீன்களையும்,
நன்கு முதிர்ந்த கள்ளையும்,
மிகுந்த நீராலான வேலியையும் உடைய
நாட்டின் தலைவன்.

புலித்தோலால் செய்யப்பட்ட கவசம் சிதையுமாறு
எய்யப்பட்ட அம்பால் கிழிந்த,
அகன்று உயர்ந்த மார்பினை உடையவன்;
அவன் களிறோ கடலில் செல்லும்

கப்பலைப் போலவும்,
நட்சத்திரங்களின் நடுவே நிலவு போலவும்,
சுறாக் கூட்டம் போல வாள் வீரர் சூழ்ந்து கொள்ளத்
தன் பாகனை அறியாமல் மதம் பிடித்துக் கொண்டது.
எமனைப் போன்ற யானையின் மேல்
இருப்பவன் அவனே. இத்தகையவன்
துன்பம் இல்லாமல் திரும்புவானாக.

கோப்பெருஞ்சோழன்

இவனைச் சோழ மன்னன்
பெருங் கோக் கிள்ளி
என்றும் கூறுவர்.
உறையூர் இவனது தலைநகர்.
சிறந்த கவிஞன்
கவிஞர்களின் நண்பன் (67)
கவிஞர்களின் பசிக்கு எமன் (212)
புலவர்களுக்குப் பொருளைக் கொடுத்ததா?
வயதான பின்பும் ஆட்சிப் பொறுப்பில் நீடித்ததா?
எது பிள்ளைகளுக்கு
எரிச்சலைத் தந்தது? போர் மூண்டது. (213)
இனியும் வாழேன் என்று
வடக்கிருந்தான் மன்னன் (214)
வாங்க வந்த புலவர்கள்
தாங்க வருவார்களா?
வருவார்கள் என்றான் சோழன் (215, 216)
வார்த்தை பலித்தது. (217)
பின்பு வருக என்றான்.
அப்போதும் வந்தனர் (220, 221, 222, 223)
புலவர்கள் மட்டுமா
புவியே போற்றுகிறது (218, 219)

53. 'நட்பில் பெருமிதம்' (67)

பாடல்

அன்னச் சேவல்! அன்னச் சேவல்!
ஆடுகொள் வென்றி அடுபோர் அண்ணல்
நாடு தலை அளிக்கும் ஒள் முகம் போல,
கோடுகூடு மதியம் முகிழ் நிலா விளங்கும்
மையல் மாலை யாம் கையறுபு இனைய,

குமரிஅம் பெருந்துறை: அயிரை மாந்தி,
வடமலை பெயர்குவைஆயின், இடையது
சோழ நல் நாட்டுப் படினே, கோழி
உயர் நிலை மாடத்து, குறும்பறை அசைஇ,
வாயில் விடாது கோயில் புக்கு, எம்

பெருங் கோக் கிள்ளி கேட்க, 'இரும்பிசிர்
ஆந்தை அடியுறை' எனினே, மாண்ட நின்
இன்புறு பேடை அணிய, தன்
அன்புறு நன் கலம் நல்குவன் நினக்கே.

திணை: பாடாண் **துறை: இயன்மொழி**

புலவர்: பிசிராந்தையார்

மன்னன்: கோப்பெருஞ்சோழன்

அன்னச் சேவலே! அன்னச் சேவலே!
வெற்றிக்கு மேல் பெரிய வெற்றி பெறக்
கொலை நிகழும் போரின் தலைவன் அவன்!
நாட்டைக் காப்பாற்றும்அவன்
ஒளிமிக்க முகம் போல,
இரு முனையும் வந்து கூடி
முகிழ்க்கும் நிலவு தோன்றும்.இதில்
துணையைப் பிரிந்து இருப்பவர்க்கு
மயக்கம் உண்டாக்கும்

மாலைப் பொழுது வேறு;
நாமோ செயல் ஏதும்
செய்ய முடியாது
வருந்தி இருக்கிறோம்

அன்னச் சேவலே!
நீயோ குமரி ஆற்றின்
பெரிய துறையில்
அயிரை மீனை உண்டு
வட திசையை நோக்கி
இமயமலைக்கும் போகின்றாய்.
குமரிக்கும் இமயமலைக்கும் இடையில்
நல்ல சோழ நாடு இருக்கிறது.
நீ அங்கே சென்றால்
உயர்ந்த மாடம் உள்ள
உறையூர் இருக்கிறது.
குறுகலான சிறகுகளைக் கொண்ட
உன் பேடையோடு நீ
அங்குத் தங்குவாயாக

அங்குள்ள வாசல் காவலரிடம்
ஏதும் சொல்லாமல் ;
தடை ஏதும் இல்லாமல்
அரண்மனைக்குள் செல்வாயாக.
சென்று எங்கள் பெருங் கோவாகிய
கிள்ளி கேட்கும்படி
பெரிய பிசிர் என்னும் ஊரில் வாழும்
ஆந்தையின் (ஆதன் தந்தையின்) வளர்ப்பில்
நான் வாழ்கிறேன் என்று சொல்.
அப்படிச் சொல்வாய் என்றால்
பெருமை மிக்க உன் பேடை அணிந்து மகிழத்
தன் விருப்பிற்கு உரிய நல்ல அணிகலனை
உனக்கு அவன் தருவான்.

54. 'பாணர்தம் சுற்றத்துப் பசிக்குப் பகைவன்' (212)

பாடல்

'நும்கோ யார்?' என வினவின், எம்கோக்
களமர்க்கு அரித்த விளையல் வெங்கள்
யாமைப் புழுக்கின் காமம் வீட ஆரா,
ஆரல் கொழுஞ் சூடு அம்கவுள் அடாஅ,
வைகு தொழில் மடியும் மடியா விழவின்   5

யாணர் நல் நாட்டுள்ளும், பாணர்
பைதல் சுற்றத்துப் பசிப் பகை ஆகி,
கோழியோனே, கோப்பெருஞ்சோழன்---
பொத்து இல் நண்பின் பொத்தியொடு கெழீஇ,
வாய் ஆர் பெருநகை வைகலும் நமக்கே.   10

திணை: பாடாண்   துறை: இயன்மொழி
புலவர்: பிசிராந்தையார்
மன்னன்: கோப்பெருஞ்சோழன்

உங்கள் மன்னன் யார் என்று
நீங்கள் கேட்கிறீர்கள்.
(இதோ கூறுவேன்) எங்கள் இறைவன்
களத்தே சென்று உழவுத் தொழில் செய்வார்,
வடி கட்டப்பட்ட முதிர்ந்த,
விரும்பத்தக்க மதுவை
ஆமை இறைச்சியுடன்
ஆசைதீர உண்டு
சுடப்பட்ட கொழுத்த ஆரல் மீனைக்
கன்னத்துள் அடக்கிக் கொண்டு
மது உண்ட மயக்கத்தால்
தொழில் செய்யாமல் இருப்பார்கள்.

அந்த பக்கம் நீங்காத விழாவினையும்
புது வருவாயையும் உடைய
நல்ல சோழ நாடு, அது.

அங்கே பாணர்களின்
வருத்தம் நிறைந்த சுற்றத்தின்
பசிக்குப் பகையாய்
உறையூர் என்னும் படை வீட்டில்
பழுதுபடாத நட்பினை உடைய
பொத்தி என்னும் புலவனோடு கூடி
உண்மையான மிக்க மகிழ்ச்சியில்
நாள் தோறும் மகிழ்ந்து இருக்கும்
கோப்பெருஞ் சோழனே. எம் மன்னன்.

55. 'விண்ணோர் வரவேற்க விரைந்து செயல்படு' (213)

கோப்பெருஞ் சோழனைப்
புல்லாற்றூர் எயிற்றியனார்
(எயிற்றியார்) பாடிய பாடல்.
புல்லாற்றூர் (புல்லாத்தூர்?)
எயிற்றியனார் - ஒருவேளை
எயில் பட்டினத்தவரோ?

பாடல்

மண்டுஅமர் அட்ட மதனுடை நோன்தாள்,
வெண்குடை விளக்கும், விறல்கெழு வேந்தே!
பொங்குநீர் உடுத்தஇம் மலர்தலை உலகத்து,
நின்தலை வந்த இருவரை நினைப்பின்,
தொன்று உறை துப்பின்நின் பகைஞரும் அல்லர்,   5

அமர்வெங் காட்சியொடு மாறுஎதிர்பு எழுந்தவர்;
நினையும்காலை, நீயும் மற்றவர்க்கு

அனையை அல்லை; அடுமான் தோன்றல்!
பரந்து படு நல் இசை எய்தி; மற்று நீ
உயர்ந்தோர் உலகம் எய்தி; பின்னும்   10

ஒழித்த தாயம் அவர்க்கு உரித்தன்றே;
அதனால், அன்னது ஆதலும் அறிவோய்! நன்றும்
இன்னும் கேண்மதி, இசை வெய்யோயே!
நின்ற துப்பொடு நிற்குறித்து எழுந்த
எண் இல் காட்சி இளையோர் தோற்பின்,   15

நின் பெருஞ் செல்வம் யார்க்கு எஞ்சுவையே?
அமர்வெஞ் செல்வ! நீ அவர்க்கு உலையின்,
இகழுநர் உவப்ப, பழி எஞ்சுவையே;
அதனால், ஒழிகதில் அத்தை, நின் மறனே! வல்விரைந்து
எழுமதி; வாழ்க, நின் உள்ளம்! அழிந்தோர்க்கு   20

ஏமம் ஆகும்நின் தாள்நிழல் மயங்காது
செய்தல் வேண்டுமால், நன்றே----வானோர்
அரும்பெறல் உலகத்து ஆன்றவர்
விதும்புறு விருப்பொடு விருந்து எதிர் கொளற்கே.

திணை: வஞ்சி   துறை: துணைவஞ்சி

புலவர்: புல்லாற்றூர் எயிற்றியனார்

மன்னன்: கோப்பெருஞ்சோழன்.

நெருங்கி வரும் போரில்
வந்தவர்களைக் கொன்று
சிறந்த கடும் முயற்சியை உடைய,
வெண் கொற்றக் குடையால்
உலகத்தை நிழல் செய்து
புகழுடன் விளங்கும் வெற்றி மிக்க வேந்தனே!

பொங்கும் நீர் நிறைந்த
கடலால் சூழப்பட்ட இப்பரந்த உலகில்

உன்னோடு போரிட வந்த
உன் மக்கள் இருவரையும் எண்ணினால்,
தொன்று தொட்டு வரும் வலிமை வாய்ந்த
சேர பாண்டியர் என்னும்
உன் பகைவரும் அல்லர்.
உன்னோடு மாறுபட்டும் பகையாக எழுந்த
அவ்விருவரும் உனக்குப் பகைவர் அல்லர்.
எண்ணிப் பார்த்தால்
நீயும் அவர்களுக்குப் பகைவன் இல்லை.

பகையைக் கொல்லும் யானைகளின் தலைவனே!
பரந்துபட்ட புகழை நீ இவ்வுலகில் பெற்று
தேவர் உலகிற்குப் போன பின்பு
நீ இல்லாத அரசாட்சி உரிமை
அவர்களுக்கு உரியதுதானே.
இதனை நீயும் அறிவாயே;
இன்னமும் சொல்வேன் - கேட்பாயாக

புகழை விரும்புபவனே!
நிலைத்த வலிமையோடு உள்ள உன்னை
வெல்லக் கருதிப் போர் செய்வதற்கு எழுந்த
சிந்தனையில்லாத அறிவை உடைய
உன் புதல்வர் தோற்றுப் போனால்
உனது பெரும் செல்வத்தை
அவர்களுக்கு அல்லாமல்
வேறு எவருக்குக் கொடுப்பாய்.

போரை விரும்பிய செல்வனே!
நீ உன் பகைவர்களிடம் தோற்றுப் போனால்
முன்னமே உன்னை இகழும் உன் பகைவர்
இப்போது மகிழ
இந்த உலகில் பழியை
நிலை நிறுத்தியவன் ஆவாய்.
ஆகவே உன் வீராவேசம் ஒழியட்டும்

பயந்தவருக்குக் காவலாகும்
உனது அடி நிழல் மயங்காத வண்ணம்
நற்செயல்களைச் செய்ய வேண்டும்.
வானவர்களின் பெறுவதற்கு அரிய
உலகத்தில் இருப்போர் விரைந்து
விருப்பத்தோடு உன்னை ஏற்றுக் கொள்ள
நீ மிக விரைந்து எழுந்திருப்பாயாக
நின் உள்ளம் வாழ்வதாக

56. 'நற்செயல் நல்லுலகம் சேர்;க்கும்' (214)

கோப்பெருஞ் சோழன் வடக்கிருந்த
போது அவனே பாடியது.

பாடல்

'செய்குவம்கொல்லோ, நல்வினை?' எனவே
ஐயம் அறாஅர், கசடுஈண்டு காட்சி
நீங்கா நெஞ்சத்துத் துணிவு இல்லோரே;
யானை வேட்டுவன் யானையும் பெறுமே;
குறும்பூழ் வேட்டுவன் வறுங்கையும் வருமே;

அதனால், உயர்ந்த வேட்டத்து உயர்ந்திசினோர்க்கு,
செய்வினை மருங்கின் எய்தல் உண்டு எனின்,
தொய்யா உலகத்து நுகர்ச்சியும் கூடும்;
தொய்யா உலகத்து நுகர்ச்சி இல்எனின்,
மாறிப் பிறப்பின் இன்மையும் கூடும்;

மாறிப் பிறவார்ஆயினும், இமயத்துக்
கோடு உயர்ந்தன்ன தம் இசை நட்டு,
தீது இல் யாக்கையொடு மாய்தல் தவத் தலையே.

திணை: பொதுவியல் **துறை:** பொருண்மொழிக் காஞ்சி

அழுக்கு நிறைந்த
அறிவு விலகாத உள்ளங் கொண்ட
தெளிவு இல்லாதவர் நல்ல செயல்களைச்
செய்யலாமா, செய்ய வேண்டாமா
என்ற சந்தேகத்தில் இருந்து
விடுபடவே மாட்டார்.
யானை வேட்டைக்குச் செல்பவன் எளிதாக
யானையைப் பெறவுங் கூடும்.
குறும்பூழ் எனும் பறவை
வேட்டைக்குச் செல்பவன் அதைப் பெறாமல்
வெறுங் கையனாகவே திரும்பி வரவும் கூடும்.

அதனால் சிறந்த, விருப்பம் மிக்க
உயர்ந்தவர்க்குத் தாம் செய்த
நல்ல செயல்களால் அதனை
அனுபவிக்க நேருமானால்
அவர்களுக்கு இருவினையும் செய்யப்படாத
மேல் உலகத்து இன்பத்தை அனுபவிக்கவும் கூடும்.
அது கிடைக்காது போனால்
திரும்பவும் பிறக்க நேரிடலாம்.
அந்தப் பிறப்பில்
இல்லாமையை அடையவும் கூடும்.
அல்லது பிறவாமல் இருக்கவும் நேரிடலாம்.

ஒருவேளை மாறிப் பிறப்ப தெல்லாம்
இல்லை என்று சொல்வார் உண்டு என்றால்
இமயமலையின் சிகரம் ஓங்கி இருப்பது போல
அவர்கள் தம் புகழை இவ்வுலகில் நிலை நிறுத்திப்
பழி சொல்லப்படாத தேகத்தோடு கூடி நின்று
மடிந்து போவது பெரிதும் முதன்மையானதாகும்.
அதனால் எல்லாவற்றாலும்
நல்ல செயல்களைச் செய்வதே சிறந்ததாகும்.

57. 'துன்ப வேளை துணை வருவான் நண்பன்'
(215)

கோப்பெருஞ் சோழன் மன்னன்.
பாண்டிய நாட்டுப்
புலவர் பிசிராந்தையார்; இருவருக்குள்ளும் நட்பு.
சோழனோ பெற்ற பிள்ளைகளால்
நெருக்கடிக்குள் - சாவைத் தேடி
இருந்த நிலையில் நண்பர் வருவாரா
என்று சிலர் கேட்க; வாங்க அல்ல
என்னோடு கூட வருந்த வருவார்
என்று மன்னன் கூறிய உறுதி, இப்பாடல்.

பாடல்

கவைக்கதிர் வரகின் அவைப்புறு வாக்கல்
தாது எரு மறுகின் போதொடு பொதுளிய
வேளை வெண்பூ வெண்தயிர்க் கொளீஇ,
ஆய்மகள் அட்ட அம்புளி மிதவை
அவரை கொய்யுநர் ஆர மாந்தும்   5

தென்னம் பொருப்பன் நல் நாட்டுள்ளும்
பிசிரோன் என்ப, என் உயிர் ஓம்புநனே;
செல்வக் காலை நிற்பினும்,
அல்லற் காலை நில்லலன்மன்னே,

திணை : பாடாண்   துறை : இயன்மொழி.

புலவர் : பிசிராந்தையார்

மன்னன் : கோப்பெருஞ்சோழன்

பிளவுபட்ட கதிரை உடைய வரகைக் குற்றி,
உலை ஏற்றி வடிக்கப்பட்ட சோறு;
தூசியாக உதிர்ந்த
உயர்ந்த சாணம் உள்ள தெருவில்

பூவோடு விளைந்த வேளைக் கீரையின் வெண்பூவைத்
தயிரில் போட்டு ஆயர் மகள்
ஆக்கிய அழகிய புளிங்கூழ்;
இவற்றை அவரையைக் கொய்வோர்
நிறைய உண்ணும்
தென் திசையில் இருக்கும் பொதிய மலையை உடைய
பாண்டியனின் நல்ல நாட்டினுள்

தூரத்தே பிசிர் என்னும் ஊரில்
உள்ளான் என்று என் உயிரைப்
பாதுகாப்பவனைச் சொல்லுவர்.
அவன் என்னிடம்
செல்வம் இருந்த காலத்தில்
வராமல் இருந்தாலும்
நான் துன்பப்படும் இந்தக் காலத்தில்
வராமல் அங்கேயே இருந்து விட மாட்டான்.

58. 'அவனுக்கும் ஓர் இடம்' (216)

பாடல்

'கேட்டல் மாத்திரை அல்லது, யாவதும்
காண்டல் இல்லாது யாண்டுபல கழிய,
வழு இன்று பழகிய கிழமையர் ஆயினும்,
அரிதே, தோன்றல்! அதற்பட ஒழுகல்' என்று,
ஐயங் கொள்ளன்மின், ஆர் அறிவாளீர்!

இகழ்விலன்; இனியன்; யாத்த நண்பினன்;
புகழ்கெட வரூஉம் பொய் வேண்டலனே;
தன் பெயர் கிளக்கும்காலை, 'என் பெயர்
பேதைச் சோழன்' என்னும், சிறந்த
காதற் கிழமையும் உடையவன்; அதன்தலை,

இன்னது ஓர் காலை நில்லலன்;
இன்னே வருகுவன்; ஒழிக்க, அவற்கு இடமே!

திணை: பாடாண்   துறை: இயன்மொழி

சூழல்: பிசிராந்தையார் வருவார்
என்றான் சோழன்; அதோடு
நிற்கவில்லை, வரும்
அவர் என்னுடன் வடக்கிருப்பார்
அதனால் அவருக்கும் என்னருகில்
இடம் ஒதுக்குங்கள் என்கிறான்.
நட்பின் உச்சம் இது.

தலைவனே!
உன்னைப் பற்றி அவன்
கேள்விப்பட்டிருக்கிறானே அன்றி
உன்னை நேரில் ஒருபோதும் கண்டவன் இல்லை.
தவறாமல் கூடிக் கலந்து பழகும்
உரிமை உடையோரே என்றாலும்
பல ஆண்டுகள் கடந்த பிறகு
மறுபடியும் சேர்ந்து பழகுவது கடினமே,
என்று இது குறித்துச்
சந்தேகப்பட வேண்டாம்.

நிறைந்த அறிவுடையோரே!
அவன் என்னை என்றுமே இகழாதவன்,
இனிய குணங்களை உடையவன்;
நட்பால் கட்டப்பட்டவன்.
புகழை அழிக்கும் பொய்யை விரும்ப மாட்டான்.
அவன் தன் பெயரைப்
பிறரிடம் சொல்லும் போது கூட
'என் பெயர் பேதைமைச் சோழன்' என்று
என் பெயரைத் தன் பெயராகச் சொல்லும்

மிகுந்த அன்பின் உரிமையை உடையவன்.
இப்போது நான்
இப்படித் துன்பப்படும் காலத்தில்
அவன் அங்கே இருக்க மாட்டான்;
இப்போதே வருவான்;
அவனுக்கு ஓர் இடத்தை
ஏற்பாடு செய்யுங்கள்.

59. 'வியக்க வியக்க வியப்புப் பெருகுகிறது' (217)

பாடல்

நினைக்கும்காலை மருட்கை உடைத்தே
எனைப் பெருஞ் சிறப்பினோடு ஈங்கு இது துணிதல்;
அதனினும் மருட்கை உடைத்தே பிறன் நாட்டுத்
தோற்றம் சான்ற சான்றோன் போற்றி,
இசை மரபு ஆக, நட்புக் கந்து ஆக, 5

இனையது ஓர் காலை ஈங்கு வருதல்;
'வருவன்' என்ற கோனது பெருமையும்,
அது பழுது இன்றி வந்தவன் அறிவும்,
வியத்தொறும் வியத்தொறும் வியப்பு இறந்தன்றே!
அதனால், தன்கோல் இயங்காத் தேயத்து உறையும் 10

சான்றோன் நெஞ்சுறப் பெற்ற தொன்று இசை
அன்னோனை இழந்த இவ் உலகம்
என்ஆவதுகொல்? அளியது தானே!

திணை: பொதுவியல்.   துறை: கையறுநிலை
புலவர்: பொத்தியார்
மன்னன்: வடக்கிருந்தானுழைச் சென்ற பிசிராந்தையார்.
சூழல்: கோப்பெருஞ்சோழனின் நண்பர்பொத்தியார்.

இவர் உறையூர்க்காரர் [212]
இவர் வடக்கிருந்த சோழனிடம்
சென்ற போதுஅங்கே
பிசிராந்தையாரும் இருக்கக் கண்டு
வியந்து பாடுகிறார்.

எத்தனையோ பெரிய தலைமை இருந்தும்
அவை அத்தனையையும் விட்டு விட்டு
இங்கே வரத் துணிந்ததை
எண்ணிப் பார்த்தால் வியப்பாக இருக்கிறது.
இவன் இவ்வாறு துணிந்ததை விட
வேற்று மன்னனின் நாட்டில்
சிறப்புற்ற சான்றோன், புகழைப் பாதுகாத்து,
நட்பே பற்றுக் கோடாக,
இத்தகைய துன்ப நேரத்தில்
இங்கே வருவது அதைவிட
வியக்கத் தக்கது.

இவன் இவ்வாறு வருவான் என்று
துணிந்து சொன்ன வேந்தனது பெருமையும்,
அவன் சொன்ன சொல் பழுது படாமல்
வந்தவனது அறிவும்
வியக்கும் போதெல்லாம் வியப்பு மிகுகிறது.
ஆகவே தன் ஆட்சி செல்லாத நாட்டில்
வாழும் சான்றோனது உள்ளத்தைத்
தனக்கு உரித்தாகப் பெற்ற
பழம் புகழ் மிக்க பெரியோனை
இழந்த இந்நாடு துன்பப்படப் போகிறதோ?
அரசைக் கைவிட்டு இம்மன்னன்
இறந்து போகத் துணிந்தது
பெரிதும் வருந்தத்தக்கது.

60. 'நானும் போகாமல் கலங்கி விட்டேனே'
(220)

பாடல்

பெருஞ் சோறு பயந்து, பல் யாண்டு புரந்த
பெருங் களிறு இழந்த பைதற் பாகன்
அது சேர்ந்து அல்கிய அழுங்கல் ஆலை,
வெளில் பாழாகக் கண்டு கலுழ்ந்தாங்கு,
கலங்கினென் அல்லனோ, யானே--- பொலந் தார்த் 5
தேர் வண் கிள்ளி போகிய
பேர் இசை மூதூர் மன்றம் கண்டே?

திணை: பொதுவியல் துறை: கையறுநிலை.

சூழல்: கோப்பெருஞ் சோழனை முன்பு

காண வந்த போது, பிசிராந்தையாரின்

சொற்படி தன் ஊருக்குச் சென்ற

பொத்தியார் மறுபடியும் வருகிறார்.

வந்து கோப்பெருஞ் சோழனைக்

காணாமல் அழுது பாடுகிறார்.

மிகுந்த சோற்றுக் கவளங்களைக் கொடுத்துப்
பல ஆண்டுக் காலமாகப்
பாதுகாத்த பெரிய யானையை இழந்து
வருத்தம் மிக்க பாகன்,
அந்த யானை முன்பு தங்கியிருந்து
இப்போது வெறுமையாகி
சோகம் உண்டாக்கும் கூடத்துக் கம்பம்
வெறுமையாய் நிற்க
அதைப் பார்த்துக் கலங்கியது போல,
பொன் மாலையை உடைய தேரை

வழங்கும் கிள்ளி போன பிறகு
பெரும் புகழுடைய பழைய உறையூரின்
மன்றத்தைப் பார்த்து
நான் இறந்து போகாமல்
கலங்கி (நின்று விட்டேனே!)

61. 'வைவோம் எமனை வாருங்கள்' (221)

பாடல்

பாடுநர்க்கு ஈத்த பல் புகழன்னே;
ஆடுநர்க்கு ஈத்த பேர் அன்பினனே;
அறவோர் புகழ்ந்த ஆய் கோலன்னே;
திறவோர் புகழ்ந்த திண் அன்பின்னே;
மகளிர் சாயல்; மைந்தர்க்கு மைந்து;

துகள் அறு கேள்வி உயர்ந்தோர் புக்கில்;
அனையன் என்னாது, அத் தக்கோனை,
நினையாக் கூற்றம் இன் உயிர் உய்த்தன்று;
பைதல் ஒக்கல் தழீஇ, அதனை
வைகம் வம்மோ----வாய்மொழிப் புலவீர்!---

'நனந் தலை உலகம் அரந்தை தூங்க,
கெடு இல் நல் இசை சூடி,
நடுகல் ஆயினன் புரவலன்' எனவே.

திணை: பொதுவியல் துறை: கையறுநிலை.

சூழல்: கோப் பெருஞ்சோழன் வடக்கிருந்த இடத்தைப் பார்த்துக் கலங்கியபொத்தியார், சோழனது நடுகல்லையும் காணச் செல்கிறார்.

பாடுவோருக்குக் கொடுத்துப்
பல்வேறு புகழையும் பெற்றவன்; கூத்து

ஆடுவோர்க்குக் கொடுத்ததோடு
அவர் மீது மிகுந்த அன்பினையும் உடையவன்;
அறத்திறம் மிக்கவரால் புகழப்பட்ட
நீதி நூலுக்கு ஏற்ப ஆராய்ந்து
நேர்மையான ஆட்சியை நடத்தியவன்;
சான்றோரால் புகழப்பட்ட
உறுதியான நட்பை உடையவன்;

பெண்களிடம் மெல்லிய இயல்பை உடையவன்;
வலிமையானவரிடம் மிகுந்த
வலிமையை உடையவன்;
பழுதில்லாத கேள்விச் செல்வத்தால்
நிறைந்த அந்தணரின் புகலிடம்;
இத்தனைச் சிறப்புகளையும் உடையவன்
என்று எண்ணாமல்,
தகுதி மிக்கவன் என்றும் கருதாத எமன்
அவனது இனிய உயிரைக்
கொண்டு போய்விட்டது.

அதனால் வருத்தம் மிக்க
நம் சுற்றத்தைச் சேர்த்துக் கொண்டு
வாருங்கள். உண்மையே பேசும் புலவர்களே!
இடம் அகன்ற இவ்வுலகத்தில்
துன்பம் மிகக் கேடற்ற நல்ல
புகழ்ச்சி, மலையைச் சூழ
எங்களைப் பாதுகாப்பவன்
நடப்பட்ட கல்லாகிவிட்டான்
என்று அந்த எமனை
வைவோம் வாருங்கள்.

62. 'எனக்கென்று நீ குறித்த இடம் எது? (222)

பாடல்

'அழல் அவிர் வயங்கு இழைப் பொலிந்த மேனி,
நிழலினும் போகா, நின் வெய்யோள் பயந்த
புகழ்சால் புதல்வன் பிறந்தபின் வா'என,
என் இவன் ஒழித்த அன்பிலாள்!
எண்ணாது இருக்குவை அல்லை;   5

என் இடம் யாது?----மற்று இசை வெய்யோயே?

திணை: பொதுவியல் துறை: கையறு நிலை.

சூழல்: ஊருக்குத் திரும்பிய பொத்தியார்
தனக்குப் பிள்ளை பிறக்கும் வரை
காத்திருந்தார்.
பிள்ளை பிறந்துவிட்டான்.
பொறுக்கவில்லை
பொத்தியாருக்கு, புறப்பட்டு
விட்டார் கோப்பெருஞ் சோழன்
வடக்கு இருந்த இடம் நோக்கி,
அங்கே சென்றவர் அழுது சொன்னதையும்
பார்த்தோம். அதோடு
விட்டு விட்டாரா? இல்லை; சோழனிடம்
தனக்கும் அங்கே ஓர் இடம்
கேட்கிறார்!

தீ வெளிச்சத்தில் பெரிதும் ஒளிரும்
ஆபரணத்தோடு சிறந்த வடிவினை உடையவளாய்
உன் நிழலை விட்டு ஒருபோதும் நீங்காத,
நீ ஆசை கொண்ட உன் மனைவி
பெறப் போகும் பிள்ளையானவன்

பிறந்த பிறகு, நீ இங்கே வா
எனச் சொல்லி என்னை
இங்கிருந்து அனுப்பி விட்ட
எனக்கு உறவாக இல்லாதவனே!

புகழை விரும்புவோனே!
உனக்கும் எனக்கும்
இடையே இருக்கும் நட்பை
நீ நினையாமல் இருக்க மாட்டாய்;
நீ எனக்குக் குறித்த
இடம் எது? சொல்லுவாயாக.

63. 'உடம்போடு உயிர் என வாழும் நட்பு' (223)

பாடல்

பலர்க்கு நிழல் ஆகி, உலகம் மீக்கூறி,
தலைப்போகன்மையின் சிறு வழி மடங்கி,
நிலை பெறு நடுகல் ஆகியக்கண்ணும்,
இடம் கொடுத்து அளிப்ப, மன்ற---உடம்போடு
இன் உயிர் விரும்பும் கிழமைத்   5

தொல் நட்புடையார் தம்முழைச் செலினே!

திணை: பொதுவியல்   துறை: கையறுநிலை.
சூழல்: கல்லாகி நின்ற சோழனிடம்காட்டு எனக்குரிய இடத்தை
என்ற பொத்தியாருக்கு இடம் கொடுத்த சோழன்.

பலருக்கும் நிழலைப் போன்று
அருள் மிகுந்தவனாய் விளங்கியதால்
உலகம் பெரிதும் புகழ,
உலகை ஆட்சி செய்வதை
முழுமையாகச் செய்ய
மறுமையை எண்ணினால் முடியாது.

ஆகையால் வடக்கு இருப்பதற்குக் குறித்த
சிறிய இடத்தில் இருந்து
உயிர் நீத்ததால் நிலைத்திருக்கும்படி
நடப்பட்ட கல்லான இடத்திலும் கூட,
இந்த உடம்போடு வாழ
இனிய உயிர் விரும்புவது போல
விரும்பும் நட்புக் கொண்ட
பழைய நண்பர்கள்
தம்மிடம் வந்தால்
நிச்சயமாக அவர்களுக்கு
இடம் கொடுப்பார்கள்.

64. 'சான்றோர் சான்றோரையே சார்வர்' (218)

பாடல்

பொன்னும், துகிரும், முத்தும், மன்னிய
மா மலை பயந்த காமரு மணியும்,
இடைபடச் சேயஆயினும், தொடை புணர்ந்து,
அரு விலை நன் கலம் அமைக்கும்காலை,
ஒரு வழித் தோன்றியாங்கு----என்றும் சான்றோர்

சான்றோர் பாலர் ஆப;
சாலார் சாலார் பாலர் ஆகுபவே.

திணை: பொதுவியல் துறை: கையறு நிலை

சூழல் கோப் பெருந் சோழனோடு
பிசிராந்தையாரும் வடக்கு
இருப்பதைக் கண்டு பொத்தியார்
மட்டுந்தான் என்றில்லை.
கண்ணகனார் என்ற புலவரும்
பாடுகிறார். இவரைப் பற்றிய
வேறு விபரங்கள் தெரியவில்லை.

பொன்னும், பவளமும், முத்தும்,
நிலைத்த பெரிய மலை தரும்
ரத்தினமும் எனும் இவை எல்லாம்
ஒன்றுக்கு ஒன்று
வேறு வேறு நிலத்தைச்
சேர்ந்தனவே என்றாலும்
கோக்கப்பட்டு அரிய விலையை உடைய
நல்ல அணிகலன்களாகச் செய்யும் போது
ஒரே இடத்தில் தோன்றியது போல
எந்த நாளும் நற்குணங்கள் அமைந்த சான்றோர்
சான்றோரையே சார்ந்தவர் ஆவார்.
கீழானவர் கீழானவருடனே சேர்வர்.

65. 'காலந் தாழ்த்தியது கவலைக் குரியதே' (219)

பாடல்

உள் ஆற்றுக் கவலைப் புள்ளி நீழல்,
முழூஉ வள்ளுரம் உணக்கும் மள்ள!
புலவுதி மாதோ நீயே---
பலரால் அத்தை, நின் குறி இருந்தோரே.

திணை: பொதுவியல் துறை: கையறுநிலை.

சூழல்: கோப்பெருஞ் சோழனைப் பார்க்கப் போன பிசிராந்தையார், பொத்தியார், கண்ணகனார் என்னும் இந்த வரிசையில் கரூவூர் பெருந் சதுக்கத்துப் பூதநாதனாரும் சேர்கிறார். இவர் கருவூர்க்காரர். சிலப்பதிகாரத்தில் சதுக்கப் பூதம் பற்றி அறிகிறோம். இங்கே எப்படி ஒரு பூதம் வந்தது? நாதனார் என்பது தலைவன் என்னும் பொருளது

ஆற்றின் இடைக் குறையில்
புள்ளி புள்ளியாகத் தோன்றும் மர நிழலில்
முழு உடம்பையும் வருத்தும் வீரனே!

உன் கருத்திற்கு இசைந்து
உன்னுடன் வடக்கிருப்போர்
பலராக இருக்க,
நான் முன்னே வராமல்
காலம் கடந்து வந்ததற்காக
அவர்களைக் காட்டி
என் மீது கோபம் கொண்டு
என்னை வெறுத்து விட்டாயோ?

சோழன் நெய்தலங்கானல் இளஞ்சேட் சென்னி-I

66. 'மெய்யை அறி; பொய்யைத் தள்ளு' (10)

பாடல்

வழிபடுவோரை வல் அறிதீயே;
பிறர் பழி கூறுவோர் மொழி தேறலையே;
நீ மெய் கண்ட தீமை காணின்,
ஒப்ப நாடி, அத் தக ஒறுத்தி;
வந்து, அடி பொருந்தி, முந்தை நிற்பின்,   5

தண்டமும் தணிதி, நீ பண்டையின் பெரிதே-
அமிழ்து அட்டு ஆனாக் கமழ் குய் அடிசில்
வருநர்க்கு வரையா வசை இல் வாழ்க்கை
மகளிர் மலைத்தல் அல்லது, மள்ளர்
மலைத்தல் போகிய, சிலைத் தார் மார்ப!   10

செய்து இரங்கா வினை, சேண் விளங்கும் புகழ்,
நெய்தலங்கானல் நெடியோய்!---
எய்த வந்தனம் யாம்; ஏத்துகம் பலவே!

திணை: பாடாண் துறை: இயன்மொழி; பூவை நிலையும் ஆம்

புலவர்: ஊன் பொதி பசுங்குடையார்

இவர் பெயர்க் காரணம் தெரியவில்லை.

மன்னன்: சோழன் நெய்தலங்கானல் இளஞ் சேட் சென்னி..
நெய்தலங் கானல் இச்சோழன்
பிறந்த ஊர் என்பார் ஔவை.
இளம், என்ன காரணம் பற்றி வந்தது
என்று தெரியவில்லை.
சென்னி, என்பது
சோழர் குடிப் பெயர் சேண் – இயற் பெயர்

ஒன்றைச் செய்து விட்டு,
அதைச் செய்த பின்னர்
தவறு செய்து விட்டோமோ என்று
வருந்தாதபடி முறையாகச் செயல்படுபவன்;
அதனால் தொலை தூரத்திலும்
பரவிய புகழை உடைய
நெய்தலங்கானல் நெடியவனே!

உன்னை உண்மையாக வணங்கி
உனக்கு அடங்கி
உன் வழி நடப்பவரை
மிக விரைவில் நீ
கண்டு கொள்வாய்.
மற்றவர்தம் குறைகளையே கூறுவோரின்
வார்த்தைகளை நீ நம்பமாட்டாய்.
அதையும் நீயாகவே
தீர விசாரித்து அறிந்து
உண்மையைக் கண்டு கொள்வாய்.

தீமை உண்டு என்று தெரிந்தால்
அதையும் முறையாகவே எண்ணி
அதற்கேற்பத் தண்டிப்பாய்.
உன்னிடம் வந்து அடி பணிந்து
முன்னே நின்றால்
கொடுத்த தண்டனையை
முன்பை விடப் பெரிதும் மன்னிப்பாய்.

சுவையில் அமிழ்தத்தையும் வென்று
மணக்கும் சோற்றை
வருபவர்க்கு வழங்குவதில் தவறாத
குறையில்லாத வாழ்க்கையையும்,
பெண்டிரால் தழுவப்படுமே அன்றிப்
பகை வீரரால் போரிட முடியாத
வில்லைப் போன்ற மாலை அணிந்த
மார்பையும் உடையவனே!
உன்னோடு சேரவே
நாங்கள் வந்தோம்;
உன்னையே பாடிப் புகழ்வோம்!

67. 'வானம் பொழிய மறுத்தால் வாழ்க்கை இங்கே ஏது?' (203)

பாடல்

'கழிந்தது பொழிந்தது' என வான் கண்மாறினும்,
'தொல்லது விளைந்து' என நிலம் வளம் கரப்பினும்,
எல்லா உயிர்க்கும் இல்லால், வாழ்க்கை;
'இன்னும் தம்' என எம்மனோர் இரப்பின்,
'முன்னும் கொண்டிர்' என, நும்மனோர் மறுத்தல்   5

இன்னாது அம்ம; இயல் தேர் அண்ணல்!
இல்லது நிரப்பல் ஆற்றாதோரினும்,
உள்ளி வருநர் நசை இழப்போரே;

அனையையும் அல்லை, நீயே; ஒன்னார்
ஆர் எயில் அவர்கட்டாகவும், 'நுமது' எனப்   10

பாண் கடன் இறுக்கும் வள்ளியோய்!
பூண் கடன், எந்தை! நீ இரவலர்ப் புரவே.

திணை : பாடாண்.   துறை : பரிசில்.

புலவர் : ஊன் பொதி பசுங்குடையார்

மன்னன் : சேரமான் பாமுளூர் எறிந்த நெய்தலங் கானல் இளஞ்சேட்
செந்னி

முன்புதான் பெய்து விட்டேனே என எண்ணி
வானம் பெய்யாது போனாலும்,
போன முறையே விளைந்து விட்டேனே என
நிலம் விளையாது போனாலும்
உயிர்கள் அனைத்திற்கும்
உயிர் வாழ்க்கை இல்லாமல் போய் விடும்.
இது போல, முன்பு போலவே
இப்போதும் எங்களுக்குப் பரிசில் தாருங்கள் என
என் போன்றவர் கேட்டு வந்தால்
அவர்களிடம் முன்புதான்
பெற்றீர்களே என
உன்னைப் போன்றவர் மறுப்பது கொடியது.

இயக்கப்பட்ட தேரின் தலைவனே!
இல்லாத பொருளைத் தேடிப்
பெற முடியாத வறியோரிடம் சென்றாலும்
அவர் கொடாது போவார் என்றால்,
அவர் இரப்போர் தங்களிடம் வந்து
இரப்பதால் தாம் அடையும் இன்பத்தை
இழந்து போய் விடுவார்கள்.

தம் வறுமையால் கொடுக்க முடியாமல்
போவதை எண்ணி வெட்கப்பட்டு,

வருவார் முகத்தை நேரில் பார்க்க முடியாமல்
இன்பத்தை இழக்கும் தன்மை உடைய
மனிதன் நீ அல்ல;
(முடியாத போது) இறந்தே போவாய்,
பகைவரின் அரண்
அவர் வசம் இருக்கும் போதே,
அதனை அழித்துக் கைப்பற்றும் முன்பே
'அது உங்களுடையதே' என்று
பாணர்க்குக் கடனாகக் கொடுக்கும்
வெற்றியோடு கூடிய கொடைக் குணமும்
உடையவன் நீ.
ஆதலால் எங்கள் தலைவனே!
நீ இரப்போரைப் பாதுகாப்பதை
முறையாகச் செய்வாயாக.

சோழன் செருப்பாழி எறிந்த இளஞ்சேட் சென்னி II

68. 'மலை போன்ற யானைகளைப் பெற்று மனம் மகிழவே வந்தோம்' (370)

பாடல்

....ளி,
நாரும் போழும் செய்து உண்டு, ஓராங்குப்
பசிதினத் திரங்கிய இரும் பேர் ஒக்கற்கு
ஆர்பதம் கண்ணெனமாதிரம் துழைஇ,
வேர்உழந்துஉலறி, மருங்குசெத்துஒழியவந்து,

அத்தக் குடிஞைத் துடி மருள் தீம்குரல்,
உழுஞ்சில்அம் கவட்டிடை இருந்தபருந்தின்
பெடைபயிர் குரலொடு, இசைக்கும் ஆங்கண்
கழைகாய்ந்துஉலறிய வறம்கூர் நீள்இடை,
வரி மரல் திரங்கிய கானம் பிற்பட,

பழுமரம் உள்ளியபறவைபோல,
ஒண் படை மாரி வீழ் கனி பெய்தென,
துவைத்து எழுகுருதிநிலமிசைப் பரப்ப,
விளைந்தசெழுங்குரல் அரிந்து, கால் குவித்து,
படுபிணப் பல்போர்புஅழியவாங்கி

எருது களிறு ஆக, வாள்மடல் ஓச்சி,
அதரிதிரித்த ஆள் உகு கடாவின்,
அகன்கண் தடாரிதெளிர்ப்பஒற்றி,
'வெந்திறல் வியன்களம் பொலிக!' என்றுஏத்தி,
இருப்பு முகம் செறித்த ஏந்து எழில் மருப்பின்

வரைமருள் முகவைக்கு வந்தனென்; பெரும
வடி நவில் எஃகம் பாய்ந்தென, கிடந்த
தொடியுடைத் தடக்கைஓச்சி, வெருவார்
இனத் தடி விராயவரிக்குடர் அடைச்சி,
அழு குரற் பேய்மகள் அயர, கழுகொடு

செஞ் செவி எருவைதிரிதரும்,
அஞ்சுவருகிடக்கைய களம் கிழவோயே!

திணை: வாகை துறை: மறக்களவழி

புலவர்: ஊன் பொதி பசுங்குடையார்

மன்னன்: சோழன் செருப்பாழி எறிந்த இளஞ்சேட் சென்னி II

வடிவான வளைந்த வேல் பாய்ந்த
வளை அணிந்த பெரிய கையை ஓங்கி
அஞ்சுவார் இனத்து இறைச்சி கலந்த
பல வரிகளையுடைய குடலையும் சேர்த்து
அழும் பேய் மகளின் குரல் ஓய,
கழுகும், சிவந்த காதுள்ள பருந்தும் திரிய
அச்சந் தரும் போர்க்களச் சூழலை உடைய தலைவனே!

பசி தின்பதால் வாடிய என்
கரிய பெரிய சுற்றம்
மரங்களின் நாரையும், பனங்குருத்தையும்
சுவைத்து உண்டு,
உண்ணும் உணவை வேண்டி
விரைந்து திசையெலாம் தேடி,
மேனி வியர்த்து ஒழுக வந்தோம்.

பாலை நிலத்தில் கோட்டானின் துடியோசை
போன்ற இனிய குரல்,
உழுஞ்சில் மரக்கிளைகளில் இருந்த
பெண் பருந்து அழைக்கும் குரலோடு சேர்ந்து இசைக்கும்.
அங்கே நீர் இல்லாது காய்ந்து உலர்ந்த
மூங்கில்கள் நிற்கும் நீண்ட வழி,
அது நீர் வற்றி வாடிய வரிகளை உடைய
மரல் மரம் நிறைந்த காடுகள்;
இவற்றை எல்லாம் கடந்து
பழங்கள் நிறைந்த மரத்தையே தேடி வரும்
பறவைகள் போல உன்னை நாடி வந்துள்ளோம்.

ஒளிமிக்க போர்க் கருவிகளாகிய மழை,
தலைகளாகிய கனிகளைக் கொய்ய,
இரத்த வெள்ளம் நிலத்தில் பாய,
அதில் விளைந்த செழுங் கதிர்களாகிய கழுத்தை
இறந்த பிணங்களாகிய போர்கள்
அழியும்படி வளைத்து
யானைகளே எருதுகளாக,
வாளே பனை மடலாகக் கொண்டு
புணை கட்டிச் சூழவரச் செய்த காலாட்கள்
வீழ்ந்த கடாவிடும் இடத்தில்

அகன்ற கண்ணை உடைய
தடாரிப் பறையை
ஓசை மிக அடித்து,

பேராற்றல் மிக்க போர்க்களம்
அழகு பெறுக என வாழ்த்தி வந்தோம்;
இரும்பினால் செய்யப்பட்ட பூண் பிடித்து உயர்ந்த
அழகிய மருப்பினை உடைய
மலை போன்ற யானைகளைப்
பரிசிலாகப் பெற வந்தேன்
பெருமானே!

69. 'மனத் துன்பம் மடிந்தது, மகிழ்ச்சி பிறந்தது' (378)

மீனவர் இனத்தின் தலைவர் பரதவர்.
இவர்கள் பாண்டி நாட்டின் சிற்றரசர்.

பாடல்

தென் பரதவர் மிடல் சாய,
வடவடுகர் வாள் ஓட்டிய,
தொடை அமை கண்ணி, திருந்து வேற் தடக் கை,
கடுமாகடைஇயவிடுபரிவடிம்பின்,
நல் தார், கள்ளின், சோழன் கோயில்,

புதுப்பிறை அன்னசுதைசெய் மாடத்து,
பனிக் கயத்து அன்னநீள்நகர் நின்று, என்
அரிக் கூடு மாக்கிணை இரியஒற்றி,
எஞ்சாமரபின் வஞ்சிபாட,
எமக்கு எனவகுத்தஅல்ல, மிகப்பல,

மேம்படுசிறப்பின் அருங்கலவெறுக்கை
தாங்காது பொழிதந்தோனே; அதுகண்டு,
இலம்பாடு உழந்த என் இரும் பேர் ஒக்கல்,
விரற்செறி மரபின செவித் தொடக்குநரும்,
செவித்தொடர் மரபின விரற் செறிக்குநரும்,

அரைக்கு அமைமரபின மிடற்று யாக்குநரும்,
மிடற்று அமைமரபினஅரைக்கு யாக்குநரும்,
கடுந் தெறல் இராமனுடன்புணர் சீதையை
வலித்தகைஅரக்கன் வௌவியஞான்றை,
நிலம் சேர் மதர்அணிகண்டகுரங்கின்

செம்முகப் பெருங்கிளை இழைப் பொலிந்தாஅங்கு,
அறாஅஅருநகை இனிது பெற்றிகுமே-
இருங்கிளைத் தலைமைஎய்தி,
அரும்படர் எவ்வம் உழந்ததன்தலையே.

திணை: பாடாண் துறை: இயன்மொழி.

புலவர்: ஊன் பொதி பசுங்குடையார்

மன்னன்: சோழன் செருப்பாழி எறிந்த இளஞ்சேட் சென்னி.

தெற்குத் திசையில் இருந்த பரதவர்களின்
வலிமையை அழித்தவன்;
வட திசையில் வாழ்ந்த வடுக வீரர்களின்
வாள் வலிமையை ஓட்டியவன்;
நன்கு கட்டிய கண்ணி காயவும்
அழகிய வேலைப் பிடித்த
பருத்த கையை உடையவன்;
விரைந்து ஓடும் குதிரையைச்
செலுத்துவதற்கு என்று காலில் இடப்பட்ட பரிவடிம்பையும்

நல்ல மாலையையும் கள்ளையும் உடைய
சோழனின் அரண்மனையில்
புதிதாக முளைத்த முழு நிலவு போன்று வெண் சாந்து
பூசப்பட்ட மாடங்கள் உள்ளன;
அங்கே குளத்து நீர் போன்று
குளிர்ச்சி தரும் நீண்ட மனையின் முன்பு நின்றோம்;
அரித்து எழும் ஓசையை உடைய
பெரிய தடாரிப் பறையைக் கண் கிழிய அடித்து,

தாழ்விலாத மரபில் பகைவர் மேல் செல்லும்
நின் வஞ்சித் திறத்தைப் பாடினோம்;

அப்போது
எங்களுக்கு என்று செய்யப்படாததும்
மிகச் சிறந்ததுமான பல்வேறு
அரிய அணிகலன்களையும் பிற பொருட்களையும் நாங்கள்
சுமக்க முடியாத அளவு நீ கொடுத்தாய்.
அவற்றைப் பார்த்து
இல்லாமையில் வாடிய என் பெரிய சுற்றத்தார்
அவற்றில் விரலிலே போட வேண்டியவற்றைக்
காதில் அணிந்தனர்;
காதிலே அணிய வேண்டியவற்றை
விரலிலே அணிந்தனர்;
இடுப்பிற் குரியவற்றைக்
கழுத்தில் அணிந்தனர்;
கழுத்தில் அணிவதற் குரியவற்றை
இடுப்பில் அணிந்தனர்.

இது எப்படி இருந்தது என்றால்
ஆற்றல் மிக்க இராமனின் மனைவி சீதையை
வலிமை மிக்க இராவணன் கவர்ந்த போது
சீதை கீழே போட்ட ஒளிதரு ஆபரணங்களை
நிலத்தில் கண்டு எடுத்த
சுக்கிரீவனின் சிவந்த முகமுடைய மந்திகளாகிய
பெரிய சுற்றத்தார் அணிகளைத் தாம் அணிந்து விளங்க
அதைக் கண்டவர் சிரித்து மகிழ்ந்ததுபோல
பெரிய சுற்றத்திற்குத் தலைமை தாங்கி
அவர் வறுமையைப் போக்கப் பல நினைவால்
உண்டாகும் மனத்துன்பம் நீங்கி
என பெரும் சுற்றம்
மிகுந்த மகிழ்ச்சியைப் பெற்றது.

சோழன் உருவப் பஃறேர் இளஞ்சேட் சென்னி-III

70. 'அரசு இல்லாத நாடு அன்னை இல்லாத குழந்தை' (4)

பாடல்

வாள், வலம்தர, மறுப் பட்டன
செவ் வானத்துவனப்புப் போன்றன;
தாள், களம் கொள, கழல் பறைந்தன
கொல்ல் ஏற்றின் மருப்புப் போன்றன;
தோல், துவைத்துஅம்பின் துளைதோன்றுவ,

நிலைக்கு ஒராஅ இலக்கம் போன்றன;
மாவே, எறி பதத்தான் இடம் காட்ட,
கறுழ்பொருதசெவ்வாயான்,
எருத்துவவ்விய புலி போன்றன;
களிறு, கதவு எறியா, சிவந்து, உராஅய்,

நுதிமழுங்கியவெண்கோட்டான்,
உயிர்உண்ணும் கூற்றுப்போன்றன;
நீயே, அலங்குஉளைப் பரீஇ இவுளிப்
பொலந் தேர்மிசைப் பொலிவுதோன்றி,
மாக் கடல் நிவந்து எழுதரும்

செஞ்ஞாயிற்றுக் கவினைமாதோ!--
அனையை ஆகன்மாறே,
தாய் இல் தூவாக் குழவிபோல,
ஓவாது கூஉம், நின் உடற்றியோர் நாடே..

திணை: வஞ்சி துறை: கொற்றவள்ளை

புலவர்: பரணர்

நெடுங்கழுத்துப் பரணர்,

பரண தேவ நாயனார் என இன்னும்
சிலர் உண்டு. பரணி நட்சத்திரத்தில்
பிறந்ததால் இப்பெயர் வந்திருக்கலாம்.
மன்னன்: சோழன் உருவப் பஃறேர் இளஞ் சேட் சென்னி,
உருவப் பல் தேர் – அழகிய பல தேர்களை உடைய
சேட் சென்னி – சேண் என்பது பெயர் என்று கூறலாம்.

வெற்றியையே தருவதால்
இரத்தக் கறைபட்டுச்
சிவந்த வானம் போல் வாள்
அழகாக இருக்கின்றன.

திசை எங்கும் போய்
வெற்றியால் போர்க்களத்தைத்
தமது ஆக்கிக் கொள்வதால்
உராய்ந்து உராய்ந்து
கால்களில் அணிந்துள்ள வீரக் கழல்
காளையின் கொம்பைப் போன்று
சிராய்ப்புடன் இருக்கின்றன.

சத்தமிட்டுக் குத்திய அம்புகளால்
குறி தவறாது நிற்பதைத்
துளையோடு தோன்றும் கேடயங்கள்
காட்டுகின்றன.
இடப்பக்கம் வலப்பக்கம் காட்ட
முகக் கருவி பூட்டப் பெற்ற
குதிரைகளின் வாய்
எதிரியை எறியும் வாய்ப்புடையது.
ஆதலால் சிவந்து காணப்படுகின்றன.
அது மான் முதலியவற்றின்
கழுத்தைக் கவ்வி
இரத்தம் குடிக்கும் புலியைப் போன்றன.

கோபம் மிக அங்கும் இங்குமாக வந்து,
கதவை முறித்து, முனை தேய்ந்த
வெண் தந்தங்களைக் கொண்டிருப்பதால்
யானைகள் உயிர் உண்ணும்
எமனைப் போன்றிருக்கின்றன.

நீயோ
அசைவும் தலையாட்டமும் உடைய
குதிரை பூட்டப் பெற்ற
பொன் தேரின் மேலே
அழகோடு தோன்றுவதால்
கரிய கடல் மேல் தோன்றும்
சிவந்த சூரியனின் ஒளியை உடையவன்
போன்றிருக்கின்றாய்.

உன்னைப் பகைத்தவர் நாடோ
தாய் இல்லாமல்,
உண்ணாது இடை விடாது அழும்
குழந்தை போல் இருக்கும்.

71. 'அறிவையும் கெடுக்கும் அது கொடும் வறுமை' (266)

பாடல்

பயம் கெழுமாமழைபெய்யாது மாறி,
கயம்களிமுளியும் கோடைஆயினும்,
புழற்கால் ஆம்பல் அகல் அடைநீழல்,
கதிர்கோட்டுநந்தின் சுரிமுகஏற்றை
நாகுஇளவளையொடுபகல்மணம் புகூஉம்

நீர்திகழ் கழனிநாடுகெழுபெருவிறல்!
வான்தோய் நீள்குடை, வயமான் சென்னி!
சான்றோர் இருந்தஅவையத்துஉற்றோன்,

'ஆசு ஆகு'என்னும் பூசல்போல,
வல்லே களைமதிஅத்தை - உள்ளிய   10

விருந்துகண்டுஒளிக்கும் திருந்தா வாழ்க்கை,
பொறிப் புணர் உடம்பில் தோன்றி என்
அறிவுகெடநின்ற நல்கூர்மையே!

திணை: பாடாண்

துறை: பரிசில்கடாநிலை

புலவர்: பெருங்குன்றூர் கிழார்.

இந்த ஊர் பற்றிய விபரம்
தெரியவில்லை. ஆனால் இந்த ஊரில்
நில உரிமை உள்ள கிழார்
இந்தப் புலவர்

மன்னன்: சோழன் உருவப் பஃறேர் இளஞ் சேட் சென்னி

பெரிய மேகங்கள் பொழியாது போனதால்
நீர் நிலைகள் களியாகி உலரும்
கோடைக்காலம்.
துளையுள்ள தாளைக் கொண்டது ஆம்பல்;
அதன் அகன்ற இலையின் நிழலில்
கதிர் போன்ற கொம்புள்ள ஆண் நத்தை,
இளம் பெண் சங்கோடு
பகல் பொழுதிலும் கூடி மகிழும்.
அத்தகைய நீர் நிறைந்த
வயல்களை உடைய நாட்டிற்குப்
பெரும் வெற்றி தரும் வீரனே!
வானைத் தொடும் நீண்ட
வெண் கொற்றக் குடையையும்
வலிய குதிரைகளையும் உடைய சென்னியே!

அறிஞர்கள் கூடியிருக்கும்
அவையில் புகுந்த ஒருவன்,

'நான் அடைந்த துன்பத்திற்கு உதவ
நீங்கள் எனக்குத் துணையாக வேண்டும்;'
என்று சத்தமிட்டுக் கேட்க,
அவையோர் அதைக் கேட்டு (அவன் குறையை)
விரைந்து தீர்ப்பது போல, விரைந்து தீர்ப்பாயாக
என்னை எண்ணி வந்த விருந்தினரைக்
கண்டும் கூட, அவர்களுக்கு
விருந்து செய்ய முடியாமல்
ஒளிந்து கொள்ளும் நன்மை இல்லாத
குடும்ப வாழ்க்கையில்
ஊனம் ஏதும் இல்லாத உடம்போடு இருந்தும்
அதனால் ஆகும் பயன் இல்லாத
என் அறிவைக் கெடுக்கும்
நிலையான வறுமையை
நீ விரைந்து போக்குவாயாக.

சோழன் கரிகால் பெருவளத்தான்

72. 'பகலும் இரவும் பாராது' (7)

பாடல்

களிறுகடைஇயதாள்,
கழல் உரீஇயதிருந்து அடி,
கணைபொருதுகவிவண் கையால்,
கண் ஒளிர்வரூஉம் கவின் சாபத்து,
மாமறுத்தமலர்மார்பின்,

தோல் பெயரியஎறுழ் முன்பின்,
எல்லையும் இரவும் எண்ணாய், பகைவர்
ஊர்சுடுவிளக்கத்துஅழுவிளிக் கம்பலைக்
கொள்ளைமேவலை; ஆகலின், நல்ல
இல்லஆகுபவால் - இயல்தேர் வளவ!

தண்புனல் பரந்தபூசல் மண் மறுத்து
மீனின் செறுக்கும் யாணர்ப்
பயன்திகழ் வைப்பின், பிறர் அகன் தலைநாடே.

திணை: வஞ்சி

துறை: கொற்ற வள்ளை மழபுல வஞ்சியும் ஆம்.

புலவர்: கருங்குழல் ஆதனார் கருங்குழல் என்பது உறுப்பால்,

அல்லது ஊரால் வந்திருக்கலாம்

ஆதன் என்பதற்குப் பொருள் தெரியவில்லை.

ஆதம் என்று முதல் மனிதனின் பெயராக

விவிலியம் கூறுகிறது.

மன்னன் சோழன் கரிகாற் பெரு வளத்தான்.

கரிகால்

என்பதற்கான கதை நம்பும்படி இல்லை.

இவன் சோழன் உருவப் பல்தேர்

இளஞ் சேட் சென்னியின் மகன் என்பர். [த.வ.அ]

யானையைச் செலுத்தும் கால்கள்;
வீரக் கழல் உராய்ந்த அழகிய பாதங்கள்;
அம்பு எடுத்துப் போரிடக் குவிந்த கை;
அழகிய வில் கண்ட பின்பு
பிறர் மார்பைக் காணத்
திருமகள் மறுக்கும் அழகிய மார்பு;
யானைக் கூட்டத்தையும் விரட்டும் வலிமை;
இயங்கும் தேர் என
இத்தனையும் கொண்ட வளவனே!

நீ பகலென்றும் இரவென்றும் பாராது
பகைவர்தம் ஊருக்குத் தீ வைப்பாய்;
அவர்கள் அழுகையின் பேரோசைக்கு இடையே
அவர்கள் பொருள்களைக்

கொள்ளை அடிப்பதையே விரும்புவாய்;
அதனால்
இதுவரை குளிர்ந்த வெள்ளம் பரந்தோடி
மண்ணில் உண்டாக்கும் உடைப்புகளை
மீனால் அடைக்கும் புதுவருவாயை உடைய
பயன்மிக்க ஊர்களைக் கொண்ட
பகைவரின் பரந்த நாடுகள்
நல்ல பொருட்கள் எவையும்
இல்லாதவை ஆகிவிடும்.

73. 'வறட்சி மிக்க வேனிற்காலம்' (224)

பாடல்

அருப்பம் பேணாதுஅமர் கடந்ததூஉம்;
துணை புணர் ஆயமொடுதசும்பு உடன் தொலைச்சி,
இரும் பாண் ஒக்கற் கடும்புபுரந்ததூஉம்;
அறம்அறக் கண்டநெறிமாண் அவையத்து,
முறைநற்குஅறியுநர் முன்னுறப் புகழ்ந்த

தூ இயல் கொள்கைத் துகள் அறுமகளிரொடு,
பருதிஉருவின் பல்படைப் புரிசை,
எருவைநுகர்ச்சி, யூபநெடுந்தூண்,
வேதவேள்வித் தொழில் முடித்ததூஉம்;
அறிந்தோன் மன்றஅறிவுடையாளன்;

இறந்தோன் தானே; அளித்த இவ் உலகம்!
அருவிமாறி, அஞ்சு வரக் கருகி,
பெரு வறங் கூர்ந்த வேனிற் காலை,
பசித்தஆயத்துப் பயன்நிரைதருமார்,
பூவாட் கோவலர் பூவுடன் உதிரக்

கொய்துகட்டுஅழித்தவேங்கையின்,
மெல் இயல் மகளிரும் இழை களைந்தனரே!

திணை : பொதுவியல்.   துறை : கையறுநிலை
புலவர் : கருங்குழலாதனார்
மன்னன் : சோழன் கரிகாற் பெருவளத்தான்

போர் செய்து அரிய அரண்களின்
பாதுகாப்பை அழித்தவன்;
தனக்குத் துணையாக வந்த கூட்டத்துடன்
மதுக்குடங்களைச் சேர்ந்து குடித்து முடித்தவன்.
பெரிய பாணர் சுற்றத்தைப் பாதுகாத்தவன்;
அறத்தைத் தெளிவாக உணர்ந்து
ஒழுக்கத்தால் மாட்சிமைப்பட்ட
அந்தணர்களின் அவைக் களத்தில்,
வேள்வி முறையை நன்கு அறியும்
சடங்கவிகள் (ஷடங்க வித்துகள்;
ஆறு அங்கங்களையும் அறிந்தோர்)
அம்முறையை முன் நின்று காட்டப்
பலராலும் புகழப்பட்டவன்;

தூய கற்பொழுக்கக் கொள்கை கொண்ட
குறையற்ற குலப் பெண்களோடு
வட்ட வடிவில் பலபடையாகச் செய்யப்பட்ட
மதிலால் சூழப்பட்ட வேள்விச் சாலை;
அதன் உள்ளே பருந்து
விழுங்குவதற்காகச் செய்து நாட்டப்பட்ட
யாகத் தூணாகிய நீண்ட கம்பம்;
அதில் வேதத்தில் சொல்லப்பட்ட
வேள்வியைச் செய்து முடித்தவன்.
இவற்றால் வரும் பயனை
உறுதியாக அறிந்த அறிஞன்;
அவன் தான் உயிர் நீத்தான்!
எனவே இந்த உலகம்
இனி இரக்கத்திற்கு உரியதே.

அருவி நீர் விழுவதை மறந்தது.
உலகத்தவர் பயம்படும்படி வெப்பம் மிகுந்த
கொடிய பஞ்ச காலம்;
இந்தக் கோடை காலத்தே
பசிமிக்க ஆயமாகிய பயன் தரும்
பசுக் கூட்டத்தைப் பாதுகாக்கும்படி
ஆயர்கள் கூரிய கொடு வாளால் (தெரட்டி)
பூக்களுடன் உதிரக்
கொம்புகளை விட்டு விட்டுச்
செறிந்த தழை மட்டும் அழிக்கப்பட்ட
வேங்கை மரம் போல,
மெல்லிய இயல்பை உடைய
உரிமை மகளிரும்
அரிய அணிகலன்களை எல்லாம்
நீக்கி விட்டார்கள்!

74. 'எது வெற்றி?' (66)

சேரமான் பெருஞ் சேரலாதனை வென்ற
சோழன் கரிகாற் பெருவளத்தான்
(தன் நாடு திரும்பி விட்டான்)
அவனைப் பாடிப் பரிசில் பெறவா,
அவனுக்கு அறிவுரை தரவா,
எதற்கு என்று நாம் எண்ணும்படி
வெண்ணிக் குயத்தியார் என்ற
பெண்பாற் புலவர் பாடுகிறார்.
வெண்ணி என்பது சோழ நாட்டு ஊர்
அவ்வூர்க் குயவர் பெண்தான்
வெண்ணிக் குயத்தியார்
வியப்பூட்டும் பாடல் இது.

பாடல்

நளி இருமுந்நீர் நாவாய் ஓட்டி,
வளிதொழில் ஆண்டஉரவோன் மருக!
களி இயல் யானைக் கரிகால்வளவ!

சென்று, அமர்க் கடந்தநின் ஆற்றல் தோன்ற
வென்றோய், நின்னினும் நல்லன்அன்றே-- 5

கலிகொள் யாணர் வெண்ணிப் பறந்தலை,
மிகப் புகழ் உலகம் எய்தி,
புறப்புண் நாணி, வடக்கிருந்தோனே?

திணை: வாகை   துறை: அரசவாகை
புலவர்: வெண்ணிக் குயத்தியார்
மன்னன்: சோழன் கரிகால் பெருவளத்தான்

நீர் நிறைந்த பெரிய கடலில்
மரக்கலத்தைச் செலுத்தி,
காற்றும் தனக்குப் பணியாற்றச் செய்த
வலிமை மிக்கவன் மரபில் வந்தவனே!
மதம் பிடிக்கும் இயல்பை உடைய யானைக்
கரிகால் வளவனே!

போர் மேற் சென்று
உன்னை எதிர்த்தவனை அழித்து
உலகிற்கு உன்
வலிமையைக் காட்டி வென்றவனே!

பெருகும் புதிய வருவாயை உடைய
வெண்ணிப்பறந் தலையில் உள்ள போர்க்களத்தில்
தனக்கு உண்டான புறப் புண்ணிற்காக வெட்கப்பட்டு,
உலகெலாம் (அவன்) புகழ் பரவ
வாளை நட்டு வடக்கிருந்தானே
அவன் உன்னைக் காட்டிலும்
நல்லவன் அல்லவா!

சோழன் இலவந்திகைப் பள்ளியில்
உயிர் நீத்த நலங்கிள்ளி சேட் சென்னி

இச்சோழன் சோழன் நலங்கிள்ளிக்கும்
சோழன் மாவளத்தானுக்கும்
தந்தை என்று கூறுவர். (த.வ.அ)

75. 'வாழக் கண்டதுண்டு;
வருந்தக் கண்டது இல்லை' (61)

சேட் சென்னி சோழ மன்னன்;
இவன் சோழன் நலங்கிள்ளியின் மகன்;
இலவந்திகைப் பள்ளி என்ற இடத்தில்
உயிர் துறந்தான்.
எனவே சோழன் இலவந்திகைப் பள்ளித்
துஞ்சிய நலங்கிள்ளி
சேட் சென்னி என்று கூறப்படுகிறான்.
இம் மன்னனைப் புகழ்ந்து பாடிப்
பரிசு பெற வந்த புலவர் மதுரைக் குமரனார்.
இவரது சாதிப் பெயர் மாடலன்;
அவர் எறிச்சலூரைச் சேர்ந்தவர்.
இந்த ஊர் கோ நாட்டில் இருப்பது.
இது சோழ நாட்டிற்குள் அடங்கியதாக இருக்கலாம்.

பாடல்

கொண்டைக் கூழைத் தண்தழைக் கடைசியர்
சிறுமாண் நெய்தல் ஆம்பலொடுகட்கும்,
மலங்குமிளிர், செறுவின் தளம்பு தடிந்து இட்ட
பழனவாளைப் பருஉக்கண் துணியல்
புதுநெல் வெண்சோற்றுக் கண்ணுறை ஆக,   5

விலாப் புடை மருங்குவிசிப்பமாந்தி,
நீடுகதிர்க் கழனிச் சூடுதடுமாறும்
வன் கைவினைஞர் புன்தலைச் சிறாஅர்
தெங்குபடுவியன்பழம் முனையின், தந்தையர்
குறைக்கண் நெடும் போர் ஏறி, விசைத்து எழுந்து   10

செழுங் கோட் பெண்ணைப் பழம் தொடமுயலும்,
வைகல் யாணர், நல் நாட்டுப் பொருநன்,
எஃகுவிளங்குதடக்கை இயல்தேர்ச் சென்னி,
சிலைத்தார் அகலம் மலைக்குநர் உள்எனின்
தாம்அறிகுவர்தமக்குஉறுதி; யாம் அவன்

எழுஉறழ் திணி தோள் வழு இன்று மலைந்தோர்
வாழக் கண்டன்றும் இலமே; தாழாது,
திருந்துஅடிபொருந்தவல்லோர்
வருந்தக் காண்டல், அதனினும் இலமே!

திணை: வாகை துறை: அரசவாகை

புலவர்: கோனாட்டு எறிச்சலுடர் மாடலன் மதுரைக் குமரனார்

மன்னன்: சோழன் இலவந்திகைப் பள்ளியில் உயிர் நீத்த நலங்கிள்ளி சேட் சென்னி.

கடைசியர் எனப்படும்
உழவர் வீட்டுப் பெண்கள் அவர்கள்.
கொண்டை முடிந்திருந்தனர்;
குளிர்ந்த தழை ஆடையை
அணிந்திருந்தனர்.
இவர்கள் தங்கள் வயல்களில்
களைகளாக வளர்ந்துள்ள
நெய்தல், ஆம்பல்களைப் பறித்து எறிகின்றனர்.
அப்போது அங்கே
மலங்கு என்ற மீன் துள்ளுகிறது.
அவற்றைச் சேற்றில் குத்தும்.
தளம்பு என்ற கருவி கொண்டு வெட்டிப்
பொய்கையில் இடுகின்றனர்.
பொய்கையில் கிடைத்த வாளை மீனின்
பெரிய துண்டத்தை
வெண்மையான நெற் சோற்றின் மேல்
வியஞ்சனமாக வைக்கின்றனர்.
பிறகு அவற்றை

தங்கள் விலாப் புடைக்க உண்டு
பெரு மூச்சு விடுகின்றனர்.

பின்னர் நன்கு விளைந்த
நெடுங் கதிர்களை உடைய வயலில் அறுத்த
நெற்கதிர்களை எங்கே வைப்பது என்று
இடம் காணாமல் தடுமாறுவர்.
வலிய கையை உடைய உழவர்களின்
சிலபல முடிகளைக் கொண்ட சிறுவர்கள்.
தென்னையின் முற்றிய காயை வெறுத்து,
தங்கள் தந்தையர் தலை குனியாமல்
குவித்திருக்கும் நெற் போரின் மேல் ஏறுவர்
ஏறி அதன் மேல் நின்று குதித்து
அதிகமாகக் காய்த்துத் தொங்கும்
பனம் பழத்தைப் பறிக்க முயல்வார்கள்.

இவ்வாறு ஒவ்வொரு நாளும்
புதிய புதிய வருவாயை உடைய
நல்ல நாட்டிற்கு வேந்தன். மேல்
ஒளிரும் பெரிய கையையும்
ஓட்டப்படும் தேரினையும் உடைய சென்னி;
வானவில் போன்ற பல வண்ண
மாலையை உடைய மார்பனோடு
பகை கொள்வோர் இருந்தால்
தங்களுக்கு என்ன நடக்கும் என்பதை
அவர்களே அறிவார்கள்.

கணைய மரத்திற்கும் மேலான
திண்மை படைத்த அவனுடைய தோளை
எதிர்த்தவர்கள் வாழ்வதனை நாங்கள் கண்டதில்லை.
வீரக்கழல் உராய்வதால்
நிறம் வேறுபட்ட அவனுடைய பாதங்களை
விரைந்து அடைவோர்
வாழக்கண்டதிலும் வருந்தக் கண்டது இல்லை.

சோழன் நலங்கிள்ளி

நலங்கிள்ளி
நல்ல கவிஞன்;
அவன் குணச் சிறப்பால் பெரியன்;
அறம் அவன் அறியும் வீரம்;
கொடை என்றால்
மாட மதுரையையும் தருவான்;
நல்லவர் உறவை நாடுவான்;

உறையூரில் வாழ்ந்த நலங்கிள்ளிக்கு
ஆவூரில் வாழ்ந்த நெடுங்கிள்ளி
பகையானான்.
உறவுதான்; ஆனாலும் என்ன?
அதிகாரமும் பணமும் ஆட்டிப்
படைக்குமே. நலங்கிள்ளி
ஆவூரை முற்றுகை இட்டான்.
அஞ்சிய நெடுங்கிள்ளி
கோட்டையை அடைத்துக் கிடந்தான்.
புலவரையும் சிறைப் படுத்தினான்.
ஆத்திரம் கொண்ட கோவூர்கிழார் பாடுகிறார்.
அன்று இப்படி எல்லாம் பாட முடிந்தது.
யூதர் வரலாற்றிலும் இந்தத் துணிச்சல் உண்டு.
இன்று நம்மால் முடியுமா?
நலங்கிள்ளியின் தம்பியும் நல்லவனே.

76. 'இணைத்து என்போரும் உண்டு' (30)

பாடல்

செஞ் ஞாயிற்றுச் செலவும்,
அஞ் ஞாயிற்றுப் பரிப்பும்,
பரி;ப்புச் சூழ்ந்த மண்டிலமும்,
வளி திரிதரு திசையும்,
வறிது நிலைஇய காயமும், என்று இவை

சென்று அளந்து அறிந்தார் போல, என்றும்
இனைத்து என்போரும் உளரே, அனைத்தும்
அறி அறிவு ஆகாச் செறிவினை ஆகி
களிறு கவுள் அடுத்த எறிகற்போல
ஒளித்த துப்பினைஆதலின், வெளிப்பட   10

யாங்ஙனம் பாடுவர், புலவர்?--- கூம்பொடு
மீப் பாய் களையாது, மிசைப் பரம் தோண்டாது,
புகாஅர்ப் புகுந்த பெருங் கலம் தகாஅர்
இடைப் புலப் பெரு வழிச் சொரியும்
கடற் பல் தாரத்த நாடு கிழவோயே!   15

திணை: பாடாண்   துறை: இயன்மொழி
புலவர்; உறையூர் முதுகண்ணன் சாத்தனார்
மன்னன்: சோழன் நலங்கிள்ளி

ஆற்று முகத்தில் புகுந்த
பெரிய கலத்தின் மேற்பாயைச்
சுருட்டாமலும்,
கலத்தின் பாரத்தைக் குறைக்காமலும்
அதற்குப் பழக்கமில்லாத
பரதவரும் அளவருமான தகுதியற்றவர்
கலத்தில் இருந்த பல்வேறு பண்டங்களையும்
தங்கள் ஊருக்கு இடையே
பெரும் வழியில் சொரிந்து விடும்படியான
கடல் வளம் மிக்க நாட்டை உடையவனே!

சூரியன் செல்லும் வழியும்,
அச்சூரியன் இத்தனை நேரத்தில்
இவ்வளவு தூரம் எனச் செல்லும் இயக்கமும்,
அந்த இயக்கத்தால் சூழப்படும் பார்வட்டமும்,
காற்று இயங்கும் திசையும்,
எந்த ஆதாரமும் இல்லாமல்

தானாகவே நிற்கின்ற ஆகாயமும்
எனப்படும் இவற்றை எல்லாம்
அங்கங்கே போய் அளந்து
அறிந்தவரைப் போல
ஒவ்வொரு நாளும்
இப்படி இப்படி என்று சொல்லும்
கல்வி அறிவாளரும் இருக்கின்றனர்.
அப்பெரியோர்
அவை செல்லும் போக்கை
அறியும் அறிவாலும்,
நாம் அறிய முடியாதபடி
யானை தனது கன்னத்துள் அடக்கி
எறியும் கல்லைப் போல
மறைத்த வலிமையை உடையவன் நீ
இத்தகைய உன்னைப்
புலவர்கள் எப்படித்தான் பாடுவார்களோ!

77. 'மன்னர் பலமெல்லாம் அழித்த மன்னன்' (225)

பாடல்

தலையோர் நுங்கின் தீம் சோறு மிசைய,
இடையோர் பழத்தின் பைங் கனி மாந்த,
கடையோர்விடு வாய்ப் பிசிரொடு சுடுகிழங்கு நுகர,
நில மலர் வையத்து வல முறை வளைஇ,
வேந்து பீடு அழித்த ஏந்து வேல் தானையொடு,

'ஆற்றல்' என்பதன் தோற்றம் கேள், இனி
கள்ளி போகிய களரிஅம் பறந்தலை,
முள்ளுடை வியன் காட் டதுவே -'நன்றும்
சேட்சென்னி நலங்கிள்ளி கேட்குவன்கொல்?' என,
இன் இசைப் பறையொடு வென்றி நுவல,

தூக்கணங்குடகஇத் துடங்கு கூடு ஏய்ப்ப
ஒரு சிறைக் கொளீஇய திரி வாய் வலம்புரி,
ஞாலங் காவலர் கடைத்தலை,
காலைத் தோன்றினும் நோகோ யானே.

திணை: பொதுவியல் துறை: கையறுநிலை

புலவர்: ஆலத்தூர் கிழார்

மன்னன்: சோழன் நலங்கிள்ளி

முன்னே செல்லும் (தூசிப்) படையினர்
பனங்காயில் இனிய செறிவாக உள்ள
நுங்கினை உண்ண,
இடையே செல்பவர்
பனையின் செம்பழத்தை உண்டனர்
கடைசியில் செல்பவர்
பிளந்த வாயை உடைய
பிசிரோடு சுடப்பட்ட பனங்கிழங்கினை உண்ண என
இத்தகைய நீண்ட படையோடு கூட
அகன்ற பெரிய உலகில்
வலமாக வந்து
மன்னர் பலரின் பலத்தை அழித்த
சிறந்த வேலை உடைய இப்பெரிய
சேனையோடு கூடிய பலம் என்று
சொல்லப்பட்டதன் விளைவை
இனிக் கேட்பாயாக.

கள்ளி பரந்த களர் நிலமாகிய
பாழ்பட்ட இடத்தில்
முள் இருக்கும் பெரிய புறங்காட்டில்
இருப்பதாயிற்று
சேட் சென்னி நலங்கிள்ளி
பெரிதும் கேட்பானோ எனப் பயந்து
பேரோசை உடைய முரசுடன்

வெற்றியைச் சொல்லி நின்றோம்.
அப்போது தூக்கணாங் குருவியின்
தொங்கும் கூட்டைப் போல
ஒரு பக்கமாக உயர்ந்து
வலமாகத் திரிந்த வாயையுடைய
சங்கு முழங்கியது.
உலகைக் காக்கும் அரசரது வாசலில்
பள்ளி எழுச்சிக் காலத்தே
தோன்றினாலும்
அதனைக் கேட்டு
இறந்து போகாமல் நான்
வருத்தம் கொள்பவன் ஆனேனே.

78. 'அறம் இருந்தால் அனைத்தும் உண்டு' (31)

பாடல்

சிறப்புடை மரபின் பொருளும் இன்பமும்
அறத்து வழிப்படூஉம் தோற்றம் போல,
இரு குடை பின்பட ஓங்கிய ஒரு குடை,
உரு கெழுமதியின் நிவந்து சேண் விளங்க,
நல் இசை வேட்டம் வேண்டி, வெல் போர்;ப்

பாசறை அல்லது நீ ஒல்லாயே;
நுதிமுகம் மழுங்க மண்டி, ஒன்னார்
கடி மதில் பாயும் நின் களிறு அடங்கலவே;
'போர்' எனின் புகலும் புனை கழல் மறவர்,
'காடு இடைக் கிடந்த நாடு நனி சேஎய;

செல்வேம்அல்லேம்' என்னார்; 'கல்லென்
விழவுடை ஆங்கண் வேற்றுப் புலத்து இறுத்து,
குண கடல் பின்னது ஆக, குட கடல்
வெண் தலைப் புணரி நின் மான் குளம்பு அலைப்ப,
வலமுறைவருதலும் உண்டு' என்று அலமந்து,

நெஞ்சு நடுங்கு, அவலம் பாய,
துஞ்சாக் கண்ண, வட புலத்து அரசே.

திணை : வாகை

துறை : அரசவாகை; மழ புல வஞ்சியும் ஆம்;

புலவர் : கோவூர் கிழார்

மன்னன் : சோழன் நலங்கிள்ளி

சிறப்பு மிக்க மரபில்
பொருளும் இன்பமும்,
அறம் உள்ளவர் வழியில்
பின் வருவது போல,
சேர பாண்டியர்தம்
இரு குடைகளும் பின்னே வர,
உயர்ந்த உன் குடை
வடிவம் மிக்க முழு நிலவினைப் போல் உயர்ந்து
தொலைவு எலாம் விளங்குகிறது;
நற்புகழ் பெற விரும்பி
வெற்றி தரும் போரைச் செய்யப்
பாசறையில் இருப்பதையே
நீ விரும்புவாயே அல்லாமல்
உன் நகரில் தங்கி இருக்க
நீ இசைவதில்லை;

கோட்டின் நுனி தேயும்படி நெருங்கிப்
பகைவரின் காவல் மிக்க கோட்டையைக்
குத்தும் உன் யானைகள்
அடங்கி இருப்பதில்லை;

வீரக் கழல் அணிந்த உன் வீரர்கள்
போர் என்று கேட்பதையே விரும்புவர்;
காட்டின் இடையே கிடக்கும் நாடுகள்
மிகவும் தூரம்;

அதனால் நாங்கள்
அங்கே போக விரும்பவில்லை என்று
அவர்கள் கூறுவதில்லை.
எனவே ஆரவாரம் மிக்க
விழாக்கள் உடைய பகை நாட்டில்
தங்கி விட்டுக்,
கிழக்குக் கடல் பின் கிடக்க,
மேற்குக் கடலின் வெள் அலை
உன் குதிரையின் குளம்பை நனைக்க
நீ வலமாக வருவாய் என்று
நெஞ்சம் நடுங்கும் துயரம் பரவ
வடநாட்டு அரசுகள்
உறக்கம் இல்லாத கண்களை
உடையனவாய் இருக்கின்றன.

79. 'பண்டமாற்று' (33)

பாடல்

கான் உறை வாழ்க்கை, கத நாய், வேட்டுவன்
மான் தசை சொரிந்த வட்டியும், ஆய்மகள்
தயிர் கொடு வந்த தசும்பும், நிறைய,
ஏரின் வாழ்நர் பேர் இல் அரிவையர்
குளக் கீழ் விளைந்த களக் கொள் வெண்ணெல்   5

முகந்தனர் கொடுப்ப, உகந்தனர் பெயரும்
தென்னம் பொருப்பன் நல் நாட்டுள்ளும்,
ஏழ் எயிற் கதவம் எறிந்து, கைக்கொண்டு, நின்
பேழ்வாய் உழுவை பொறிக்கும் ஆற்றலை;
பாடுநர் வஞ்சி பாட, படையோர்   10

தாது எரு மறுகின் பாசறை பொலிய,
புலராப் பச்சிலை இடை இடுபு தொடுத்த
மலரா மாலைப் பந்து கண்டன்ன

ஊன் சோற்று அமலை பாண் கடும்பு அருத்தும்
செம்மற்று அம்ம, நின் வெம் முனை இருக்கை---   15

வல்லோன் தைஇய வரி வனப்பு உற்ற
அல்லிப் பாவை ஆடு வனப்பு ஏய்ப்ப,
காம இருவர் அல்லது, யாமத்துத்
தனி மகன் வழங்காப் பனி மலர்க் காவின்,
ஒதுக்குஇன் திணி மணற் புதுப் பூம் பள்ளி   20

வாயில் மாடந்தொறும் மை விடை வீழ்ப்ப,
நீ ஆங்குக் கொண்ட விழவினும் பலவே.

திணை: வாகை   துறை: அரசவாகை
புலவர்: கோவூர் கிழார்
மன்னன்: சோழன் நலங்கிள்ளி

காட்டு வாழ்க்கையோடு
சினம் மிக்க நாயையும் உடைய வேட்டுவன்,
மான் தசை சொரிந்த
பனை ஓலையால் செய்யப்பட்ட பெரிய பெட்டியும்,
ஆயர்மகள் தயிர் கொண்டு வந்த
பெரிய குடமும் நிறையும் படி
உழவர் தம் பெரிய வீட்டுப் பெண்கள்,
குளத்தின் அருகே விளைந்த
கள வெண் நெல்லை முகந்து கொடுப்பர்.
பெற்றுக் கொண்டவர்கள்
மகிழ்ந்து திரும்புவர்.
அத்தகைய சிறப்பினை உடையது
தென் திசைப் பொதிய மலையை உடைய
பாண்டியனின் நாடு.

அங்குள்ள
ஏழு கோட்டைகளைக் கைப்பற்றி
அவற்றின் கதவுகளில்

உன் பெரிய வாய் கொண்ட
புலிச் சின்னத்தைப் பொறிக்கும்
ஆற்றல் உடையவன் நீ.
ஆகவே உன்னைப் பாடும் புலவர்கள்
பகையை அழிக்கப் படை கொண்டு
மேலே செல்லும் பயணத்தைப்
புகழ்ந்து பாடுவர்.
உன் பாசறை
பூம் பொடி சிந்திக் கிடக்கும்
தெருவை உடையது.
அங்கே, பசும் இலையை
அழகாக வைத்து
இடை இடையே மலராத மொட்டுக்களையும் வைத்துத்
தொடுக்கப்பட்ட மாலையின் பந்தைப் போலத்
தசையோடு கூடிய பெருஞ் சோற்று உருண்டையைப்
பாணர்களின் சுற்றத்தார்க்கு ஊட்டும்
பெருமையும் உண்டு.

கைத்திறம் மிக்கவனால்
அழகுறச் செய்யப்பட்ட அல்லிப் பாவை
அல்லியம் என்னும் கூத்தை
ஆடும் அழகைப் போல
அன்புமிக்க காதலர்
இருவர் மட்டுமே அல்லாமல்
தனி ஒருவன் உலாவ முடியாத
நடுச்சாமத்தில் குளிர்ந்த மலரையுடைய சோலை;
அதில் நடப்பதற்குப் பரப்பிய புது மணல் மேல்
புதுப் பூக்கள் பரப்பிய வீதி;
அவ்வீதியின் மாடங்கள் தோறும்
நீ எடுத்த விழா
சிறு சோற்றை உடைய
அவ்விழாக்களைக் காட்டிலும்
நீ வெட்டிய செம்மறி ஆடுகள் ஏராளம்.

80. 'மன்னன் முடிவே மக்கள் முடிவு' (32)

பாடல்

கடும்பின் அடுகலம் நிறையாக, நெடுங் கொடிப்
பூவா வஞ்சியும் தருகுவன்; ஒன்றோ?
'வண்ணம் நீவிய வணங்கு இறைப் பணைத் தோள்,
ஒள் நுதல், விறலியர் பூவிலை பெறுக!' என,
மாட மதுரையும் தருகுவன்; எல்லாம்

பாடுகம் வம்மினோ, பரிசில் மாக்கள்!
தொல் நிலக் கிழமை சுட்டின், நல் மதி
வேட்கோச் சிறாஅர் தேர்க் கால் வைத்த
பசு மண் குரூஉத்திரள் போல, அவன்
கொண்ட குடுமித்து, இத் தண் பணை நாடே.

திணை: பாடாண்   **துறை: இயன் மொழி**

புலவர்: கோவூர் கிழார்

மன்னன்: சோழன் நலங்கிள்ளி.

நிலத்தின் பழைமையான உரிமையைச் சொன்னால்
அறிவுள்ள குயவர் குலச் சிறுவர்கள்
கலம் வனைவதற்காகச் சக்கரத்தின் மேல் வைத்த
பசும் மண்ணின் கனத்த திரளைப் போல,
மருத நிலங்களை உடைய நாடு
அவன் (சோழனின்) கருத்தில் கொண்ட
முடிவையே கொண்டது;

நம் சுற்றத்தின் சமையல் பாத்திரங்களை
நிறைக்கும் அளவிற்கு
நீண்ட கொடியுள்ள
வஞ்சி மாநகரையும் தருவான்.
கலவை வண்ணம் பூசப்பட்டு
வளைந்த சந்தினைக் கொண்ட

முன்கையையும்,
மூங்கில் ஒத்த தோளையும்,
ஒளி மிக்க நெற்றியையும் உடைய
விறலியரின் பூவிற்கு விலையாக
மாடம் நிறைந்த மதுரையையும் தருவான்.
ஆகவே பரிசிலர்களே! வாருங்கள்;
நாம் அனைவரும்; அவனைப் பாடுவோம்.

81. 'கொடுக்கும் குணத்தான்' (68)

நலங்கிள்ளியின்
நாலு பேருக்குக் கொடுக்கும் குணத்தால்,
அவனிடம் பெற்ற வளம் சொல்லி
மற்றவரையும் அனுப்பும் ஒருவனாகத்
தன்னைப் பாவித்துக் கோவூர் கிழார் பாடுகிறார்.

பாடல்

உடும்பு உரித்தன்ன என்பு எழு மருங்கின்
கடும்பின் கடும் பசி களையுநர்க் காணாது,
சில் செவித்து ஆகிய கேள்வி நொந்து நொந்து,
ஈங்கு எவன் செய்தியோ?----பாண?----'பூண் சுமந்து,
அம் பகட்டு எழிலிய செம் பொறி ஆகத்து   5

மென்மையின் மகளிர்க்கு வணங்கி, வன்மையின்
ஆடவர்ப் பிணிக்கும் பீடு கெழு நெடுந் தகை,
புனிறு தீர் குழவிக்கு இலிற்று முலை போலச, ;
சுரந்த காவிரி மரம் கொல் மலி நீர்
மன்பதை புரக்கும் நல் நாட்டுப் பொருநன்,   10

உட்பகை ஒரு திறம் பட்டென, புட் பகைக்கு
ஏவான் ஆகலின், சாவேம் யாம்' என,
நீங்கா மறவர் வீங்கு தோள் புடைப்ப,
தணி பறை அறையும் அணி கொள் தேர் வழி,
கடுங் கள் பருகுநர் நடுங்கு கை உகுத்த   15

நறுஞ் சேறு ஆடிய வறுந் தலை யானை
நெடு நகர் வரைப்பின் படு முழா ஓர்க்கும்
உறந்தையோனே குருசில்;
பிறன் கடை மறப்ப, நல்குவன், செலினே!

திணை: பாடாண் துறை: பாணாற்றுப்படை

புலவர்: கோவூர் கிழார் மன்னன்: சோழன் நலங்கிள்ளி

உடும்பின் தோலை உரித்தால்
அதன் எலும்பு வெளியே தெரிவது போல்
(வறுமையால் மெலிந்து) விலா எலும்பு
தெரிய இருக்கும் சுற்றம்;
இவர்களின் கொடிய பசியைப்
போக்குவாரைக் காணாமல்,
சிலரே கேட்டுச் சுவைக்கும்
யாழைப் பார்த்து நொந்து நொந்து
இங்கே என்ன செய்து கொண்டிருக்கிறாய்? பாணனே!

அவன், நகைகளைத் தாங்கி,
அழகும் பெருமையும் உடைய எழிலோடு,
சிவந்த பொறி உள்ள மார்பு கொண்ட
மென்மையான பெண்களுக்குப் பணிபவன்;
வீரர்களையோ வலிமையால் அகப்படுத்தும்
பெருமை பொருந்திய நெடுந்தகை ஆவான்.
சமீபத்தில் பிள்ளை பெற்றதால்
பால் சுரக்கும் முலை போல
நீர் சுரக்கும் காவிரியின் பெருவெள்ளம்
கரை ஓர மரங்களைச் சாய்க்கும்தான்;
ஆனால் அவ்வெள்ளம்
உலகின் மக்கள் பலரையும் காக்கும்.
அக் காவிரி பாயும்
நல்ல சோழ நாட்டின் வேந்தன் அவன்.

நாட்டிற்குள் உள்ள உட்பகை எல்லாம்
ஒரு வழியாக முடிந்து விட்டது.
ஆனாலும் ஊருக்குள்
மயில் வலமாக வருவதும்,
காகம் இடமாகப் பறப்பதும்
ஆகிய புட்பகை எனும தீய சகுனங்களைக்
கண்ட போதும்
போருக்கு எங்களை ஏவ மாட்டான்.
அதனால் போரே இல்லாததால்
நாங்கள் எங்களுக் குள்ளாகவே
போரிட்டு மடிந்து போகிறோம் என்று
விலகாத வீரம் உள்ளவர்கள்
தங்கள் பூரித்த தோள்களைக் காட்டித்
தட்டுவர், தட்டிய அவர்கள்
தாம் கொண்ட கொள்கையிலிருந்து மாறுபடப்
பறையைக் கொட்டி அழகிய
தேர் வரும் வழிகளில்
கடுமையான கள்ளைப் பருகுவர்.

அப்போது நடுங்கும்
அவர்களின் கைகளிலிருந்து சிந்திய மதுவினால்
சேறு நிறைந்திருக்கும்.
பாகன் இல்லாத யானை
அச்சேற்றில் ஆடி
நீண்ட நகருக்குள் ஓடும்;
அப்போது ஒலிக்கும் பறையின் ஓசையை
உறையூர் கேட்கும்.
அந்த இறைவன் அவ்வூரானே.
நீ அவனிடம் செல்வாய் என்றால்
இனி அடுத்தவர் வாசலுக்குச் செல்லும்
நினைப்பே வராத அளவுக்கு
உனக்கு அவன் அளிப்பான்.

82. 'வாழ்வதற்கு ஏற்ற புதிய வருவாய்களை வழங்கும் நாடு' (400)

பாடல்

மாக விசும்பின் வெண் திங்கள்
மூ-ஐந்தான் முறை முற்ற,
கடல் நடுவண் கண்டன்ன என்
இயம் இசையா, மரபு ஏத்தி,
கடைத் தோன்றிய கடைக் கங்குலான்   5

பலர் துஞ்சவும்; தான் துஞ்சான்,
உலகுகாக்கும் உயர் கெ.............
கேட்டோன், எந்தை என் தெண் கிணைக் குரலே;
கேட்டதற்கொண்டும், வேட்கை தண்டாது
தொன்று படு சிதாஅர் மருங்கு நீக்கி,   10

மிகப் பெருஞ் சிறப்பின் வீறு-------
-------ல்வான
கலிங்கம் அளித்திட்டு என் அரை நோக்கி,
நார் அரி நறவின் நாள் மகிழ் தூங்குந்து;
போது அறியேன், பதிப் பழகவும்,   15

தன் பகை கடிதல் அன்றியும், சேர்ந்தோர்
பசிப் பகை கடிதலும் வல்லன்மாதேர்
மறவர் மலிந்த த-------
கேள்வி மலிந்த வேள்வித் தூணத்து,
இருங் கழி இழிதரு கலிவங்கம்   20

தேறு நீர்ப் பரப்பின் யாறு சீத்து உய்த்து,
துறைதொறும் பிணிக்கும் நல் ஊர்,
உறைவு இன் யாணர்------- கிழவோனே!

திணை : பாடாண் திணை   துறை : இயன்மொழி துறை
புலவர் : கோவூர் கிழார்   மன்னன் : சோழன் நலங்கிள்ளி

தன்னை வருத்தும்
பகைவர்களை வெல்பவன் அவன்,
அது மட்டும் அன்று;
தன்னைச் சேர்ந்தவர்களின்
பசியாகிய பகையை
விரட்டும் ஆற்றலும் உள்ளவன்.
வீரர்கள் நிறைந்திருப்பது மட்டும் அன்று;
கேள்வி அறிவால் நிறைந்தவர் வேள்வித் தூணங்களும்
நிறைந்தது அவன் நாடு.

கடல் வழி புறப்பட்ட
பொருள் நிறைந்த படகு,
தெளிந்த நீர் நிறைந்த
கடலுக்குச் செல்லும்
வழி ஆகிய ஆற்றைச்
செம்மை செய்து
ஊர் தோறும் நின்று
பொருளை இறக்கி விட்டுப் புறப்படும்.
வாழ்வதற்கு ஏற்ற நல்ல ஊர்களையும்
புதிய வருவாய்களையும் உடைய
நாட்டின் தலைவன் அவன்.

அவனிடம் பரிசில் பெற எண்ணிப்
பூமிக்கும் சொர்க்கத்திற்கும் இடைப்பட்ட ஆகாயத்தில்,
பதினைந்தாம் நாளில்
வெண் நிலவை முழு நிலவாகக்
கடல் நடுவே கண்டது போன்ற
என் தடாரிப் பறையை அறைந்து

நலங்கிள்ளியின் மரபைப் புகழ்ந்து பாடினேன்.
அப்போது இரவின் கடைசிப் பகுதி;

ஊருள் பலரும் உறங்க,
அவன் மட்டும் உறங்காமல்
உலகைக் காப்பாற்றும் எண்ணத்தோடு
சிந்தித்திருந்தான். அந்நிலையில்
தன் நெடுமனை முற்றத்தில் நின்று இசைத்த
என் தெள்ளிய கிணைக் குரலைக்
கேட்டான் என் தந்தை போன்றவன்;
கேட்டவன் என் மீது குறையாத
விருப்பத்துடன் என்னைக் கண்டான்.

நீண்ட நாட்களாக என் இருப்பில்
இருந்த கந்தை ஆடையை நீக்கினான்;
கலிங்கம் கொடுத்தான்;
அதை அணிந்த என் அரையைப் பார்த்து மகிழ்ந்தான்;
சிறப்புமிக்க நல்ல அணிகலன்களை
பன்னாடையால் வடி கட்டப்பட்ட கள்ளை
நாளும் மகிழத் தந்தான்.
பழகிப் போன அவ்வூரில் தங்கி
அதை விட்டுப் போக முடியாதவன் ஆனேன்.

83. 'உண்ணாதார் வயிற்றை நோக்குக' (27)

பாடல்

சேற்று வளர் தாமரை பயந்த, ஒண் கேழ்,
நூற்று இதழ் அலரின் நிரை கண்டன்ன,
வேற்றுமை இல்லா விழுத் திணைப் பிறந்து,
வீற்றிருந்தோரை எண்ணும்காலை,
உரையும் பாட்டும் உடையோர் சிலரே;   5

மரை இலைப் போல மாய்ந்திசினோர் பலரே;
'புலவர் பாடும் புகழுடையோர் விசும்பின்
வலவன் ஏவா வான ஊர்தி
எய்துப என்ப, தம் செய் வினை முடித்து' எனக்
கேட்பல்; எந்தை! சேட்சென்னி! நலங்கிள்ளி!   10

தேய்தல் உண்மையும், பெருகல் உண்மையும்,
மாய்தல் உண்மையும், பிறத்தல் உண்மையும்,
அறியாதோரையும் அறியக் காட்டி,
திங்கட் புத்தேள் திரிதரும் உலகத்து,
வல்லார் ஆயினும், வல்லுநர் ஆயினும்,

வருந்தி வந்தோர் மருங்கு நோக்கி,
அருள, வல்லை ஆகுமதி; அருள் இலர்
கொடாஅமை வல்லர் ஆகுக;
கெடாஅத் துப்பின் நின் பகை எதிர்ந்தோரே.

திணை: பொதுவியல் துறை: முது மொழிக் காஞ்சி
புலவர்: உறையூர் முதுகண்ணன் சாத்தனார்.
உறையூரைச் சேர்ந்தவர். 'முதுகண்' என்பது
வயதிலும் அறிவிலும் முதிர்ந்து
மன்னர் குடும்பத்தார்க்குஆலோசனை வழங்கும்
ஆண், பெண் இருபாலார்க்குமான
பொதுப் பெயர். [உ.வே.சா]
சாத்தன் என்பதால்
புத்தசமயத்தவராக இருக்கலாம்.
மன்னன்: சோழன் நலங்கிள்ளி. கிள்ளி என்பது குடிப் பெயர;

என் இறைவனே! சேட் சென்னி! நலங்கிள்ளி!
சேற்றில் வளரும் தாமரை தந்த
ஒளியும் நிறமும் மிக்க
நூற்றுக்கணக்கான இதழைக் கொண்ட
மலரின் வரிசையைக் கண்டது போன்ற
ஏற்றத் தாழ்வு இல்லாத
சிறந்த குடியில் பிறந்து,
கவலையின்றி வாழும்
மன்னரைப் பற்றி எண்ணினால்,
புகழும் பாட்டும் பெற்றோர் சிலரே,
தாமரையின் இலையைப் போலப்
பயன்படாமலேயே மடிந்தோர் பலராவார்.

பொது மக்களால் போற்றப்படும சொல்லும்,
புலவரால் பாடப்படும் பாட்டும் உடையோர்
தாம் செய்யும் நற்செயல்களை முடித்த பின்
வானவெளியில் ஓட்டுநர் இயக்காத
விமானத்தை அடைவர் என்று
அறிவுடையோர் சொல்லுவர்.

பெருகுவது குறைவதும்,
குறைவது பின் பெருகுவதும்,
பிறந்தது இறப்பதும்,
இறந்தது பின் பிறப்பதும்
கல்வியால் அறியாதவரும் அறிந்து கொள்ள
நிலவுத் தெய்வம் வலம் வரும் நாட்டில்,
ஒன்றைச் செய்ய முடியாதவர் ஆயினும்,
முடிந்தவர் ஆயினும்,
வறுமையால் வருந்தி வருவார்தம்
உண்ணாத வயிற்றைப் பார்த்து
அவர் மீது இரக்கம் கொண்டு வழங்குவாயாக;
குறைவிலாத ஆற்றல் மிக்க
உனக்குப் பகையானோர்
அருள் இல்லாதவராய்
வழங்காதவருள் வல்லவர் ஆவாராக.

84. 'உன் பகை நடுங்க உன்னை நான் புகழ்வேன்' (382)

பாடல்

கடற்படை அடல் கொண்டி,
மண்டுற்ற மலிர் நோன் தாள்,
தண் சோழ நாட்டுப் பொருநன்,
அலங்கு உளை அணி இவுளி
நலங்கிள்ளி நசைப் பொருநரேம்;

பிறர்ப் பாடிப் பெறல் வேண்டேம்;
அவற் பாடுதும், 'அவன் தாள் வாழிய!' என;
நெய் குய்ய ஊன் நவின்ற
பல் சோற்றான், இன் சுவைய--
நல்குரவின் பசித் துன்பின்நின்   10;

முன்னாள் விட்ட மூது அறிசிறா அரும்,
யானும், ஏழ்மணி, அம் கேழ், அணி உத்தி,
கண் கேள்வி, கவை நாவின்
நிறன் உற்ற, அராஅப் போலும்
வறன் ஒரீஇ---வழங்கு வாய்ப்ப,   15

விடுமதி அத்தை, கடு மான் தோன்றல்!
நினதே, முந்நீர் உடுத்த இவ் வியன் உலகு, அறிய;
எனதே, கிடைக் காழ் அன்ன தெண் கண் மாக் கிணை
கண் அகத்து யாத்த நுண் அரிச் சிறு கோல்
எறிதொறும் நுடங்கியாங்கு, நின் பகைஞர்   20

கேட்டொறும் நடுங்க, ஏத்துவென்,
வென்ற தேர், பிறர் வேத்தவையானே.

திணை: பாட எண்   துறை: கடைநிலை
புலவர்: கோவூர் கிழார்
மன்னன்: சோழன் நலங்கிள்ளி

கடற் படையின் திறத்தால் பகைவரைக் கொன்று
பெருங் கொள்ளைப் பொருள்களை அடையும்
வலிய முயற்சிகளை உடைய
குளிர்ந்த சோழ நாட்டின் வீரன்;
அசையும் தலையாட்டமே அணியாக உள்ள
குதிரைகளை உடையவன்;

அந்த நலங்கிள்ளியால்
விரும்பப்படும் இசைக் கருவி மீட்டும் பொருநர் நாங்கள்.

பிறரைப் பாடிப் பரிசில் பெற மாட்டோம்;
"நலங்கிள்ளியே உன் தாள் வாழ்வதாக"
என்று அவனையே பாடுவோம்.

நெய்யில் பொரித்த ஊன் கலந்த சோற்றுடன்
இனிய சுவைமிக்க பலவகை
உணவுப் பொருட்களைப்
பசி போக உனக்குத் தருவான் என்று
உன் வீரர்கள் சொன்னார்கள்.

பெருமானே! விரைந்தோடும்
குதிரையின் தலைவனே!
முன் நாட்களில் நீ பரிசில் கொடுத்த
பழமையை அறிந்த சிறுவரும் நானும்
உன்னை நாடி வந்தோம்.

எங்கள் பசி நீங்கிப்
பிறர்க்கும் நாங்கள் கொடுத்து மகிழுமாறு
ஒளிமிக்க ரத்தினம், அழகிய நிறமும் புள்ளிகளும்
கண்ணாகிய செவி, பிளவுபட்ட நா எனும்
இவற்றை உடைய பாம்பு
தன் தோலை உரித்து நீக்குவது போல
எங்கள் வறுமை நீங்க
வேண்டிய பரிசில்கள் தந்து
எங்களை அனுப்புவாயாக.

நெட்டியின் காம்பு போல்
தெளிந்த கண்ணை உடைய
இப் பெரிய கிணைப்பறை பலரும் அறிய எனதாவது போல;
கடலால் சூழப்பட்ட இவ்வுலகம்
பலரும் அறிய உன்னுடையதே;

கட்டப்பட்டிருக்கும் சிறிய கோல்
அடிக்கும் போதெல்லாம்

தடாரியின் கண் நடுங்குவது போல
உன் பகைவர் கேட்கும் போதெல்லாம் மனம் நடுங்க
நீ வென்ற தேர்களைச் சொல்லி
அவையில் நான் உன்னைப் புகழ்வேன்.

85. 'உன் செல்வம் உதவட்டும்' (28)

பாடல்

'சிறப்பு இல் சிதடும், உறுப்பு இல் பிண்டமும்,
கூனும், குறளும், ஊமும், செவிடும்,
மாவும், மருளும், உளப்பட வாழ்நர்க்கு
எண் பேர் எச்சம் என்று இவை எல்லாம்
பேதைமை அல்லது ஊதியம் இல்' என,   5

முன்னும் அறிந்தோர் கூறினர்; இன்னும்
அதன் திறம் அத்தை யான் உரைக்க வந்தது---
வட்ட வரிய செம் பொறிச் சேவல்
ஏனல் காப்போர் உணர்த்திய கூஉம்
கானத்தோர், நின் தெவ்வர், நீயே,   10

புறஞ்சிறை மாக்கட்கு அறம் குறித்து, அகத்தோர்
புய்த்து எறி கரும்பின் விடு கழை தாமரைப்
பூம் போது சிதைய வீழ்ந்தென, கூத்தர்
ஆடு களம் கடுக்கும் அக நாட்டையே;
அதனால், அறனும் பொருளும் இன்பமும் மூன்றும்   15

ஆற்றும், பெரும! நின் செல்வம்;
ஆற்றாமை நிற் போற்றாமையே!

திணை: பொதுவியல் துறை: முது மொழிக்காஞ்சி
புலவர்: முதுகண்ணன் சாத்தனார்
மன்னன்: சோழன் நலங்கிள்ளி

மனிதப் பிறவியில்
சிறப்பு இல்லாத பார்வை அற்றோர்,
உருவமாகாத தசைத்திரள்,
கூனர், குறளர், பேச முடியாதவர்,
காது கேளாதவர், விலங்கு போன்ற வடிவினர்,
அறிவு இல்லாது தன்னை மறந்த நிலையினர் என
இவ்வுலகில் வாழ்பவர்க்கு
எட்டு வகையான குறை உண்டு;
அவர் எல்லாம்
பேதைத் தன்மை கொண்ட
பிறப்பினரே அன்றி
அவரால் பயன் எதுவும் இல்லை என்று
முற்காலத்து அறிஞர் கூறினர்.

அதன் நிலையை
நானும் இப்போது கூறுவேன்;
வட்ட, வரிகளையும் உடைய
செம்பொறி கொண்ட காட்டுச் சேவல்
தினைப் புனத்தைக் காப்பவர்
விழித்துக் கொள்ளுமாறு கூவும் காட்டில்
உன் பகைவர் வாழ்கின்றனர்.
உன் நாடோ
வேலிக்கு வெளியே நிற்பவர் கேட்டால்
அறம் கருதி
வயலுக்குள் இருப்போர் பறித்து எறியும்
கரும்பின் விடு கழை
அருகில் இருக்கும் குளத் தாமரையின்
அழகிய பூச் சிதையும்படி விழுந்தால்
கூத்தர் ஆடும் களம் போன்று, காட்சி தரும்
வளம் மிக்க நாடு;

அதனால் பெருமானே!
உன் செல்வம் அறம், பொருள், இன்பம்
எனும் மூன்றும் செய்வதற்குப் பயன் படும்.
பயன்படாது என்றால்
அது உன்னைக் காக்காததே.

86. 'குடிசை வாழ்வை வெறுப்போர் குறை நீங்க உதவுக' (29)

பாடல்

அழல் புரிந்த அடர் தாமரை
ஐது அடர்ந்த நூறு பெய்து,
புனை விலைப் பொலிந்த பொலன் நறுந் தெரியல்,
பாறு மயிர் இருந் தலை பொலியச் சூடி,
பாண் முற்றுக, நின் நாள் மகிழ் இருக்கை!

பாண் முற்று ஒழிந்த பின்றை, மகளிர்
தோள் முற்றுக, நின் சாந்து புலர் அகலம்! ஆங்க
முனிவு இல் முற்றத்து, இனிது முரசு இயம்ப,
கொடியோர்த் தெறுதலும், செவ்வியோர்க்கு அளித்தலும்,
ஒடியா முறையின் மடிவு இலை ஆகி

'நல்லதன் நலனும் தீயதன் தீமையும்'
இல்லை என்போர்க்கு இனன் ஆகிலியர்!
நெல் விளை கழனிப் படு புள் ஓப்புநர்
ஒழி மடல் விறகின் கழி மீன் சுட்டு,
வெங் கள் தொலைச்சியும், அமையார், தெங்கின்

இளநீர் உதிர்க்கும் வளம் மிகு நல் நாடு
பெற்றனர் உவக்கும் நின் படை கொள் மாக்கள்
பற்றா மாக்களின் பரிவு முந்துறுத்து,
கூவை துற்ற நாற் கால் பந்தர்ச்
சிறு மனை வாழ்க்கையின் ஒரீஇ, வருநர்க்கு

உதவி ஆற்றும் நண்பின் பண்புடை
ஊழிற்றாக, நின் செய்கை! விழவில்
கோடியர் நீர்மை போல முறைமுறை
ஆடுநர் கழியும் இவ் உலகத்து, கூடிய
நகைப்புறன் ஆக, நின் சுற்றம்! 25

இசைப்புறன் ஆக, நீ ஓம்பிய பொருளே!

திணை: பொதுவியல் துறை: முது மொழிக் காஞ்சி

புலவர்: முதுகண்ணன் சாத்தனார்

மன்னன்: சோழன் நலங் கிள்ளி.

காட்சிக்கு எளியவனாய்
அனைவரும் உன்னைக் காண
காலைப் பொழுதில் நீ
உன் நாளவையில் அமர்ந்திருக்கிறாய்;
நெருப்பில் தகடாகச் செய்யப்பட்ட
தாமரைப் பூவோடு,
மெல்லிதாகத் தட்டிக்
கம்பி தொழிலால்
பொன்னில் செய்யப்பட்ட மாலையை
சிதறிய மயிர் கொண்ட கருந் தலை
அழகு பெறச் சூடியிருக்கிறாய்;

உன் நாளவையில்
பாணர்தம் சுற்றம் சூழ்வதாகுக;அதன் பின்
சந்தனம் பூசப் பெற்ற உன் மார்பு
உன் உரிமை மகளிர்தம்
தோளைச் சூழ்வது ஆகுக;
எப்போதும் வெறுப்பே தராத
அழகிய உன் அரண்மனை முற்றத்தில்
முரசு இனிதாக ஒலிப்பதாக;
தீயவரைத் தண்டிப்பது,

நடுவு நிலையோர்க்கு இரக்கம் காட்டுவது,
ஆகிய இடைவிடாத நீதிமுறையை
நிலை நாட்ட நீ சோம்ப மாட்டாய்.

நல்ல வினை செய்தால் நன்மையும்,
தீவினை செய்தால் தீமையும்
விளைவதில்லை என்று சொல்லும்
கடவுள் மறுப்பாளருடன்
உறவு கொள்ளாதிருப்பாயாக;

நெல் விளைந்த வயலில். உள்ள
பறவைகளை விரட்டுவோர்,
கீழே இயல்பாக விழுந்த
பனங் கருக்கை விறகாக்கி
நீர்க் காலில் பிடித்த மீனைச் சுட்டு.
அத்துடன் விருப்பூட்டும் மதுவை உண்பர்;
இவை போதாமல்
தென்னையில் இளநீரை உதிர்க்கும்
செல்வமிக்க நல்ல நாட்டைப் பெற்று
உன் வீரர் மகிழ்வர்.

உன் பகைவரைப் போலவே
உன் வீரர்களும் இரக்கம் வேண்டி
மஞ்சள் இலை போன்ற
கூவல் இலையால் வேயப்பட்ட,
நான்கு கால் கொண்ட
பந்தலாகிய சிறிய குடிசையில்
வாழும் வாழ்க்கையிலிருந்து நீங்குவார்களாக;
உன்னை நாடி வருபவர்க்கு
உதவும் நட்புடன் கூடிய
குணத்தோடு கூடிய
நீதி ஆவதாக உன் தொழில்

விழாவில் ஆடும் நடிகரது
வேறுபட்ட வேடம் போல
முறை முறையே தோன்றி,
செயல் ஆற்றி,
இறந்து போகும் இவ்வுலகில்
உன் சுற்றம்
மகிழ்ச்சி உடையது ஆகட்டும்;
நீ பாதுகாத்த பொருள்
பிறருக்கு வழங்கப் படுவதால்
புகழ்மிக்கது ஆகட்டும்.

சோழன் மாவளத்தான்

87. 'தவறு செய்தவர்களையும் தாங்கும் பெரியோன்' (43)

சோழன் நலங்கிள்ளியின் தம்பி மாவளத்தானும்
தாமப்பல் கண்ணனாரும்
வட்டு ஆடிய போது.

பாடல்

நிலமிசை வாழ்நர் அலமரல் தீர,
தெறு கதிர்க் கனலி வெம்மை தாங்கி,
கால் உணவு ஆக, சுடரொடு கொட்கும்
அவிர்சடை முனிவரும் மருள, கொடுஞ்சிறைக்
கூர் உகிர்ப் பருந்தின் ஏறு குறித்து, ஒரீஇ,   5

தன் அகம் புக்க குறு நடைப் புறவின்
தபுதி அஞ்சிச் சீரை புக்க
வரையா ஈகை உரவோன் மருக!
நேரார்க் கடந்த முரண் மிகு திருவின்
தேர்வண்கிள்ளி தம்பி! வார் கோல்,   10

கொடுமர மறவர் பெரும! கடு மான்
கை வண் தோன்றல்! ஐயம் உடையேன்,
'ஆர் புனை தெரியல் நின் முன்னோர் எல்லாம்
பார்ப்பார் நோவன செய்யலர்; மற்று இது
நீர்த்தோ நினக்கு?' என வெறுப்பக் கூறி,

நின் யான் பிழைத்தது நோவாய்என்னினும்,
நீ பிழைத்தாய் போல் நனி நாணினையே,
'தம்மைப் பிழைத்தோர்ப் பொறுக்கும் செம்மல்
இக் குடிப் பிறந்தோர்க்கு எண்மை காணும்' என
காண்தகு மொய்ம்ப! காட்டினை; ஆகலின்,

யானே பிழைத்தனென்; சிறக்க நின் ஆயுள்--
மிக்கு வரும் இன் நீர்க் காவிரி
எக்கர் இட்ட மணலினும் பலவே!

திணை: வாகை துறை: அரசவாகை

புலவர்: தாமப்பல் கண்ணனார் மன்னன்: சோழன் நலங்கிள்ளி

பூமியில் வாழ்பவர் துன்பம் தீரும்படி,
சுடும் கதிர்களை உடைய
சூரியனின் வெம்மையைத் தாம் ஏற்று,
காற்றை உணவாகக் கொண்டு,
ஒளி மிகும் சுடர் செல்லும் வழியில்
வலம் வரும் வேணாவியோர் எனப்படும்
சடை முடி முனிவர் கூட மயங்க,

வளைந்த இறக்கைகளையும்,
கூரிய நகத்தையும் கொண்ட
பருந்தின் பாய்ச்சலுக்குப் பயந்து,
தன்னிடம் அடைக்கலமாக வந்த
குறுகிய நடையையுடைய
புறாவின் அழிவிற்கு அஞ்சி,

தன் அழிவிற்கு அஞ்சாமல்
அப்புறாவின் எடைக்குச் சமமான
தன் தசையை அறுத்துத்
தருவதற்காகத் தராசில் ஏறிய,
இடை விடாமல் தரும்
கொடைக் குணம் உடையவனின் வழிவந்தவனே!

பகை வரை வென்ற சிறப்பும்
செல்வமும் உடைய
தேர் வண் கிள்ளியின் தம்பியே!
நீண்ட அம்பும், வளைந்த வில்லும்
கொண்ட வீரர்களின் தலைவனே!
விரைந்து ஓடும் குதிரையையும்
வள்ளன்மையையும் உடைய தோன்றலே!

நீ எவர் வழி வந்தவன் என்று
உன் பிறப்பின் மீதே
நான் சந்தேகப்படுகிறேன்.
ஏனென்றால்
ஆத்தி மாலை சூடும்
உன் முன்னோர் எல்லாம்
பார்ப்பாரின் மனம் நோகும்படியான
செயலைச் செய்ய மாட்டார்கள்.
ஆனால் நீ செய்திருக்கும் இச்செயல்
உனக்குச் சிறப்புத் தருவது தானா? என
உன் மனம் நோகும்படி சொல்லி
என்னை நீ வெறுக்குமாறு
நான் பேசினேன்.

அதைக் கேட்ட பின்னும்
உனக்கு நான் செய்த தீமைக்காக
நீ வருந்தவில்லை.
மாறாக, எனக்கு எதிராகத்
தவறு செய்தவன்

நீதான் என்பது போல்
மிகவும் வெட்கப்பட்டாய்.

தங்களுக்கு எதிராகத்
தீமை செய்தவர்களைப்
பொறுத்துக் கொள்ளும் திறமை
இந்தக் குடியில் பிறந்தவர்க்கு
எளிமை யானது தான்
எனக் காட்டி விட்டாய்.
ஆகவே தவறு செய்தவன் நானே;

உன் வாழ்நாட்கள்
இனிய நீர் நிறைந்து ஓடும் காவிரியாற்றின்
மணற் குன்றுகள் இட்ட மணலினும்
பலகாலம் சிறப்பதாக.

சோழன் நெடுங்கிள்ளி

88. 'வெட்கம் தரும் செயல்' (44)

சோழன் நலங்கிள்ளி ஆவூரை முற்றி இருந்த போது
கோட்டையை அடைத்து உள் இருந்த நெடுங்கிள்ளியை
நோக்கிப் பாடியது.

பாடல்

இரும் பிடித் தொழுதியொடு பெருங் கயம் படியா,
நெல்லுடைக் கவளமொடு நெய்ம் மிதி பெறாஅ,
திருந்து அரை நோன் வெளில் வருந்த ஒற்றி,
நிலமிசைப் புரளும் கைய, வெய்து உயிர்த்து,
அலமரல் யானை உரும் என முழங்கவும்,

பால் இல் குழவி அலறவும், மகளிர்
பூ இல் வறுந் தலை முடிப்பவும், நீர் இல்
வினை புனை நல் இல் இனைகூஉக் கேட்பவும்,
இன்னாது அம்ம, ஈங்கு இனிது இருத்தல்;
துன் அருந் துப்பின் வய மான் தோன்றல்! 10

அறவை ஆயின், 'நினது' எனத் திறத்தல்;
மறவைஆயின், போரொடு திறத்தல்;
அறவையும் மறவையும் அல்லையாக,
திறவாது அடைத்த திண் நிலைக் கதவின்
நீள் மதில் ஒரு சிறை ஒடுங்குதல் 15

நாணுத்தகவு உடைத்து, இது காணுங்காலே.

திணை: வாகை   துறை: அரசவாகை
புலவர்: கோவூர் கிழார்   மன்னன்: சோழன் நெடுங்கிள்ளி

நெருங்குவதற்கு அரிதான வலிமை படைத்ததும்,
ஆற்றல் மிக்கதுமான குதிரையின் தலைவனே!
கரிய பெண் யானைகளின் கூட்டத்தோடு
உன்னுடைய யானைகள்
பெரிய குளத்தில் படிவதில்லை;
நெய் ஊற்றி, மிதித்துத்
திரட்டிய சோற்றுக் கவளத்தை
அவை பெறுவதும் இல்லை;
சுத்தமான இடத்துள் இருக்கும்
வலிய கம்பத்தை
அவை உடைந்து போகும்படிச் சாய்க்கின்றன;
நிலத்தில் புரளும் கையோடு
பெருமூச் செறிந்து இங்கும் அங்குமாக
அசையும் யானைகள்
இடி என முழங்குகின்றன.

தாயிடம் பால் இல்லாததால்
குழந்தைகள் அழுகின்றன;
பூ இல்லாததால்
பெண்கள் வெறுந்தலையை முடிகின்றனர்.
ஊருக்குள் வரும் நீரைப்
பகை வேந்தன் தடுத்து விட்டதால்
நீர் இல்லாமல் அழகிய நல்ல
வீடுகளில் வாழ்வோர் வருத்தமுற்றுக்
கூக்குரல் இடுகின்றனர்;

இத்தனையையும் நீ கேட்ட பின்பும்
வெட்கப்படாமல் இருந்த இடத்திலேயே
மகிழ்ச்சியாக இருப்பது கொடியது;
நீ அறம் சார்ந்தவன் என்றால்
இந்தக் கோட்டை உன்னுடையதே
என்று சொல்லிக் கதவைத் திற;
மறம் சார்ந்தவன் என்றால்
போருடன் கோட்டைக் கதவைத்திற.
அறமோ, மறமோ இரண்டுமே இல்லாதவனாகித்
திண்ணியதான நிலை கொண்ட
கதவைத் திறக்காமல்
அடைக்கப்பட்ட நீண்ட மதிலுக்கு
ஒரு பக்கமாக ஒதுங்கி இருப்பதைக்
காணும் இக்காட்சி
மிக மிக வெட்கப்படத் தக்கதாகும்.

89. 'குடிக்குத் தக்க செயல் இல்லை' (45)

சோழன் நலங்கிள்ளி உறையூரை முற்றுகை
இட, கோட்டைக் கதவை அடைத்துக்
கொண்டு நெடுங்கிள்ளி இருந்த போது.

பாடல்

இரும் பனை வெண் தோடு மலைந்தோன் அல்லன்;
கருஞ் சினை வேம்பின் தெரியலோன் அல்லன்;
நின்ன கண்ணியும் ஆர் மிடைந்தன்றே; நின்னொடு
பொருவோன் கண்ணியும் ஆர் மிடைந்தன்றே;
ஒருவீர் தோற்பினும், தோற்ப நும் குடியே;

இருவீர் வேறல் இயற்கையும் அன்றே; அதனால்,
குடிப்பொருள் அன்று, நும் செய்தி; கொடித் தேர்
நும் ஓர் அன்ன வேந்தர்க்கு
மெய்ம் மலி உவகை செய்யும், இவ் இகலே!

திணை: வஞ்சி **துறை:** துணை வஞ்சி

புலவர்: கோவூர் கிழார் **மன்னன்:** சோழன் நெடுங்கிள்ளி

ஒருவரை ஒருவர் எதிர்த்து
உடைமைக்காகப் போரிடக்
களத்தில் நிற்கும் மன்னர்களே!
உங்களுள் ஒருவரை எதிர்;த்து நிற்கும்
மற்றொருவன் பெரும் பனையின்
வெண் தோட்டைச் சூடியவனா? இல்லை.
கருங் கிளையில் பூத்த
வேம்பம்பூ மாலையை அணிந்தவனா?
அதுவும் இல்லை.
உனது மாலையும் ஆத்திப்பூ
செறிந்திருக்கக் கட்டப்பட்டது;
உன்னோடு போரிட நிற்கிறானே
அவனது மாலையும் ஆத்திப் பூவால் ஆனது தானே?

ஆகவே உங்களில் ஒருவன் தோற்றாலும்
தோற்றுப் போவது உங்கள் குடிதானே?
ஒருவேளை இரண்டு பேருமே
வெற்றி பெறலாம் என்றால்

அது இயல்பாகவும் ஆகாது.
இப்போது நீங்கள் செய்திருக்கும்
இந்தச் செயலானது
உங்கள் குடிக்கு ஏற்ற
ஒழுக்கமும் ஆகாது;
மேலும், இந்தச் செயலை
உங்களைப் போன்ற வேற்று மன்னர்
கேட்கும் போது
அது அவர்களது உடம்பு பூரிக்கும்
மகிழ்ச்சியையே தரும். ஆகவே
உங்கள் பகையை
இப்போதே தவிர்ப்பது தான்
உங்கள் தகுதிக்கு ஏற்ற செயலாகும்.

90. 'வைத்துக் கொள்ளாமல் வருத்தமும் படாமல்' (47)

சோழன் நலங்கிள்ளியிடம் இருந்து
உறையூர் புகுந்த
இளந்தத்தன் என்னும் புலவனை,
(காரியாற்றுத் துஞ்சிய நெடுங்கிள்ளி),
ஒற்றுப் பார்க்க வந்தவன் என்று சொல்லிக்
கொல்ல எண்ணிய போது.

பாடல்

வள்ளியோர்ப் படர்ந்து, புள்ளின் போகி,
'நெடிய' என்னாது, சுரம் பல கடந்து
வடியா நாவின் வல்லாங்குப் பாடி,
பெற்றது மகிழ்ந்து, சுற்றம் அருத்தி,
ஓம்பாது உண்டு, கூம்பாது வீசி,

வரிசைக்கு வருந்தும் இப் பரிசில் வாழ்க்கை
பிறர்க்குத் தீது அறிந்தன்றோ? இன்றே; திறப்பட
நண்ணார் நாண, அண்ணாந்து ஏகி,

ஆங்கு இனிது ஒழுகின் அல்லது, ஓங்கு புகழ்
மண் ஆள் செல்வம் எய்திய   10

நும் ஓர் அன்ன செம்மலும் உடைத்தே.

திணை: வஞ்சி   துறை: துணை வஞ்சி
புலவர்: கோவூர் கிழார்   மன்னன்: சோழன் நெடுங்கிள்ளி

பிறர்க்குக் கொடுக்கும் குணம்
உடையவர்களை எண்ணிப்
பழங்கள் பழுத்துள்ள மரங்களையே தேடும்
பறவைகளைப் போலப் புறப்பட்டுப் போவர்;
நீண்ட தூரம் என்று எண்ண மாட்டார்;
கடப்பதற்கு அரிய வழிகள்
பலவற்றையும் கடந்து வருவார்கள்.
குற்றம் உள்ள சொற்களைச்
சொல்லி விடாதபடி
தெளிவான நாவால்
தம் திறமை மிகப் பாடிச்
சென்ற இடத்தில் பெற்ற பரிசுகளால்
மகிழ்ச்சி அடைவார்கள்.

தமக்கு என்று
பொருளை வைத்துக் கொள்ளாமல்
தம் சுற்றத்தாரையும் உண்ணச் செய்வார்கள்;
உள்ளம் மகிழ்ந்து
மற்றவர்க்கும் வழங்குவார்கள்.
இவ்வாறு, தம்மைக் காப்பவரால்
தாம் பெறும் சிறப்புகளை வேண்டி
வருந்தும் பரிசிலால் வாழும்
வாழ்க்கையை உடையவர் இவர்.

கற்ற கல்விச் சிறப்பால்
தம்மோடு வாதிடுவோர் வெட்கப்படும்படி

தம் கல்வித் திறத்தால் அவரை வெல்வார்கள்.
அதன் பின் தலை நிமிர்ந்து நடந்து
மகிழ்ச்சியாக வாழ்வார்கள்.
அது மட்டும் அன்று;
புகழால் உயர்ந்து
நாட்டை ஆளும் திருவினை உடைய
உங்களைப் போன்ற தலைமையும்
அவர்களுக்கு உண்டு.

சோழன் குளமுற்றத்துத் துஞ்சிய கிள்ளிவளவன்-I

குளமுற்றம் என்ற ஊரில்
இறந்தவன்.
கிள்ளி இவனது பெயர்.
சோழன் வளவன் குடிப்பெயர்.
ஏழு புலவர்கள்
இவனைப் பாடியுள்ளனர்.
இவனும் கவிஞன்
வடபுலத்துச் சிபியின் மரபில்
வந்தவன். (39) என்பர்.
அவன் நாடோ
நெல்லும் கரும்பும் நிறைந்தது. (386)35
பரிசிலர் பார்க்கும் நாடு (38)
வளமும், வழங்கும் மனமும்
வாய்ந்த நாடு (34)
மாற்றார் நடுங்கும் ஆற்றல் (42, 41, 37)
வீரமும் கொடையும் விளங்கும் உள்ளம் (40, 69, 70, 393, 397, 373)
புலவர்கள் சொன்னால்,
பொறுமையுடன் கேட்பான் (36, 46,)
அவன் மடிய
அழுதனர் புலவர்: (226, 7, 8)

91. 'அறம் நிலை பெறுகிறது' (39)

பாடல்

புறவின் அல்லல் சொல்லிய, கறை அடி
யானை வால் மருப்பு எறிந்த வெண் கடைக்
கோல் நிறை துலாஅம் புக்கோன் மருக!
ஈதல் நின் புகழும் அன்றே; சார்தல்
ஒன்னார் உட்கும் துன் அருங் கடுந் திறல்

தூங்கு எயில் எறிந்த நின் ஊங்கணோர் நினைப்பின்,
அடுதல் நின் புகழும் அன்றே; கெடு இன்று
மறம் கெழு சோழர் உறந்தை அவையத்து,
அறம் நின்று நிலையிற்று ஆகலின், அதனால்
முறைமை நின் புகழும் அன்றே; மறம் மிக்கு

எழுசமம் கடந்த எழு உறழ் திணிதோள்,
கண் ஆர் கண்ணி, கலிமான், வளவ!
யாங்கனம் மொழிகோ யானே - ஓங்கிய
வரை அளந்து அறியாப் பொன் படு நெடுங் கோட்டு
இமயம் சூட்டிய ஏம விற்பொறி,

மாண் வினை நெடுந் தேர், வானவன் தொலைய,
வாடா வஞ்சி வாட்டும் நின்
பீடு கெழு நோன் தாள் பாடுங்காலே!

திணை: பாடாண் துறை: இயன்மொழி

புலவர்: மாறோக்கத்து நப்பசலையார்

மன்னன்: சோழன் குளமுற்றத்துத் துஞ்சிய கிள்ளி வளவன்

புறாவின் துன்பத்தைப் போக்குவதற்காக
உரல் போன்ற காலுள்ள யானையின்
வெண்கோட்டைக் கடைந்து செறிக்கப்பட்ட
வெண்மையான கடைப் பகுதியைக் கொண்டு

நிறுக்கப்படுவதற்கு உரிய
தராசின் தட்டில் புகுந்த
செம்பியன் மரபில் வந்தவன் நீ;
அதனால் உன்னிடம் கேட்பவர்க்கு
நீ கொடுப்பது என்பது
உனக்கு இயல்பே அன்றிப் புகழ் ஆகாது;

பகைவர் நெருங்கப் பயப்படும்
அரும் பெரும் வல்லமை மிக்க
தொங்குங் கோட்டையை அழித்த
உன் முன்னோரை நினைத்தால்
உன் பகைவரைக் கொல்வது
உனக்குப் புகழும் அல்ல;
கேடில்லாத, வீரம் உள்ள
சோழர்களின் உறையூரில் உள்ள அவைக்களத்தில்
தர்மம் நிலை பெற்று நிற்கிறது.
ஆகவே நீதி வழங்குவது
உனக்குப் புகழும் ஆகாது.
அதனால் வீரம் சிறந்து விளங்கிய போரில்
நீ வெற்றி பெற்றாய்.

கோட்டைக் கதவை மூடப் பயன்படும்
கணைய மரத்திற்கு எதிராகத்
தசை செறிந்த தோளையும்,
கண்ணைக் கவரும் கண்ணியையும்,
மனச் செருக்குடைய குதிரையையும் உடைய வளவனே!
உயர்ந்த, எல்லை அறியப்படாத
பொன்படும் நெடுஞ் சிகரங்களையும் உடைய
இமய மலையில் காவலாகப் பொறிக்கப்பட்ட
விற்பொறியையும்,
மாட்சிமிக்க, தொழில் நுணுக்கம் அமைந்த
நெடுந் தேரையும் உடைய சேரன் அழிய,
அவனது அழிவில்லாத கருவூரை
அழிக்கும் உன் பெருமை பொருந்திய

வலிமையான பாதத்தை
நான் பாடும் போது
எப்படித் தான் பாடுவேனோ?

92. 'வருந்தும் மக்களைக் காப்பதே அரசு' (35)

பாடல்

நளி இரு முந்நீர் ஏணி ஆக,
வளி இடை வழங்கா வானம் சூடிய
மண் திணி கிடக்கைத் தண் தமிழ்க் கிழவர்,
முரசு முழங்கு தாளை மூவருள்ளும்
அரசு எனப்படுவது நினதே, பெரும!   5

அலங்குகதிர்க் கனலி நால்வயின் தோன்றினும்
இலங்குகதிர் வெள்ளி தென் புலம் படரினும்,
அம் தண் காவிரி வந்து கவர்பு ஊட்ட,
தோடு கொள் வேலின் தோற்றம் போல,
ஆடு கண் கரும்பின் வெண்பூ நுடங்கும்   10

நாடு எனப்படுவது நினதே அத்தை; ஆங்க
நாடு கெழு செல்வத்துப் பீடு கெழு வேந்தே!
நினவ கூறுவல்; எனவ கேண்மதி!--
அறம் புரிந்தன்ன செங்கோல் நாட்டத்து
முறை வேண்டு பொழுதில் பதன் எளியோர் ஈண்டு   15

உறை வேண்டு பொழுதில் பெயல் பெற்றோரே;
ஞாயிறு சுமந்த கோடு திரள் கொண்மூ
மாக விசும்பின் நடுவு நின்றாங்கு,
கண் பொர விளங்கு நின் விண் பொரு வியன்குடை
வெயில் மறைக் கொண்டன்றோ? அன்றே; வருந்திய   20

குடி மறைப்பதுவே; கூர்வேல் வளவ!
வெளிற்றுப் பனந் துணியின் வீற்றுவீற்றுக் கிடப்ப,

களிற்றுக் கணம் பொருத கண் அகன் பறத்தலை,
வருபடை, தாங்கி, பெயர் புறந்து ஆர்த்து,
பொருபடை தரூஉம் கொற்றமும் உழுபடை   25

ஊன்று சால் மருங்கின் ஈன்றதன் பயனே;
மாரி பொய்ப்பினும், வாரி குன்றினும்,
இயற்கை அல்லன செயற்கையில் தோன்றினும்,
காவலர்ப் பழிக்கும், இக் கண் அகல் ஞாலம்;
அதுநற்கு அறிந்தனை ஆயின், நீயும்   30

நொதுமலாளர் பொதுமொழி கொள்ளாது,
பகடு புறந்தருநர் பாரம் ஓம்பி,
குடி புறந்தருகுவை ஆயின், நின்
அடி புறந்தருகுவர், அடங்காதோரே.

திணை: பாடாண்   துறை: செவியறிவுறூஉ
புலவர்: வெள்ளைக் குடி நாகனார்
மன்னன்: சோழன் குளமுற்றத்துத் துஞ்சிய கிள்ளிவளவன்.

நீர் நிறைந்த பெரிய கடல் எல்லையாக,
இடையே காற்றுப் போகாத வானத்தைச் சூடிய
மண் திணிந்த உலகம் இது.
இதில் குளிர்ந்த தமிழ் நாட்டிற்கு
உரியவராகிய முரசு முழங்கும்
படையைக் கொண்ட
மூன்று வேந்தர்களுக்குள்ளும்
அரசு என்று சொல்லப்படும் சிறப்பிற்கு உரியது
உன் அரசு மட்டுமே; பெருமானே!

விளங்கும் கடர் உடைய சூரியன்
நான்கு திசையிலும் தோன்றினாலும்.
விளங்கும் கதிர் கொண்ட வெள்ளி மீன்
தென் திசைக்கே சென்றாலும்,

அழகிய குளிர்ந்த காவிரி
பல காலாகப் பிரிந்து ஓடி நீர் வழங்க.
தொகுதியுள்ள வேலின் தோற்றம் போல,
அசையும் கண் கொண்ட கரும்பின் வெண்பூ
அசையும் நாடு என்று சொல்லப்படுவது
உனது நாடே,
இந்த நாட்டிற்குள்
நிறைந்த செல்வத்தையும்
பெருமையையும் கொண்ட வேந்தனே!

உனக்கு உரியனவாகச்
சில செயல்களைச் சொல்வேன்;
நான் சொல்லும் சில சொற்களைக் கேட்பாயாக.

அறக் கடவுளைச் சார்ந்து
ஆய்வது போன்ற செங்கோலால் ஆய்ந்து
நீதியைச் செலுத்த வேண்டிய காலத்தில்,
எளியோர்
இங்குத் துளியையே வேண்டும் போது
மழையையே பெற்றவர் ஆவார்.

சூரியனைத் தன்மேல் கொண்ட
பக்கம் எல்லாம் திரண்ட மேகம்,
திசைகளைக் கொண்ட வானத்தின்
நடுவில் நின்று
அதன் வெயிலை மறைத்தது போல,
கண் ஒளியோடு பொருதும்படி விளங்கி,
விண் முட்டும்படி பரந்த
உன் வெண்கொற்றக் குடை
வெயிலை மறைப்பதற்காகவா? இல்லை.
வருந்தும் குடிமக்களுக்கு நிழல் தரவே
அது பிடிக்கப்படுகிறது, சுடர் வேல் வளவனே!

இளம் பனந் துண்டம் போல
அங்கும் இங்குமாகக் கிடக்க
யானைக் கூட்டத்தைப் பொருத
பரந்த போர்க்களம் அது.
அதில் எதிர்த்து வரும் படையின்
எதிரே நின்று தடுத்து,
அது சரிந்து திரும்பிப்
புறமுதுகிடுவது கண்டு
ஆரவாரம் செய்து போரிடும்
உனது படை தரும் வெற்றியும்,
உழும் கலப்பை
நிலத்தில் ஊன்றிய சாலிடத்து
விளைந்த நெல்லின் பயனே ஆகும்.

மழை பெய்ய வேண்டிய காலத்தில்
அது பெய்யாது போனாலும்,
விளைச்சல் குறைந்தாலும்,
மக்களின் போக்கில்
இயல்பிற்கு மாறானவை தோன்றினாலும்
நாட்டை ஆள்பவரையே
இந்தப் பரந்த உலகம்
பழித்துப் பேசும்.
அதை நன்றாக நீ அறிவாய் என்றால்
கோள் சொல்வார்தம் உண்மை யற்ற சொற்களை
நீ மனத்துள் ஏற்காதே.
ஏரைப் பாதுகாப்பவருடன்
மக்களையும் பாதுகாத்து
அதனாலேயே பிற குடிமக்களையும்
பாதுகாப்பாய் என்றால்
உன் பகைவரும்
உன் பாதங்களையே போற்றுவார்கள்.

93. 'விருப்பம் அறிந்து தரும் வேந்தன் அவன்' (386)

பாடல்

நெடு நீர நிறை கயத்துப்
படு மாரித் துளி போல,
நெய் துள்ளிய வறை முகக்கவும்,
சூடு கிழித்து வாடுஊன் மிசையவும்,
ஊன் கொண்ட வெண் மண்டை

ஆன் பயத்தான் முற்று அழிப்பவும்,
வெய்து உண்ட வியர்ப்பு அல்லது,
செய் தொழிலான் வியர்ப்பு அறியாமை
ஈத்தோன் எந்தை, இசைதனது ஆக;
வயலே, நெல்லின் வேலி நீடிய கரும்பின்

பாத்திப் பன்மலர்ப் பூத் ததுப்பின்;
புறவே, புல் அருந்து பல்ஆயத்தான்,
வில்இருத்த வெங் குறும்பின்று;
கடலே, கால்தந்த கலன் எண்ணுவோர்
கானற் புன்னைச் சினை நிலைக்குந்து;

கழியே, சிறுவெள் உப்பின் கொள்ளை சாற்றி,
பெருங் கல் நல் நாட்டு உமண் ஒலிக்குந்து;
அன்ன நல் நாட்டுப் பொருநம், யாமே;
பொராஅப் பொருநரேம்
குணதிசை நின்று குடமுதல் செலினும்,

குட திசை நின்று குணமுதல் செலினும்,
வட திசை நின்று தென்வயின் செலினும்,
தென்திசை நின்று குறுகாது நீடினும்
யாண்டும் நிற்க, வெள்ளி; யாம்
வேண்டியது உணர்ந்தோன் தாள் வாழியவே!

திணை: பாடாண்   துறை: வாழ்த்தியல்.
புலவர்: கோவூர் கிழார்
மன்னன்: குளமுற்றத்துத் துஞ்சிய கிள்ளிவளவன்

பெரிதும் நீர் நிறைந்த பள்ளத்தில்
விழும் மழைத்துளி போன்ற
நெய் சொட்டும் வறையல் என்னும்
உணவை முகந்து உண்ணவும்,
சூட்டுக் கோலால் கிழித்துச் சுட்டெடுத்த
இறைச்சியை உண்ணவும்,
புலால் நிறைந்த வெண்மையான பாத்திரத்தில்
பசும் பால் நிறைந்து வழியவும்
சுடச் சுட உண்டதனால் ஏற்பட்ட
வியர்வையை அன்றி வேறு தொழிலால் வியர்வை அறியாதபடி
கொடையளிப்பார் புகழ் எலாம்
தனதே ஆகக் கொடுத்தான்
எங்கள் தந்தை போன்றவன்.

அவன் நாட்டின் நெல் வயல்கள்
நெல்லுக்கு வேலியாக நீண்டு வளர்ந்து நின்ற
கரும்பின் பாத்தியில்
பல்வேறு மலர்கள் நிறைந்து இருக்கும்
முல்லைக் காடுகள் புல்லை உண்ணும் பசுக் கூட்டத்தோடு
சிற்றரண்கள் காவலிருக்கும்
வில் வீரர் நிறைந்தவை.

கடல் காற்றினால் தள்ளப்பட்டு வந்த
கலங்களை எண்ணும் மகளிர்
நிறைந்துள்ள மணல் மேட்டில்
வளரும் புன்னை மரக் கிளைகளைக்
காற்று அலைக்கும்.
உப்பங் கழிகளைச் சார்ந்த இடங்களில்
சிறிய வெள்ளை உப்பை

பெரிய மலைகள் நிறைந்த நல்ல நாடுகட்குக்
கொண்டு சென்று
விலை சொல்லி விற்கும்
உமணரின் குடி நிறைந்திருக்கும்
இத்தகைய நல்ல நாட்டின்
பொருநர் நாங்கள்;
போரிடாத பொருநரும் நாங்களே.

வெள்ளி என்னும் சுக்கிரன்
கிழக்கிலிருந்து மேற்கே சென்றாலும்
மேற்குத் திசையிலிருந்து கிழக்கே சென்றாலும்
வடக்கே இருந்து தென்திசைக்குச் சென்றாலும்
தெற்கே இருந்து குறையாது நீண்டாலும் சரி
எங்கே வேண்டுமானாலும் நிற்கட்டும்.
எங்கள் விருப்பம் அறிந்து
கொடுப்பவன் அவன்;
அவன் பாதங்கள் வாழ்வதாக!

94. 'இல்லாதவர் கேட்பது' (38)

பாடல்

வரை புரையும் மழ களிற்றின் மிசை,
வான் துடைக்கும் வகைய போல,
விரவு உருவின கொடி நுடங்கும்
வியன் தானை விறல் வேந்தே!
நீ, உடன்று நோக்கும்வாய் எரி தவழ,   5

நீ, நயந்து நோக்கும் வாய் பொன் பூப்ப,
செஞ் ஞாயிற்று நிலவு வேண்டினும்,
வெண் திங்களுள் வெயில் வேண்டினும்,
வேண்டியது விளைக்கும் ஆற்றலை ஆகலின்,
நின் நிழற் பிறந்து, நின் நிழல் வளர்ந்த,   10

எம் அளவு எவனோ மற்றே? 'இன் நிலைப்
பொலம் பூங் காவின் நல் நாட்டோரும்
செய் வினை மருங்கின் எய்தல் அல்லதை,
உடையோர் ஈதலும், இல்லோர் இரத்தலும்
கடவது அன்மையின், கையறவு உடைத்து' என 15

ஆண்டுச் செய் நுகர்ச்சி ஈண்டும் கூடலின்,
நின் நாடு உள்ளுவர், பரிசிலர்---
ஒன்னார் தேஎத்தும், நின்னுடைத்து எனவே.

திணை: பாடாண்   துறை: இயன் மொழி
புலவர்: ஆவூர் மூலங்கிழார்
மன்னன்: சோழன் குளமுற்றத்துத் துஞ்சிய கிள்ளி வளவன்.

மலை போன்ற இளம் யானைகளின் மேல்
பல வண்ணக் கொடிகள்;
அக் கொடிகள்
விண்ணைத் துடைப்பன போன்று
அசைந்து தோன்றும்;
இத்தகு பரந்த படைகளோடு
வீரம் மிகுந்த மன்னனே!

நீ சினந்து பார்க்கும் இடம்
தீப்பிடிக்கும்;
இரக்கம் கொண்டு பார்க்கும் இடம்
பொன் விளையும்;
சூரியனுக்குள் நிலவு உண்டாக வேண்டுமா?
நிலவிற்குள் வெப்பம் வேண்டுமா?
வேண்டியதை வேண்டியபடியே உண்டாக்கும்
ஆற்றல் மிக்கவன் நீ.

இனிய சூழல் மிக்கதும்,
பொற்பூ பூக்கும் கற்பகக் காவினை

உடையதுமான வானுலகத்தில் வாழ்பவரும்
தாம் செய்த நற்செயல்களால்
இன்பத்தின் பக்கம் சேர்வாரே அன்றி,
இல்லாதவர்க்குச் செல்வர் வழங்குவதும்,
இருப்பவரிடம் சென்று
இல்லாதவர் கேட்பதும்
அங்கே நடப்பதில்லை.

ஆதலால் அங்கே நிகழும் அனுபவம்
இங்கேயும் அனுபவிக்கக் கூடும் என்பதால்
பரிசிலர் உன் நாட்டையே நினைப்பார்கள்.
பகைவரின் நாட்டில் தாங்கள் வாழ்ந்தாலும்,
உன் நாட்டில் நீ இருக்கின்றாய் என்று
அவர்கள் எண்ணுவதால்
உன் நிழலில் பிறந்து,
உன் நிழலிலேயே வளர்ந்த
எங்களைப் போன்றவர்தம் நினைவைச்
சொல்லவும் வேண்டுமோ.

95. 'நன்றி மறந்தால்?' (34)

பாடல்

'ஆன் முலை அறுத்த அறனிலோர்க்கும்,
மாண் இழை மகளிர் கருச் சிதைத் தோர்க்கும்,
பார்ப்பார்த் தப்பிய கொடுமையோர்க்கும்,
வழுவாய் மருங்கில் கழுவாயும் உள' என,
'நிலம் புடைபெயர்வது ஆயினும், ஒருவன்   5

செய்தி கொன்றோர்க்கு உய்தி இல்' என,
அறம் பாடின்றே---ஆயிழை கணவ!
'காலை அந்தியும், மாலை அந்தியும்,
புறவுக் கரு அன்ன புன் புல வரகின்
பால் பெய் புன்கம் தேனொடு மயக்கி,   10

குறுமுயற் கொழுஞ்சூடு கிழித்த ஒக்கலொடு,
இரத்தி நீடிய அகன் தலை மன்றத்து,
கரப்பு இல் உள்ளமொடு வேண்டுமொழி பயிற்றி,
அமலைக் கொழுஞ்சோறு ஆர்ந்த பாணர்க்கு
அகலாச் செல்வம் முழுவதும் செய்தோன்,

எம்கோன் வளவன் வாழ்க!' என்று, நின்
பீடுகெழு நோன் தாள் பாடேன்ஆயின்,
படுபுஅறியலனே, பல்கதிர்ச் செல்வன்,
யானோ தஞ்சம்; பெரும! இவ் உலகத்து,
சான்றோர் செய்த நன்று உண்டாயின்,

இமயத்து ஈண்டி, இன் குரல் பயிற்றி,
கொண்டல் மாமழை பொழிந்த
நுண்பல் துளியினும் வாழிய, பலவே!

திணை: பாடாண் துறை: இயன் மொழி

புலவர்: ஆலத்தூர் கிழார்

மன்னன்: சோழன் குளமுற்றத்துத் துஞ்சிய கிள்ளிவளவன்.

தேர்ந்த அணிகளை அணிந்தவளின் கணவ!
பசுவினால் பெறும் பயனைப்
பெற முடியாதபடி அதன் மடியை
அறுக்கும் தீச் செயல் செய்தவர்,
மாட்சி மிக்க அணிகளை உடைய
மாதர்களின் கருப்பத்தை அழித்தவர்.
கற்று நன்மை தீமை அறியும்
கல்வியாளராகிய அந்தணருக்குத்
தீமை செய்த கொடியவர் என
இவர் எல்லாம்
தாம் செய்த பாவத்திற்கு வருந்தினால்
அப் பாவங்களைப்
போக்குவதற்குரிய வழி உண்டு;

ஆனால் ஒருவன் செய்த
உதவியை மறந்தவர்களுக்கு
பூமி தலை கீழாய்ப் புரண்டாலும்
அப் பாவத்தைப் போக்கும் வழி
இல்லை என்று அறநூல் கூறுகிறது.

காலை உணவு வேளையிலும்
மாலை உணவு வேளையிலும்
புறாவின் முட்டை போன்ற
புன்செய் நிலத்து வரகு அரிசியைப்
பாலில் போட்டுச் சமைத்த சோற்றைத்
தேன் கலந்து உண்பர்;
அத்துடன் குறுமுயலின்
கொழுத்த சூட்டு இறைச்சியையும்
என் சுற்றத்தார் தின்பர்.

அவரோடுகூட
உயர்ந்த இலந்தை மரத்துடன்
அகன்ற இடத்தில் பலர் கூடி
இருந்து பேசுவதற்கு ஏற்பத்
திண்ணை போடப்பட்டிருக்கும்.
அம் மரத்தின் அடியில்
எதையும் மறைக்காத
வஞ்சகம் அற்ற இதயத் தோடு,
தேவைய்ான சொற்களை
மீண்டும் மீண்டும் சொல்லி,
பெருத்த கட்டியாகிய
கொழுத்த சோற்றை உண்ட பாணர்க்குக்
குறையாத செல்வம் எல்லாம் கொடுத்த
எம் மன்னனாகிய வளவன்
வாழ்வானாக என்று கூறி
உன் பெருமை மிக்க
வலிய பாதங்களைப்
பாடாது போவேன் என்றால்,

வாழும் நாட்களுக்கு அளவு கோலாகிய
பல கதிரும் உடைய சூரியன்
உதிக்கத் தெரியாதவன் ஆகிவிடுவான்;

நானோ பெருமானே! எளியவன்;
இவ்வுலகில் நல்ல குணங்களுடன்
நற்செயல்கள் செய்தோர் உண்டு என்றால்,
இமய மலையில் திரண்டு,
இனிய ஓசையுடன் முழங்கிக்
கிழக்குத் திசையில் வரும் காற்றால்.
பெரும் மேகம் சொரிந்த
நுண்ணிய பல துளிகளையும் விடப்
பல காலம் நீ வாழ்வாயாக.

96. 'புலி காக்கும் குட்டி' (42)

பாடல்

ஆனா ஈகை, அடு போர், அண்ணல்! நின்
யானையும் மலையின் தோன்றும்; பெரும! நின்
தானையும் கடல் என முழங்கும்; கூர் நுனை
வேலும் மின்னின் விளங்கும்; உலகத்து
அரைசு தலை பனிக்கும் ஆற்றலை ஆதலின்;   5

புரை தீர்ந்தன்று, அது புதுவதோ அன்றே;
தண் புனற் பூசல் அல்லது, நொந்து,
'களைக வாழி, வளவ!' என்று, நின்
முனைதரு பூசல் கனவினும் அறியாது,
புலி புறங்காக்கும் குருளை போல,   10

மெலிவு இல் செங்கோல் நீ புறங்காப்ப,
பெரு விறல் யாணர்த்து ஆகி, அரிநர்
கீழ் மடைக் கொண்ட வாளையும், உழவர்
படை மிளிர்ந்திட்ட யாமையும், அறைநர்
கரும்பில் கொண்ட தேனும், பெருந் துறை   15

நீர் தரு மகளிர் குற்ற குவளையும்,
வன் புலக் கேளிர்க்கு வரு விருந்து அயரும்
மென் புல வைப்பின் நல் நாட்டுப் பொருந!
மலையின் இழிந்து, மாக் கடல் நோக்கி,
நில வரை இழிதரும் பல் யாறு போல,   20

புலவர்: எல்லாம் நின் நோக்கினரே,
நீயே, மருந்து இல் கணிச்சி வருந்த வட்டித்துக்
கூற்று வெகுண்டன்ன முன்பொடு,
மாற்று இரு வேந்தர் மண் நோக்கினையே.

திணை: வாகை   துறை: அரசவாகை
புலவர்: இடைக்காடனார்
மன்னன்: சோழன் குளமுற்றத்துத் துஞ்சிய கிள்ளி வளவன்

குறையாத கொடைக் குணமும்.
பகைவரைக் கொல்லும் போரும்
கொண்ட தலைவனே!
உன் யானைகூட
மலை போலத் தோன்றும்;
பெருமானே! உன் படையோ
கடல் என ஆரவாரம் செய்யும்;
கூர் முனை உடைய வேலோ
மின்னலைப் போல
இடையிடையே மின்னும்;
இவற்றால் பகை மன்னர்கள் தலை
நடுங்கும்படியாகச் செய்யும்
ஆற்றலை உடையவன் நீ;
உனக்குக் குறை ஏதும் இல்லை;

இது புதியதும் அன்று;
குளிர் நீரில் விளையாடும்போது செய்யும்

சண்டையே அன்றி,
வருத்தம் கொண்டவராய்,
வளவ! வாழ்வாயாக;
எம் துயரைத் தீர்ப்பாயாக"
என்று உன் முன் செல்லும்
படை உண்டாக்கும் பூசலை
நீ உன் கனவிலும் அறியாய்.
புலி காக்கும் குட்டியைப் போலக்
குறைவிலாத, நேர்மையான ஆட்சியால்
நீ காக்கின்றாய்.

ஆதலால் உன் நாடு
பெரும் சிறப்பும் புது வரவும்
உடையதாய் இருக்கிறது.
நெல் அறுப்போர் கடை மடையில்
வாளை மீனைப் பிடிக்கின்றனர்;
உழவர்தம் ஏரினால்
ஆமைகள் தடுக்கப்படுகின்றன;
கரும்பு அறுப்போர்
கரும்பிலிருந்து தேன் எடுக்கின்றனர்;
பெரிய துறையில்
நீர் எடுக்கும் பெண்கள்
செங்கழுநீர்ப் பூவையும் பறிக்கிறார்கள்.

இவ்வாறு குறிஞ்சி, முல்லை ஆகிய
வலிய நிலத்திலிருந்து
வந்த சுற்றத்தார்க்கு
விரும்பி விருந்து தரும்
மருதம், நெய்தல் ஆகிய
மெல்லிய நிலத்தினரை உடைய
நல்ல நாட்டுக்கு வேந்தனே!
மலையிலிருந்து இறங்கிப்,
பெருங் கடலை நோக்கி வரும்
பல ஆறுகளைப் போல

*புலவர் அனைவரும் உன்னையே நோக்கினர்.
நீயோ, அவர்களுக்குப் பரிசளிப்பதற்காகப்
பரிகாரம் இல்லாத மழு என்னும்
படைக் கருவியை
உயிரெலாம் வருந்தச் சுழற்றி
எமன் கோபம் கொண்டது போல
வலிமையுடன் உன் பகைவராகிய
இரு வேந்தர்களின் நிலத்தையும்
கைப்பற்ற நோக்குகின்றாய்.*

97. 'தீய கனவுகள்' (41)

பாடல்

காலனும் காலம் பார்க்கும்; பாராது
வேல் ஈண்டு தானை விழுமியோர் தொலைய,
வேண்டு இடத்து அடூஉம் வெல் போர் வேந்தே!
திசை இரு--நான்கும் உற்கம் உற்கவும்,
பெரு மரத்து, இலை இல் நெடுங் கோடு வற்றல் பற்றவும்,

வெங் கதிர்க் கனலி துற்றவும், பிறவும்,
அஞ்சுவரத் தகுந புள்ளுக் குரல் இயம்பவும்,
எயிறு நிலத்து வீழவும், எண்ணெய் ஆடவும்,
களிறு மேல் கொள்ளவும், காழகம் நீப்பவும்,
வெள்ளி நோன் படை கட்டிலொடு கவிழவும்,

கனவின் அரியன காணா, நனவின்
செருச் செய் முன்ப! நின் வரு திறன் நோக்கி,
மையல் கொண்ட ஏமம் இல் இருக்கையர்,
புதல்வர் பூங் கண் முத்தி, மனையோட்கு
எவ்வம் கரக்கும் பைதல் மாக்களொடு

பெருங் கலக்குற்றன்றால் தானே--காற்றோடு
எரி நிகழ்ந்தன்ன செலவின்
செரு மிகு வளவ! நிற் சினைஇயோர் நாடே.

314 • புறநானூறு (புதிய வரிசை வகை)

திணை: வஞ்சி   துறை: கொற்றவள்ளை
புலவர்: கோவூர் கிழார்
மன்னன்: சோழன் குளமுற்றத்துத் துஞ்சிய கிள்ளி வளவன்.

எவர் உயிரைத் தான்
எடுக்க எண்ணுவானோ
அதை எடுப்பதற்கு உரிய காலத்தை
எமனும் எதிர்பார்த்து இருப்பான்.
ஆனால் நீயோ
அவ்வாறு காலம் பார்க்காமல்
நீ விரும்பிய நேரத்தில்
வேல் முதலிய போர்க் கருவிகள் நிறைந்த
வீரர்களும் மடியும்படி கொல்லும்
வெற்றி மிகுந்த போரை உடையவன்;
வேந்தே!

எட்டுத் திசைகளிலும்
எரி நட்சத்திரம் எரிந்து விழவும்,
பெரிய மரத்தின் இலை இல்லாத கிளை
பட்டுப் போகவும்,
வெப்பம் மிக்க கதிர் கொண்ட சூரியன்
பல திசைகளில் தெரியவும்,
பயப்படுத்தும் ஆந்தை முதலிய
பறவைகள் அலறவும்,
நிலத்தின் மேல் பல் விழவும்,
தலை முடிமேல் எண்ணெய் ஊற்றப்படவும்,
பெண் பன்றி ஆண் பன்றி மீது ஊரவும்,
ஆடை அவிழ்க்கப் படவும்,
அரிய வலிய போர்க் கருவிகள்
தாம் இருந்த கட்டிலிலிருந்து கவிழவும் எனக்
கனவிலும் காணஅரிய காட்சிகளை
நேரிலே காணுமாறு
போர் செய்யும் வலியோனே!

காற்றுடன் நெருப்பும் கலந்தது போன்று
படை எடுத்துச் செல்லும் செலவுடன்
வெற்றியும் மிக்க வளவனே!
உனக்குச் சினம் ஊட்டியவரின் நாடு
நீ படை எடுத்து வருவதை எண்ணி, மயங்கித்,
தம்மைக் காப்பவர் இல்லாததால்
தம் பிள்ளைகளின் பூப்போன்ற கண்ணில்
முத்தம் இட்டுத், தம மனைவியரிடம்
தம் வருத்தத்தை மறைக்கும் துன்பம் மிக்க
வீரர்களோடு கலக்கம் அடைந்தது.

98. 'பழங் கதை' (37)

பாடல்

நஞ்சுடை வால் எயிற்று, ஐந்தலை சுமந்த,
வேக வெந்திறல், நாகம் புக்கென,
விசும்பு தீப் பிறப்பத் திருகி, பசுங்கொடிப்
பெருமலை விடரகத்து உரும் எறிந்தாங்கு,
புள் உறு புன்கண் தீர்த்த, வெள் வேல்   5

சினம் கெழு தானை, செம்பியன் மருக!
கராஅம் கலித்த குண்டுகண் அகழி,
இடம்கருங் குட்டத்து உடன்தொக்கு ஓடி;
யாமம் கொள்பவர் சுடர்நிழல் கதூஉம்
கடுமுரண் முதலைய நெடு நீர் இலஞ்சி,   10

செம்புஉறழ் புரிசைச், செம்மல் மூதூர்,
வம்புஅணி யானை வேந்து அகத்து உண்மையின்,
'நல்ல' என்னாது, சிதைத்தல்
வல்லையால், நெடுந்தகை! செருவத்தானே.

திணை: வாகை   துறை: அரச வாகை, முதல் வஞ்சியும் ஆம்
புலவர்: மாறோக்கத்து நப்பசலையார்
மன்னன்: சோழன் குளமுற்றத்துத் துஞ்சிய கிள்ளி வளவன்.

புறாவிற்கு உண்டான துன்பத்தைப் போக்கி,
வெற்றி தரும் வேலுடன்
சினமும் சேர்ந்த படையையும் கொண்ட
செம்பியன் மரபில் வந்தவனே!

நஞ்சுடன் கூடிய வெண்பல்லுடன்
ஐந்து தலையையும் சுமந்து,
சினம் மிக்க
கொடும் ஆற்றலையும் உடைய
பாம்பு நுழைந்தது என
வானம் தீப் பற்றும்படியாக முழங்கிப்
பச்சைக் கொடியினை உடைய
பெரும் மலைக் குகைக்குள்
இடி விழுந்தது போல,
முதலை இருக்கும் செருக்கோடு கூடிய,
ஆழமான அகழியையும்,
கரிய இடமாகத் தெரியும் ஆழத்தில்
சேரும்படி திரண்டு ஓடி,
இடைச் சாமத்தில் ஊர் காப்பவரின்
விளக்கு நிழலை உண்பதற்கு
வாய் பிழந்து வரும் முதலையோடு
நீர் மிகுந்த பள்ளத்தினையும்,
செம்பு கலந்து கட்டப்பட்ட மதிலையும்,
தலைமையையும் உடைய
பழைமையான ஊரின் உள்ளே
கச்சு அணிந்த யானையை உடைய
அரசு இருப்பதால்
அவற்றை நல்ல என்று எண்ணாமல்
போரில் அழிக்கும் ஆற்றல் மிக்கவனாய்
இருந்தாய், பெருந்தகையே!

99. 'விளைச்சல் மிகுந்த நாடு' (40)

பாடல்

நீயே, பிறர் ஓம்புறு மற மன் எயில்
ஓம்பாது கடந்து அட்டு, அவர்
முடி புனைந்த பசும் பொன் நின்
அடி பொலியக் கழல் தைஇய
வல்லாளனை; வய வேந்தே!---

யாமே நின், இகழ் பாடுவோர் எருத்து அடங்க,
புகழ் பாடுவோர் பொலிவு தோன்ற,
இன்று கண்டாங்குக் காண்குவம்---என்றும்
இன்சொல் எண் பதத்தை ஆகுமதி---பெரும!
ஒரு பிடி படியும் சீறிடம்

எழுகளிறு புரக்கும் நாடு கிழவோயே!

திணை: பாடாண் **துறை: செவியறிவுறூஉ**

புலவர்: ஆவூர் மூலங்கிழார்

மன்னன்: சோழன் குளமுற்றத்துத் துஞ்சிய கிள்ளிவளவன்.

ஒரு பெண் யானை கிடக்கும்
சிறிய இடத்தில் விளையும் விளைச்சல்
ஏழு ஆண் யானைகளைப் பாதுகாக்கும்
நாட்டிற்குஉரியவனே, பெருமானே!

எந்நாளும் இனிய சொற்களோடு
தடை ஏதும் இன்றி
எளிதாகக் காணப்படுவதற்கு
உரியவன் ஆவாயாக.

நீயோ, பகைவர் பாதுகாக்கும்
மறம் நிலை பெற்ற கோட்டைகளை

அவர் அவற்றைப் பாதுகாக்காதபடி
எதிர் நின்று, வென்று
அவர்கள் தலையை அலங்கரித்த
பசும்பொன்னைக் கொண்டு
உன் அடி அழகு பெற
வீரக் கழல் செய்து
சூட்டிக் கொண்ட ஆற்றலை உடையவன்.
வலிமை மிகுந்த வேந்தனே!
உன்னை இகழ்ந்து பேசுவோர் தலை
உன்னை வணங்கவும்,
புகழ்ந்து உரைப்போர்
பொலிவு விளங்கவும்
இன்று உன்னை
நாங்கள் காண்பது போலவே
என்றும் காண்போம்.

100. 'காத்திருக்க வேண்டாம்' (69)

பாடல்

கையது, கடன்நிறை யாழே; மெய்யது,
புரவலர் இன்மையின் பசியே; அரையது,
வேற்று இழை நுழைந்த வேர்நனை சிதாஅர்
ஓம்பி உடுத்த உயவற் பாண!
பூட்கை இல்லோன் யாக்கை போலப்

பெரும் புல்லென்ற இரும்பேர் ஒக்கலை;
வையகம் முழுதுடன் வளைஇ, பையென
என்னை வினவுதிஆயின், மன்னர்
அடுகளிறு உயவும் கொடி கொள் பாசறை,
குருதிப் பரப்பின் கோட்டு மா தொலைச்சி,

புலாக் களம் செய்த கலாஅத் தானையன்
பிறங்கு நிலை மாடத்து உறந்தையோனே;

பொருநர்க்கு ஓக்கிய வேலன், ஒரு நிலைப்
பகைப் புலம் படர்தலும் உரியன்; தகைத் தார்
ஒள் எரி புரையும் உருகெழு பசும்பூண்

கிள்ளி வளவற் படர்குவைஆயின்,
நெடுங்கடை நிற்றலும் இலையே; கடும் பகல்
தேர்வீசு இருக்கை ஆர நோக்கி,
நீ அவற் கண்ட பின்றை, பூவின்
ஆடுவண்டு இமிராத் தாமரை

சூடாயாதல் அதனினும் இலையே!

திணை: பாடாண் துறை: பாணாற்றுப்படை

புலவர்: ஆலத்தூர் கிழார்

மன்னன்: சோழன் குளமுற்றத்துத் துஞ்சிய கிள்ளிவளவன்.

வியர்வையால் நனைந்து
கிழிந்து போன வேட்டியை
வேற்று நூலால் தைத்து
இடுப்பில் மறைத்துக் கட்டிக் கொண்டு
மன வருத்தத்தோடு இருக்கும் பாணனே!
செயல் ஏதும் செய்யாமல்
சோம்பி இருப்பவனின் உடம்பைப் போல
மிகப் பெரிய ஏழைகளின் சுற்றத்தோடு இருப்பவனே!
உலகம் எல்லாம் சுற்றி வந்த என்
வறுமையைப் போக்குபவர் யார்என்று
மெல்ல நீ என்னைக் கேட்பாய் என்றால்
(சொல்கிறேன்) கேட்பாயாக.

மன்னனது
கொலைத் தொழில் செய்யும் யானை
புண்பட்டு வருந்துகிறது;
கொடி ஏற்றப்பட்டுள்ள பாசறையில்
யானைகளைக் கொன்று

இரத்தப் பெருக்கிற்கு இடையே
புலால் நிறைந்த போர்க்களத்தை உண்டாக்கிப்
போர் செய்யும் படையை உடையவன்;
உயர்ந்த மாடங்களைக் கொண்ட
உறையூரில் இருப்பவன்.

போரிடுவோர் பொருட்டு,
உயர்த்தப்பட்ட வேலை உடையவனாய்
ஒருவேளை அவன்
பகைவர் நாட்டின் மிது போகவும் கூடும்.
மாலையையும்,
நெருப்பொத்த நிறமுள்ள பொன்னால்
செய்யப்பட்ட அணிகலன்களையும் உடைய
கிள்ளி வளவனிடம்
நீ செல்வாய் என்றால்

இலக்கண முறைப்படி அமைந்த யாழைக் கையிலும்
எவரும் இல்லை என்பதால்
பசியை உடம்பிலும் பெற்றிருக்கும் நீ
அவனது உயர்ந்த வாசலில்
காலம் பார்த்து நிற்க வேண்டிய தில்லை.
அவன் தேர் வழங்குங் காட்சியை
உன் கண் நிறையப் பார்ப்பாய்.
பின்பு பூவில் மொய்க்கும் வண்டு மொய்க்காத
பொன்னால் ஆன பூவை (அவன் தர நீ) சூடுவாய்.
ஆகவே நீ அங்கே போவாயாக.

101. 'இருமருந்து விளைவிக்கும் நாடன்' (70)

கிள்ளிவளவனின் கொடைச் சிறப்பைக் கோவூர்
கிழாரும் பாடியுள்ளார் (70, 386)

பாடல்

தேஎம் தீம் தொடைச் சீறியாழ்ப் பாண,
'கயத்து வாழ் யாமை காழ் கோத்தன்ன
நுண்கோல் தகைத்த தெண்கண் மாக்கிணை
இனிய காண்க; இவண் தணிக' எனக் கூறி,
வினவல் ஆனா முதுவாய் இரவல! 5

கைஇத் திங்கட் தண் கயம் போல,
கொளக்கொளக் குறைபடாக் கூழுடை வியல் நகர்;
அடுதீ அல்லது சுடுதீ அறியாது;
இரு மருந்து விளைக்கும் நல் நாட்டுப் பொருநன்;
கிள்ளி வளவன் நல் இசை உள்ளி, 10

நாற்ற நாடத்து அறுகாற் பறவை
சிறு வெள் ஆம்பல் ஞாங்கர் ஊதும்
கை வள் ஈகைப் பண்ணன் சிறுகுடிப்
பாதிரி கமழும் ஓதி, ஒள் நுதல்,
இன் நகை விறலியொடு மென்மெல இயலிச் 15

செல்வைஆயின், செல்வை ஆகுவை;
விறகுஒய் மாக்கள் பொன் பெற்றன்னதோர்,
தலைப்பாடு அன்று, அவன் ஈகை;
நினைக்க வேண்டர் வாழ்க, அவன்தாளே!

திணை: பாடாண் துறை: பாணாற்றுப்படை

தேன் என ஒலிக்கும்
இனிய தந்தியைத் தொடுத்த

சிறிய யாழை மீட்டும் பாணனே!
குளத்தில் வாழும் ஆமையைக்
கம்பியில் கோத்தது போல
நுண்ணிய கோலில் கட்டப்பட்டதும்,
தெளிவான கண்ணை உடையதுமான
பெரிய உடுக்கையின் ஓசையை
இனிமையாகக் கேட்டுக் கொண்டு
இங்கே சிறிது ஓய்வு எடுத்துச்
செல்வாயாக என்று என்னிடம்
பலப்பல கேட்கும்
முதிர்ந்த உண்மையான இரவலனே!

நான் சொல்வதைக் கேள்;
தைமாதம் குளிர்ந்த குளம் போல
எடுக்க எடுக்கக் குறையாத
சோற்றைக் கொண்டது
அவனது அகலமான நகரம்.
அதுவோ சோறு சமைப்பதற்கான
நெருப்பை அறியுமே அன்றி
ஊரைச் சுடும் நெருப்பை அறியாது.
இவ்வாறு சோறும் நீரும் ஆகிய
இரு உயிர் மருந்தை விளைவிக்கும்
சிறந்த நாட்டின் மன்னன் கிள்ளி வளவன்.
அவனது நற்புகழை எண்ணிக் கொள்.

நல்ல மணத்தைத் தேர்வு செய்யும்
ஆறுகால் பறவையாகிய வண்டு
சின்னஞ் சிறிய வெள்ளாம்பல்
பூவின் மேலும் நுகரும்.
கொடுக்கும் கையனாகிய
பண்ணனது சிறிய குடிசையில்
பாதிரி மரத்துப் பூ மணப்பது போல
மணக்கும் மயிரினையும்,
ஒளிமிக்க நெற்றியினையும்

இனிய புன்சிரிப்பையும் உடைய
விறலியோடு மெல்ல மெல்ல நடந்து
கிள்ளி வளவனிடம்
நீ செல்வாய் என்றால்
செல்வம் பெற்றவன் ஆவாய்.

காட்டில் விறகை வெட்டி
ஊருக்குள் கொண்டு வருவார்
எப்போதோ அக்காட்டில்
புதையலைப் பெறுவது போல அன்று
அவனது கொடையைப் பெறுவது;
அதைப் பெறுவோமோ மாட்டோமோ
என்று எண்ண வேண்டாம்.
அவன் கொடையை நீ பெறுவது உறுதி.
அவன் முயற்சி வாழ்வதாக.

102. 'பிற வாடினும் வாடாத காவிரி' (393)

பாடல்

பதிமுதல் பழகாப் பழங்கண் வாழ்க்கைக்
குறு நெடுந் துணையொடு கூர்மை வீதலின்,
குடிமுறை பாடி, ஒய்யென வருந்தி,
அடல்நசை மறந்தஎம் குழிசி மலர்க்கும்
கடன் அறியாளர் பிறநாட்டு இன்மையின்,

'வள்ளன்மையின் எம் வரைவோர் யார்?' என
உள்ளிய உள்ளமொடு உலைநசை துணையா,
கவகம் எல்லாம் ஒருபால் பட்டென,
மலர்தார் அண்ணல்நின் நல் இசை உள்ளி,
ஈர்ங்கை மறந்தஎன் இரும்பேர் ஒக்கல்

கூர்ந்த எவ்வம் விட, கொழு நிணம் கிழிப்ப,
கோடைப் பருத்தி வீடுநிறை பெய்த

மூடைப் பண்டம் மிடை நிறைந்தன்ன,
வெண் நிண மூரி அருள, நாள் உற
ஈன்ற அரவின் நா உருக் கடுக்கும்என்

தொன்று படு சிதாஅர் துவர நீக்கி,
போதுவிரி பகன்றைப் புதுமலர் அன்ன,
அகன்று மடி கலிங்கம் உடீஇ, செல்வமும்
கேடு இன்று நல்குமதி, பெரும! மாசு இல்
மதிபுரை மாக் கிணை தெளிர்ப்ப ஒற்றி,

ஆடுமகள் அல்குல் ஒப்ப வாடி,
'கோடை ஆயினும், கோடி
காவிரி புரக்கும் நல் நாட்டுப் பொருந!
வாய்வாள் வளவன்! வாழ்க!' எனப்
பீடுகெழு நோன்தாள் பாடுகம் பலவே.

திணை: பாடாண் துறை: கடைநிலை

புலவர்: நல்லிறையனார்

மன்னன்: சோழன் குளமுற்றத்துத் துஞ்சிய கிள்ளி வளவன்.

தொடக்கம் முதலே வீட்டில் கண்டு அறியாத
துன்பம் நிறைந்த வாழ்க்கையில்
இளைய நெடிய மனைவியோடும்
அறிவுக் கூர்மை குறைவதால்
குடிகள் தோறும் முறையாகப் பாடி
கொடுப்பார் இல்லாததால் பெரிதும் வருந்தி,
அரிசி முதலியன இல்லாமையால் சோறு சமைக்காதபடி
கவிழ்த்து வைக்கப்பட்டுள்ள கலத்தைச்
சமைக்கும்படி அடுப்பில்
நிமிர்த்து வைக்கச் செய்யும் வண்மையுடைய செல்வர்
பிற எந்த நாட்டிலும் இல்லாததால்
இரப்பார்க்குத் தரும் இயல்புடையவர்
எவர் என எண்ணும் உள்ளத்தோடு

நெஞ்சம் வருந்தாமல் இருப்பதற்குக்
காரணமான ஆசையே துணையாக
உலக வளம் எல்லாம் ஒரு பக்கம் சேர்ந்தது போன்ற
மலர் மாலையை அணிந்த தலைவனே!

உன் நற்புகழை எண்ணி,
சோறு உண்டு கழுவிய ஈரக்கையை
மறந்து போன என் மிகப் பெரும் சுற்றத்தின்
மிகப் பெருந் துன்பம் அகலுமாறு வந்தோம்

கொழுத்த புலாலைத் துண்டாக்கி
கோடைப் பருத்தியைப் போல மெல்லிய
பஞ்சை நிறையத் திணித்த மூடை
நிறைந்திருப்பது போல
வெள்ளிய ஊன் துண்டங்களை
எங்கள் வயிறு நிறையத்
தருவாயாக.

அண்மையில் முட்டையிட்ட பாம்பின்
பிளவு பட்ட நாவினைப் போன்று கிழிந்த
என் பழங் கந்தலை
முழுமையாக நீக்குவாயாக.
அரும்பு மலர்ந்த பகன்றைப் புதுமலர் போல
அகலமான கலிங்கத்தை உடுத்துவிப்பாயாக.
குறையற்ற செல்வமும் நல்குவாயாக

பெருமானே!
களங்க மில்லா முழு நிலவு போன்ற
பெரிய தடாரிப் பறை ஒலிக்க அடித்து,
களத்தில் ஆடும் பெண் ஆடி இளைத்து ஒடுங்குவது போலக்
கோடை காலத்தில் நீரில்லாததால்
பிற வாடினும் தான் வாடாது ஓடும்
காவிரி ஆற்றைப் போல

காக்கும் நல்ல நாட்டின் வீரனே!
குறி தப்பாத வாளை உடைய வளவனே!
வாழ்க எனப் பெருமை மிக்க
மன்னனின் தாளை ஏத்தி
நாம் பாடுவோம்.

103. 'அந்தணர் அறம் செய்து மூட்டும் தீ' (397)

பாடல்

வெள்ளியும் இருவிசும்பு ஏர்தரும்; புள்ளும்
உயர்சினைக் குடம்பைக் குரல் தோற்றினவே;
பொய்கையும் போதுகண் விழித்தன; பைபயச்
சுடரும் சுருங்கின்று, ஒளியே பாடு எழுந்து
இரங்குரல் முரசமொடு வலம்புரி ஆர்ப்ப,   5

இரவுப் புறங்கண்ட காலைத் தோன்றி,
எஃகுஇருள் அகற்றும் ஏமப் பாசறை,
வைகறை அரவம் கேளியர்! 'பலகோள்
செய்தார் மார்ப! எழுமதி துயில்!' என,
தெண்கண் மாக்கிணை தெளிர்ப்ப ஒற்றி,   10

நெடுங் கடைத் தோன்றியேனே; அது நயந்து,
'உள்ளி வந்த பரிசிலன் இவன்' என,
நெய்யுறப் பொரித்த குய்யுடை நெடுஞ்சூடு,
மணிக்கலன் நிறைந்த மணம் நாறு தேறல்,
பாம்பு உரித்தன்ன வான்பூங் கலிங்கமொடு,   15

மாரி அன்ன வண்மையின் சொரிந்து,
வேனில் அன்ன என் வெப்பு நீங்க,
அருங் கலம் நல்கியோனே; என்றும்,
செறுவில் பூத்த சேயிதழ்த் தாமரை,
அறுதொழில் அந்தணர் அறம்புரிந்து எடுத்த   20

தீயொடு விளங்கும் நாடன், வாய்வாள்
வலம்படு தீவின் பொலம்பூண் வளவன்
எறிதிரைப் பெருங்கடல் இறுதிக்கண் செலினும்,
தெறுகதிர்க் கனலி தென்திசைத் தோன்றினும்.
'என்?' என்று அஞ்சலம்; யாமே; வென்வேல்   25
அருஞ் சமம் கடக்கும் ஆற்றல் அவன்
திருந்துகழல் நோன்தாள் தண் நிழலேமே!

திணை: பாடாண்

துறை: பரிசில் விடை; கடைநிலை விடையும் ஆம்.

புலவர்: எருக்காட்டூர்த் தாயங் கண்ணனார்

மன்னன்: சோழன் குளமுற்றத்துத் துஞ்சிய கிள்ளி வளவன்.

கரிய ஆகாயத்தில் வெள்ளி எழுந்துவிட்டது;
உயர்ந்த கிளைகளில் இருக்கும் கூடுகளிலிருந்து
பறவைகள் ஒலி எழுப்புகின்றன;
குளத்தில் தாமரை மலர்ந்து விட்டது;
மெல்ல மெல்ல நிலவும்
தன் ஒளி மங்கியது.

இரங்கு குரல் முரசத்தின் பக்கமாக
வலம்புரிச் சங்கின் ஆரவாரமும் எழுந்தது.
இரவைப் புறமுதுகிடச் செய்த
காலைப் பொழுது தோன்றிவிட்டது;
எஞ்சிய இருட்டைப் போக்கும்
காவல் மிக்க பாசறையில்
விடிகாலைச் சத்தத்தைக் கேட்பாயாக;

பலவகையாகச் செய்யப்பட்ட
மாலை அணிந்த மார்பனே!
உறக்கத்தை விட்டு எழுவாயாக
என்று சொல்லித்

தெளிந்த கண்ணுள்ள தடாரிப் பறையை
ஓசை எழுமாறு அடித்து
நெடிய வாசலில் நின்றேன் நான்;

அதைப் பார்த்து விரும்பி
'நம்மையே எண்ணி வந்த பரிசிலன் இவன்'
என்று நெய்யில் பொரித்துத் தாளிப்பை உடைய
பெரிய கரித்துண்டம்,
அழகிய பாத்திரம் நிறைய மணக்கும் தேறல்,
பாம்புதன் சட்டையை உரித்த உரிபோன்ற
உயர்ந்த மெல்லிய ஆடையோடு
மழையெனக் கொடையில் சொரிந்து,
வேனில் போன்ற என் வெம்மை விலக
அரிய ஆபரணங்களையும் தந்தான்;
(எந்த நாளும்) வயலில் பூத்த
சிவந்த இதழ் கொண்ட தாமரை,
ஆறு தொழில் செய்யும் அந்தணர்
அறம் செய்து மூட்டிய வேள்வித் தீயோடு
விளங்கும் நாட்டிற்குரியவன்,
குறிதப்பாத வாள், வென்று கொண்ட தீவில் பெற்ற
பொன்னால் செய்த அணிகலன் என
இவை உடைய வளவன்;

மோதும் அலைகள் கொண்ட
பெரிய கடல் முடிவு எய்தும் ஊழிக்காலமே ஆனாலும்,
வாட்டும் கதிர்களை உடைய சூரியன்
கீழ்த்திசை மாறித் தெற்குத் திசையில் தோன்றினாலும்,
செய்வது என்னவோ ஏதோ என்று நாங்கள்
பயப்பட மாட்டோம்,
ஏனெனில்,
நாங்கள் வெற்றிதரும் வேலால்
அரிய போர்க்களங்களில் வெற்றிபெறும்
ஆற்றல் மிக்க, அழகிய கழல் அணிந்த
அவனுடைய குளிர் நிழலில்
வாழ்கின்றோம்.

104. 'வெட்கம் தரும் செயல்;' (36)

பாடல்

அடுநைஆயினும், விடுநைஆயினும்,
நீ அளந்து அறிதி, நின் புரைமை---வார்கோல்,
செறி அரிச் சிலம்பின், குறுந்தொடி மகளிர்
பொலம்செய் கழங்கின் தெற்றி ஆடும்
தண் ஆன்பொருநை வெண் மணல் சிதைய,   5

கருங் கைக் கொல்லன் அரம்செய் அவ்வாய்
நெடுங்கை நவியம் பாய்தலின், நிலை அழிந்து,
வீகமழ் நெடுஞ்சினை புலம்பக் காவுதொறும்
கடிமரம் தடியும் ஓசை, தன்ஊர்
நெடுமதில் வரைப்பின் கடிமனை இயம்ப,   10

ஆங்குஇனிது இருந்த வேந்தனோடு, ஈங்கு, நின்
சிலைத்தார் முரசம் கறங்க,
மலைத்தனை என்பது நாணுத்தகவு உடைத்தே.

திணை: வஞ்சி   துறை: துணை வஞ்சி
புலவர்: ஆலத்தூர் கிழார்
சூழல் கருவூரைச் சோழன் குளமுற்றத்துத் துஞ்சிய கிள்ளி வளவன்
முற்றுகை இட்டிருந்த போது.

உள்ளே இட்டுச் செறித்த
பருக்கைகளை உடைய சிலம்பினையும்,
கொல்லுத் தொழிலால் செய்யப்பட்ட
குறுகிய வளையல்களையும் உடைய பெண்கள்
பொன்னில் செய்யப்பட்ட கழங்கினால்,
திண்ணை போல் உயர்ந்த
மணல் மேட்டின் மேல் இருந்து விளையாடுவர்.

குளிர்ந்த நீரை உடைய ஆன் பொருநையின்
வெண் மணல் சிதற,
தொழில் திறம் மிகுந்து
வலிமையான கையை உடைய கொல்லன்;
அரத்தால் கூர்மை செய்த,
அழகிய வாயை உடைய
கோடாலி வெட்டுவதால்
இருந்த இடத்திலிருந்து கீழே விழும் பூக்கள்
மணக்கும் நெடுங் கிளைகள் தனித்து இருக்க,
சோலைகள் எங்கும்
காவல் மரங்களை வெட்டுவோரின் ஓசை,
தன் ஊரின் நீண்ட மதில் எல்லையில்
காவல் உடைய அரண்மனைக்குள்ளும் ஒலிக்கிறது.

அப்படி ஒலித்த போதும்
மானம் இல்லாமல் மகிழ்ச்சியாக
இருந்த மன்னனுடன்
இங்கே வானவில் போன்ற மாலையை உடைய
முரசு ஒலிக்க நீ
போரிட்டாய் என்று சொன்னால்
அதைக் கேட்பவர்க்கு அது
வெட்கம் தரும் செயலாகும்.
ஆகவே கொல்வது என்றாலும் சரி,
கொல்லாமல் விடுவது என்றாலும் சரியே;
உன் தகுதியை நீயே அளந்து அறிந்து கொள்.

105. 'தமது பகுத்து உண்பவர்' (46)

பாடல்

நீயே, புறவின் அல்லல் அன்றியும், பிறவும்
இடுக்கண் பலவும் விடுத்தோன் மருகனை;
இவரே, புலன் உழுது உண்மார் புன்கண் அஞ்சி,
தமது பகுத்து உண்ணும் தண் நிழல் வாழ்நர்;
களிறு கண்டு அழுஉம் அழாஅல் மறந்த

புன்தலைச் சிறாஅர்; மன்று மருண்டு நோக்கி,
விருந்தின் புன்கணோ உடையர்;
கேட்டனை ஆயின், நீ வேட்டது செயம்மே.

திணை: வஞ்சி   துறை: துணைவஞ்சி
புலவர்: கோவூர் கிழார்
சூழல் சோழன் குளமுற்றத்துத் துஞ்சிய கிள்ளி வளவன்
மலையமான் மக்களை யானையால்
கொல்ல முயன்றபோது.

நீயோ புறாவின் துயரத்தை மட்டும் அல்லாமல்
பிற துன்பங்களையும் போக்கிய
சோழனின் மரபில் வந்தவன்;
இவர்களோ,
தம் அறிவால் உழுது உண்ணும்
கற்றவர்களின் வறுமைக்குப் பயந்து
தங்கள் பொருளைப் (பகுத்து) பிரித்துக் கொடுத்து
அவர்களோடு உண்டு மனம் குளிரும்
வாழ்க்கையை வாழ்பவர்
மரபில் வந்தவர்.

இவர்கள் யானையைக் கண்டதும்
முதலில் பயந்து அழுதனர்.
பின்பு தம் இளமை காரணமாக
அழுத அழுகையை மறந்து
சிறிய தலை கொண்ட
சிறு பிள்ளைகள் ஆதலால்
மன்றத்தைப் பார்;த்துப் பயந்து
இதற்கு முன்பு அறிந்திராத
புதிய வருத்தத்தை உடையவர் ஆயினர்.
நான் சொல்லும் இதைக் கேட்பாய் என்றால்
நீ என்ன விரும்புகிறாயோ
அதன்படியே செய்வாயாக.

106. 'பாடுவார் போல இரந்து கேட்டிருக்கும்'
(226)

பாடல்

செற்றன்றுஆயினும், செயிர்த்தன்றுஆயினும்,
உற்றன்றுஆயினும், உய்வு இன்றுமாதோ
பாடுநர் போலக் கைதொழுது ஏத்தி,
இரந்தன்றாகல் வேண்டும் - பொலந்தார்
மண்டு அமர் கடக்கும் தானைத்   5

திண்தேர் வளவற் கொண்ட கூற்றே.

திணை: பொதுவியல் **துறை:** கையறுநிலை.
புலவர்: மாறோக்கத்து நப்பசலையார்
மன்னன்: சோழன் குளமுற்றத்துத் துஞ்சிய கிள்ளிவளவன்

பொன்னால் செய்யப்பட்ட மாலையையும்
நெருங்கிய போரில் எதிரில் நின்று
வெற்றி பெறும் படையையும்,
உறுதி மிக்க தேரினையும் உடையவனான
வளவனது உயிரைக் கொண்ட எமன்,
தன் மனத்துள்
வஞ்சம் கொண்டது என்றாலும் சரி;
வெளிப்படையாக நின்று
சினம் கொண்டது என்றாலும் சரி;

நெருங்கி நின்று
கையோடு உடம்பையும் தீண்டி
வருத்தப்படுத்தி இருந்தாலும் சரி;
அது தப்பிப் போயிருக்க முடியாது.
பாடுபவரைப் போலக் காட்சி தந்து
கையால் வணங்கி, வாழ்த்தி,
இரந்து உயிரை எடுத்துப் போய்
இருக்க வேண்டும்.

107. 'விவேகம் இல்லாமல் விதை நெல்லையே உண்டுவிட்டாயே' (227)

பாடல்

நனி பேதையே, நயன் இல் கூற்றம்!
விரகு இன்மையின் வித்து அட்டு உண்டனை;
இன்னும் காண்குவை, நன்வாய் ஆகுதல்;
ஒளிறுவாள் மறவரும், களிறும், மாவும்,
குருதி அம் குரூஉப்புனற் பொருகளத்து ஒழிய,   5

நாளும் ஆனான் கடந்துஅட்டு, என்றும்நின்
வாடுபசி அருத்திய வசைதீர் ஆற்றல்
நின் ஓர் அன்ன பொன் இயற் பெரும்பூண்
வளவன் என்னும் வண்டுமூசு கண்ணி
இனையோற் கொண்டனைஆயின்,   10

இனியார் மற்றுநின் பசிதீர்ப்போரே?

திணை: பொதுவியல்.   துறை: கையறுநிலை.
புலவர்: ஆடுதுறை மாசாத்தனார்
மன்னன்: சோழன் குளமுற்றத்துத் துஞ்சிய கிள்ளி வளவன்

இரக்கமே இல்லாத எமனே!
நீ புத்திசாலியா? இல்லை! (ஏன் என்றால்)
ஒளி வீசும் வாள் சண்டையில்
ஆற்றல் மிக்க வீரரும், யானையும், குதிரையும்,
இரத்தம் எனும் அழகிய நீரும்
பெருகும் போர்க்களத்தில்
இறந்து போவதை (அவன்)
எந்த நாளும் விரும்ப மாட்டான்;

(எதிரிகளின்) எதிரில் நின்று
அவரைக் கொன்று

ஒவ்வொரு நாளும் உனது
உடலை வாட்டும் பசி போக
உனக்கு ஊட்டிய பழியற்ற,
வலிமிகு கொலைத் தொழிலுக்கு
உன்னைப் போன்ற பொன்னால் ஆன
பெரிய அணிகலனை உடைய
வளவன் என்று சொல்லப்படும்
வண்டுகள் மொய்க்கும் தலைமாலையை உடைய
பண்புடையோனை நீ உனக்கு
உரியோனாய்க் கொண்டாய் என்றால்
இனி உன் பசியைப் போக்குபவர் யார்?

உனக்குத் தேவையான அறிவு இல்லாததால்
மேலும் விளைந்து பயன்தரும் விதையையே
சமைத்து உண்டு விட்டாய்;
ஆகவே நான் உனக்குச் சொன்ன இவ்வார்த்தைகள்
உண்மையாகப் போவதை
இனி நீ காண்பாய்.

108. 'தாழியுள் அடக்க முடியாதவன்' (228)

பாடல்

கலம் செய் கோவே! கலம் செய் கோவே!
இருள் திணிந்தன்ன குருஉத்திரள் பருஉப்புகை
அகல் இரு விசும்பின் ஊன்றும் சூளை,
நனந் தலை மூதூர்க் கலம்செய் கோவே!
அளியை நீயே; யாங்கு ஆகுவைகொல்? 5

நிலவரை சூட்டிய நீள்நெடுந் தானைப்
புலவர்: புகழ்ந்த பொய்யா நல் இசை,
விரி கதிர் ஞாயிறு விசும்பு இவர்ந்தன்ன
சேண்விளங்கு சிறப்பின், செம்பியர் மருகன்---
கொடி நுடங்கு யானை நெடுமாவளவன்---- 10

தேவர் உலகம் எய்தினன்ஆதலின்,
அன்னோற் கவிக்கும் கண் அகன் தாழி
வனைதல் வேட்டனை ஆயின், எனையதூஉம்
இரு நிலம் திகிரியா, பெருமலை
மண்ணா, வனைதல் ஒல்லுமோ, நினக்கே?   15

திணை : பொதுவியல்.   துறை : ஆனந்தப் பையுள்.
புலவர் : ஐயூர் முடவனார்
மன்னன் : குளமுற்றத்துத் துஞ்சிய கிள்ளி வளவன்

சமையல் சட்டி பானைகளைச்
செய்யும் குயவரே!
சமையல் சட்டி பானைகளைச்
செய்யும் குயவரே!
இருட்டு எல்லாம் விலகி
ஒரே இடத்தில் அடர்ந்து
நின்றது போன்ற நிறமுடையதாய்த்
திரண்ட பெரும் புகை
அகன்ற பெரிய ஆகாயத்திற்குச் சென்று
தங்கும் சூளையை உடைய,
பழைய ஊரில்
அகலமான இடத்தில்
சட்டிபானை செய்யும் குயவரே!

இப்பூமியில் விரிந்து பரந்த
பெருஞ் சேனயை உடைய,
அறிஞர் புகழ்ந்த,
பொய்யற்ற, நல்ல புகழையும்
பரந்த சுடரையும் உடைய சூரியன்
வானத்தே விரிந்தது போன்று
தொலைவில் தெரியும் தலைமை கொண்ட
செம்பியர் மரபில் உள்ளவன்,
கொடிகள் அசையும் யானைகளை உடையவன்

மிகப் பெரிய வளவன்;
அவன் தேவர்தம் விண்ணுலகை
அடைந்து விட்டான்.
ஆகவே அத்தகையவனை உள்ளே கொள்ளும்
இடம் அகன்ற பெரிய தாழியை
நீ செய்ய விரும்பினால்,
பெரிய இந்த நிலவட்டமே சக்கரமாக,
பெரிய மேருமலையையே மண்ணாகக் கொண்டு
உன்னால் வனைய முடியுமா?
உன்னால் முடியாது அல்லவா?
அதனால் உனக்கு இனி
வருத்தமே தான்.
நீ இரக்கத்திற்குரியவன்தான்.

சோழன் குராப்பள்ளித் துஞ்சிய கிள்ளி வளவன்-II

109. 'சில்வளைவிறலி' (60)

இந்தச் சோழனை முன்பே
காரிக் கண்ணனார் பாடக் கண்டோம்.
இந்தப் பாடல் உறையூரில் வாழ்ந்து
மருத்துவத் தொழில் செய்த தாமோதரனார்
என்ற புலவர் பாடியது.
தாமோதரன் என்பது கண்ணனின்
இன்னொருபெயர்,
சமயப் பெயர் இது,
மதுரையைப் போலவே உறையூரும்
புலவர்களின் பூஞ்சோலை ஆகும்.
சங்க நாட்களில் பத்துப் புலவர்கள்
அங்கே வாழ்ந்திருக்கின்றனர்.

பாடல்

முந்நீர் நாப்பண் திமில் சுடர் போல,
செம்மீன் இமைக்கும் மாக விசும்பின்
உச்சி நின்ற உவவு மதி கண்டு,
கட்சி மஞ்ஞையின் சுரமுதல் சேர்ந்த,
சில்வளை விறலியும், யானும், வல் விரைந்து,   5

தொழுதனம் அல்லமோ, பலவே-----கானற்
கழிஉப்பு முகந்து கல்நாடு மடுக்கும்
ஆரைச் சாகாட்டு ஆழ்;ச்சி போக்கும்
உரனுடை நோன் பகட்டு அன்ன எம் கோன்,
வலன் இரங்கு முரசின் வாய் வாள் வளவன்,   10

வெயில்மறைக் கொண்ட உருகெழு சிறப்பின்
மாலை வெண் குடை ஒக்குமால் எனவே?

திணை: பாடாண்   துறை: குடைமங்கலம்
புலவர்: உறையூர் மருத்துவன் தாமோதரனார்
மன்னன்: சோழன் குராப்பள்ளியில் உயிர்நீத்த பெருந்திரு மாவளவன்

கடல் நடுவே மீன் பிடிக்கச் சென்ற
படகில் ஏற்றி இருக்கும்
விளக்கினைப் போல,
திருவாதிரை நட்சத்திரம் விளங்கும்
திசைகளை உடைய வானத்தின்
உச்சியில் இருந்த முழு நிலவைப் பார்த்துக்
காட்டில் வாழும் மயிலைப் போல
அரிய வழி சென்று அடைந்த
ஆடற் கலை சார்ந்த பேதைப் பருவத்தில்
சில வளையல்களை அணிந்த விறலியும்
நானும் வேகமாக வந்தோம்.

கடற்கரையிலிருந்து உப்பை ஏற்றிக் கொண்டு
மலைநாட்டை நோக்கிச் செல்லும்
ஆரக்காலை உடைய உப்பு வண்டி
குழிகளில் விழுந்து விடாதபடி,
பாரத்தைத் தாங்கி,
இழுத்துச் செல்லும் வலிமைமிக்க
காளையைப் போன்றவன் எம் தலைவன்.
வெற்றியை முழங்கும் முரசினையும்,
குறி தவறாத வாளையும் உடைய
(எங்கள்) வளவனின்
வெயிலை மறைத்துக் காக்க
உயர்த்தப்பட்ட
அழகின் சிறப்பும் தலைமையும் உடைய
மாலை அணிந்த வெண்கொற்றக் குடையைப்
போன்றது என்றே அந்நிலவைப்
பலநாளும் தொழுதோம் அல்லவா

110. 'நல்லறிவுடையோரையே எண்ணுவோம்' (197)

இவனை குராப்பள்ளியில்
உயிர் நீத்த கிள்ளி வளவன்-III
என்றும் கூறுவர்.

பாடல்

வளி நடந்தன்ன வாச் செலல் இவுளியொடு
கொடி நுடங்கு மிசைய தேரினர் எனாஅ,
கடல் கண்டன்ன ஒண்படைத் தானையொடு
மலை மாறு மலைக்கும் களிற்றினர் எனாஅ,
உரும் உரற்றன்ன உட்குவரு முரசமொடு

செரு மேம்படூஉம் வென்றியர் எனாஅ,
மண் கெழு தானை; ஒண்பூண், வேந்தர்

வெண்குடைச் செல்வம் வியத்தலோ இலமே;
எம்மால் வியக்கப்படூஉமோரே,
இடுமுள் படப்பை மறிமேய்ந்து ஒழிந்த   10

குறுநறு முஞ்ஞைக் கொழுங்கண் குற்றடகு,
புன் புல வரகின் சொன்றியொடு, பெறூஉம்,
சீறூர் மன்னர் ஆயினும்; எம்வயின்
பாடு அறிந்து ஒழுகும் பண்பினோரே;
மிகப்பேர் எவ்வம் உறினும், எனைத்தும்   15

உணர்ச்சி இல்லோர் உடைமை உள்ளேம்;
நல் அறிவு உடையோர் நல்குரவு
உள்ளுதும், பெரும! யாம், உவந்து, நனி பெரிதே!

திணை: பாடாண்   துறை: பரிசில் கடாநிலை.
புலவர்: கோனாட்டு எறிச்சலூர் மாடலன் மதுரைக் குமரனார்
மன்னன்சோழன் குராப்பள்ளித் துஞ்சிய பெருந்திருமா வளவன்

காற்று இயங்குவது போலத்
தாவும் இயல்பை உடைய குதிரையோடு
கொடி அசையும் உச்சியைக் கொண்ட தேர்.

கடலைக் கண்டது போல
ஒளிமிக்க படைக் கருவிகளைக் கொண்ட
சேனை அது;

மலையோடு மாறுபட்டுப் போரிடும் யானை;
இடி முழங்கியது போல
பயப்படத் தக்க முரசத் தோடு
போரில் மேலான வெற்றியைப் பெறுபவர்
எனவும் எண்ணி,
நிலம் நிறைக்கும் படையும்
ஒளிமிகு அணிகலன்களும் உடைய

அரசர்களின் வெண்கொற்றக் குடையால்
நிழல் பெற்ற செல்வத்தை
நாங்கள் மதிப்பது இல்லை.

எங்களால் மதிக்கப்படுவோரோ
முற்களால் இடப்பட்ட வேலியை உடைய
தோட்டத்தில் உள்ள ஆடு
தின்றது போக மிஞ்சிய
குறிய மணம் மிக்க மூஞ்ஞையின்
கொழுத்த கண்ணால் தள்ளப்பட்ட
சிறிய இலையைப்
புன்செய் நிலத்தில் விளைந்த
வரகின் சோற்றோடு பெறலாம்.
இத்தகைய சிறிய ஊரை உடைய
வேந்தர்களே என்றாலும்
எங்;களிடத்துச் செய்யத்தக்க
முறையை அறிந்து நடக்கும் குணம்
கொண்டோரும் உண்டு அல்லவா?

நாங்கள் எத்தனைப்
பெரிய துன்பம் அடைந்தாலும்
சிறிதும் அறிவில்லாதவரின் செல்வம்
பயன்படாது ஆகையால்
அதனை நினைக்க மாட்டோம்.
ஆனால் நல் அறிவு உடையோரது
வறுமை பயன்படுவதால்
நாங்கள் உள்ளம் மகிழ்ந்து
பெருமானே! அதனையே
மிகப் பெரிதும் நினைப்போம்.

111. 'முழுமையான இசை அறிவு பெற்றவன்' (373)

பாடல்

'உருமிசை முழக்கு என முரசம் இசைப்ப,
செரு நவில் வேழம் கொண்மூ ஆக,
தேர்மா அழிதுளி தலைஇ, நாம்உறக்
கணைக் காற்று எடுத்த கண் அகன் பாசறை,
இழிதரு குருதியொடு ஏந்திய ஒள்வாள்

பிழிவது போலப் பிட்டை ஊறு உவப்ப,
மைந்தர் ஆடிய மயங்கு பெருந் தானை,
கொங்கு புறம்பெற்ற கொற்ற வேந்தே!
தண்ட மாப்பொறி.
மடக் கண் மயில் இயல் மறலியாங்கு

நெடுஞ் சுவர் நல் இல் புலம்ப, கடைகழிந்து,
மென் தோள் மகளிர் மன்றம் பேணார்,
புண்ணுவ-------
அணியப் புரவி வாழ்க என,
சொல் நிழல் இன்மையின் நல் நிழல் சேர,

நுண் பூண் மார்பின் புன் தலைச் சிறாஅர்
அம்பு அழி பொழுதில் தமர் முகம் காணா,
-------ற் றொக்கான
வேந்து புறங்கொடுத்த வீய்ந்து உகு பறந்தலை,
மாடம் மயங்கு எரி மண்டி, கோடு இறுபு,

உரும்எறி மலையின், இரு நிலம் சேர,
சென்றோன் மன்ற சொ-------
-------ண்ணறிநர் கண்டு கண் அலைப்ப,
வஞ்சி முற்றம் வயக் களன் ஆக,
அஞ்சா மறவர் ஆட்போர்பு அழித்துக்

கொண்டனை பெரும! குடபுலத்து அதரி;
பொலிக அத்தை நின் பணைதனற-------எம்!
விளங்கு திணை: வேந்தர் களம்தொறும் சென்று,
"புகர்முக முகவை பொலிக!" என்று ஏத்தி,
கொண்டனர்' என்ப, பெரியோர்; யானும்

அம்கண் மாக்கிணை அதிர ஒற்ற,
-------லென் ஆயினும், காதலின் ஏத்தி
நின்னோர் அன்னோர் பிறர் இவண் இன்மையின்,
மன் எயில் முகவைக்கு வந்திசின், பெரும!
பகைவர் புகழ்ந்த ஆண்மை, நகைவர்க்குத்

தா இன்று உதவும் பண்பின், பேயொடு
கண நரி திரிதரூஉம் ஆங்கண், நிணன் அருந்து
செஞ்செவி எருவை குழீஇ,
அஞ்சுவரு கிடக்கைய களம் கிழவோயே!

திணை: வாகை துறை: மறக்களவழி

புலவர்கோவூர் கிழார்

மன்னன்: சோழன் குராப்பள்ளித் துஞ்சிய கிள்ளி வளவன்

இடியின் முழக்கம் போல
முரசம் ஒலிக்க,
போரிடப் பயின்ற யானைகள் மேகங்களாக,
தேர்களும் குதிரைகளும் சிதைந்து பரந்து
மழைத் துளியாய் நிலத்தில் பட,
அச்சம் உண்டாகும்படி
அம்புகளாகிய காற்றுவீசும் இடமாகிய
அகன்ற பாசறையில்
சொரியும் இரத்தத்தோடு
கையில் ஏந்திய வாட்படையால்
உடம்பைப் பிழிந்து எடுப்பதுபோலப்
பிளந்ததால் உண்டான புண்ணைக் கண்டு

மகிழ்ச்சி அடைய,
வலி மிக்க வீரர் போரிட விரும்பிச்
சேர்ந்து இருக்கும் பெரும் படையினால்
கொங்கு நாட்டவரைப் புற முதுகு காட்டி
ஓடச் செய்த வெற்றிமிகு வேந்தனே!

குறையாத பெரிய புள்ளிகளையும்,
மடக் கண்களையும் உடைய பெண்மயில்
முன்னும் பின்னுமாகப் பலமுறை நடந்ததுபோல்
நீண்ட சுவர்களை உடைய
தங்கள் நல் வீடுகள் வெறுமையாக,
அவற்றை விட்டுச் சென்ற
மெல்லிய தோளை உடைய பெண்கள்
மன்றத்தை விரும்பிச் செல்லாமல்
தங்கள் கணவன் போரில் பெற்ற
விழுப்புண்ணைக் காணவிரும்பி
....
தலையாட்டமாம் அணி அணிந்த குதிரை
வாழ்வதாக என்று வாழ்த்திப்
புகழ் மிக்க புகலிடம் வேறு இல்லாததால்
உனது புகலிடமாம் நிழலைச் சேர்வாராக;

நுண்ணிய பூண் அணிந்த மார்பினையும்,
செம்பட்டைத் தலையினையும் உடைய
சிறுவர்கள் தாம் தொடுத்து விளையாடிய
அம்பு தீர்ந்து போன போது
தமக்கு அம்புகளைச் செய்து தரும்
தந்தை தாயைக் காணாமல்.
வாளால் தாக்காமல், வேந்தர்கள்
புறங்கொடுத்து ஓடியதால்
அழிந்து கெட்ட போர்க் களத்தில்,
பெரும் மாடங்களைப்பற்றி எரிக்கும்
தீயைப் போல நெருங்கி,
இடிதாங்கி விழும் மலைபோலக்

கொம்பு ஓடிந்து நிலத்தில் விழக் கொன்று
தெளிவான வெற்றியுடன் கொலை
செய்யும் தலைவன் சென்றான்.

அத்தகையவன் மேல் சென்று
அவன் மீது எறியும் போது
அவனுக்கு உண்டாகும் கொடும்
புண்ணைக் கண்டு, பஞ்சி இட்டு
ஆற்றுவோரும் தம் கண்களால்
கண்டு ஆற்றாமல் கண் கலங்கி வருந்த,
வஞ்சிமா நகரின் முற்றம்
வெற்றி மிக்க போர்க்களமாக மாற,
பயப்படாத வீரர்களின் பிணப்போரை அழித்துக்
குடநாட்டில் பிணையல் அடித்தாய்.
உன் முரசு முழங்கும் அகன்ற
போர்க்களம் விளங்குக,
விளக்கம் மிக்க உயர்குல மன்னர்களின்
போர்க்களம் தோறும் சென்று
மேலும் விளங்குக என்று
பாராட்டிப் பரவி புள்ளிகளை உடைய
முகம் கொண்ட யானையாகிய
பரிசிலைப் பெற்றனர் என்று
பெரியோர் சொல்லுவார்கள்;

நானும், அழகியகண் கொண்ட
பெரிய தடாரிப் பறையை அதிர அடித்து
.
இசையறிவு முழுமையாகப் பெற்றவன்
இல்லை என்றாலும், அன்புடன் பரவி,
உன்னைப் போன்றவர் பிறர்
இங்கே இல்லாததால் பெருமானே!

பகைமன்னரின் மதிலிடத்தே கொண்ட
பொருள்களைப் பரிசிலாகப் பெற

எண்ணி வந்தேன்;
பகைவரும் புகழ்ந்து பாராட்டும்
ஆண்மையும், நண்பர்களுக்குக்
குறைவின்றி உதவும் நற்பண்பும்
கொண்டவனாய்ப்
பேய்க் கூட்டமும் நரிக் கூட்டமும்
ஊன் உண்டு திரியும் அங்கே
ஊனைத் தின்று, சிவந்த செவியுடைய
கழுகுகளும் கூடிப் பார்ப்பவர்க்கு
அச்சம் தரும் இடமாகிய
போர்க்களத்தை உரிமையாகக்
கொண்டவனே!

சோழன் இராச சூயம் வேட்ட பெருநற் கிள்ளி-IV

112. 'துணை வேண்டாச் செரு' (16)

பாடல்

வினைமாட்சியவிரைபுரவியொடு,
மழை உருவின தோல் பரப்பி,
முனை முருங்கத் தலைச்சென்று, அவர்
விளை வயல் கவர்பூட்டி,
மனைமரம் விறகுஆகக்

கடிதுறைநீர்க் களிறுபடீஇ,
எல்லுப்பட இட்டசுடுதீவிளக்கம்
செல்சுடர் ஞாயிற்றுச் செக்கரின் தோன்ற,
புலம் கெட இறுக்கும் வரம்பு இல் தானை,
துணைவேண்டாச் செரு வென்றி,

புலவுவாள், புலா் சாந்தின்,
முருகன் சீற்றத்து, உருகெழுகுருசில்!
மயங்குவள்ளை, மலா் ஆம்பல்,
பனிப் பகன்றை, கனிப் பாகல்,
கரும்புஅல்லதுகாடுஅறியாப்

பெருந் தண்பணைபாழ் ஆக,
ஏம நல் நாடுஒள்ளரிஊட்டினை,
நாம நல் அமா் செய்ய,
ஓராங்குமலைந்தன, பெரும! நின் களிறே.

திணை: வஞ்சி துறை: மழ புல மஞ்சி

புலவா்: பாண்டரங்கண்ணனாா்.

'கண்ணன்' இவரது இயற் பெயா் பாண்டரங்கன் இவருடைய தந்தை பெயா் [ஔவை] மன்னன் சோழன் இராச சூயம் வேட்ட பெரு நற் கிள்ளி இராச சூயம் என்பது அரசா்கள் செய்யும் வேள்வி.

போருக்கு உதவு மாறு
விரைந்து செல்லும் குதிரை;
மேகம் போன்ற வடிவுள்ள
கேடயங்களைப் வரிசையாகப் பரப்பிப்
போர்க்களம் கலங்குமாறு முன் சென்றவர்கள்
நெல் விளைந்த வயல்களைக் கொள்ளை அடித்தனர்;
வீட்டிற்கான மரங்களை விறகாக்கினர்;
காவல் உடைய குளங்களில்
யானைகளைப் படுக்க வைத்தனர்;
பகல் என்று சொல்லும்படி
ஊரை எரிக்கும்படி வைத்த
நெருப்பின் வெளிச்சம்
சிவந்த சூரியனின்
செக்கர் நிறத்தில் தோன்றும்;

பகை நாடு அழியுமாறு சென்று
தங்குகிறது உன் எல்லை யற்ற படை
துணைப் படையே வேண்டாமல்
போரில் வெற்றி பெறுபவன் நீ;
உன் வாள் புலால் மணக்கிறது;
மார்பு உலரும் சந்தனம் உள்ளது;
முருகக் கடவுள் போன்ற சினமும்
அழகும் மிக்க தலைவனே!

ஒன்றோடொன்று கலந்து மலரும்
வள்ளை, ஆம்பல்பூ, குளிரும் பகன்றை,
பழம் உள்ள பாகல் இவற்றோடு
கரும்பு தவிர வேறு காட்டை அறியாத
பெரிதும் நீர் வளமுள்ள மருத நிலம் பாழ்பட,
காவலை உடைய நல்ல நாட்டை
ஒளிமிக்க தீயை வைத்தாய்;
பயப்படத் தக்க நல்ல போரைச் செய்ய
உன் எண்ணத்திற்கு ஏற்ப
உன் களிறுகளும்
ஒரே தன்மையில் போரிட்டன.

113. 'நிறையக் கொடுத்தான் நேசத் தலைவன்' (377)

பாடல்

பனிபழுநியபல் யாமத்துப்
பாறுதலைமயிர் நனைய,
இனிதுதுஞ்சும் திருநகர் வரைப்பின்,
இனையல் அகற்ற, என் கிணைதொடாக் குறுகி,
'அவி உணவினோர் புறங்காப்ப,   5

அறநெஞ்சத்தோன் வாழ, நாள்'என்று,
அதற் கொண்டு வரல் ஏத்தி

"'கரவு இல்லாக் கவிவண் கையான்
வாழ்க!" எனப் பெயர் பெற்றோர்
பிறர்க்குஉவமம் தான் அல்லது

தனக்குஉவமம் பிறர்இல்', என
அதுநினைத்து, மதிமழுகி,
ஆங்குநின்றஎற் காணூஉச்
'சேய் நாட்டுச் செல் கிணைஞனை!
நீபுரவலை, எமக்கு' என்ன,

மலைபயந்தமணியும், கடறுபயந்தபொன்னும்,
கடல் பயந்தகதிர் முத்தமும்,
வேறுபட்டஉடையும். சேறுபட்டதசும்பும்,
கனவில் கண்டாங்கு, வருந்தாதுநிற்ப,
நனவின் நல்கியோன், நசைசால் தோன்றல்;

நாடுஎனமொழிவோர், 'அவன் நாடு' எனமொழிவோர்;
வேந்து எனமொழிவோர், 'அவன் வேந்து' எனமொழிவோர்;
.............பொற்கோட்டுயானையர்,
கவர் பரிக் கச்சை நல்மான்,
வடிமணி, வாங்குஉருள,

.... நல்தேர்க் குழுவினர்,
கதழ் இசைவன்கணினர்,
வாளின் வாழ்நர், ஆர்வமொடுஈண்டி,
கடல்ஒலிகொண்டதானை
அடல்வெங் குருசில்! மன்னியநெடிதே!

திணை: பாடாண் துறை: வாழ்த்தியல்.

புலவர்: உலோச்சனார்

மன்னன்: சோழன் இராச சூயம் வேட்ட பெரு நற்கிள்ளி.

கடுமையான பனியில் பல இரவுகள்
பரந்து குத்திட்டு நின் முடி நனைய,
தலைவன் இனிதாக உறங்கும்
செல்வம் மிக்க நகரில் நின்று,
எங்கள் வறுமையின் வருத்தத்தைப் போக்குமாறு
என் கிடாரிப் பறையைக் கொட்டி
அவிசினைப் பெறும் தேவர்கள்
நாள்தோறும் காப்பாற்ற அற மனமுடையோன்
நாளும் வாழ்கவென்று வாழ்த்தினேன்.
அதைப் பார்த்து அவன்
எங்களை வரவேற்றான்.
'மறைக்காது கொடுக்கும்
கொடையாளன் வாழ்க' என
வாழ்த்தப் பெறும் பலருள்ளும்
இவன் பிறர்க்கு உவமை ஆவானே அன்றிப்
பிறர் இவனுக்கு உவமம் ஆகும் ஒப்பு இல்லாதவர்
எனும் இதை எண்ணி
வந்த சான்றோர் பலரும் வாழ்த்த
அதைக் கேட்டு மயங்கி நின்ற என்னைக் கண்ட அவன்

புரவலரை நாடித்
தொலை நாட்டுக்குச் செல்லும்
கிணைப் பறையாளனே! என்னால் நீ
உபசரிக்கப்படுவாய் என்று கூறினான்,
பிறகு மலைதந்த இரத்தினமும்,
காடுதந்த பொன்னும்,
கடல் தந்த ஒளிர் முத்தும்,
பல்வேறு ஆடைகளும்,
கள் நிறைந்த குடங்களும்
நான் வருந்தாமல் வாழக்
கனவில் காண்பது போல
நனவில் கொடுத்தான், அந்த
நேசத்திற்குரிய தலைவன்,

நாடு என்று கூறுவார்
அவன் நாட்டையே கூறுவர்;
அரசு என்று கூறுவோரும்
அவனையே அரசன் என்பார்;
முகபடாத்தோடு ஒளிரும் தந்தங்களும் கொண்ட
யானைப்படைத் தலைவரும்,
விரைந்த ஓட்டமும் சாரியையும் உடைய
குதிரைப்படைத் தலைவரும்;
வடித்த ஓசையை உடைய மணிகளையும்
வட்டமாக வளைந்த உருளைகளையும்
கொடியையும் உடைய நல்ல பல தேர்ப்படைத் தலைவரும்
பெரும் சினமும் புகழும் மிக்கவராய்
வாளால் வாழும் போர் வீரர்தம் தலைவர்களும்
ஆசையோடு கூடி
கடல் ஒலி என முழங்கும்
படைகளை உடையவன்,
போரை வெல்லும் விருப்பம் உடைய வேந்தன்
நெடுங்காலம் வாழ்வானாக.

3.3 பாண்டியர்

1. பாண்டியன் ஆரியப்படை கடந்த நெடுஞ்செழியன் - 183 (குடும்ப வரிசையில் காண்க)
2. தலையாலங் கானத்துச் செருவென்ற நெடுஞ்செழியன் (18, 19, 23, 24, 25, 26, 72, 76, 77, 78, 79, 371, 372)
3. பாண்டியன் இலவந்திகைப் பள்ளித் துஞ்சிய நன்மாறன் - (55, 56, 57, 196, 198)
4. பாண்டியன் சித்திரமாடத்துத் துஞ்சிய நன்மாறன் - 59
5. பல்யாகசாலை முதுகுடுமிப் பெரு வழுதி - (6, 9, 12, 15, 64)
6. கானப்பேர் எயில் கடந்த உக்கிரப் பெரு வழுதி - (21, 367)
7. வெள்ளியம்பலத்துத் துஞ்சிய பெரு வழுதி - 58
8. கடலுள் மாய்ந்த இளம் பெருவழுதி - 182 (முதுமைச் சிந்தனைகள் வரிசையில் காண்க).
9. பாண்டியன் கருங்கை ஒள்வாள் பெரும் பெயர் வழுதி - 3
10. பாண்டியன் கூடகாரத்துத் துஞ்சிய மாறன் வழுதி - (51, 52)
11. ஒல்லையூர் தந்த பூதப் பாண்டியன் - 71
12. பாண்டியன் அறிவுடை நம்பி - (184, 188) (குடும்ப வரிசையில் காண்க)
13. நம்பி நெடுஞ்செழியன் - 239 (வீரர் மறைவு வரிசையில் காண்க)

பாண்டியன் தலையாலங் கானத்துச்
செரு வென்ற நெடுஞ் செழியன்

பாண்டியன் நெடுஞ் செழியன்.
தலையாலங் கானம் என்ற இடத்தில்
இவனை எதிர்த்த பகைவர்களை,
வென்ற சிறப்பினால் வந்தது முழுப்பெயர்.
இளவயதில் முடி சூட்டப்பட்டவன்
அதனால் அவனை வென்று விடலாம் என்று
பிற முடி மன்னரும் வேளிரும் சூழ்ந்தனர்.
போருக்குப் புறப்படும் வீரன் (77, 79)
எதிர்த்த அரசர்கள் (78, 19, 76)
போர்க்களத்தில் (25)
புலவர்கள் வருகை (372, 371, 23)
அறிவுரை (26, 18)
வாழ்த்து (24)

114. 'மகிழவும் இல்லை, பிறரை இகழவும் இல்லை' (77)

பாடல்

கிண்கிணி களைந்த கால் ஒண் கழல் தொட்டு,
குடுமி களைந்த நுதல் வேம்பின் ஒண் தளிர்
நெடுங் கொடி உழிஞைப் பவரொடு மிலைந்து,
குறுந் தொடி கழித்த கைச் சாபம் பற்றி
நெடுந் தேர்க் கொடிஞ்சி பொலிய நின்றோன்   5

யார்கொல்? வாழ்க. அவன் கண்ணி! தார் பூண்டு,
தாலி களைந்தன்றும் இலனே; பால் விட்டு
அயினியும் இன்று அயின்றனனே; வயின்வயின்
உடன்று மேல் வந்த வம்ப மள்ளரை
வியந்தன்றும், இழிந்தன்றும், இலனே; அவரை   10

அழுந்தப் பற்றி, அகல் விசும்பு ஆர்ப்பு எழ
கவிழ்ந்து நிலம் சேர அட்டதை
மகிழ்ந்தன்றும், மலிந்தன்றும், அதனினும் இலனே.

திணை : வாகை   துறை : அரசவாகை.
புலவர் : இடைக்குன்றூர்கிழார்
மன்னன் : பாண்டியன் தலையாலங் கானத்துச் செரு வென்ற
நெடுஞ்செழியன்

(அதோ, அந்த) நீண்ட தேரின் மொட்டு
அழகு பெறுமாறு
சிறிய வளையல்கள் கழற்றப்பட்ட கையில்
வில்லைப் பிடித்துக் கொண்டு
நிற்பவன் யார்?
சதங்கை கழற்றப்பட்ட காலில்
ஒளி மிக்க வீரக் கழலைக்
கட்டியிருக்கின்றனர்.
குடுமி களையப்பட்ட தலையில்
வேம்பின் ஒளிமிக்க தளிரை
நீண்ட கொடியாகிய உழிஞையோடு
சூட்டியிருக்கின்றனர்.
யாராக இருந்தாலும்
இவன் தலையில் சூடப் பெற்றுள்ள
கண்ணி வாழ்வதாக!

மார்பிலோ தார் அணிந்திருக்கிறான்
காக்கும் கடவுளான திருமாலின்
சங்கு, சக்கரம், கதை, வாள், வில்
என்னும் ஐம்படைத் தாலியை
இன்றுவரை கழற்றவும் இல்லை.
பாலை விட்டு விட்டு
உணவைக் கூட
இன்றுதான் உண்டிருக்கிறான்.

வெகுண்டு முறை முறையாக
எதிர்த்து வந்த புதிய வீரரை
மதிக்கவோ அவமதிக்கவோ இல்லை.
அவரை இறுகப் பற்றிப்
பரந்த வானில் ஒலி எழ,
நிலத்தின் மேல் உடல் கவிழ்ந்து விழ
அவரைக் கொன்றதற்காக மகிழுவும் இல்லை
அதை விட இப்படிச் செய்தேன் என்று
அதற்காகத் தன்னைப் பெரியவனாக
எண்ணியதும் இல்லை.

115. 'நேரம் குறைவு; தப்பித்துக் கொள்வாரோ?'
(79)

பாண்டியன் தலையாலங்கானத்துச் செரு வென்ற
நெடுஞ் செழியன் போருக்குப் புறப்படும் காட்சியை
இடைக்குன்றூர் கிழார் நேரில் பார்ப்பதாக
இப்பாடலைப் பாடுகிறார்.

பாடல்

மூதூர் வாயில் பனிக் கயம் மண்ணி,
மன்ற வேம்பின் ஒண் குழை மலைந்து,
தெண் கிணை முன்னர்க் களிற்றின் இயலி,
வெம் போர்ச் செழியனும் வந்தனன்; எதிர்ந்த
வம்ப மள்ளரோ பலரே;   5

எஞ்சுவர் கொல்லோ, பகல் தவச் சிறிதே?

திணை: வாகை   துறை: அரசவாகை.
புலவர்: இடைக்குன்றூர் கிழார்.
மன்னன்: பாண்டியன் தலையாலங் கானத்துச் செரு வென்ற
நெடுஞ்செழியன்

பாண்டியன், தலையாலங்கானத்துச் செருவில்
வெற்றி பெறப் புறப்படும் அவன்
தன் பழமையான நகரின் வாசலில்
குளிர்ந்த பொய்கையில் மூழ்கினான்.
பொது விடத்தில் நின்ற
வேப்ப மரத்தின் ஒளிமிக்க தளிரைத்
தன் குலம் காட்டத்
தலையில் சூடிக் கொண்டான்.
தெளிந்த ஓசையை உடைய பறை முன்னே
களிறு போலப் பெருமிதத்தோடு
கடும் போர் செய்யும்
நெடுஞ்செழியனும் வந்தான்
அவனைப் பகைத்த
நிலையற்ற வீரர்களோ பலராவர்.
இருக்கும் பகல்பொழுதோ
மிகக் குறைவாக இருக்கிறது.
அதனால் அவருள் சிலர்
கொல்லப் படாமல் தப்பிக்கவும் கூடுமோ?

116. 'வளரும் நாட்டை வருத்த வந்த அரசர்கள்' (78)

பாடல்

வணங்கு தொடைப் பொலிந்த வலி கெழு நோன் தாள்,
அணங்குஅருங் கடுந் திறல் என்னை முணங்கு நிமிர்ந்து,
அளைச் செறி உழுவை இரைக்கு வந்தன்ன
மலைப்பு அரும் அகலம் மதியார், சிலைத்து எழுந்து,
'விழுமியம், பெரியம், யாமே; நம்மிற்   5

பொருநனும் இளையன்; கொண்டியும் பெரிது' என,
எள்ளி வந்த வம்ப மள்ளர்
புல்லென் கண்ணர்; புறத்தில் பெயர,

ஈண்டு அவர் அடுதலும் ஒல்லான்; ஆண்டுஅவர்
மாண் இழை மகளிர் நாணினர் கழிய,   10

தந்தை தம் ஊர் ஆங்கண்,
தெண் கிணை கறங்கச் சென்று, ஆண்டு அட்டனனே.

திணை: வாகை   துறை: அரசவாகை.
புலவர்: இடைக்குன்றூர் கிழார்.
மன்னன்: பாண்டியன் தலையாலங் கானத்துச் செரு வென்ற
நெடுஞ்செழியன்

வளைந்த காலணியால் அழகு பெற்ற
வலிமை மிக்க கால்களையும்,
பிறரை வருத்துவதற்கு அரிய
வலிமையும் உடையவன்
என் தலைவன்; அவன்,
குகையில் கிடந்த புலி,
தான் விரும்பும் இரையை நோக்கி,
உடலைக் குலுக்கிப் பின்
நிமிர்ந்து வந்தது போல
(வந்திருக்கிறான்)

எதிர்ப்பதற்கு அரிய
அவன் மார்பை மதியாதவராய்;,
ஆரவாரம் செய்து, எழுந்து,
நாமே சிறந்தவர்கள்;
படை பலத்தாலும் பெரியவர்கள்;
நம்மை எதிர்ப்பவனோ இளைஞன்;
அவனை வென்று
நாம் அடிக்கப் போகும்
கொள்ளைப் பொருளோ மிகவும் பெரிது
என்று சொல்லி
என் தலைவனை இகழ்ந்து

வந்து நின்றார்கள், நிலையற்ற வீரர்கள்.
அவர்கள் அற்பமான கண்ணை உடையவராய்,
நிற்கும் நிலையை விட்டு அப்புறம் போக
இப்போர்க்களத்திலேயே அவர்களைக் கொல்லச்
சம்மதியாதவனாய்,
அவர்கள் வாழ்ந்திருந்த
அவர்கள் இடத்திலேயே,
அணிகளை உடைய அவர்களின் பெண்கள்
வெட்கப்பட்டு இறந்து போக,
அவர்களின் தந்தையர் வாழும்
சொந்த ஊரிலேயே,
தெளிவான போர்ப்பறை ஒலிக்கச் சென்று
அங்கேயே அவர்களைக் கொன்றான்!

117. 'தமிழ் மக்கள் தமக்குள் செய்த போர்' (19)

பாடல்

இமிழ் கடல் வளைஇய ஈண்டு அகன் கிடக்கை,
தமிழ் தலைமயங்கிய தலையாலங்கானத்து,
மன் உயிர்ப் பன்மையும், கூற்றத்து ஒருமையும்;
நின்னொடு தூக்கிய வென் வேற் செழிய!
'இரும் புலி வேட்டுவன் பொறி அறிந்து மாட்டிய   5

பெருங் கல் அடாரும் போன்ம்' என விரும்பி,
முயங்கினேன் அல்லனோ, யானே----மயங்கிக்
குன்றத்து இறுத்த குரீஇ இனம் போல,
அம்பு சென்று இறுத்த அரும் புண் யானைத்
தூம்புடைத் தடக் கை வாயொடு துமிந்து,   10

நாஞ்சில் ஒப்ப, நிலம் மிசைப் புரள,
எறிந்து களம் படுத்த ஏந்து வாள் வலத்தர்
எந்தையோடு கிடந்தோர் எம் புன் தலைப் புதல்வர்;
'இன்ன விறலும் உளகொல், நமக்கு?' என,
மூதிற் பெண்டிர் கசிந்து அழ, நாணி,   15

கூற்றுக் கண்ணோடிய வெருவரு பறந்தலை,
எழுவர் நல் வலம் கடந்தோய்! நின்
கழூஉ விளங்கு ஆரம் கவைஇய மார்பே?

திணை: வாகை. துறை: அரசவாகை.

புலவர்: குடபுலவியனார்

மன்னன்: பாண்டியன் நெடுஞ் செழியன்

ஒலிக்கும் கடல் சூழ்ந்த,
அணுச் செறிந்து அகன்ற இந்த உலகில்
தமிழ் மக்கள்
தங்களுக்குள் போரிட்டுக் கொண்ட
தலையாலங்கானம் என்ற போர்க்களத்தில்
நிலைபெற்ற உயிர்கள் பலவாக இருக்க,
அவற்றைக் கொல்லும் கூற்றுவன்
ஒருவனே என்பது போல,
அப்பெருமையை எல்லாம்
உன்னோடு கொண்ட வெற்றி தரும்
வேலையுடைய செழியனே!

மயக்கத்தால் மலையிலேயே தங்கி விட்ட
குருவிக் கூட்டம் போல,
அம்பு தைத்ததால் தாங்க அரிய
புண்பட்ட யானையின்
துளையுள்ள துதிக்கை வாயோடு துண்டிக்கப்பட,
விழுந்த அது கலப்பையைப் போல
நிலத்தின் மேல் புரள, வெட்டிப்
போர்க்களத்து வீழ்த்த
அப்போது பிடித்த வாளால்
வெற்றி பெற்றோராய்
எங்கள் சிறிய தலையை உடைய புதல்வர்கள்
எம் தலைவனோடு கிடந்தார்கள்.
இத்தகைய வெற்றி

நமக்கும் உண்டோ என ஏங்கிய
முதிய மறக்குடியில் பிறந்த பெண்கள்
இன்பம் அடைந்து
மகிழ்ச்சியால் அழுதனர்.
அதைப் பார்த்து வெட்கப்பட்ட
எமன் இரக்கப்பட்டான்.

இவ்வாறு
பயப்படத் தக்க போர்க்களத்தில்
சேர சோழ எனும் இரண்டு பெரிய வேந்தர்களும்,
திதியன், எழினி, எருமையூரன்,
இருங்கோ வேண்மான், பொருநன் எனும்
வேளிர் ஐந்து பேரும் சேர்ந்து
எழுவராக எதிர்த்து வர
அவர்தம்மை வென்றவனே!

பெரிய புலியைப் பிடிப்பதற்காக
வேட்டுவன் அறிந்து வைத்த
பெரிய கல்லையுடைய
இடியைப் போன்ற எந்திரமான
அடாரைப் போன்று,
கழுவி ஒளிர்ந்த முத்தாரம்
கிடந்த உன் மார்பை
நானும் விரும்பித் தழுவினேன் அல்லவோ?

118. 'இதுவரை கேளாத வெற்றி' (76)

பாடல்

ஒருவனை ஒருவன் அடுதலும், தொலைதலும்,
புதுவது அன்று; இவ் உலகத்து இயற்கை;
இன்றின் ஊங்கோ கேளலம்---திரள் அரை
மன்ற வேம்பின் மாச் சினை ஒண் தளிர்
நெடுங் கொடி உழிஞைப் பவரொடு மிடைந்து, 5

செறியத் தொடுத்த தேம் பாய் கண்ணி,
ஒலியல் மாலையொடு, பொலியச் சூடி
பாடு இன் தெண் கிணை கறங்க, காண்தக,
நாடு கெழு திருவின், பசும் பூண், செழியன்,
பீடும் செம்மலும் அறியார் கூடி,   10

'பொருதும்' என்று தன்தலை வந்த
புனை கழல் எழுவர் நல் வலம் அடங்க,
ஒரு தான் ஆகிப் பொருது, களத்து அடலே.

திணை: வாகை   துறை: அரசவாகை.

புலவர்: இடைக்குன்றூர் கிழார்.

மன்னன்: பாண்டியன் தலையாலங் கானத்துச் செரு வென்ற நெடுஞ்செழியன்

ஒருவனை வேறொருவன் கொல்லுவதோ,
அவனுக்குத் தோற்றுப் போவதோ
புதிதான ஒன்று அன்று;
அது இவ்வுலகத்தில்
நெடுங்காலமாக நிகழும் இயற்கையானது தான்.
ஆனால் காட்சிக்கு இனிய,
நிறைந்த செல்வம் உடைய,
பொன்னால் ஆன, பூண் அணிந்த
நெடுஞ் செழியனின் பெருமையையும்
உயர்ந்த தலைமையையும் அறியாதவர்கள்,
ஒன்றாகச் சேர்ந்து
தன்னை எதிர்த்துப் போரிட வந்த
கழல் அணிந்த ஏழு பேரின்
வலிமை எல்லாம் அடங்குமாறு
தான் ஒருவனாகவே நின்றான்.

திரண்ட அடியுடன்
பொது இடத்தில் இருக்கும்

வேப்ப மரத்தின் பெருங்கிளையில்
வளர்ந்த ஒளி மிக்க பூந்தளிரை
நீண்ட உழிஞைக் கொடியுடன்
சேர்த்துக் கட்டப்பட்ட
தேன் சிந்தும் மாலையை
வளையல் மாலையுடன் சூடிக் கொண்டான்.
இனிய ஓசை எழுப்பும் போர்ப் பறை ஒலிக்கத்
தான் தன்னந் தனியாக நின்று
போரிட்டு அவரைக் களத்தில் கொல்லுவதை
இன்று வரை கேட்டும் அறியோம்.

119. 'மகளிர் கைம்மை நோன்பு' (25)

பாடல்

மீன் திகழ் விசும்பில் பாய் இருள் அகல
ஈண்டு செலல் மரபின் தன் இயல் வழாஅது,
உரவுச் சினம் திருகிய உரு கெழு ஞாயிறு,
நிலவுத் திகழ் மதியமொடு, நிலம் சேர்ந்தாஅங்கு
உடல் அருந் துப்பின் ஒன்றுமொழி வேந்தரை

அணங்கு அரும் பறந்தலை உணங்கப் பண்ணி,
பிணியுறு முரசம் கொண்ட காலை,
நிலை திரிபு எறிய, திண் மடை கலங்கிச்
சிதைதல் உயந்தன்றோ, நின் வேல்---செழிய!---
முலை பொலி ஆகம் உருப்ப நூறி,

மெய்ம் மறந்து பட்ட வரையாப் பூசல்
ஒள் நுதல் மகளிர் கைம்மை கூர,
அவிர் அறல் கடுக்கும் அம் மென்
குவை இருங் கூந்தல் கொய்தல் கண்டே,

திணை: வாகை துறை: அரசவாகை.

புலவர்: கல்லாடனார்

மன்னன்: பாண்டியன் தலையாலங்கானத்துச் செரு வென்ற நெடுஞ் செழியன்.

செழியனே!
முலையால் அழகான மார்பு வருந்துமாறு
அடித்துக் கொண்டு, அறிவு அழிந்து
பெரும் அழுகைச் சத்தத்தையும்,
ஒளிமிகு நெற்றியையும் உடைய பெண்கள்
தங்களுக்குரிய கைம்மை நோன்பினால்
ஆற்று மணல் எனக் குவிந்த
கரிய மயிரினை வெட்டிய நிலையை,
நட்சத்திரங்கள் தெரியும் விண்ணில்
பரவியிருந்த இருள் பார்த்தது;
என்ன எண்ணியதோ அது விலகிப் போய் விட்டது.

இயங்கும் மரபும், இயல்பில் பிழைபடாமையும்,
கடும் வெப்பமும், சரியான வடிவும் உடைய சூரியன்,
குளிர்ந்த நிலவோடு
இப் பூமிக்கு வந்தது போன்ற
மன்னர்கள் இருவர்;
அவர்கள் பகைக்க முடியாத ஆற்றலோடு
வஞ்சினங் கூறினர்;
துன்பந் தரும் போர்க்களத்தில்
நீ போரிட்டாய்;
வாரால் கட்டப்பட்ட
அவர்தம் முரசினைக் கைப்பற்றினாய்.
அப்போது உன்னைச் சூழ்ந்த
வீரர்களைக் கண்டு
உன் வேல் தாக்கியதால்
அது திண்ணிய ஆணி கழன்று கெடாமல்
தப்பித்துக் கொண்டாய்,

120. 'கொற்றவைக்குப் படைக்க நிணச்சோறு' (372)

பாடல்

விசி பிணித் தடாரி விம்மென ஒற்றி,
ஏத்தி வந்தது எல்லாம்---முழுத்த
இலங்கு வாள் அவிர் ஒளி வலம் பட மின்னி,
கணைத் துளி பொழிந்த கண்கூடு பாசறை,
பொருந்தாத் தெவ்வர் அரிந்த தலை அடுப்பின்,

கூவிள விறகின் ஆக்கு வரி நுடங்கல்,
ஆனா மண்டை வன்னிஅம் துடுப்பின்,
ஈனா வேண்மாள் இடம் துழந்து அட்ட
மா மறி பிண்டம் வாலுவன் ஏந்த,
'வதுவை விழவின் புதுவோர்க்கு எல்லாம்

வெவ் வாய்ப் பெய்த பூத நீர் சால்க' எனப்
புலவுக் களம் பொலிய வேட்டோய்! நின்
நிலவுத் திகழ் ஆரம் முகக்குவம் எனவே.

திணை: வாகை துறை: மறக்களவேள்வி.

புலவர்: மாங்குடிகிழார்

மன்னன்: தலையாலங் கானத்துச் செரு வென்ற நெடுஞ் செழியன்

இழுத்துக் கட்டப்பட்ட கிணைப்பறையை
விம்மென ஒலிக்க அடித்து
உன்னைப் பாராட்டி வந்ததற்கு எல்லாம் காரணம்
குறைவிலாது ஒளி வீசும்படி வாள் வலமாக மின்ன
அம்பாகிய நீர்த்துளி பொழிந்த
இடம் அகன்ற பாசறையில்
இணக்கம் இல்லாத பகைவர்களின்
அறுபட்ட தலைகள் ஆகிய அடுப்பில்

கூவிளங் கட்டையாகிய விறகை வைத்து ஆக்கப்படும்
கூழின் இடையே வரிபோலும் குடல்கள் பொங்க
பொருந்தாத தலையில் மண்டை ஓட்டை
வன்னி மரக் கம்பில் அகப்பை ஆக்கிக்
குழந்தை பெறாத இளம் பேய்கள்
துழாவிச் சமைத்த நிணச் சோற்றை
விலங்குகளும் உண்ண மறுக்கும்
ஊன் சோறாகிய பிண்டத்தை
சமையல்காரனாகிய பேய் மகன் ஏந்திக்
(கொற்றவைக்குப் படைக்க)
திருமண விழாவில் செய்வது போல
விருந்தினர்க்கு எல்லாம்
புது நீர் அமைக என நீரைத் தெளித்து
அழகாகக் களவேள்வி செய்தவனே!
உன் புகழ் பாடி நாங்கள் வந்தது எல்லாம்,
நிலவென ஒளி வீசும்
உன் முத்தாரத்தைப் பரிசிலாகப்
பெறுவோம் என்றே.

121. 'பேய் மகள் சோர்ந்து போக, குருதி ஆற்றில் ஆடல்' (371)

பாடல்

அகன் தலை வையத்துப் புரவலர்க் காணாது,
மரந்தலைச் சேர்ந்து, பட்டினி வைகி,
போது அவிழ் அலரி நாரின் தொடுத்து,
தயங்கு இரும் பித்தை பொலியச் சூடி,
பறையொடு தகைத்த கலப் பையென், முடிவு வாய்

ஆடுறு குழிசி பாடு இன்று தூக்கி,
மன்ற வேம்பின் ஒண் பூ உறைப்ப,
குறை செயல் வேண்டா நசைஇய இருக்கையேன்,
அரிசி இன்மையின் ஆர் இடை நீந்தி,
கூர் வாய் இரும் படை நீரின் மிளிர்ப்ப,

வரு கணை வாளி......அன்பு இன்று தலைஇ,
இரைமுரசு ஆர்க்கும் உரைசால் பாசறை,
வில் ஏர் உழவின் நின் நல் இசை உள்ளி,
குறைத் தலைப் படு பிணன் எதிர, போர்பு அழித்து,
யானை எருத்தின் வாள் மடல் ஓச்சி,

அதரி திரித்த ஆள் உகு கடாவின்,
மதியத்து அன்ன என் விசி உறு தடாரி
அகன் கண் அதிர, ஆகுளி தொடாலின்,
பணை மருள் நெடுந் தாள், பல் பிணர்த் தடக் கை,
புகர்முக முகவைக்கு வந்திசின்---பெரும!

களிற்றுக் கோட்டன்ன வால் எயிறு அழுத்தி,
விழுக்கொடு விரைஇய வெண் நிணச் சுவையினள்,
குடர்த் தலை மாலை சூடி, 'உணத் தின
ஆனாப் பெரு வளம் செய்தோன் வானத்து
வயங்கு பல் மீனினும் வாழியர், பல' என,

உரு கெழு பேய்மகள் அயர,
குருதித் துகள் ஆடிய களம் கிழவோயே!

திணை: வாகை துறை: மறக்களவழி.

புலவர்: கல்லாடனார்

மன்னன்: நெடுஞ் செழியன்

அகன்று பரந்த உலகத்தில்
பாதுகாப்பவரைக் காணாமல்
பட்டினியோடு மரத்தின் கீழே
தங்கி இருந்தேன்;

மலர்ந்த அலரிப் பூவை
நாரால் தொடுத்துக்
கருந்தலை முடி
அழகு பெறச் சூடினேன்.

புறநானூறு (புதிய வரிசை வகை)

பறையோடு கட்டிய
சமைப்பதற்கு உரிய கருவிகள்
அடங்கிய பை சிதைய,
சமையலுக்கு உரிய பானை
உடையாதபடி மெல்ல எடுத்து
பொது இடத்தில் இருக்கும்
வேப்பமரத்தின் ஒளிமிக்க பூ உதிர
அரிசி இல்லாததால்
வேறு செயல் ஆற்றும் விருப்பம்
இல்லாமல் இருந்தேன்.

அரிய இடங்களைக் கடந்து
கூரிய வாயை உடைய வாளானது
தம் இயல்பு படி மேலும் கீழும் சூழவ
தம்மை நோக்கிப் புறப்படும் அம்பு.....
அன்பில்லாமல் பெய்து
ஓசை முரசு ஆர்க்கும் புகழ்மிக்க பாசறையில்
வில்லையே ஏராகக் கொண்டு
களத்தில் போரிடும் உழவைச் செய்யும்
வீரனாகிய உன் நல்ல புகழை எண்ணி
எதிரும் போரில் பகைவரைத்
தலை வேறு, முண்டம் வேறு ஆக்கி (கவந்தம்)
பிணங்கள் விழப் போரிட்டு,
யானையே உழும் எருதாக
வாளையே பனை மடலாகச் செலுத்தி
நெற்கதிர்களைக் கடாவிட்டு உழக்குவதால்
நிலவு போன்ற, இழுத்துக் கட்டப்பட்ட
என் தடாரியின் அகன்ற கண் அதிரவும்,
சிறு பறையையும் கொட்டுவதால்
பணை என்னும் ஒருவகைப் பறை போன்ற
நீண்ட கால்களையும் துதிக்கையையும் உடைய
யானைகளைப் பரிசிலாகப் பெற
வந்தேன்; பெருமானே!

பன்றியின் கொம்பு போன்ற
வெள்ளைப் பற்களால் கடித்து இழுத்து
தசையோடு கூடிய வெள்ளிய
கொழுப்பைத் தின்று சுவைக்காக
குடலைத் தலைமாலையாகச் சூடி,
உண்ணவும் தின்னவும்
குறையாத பிணமாகிய பெரும் வளம் படைத்தவன்
வானத்தே ஒளிரும் பல நட்சத்திரங்களின்
எண்ணிக்கையைக் காட்டிலும் மிகுதியான காலம்
வாழ்வானாக என, அச்சந் தரும்
பேய்மகள் பாடிக் குறவைக் கூத்தாட
குருதி உலர்ந்து தூசு நிறைந்த
போர்க்களத்தின் தலைவனே!

122. 'ஆள் அரவம் இல்லாத காடு' (23)

பாடல்

'வெளிறு இல் நோன் காழ்ப் பணை நிலை முனைஇ,
களிறு படிந்து உண்டென, கலங்கிய துறையும்;
கார் நறுங் கடம்பின் பாசிலைத் தெரியல்,
சூர் நவை, முருகன் சுற்றத்து அன்ன. நின்
கூர் நல் அம்பின் கொடு வில் கூளியர்   5

கொள்வது கொண்டு, கொள்ளா மிச்சில்
கொள் பதம் ஒழிய வீசிய புலனும்;
வடி நவில் நவியம் பாய்தலின், ஊர்தொறும்
கடி மரம் துளங்கிய காவும், நெடு நகர்
வினை புனை நல் இல் வெவ் எரி நைப்ப,   10

கனை எரி உரறிய மருங்கும்; நோக்கி,
நண்ணார் நாண, நாள்தொறும் தலைச் சென்று,
இன்னும் இன்ன பல செய்குவன், யாவரும்,
துன்னல் போக்கிய துணிவினோன்' என,
ஞாலம் நெளிய ஈண்டிய வியன் படை   15

ஆலங்கானத்து அமர் கடந்து அட்ட
கால முன்ப! நிற் கண்டனென் வருவல்----
அறு மருப்பு எழிற் கலை புலிப்பால் பட்டென,
சிறு மறி தழீஇய தெறிநடை மடப் பிணை
பூளை நெடிய வெருவரு பறந்தலை   20

வேளை வெண் பூக் கறிக்கும்
ஆள் இல் அத்தம் ஆகிய காடே.

திணை: வாகை   துறை: அரசவாகை வஞ்சியும் ஆம்.

புலவர்: கல்லாடனார்; கல்லாடம் என்ற ஊரைச் சேர்ந்தவர்
என்பதால் இப்பெயர்.

இயல் பெயர் தெரியவில்லை.

மன்னன் பாண்டியன் தலையாலங் கானத்துச் செரு
வென்ற நெடுஞ் செழியன்; பாண்டியன்
நெடுஞ் செழியன் எனவும் படுவான்.

சுமை தாங்காமல்
உலகம் நெளியுமாறு
பெரும் படை திரண்ட
தலையாலங்கானத்தில் போரை எதிர்த்து
எமன் என நின்ற
ஆற்றல் உடையவனே!

வெண்மை இல்லாத
உறுதியான கம்பத்தில்
கட்டப்பட்டு நிற்பதை வெறுத்த களிறு
உள்ளே படுத்து
நீருண்டதால் கலங்கிய துறையையும்;
கார்காலத்தே நறுமணமிக்க கடம்பின்
பசும் இலைகலந்த மாலையையும் உடைய
சூரபன்மனைக் கொன்ற

முருகனின் சுற்றம் போன்று இருக்கும்
உனது கூரிய சிறந்த அம்பையும்
வளைந்த வில்லையும் உடைய வீரர்கள்,
தங்களால் எடுத்துச் செல்லும் அளவிற்கு
எடுத்துக் கொண்டு,
எடுக்க முடியாதவற்றைப்
பகைவர் பயன்படுத்தாதபடி
பாழ்படுத்திய நிலங்களையும்
வளைந்த கோடாலி கொண்டு வெட்டுவதால்
ஊர் தோறும் காவல் மரங்கள்
நிலை கெடுகின்றன;

பரந்த நகரங்களில்
வேலைப்பாடு மிக்க வீடுகளில்
சமையல் தீயை அணைக்கின்றனர்;
தீ பெருகுவதைப் பார்த்த
பகைவர் வெட்கப்படுகின்றனர்.
நாள்தோறும் அவரிடம் போய்
இனியும் இத்தகைய பலவற்றையும் செய்வான்;
எவரும் தன்னை நெருங்க முடியாத
செயல் தெளிவுடையோன் என எண்ணிக்
கொம்பு இழந்த பெரிய கலைமான்
புலி வசம் அகப்பட்டது எனவும்,
சிறிய இளங் குட்டியை
அணைத்துக் கொண்ட,
துள்ளி வரும் நடை உடைய
மெல்லிய பெண்மான் பூளைப்பூ மிகுந்து
அச்சம் தரும் பாழ்பட்ட நிலத்தில்
வெள்ளிய வேளைப் பூவைத் தின்னும்
ஆள் அரவம் இல்லாத
அரிய காட்டு வழியில்
உன்னைக் காண்பவனாகவே வந்தேன்.

123. 'அடுகளம் வேட்டல்' (26)

பாடல்

நளி கடல் இருங் குட்டத்து
வளி புடைத்த கலம் போல,
களிறு சென்று களன் அகற்றவும்
களன் அகற்றிய வியல் ஆங்கண்
ஒளிறு இலைய எஃகு ஏந்தி,

அரைசு பட அமர் உழக்கி,
உரை செல முரசு வெளவி,
முடித் தலை அடுப்பு ஆக,
புனற் குருதி உலைக் கொளீஇ,
தொடித் தோட் துடுப்பின் துழந்த வல்சியின்,

அடுகளம் வேட்ட அடு போர்ச் செழிய!
ஆன்ற கேள்வி, அடங்கிய கொள்கை,
நான் மறை முதல்வர் சுற்றம் ஆக,
மன்னர் ஏவல் செய்ய, மன்னிய
வேள்வி முற்றிய வாய் வாள் வேந்தே!

நோற்றார் மன்ற----நின் பகைவர், நின்னொடு
மாற்றார் என்னும் பெயர் பெற்று,
ஆற்றார் ஆயினும், ஆண்டு வாழ்வோரே.

திணை: வாகை. துறை: அரசவாகை.

புலவர்: மாங்குடி கிழார்

மன்னன்: பாண்டியன் தலையாலங்கானத்துச் செரு வென்ற நெடுஞ் செழியன்.

பெரிய கடலின் மிக ஆழமான இடத்தில்
காற்றால் அலைக்கழிக்கப்பட்ட மரக்கலம்,

நீரைக் கிழித்துச் செல்வது போல,
போர்க்களத்துள் சென்ற யானை,
களத்தை அகன்ற இடமாக்க,
அவ்வாறு அகன்ற இடத்தில்
ஒளி மிகு பக்கங்களையுடைய வேலை ஏந்தி,
மன்னன் மடியப் போரில் கலக்கிப்
புகழ் மிகும்படி அவர் முரசைக் கைப்பற்றினாய்.

தலையை அடுப்பாக்கி,
இரத்தத்தில் உலை ஏற்றி,
தசையையும் மூளையையும் அதில் பெய்து,
வீர வளை உடைய
தோளாகிய துடுப்பால் துழாவி.
சமைக்கப்பட்ட உணவால்,
போர்க்களத்தில் களவேள்வி செய்த,
கொல்லும் போரையுடைய செழியனே!

ஆன்ற கேள்வி,
ஐம்புலனும் அடங்கிய விரதங்கள்,
நான்கு வேதம் என
இவற்றை உடைய அந்தணர் சுற்றமாக,
அதற் கேற்ப மன்னர்கள் ஏவல் செய்ய,
நிலைத்த வேள்வியைச் செய்து முடித்த,
தப்பாத வாளை உடைய வேந்தே!

உனக்குப் பகைவர் எனும் பெயர் பெற்று
உன்னோடு போர் செய்வதற்கு முடியாதவராயினும்
மேலுலகத்தில் வாழும் உன் பகைவர்
உண்மையிலேயே தவஞ் செய்தவரே ஆவர்.

124. 'குளம் தோண்டு; வளம் பெருக்கு' (18)

பாடல்

முழங்கு முந்நீர் முழுவதும் வளைஇப்
பரந்துபட்ட வியல் ஞாலம்
தாளின் தந்து, தம் புகழ் நிறீஇ,
ஒரு தாம் ஆகிய உரவோர் உம்பல்!
ஒன்று பத்து அடுக்கிய கோடி கடை இரீஇய

பெருமைத்தாக, நின் ஆயுள்தானே!
நீர்த் தாழ்ந்த குறுங் காஞ்சிப்
பூக் கதூஉம் இன வாளை,
நுண் ஆரல், பரு வரால்,
குருஉக் கெடிற்ற, குண்டு அகழி;

வான் உட்கும் வடி நீள் மதில்;
மல்லல் மூதூர் வய வேந்தே!
செல்லும் உலகத்துச் செல்வம் வேண்டினும்,
ஞாலம் காவலர் தோள் வலி முருக்கி,
ஒரு நீ ஆகல் வேண்டினும். சிறந்த

நல் இசை நிறுத்தல் வேண்டினும், மற்று அதன்
தகுதி கேள், இனி, மிகுதியாள!
நீர் இன்று அமையா யாக்கைக்கு எல்லாம்
உண்டி கொடுத்தோர் உயிர் கொடுத்தோரே;
உண்டி முதற்றே உணவின் பிண்டம்;

உணவு எனப்படுவது நிலத்தோடு நீரே;
நீரும் நிலனும் புணரியோர் ஈண்டு
உடம்பும் உயிரும் படைத்திசினோரே;
வித்தி வான் நோக்கும் புன் புலம் கண் அகன்
வைப்பிற்றுஆயினும், நண்ணி ஆளும்

இறைவன் தாட்கு உதவாதே; அதனால்,
அடு போர்ச் செழிய! இகழாது வல்லே
நிலன் நெளி மருங்கில் நீர் நிலை பெருகத்
தட்டோர் அம்ம, இவண் தட்டோரே;
தள்ளாதோர் இவண் தள்ளாதோரே.

திணை: பொதுவியல். துறை: முதுமொழிக்காஞ்சி; பொருண்மொழிக் காஞ்சி

புலவர்: குடபுலவியனார்

மன்னன்: பாண்டியன் நெடுஞ் செழியன்

முழங்கும் கடல் சூழப்
பரந்து கிடக்கும் அகன்ற உலகத்தைத்
தம் முயற்சியால் கைப்பற்றித்
தம் புகழை நிலை நிறுத்தித்
தாம் ஒருவராகவே ஆண்ட
ஆற்றல் மிக்கோரின் வழியில் தோன்றியவனே!

ஒன்றைப் பத்து முறை அடுக்க வரும்
கோடி என்னும் எண்ணைக்
கடைசி எண்ணாகச் செய்த,
சங்கு முதலான பேரெண்ணை
உடையது ஆவதாக உன் வாழ்நாள்.

நீருள் தாழ்ந்த
சிறு காஞ்சிப் பூவைக்
கவரும் வாளை மீன்,
சிறிய ஆரல் மீன் பெரிய வரால்,
நிறமுள்ள கெடிற்று மீன்
இவை அத்தனையையும் கொண்ட
ஆழம் மிகு கிடங்கினையும்,
வானம் அஞ்சும் திருந்திய
நீண்ட மதிலையும் கொண்ட

வளம் மிகுந்த பழம் ஊர்களை
உடைய வலி மிகு வேந்தனே!

இறந்த பின் செல்லும் உலகத்திற்குத்
தேவையான செல்வத்தையே விரும்பினாலும்,
இவ்வுலகை ஆள்பவர்தம் ஆற்றலை அழித்து,
ஒருவனாகவே நீ ஆள விரும்பினாலும்,
சிறந்த நற் பெயரை
இவ்வுலகில் நிலை நிறுத்த எண்ணினாலும்
அதற்கான தகுதி என்ன வென்று இப்போது கேள்;

எவரினும் பெரியோனே!
நீர் இல்லாமல் வாழ முடியாத
இந்த உடல்களுக்கு எல்லாம்
உணவு கொடுத்தவரே
உயிரையும் கொடுத்தவர் ஆவார்.
இந்த உடம்பு உணவால் உண்டானதே;
உணவு எனப்படுவதோ
நிலம் படு பொருளும் நீருமே;
நிலத்தையும் நீரையும் ஒன்றாகப் பெற்றவர்களே
இவ்வுலகில் உடம்பையும்,
உயிரையும் படைத்தவர் ஆவர்.

நெல் முதலியவற்றை விதைத்து,
மழையை எதிர் பார்த்து இருக்கும் புன்செய் நிலம்
அகன்ற பெரிய இடமே என்றாலும்
அதை அடைந்து ஆளும்
அரசனது முயற்சிக்குப் பயன்படாது.
ஆகவே கொலைத் தொழிலாம்
போரைக் கொண்ட செழியனே!

நான் கூறிய இதைப் பின்பற்றி
விரைவில் பள்ளமான நிலத்தில்
நீர் நிலை பெருக

ஆழமாகத் தோண்டியவரே,
தாம் இனிச் செல்லும் உலகிற்கு
வேண்டிய செல்வம், ஆற்றல்,
ஒருவனே ஆளும் உரிமை ஆகிய
மூன்றனையும் இவ்வுலகில்
தம் பெயரோடு நிலை நிறுத்தியவர் ஆவார்.
அந்நீரை நிலை நிறுத்தாதவர்
தம் பெயரையும்
நிலை நிறுத்தாதவரே ஆவார்.

125. 'வலிய மீனவர் மகிழ்ச்சி' (24)

பாடல்

நெல் அரியும் இருந் தொழுவர்
செஞ் ஞாயிற்று வெயில் முனையின்,
தெண் கடல் திரை மிசைப் பாயுந்து;
திண் திமில் வன் பரதவர்
வெப்பு உடைய மட்டு உண்டு,   5

தண் குரவைச் சீர் தூங்குந்து;
தூவற் கலித்த தேம் பாய் புன்னை
மெல் இணர்க் கண்ணி மிலைந்த மைந்தர்
எல் வளை மகளிர்த் தலைக் கை தருஉந்து;
வண்டு பட மலர்ந்த தண் நறுங் கானல்   10

முண்டகக் கோதை ஒண் தொடி மகளிர்
இரும் பனையின் குரும்பை நீரும்,
பூங் கரும்பின் தீம் சாறும்
ஓங்கு மணற் குவவுத் தாழைத்
தீம் நீரோடு உடன் விராஅய்,   15

முந் நீர் உண்டு முந்நீர்ப் பாயும்;
தாங்கா உறையுள் நல் ஊர் கெழீஇய

ஒம்பா ஈ·கை மா வேள் எவ்வி
புனல் அம் புதவின் மிழலையொடு----கழனிக்
கயல் ஆர் நாரை போர்வில் சேக்கும்,   20

பொன் அணி யானைத் தொல் முதிர் வேளிர்,
குப்பை நெல்லின், முத்தூறு தந்த
கொற்ற நீள் குடை, கொடித் தேர்ச் செழிய!
நின்று நிலைஇயர் நின் நாள்மீன்; நில்லாது
படாஅச் செலீஇயர் நின் பகைவர் மீனே---   25

நின்னொடு, தொன்று மூத்த உயிரினும், உயிரொடு
நின்று மூத்த யாக்கை அன்ன, நின்
ஆடு குடி மூத்த விழுத் திணைச் சிறந்த
வாளின் வாழ்நர் தாள் வலம் வாழ்த்த,
இரவல் மாக்கள் ஈ·கை நுவல,   30

ஒண் தொடி மகளிர் பொலங்கலத்து ஏந்திய
தண் கமழ் தேறல் மடுப்ப, மகிழ் சிறந்து,
ஆங்கு இனிது ஒழுகுமதி, பெரும! 'ஆங்கு அது
வல்லுநர் வாழ்ந்தோர்' என்ப---தொல் இசை,
மலர் தலை உலகத்துத் தோன்றி   35

பலர், செலச் செல்லாது, நின்று விளிந்தோரே.

திணை: பொதுவியல் துறை: பொருண்மொழிக் காஞ்சி.

புலவர்: மாங்குடி கிழார்

மன்னன்: பாண்டியன் தலையாலங்கானத்துச் செரு
வென்ற நெடுஞ் செழியன்.

நெல் அறுக்கும் திறம் மிக்க உழவர்
சூரியனின் வெம்மையை வெறுத்தால்
தெளிந்த கடல் நீரின்
அலை மேல் பாய்வார்கள்;

உறுதியான படகை உடைய
வலிய பரதவர்
கடுங் கள்ளைக் குடித்துவிட்டு
மெல்லிய குரவைக் கூத்திற்கு
ஏற்ற தாளத்தில் ஆடுவார்கள்.

கடல் துவலையால் தழைத்த
தேன் சொட்டும் புன்னையின்
மெல்லிய பூங்கொத்தால் செய்த
மாலையைச் சூடிய ஆண்கள்.
வளையல் அணிந்த பெண்களுக்குத்
தம் முதல் கையைக் கொடுப்பார்கள்.

வண்டு மொய்க்க மலர்ந்து
குளிர்ந்த நறுமணம் மிக்க கானலில்,
கடல் முள்ளிப் பூவால்
தொடுக்கப்பட்ட மாலையுடன் விளங்கிய
வளையல் அணிந்த பெண்கள்
பெரும் பனை நுங்கின் நீரையும்
கரும்பின் இனிய சாற்றையும்,
மணல் மேட்டில் கூட்டமாக இருக்கும்
தென்னையின் இனிய இள நீருடன்
கலந்து உண்டு, கடலுள் பாய்வார்கள்.

எதையும் கொடுத்துத்
தாங்க வேண்டாத வளம் மிக்க,
பல தொழிலும் செய்து வாழும்
நல்ல ஊர்கள் நிறைந்தது;
இடைவிடாது தமக்கென
எதையும் வைத்துக் கொள்ளாமல்
கொடுக்கும் கொடைக் குணம் உடைய
பெரிய வேள் எவ்வியின்
வாய்க்கால் வழி
நீரோடும் நீர் வளம் நிறைந்த

மிழலைக் கூற்றத்தோடு,
வயலில் பாயும் கயல் மீனை
மேயும் நாரை
வைக் கோல் போரில் படுத்து உறங்கும்;

முகபடாம் அணிந்த யானையை உடைய
பழமையான முதிர்ந்த வேளிர்
தம் நெல் மிகுந்த
முத்தூற்றுக் கூற்றத்தையும் கைப்பற்றி
வெற்றி மிக்க உயர்ந்த குடையினையும்,
கொடியால் அழகுபெற்ற தேரினையும்,
உடைய செழியனே!
உன் நட்சத்திரம் நின்று நிலைப்பதாக!
உன் பகைவரின் நட்சத்திரமோ
இல்லாது மறைந்து போவதாக.

விரிந்து பரந்த இவ்வுலகில் பிறந்து
ஒழுக்கத்தோடு வாழாமல் மடிந்தோர் பலர்.
அவர் எல்லாம்
உயிரோடு வாழ்ந்தவராக
எண்ணப்பட மாட்டார்;
பழம் புகழோடு மிகுந்த ஒழுக்கத்தோடு
வாழ்ந்தவரையே உயிர் வாழ்ந்தவர் என்று
அறிஞர் கூறுவர்.

உன்னுடன் கூடப்
பழையதாய் மூத்த உயிரினும்,
உயிரோடு வாழ்ந்து மூத்த உடம்பை ஒத்த
உன் வெற்றிக் குடியுடன் மூத்த சிறந்த குடியில்
சிறந்த வாள் போராலேயே வாழ்பவர்
உன் முயற்சியின் திறத்தைச் சொல்ல,
ஒளிமிக்க வளையலை அணிந்த பெண்கள்.
பொற் கலத்தில் ஏந்திய
குளிர்ந்த மணமிக்க மதுவைக் கொடுக்க

அதை உண்டு மகிழ்ச்சி பெருக
இனிது வாழ்வாயாக பெருமானே!

பாண்டியன் இலவந்திகைப் பள்ளியில்
இறந்த நன்மாறன்

நன்மாறன் இவனது இயற்பெயர்.
இலவந்திகை என்னும் ஊரில்
இருந்த படுக்கையில்
இறந்து போனவன் ஆதலால்
இப்பெயர்.
இவனது வீரம் (56, 57)
வாழ்த்து (198, 55, 196)

126. 'கேட்டுவருவார்க்குக் கொடு' (56)

பாடல்

ஏற்று வலன் உயரிய எரி மருள் அவிர் சடை,
மாற்று அருங் கணிச்சி, மணி மிடற்றோனும்;
கடல் வளர் புரி வளை புரையும் மேனி,
அடல் வெந் நாஞ்சில், பனைக் கொடியோனும்;
மண்ணுறு திரு மணி புரையும் மேனி, 5

விண் உயர் புட் கொடி, விறல் வெய்யோனும்;
மணி மயில் உயரிய மாறா வென்றி,
பிணிமுக ஊர்தி, ஒண் செய்யோனும்----என
ஞாலம் காக்கும் கால முன்பின்,
தோலா நல் இசை, நால்வருள்ளும், 10

கூற்று ஒத்தீயே, மாற்று அருஞ் சீற்றம்;
வலி ஒத்தீயே, வாலியோனை;
புகழ் ஒத்தீயே, இகழுநர் அடுநனை;
முருகு ஒத்தீயே, முன்னியது முடித்தலின்;
ஆங்கு ஆங்கு அவர் அவர் ஒத்தலின், யாங்கும் 15

அரியவும் உளவோ, நினக்கே? அதனால்,
இரவலர்க்கு அருங் கலம் அருகாது ஈயா,
யவனர் நன் கலம் தந்த தண் கமழ் தேறல்
பொன் செய் புனை கலத்து ஏந்தி, நாளும்
ஒண் தொடி மகளிர் மடுப்ப, மகிழ் சிறந்து,   20

ஆங்கு இனிது ஒழுகுமதி!---ஓங்கு வாள் மாற!---
அம் கண் விசும்பின் ஆர் இருள் அகற்றும்
வெங் கதிர்ச் செல்வன் போலவும், குட திசைத்
தண் கதிர் மதியம் போலவும்,
நின்று நிலைஇயர், உலகமோடு உடனே!   25

திணை: பாடாண்   துறை: பூவை நிலை
புலவர்மதுரைக் கணக்காயனார் மகனார் நக்கீரனார்
மன்னன்: பாண்டியன் இலவந்திகைப் பள்ளியில் இறந்த நன்மாறன்

காளைக் கொடியை உயர்த்தியவன்;
நெருப்பாக ஒளிவிடும் சடாமுடியை உடையவன்;
தடுப்பதற்கு மாற்று ஆயுதம் இல்லாத
மழு ஆயுதத்தைக் கொண்டவன்;
நீலக் கல் போன்ற
அழகிய கழுத்தை உடையவன்
இவனே சிவன்;

கடலுள் வளரும் வலம்புரிச்
சங்கைப் போன்ற வெண் நிறத்தவன்;
தன் செயலால் விளையும் விளைச்சலால்
பிறநாட்டை வெல்லும்
விருப்பந் தரும் ஏரை உடையவன்;
பனை மரத்தைக்
கொடியில் கொண்டவன்
இவன் பலராமன்;

கழுவப் பெற்ற அழகிய
நீலமணி போன்ற திருமேனி
விண்ணை மூடுமாறு உயர்ந்த கருடக் கொடி;
இவன் திருமால்;

வெற்றியைத் தரும்
அம்மயிலையே வாகனமாகக் கொண்டவன்;
ஒளிமிக்க செய்யோன் என்று
சொல்லப்படும் இவன் முருகன்;
இந்நால்வரும் உலகைக் காப்போர் ஆவர்

இவர்களால் காக்கப்படும் உலகத்திற்கு
முடிவினைத் தரும் வலிமையையும்
தோல்வியே இல்லாத புகழையும். உடையவர்
இந்த நால்வருமே.
இந்த நான்கு பேரிலும்
தடுப்பதற்கு அரிய கோபத்தில்
நீ எமனைப் போன்றவன்;
வலிமையில் நீ பலராமனைப் போன்றவன்;
பகைவரை வெற்றிகொள்ளும் புகழில்
நீ திருமாலைப் போன்றவன்;
நினைத்ததை முடிப்பதில்
நீ முருகனைப் போன்றவன்;

இப்படி நீ
அவர்களுக்கு ஒப்பானவனாக இருப்பதால்
உனக்கு முடியாதது என்று
எங்கும் எதுவும் உண்டோ?
ஆகவே உன்னிடம் கேட்டு வருபவர்களுக்குப்
பெறுவதற்கு அரிய ஆபரணங்களை
மிகுதியும் வழங்குவாயாக;

யவனர்கள் நல்ல குப்பியில் கொண்டு வந்த
குளிர்ந்த நல்ல மணம் மிக்க தேறலைப்

பொன்னால் செய்யப்பட்ட அழகிய கலத்தில் ஏந்தி
ஒளிமிக்க வளையலை அணிந்த
பெண்கள் நாளும் ஊட்ட
மகிழ்ச்சி பெருக இனிது வாழ்வாயாக;

பெற்ற வெற்றியால்
உயர்ந்த வாளையுடைய மாறனே!
அழகிய இடம் அகன்ற
வானத்தில் நிறைந்துள்ள இருளைப் போக்கும்
வெம்மை மிக்க கதிரை உடைய
சூரியனைப் போலவும்,
மேற்குத் திசையில் தோன்றும்
குளிர்ந்த கதிரை உடைய
பிறைச் சந்திரனைப் போலவும்
இவ்வுலகோடு நின்று நிலைபெறுவாயாக.

127. 'உனக்குஒன்றுசொல்வேன்' (57)

பாடல்

வல்லார் ஆயினும், வல்லுநர் ஆயினும்,
புகழ்தல் உற்றோர்க்கு மாயோன் அன்ன,
உரைசால் சிறப்பின் புகழ்சால் மாற!
நின் ஒன்று கூறுவது உடையேன்;; என் எனின்,
நீயே, பிறர் நாடு கொள்ளும்காலை, அவர் நாட்டு   5

இறங்கு கதிர்க் கழனி நின் இளையரும் கவர்க;
நனந் தலைப் பேர் ஊர் எரியும் நைக்க;
மின்னு நிமிர்ந்தன்ன நின் ஒளிறு இலங்கு நெடு வேல்
ஒன்னார்ச் செகுப்பினும் செகுக்க; என்னதூஉம்
கடிமரம் தடிதல் ஓம்பு; நின்   10

நெடு நல் யானைக்குக் கந்து ஆற்றாவே.

திணை: வஞ்சி துறை: துணை வஞ்சி

புலவர்: காவிரிப் பூம் பட்டினத்துக் காரிக் கண்ணனார்

மன்னன்: பாண்டியன் இலவந்திகைப் பள்ளியில் இறந்த நன்மாறன்

எதிலும் திறமை இல்லாதவர் என்றாலும்,
எல்லாவற்றிலும் வல்லவரே என்றாலும்
புகழ நினைப்பவர்க்குத்
திருமாலே என்று சொல்லும்படி அமைந்த
தலைமை மிக்க, புகழும் அமைந்த மாறனே!
உனக்கு ஒன்று சொல்லுவேன்;

அது என்ன என்;றால்
நீ உன் பகைவர் நாட்டைக் கைப்பற்றும் போது
அவர்கள் நாட்டில் விளைந்த கதிரை உடைய வயல்களை
வீரர்களும் கொள்ளை அடிக்கட்டும்;
பரந்த இடமுடைய ஊரை நெருப்பிட்டு எரிக்கட்டும்;
மின்னல் நிற்பதுபோல
உன் சோதி விளங்கும் நெடியவேல்
புகைவரை அழிப்பது என்றாலும் அழிக்கட்டும்; ஆனால்
அந்த ஊர்க் காவல் மரத்தை மட்டும்
வெட்டுவதை நீ தவிர்த்து விடுவாயாக.
ஏனென்றால் அந்த மரங்கள்
இளமரங்கள் என்பதால்
உனது நெடிய நல்ல யானைகளைக்
கட்டுவதற்கு உரிய தறிகளாக
அவை பயன்பட மாட்டா.

128. 'இல்லாதவரே இல்லைஎன' (55)

பாடல்

ஓங்கு மலைப் பெரு வில் பாம்பு ஞாண் கொளீஇ,
ஒரு கணை கொண்டு மூஎயில் உடற்றி
பெரு விறல் அமரர்க்கு வென்றி தந்த

கறை மிடற்று அண்ணல் காமர் சென்னிப்
பிறை நுதல் விளங்கும் ஒரு கண் போல, 5

வேந்து மேம்பட்ட பூந் தார் மாற!---
கடுஞ் சினத்த கொல் களிறும்; கதழ் பரிய கலி மாவும்,
நெடுங் கொடிய நிமிர்தேரும், நெஞ்சு உடைய புகல்
மறவரும், என,
நான்குடன் மாண்டது ஆயினும், மாண்ட
அற நெறி முதற்றே, அரசின் கொற்றம்; 10

அதனால், 'நமர்' எனக் கோல் கோடாது,
'பிறர்' எனக் குணம் கொல்லாது,
ஞாயிற்று அன்ன வெந் திறல் ஆண்மையும்,
திங்கள் அன்ன தண் பெருஞ் சாயலும்,
வானத்து அன்ன வண்மையும், மூன்றும், 15

உடைய ஆகி, இல்லோர் கையற,
நீ நீடு வாழிய---நெடுந்தகை!---தாழ் நீர்
வெண் தலைப் புணரி அலைக்கும் செந்தில்
நெடு வேள் நிலைஇய காமர் வியன் துறை,
கடு வளி தொகுப்ப ஈண்டிய 20

வடு ஆழ் எக்கர் மணலினும் பலவே!

திணை : பாடாண்   துறை : செவியறிவுறூஉ
புலவர் மதுரைமருதன் இளநாகனார்
மன்னன் : பாண்டியன் இலவந்திகைப் பள்ளியில் இறந்தநன்மாறன்

உயர்ந்த மேரு மலையாகிய
பெரிய வில்லில், பாம்பாகிய நாணைக் கட்டி,
ஒப்பில்லாத திருமால், வாயு, அக்கினி என்னும்
மூவரின் வார்த்தையில் பிறந்த
ஓர் அம்பை இழுத்து

இரும்பு, வெள்ளி, பொன் என்னும்
மூன்று கோட்டைகளையும் அழித்தவன்;
இவ்வாறு ஆற்றல் மிக்க தேவர்களுக்கு
வெற்றியைத் தந்தவன்;
கருநிறம் சேர்ந்த திருக் கழுத்தை உடைய
இறைவனே அவன்.
அவனது திரு நெற்றியில்
விளங்கும் ஒரு திருநயனம் போல
மூன்று வேந்தர்களுக்குள்ளும்
முதன்மையான வேப்பம் பூ மாலை
அணிந்த மாறனே! நெடுந்தகையே!

கடும் சினத்தோடு கொல்லும் யானை,
விரைந்த ஓட்டமும் மனச் செருக்கும் கொண்ட குதிரை,
நெடிய கொடியை உடைய தேர்,
நெஞ்சுரம் மிகுந்து போரை விரும்பும் வீரர் என
இந்நான்கு வகைப் படையுடன் கூடிப்
பெருமை மிக்கதாக இருந்தாலும்
ஆளுவோர் வெற்றி
மாட்சி மிகும் அறநெறியை
முதலாவதாகக் கொண்டதே ஆகும்.

அதனால் ஒருவர் நமக்கு
வேண்டியவர் என்பதால்
அவர் செய்த கொடிய செயலைப்
பொறுத்துக் கொண்டு
நீதி தவறுவதோ,
மற்றொருவர் நமக்கு
வேண்டாத அயலார் என்று
அவரது நற்குணங்களுக்கு மாறாக
நீதி வழங்குவதோ இல்லாமல் சூரியனைப் போன்ற
வெம்மை மிக்க வீரமும்,
நிலவினைப் போன்ற
குளிர்ந்த மென்மையும்,

மழையையும் போன்ற
கொடைக் குணமும் என
இம் மூன்றையும் கொண்டவனாகி,
இல்லை, என்போர் இல்லை எனும் படியாக,
ஆழம் மிக்க நீர் கொண்ட கடலில்
வெண்தலை கொண்ட திரை அலைக்கும்
திருச் செந்திலின் நெடிய முருகவேள்
நிலைபெற்ற அழகிய அகன்ற துறையில்
பெருங்காற்று திரட்டிக் குவித்து
வடுப் பதிந்த மணல் குவியலைவிடப்
பலகாலம் வாழ்வாயாக.

129. 'நீண்டகாலம் வாழ்க' (198)

பாடல்

'அருவி தாழ்ந்த பெரு வரை போல
ஆரமொடு பொலிந்த மார்பில் தண்டா,
கடவுள் சான்ற கற்பின், சேயிழை
மடவோள் பயந்த மணி மருள் அவ் வாய்க்
கிண்கிணிப் புதல்வர் பொலிக!' என்று ஏத்தி,   5

திண் தேர் அண்ணல் நிற் பாராட்டி,
காதல் பெருமையின் கனவினும் அரற்றும் என்
காமர் நெஞ்சம் ஏமாந்து உவப்ப,
ஆல் அமர் கடவுள் அன்ன நின் செல்வம்,
வேல் கெழு குருசில்! கண்டேன்; ஆதலின்,   10

விடுத்தனென்; வாழ்க, நின் கண்ணி! தொடுத்த
தண் தமிழ் வரைப்பகம் கொண்டியாக,
பணித்துக் கூட்டு உண்ணும் தணிப்பு அருங் கடுந் திறல்
நின் ஓரன்ன நின் புதல்வர், என்றும்,
ஒன்னார் வாட அருங் கலம் தந்து, நும்   15

பொன்னுடை நெடு நகர் நிறைய வைத்த நின்
முன்னோர் போல்க, இவர் பெருங் கண்ணோட்டம்!
யாண்டும் நாளும் பெருகி, ஈண்டு திரைப்
பெருங் கடல் நீரினும், அக் கடல் மணலினும்,
நீண்டு உயர் வானத்து உறையினும், நன்றும்,

இவர் பெறும் புதல்வர்க் காண்தொறும், நீயும்,
புகன்ற செல்வமொடு புகழ் இனிது விளங்கி,
நீடு வாழிய! நெடுந்தகை! யானும்
கேள் இல் சேஎய் நாட்டின், எந்நாளும்,
துளி நசைப் புள்ளின் நின் அளி நசைக்கு இரங்கி, நின்

அடி நிழல் பழகிய அடியுறை;
கடுமான் மாற! மறவாதீமே.

திணை: பாடாண் துறை: பரிசில் கடாநிலை

புலவர்: பாண்டியன் இலவந்திகைப் பள்ளியில் இறந்த நன்மாறன்

மன்னன்: வடமவண்ணக்கன் பேரிசாத்தனார்

'அருவி தாழ விழும்
பெரிய மலை போல
தொங்கும் ஆரம் உடையது
உன் மார்பு;
அந்த மார்பின் மீது
குறையாத ஆசையையும்,
தெய்வத் தன்மை அமைந்த கற்பினையும்,
நல்ல அணிகலன்களையும்
உடைய உன் மனைவி.
அவள் பெற்றுத் தந்த
பவழ மணி போன்ற
அழகிய வாயையும்,
(சதங்கை) கிண்கிணியையும் உடைய
உன் புதல்வர் பொலிவு பெறுக

என்று வாழ்த்தித்
திண்ணிய தேரை உடைய வேந்தனே!

உன்னைப் பாராட்டி அன்பு பெருகுவதால்
கனவிலும் கூட உன் புகழையே கூறும்
எனது ஆசை மிகுந்த மனது
இன்ப மடைந்து மகிழ
ஆல இலையின் மேல் இருந்த
திருமாலைப் போன்ற உனது
செல்வத்தை எல்லாம் கண்டேன்;
வேலை உடைய தலைவனே!
ஆகவே விடை பெறுகிறேன்.
உனது தலைமாலை வாழ்வதாக!

தமிழ் தொடரும் குளிர்ந்த நாட்டின்
எல்லை எங்கும் கொள்ளையாகக் கொண்டு
உன் பகைவர்களைத் தாழ்த்துவாயாக;
அவர்களின் பொருள்களை எல்லாம்
வாங்கிக் கொண்டு உண்ணும்,
குறைக்கவே முடியாத
மிகுந்த வலிமையையும் உடைய
உன்னைப் போன்ற வலிமை மிக்க
உன் மைந்தர்கள்,
பகைவர் எப்போதும் குறைய,
அவர்களின் பெறுவதற்கு அரிய
அணிகலன்களைக் கொண்டு வந்து,
பொன் நிறைந்த உன் நெடுநகரை
அழகுமிகச் செய்த,
உன் முன்னோரைப் போன்று
உன் கண்ணோட்டம் ஆவதாக.

எல்லா இடத்திலும்
ஒவ்வொரு நாளும்
பெரிதும் செறிந்த அலைகளைக் கொண்ட

பெரிய கடல் நீரை விட,
அக்கடல் கொழித்த மணலை விட,
நீண்டு உயர்ந்த மழைத் துளியையும் விட
மிகுதியாக இவர் பெறும்
பிள்ளைகளைக் காணும் போது எல்லாம்
நீயும் விரும்பிய செல்வத்துடனே
புகழும் இனிதே விளங்க
நெடுங்காலம் வாழ்க! பெருந்தகையே!

நானும் உறவுகள் இல்லாத
தொலை தூர நாட்டில்
நாள்தோறும் மழைத்துளியை விரும்பும்
வானம்பாடி எனும் பறவை போல
உனது கொடைமேல்
ஆசையால் இரங்கி
உனது அடியின் நிழலில் வாழ்வேன்.
விரைந்து ஓடும் குதிரையை உடைய மாறனே!
நீ எனக்குச் செய்த செயலை
மறவாதிருப்பாயாக.

130. 'முன்னோர் காணாததை நாங்கள் கண்டோம்' (196)

பாடல்

ஒல்லுவது ஒல்லும் என்றலும், யாவர்க்கும்
ஒல்லாது இல் என மறுத்தலும், இரண்டும்
ஆள்வினை மருங்கின் கேண்மைப் பாலே;
ஒல்லாது ஒல்லும் என்றலும், ஒல்லுவது
இல் என மறுத்தலும், இரண்டும், வல்லே   5

இரப்போர் வாட்டல் அன்றியும், புரப்போர்
புகழ் குறைபடூஉம் வாயில் அத்தை;
அனைத்து ஆகியர், இனி; இதுவே எனைத்தும்

சேய்த்துக் காணாது கண்டனம்; அதனால்,
நோய் இலராக நின் புதல்வர்; யானும்

வெயில் என முனியேன், பனி என மடியேன்,
கல் குயின்றன்ன என் நல்கூர் வளி மறை,
நாண் அலது இல்லாக் கற்பின் வாள் நுதல்
மெல் இயல் குறு மகள் உள்ளிச்
செல்வல்அத்தை; சிறக்க நின் நாளே!

திணை: பாடாண் துறை: பரிசில் கடாநிலை.

புலவர்ஆவூர் மூலங்கிழார்

மன்னன்: பாண்டியன் இலவந்திகைப் பள்ளியில் இறந்த நன்மாறன்

நம்மால் கொடுக்க முடிந்த பொருளை
முடியும் என்று சொல்லிக் கொடு;
எவருக்குமே
தம்மால் கொடுக்க முடியாத பொருளை
முடியாது என மறு.
இவை இரண்டுமே
முயற்சியின்பாற் பட்ட
நட்பின் பகுதிகளாகும்

தன்னால் முடியாததை முடியும் என்பதும்,
முடிந்ததை முடியவில்லை என மறுப்பதும் என
இவ்விரண்டும் இரந்துவருவாரை
வேகமாக வருத்தப்படுத்தும்.
அதுமட்டும் அன்று.
ஈவோரின் புகழ் குறைபடும் வழியாகும்.

இப்பொழுது நீ
எங்கள் அளவில் செய்ததும்
அத்தகையதே ஆகும்.
இது, இதற்கு முன்பு

எங்கள் குடியில் உள்ளார்
எள்ளளவும் காணாதது.
ஆனால் நாங்கள்
இத்தகைய தீங்கினைக் கண்டோம்.

உன் பிள்ளைகள்
நோய் இன்றி இருப்பார்களாக;
நானும் வெயில் என்று எண்ணி
என் பயணத்தை வெறுக்காமல்
பனி என்று எண்ணிச்
சோம்பி இராமல் (புறப்படுகிறேன்)
கல்லால் செய்தது போன்று
என்னை விட்டு விலகாமல் இருக்கும்
என் வறுமையின் மிகுதியால்
காற்றுக்கு மட்டுமே மறைவிடமாகிய
என் வீட்டிற்குச் செல்கிறேன்.
அங்கே நாணம் ஒன்று தவிர
வேறு இல்லாத
கற்பையும் ஒளிமிகு நெற்றியையும்
மெல்லிய இயல்பையும் உடைய
என் மனைவியை நினைத்துச் செல்வேன்;
உன் ஆயுள் பெருகட்டும் (நீ நல்லா இரு)

பாண்டியன் சித்திரமாடத்தில் இறந்த நன்மாறன்

131. 'பொய்யை ஏற்காதே' (59)

சித்திர மாடம் என்றால்
சிங்கார மாளிகை (பாட்டும் தொகையும்) என்று பொருள்
இந்த மாளிகையில்
உயிர்நீத்தவன் பாண்டியன் நன்மாறன்.
இவனைப் பற்றி இந்த ஒரு பாடல் மட்டும்
இந்நூலில் இருக்கிறது.

கூலம் என்றால்
நெல், புல், வரகு, சாமை, திணை முதலிய
பதினெட்டு வகை தானியங்கள்.
இவற்றை, விற்றுப் பிழைத்த மதுரை
வியாபாரி சீத்தலைச் சாத்தனார்.
சீத்தலை என்பது ஊர்ப் பெயர் என்றும்,
சீழ்ப்பிடித்த தலை என்று விரித்தும்
பொருள் கூறுவர்.
இரண்டிற்கும் அடிப்படை
எது என்று தெரியவில்லை.
புறநானூற்றில் இவர் பாடல் இது ஒன்றே.
சிலப்பதிகாரத்தில்
இவர் ஒரு பாத்திரமாகவே கூறப்படுகிறார்.
மணிமேகலைக் காப்பியத்தைப்
படைத்த கவிஞர் இவரே
என்றும் கூறப்படுகிறது.
திருக்குறளைச் சிறப்பித்துப் பாடியவர்களில்
இவரும் உண்டு.
இவற்றின் உண்மை ஆய்விற்கு உரியது.

பாடல்

ஆரம் தாழ்ந்த அணி கிளர் மார்பின்,
தாள் தோய் தடக் கை, தகை மாண் வழுதி!
வல்லை மன்ற, நீ நயந்து அளித்தல்;
தேற்றாய், பெரும! பொய்யே; என்றும்
காய் சினம் தவிராது கடல் ஊர்பு எழுதரும்   5

ஞாயிறு அனையை, நின் பகைவர்க்கு;
திங்கள் அனையை, எம்மனோர்க்கே!

திணை : பாடாண்   துறை : பூவைநிலை.
புலவர் : மதுரைக் கூல வாணிகன் சீத்தலைச் சாத்தனார்
மன்னன் : பாண்டியன் சித்திர மாடத்துஉயிர் நீத்த நன்மாறன்

மாலை தொங்கும்
அழகு மிகு மார்பு;
முழங்காலைத் தொடும் அளவிற்கு
நீண்ட கைகள்;
இவை அனைத்தும் கொண்ட
அழகில் மிகுந்த வழுதியே!
மனம் மகிழ்ந்து
அனைவர்க்கும் கொடுப்பதில்
நீ தெளிவானவன்.

பெருமானே!
பொய்யை உண்மை என்று
உள்ளத்துள் கொள்ளாதே
உன் பகைவர்க்கு
எப்போதும் கடும் வெம்மை நீங்காமல்
கடலில் கிளர்ந்து எழும் சூரியனுக்கு ஒப்பாக
உன் பகைவர்க்கு விளங்குவாய்;
நிலவைப் போல எங்களைப் போன்றவர்க்கு ஆவாய்.

பாண்டியன் பல் யாகசாலை
முதுகுடுமிப் பெரு வழுதி

பாண்டியன் - வழுதி குடிப்பெயர்.
முது குடுமி - நீண்ட நாளாக
வளர்க்கும் குடுமி.

பல் யாகசாலை - ஏற்படுத்தியதாலோ,
செய்ததாலோ வந்த பெயர்.
இது தமிழ் மக்களின் பழக்கமோ?

பாண்டியர் குடி நெடியோன் மரபு
அவனது அறமும் வீரமும் (12)
வேள்வியும் வீரமும் (15)
வீரமும் கொடையும் (64)
அறிவுரை (6)

132. 'இதுதான் அறமோ?' (12)

பாடல்

பாணர் தாமரை மலையவும், புலவர்
பூ நுதல் யானையொடு புனை தேர் பண்ணவும்,
அறனோ மற்று இது---விறல் மாண் குடுமி!
இன்னா ஆகப் பிறர் மண் கொண்டு
இனிய செய்தி, நின் ஆர்வலர் முகத்தே? 5

திணை: பாடாண். துறை: இயன்மொழி.

புலவர்: நெட்டிமையார்

மன்னன்: பாண்டியன் பல்யாகசாலை முதுகுடுமிப் பெருவழுதி

ஆற்றலும் சிறப்பும் அமைந்த குடுமியே!
உன் பகைவர்களுக்குத் துன்பம் வருமாறு
அவரது நாட்டைக் கைப்பற்றுகிறாய்.
அது கொண்டு
பாணர் பொற்றாமரை அணிந்து கொள்கின்றனர்.

புலவர்களோ பட்டம் அழகு தரும்
நெற்றியுடன் கூடிய யானையோடு.
அழகிய தேரைச் செய்யவும்
உன்னை விரும்புவார்க்கு
நல்லன செய்கின்றாய்,
உன்னளவில் இதுதான் அறமோ?

133. 'வீரமா? வேள்வியா?' (15)

பாடல்

கடுந் தேர் குழித்த ஞெள்ளல் ஆங்கண்,
வெள் வாய்க் கழுதைப் புல் இனம் பூட்டி,
பாழ் செய்தனை, அவர் நனந்தலை நல் எயில்;

புள்ளினம் இமிழும் புகழ்சால் விளை வயல்,
வெள் உளைக் கலி மான் கவி குளம்பு உகளத்   5

தேர் வழங்கினை, நின் தெவ்வர் தேஎத்து;
துளங்கு இயலான், பணை எருத்தின்,
பாவு அடியான், செறல் நோக்கின்,
ஒளிறு மருப்பின் களிறு அவர
காப்பு உடைய கயம் படியினை;   10

அன்ன சீற்றத்து அனையை ஆகலின்,
விளங்கு பொன் எறிந்த நலம் கிளர் பலகையொடு
நிழல் படு நெடு வேல் ஏந்தி, ஒன்னார்
ஒண் படைக் கடுந் தார் முன்பு தலைக்கொண்மார்,
நசை தர வந்தோர் நசை பிறக்கு ஒழிய,   15

வசை பட வாழ்ந்தோர் பலர்கொல்? புரை இல்
நன் பனுவல், நால் வேதத்து,
அருஞ் சீர்த்திப் பெருங் கண்ணுறை
நெய்ம் மலி ஆவுதி பொங்க, பல் மாண்
வீயாச் சிறப்பின் வேள்வி முற்றி,   20

யூபம் நட்ட வியன் களம் பலகொல்?
யா பலகொல்லோ?---பெரும! வார் உற்று
விசி பிணிக்கொண்ட மண் கனை முழவின்
பாடினி பாடும் வஞ்சிக்கு
நாடல் சான்ற மைந்தினோய்! நினக்கே.   25

திணை: பாடாண்   துறை: இயன்மொழி.
புலவர்: நெட்டிமையார்
மன்னன்: பாண்டியன் பல்யாக சாலை முதுகுடுமிப் பெருவழுதி

பெரியோனே! வீரனே!
விரைந்து ஓடும் தேர்கள்

குழி பறித்த தெருக்களில்
அற்ப இனமான வெள்ளை வாய்க்
கழுதையைப் பூட்டி உழுது
பகைவர்தம் விரிந்து பரந்த
சிறந்த அரண்களைப் பாழ்படுத்தினாய்.

பறவைகள் சத்தமிடும் வயல்களில்
வெள்ளை நிறப் பிடரியையும்,
மனச் செருக்கையும் உடைய குதிரைகள்
கவிந்த தம் காற் குளம்புகளால் தாவத்
தேரைச் செலுத்தினாய்.

அவர்களின் காவல் மிகுந்த குளங்களில்
அசையும் இயல்போடு
பெருங் கழுத்தும், பாதமும்,
கோபம் மிக்க பார்வையும்,
பளிச்செனத் தெரியும் கோட்டையும் உடைய
களிற்றைப் படியச் செய்தாய்.
இத்தனை சினமும் செயலும்
உடையவன் நீ.

இவை மட்டும் அல்ல;
வார் கொண்டு நன்கு
இழுத்துக் கட்டப் பெற்ற
வாயை உடைய முழவில்
பாடினி பாடும் போதே
பகைவர் மேல் செல்வது பற்றிச்
சிந்திக்கும் உனக்கு
எதுதான் கடினம்; சிரமம்?

இரும்பினால் ஆன ஆணியும்
பட்டமும் அடிக்கப் பெற்று
அழகோடு விளங்கும் கேடயத்துடன்
நிழல் தரும் பருத்த வேலை எடுத்துக் கொண்டு

கருவிகளைக் கொண்ட
உன் தூசிப் படையின் (கொடிப் படை)
வலிமையை அழிக்க எண்ணி
ஆசையோடு வருவர்;
அவர்களின் ஆசையெல்லாம் அழிய,
அவர்கள் மேல் பழியும் உண்டாக
உயிர் வாழ்ந்தவர் பலரா?
அல்லது அற நூல்களிலும்,
நான்கு வேத நூல்களிலும் சொல்லப்பட்ட
அடைவதற்கு அரும் புகழையுடைய
சமீது, பொரி முதலிய மேலே தூவப்படும்
சிறந்த பொருளோடு
நெய் மிக, புகை பொங்க,
மாட்சி குறையாத
முதன்மையான யாகங்களை முடித்து,
தூண் நடப்பட்ட
அகன்ற வேள்விச் சாலைகள் பலவா?
எது மிகுதி? கூறுவாயாக.

(யாக சாலைகள்; வேள்வி முறை; நான்கு வேதம்
இவை எல்லாம் தமிழர் தம் மரபுதாமா?)

134. 'கஞ்சி குடிப்பதை நீக்க' (64)

பல்லியம் என்றால்
பலவகை இசைக் கருவிகள்
என்பது பொருள்
நெடும் பல்லியம் என்பதால்
நீண்டு அமைந்த பல
இசைக் கருவிகளை வாசிப்பதில்
திறன் மிக்கவர் என்பதால் இந்தப் பெயரோ?.
உண்மையான பெயர்தான் என்ன?

பாடல்

நல் யாழ், ஆகுளி, பதலையொடு சுருக்கி,
செல்லாமோதில்--சில் வளை விறலி!---
களிற்றுக் கணம் பொருத கண் அகன் பறந்தலை,
விசும்பு ஆடு எருமை பசுந் தடி தடுப்ப,
பகைப் புலம் மரீஇய தகைப் பெருஞ் சிறப்பின்
குடுமிக் கோமாற் கண்டு,
நெடு நீர்ப் புற்கை நீத்தனம் வரற்கே!

திணை: பாடாண். துறை: விறலியாற்றுப்படை.

புலவர்: நெடும் பல்லியத்தனார்

மன்னன்: பாண்டியன் பல்யாகசாலை முதுகுடுமிப் பெருவழுதி

கைகளில் சில வளையல்களையே
அணிந்துள்ள விறலியே!
யானைக் கூட்டம் போரிட்ட
அகலமான பெரிய பாறையின் மேலே,
வானத்தில் பறக்கும் கழுகுகளைப்
பச்சைப் பசும் துண்டத்தின்
(நாற்றம்) தடுக்குமாறு
பகைவரது நாட்டில் போரிட்டு வென்ற
மிகப்பெரும் செல்வத்தையும் உடைய
அழகிய பெரிய நெடுநாள் குடுமியைக்
கொண்ட மன்னனைக் காண்போம்.

அவன் தரும் பரிசுகளால்
மிகுதியான நீரும்
கொஞ்சம் பருக்கையும் உடைய
புல்லரிசிக் கஞ்சியைக் குடித்து
வாழும் வாழ்க்கையை நீக்குவோம்

அதனால் நல்ல யாழ்,
சிறிய பறைக் கொட்டு,

ஒரு பக்கம் மட்டுமே ஓசை தரும்
பெரிய கண்ணை உடைய
கிணைப் பறை என்னும் இவற்றை, கட்டிக் கொள்.
அவற்றை எடுத்துக் கொண்டு
அவனிடம் செல்லுவோம்.

135. 'வெற்றியால் பெருமை கொள்ளாதே' (6)

பாடல்

வடாஅது பனி படு நெடு வரை வடக்கும்,
தெனாஅது உரு கெழு குமரியின் தெற்கும்,
குணாஅது கரை பொரு தொடு கடற் குணக்கும்,
குடாஅது தொன்று முதிர் பௌவத்தின் குடக்கும்,
கீழது, முப் புணர் அடுக்கிய முறை முதற் கட்டின்

நீர் நிலை நிவப்பின் கீழும், மேலது
ஆனிலை உலகத்தானும், ஆனாது,
உருவும் புகழும் ஆகி, விரி சீர்த்
தெரி கோல் ஞமன் போல, ஒரு திறம்
பற்றல் இலியரோ! நின் திறம் சிறக்க!

செய் வினைக்கு எதிர்ந்த தெவ்வர் தேஎத்து,
கடல் படை குளிப்ப மண்டி, அடர் புகர்ச்
சிறு கண் யானை செவ்விதின் ஏவி,
பாசவல் படப்பை ஆர் எயில் பல தந்து,
அவ் எயில் கொண்ட செய்வுறு நன் கலம்

பரிசில் மாக்கட்கு வரிசையின் நல்கி,
பணியியர் அத்தை, நின் குடையே---முனிவர்
முக் கட் செல்வர் நகர் வலம் செயற்கே!
இறைஞ்சுக, பெரும! நின் சென்னி---சிறந்த
நான்மறை முனிவர் ஏந்து கை எதிரே!

வாடுக, இறைவ! நின் கண்ணி---ஒன்னார்
நாடு சுடு கமழ் புகை எறித்தலானே!
செலியர் அத்தை, நின் வெகுளி---வால்இழை
மங்கையர் துனித்த வாள் முகத்து எதிரே!
ஆங்க, வென்றி எல்லாம் வென்று அகத்து அடக்கிய   25

தண்டா ஈ∙கைத் தகை மாண் குடுமி!
தண் கதிர் மதியம் போலவும், தெறு சுடர்
ஒண் கதிர் ஞாயிறு போலவும்,
மன்னிய, பெரும! நீ நிலமிசையானே!

திணை: பாடாண்.   துறை: செவியறிவுறூஉ; வாழ்த்தியலும் ஆம்.
புலவர்: காரிகிழார்
மன்னன்: பாண்டியன் பல்யாக சாலை முதுகுடுமிப் பெருவழுதி.

பெரியோனே!
பனி விழும் நீண்ட இமயமலை வடக்கிலும்,
பயமுறுத்தும் குமரி முனை தெற்கிலும்,
கரை தொட்டுப் பொருதும் கடல் கிழக்கிலும்,
மிகவும் பழமையான கடல் மேற்கிலுமாக,
நிலம், ஆகாயம், சொர்க்கம்
என மூன்றாக அடுக்கப்பட்ட முறையில்
முதல் அடுக்காகிய
நீர் நிறைந்த நிலம் கீழும்
கோ லோகமாகிய மேல் உலகம் மேலுமாக
அமைந்துள்ளது உலகம்.
இது அச்சமும் புகழும் உள்ளது .

இவ்வுலகில்
பொருட்களை எடை பார்க்கும்
தராசின் நடுநிலை போல
ஒரு பக்கமாகச் சாயாது வாழ்வாயாக.

உனது படை, குடி முதலிய கூறுகள்
சிறப்பதாகுக.
உன்னோடு மாறுபடும் பகைவரது நாட்டில்
கடல் போன்ற உன் படை
உள்ளே புகுந்து முன் செல்ல,
அடர்ந்த புள்ளிகளையும் சிறிய கண்ணையும் உடைய
யானை, தடுப்பார் இல்லாமல்
நேரே ஏவப்படுவதாக;
அது பசுமையான விளை நிலங்களையும்
பக்கத்தில் கொண்ட அரிய மதிலரண்
பலவற்றையும் கைப்பற்றுவதாக.
அங்கே கொள்ளப்பட்ட அழகிய
சிறந்த அணிகளைப்
பரிசிலர்க்கு முறையாக வழங்குவதாக.

முனிவர்களால் துதிக்கப்படும் முக்கண் சிவனது
கோயிலை வலம் வருவதற்கே
உன் கொற்றக்குடை தாழ்வதாக.
நான்கு வேதம் உடைய அந்தணர்
உன்னை நெடிது வாழ்க என்று
உயர்த்திய கை முன்னே
உன் முடி வணங்குவதாக.
உன் பகைவரது நாட்டைச் சுடும் புகை
மண்டுவதில் உன் தலை மாலை வாடுவதாக;
வெண்முத்து மாலை அணிந்த
உன் தேவியரின் சிறு சினம் சேர்ந்த
ஒளி மிகு முகத்தின் முன்னே
உன் கோபம் குறைவதாக.

இதுவரை வென்ற வெற்றியை எண்ணி
உன்னையே நீ வியந்து கொள்ளாமல்
அவற்றை உன் மனத்துள்
அடக்கிக் கொண்டு,
குறைவுபடாத கொடைக் குணம் கொண்டு

தகுதி மிகுதியும் பெற்ற குடுமியே!
குளிர் சுடர் நிலவு போலவும்,
சுடுசுடர் சூரியன் போலவும்
இந்த உலகில் என்றென்றும்
நிலைத்து நீ நீடு வாழ்வாயாக!

பாண்டியன் கானப்பேர் எயில் கடந்த உக்கிரப் பெருவழுதி

136. 'கருங்கைக் கொல்லன்' (21)

கானப் பேர் என்பது ஓர் ஊர்; (இன்றைய காளையார் கோவில்)
எயில் கடந்த - அவ்வூர்க் கோட்டையை
வென்ற எனலாம்.
இவன் பாண்டியன் கானப் பேர் தந்த
உக்கிரப்பெருவழுதி;
பாண்டியன் உக்கிரப் பெருவழுதி;
உக்கிரப்பெருவழுதி
என்றெல்லாம் பேசப்படுகிறான்.

பாடல்

புல வரை இறந்த புகழ்சால் தோன்றல்!
'நில வரை இறந்த குண்டு கண் அகழி,
வான் தோய்வு அன்ன புரிசை, விசும்பின்
மீன் பூத்தன்ன உருவ ஞாயில்,
கதிர் நுழைகல்லா மரம் பயில் கடி மிளை,   5

அருங் குறும்பு உடுத்த கானப்பேர் எயில்,
கருங் கைக் கொல்லன் செந் தீ மாட்டிய
இரும்பு உண் நீரினும், மீட்டற்கு அரிது' என,
வேங்கை மார்பன் இரங்க, வைகலும்
ஆடு கொளக் குழைந்த தும்பை, புலவர்   10

பாடுதுறை: முற்றிய, கொற்ற வேந்தே!
இகழுநர் இசையொடு மாய,
புகழொடு விளங்கிப் பூக்க, நின் வேலே!

திணை: வாகை   துறை: அரசவாகை

புலவர்: ஐயூர் மூலங்கிழார்

மன்னன்: கானப் பேர் எயில் கடந்;த உக்கிரப் பெருவழுதி

உன்னைப் பாடுவார்தம்
அறிவின் எல்லையைக் கடந்த
புகழ் மிக்க தலைவனே!
பூமியின் கீழ்
எல்லை இல்லா ஆழமான அகழி,
வானத்தை முட்டும் கோட்டை,
வானத்தே பூத்த நட்சத்திரங்களோ எனும்படி
மதிலின் மேலுள்ள வீரர்,
கீழிருக்கும் பகை வீரர்கள் மேல்
அம்பை எய்து விட்டு மறைந்து கொள்ளத்தக்க
சூட்டு எனப்படும் சிற்றிடங்கள்;

கதிரும் நுழைய முடியாதபடி
நெருங்கி வளர்ந்த மரங்கள்
நிறைந்த காவற்காடு;
நெருங்க முடியாத சிற்றரண்கள் எனச்
சூழ்ந்தது கானப் பேர் எயில்;

இந்த அரணை,
ஆற்றல் மிக்க கொல்லனது
உலைக் களத்தில் இட்ட
இரும்பு குடித்த நீர்
எப்படி திரும்ப வராதோ அதுபோலவே
வழுதியின் வசப்பட்ட கோட்டையையும்
திரும்பப் பெறமுடியாது என்று

வேங்கை மார்பன் வருந்தும்படி
நீ நாளும் வெற்றி பெறுவதால்
தழைத்த தும்பையை அணிந்து,
புலவரால் பாடல் பெறும் துறையில்
சிறந்த வெற்றி பெற்ற வேந்தனே!

உன்னை இகழ்வார்
வசையோடு மடியட்டும்;
உன் வேலோ
புகழ் மிகுந்ததாய்ப்
பொலிவு பெறட்டும்;

137. 'இப்போது அரசு நம்முடையதே; ஆனால் எப்போதும் அது நம்மோடு வராது' (367)

சேரமான் மாரி வெண்கோவும்,
பாண்டியன் கானப் பேரை (காளையார் கோவில்)
வென்ற உக்கிரப் பெரு வழுதியும்,
சோழன் இராச சூயம் வேட்ட
பெருநற் கிள்ளியும் ஒன்றாகக்
கூடி இருந்த போது அவர்களை
அப்படிக் கண்ட மகிழ்ச்சியில்
ஔவையார் பாடியது.

பாடல்

நாகத்து அன்ன பாகு ஆர் மண்டிலம்
தமவே ஆயினும் தம்மொடு செல்லா
வேற்றோர் ஆயினும் நோற்றோர்க்கு ஒழியும்;
ஏற்ற பார்ப்பார்க்கு ஈர்ங்கை நிறையப்
பூவும் பொன்னும் புனல் படச் சொரிந்து,

பாசிழை மகளிர் பொலங் கலத்து ஏந்திய
நார் அரி தேறல் மாந்தி, மகிழ் சிறந்து,

இரவலர்க்கு அருங் கலம் அருகாது வீசி,
வாழ்தல் வேண்டும், இவண் வரைந்த வைகல்;
வாழச் செய்த நல்வினை அல்லது   10

ஆழுங் காலைப் புணை பிறிது இல்லை;
ஒன்று புரிந்து அடங்கிய இருபிறப்பாளர்
முத்தீப் புரையக் காண்தக இருந்த
கொற்ற வெண் குடைக் கொடித் தேர் வேந்திர்!
யான் அறி அளவையோ இதுவே; வானத்து   15

வயங்கித் தோன்றும் மீனினும், இம்மெனப்
பரந்து இயங்கு மா மழை உறையினும்,
உயர்ந்து மேந் தோன்றிப் பொலிக, நும் நாளே!

திணை: பாடாண்   துறை: வாழ்த்தியல்

புலவர்: ஔவையார்

(நம் ஆன்மா (உயிர்) (இந்தப் பிறப்பிலேயே)
முக்தி பெறுவதற்கு உரிய ஞானம்)
ஒன்றையே தேடி,
தாயின் வயிற்றிலிருந்து ஒரு பிறப்பும்,
உபநயனம் (பூணூல் அணிதல்) செய்யும் காலத்து
மற்றொரு பிறப்பும் என இரண்டு
பிறப்பினை உடையவர் வளர்க்கும்
ஆகவனீயம், காருக பத்தியம்,
தட்சிணாக்கினியம் (தென் திசை அங்கி)
என்னும் மூன்று வகையான
வேள்வித் தீயைப் போல்
காட்சிக்கு இனியவராய்,
அரசு உரிமையுடன் வெண்குடையும்,
கொடியும், தேரும் உடைய
மூன்று வேந்தர்களே!

வளமான பகுதிகளை உடைய
நாகலோகம் போன்ற இனிய இந்த நிலவட்டம்
உங்களுடையதுதான் என்றாலும் (இறந்தபோது)
உங்களோடு கூடவே வராது;
அயலார்தாம் என்றாலும்
தவம் செய்தவர்க்கே அவை உரியனவாகும்.

தன்னிடம் வந்து இரந்து கேட்கும்
பார்ப்பார்க்கு அவர்களின் குளிர்ந்த கை
நிறையுமாறு
பூவையும், பொன்னையும் தாரை வார்க்கும்
நீரோடு கொடுங்கள்.

பசிய இழை அணிந்த பெண்கள்
பொற்கிண்ணங்களில் கொடுத்த
பன்னாடையால் வடிக்கப்பட்ட
கள்ளின் தெளிவைக் குடியுங்கள்.

(பார்ப்பார் அல்லாத) பிற இரவலர்க்கு
அரிய அணிகலன்களைக்
குறை இல்லாமல்
கொடுத்து மகிழுங்கள்.
இப்பூமியில் வாழும் காலம் வரை
இப்படி நீங்கள் வாழ வேண்டும்.
தாம் செய்த நல்வினைகளே அல்லாமல்
இறக்கும்போது நமக்குத்
துணையாவது வேறு இல்லை.

வானத்தே மின்னித் தோன்றும்
நட்சத்திரங்களின் எண்ணிக்கையைக் காட்டிலும்,
இம்மென்ற ஓசையுடன் விழும்
பெரும் மழைத் துளிகளின் எண்ணிக்கையைக் காட்டிலும்
மிகுதியாகச் சிறந்து விளங்கி
உங்கள் வாழ் நாள்
அழகு பெறுவதாக.

பாண்டியன் வெள்ளியம்பலத்துத் துஞ்சிய பெருவழுதி

138. 'நெல்லும் நீரும் எல்லார்க்கும்' (58)

சோழ நாட்டில் குராப்பள்ளி ஓர் ஊர்.
பெருந்திருமா வளவன் சோழ மன்னன்
முதுமை காரணமாகவோ,
போர் காரணமாகவோ,
நோய் காரணமாகவோ எதனாலோ
இம்மன்னன் குராப்பள்ளி என்னும் அவனது ஊரில்
உயிர் நீத்தான்
அவனை வெவ்வேறு சமயங்களில்
மூன்று புலவர் பொருள் வேண்டிப்
புகழ்ந்து பாடியுள்ளனர்.
இந்தப் பாடல்
காவிரிப்பூம் பட்டினத்துக்
காரிக் கண்ணனார் பாடியது.
இவர் சோழ மண்ணைச்
சார்ந்தவராக இருக்கலாம்.
காரி என்பது கரிக்குருவி.
கரிக்குருவியின் நிறத்தில் இவர் இருந்திருக்கலாம்;
அதனால் இவருக்கு இப்பெயர்
வந்திருக்கலாம் என்பார் உ.வே.சா.
இவர் பாண்டியன் இலவந்திகைப் பள்ளியில்
உயிர் நீத்த நன்மாறன்,
பாண்டியன் வெள்ளியம் பலத்து
உயிர் நீத்த பெருவழுதி,
பிட்டங் கொற்றன் என்னும்
மூவரையும் கூடப் பாடியிருக்கிறார்.
தமிழ் மன்னர்கள் ஒற்றுமையாக
இருக்க வேண்டும் என்ற உணர்வினாலா
முன்னர் இருவர் ஒற்றுமையாக

இருந்த காட்சியைக் கண்டதினாலா
எதனால் என்று உறுதி கூற முடியவில்லை.
ஆனால் ஒற்றுமை வேண்டும்
என்ற ஒரு சிறந்த கருத்தைக்
கூறியுள்ளார்.

பாடல்

நீயே, தண் புனற் காவிரிக் கிழவனை; இவனே,
முழு முதல் தொலைந்த கோளி ஆலத்துக்
கொழு நிழல் நெடுஞ் சினை வீழ் பொறுத்தாங்கு,
தொல்லோர் மாய்ந்தெனத் துளங்கல் செல்லாது,
நல் இசை முது குடி நடுக்கு அறத் தழீஇ,

இளையதுஆயினும் கிளை அரா எறியும்
அரு நரை உருமின், பொருநரைப் பொறாஅச்
செரு மாண் பஞ்சவர் ஏறே; நீயே,
அறம் துஞ்சு உறந்தைப் பொருநனை; இவனே,
நெல்லும் நீரும் எல்லார்க்கும் எளிய என,

வரைய சாந்தமும், திரைய முத்தமும்,
இமிழ் குரல் முரசம் மூன்றுடன் ஆளும்
தமிழ் கெழு கூடல் தண் கோல் வேந்தே;
பால் நிற உருவின் பனைக் கொடியோனும்,
நீல் நிற உருவின் நேமியோனும், என்று

இரு பெருந் தெய்வமும் உடன் நின்றா அங்கு,
உரு கெழு தோற்றமொடு உட்குவர விளங்கி,
இன்னீர் ஆகலின், இனியவும் உளவோ?
இன்னும் கேண்மின் நும் இசை வாழியவே;
ஒருவீர் ஒருவீர்க்கு ஆற்றுதிர்; இருவீரும்

உடன் நிலை திரியீர் ஆயின், இமிழ்திரைப்
பௌவம் உடுத்த இப் பயம் கெழு மா நிலம்
கையகப்படுவது பொய் ஆகாதே;
அதனால், நல்ல போலவும், நயவ போலவும்,
தொல்லோர் சென்ற நெறிய போலவும், 25

காதல் நெஞ்சின் நும் இடை புகற்கு அலமரும்
ஏதில்மாக்கள் பொதுமொழி கொள்ளாது,
இன்றே போல்க, நும் புணர்ச்சி; வென்று வென்று
அடு களத்து உயர்க, நும் வேலே; கொடுவரிக்
கோண்மாக் குயின்ற சேண் விளங்கு தொடு பொறி 30

நெடு நீர்க் கெண்டையொடு பொறித்த
குடுமிய ஆக, பிறர் குன்று கெழு நாடே.

திணை: பாடாண்   துணை உடனிலை
சூழல்: சோழன் குராப்பள்ளித் துஞ்சிய
பெருந் திருமாவளவனும், பாண்டியன்
வெள்ளியம்பலத்துத் துஞ்சிய பெருவழுதியும்,
ஒருங்கு இருந்தாரைக் காவிரிப்பூம் பட்டினத்துக்
காரிக்கண்ணனார் பாடியது.

(வளவனே!) நீயோ குளிரும் நீர் நிறைந்த
காவிரியின் தலைவன்;
(வழுதியாகிய) இவனோ
அடிமரம் பட்டுப் போனாலும்
பூக்காமலே காய்க்கும்
ஆலமரத்தின் அடர்ந்த நிழல் தரும்
நீண்ட கிளைகளை
அதன் விழுதுகள் தாங்குவது போல,
தன் முன்னோர் மடிந்து விட்ட போதும்
தான் சோர்ந்து போகாமல்
புகழ் பெற்ற தன் படிங்குடியைத்

தடுமாறாது தாங்குபவன்.
தான் சிறியதாக இருந்தாலும்
சுற்றத்தோடு வரும் பாம்பை
எதிர்க்கும் வெளிச்சம் மிகுந்த
இடியேறு போன்றவன்;
பகைவரைக் காணப் பொறுக்காத
போர்க்களத்தில் இளையனாயினும்
பாண்டியர் குடியில் காளை போன்றவன்.
நீயோ தருமம் வாழும்
உறையூரின் அரசன்
இவனோ நெல்லும் நீரும்
எல்லார்க்கும் எளிதாகக் கிடைப்பவை
எனக் கண்டான்;
எவராலும் பெறுவதற்கு அரிய
பொதிய மலைச் சந்தனம்,
கடலின் முத்து என
இவற்றின் பெருமையை ஒலிக்கும்
வீரமுரசம், நியாய முரசம், தியாக முரசம் என்னும்
மூன்றுடன் ஆள்வோன்;
தமிழ் நிலவும் மதுரையில்
குளிரும் செங்கோல் கொண்ட மன்னன்.
நீங்கள் இருவரும்,
பால் போன்ற நிறமும்
பனைக் கொடியும் உடைய பலராமன்,
நீல நிறத் திருமேனியையும்
சக்கரப் படை கொண்ட திருமால் என்னும்
இரண்டு பெரிய தெய்வங்களும்
ஒன்றாகச் சேர்ந்து நின்றது போல,
அழகிய காட்சியுடன்
அடுத்தவர்க்குப் பயம் தோன்றும் படி
விளங்குங்கள்;
இருவரும் இத்தகையர் ஆவதை விட
இனியது வேறு எதுவும் உண்டோ?
இன்னும் கேட்பீராக;

உங்கள் புகழ்
நெடுங்காலம் நிலைப்பதாக;
உங்களுக்குள் ஒருவர்
மற்றவர்க்கு உதவுவீர்களாக;
இப்போது நீங்கள் இருவரும்
சேர்ந்து நிற்கும் இந்த நிலையிலிருந்து
மாறாமல் இருப்பீர்கள் என்றால்
ஒலிக்கும் அலைகளை உடைய
கடல் சூழ்ந்த, பயன் மிகுந்த உலகங்கள்
இப்பூமியில் உங்கள் கைவசப்படுவது உண்மையாகும்.
எனவே நல்லவையாய், நியாயம் ஆனவையாய்
முன்னோர் சென்ற வழியாய் விளங்கும்
அன்பு நிறைந்த இந்த மனத்திற்கு இடையே
நுழைய முயலும் அற்பர்களின்
வஞ்சக வார்த்தைகளை நம்பாதீர்கள்.
இன்று இருப்பது போலவே
உங்கள் நட்பு என்றும் இருப்பதாக;
வெற்றி மேல் வெற்றி பெற்று
போர்க்களத்தே
உங்கள் வேல் உயர்வதாக.
வளைவான வரிகளை உடைய
புலியின் வடிவில்
தொலைதூரத்திலும் தெரியும்படி
தோண்டிய நீரில் வாழும் கயல் மீனோடு
பதித்த சிகரங்களை உடையனவாகப்
பிறர் குன்று சூழ்ந்த நாடுகளும்
விளங்குவனவாக.

பாண்டியன் கருங்கை ஒள்வாள் பெரும்பெயர் வழுதி

139. 'வையம் பிளந்தாலும் வார்த்தை தவறாதே!' (3)

பாடல்

உவவு மதி உருவின் ஓங்கல் வெண் குடை
நிலவுக் கடல் வரைப்பின் மண்ணகம் நிழற்ற,
ஏம முரசம் இழுமென முழங்க,
நேமி உய்த்த நேஎ நெஞ்சின்,
தவிரா ஈகை, கவுரியர் மருக!

செயிர் தீர் கற்பின் சேயிழை கணவ!
பொன் ஓடைப் புகர் அணி நுதல்,
துன் அருந் திறல் கமழ் கடாஅத்து,
எயிறு படையாக, எயிற் கதவு இடாஅ,
கயிறு பிணிக்கொண்ட கவிழ் மணி மருங்கின்,

பெருங் கை, யானை இரும் பிடர்த் தலை இருந்து,
மருந்து இல் கூற்றத்து அருந் தொழில் சாயாக்
கருங் கை ஒள் வாட் பெரும்பெயர் வழுதி!
நிலம் பெயரினும், நின் சொல் பெயரல்;
பொலங் கழற் கால், புலர் சாந்தின்

விலங்கு அகன்ற வியல் மார்ப!
ஊர் இல்ல, உயவு அரிய,
நீர் இல்ல, நீள் இடைய,
பார்வல் இருக்கை, கவி கண் நோக்கின்,
செந் தொடை பிழையா வன்கண் ஆடவர்

அம்பு விட, வீழ்ந்தோர் வம்பப் பதுக்கை
திருந்து சிறை வளை வாய்ப் பருந்து இருந்து உயவும்

உன்ன மரத்த துன் அருங் கவலை,
நின் நகை வேட்கையின் இரவலர் வருவர்--அது
முன்னம் முகத்தின் உணர்ந்து, அவர்

இன்மை தீர்த்தல் வன்மையானே.

திணை: பாடாண். துறை: செவியறிவுறூஉ; வாழ்த்தியலும் ஆம்.

புலவர்: இரும்பிடர்த் தலையார்

இப்பாடலைப் பாடியவர் இயற்பெயர்
தெரியவில்லை. பாடலின் வரி கொண்டு
நூலைத் தொகுத்தவர் இட்ட பெயர் இது.
மன்னன் பாண்டியன் கருங்கை ஒள்வாள் பெரும் பெயர் வழுதி
பாண்டியன் – வழுதி என்பது சரி
'கருங்கை ஒள்வாள் பெரும் பெயர்' என்னும்
இப்பெயரும் பாடல் வரிகொண்டே
இடப்பட்டிருக்கிறது.

நிலவு வடிவில் உயர்ந்த வெண்கொற்றக்குடை
நிலைத்த கடல் சூழ்ந்த நிலத்தை
நிழல் செய்கிறது;
காவல் உள்ள வீர முரசம்
இழூம் எனும் ஓசையுடன் முழங்குகிறது.
நேசம் நிறைந்த நெஞ்சுடன்
விடாது பிறர்க்கு வழங்கி ஆளும்
கவுரியர் (பாண்டியர்) மரபினனே!

குற்றமிலாக் கற்பினையும்,
சிறந்த நகைகளையும் உடையவளின் கணவனே!

புள்ளிகளையே அணியாகக் கொண்ட நெற்றி;
பொன்னால் ஆகிய நெற்றிப் பட்டம்;
அருகில் நெருங்க முடியாத பெரும் வலிமை;
மணக்கும் மதநீர்ப் பெருக்கு;

கொம்பையே ஆயுதமாகக் கொண்டு,
பகைவரது மதிலின் கதவைக் குத்திக்,
கயிற்றால் கட்டப் பெற்றுக்
கவிழ்ந்த மணியை அணிந்த
பக்கம்; தும்பிக்கை - இவை அத்தனையும்
உடைய யானையின் பெரிய கழுத்தில் இருந்து
ஈடற்ற எமனின்
பொறுக்க முடியாத கொலைத் தொழிலுக்குச்
சலிக்காத வலிய கையில்,
ஒளி மிக்க வாளைக் கொண்ட
பெரும் பெயர் வழுதி!

நிலம் சாய்ந்தாலும் உன் ஆணை
மாறாது இருக்க வேண்டும்.

பொன்னால் செய்யப்பட்ட வீரக்கழல் அணிந்த,
பூசிக் காய்ந்த சந்தனத்துடன்
குறுக்கு அகன்ற மார்பும் உடையவனே!

இடையில் ஊரே இல்லாத,
பருக நீரும் இல்லாத
நெடிய வழிகளில் அலைந்து, (இரப்போர்)
வருத்தம் மிக்கவர்களாக வருவார்கள்;
அப்படி வருபவர்களைக் கண்டு அறிய
தங்கள் கண்மேல் கையைக் கவித்துத்
தொலை தூரத்தையும் சரியாகக் காணும்
கொடிய தொழில் செய்யும் ஆண்கள்
காத்திருப்பார்கள். அவர்கள்
சரியாகத் தொடுக்கும் அம்பு தவறாது;
அந்த அம்பால் மடிந்தவரைக்
கற்குவியலுள் மூடிவிடுவர்.

அப்படிப்பட்ட புதிய கற்குவியலின் மேல் இருந்து,
திருத்தமான இறக்கைகளையும்
வளைந்த வாயையும் உடைய

பருந்து, வருந்தும். ஆதலால்,
செல்வதற்குக் கடினமான அந்த வழிகளில்
உன்ன மரத்தைப் பார்த்து
நடக்கப் போவதை அறிந்து கொண்டு
(போகும் காரியம் வெற்றி என்றால்
மரம் தழைத்து இருக்கும்;
தோல்வி என்றால் வாடி இருக்கும் அ.ப. பாலையன்)
வழிநடைத் துன்பங்களைத் தாங்கி,
உன் மேல் வைத்த நம்பிக்கையால்
இரப்போர் வருவார்கள்.
அவர்களின் எண்ணத்தை
அவர்தம் முகக் குறிப்பைக் கொண்டே அறிந்து,
அவர்களின் வறுமையை நீ
போக்குவாயாக.

பாண்டியன் கூடகாரத்தில் இறந்த மாறன்வழுதி

140. 'தமிழகம் தமிழருக்குப் பொது என்பதையும் பொறுக்க மாட்டார்' (51)

பாடல்

நீர் மிகின், சிறையும் இல்லை; தீ மிகின்,
மன் உயிர் நிழற்றும் நிழலும் இல்லை;
வளி மிகின், வலியும் இல்லை, ஒளி மிக்கு
அவற்று ஓர் அன்ன சினப் போர் வழுதி,
'தண்தமிழ் பொது' எனப் பொறாஅன், போர் எதிர்ந்து,

கொண்டி வேண்டுவன்ஆயின், 'கொள்க' எனக்
கொடுத்த மன்னர் நடுக்கு அற்றனரே;
அளியரோ அளியர், அவன் அளி இழந்தோரே---
நுண் பல சிதலை அரிது முயன்று எடுத்த
செம் புற்று ஈயல் போல,

ஒரு பகல் வாழ்க்கைக்கு உலமருவோரே!

திணை: வாகை துறை: அரசவாகை

புலவர்: ஐயூர் முடவனார்

மன்னன்: பாண்டியன் கூடகாரத்தில் இறந்து போன மாறன் வழுதி.

வெள்ளம் பெருகுமானால்
அதைத் தடுக்க ஒரு தடையும் இல்லை;
தீ பெருகுமானால்
உயிர்கள் ஒதுங்க நிழலும் இல்லை;
காற்று மிகுந்தால்
தாங்கும் ஆற்றலும் இல்லை.

இவை போலவே
சினம் மிகும் போரை உடைய வழுதி,
'குளிர்ந்த இத் தமிழகம்
மூவேந்தர்க்கும் பொதுவானது' என்று
கூறுவதைக் கூடப்
பொறுத்துக் கொள்ளாதவனாய்த்
திறையை விரும்பிப்
போர் எடுத்துச் செல்வான் என்றால்
முதலிலேயே கொள்க' எனக்
கொடுத்த மன்னர் பயம் நீங்கினார்;

கொடுக்காதவரோ
பெரிதும் இரக்கத்திற்கு உரியவரே.
அவனது அருளை இழந்த அரசன்,
நுண்ணிய பல கறையான்கள்
அரிதாக முயன்று கட்டிய
செம்புற்றில் இருந்து புறப்பட்ட
ஈசலைப் போல
ஒரு பகல் பொழுது மட்டுமே
வாழும் உயிர் வாழ்க்கைக்காகவே
அலைவோர் ஆவார்.

141. 'இரக்கத்திற்குரியவர் எவர்?' (52)

பாடல்

அணங்குடை நெடுங் கோட்டு அளையகம் முனைஇ,
முணங்கு நிமிர் வயமான் முழு வலி ஒருத்தல்,
ஊன் நசை உள்ளம் துரப்ப, இரை குறித்து
தான் வேண்டு மருங்கின் வேட்டு எழுந்தாங்கு,
வட புல மன்னர் வாட, அடல் குறித்து, 5

இன்னா வெம் போர் இயல் தேர் வழுதி.
இது நீ கண்ணியது ஆயின், இரு நிலத்து
யார்கொல் அளியர் தாமே? ஊர்தொறும்
மீன் சுடு புகையின் புலவு நாறு நெடுங் கொடி
வயலுழை மருதின் வாங்குசினை வலக்கும், 10

பெரு நல் யாணரின் ஒரீஇ, இனியே
கலி கெழு கடவுள் கந்தம் கைவிடப்
பலி கண் மாறிய பாழ்படு பொதியில்,
நரை மூதாளர் நாய் இடக் குழிந்த
வல்லின் நல் அகம் நிறைய, பல் பொறிக் 15

கானவாரணம் ஈனும்
காடு ஆகி விளியும் நாடு உடையோரே!

திணை: வாகை   துறை: அரசவாகை.

புலவர்: மருதன் இளநாகனார்

மன்னன்: பாண்டியன் கூடகாரத்து இறந்த மாறன் வழுதி

தெய்வங்கள் வாழும்
நெடிய சிகரங்களைக் கொண்ட
மலையில் உள்ள குகை அது;
அதில் உறங்கிய உறக்கத்தை வெறுத்து
உடலை நெளித்து,

சோம்பல் முறித்து எழுந்த
வலிமை மிக்க ஆண் புலி
ஊனை விரும்பிப் புறப்பட்டு விடுமானால்
தான் எந்த இடத்தை எண்ணியதோ
அந்த இடத்திற்கே சென்று விடும்;
அது போல
வடதிசை மன்னர் மனம் வருந்த
அவரைக் கொல்ல எண்ணிக்
கொடிய போர் செய்ய
தேரைச் செலுத்திய வழுதியே!

நீ எண்ணியது போர்தான் என்றால்
ஊர் தோறும் மீனைச் சுடும் புகையால்
புலால் மணக்கும்;
நீண்ட வரிசையாக வயலில் உள்ள
மருத மரத்தின் வளைந்த கிளையில்
புதிய காய்ப்பு இல்லாது போய் விட்டது;

முழவு முதலியவற்றில் ஒலியை
விரும்பும் தெய்வங்கள்
தாம் வாழ்ந்து கொண்டிருந்த
தூண்களைக் கைவிட்டு விட்டதால்
இப்பொழுது பலி இடமாக மாறிப்
பாழடைந்த அம்பலமாக இருக்கிறது.
அங்கே நரைத்துப் போன முதியவர்கள்
சூதாடு கருவியைக் கொண்டு
விளையாடுவதால் குழி விழுந்து போனது
சூது கருவிக்குரிய
நல்ல இல்லமாகிய அங்கு
பல பொறிகளும் உடைய
காட்டுக் கோழிகள் முட்டையிடுவதால்
(அந்நாடு) காடாகி கெட்டுப் போகும்.

3.4 குறுநில மன்னர்கள்

1. மாபெரும் குறுநில மன்னர்

1. பேகன் - *141, 142, 144, 143, 145, 146, 147*
2. அதியமான் - *96, 102, 392, 236, 206, 208, 91*
   (எழினி) 101, 92, 94, 315, 103, 104, 87, 88, 89, 90, 97, 98, 99, 100, 102, 96, 93, 231, 230, 232, 233, 392.
3. ஓரி - *152, 153, 178.*
4. ஆய் ஆண்டிரன் - *128, 374, 127, 129, 130, 131, 133, 138, 134, 135, 136, 375, 139, 240, 241, 132.*
5. வேள் பாரி - *105-108, 117, 109-112, 116, 113-115, 117-120, 200-202, 236.*
6. காரி - *121-124, 126.*
7. நள்ளி - *148-150*
   7.1 குமணன் - *158-161, 163-165.*
   7.2 ஒய்மான் நல்லியக் கோடன் - *176, 376, 379.*

பேகன்

பேகன் என்பது இவன் பெயர்
'பெரும்' என்பது இந்தக் காலத்தில்
'பெரும் புலவர்' என்பது போல
அன்று ஆட்சியாளர்கள் இந்தப் 'பெரும்' எனும் ஒட்டை
'பெருங்கடுங்கோ', 'பெருஞ் சோழன்', 'பெருஞ் சேரலாதன்'
'பெருந்திருமாவளவன்', 'பெருநள்ளி', 'பெருநற்கிள்ளி',
'பெருவளத்தான்', 'பெருவழுதி'
என்பன போலச்சேர்த்துக் கொண்டுள்ளனர்.
இவன் ஆவியர் குடியைச் சேர்ந்தவன்.
பழனிமலை அன்று பொதினிமலை எனப்பட்டது.
அதைச் சூழ்ந்த பகுதி வையாபுரி நாடு;
ஆவி என்பவர் இக்குடியின் முதல்வன்;
அதனால் இப்பகுதி ஆவிநன்குடி எனப்பட்டது
வையாவி என்பதுகுடிமுதல்வன் பெயர்
சேரமரபினர் இவர்களோடு உறவு கொண்டனர்.
இவனுடைய மனைவி பெயர் கண்ணகி
(சிலம்பின் கண்ணகி அன்று)

என்ன காரணம் என்று தெரியவில்லை
மயிலுக்கு இரங்கிப் போர்வை கொடுத்தவன்
தன் மனை வாழ் மயிலுக்குப்
புலவர் பலர் வேண்டியும்
வாழ்வு கொடுக்க மறுத்துவிட்டான்.
இவனைப் பரணர் 141, 142, 144
கபிலர் 143, 145
அரிசில் கிழார் 146
பெருங்குன்றூர் கிழார் (147) எனப் பலர்
பாடியுள்ளனர்.

142. 'எவ்வளவு என்றாலும் சரியே; கொடுப்பது அழகானது' (141)

பாடல்

'பாணன் சூடிய பசும் பொற் தாமரை
மாண் இழை விறலி மாலையொடு விளங்க,
கடும்பரி நெடுந்தேர் பூட்டுவிட்டு அசைஇ,
ஊடகர் போலச் சுரத்திடை இருந்தனிர்!
யாரீரோ?' என வினவல் ஆனா,

காரென் ஒக்கல், கடும் பசி, இரவல!
வென் வேல் அண்ணற் காணா ஊங்கே,
நின்னினும் புல்லியேம்மன்னே; இனியே,
இன்னேம் ஆயினேம்மன்னே; என்றும்
உடாஅ, போரா ஆகுதல் அறிந்தும்,

படாஅம் மஞ்ஞைக்கு ஈத்த எம் கோ,
கடாஅ யானைக் கலிமான் பேகன்,
'எத்துணை ஆயினும் ஈத்தல் நன்று' என,
மறுமை நோக்கின்றோ அன்றே,
பிறர், வறுமை நோக்கின்று, அவன் கைவண்மையே.

திணை: பாடாண் **துறை:** பாணாற்றுப்படை புலவராற்றுப் படையும் ஆம்

புலவர்: பரணர்

மன்னன்: வையாவிக் கோப்பெரும் பேகன்.

பாணன் சூடிய பசும் பொன்னால்
செய்யப்பட்;ட தாமரைப்பூ,
சிறந்த அணிகலன்களோடு
விறலி அணிந்த பொன்னரி
மாலையுடனே விளங்க;

விரைந்தோடும் குதிரை பூட்டிய
நெடிய தேரைக் கட்டவிழ்த்து விட்டு,
வேற்றூரைச் சேர்ந்தவர்கள் போல
இளைப்பாறிக் கொண்டு
இந்தக் காட்டுக்குள் இருப்பவர்களே!
நீங்கள் பாணரோ அல்லது வேறு யாரோ என்று
எங்களைக் கேட்டுக் கொண்ட இருக்கும்
எளிய சுற்றத்தாரையும்
கடும் பசியையும் உடைய இரவலனே!

வெற்றி தரும் வேற்படையை உடைய
தலைவனைக் காண்பது வரை
நாங்களும் உன்னை விட
எளிமையானவர்களாகவே இருந்தோம்.
இப்பொழுதோ, இதோ நீ காணும்
இந்த நிலைக்கு உரியவர்கள் ஆனோம்.

என்றைக்குமே அது
உடுத்திக் கொள்ளவோ, போர்த்திக் கொள்ளவோ
போவதில்லை என்பதை அறிந்திருந்தும்
மயிலுக்குப் போர்வையைக் கொடுத்த
எங்கள் தலைவன் அவன்;
மதம் மிக்க யானையையும்,
மனச் செருக்குள்ள குதிரையையும்
உடைய பேகனே அவன்

'எவ்வளவு என்றாலும் சரியே,
கொடுப்பது அழகானது'
இத்தகைய அவனது கொடைத்திறம்
அடுத்த பிறப்பை நோக்கியதா என்ன?
இல்லை, அது மற்றவர்
வறுமையைக் கருதியதே ஆகும்.

143. 'கொடையில் மடமும் கொண்டாடப் படும்' (142)

பாடல்

அறுகுளத்து உகுத்தும், அகல்வயல் பொழிந்தும்,
உறும் இடத்து உதவாது உவர்நிலம் ஊட்டியும்,
வரையா மரபின் மாரிபோல,
கடாஅ யானைக் கழற் காற் பேகன்
கொடைமடம் படுதல் அல்லது,

படைமடம் படான் பிறர் படை மயக்குறினே.

திணை: பாடாண் **துறை: இயன்மொழி**

புலவர்பரணர்

மன்னன்: வையாவிக்கோப் பெரும் பேகன்

வற்றி, வறண்டு, நீரே இல்லாத
குளத்தில் பெய்யும்;
அகலமான வயல் வெளிகளில் பொழியும்;
எங்கே, எப்போது, எவருக்குத்
தேவைப்படுமோ
அங்கே, அப்போது, அவருக்கு உதவாது;

தேவையே இல்லாத உவர்
நிலத்தில் கொட்டும்;
இத்தகைய மரபினை உடைய
மழையைப் போல
மத நீருள்ள யானையும்,
வீரக் கழல் அணிந்த கால்களும்
உடைய பேகன்,
மற்றவர்க்குக் கொடை கொடுப்பதில் மட்டும்
அறியாமை மிக்கவனாக

இருப்பானே அன்றிப்
பிறர் படை எடுத்து வரும்போது
அப்படையை எதிர்த்துப் போர் செய்வதில்
அறியாமைப்படவே மாட்டான்.
(அவன் தான் பேகன்)

144. 'இல்லத்தரசிக்கு இரக்கப்படாதது கொடியதே' (144)

கொடையில் கொடி நட்ட பேகனைப்
பாடிப் பெருமைப்பட்ட பரணருக்கு,
பேகனின் அக வாழ்க்கை தெரிய வந்தது;
அதிர்ந்து போனார்.
அடுத்தவரின் அக வாழ்வுக் குறையை
அவரிடமே பேச முடியுமா?
அதுவும் பரிசிலை வேண்டி
அலையும் புலவருக்கு?
பரிசிலை விட நாடாளும் மன்னனின்
பண்பாடு முதன்மை அல்லவா?
நேராகவே பேசுகிறார்!

பாடல்

அருளாய் ஆகலோ கொடிதே; இருள் வர,
சீறியாழ் செவ்வழி பண்ணி, யாழ நின்
கார் எதிர் கானம் பாடினேமாக,
நீல் நறு நெய்தலின் பொலிந்த உண்கண்
கலுழ்ந்து, வார் அரிப்பனி பூண்அகம் நனைப்ப,

இனைதல் ஆனாளாக, 'இளையோய்!
கிளையைமன், எம் கேள் வெய்யோற்கு?' என
யாம் தற் தொழுதனம் வினவ, காந்தள்
முகைபுரை விரலின் கண்ணீர் துடையா,
'யாம், அவன் கிளைஞரேம்அல்லேம்; கேள், இனி;

எம்போல் ஒருத்தி நலன்நயந்து, என்றும்
வரூஉம்' என்ப---'வயங்கு புகழ்ப் பேகன்
ஒல்லென ஒலிக்கும் தேரொடு,
முல்லை வேலி, நல் ஊரானே!'

திணை: பெருந்திணை. துறை: குறுங்கலி

புலவர்: பரணர்

மன்னன்: வையாவிக் கோப் பெரும்பேகன்

ஐயனே!
மாலைப் பொழுது வந்து விட்டது;
கேட்பார்க்குச் சோக உணர்வைத் தரும்
செவ்வழிப் பண்ணைச் சீறியாழில் மீட்டி
மழையைப் பெற்ற உன் நாட்டைப்பற்றிப்
பாடினோம். அப்போது,
நீல நெய்தல் போன்ற அழகமைந்த விழிகள்
கலங்கிச் சிந்திய நீர்த்துளிகள்,
நகை அணிந்த மார்பகத்தை நனைக்க,
வருத்தம் மிகுந்தவளாய் இருந்த
பெண்ணொருத்தியைப் பார்த்தோம்.

உடனே அவளிடம்,
'இளம் பெண்ணே! எங்கள் நட்பை
விரும்புபவனுக்கு நீ உறவோ?என்று
அவளை வணங்கிக் கேட்டோம்.அவளோ,
காந்தள் மொட்டுப் போன்ற தன் விரலாலே
கண்ணீரைத் துடைத்துக் கொண்டு,
'நான் அவனுடைய உறவு இல்லை;
சற்றுக் கேளுங்கள்;

என்னைப் போன்ற ஒருத்தியின்
எழிலை விரும்பி
விளங்கு புகழ்ப் பேகன் தன்

முழங்கும் தேருடன் முல்லை வேலிக்குள்
இருக்கும் நல்ல ஊருக்குள் சென்று
வருகிறான் என்று பலரும் சொல்கிறார்கள்? என்றாள்.

அவளுக்கு நீ
இரக்கப்படவில்லை என்பது
கொடுமையானதே.

145. 'உன் நாட்டில் ஒருத்தி அழுதாளே, அவள் யார்?' (143)

பொருள் தருவாரைத் தேடிப்
புலம் பெயர்ந்து அன்றைக்குப்
புலவர்கள் அலைந்தார்கள்.
கபிலரைப்
பாண்டிய நாட்டவர் என்கின்றனர்
பெறுவது மட்டும் புலவர் தொழில் அன்று
நன்றியுடன் வாழ்ந்து காட்டுவதும்
அவர்தம் தொழில் என்பதை இவர்
வரலாற்றின் வழியே அறிந்து கொள்ளலாம்.

வயது, உடல், அறிவு இவற்றில்
பொருத்தம் இல்லாமல்
நடந்து விட்ட திருமண இணைப்பைப்
பெருந்திணை - பொருத்தம் அற்ற
ஒழுக்கம் என்பர்.
கணவனால் கைவிடப்பட்டுத்
தனிமையில் இருப்பதால்
தாபத நிலைத் துறை என்கின்றனர்.
இவை பொருத்தம் தாமா?

பாடல்

'மலைவான் கொள்க!' என, உயர்பலி தூஉய்,
'மாரி ஆன்று, மழைமேக்கு உயர்க!' எனக்
கடவுட் பேணிய குறவர் மாக்கள்,
பெயல் கண்மாறிய உவகையர், சாரற்
புனத்திணை: அயிலும் நாட! சினப் போர்க்   5

கைவள் ஈகைக் கடுமான் பேக!
யார்கொல் அளியள்தானே---நெருநல்,
சுரன் உழந்து வருந்திய ஒக்கல் பசித்தென,
குணில்பாய் முரசின் இரங்கும் அருவி
நளிஇருஞ் சிலம்பின் சீறூர் ஆங்கண்,   10

வாயில் தோன்றி, வாழ்த்தி நின்று,
நின்னும் நின்மலையும் பாட, இன்னாது
இகுத்த கண்ணீர் நிறுத்தல் செல்லாள்,
முலையகம் நனைப்ப, விம்மி,
குழல் இனைவதுபோல் அழுதனள், பெரிதே?   15

திணை: பெருந்திணை   துறை: தாபத நிலை
புலவர்: கபிலர்
மன்னன் பேகன்

மழை பெய்ய வேண்டி
மலையைச் சூழ்ந்து
மிகுந்த பலிப் பொருளைத் தூவினர்;
மழை மிகுதியாகப் பெய்தது.

பெய்தது போதும்; இனி
மேகங்கள் மலையை விட்டு
மேலே போவதாக என்று
தெய்வத்தைக் கும்பிட்டனர்
மலை வாழ் (குற) மக்கள்.

மழையும் மலையை விட்டு
அப்படியே சென்றது கண்டு
மகிழ்ச்சி கொண்ட அவர்களின்
மலைச் சாரலில் புனத் தினையை
உண்ணுகின்ற நாடனே!

சினத்தால் செய்யும் போரையும், வள்ளல்
தனத்தால் வழங்கும் கொடையினையும்உடைய,
விரைந்து ஓடும் குதிரையையும்
கொண்ட பேகனே!

அதோ, இரக்கப்படுவதற்கு உரியவளாக
இருக்கிறாளே ஒருத்தி, அவள் யார்?

காட்டு வழியில் நடந்த வருத்தத்தோடு
நேற்று இருந்த என் சுற்றத்திற்குப்
பசியும் வந்தது.
அப்போது குறுந்தடியால் அடிக்கப்பட்ட
முரசு ஒலிப்பது போல
மலையின் பக்கமாக இருந்த
ஒரு சின்ன ஊரின்
நுழைவு வழியில் நின்றோம்.
அங்கே நின்ற நாங்கள்
உன்னையும் உன் மலையையும்
வாழ்த்திப் பாடினோம்.

அப்போது,
துன்ப மிகுதியால் வழியும் கண்ணீரைத்
தடுக்க முடியாதவளாக அக்கண்ணீர் அவளது
முலைப்பக்கத்தை நனைக்க
குழலானது பெரிதாக ஒலிப்பது போல விம்மிப்
பெரிதும் அழுதாளே, (அவள் யார் மன்னா?)

146. 'பசித்து வரவில்லை; உன் பண்பை வேண்டி வந்துள்ளோம்' (145)

முன்பு பாடியதைக்
கேட்டும் திருந்தாத பேகனை
மீண்டும் சந்திக்கிறார்.
மன்னனை விட, மங்கையின் தனிமை
மண வாழ்வு கவிஞரைத் துரத்துகிறது.
எவராக இருந்தாலும் எதையும்
எதிர்பாராமல் இடித்துரைக்கும் துணிச்சல்!
பாட்டைப் படியுங்கள்.

பாடல்

'மடத்தகை மாமயில் பனிக்கும்' என்று அருளி,
படாஅம் ஈத்த கெடாஅ நல் இசை,
கடாஅ யானைக் கலிமான் பேக!
பசித்தும் வாரேம்; பாரமும் இலமே;
களங்கனி அன்ன கருங்கோட்டுச் சீறியாழ்   5

நயம் புரிந்து உறையுநர் நடுங்கப் பண்ணி,
'அறம் செய்தீமோ, அருள் வெய்யோய்!' என,
இஃது யாம் இரந்த பரிசில் அஃது இருளின்,
இனமணி நெடுந்தேர் ஏறி,
இன்னாது உறைவி அரும்படர் களைமே!   10

திணை: பெருந்திணை   துறை: தாபத நிலை
புலவர்: கபிலர்
மன்னன்: பேகன்

மெல்லிய குயிலுக்குக் கூடக்
குளிர், நடுக்கம் கொடுத்துவிடுமே என்று
அதன் மேல் இரக்கப்பட்டுப்

பரிசிலாகப் போர்வையைக் கொடுத்த
அழியாத புகழுக்கு உரிய
மதம் மிக்க யானையையும்
மனச் செருக்கு மிக்க குதிரையையும்
உடைய பேகனே!

பசித்ததால் நாங்கள் உன்னிடம் வரவில்லை;
பாதுகாக்கப்பட வேண்டிய சுற்றம் ஏதும்
எங்களிடம் இல்லை.

இரக்கத்தை நேசிப்பவனே!
இன்றிரவே, மணிகளைக் கொண்ட
சிறந்த தேரில் ஏறு;

காண்பதற்கே முடியாத
கடுந் துயரத்தோடு இருப்பவளுக்கு
உன் நினைவால் உண்டான
தாங்க முடியாத துன்பத்தைத் தீர்ப்பாயாக;
களாப்பழம் போன்ற
கருங்கோட்டைக் கொண்ட சீறியாழை
இசை இன்பத்தை விரும்புவோர்
தலை அசைத்துப் பாராட்டும்படி
வாசித்து அறத்தைச் செய்வாயாக;
நாங்கள் உன்னிடம் விரும்பும் பரிசு,
இதுவே ஆகும்.

147. 'அணிகள் அல்ல உன் அருளே வேண்டும்' (146)

கொள்ளிடத்திற்கு வடக்கே இருக்கும் ஊர்,
அரியலூர்;. இது அன்று
அரிசில் என அழைக்கப்பட்டது.
என்பார். உ.வே.சா.

மண்ணிற்குப் பச்சைப் பட்டு உடுத்தும்
விந்தையைச் செய்யும் விவசாயிகளை
வேளாளர் என்பர். இவர்களுள்
நிலத்தின் உடைமையைத் தன் வசம்
வைத்துக் கொண்டவர்களைக் கிழார்
என்பர். அவர்களிலும் (பிறர் நிலத்தில்)
உழுது உண்பார். (நிலமில்லா விவசாயி)
(பிறரைக் கொண்டு)
உழுவித்து உண்பார். (நிலமுள்ள விவசாயி)
என இரு பிரிவு உண்டு.
இவர் எந்தப் பிரிவோ தெரியவில்லை.
இவரும் பேகனைக் காண்கிறார்.

பாடல்

அன்ன ஆக நின் அருங் கல வெறுக்கை
அவை பெறல் வேண்டேம், அடுபோர்ப் பேக!
சீறியாழ் செவ்வழி பண்ணி, நின் வன்புல
நல் நாடு பாட, என்னை நயந்து
பரிசில் நல்குவைஆயின், குரிசில்!நீ

நல்காமையின் நைவரச் சாஅய்,
அருந்துயர் உழக்கும் நின் திருந்துஇழை அரிவை
கலி மயில் கலாவம் கால் குவித்தன்ன,
ஒலி மென் கூந்தற் கமழ் புகை கொளீஇ,
தண்கமழ் கோதை புனைய

வண்பரி நெடுந்தேர் பூண்க, நின் மாவே!

திணை: பெருந்திணை **துறை:** குறுங்கலி

புலவர்: அரிசில் கிழார் **மன்னன்:** பேகன்

கொலைத் தொழில் கூடிவரும்
போரை நேசிக்கும் பேகனே!

சிறிய யாழில் செவ்வழிப் பண்ணை வாசித்து,
உனது வலிய நிலமாகிய
நல்ல மலை நாட்டை நான் பாட,
என்மீது அன்புகொண்டு நீ
பரிசு தருவாய் என்றால்
அவ்வாறு தரப்படும் ஆபரணம்,
செல்வம் எனும் இவற்றை விரும்ப மாட்டேன்.

தலைவனே!
உன் மனம் இரக்கம் கொள்ளாததால்
எவர் தன்னைப் பார்ப்பாரோ
அவர் இரக்கப்படும் அளவிற்கு மெலிந்து,
அரிய துயரத்தால் வருந்தும்
திருத்தமான அணியைக் கொண்ட
உன் அரிவையின்,
கால் ஒன்றத் தழைத்த
மயிலின் தோகையைக்
குவித்தது போன்ற,
தழைத்த மென் கூந்தலில்
மணம் கமழும் புகையைக் கொளுத்திக்
குளிர்ந்த மண மாலையைச் சூட,
உயர்ந்த உன் தேர்
விரைந்து ஓடும் குதிரை பூண்டதாக ஆகட்டும்;
உன்னிடம் நாங்கள்
வேண்டும் பரிசு இதுவே.

148. 'பொருளை அல்ல, பூவையின் வாழ்வையே விரும்புகிறோம்' (147)

பேகன் வீட்டு விவகாரம்
பெருங்குன்றூர் கிழாரையும் வருத்துகிறது.
அவரும் அவனிடம் பேசுகிறார்.

பாடல்

கல் முழை அருவிப் பல் மலை நீந்தி,
சீறியாழ் செவ்வழி பண்ணி வந்ததை,
கார் வான் இன் உறை தமியள் கேளா,
நெருநல் ஒருசிறைப் புலம்புகொண்டு உறையும்
அரிமதர் மழைக்கண், அம்மா அரிவை 5

நெய்யொடு துறந்த மை இருங் கூந்தல்
மண்ணுறு மணியின் மாசு அற மண்ணி,
புதுமலர் கஞல, இன்று பெயரின்,
அதுமன், எம் பரிசில்---ஆவியர் கோவே!

திணை : பெருந்திணை.   துறை : குறுங்கலி.
புலவர் : பெருங்குன்றூர் கிழார்
மன்னன் : வையாவிக் கோப்பெரும் பேகன்

ஆவியர்களின் அரசே!
வலிய கற் குகைகளிலிருந்து விழும்
அருவியை உடைய மலைகள் பலவற்றையும்
கடந்தோம்.
எங்களிடம் இருந்த சிறிய யாழில்
செவ்வழிப் பண்ணைப் பாடி வழி நடந்தோம்;
அப்போது கார்காலத்து மழையின்
இனிய துளி விழும் ஓசையைத்
தன்னந் தனி ஆளாக இருந்து
பெண் ஒருத்தி நேற்றுக் கேட்டுக்
கொண்டிருந்தாள்.

கண் வரி படர்ந்த ஒளியோடு
குளிர்ச்சியான கண்ணும்
அழகிய மாந்தளிர் போன்ற
மேனி படைத்த அப்பெண்
எண்ணெய் தேய்க்கப் படாத

மை போன்ற சிறிய கூந்தலை
நீல மணியை விட மாசில்லாமல் கழுவிப்
புது மலர் சூடும்படி நீ வருவாய் என்றால்
அதுவே நாங்கள் விரும்பும் பரிசாகும்.

அதியமான் நெடுமான் அஞ்சி

அதியமான் நெடுமான் அஞ்சி
குதிரை மலைத் தலைவன்;
தகடூரிலிருந்து (தர்மபுரி) ஆண்டவன்.
இவன் முன்னோர்தாம்
தமிழகத்தில் முதலில் கரும்பைப் பயிரிட்டனர்.
மழவர் குடித் தலைவன்.
சேரர் குடும்பத்தைச் சேர்ந்தவன்.
இவனுடைய மகன் பொகுட்டெழினி (96, 102, 392)
அதியமான் குடும்பத்தைச்
சார்ந்தவன் எழினி (230)

அதியமானின் உற்ற தோழியாக,
நட்புத்துணையாக, வழிகாட்டியாக
வாழ்ந்தவர் ஔவையார்.
மிகுந்த நம்பிக்கையோடு அதியமானைக்
காண வந்த ஔவையார்க்கு
அவன்காட்சி கிடைக்கவில்லை.
ஆத்திரத்தில் பாடுகிறார் (206)
அவருக்கு மட்டுமல்ல; பெருஞ்சித்திரனாருக்கும்
அப்படி ஒரு அனுபவம் (208)
எப்படியோஔவைக்கு அவன் காட்சி கிடைத்தது.
அப்போதுதான் அவன் குணத்தை அறிந்தாள்.
உணர்ச்சி பொங்கப் பாடுகிறாள் (91, 101, 92, 94, 315)
தூது போகும் வழியில்
விறலி ஒருத்தியைப் பார்த்தாள்.
அவளுக்கு நம்பிக்கை தருகிறாள் (103)
என்றாலும் என்ன?

பகைப் படை குவிந்து விட்டது.
அவர்கள் முன்னே
ஔவை துணிச்சலாகப் பாடுகிறாள் *(104, 87, 88, 89)*
அஞ்சியின் படைக்கு
ஆவேசம் வேண்டாமா? *(90, 97, 98, 99, 100, 102, 96)*
காயப்பட்ட அஞ்சி *(93)*
அஞ்சியின் உடல் எரிகிறது *(231)*
அஞ்சியில்லாமல் நான் வாழ்வதா *(230, 232, 233)*
அஞ்சியின் மகனையும் பாடுகிறாள் *(392)*
புலவரும் புரவலரும் எத்தனை
இணக்கமாக இருந்தார்கள் என்பதற்கு
இவர்கள் வாழ்க்கையும் ஒரு சான்று.

149. 'எந்தத் திசை சென்றாலும் அந்தத் திசையிலும் எங்களுக்கு வாழ்வு உண்டு' (206)

இது ஔவையார் அதியமானைப்
பார்க்கப் போய் -காத்திருந்து-
காலம் கடந்த நிலையில் பாடிய
முதல் பாட்டாக இருக்கலாம்.

பாடல்

வாயிலோயே! வாயிலோயே!
வள்ளியோர் செவிமுதல் வயங்குமொழி வித்தி, தாம்
உள்ளியது முடிக்கும் உரனுடை உள்ளத்து
வரிசைக்கு வருந்தும் இப் பரிசில் வாழ்க்கைப்
பரிசிலர்க்கு அடையா வாயிலோயே!   5

கடுமான் தோன்றல் நெடுமான் அஞ்சி
தன் அறியலன்கொல்? என் அறியலன்கொல்?
அறிவும் புகழும் உடையோர் மாய்ந்தென,
வறுந் தலை உலகமும் அன்றே; அதனால்,
காவினெம் கலனே; சுருக்கினெம் கலப்பை;   10

புறநானூறு (புதிய வரிசை வகை)

மரம் கொல் தச்சன் கை வல் சிறாஅர்
மழுவுடைக் காட்டகத்து அற்றே-
எத் திசைச் செலினும், அத் திசைச் சோறே.

திணை: பாடாண்   துறை: பரிசில்

புலவர்: ஔவையார்

மன்னன்: அதியமான் நெடுமான் அஞ்சி

'வாசற் காவலனே! வாசற் காவலனே!
கொடுக்கும் வள்ளல்களின் செவியாகிய வயலில்
ஒளிமிகும் சொற்களாகிய விதைகளை விதைத்துத்
தாம் நினைத்த பரிசிலை விளைவிக்கும்
திறன் மிகுந்த உள்ளத்துடன்
மேம்பாட்டிற்காக வருந்தும் என்போன்றே வாழ்வோரின்
குடும்ப வாழ்க்கை கொண்ட பரிசிலர்க்கு
அடையாத கதவினை உடைய
வாசற் காவலனே!

விரைந்து ஓடும் குதிரைகளின்
தலைவன் நெடுமான் அஞ்சி;
அவனது தரத்தைத்தான்
அறிந்து கொள்ள மாட்டானோ?
அல்லது என் தரத்தையுங் கூட
அறிந்து கொள்ள மாட்டானோ?

அறிவும் புகழும் மிக்கவர்
மடிந்து போனதால்
உலகம் வெறுமையாகப் போய்விடவும் இல்லை;
அதனால் நாமும் எம் தட்டு முட்டுக்களைச்
கட்டிச் சுருக்கி எடுத்துக் கொண்டோம்.

மரத்தைத் துண்டு செய்யும் தச்சன் பெற்ற கோடரி (மழு),
அவனுடைய பிள்ளைகள் காட்டுக்குச் சென்றால்

அக்காடு அவர்களுக்கு எப்படிப் பயன்படுமோ
அதுபோலவே நாங்களும் எந்தத் திசையில் சென்றாலும்
அந்தத் திசையில் எங்களுக்குச் சோறும் உண்டு.

150. 'நான் வாணிகப் பரிசிலன் அல்லேன்' (208)

அதியமான் நெடுமான் அஞ்சியைக் காண வந்த
பெருஞ்சித்திரனாரையும் காணாமல்
(அவைக்கு வரவழைத்தும் கேளாமல்)
எதையோ, யார் வசமோ
எப்படியோ கொடுத்து அனுப்புகிறான்.
தாங்க முடியாத வறுமையிலும்
பொருளுக்கு ஏங்காத
புலவர் இதோ பாடுகிறார்.

பாடல்

'குன்றும் மலையும் பலபின் ஒழிய
வந்தனென், பரிசில் கொண்டனென் செலற்கு' என
நின்ற என்நயந்து அருளி, 'ஈது கொண்டு
ஈங்கனம் செல்க, தான்' என, என்னை
யாங்கு அறிந்தனனோ, தாங்கு அருங் காவலன்?   5

காணாது ஈத்த இப் பொருட்கு யான் ஓர்
வாணிகப் பரிசிலன் அல்லேன்; பேணி,
தினை அனைத்துஆயினும், இனிது---அவர்
துணைஅளவு அறிந்து, நல்கினர் விடினே.

திணை: பாடாண்   துறை: பரிசில்
புலவர்: ஔவையார்
மன்னன்: அதியமான் நெடுமான் அஞ்சி

பரிசில் பெற்றுச் செல்வதற்கு எனப்
பல குன்றுகளும் மலைகளும் பின் செல்ல

அவற்றைக் கடந்து வந்தேன்.
வந்து நின்ற என் மீது
அன்பு கொண்டு
இப்பொருளைப் பெற்றுக் கொண்டு
இப்படியே செல் என்று சொல்ல,
பகைவரால் தடுப்பதற்கு அரிய மன்னன்
என்னை எந்த வகையில் அறிந்தான்?

என்னை அழைத்துக் காணாமலேயே
தந்த இப்பொருளுக்கு நான் ஒன்றும்
ஊதியம் ஒன்றையே விரும்பும்
பரிசிலன் அல்லேன்;
பரிசிலர்தம் கல்வி முதலான
திறத்தை அறிந்து கொடுத்து அனுப்பும் பரிசு
தினை அளவாய் மிகச் சிறிதே என்றாலும்
அதுவே நல்லது.

151. 'கொடுப்பவன் மேன்மை' (91)

அஞ்சியை வாழ்த்த வேண்டும்
அப்படி ஒரு அவசியம் ஔவைக்கு;
என்ன சொல்லலாம்?
எண்ணிப் பார்க்கிறாள்.
ஓ! தான் வாழ்வதை விடத்
தமிழ் வாழ்வதே மேல் என்று
தான் பெற்ற கனியை
நான் உண்ணச் செய்தவன் அல்லவா?
நெஞ்சம் நன்றியில் நனைகிறது
நினைவைக் கவிதையாய் நெய்கிறாள்.

பாடல்

வலம் படு வாய்வாள் ஏந்தி, ஒன்னார்
களம் படக் கடந்த கழல் தொடித் தடக் கை,

ஆர் கலி நறவின், அதியர் கோமான்!
போர் அடு திருவின் பொலந் தார் அஞ்சி!
பால் புரை பிறை நுதற் பொலிந்த சென்னி   5

நீலமணி மிடற்று ஒருவன் போல
மன்னுக---பெரும! நீயே, தொல் நிலைப்
பெரு மலை விடரகத்து அரு மிசைக் கொண்ட
சிறியிலை நெல்லித் தீம் கனி குறியாது,
ஆதல் நின் அகத்து அடக்கி,   10

சாதல் நீங்க, எமக்கு ஈ.த்தனையே!

திணை : பாடாண்   துறை : வாழ்த்தியல்
புலவர் : பெருஞ்சித்திரனார்
மன்னன் : அதியமான் நெடுமான் அஞ்சி

வெற்றி தரத் தப்பாத வாளை ஏந்திப்
பகைவர் போர்க்களத்தில் வீழ்ந்து விட
அவர்களை வென்று,
காலில் வீரக் கழலும்
கையில் தொடியுமாக நீண்ட கையையும்,
மன எழுச்சி தரும் கள்ளையும், உடைய
அதியர்களின் தலைவனே!
போரில் வெற்றி தரும் செல்வத்தையும்
பொன்னால் ஆகிய மாலைகளையும்
உடைய அஞ்சியே!

நெடுங்காலமாக நிற்கும் பெரிய மலை
பிளவுபட்டு நீண்டு, ஏறுவதற்கு அரிய உச்சி;
அதன் மேலே வளர்ந்து
சிறிய இலைகளை உடையது;
உண்பவர் நெடுங்காலம் வாழப்
பலன் தரும் இனிய நெல்லிக்

கனியின் குணத்தை எல்லாம்
உனக்குள் மறைத்து
நான் நெடிது வாழ
எனக்குக் கொடுத்தாயே!
பால் போன்ற அதை நிலவு நெற்றியோடு
கோலம் செய் தலையும்,
நீல மணியாய் கருங்கழுத்தும் கொண்ட,
ஒருவனைப் (சிவனை) போல
நீ எந்நாளும் நிலைத்து வாழ்வாயாக.

(இந்த நெல்லிக் கனியை
சேலத்தை அடுத்த கஞ்சமலையில்
உயர்ந்த பாறையின் உச்சியில் இருந்த
மரத்திலிருந்து அதியன் பெற்றான்.
இக்கனியை உண்பவர்
உறுதியான உடலையும்
நீண்ட வாழ்நாளையும் பெறுவர். (த.வ.அ)

152. 'அது நம் கைவசமே; பொய்யே ஆகாது' (101)

பாடல்

ஒரு நாள் செல்லலம்; இரு நாள் செல்லலம்;
பல நாள் பயின்று, பலரோடு செல்லினும்,
தலைநாள் போன்ற விருப்பினன்மாதோ--
இழை அணி யானை இயல் தேர் அஞ்சி
அதியமான்; பரிசில் பெறூஉம் காலம்

நீட்டினும், நீட்டாதுஆயினும், களிறு தன்
கோட்டு இடை வைத்த கவளம் போலக்
கையகத்தது; அது பொய் ஆகாதே;
அருந்த ஏமாந்த நெஞ்சம்!
வருந்த வேண்டா வாழ்க, அவன் தாளே!

திணை: பாடாண்   துறை: பரிசில்கடாநிலை
புலவர்: ஔவையார்
மன்னன்: அதியமான் நெடுமான் அஞ்சி

(அஞ்சியிடம்) ஒரு நாள் சென்றாலும் சரி,
இருநாள் சென்றாலும் சரி,
அல்லது பலநாள் பலமுறை,
பலரோடு சென்றாலும் சரியே,
முதல்நாள் எத்தகைய விருப்பத்தோடு
நம்மை வரவேற்றானோ
அத்தகைய விருப்பத்தையே
எப்போதும் உள்ளவனாய் இருப்பான்.

அணிகலன்களால் அலங்கரிக்கப்பட்ட யானை,
இயங்கும் தேர்,
இவையெல்லாம் கொண்ட அதியமான்
நமக்குப் பரிசில் தரும் காலத்தை
நீட்டினாலும் சரி, நீட்டாவிட்டாலும் சரியே,
யானைதன் கொம்புகளுக்கு இடையே வைத்த சோற்றுத்திரள்
எப்படி எவராலும் எடுக்கப்பட முடியாததாய்
அந்த யானைக்கே உரியது ஆகுமோ அதுபோல
அவன் தரும் பரிசும்
நமக்கே உரியதாவது உறுதி.
அது ஒருநாளும் பொய்யாகிப் போகவே போகாது.
அவனிடமிருந்து பரிசு பெற ஆசைப்பட்ட மனமே!
நீ வருந்த வேண்டாம்;
அவன் வாழ்வானாக.

153. 'பிள்ளையின் மழலை பெற்றவர்க்கே பேரின்பம்' (92)

பாடல்

யாழொடும் கொள்ளா பொழுதொடும் புணரா;
பொருள் அறிவாரா ஆயினும், தந்தையர்க்கு
அருள் வந்தனவால், புதல்வர்தம் மழலை,
என் வாய்ச் சொல்லும் அன்ன---ஒன்னார்
கடிமதில் அரண் பல கடந்த   5

நெடுமான் அஞ்சி! நீ அருளன்மாறே.

திணை: பாடாண்   துறை: இயன்மொழி
புலவர்: ஔவையார்
மன்னன்: அதியமான் நெடுமான் அஞ்சி

எழுத்து வடிவம் பெற முடியாத,
தங்கள் குழந்தைகளின் இளஞ்சொல்
யாழின் இசை போல (பிறர்க்கு) இனிக்காது,
பொழுதிற்கு உரிய பண்ணிலும் சேராது;
பொருளும் புரியும்படி விளங்காது.

என்றாலும்
தங்கள் குழந்தைகளின் இளஞ்சொல்
பெற்றோர்க்கு மகிழ்ச்சியையே கொடுக்கும்.
நான் பாடும் என் வாய்ச் சொற்களும்
குழந்தைகளின் சொற்களைப் போன்றவையே.
பகைவர்தம் காவல்மிக்க பல மதில்களையும்,
அரண்களையும் வென்ற நெடுமான் அஞ்சியே!
அருள் கொண்டு என்னிடம் நீகாட்டும்
அன்பும் அத்தகையதே.

154. 'யானை நீ; நாங்களோ குழந்தைகள்' (94)

ஔவையின் நெஞ்ச வெளியில்
அஞ்சியின் அன்பு,
மின்னல் கீற்றாய் விரிந்தோடுகிறது.
அஞ்சியின் முன் அவள்
சின்னஞ் சிறு குழந்தையாய்க்
கவி மழலை பேசுகிறாள்.

பாடல்

ஊர்க் குறுமாக்கள் வெண்கோடு கழாஅலின்,
நீர்த்துறை படியும் பெருங்களிறு போல
இனியை, பெரும! எமக்கே; மற்று அதன்
துன் அருங் கடாஅம் போல
இன்னாய்; பெரும, நின் ஒன்னாதோர்க்கே!   5

திணை: வாகை   துறை: அரசவாகை

புலவர்: ஔவையார்

மன்னன்: அதியமான் நெடுமான் அஞ்சி

பெருமானே!
ஊருக்குள் வாழும் சின்னஞ் சிறு பிள்ளைகள்
தனது வெண்மையான தந்தத்தைக் கழுவும்போது
குளத்திற்குள் படுத்திருக்கும் பெரிய யானை
(அமைதியாக) இருப்பது போல
நீ எங்களுக்கு இனியவனாய் இருக்கிறாய்.
உன் பகைவர்களுக்கோ
அந்த யானையின் அருகில் கூட
நெருங்குவதற்கு முடியாத மதம் போல
இன்னாதவனாய் (கொடியவனாக) இருக்கிறாய்.

155. 'தாழ்வாரத்தில் செருகியுள்ள தீக்கடை கோல் (அன்றைய தீக்குச்சி)' (315)

பாடல்

உடையன்ஆயின் உண்ணவும் வல்லன்;
கடவர் மீதும் இரப்போர்க்கு ஈயும்;
மடவர் மகிழ்துணை; நெடு மான் அஞ்சி---
இல் இறைச் செரீஇய ஞெலிகோல் போல,
தோன்றாது இருக்கவும் வல்லன்; மற்றதன்

கான்றுபடு கனை எரி போல,
தோன்றவும் வல்லன்---தான் தோன்றுங்காலே.

திணை: வாகை துறை: வல்லான்முல்லை

புலவர்ஔவையார்

மன்னன்: அதியமான் நெடுமான் அஞ்சி

தன்னை நாடி வருவோர்க்கு
வேண்டியதைத் தந்த பின்
ஏதேனும் இருக்கும் என்றால்
தான் உண்பான்;
தான் தரக் கடன்பட்டவர்க்குக்
கொடுப்பதை விட மிகுதியாகத்
தன்னை இரப்போர்க்குக் கொடுப்பான்;
அறிவில்லாதவரோடும் கூட இருந்து மகிழும் துணைவனாவான்.
நெடுமான் அஞ்சி.

அவன்
வீட்டுத் தாழ்வாரத்தில் செருகப்பட்ட
தீக்கடை கோலைப் போலத்
தன் ஆற்றல் வெளிப்பட
வேண்டாத போது
அடங்கி இருப்பதிலும் வல்லவன்.
அந்தக் கோலால் கக்கப்பட்டுத்

தோன்றும் காட்டுத் தீயைப் போல வெளிப்பட்டுத்
தோன்ற வேண்டிய காலத்துத்
தோன்றுவதிலும் வல்லவன்.

156. 'பஞ்ச காலமே ஆனாலும் பாதுகாப்பவன் அவனே' (103)

இப்போது
ஔவை அதியமானின் தூதுவர்;
தொண்டை மானிடம் போகும் போதோ,
அல்லது தூது முடிந்து திரும்பும் போதோ,
அல்லது பிறிதொரு சந்தர்ப்பத்திலோ
ஓர் அரிய வழியிலே உணவிடுவாரைத்
தேடி நின்ற விறலியைக் கண்டார்.
தானும் அவளைப் போன்றவள் தானே;
அவள் எங்கே சென்றால் இன்னல் தீரும்?

பாடல்

ஒருதலைப் பதலை தூங்க, ஒருதலைத்
தூம்புஅகச் சிறுமுழாத் தூங்கத் தூக்கி,
'கவிழ்ந்த மண்டை மலர்க்குநர் யார்?' எனச்
சுரன்முதல் இருந்த சில்வளை விறலி!
செல்வைஆயின், சேணோன் அல்லன்;   5

முனை சுட எழுந்த மங்குல் மாப்புகை
மலைசூழ் மஞ்சின், மழகளிறு அணியும்
பகைப்புலத்தோனே, பல்வேல் அஞ்சி;
பொழுதுஇடைப்படாஅப் புலரா மண்டை
மெழுகுமெல் அடையின் கொழுநிணம் பெருப்ப,   10

அலத்தற் காலை ஆயினும்,
புரத்தல் வல்லன்; வாழ்க, அவன் தாளே!

திணை: பாடாண் துறை: விறலியாற்றுப்படை

புலவர்: ஔவையார்

மன்னன்: அதியமான் நெடுமான் அஞ்சி

விறலிக்கு அவள் செல்ல வேண்டிய
வழியும் இடமும் சொல்கிறாள் ஔவையார்.

ஒரு பக்கம் மட்டுமே கண் உடைய
பதலை என்னும் தோற் கருவி
தோளின் ஒருபக்கம் தொங்குகிறது.
தோளின் மற்றொரு பக்கம்
துளையுள்ள சிறிய முழவினைத்
தூக்கிக் கொண்டு (நிற்கிறாய்).
(கையிலோ) உணவில்லாமல்
குப்புறக் கிடக்கும் மண்டை என்னும்
உண்ணப் பயன்படுத்தும் பாத்திரம்.
இப்பாத்திரத்தை உணவு இடுவதற்காகத்
திருப்புபவர் யார் என்று சொல்லி
இந்தக் காட்டு வழியின் முன்னே நிற்கின்ற
சில வளையல்களையே அணிந்திருக்கும் விறலியே!
பரிசு பெற எங்காவது செல்ல வேண்டும்.
என்று நீ எண்ணினால்
(எவனிடம் நீ செல்ல வேண்டுமோ)
அவன் இருப்பது தொலைவில் அல்ல;

எரியும் போர் முனையிலிருந்து எழுந்த
கரிய பெரிய புகை மண்டலம்
மலையைச் சூழ்ந்திருக்கும் மஞ்சினைப் போல
இளம் களிறுகளை அழகு செய்யும்
பகைவர் நாட்டில்தான் அவன் இருக்கின்றான்.
அவன் பல வேல் படைகளை உடைய அஞ்சி.
ஓயாமல் உண்ணவும் தின்னவும் செய்வதால்
உண்பதற்கான பாத்திரத்தில்
ஈரம் காய்ந்து போகாது

(அதுமட்டுமன்று) மெழுகால் செய்யப்பட்ட
மெல்லிய அடைபோலக் கொழுப்பு மிக
தசை நிறைந்திருக்கும்.
உலகமே வறுமைப் பட்டுப் போனாலும் சரியே;
அவன் உனக்குக் கொடுத்து
உன்னைப் பாதுகாக்கும் வல்லமையாளன்;
அவன் பாதங்கள் வாழ்வதாக.

157. 'எச்சரிக்கிறேன் வீரர்களே!' (104)

எவராக இருந்தால் என்ன?
பிறர் வளத்தைக் கொள்ளை
இட்டால் தான் வாழ்க்கை,
அதுதான் வீரம் என்றிருந்த
காலம் அது.
அதியமான் நாட்டை நோக்கி
வந்தது ஒரு படை,
எதிரிகளிடமே சென்றாள் ஔவை;
யாரை எதிர்க்கிறீர்கள் தெரியுமா
என்று அவர்களை அச்சுறுத்தி
அப்புறப் படுத்த அதியனின் வீரத்தை
அவன் பெறப் போகும் வெற்றியைப்
பாடுகிறாள்.

பாடல்

போற்றுமின், மறவீர்! சாற்றதும், நும்மை;
ஊர்க் குறுமாக்கள் ஆடக் கலங்கும்
தாள் படு சில் நீர்க் களிறு அட்டு வீழ்க்கும்
ஈர்ப்புடைக் கராஅத்து அன்ன என்னை
நுண் பல் கருமம் நினையாது, 5

'இளையன்' என்று இகழின், பெறல் அரிது, ஆடே.

திணை: வாகை துறை: அரசவாகை

புலவர்: ஔவையார்

மன்னன்: அதியமான் நெடுமான் அஞ்சி

வீரர்களே! உங்களை எச்சரிக்கிறேன்
கேளுங்கள். ஊரில் இருக்கும்
சின்னஞ் சிறு பிள்ளைகள்
தங்கள் காலை நனைத்து விளையாடும்
சிறிய குளந்தான் அது.
ஆனால் அதில் கிடக்கும்
வலிமை மிக்க முதலை
(நீருள் இறங்கும்) யானையைக் கூடக்
கொன்று வீழ்த்தி விடும் அல்லவா
அதுபோல,
என் தலைவன் செய்த
பல்வேறு அரிய செயல்களை
எண்ணிப் பாராமல்
அவன் இளையன், புதியவன் என்று
இகழ்ந்து (அவன் நாட்டிற்குள் புகுந்தால்)
நீங்கள் வெற்றி பெறப் போவது இல்லை.
கவனம், விழித்துக் கொள்ளுங்கள்.

158. 'திங்கள் ஒன்றில் செய்த தேர்ச்சக்கரம் அவன்' (87)

அதியமான் நெடுமான் அஞ்சியை எதிர்க்க
தும்பைப் பூவைச் சூடிக்கொண்டனர் எதிரிகள்
அதனால் இது தும்பைத்திணை.
அவர்களைக் கண்ட ஔவையார்
போரிட்டு இரு படைகளும் மடியாதபடி
தடுத்துக் கூறுவது தானைமறத்துறை.

பாடல்

களம் புகல் ஓம்புமின், தெவ்விர்! போர் எதிர்ந்து,
எம்முளும் உளன் ஒரு பொருநன்; வைகல்
எண் தேர் செய்யும் தச்சன்
திங்கள் வலித்த கால் அன்னோனே!

திணை: தும்பை   துறை: தானைமறம்
புலவர்: ஔவையார்
மன்னன்: அதியமான் நெடுமான் அஞ்சி

பகை கொண்டு வந்திருப்போரே!
போர்க் களத்துள் நுழையும் எண்ணத்தைக்
கைவிட்டு விடுங்கள்.
(ஏன் என்றால்)
போரை எதிர்த்து நிற்கும் வீரன் ஒருவன்
எங்களுக்குள்ளும் இருக்கின்றான்.
அவனது ஆற்றல் எத்தகையது தெரியுமா?

ஒரே நாளில் எட்டுத் தேர்களைச்
செய்து முடிக்கும் திறன் கொண்ட தச்சன்
(நன்கு திட்டமிட்டு)
ஒரு மாதம் முழுவதுமாகச் செய்த
ஒரு தேர்ச்சக்கரத்தைப் போன்றவன்.
(அத்தனை வலிமை; அத்தனை உறுதி)

159. 'போரா? வேண்டாம் புறப்படுங்கள்.' (88)

சொன்ன உடன் கேட்டுக் கொள்வார்களா என்ன?
பகைவர் கலையவில்லை.
அதே குரலில் ஔவை தொடர்கிறாள்.

பாடல்

யாவிர் ஆயினும், 'கூழை தார் கொண்டு
யாம் பொருதும்' என்றல் ஓம்புமின்---ஓங்கு திறல்
ஒளிறு இலங்கு நெடு வேல் மழவர் பெருமகன்,
கதிர் விடு நுண் பூண் அம் பகட்டு மார்பின்
விழவு மேம்பட்ட நல் போர்   5

முழவுத் தோள் என்னையைக் காணா ஊங்கே.

திணை: தும்பை   துறை: தானைமறம்

புலவர்: ஒளவையார்

மன்னன்: அதியமான் நெடுமான் அஞ்சி

நீங்கள் யாராக இருந்தாலும் சரி;
உயர்ந்த ஆற்றலும், ஒளிமிக விளங்கும்
நெடிய வேலும் கொண்ட
மழவர்களின் தலைவனை,

கதிர் விடும் நுண்ணிய
அணிகலன் அணிந்த
அழகிய வலிமையான மார்பினையும்,
எதிர்த்து வரும் அரசனைக் கொன்று,
பெரும் போரிட்டு,
அவன் முரசினைக் கைப்பற்றிக்
களவேள்வி முதலான விழாவினை உடைய
நல்ல போரைச் செய்யும்
முழவு போன்ற தோளையும் உடைய
என் தலைவனை
நேரில் காண்பதற்கு முன்னே
எங்களிடம் பின்னே வரும்
படை (கூழை) வரிசையும்,
முன்னே செல்லும்
படை (தார்) வரிசையும் உண்டு;
அவற்றைக் கொண்டு

நாங்கள் போர்க் களத்துள் புகுவோம்
என்று கூறுவதைத் தவிர்த்து விடுங்கள்.

160. 'பாம்பு போன்ற வீரர்;' (89)

எத்தனை சொன்னால் தான் என்ன?
பகை கொண்ட நெஞ்சம்
பணிந்து விடுமா என்ன?
வினா எழுப்பிய பகைக்கு
விடை தருகிறாள் ஔவை.

பாடல்

'இழை அணிப் பொலிந்த ஏந்து கோட்டு அல்குல்,
மடவரல், உண்கண், வாள் நுதல், விறலி!
பொருநரும் உளரோ, நும் அகன் தலை நாட்டு?' என,
வினவல் ஆனாப் பொருபடை வேந்தே!
எறி கோல் அஞ்சா அரவின் அன்ன

சிறு வல் மள்ளரும் உளரே; அதாஅன்று,
பொதுவில் தூங்கும் விசியுறு தண்ணுமை
வளி பொரு தெண் கண் கேட்பின்,
'அது போர்' என்னும் என்னையும் உளனே.

திணை: தும்பை **துறை: தானைமறம்**

புலவர்: ஔவையார்

மன்னன்: அதியமான் நெடுமான் அஞ்சி

நீலமணிக் கோவையால் ஆகிய
அணிகலனால் அழகு பெற்ற
உயர்ந்த பக்கமுடைய அல்குல்,
மடப்பம், மைபூசப்பட்ட கண்,
ஒளிமிக்க நெற்றி என
இவற்றைக் கொண்ட விறலியே!

உங்கள் பரந்த இந்த நாட்டில்
போரிடுவதற்கும் வீரர்கள் இருக்கிறார்களோ'
என்று கேட்டுக் கொண்டிருக்கும்
போர்ப்படை கொண்ட மன்னனே!
அடிக்கும் கோலிற்கு அஞ்சாமல்
எதிர்த்து நிற்கும் பாம்பினைப் போல்
வலிமை மிக்க இளம் வீரர் இருக்கின்றனர்.

அதுமட்டும் அல்ல;
மன்றத்தில் கட்டித் தொங்க விடப்பட்டிருக்கும்
முழவின் மேல் மோதும் காற்று
எழுப்பும் தெளிந்த ஓசையைக்
கேட்ட உடனே
அது போருக்கு அழைக்கும் அழைப்பு
என்று எண்ணும் எங்கள் தலைவனும்
இருக்கின்றான்.

161. 'சினக்கும் சூரியனை மறைக்கும் இருள் உண்டோ?' (90)

போர் மூண்டு விட்டது, அஞ்சியின் படைகள்
அணிவகுத்து விட்டன.
அப்படைக்குள் ஓர் ஆவேச நெருப்பை
மூட்ட வேண்டாமா?
இதோ ஒளவையார் பேசுகிறார்.

பாடல்

உடைவளை கடுப்ப மலர்ந்த காந்தள்
அடைமல்கு குளவியொடு கமழும் சாரல்
மறப்புலி உடலின், மான்கணம் உளவோ?
மருளின விசும்பின் மாதிரத்து ஈண்டிய
இருளும் உண்டோ, ஞாயிறு சினவின்?

அச்சொடு தாக்கிப் பார் உற்று இயங்கிய
பண்டச் சாகாட்டு ஆழ்ச்சி சொல்லிய,
விரி மணல் ஞெமர, கல்பக, நடக்கும்
பெருமிதப் பகட்டுக்குத் துறையும் உண்டோ?
எழுமரம் கடுக்கும் தாள்தோய் தடக்கை 10

வழு இல் வன் கை, மழவர் பெரும!
இருநிலம் மண்கொண்டு சிலைக்கும்
பொருநரும் உளரோ, நீ களம் புகினே?

திணை: தும்பை   துறை: தானைமறம்

புலவர்: ஔவையார்

மன்னன்: அதியமான் நெடுமான் அஞ்சி

கணைய மரம் போல
நீண்ட முழங்காலைத் தொடும் அளவிற்கு
நீண்ட கைகளுடன்,
பழுதற்ற வீரம் விளங்கும்
மழவர்களின் தலைவனே!

உடைந்த வளையலைப் போன்று
மலர்ந்திருக்கும் காந்தள்,
இலைகளுடன், இருக்கும்
மலை மல்லிகைப்பூவோடு
மணக்கும் மலைச் சாரலில்
வீரம் மிகுந்த புலி ஒன்று
கோபம் கொண்டு விடுமானால்
அதை எதிர்த்து நிற்கும்
மான் கூட்டந்தான் உண்டோ?

சூரியன் சினம் கொண்டு விடுமானால்
அதை எதிர்க்க
மயங்கும் ஆகாயத் திசை எல்லாம்;
மறைக்கும் இருளும் உண்டோ?

பார மிகுதியால் அச்சு மரத்தோடு
பாரும் நிலத்தில் விழ,
விழுந்த பொருள்களால்
பள்ளம் ஏற்பட்டுவிடாமல்,
வரிமணல் பறக்க, கல்லும் பிளக்க
வண்டியை இழுத்துக் கொண்டு
செல்லும் மனச் செருக்கு மிக்க
காளைக்குக் கடப்பதற்கு முடியாத
கடினமான வழிதான் உண்டோ?

நீ மட்டும்
போர்க்களத்துள் புகுந்து விட்டால்
உன்னை எதிர்த்து,
நீ ஆளும் நிலத்தில்
உன் மண்ணைக் கைப்பற்றி
ஆரவாரம் செய்யும்
பகை வீரர்களும் இருப்பார்களோ?

162. 'வீரனின் வேலும் வாளும்' (97)

படை எடுத்துச் செல்வதோ
பகை வந்தால் தடுப்பதோ
அன்றைய இனங்களின் வாடிக்கை.

அஞ்சியை அழிக்க வந்தது படை
அதைத் தடுக்க முன்நின்றாள் ஔவை.
அப்போது பழுதுபட்ட படைக் கருவிகளையா
பகையைப் பயன்படுத்தும் தந்திரத்தையா?
எதைச் சொல்லி அஞ்சியின் இதயத்தில்
ஆவேசத்தை விதைக்கிறார் பாருங்கள்.
அஞ்சியின் போர்த்திறம் படைக்களங்கள்
பேசப்படுவதால் பாடாண்திணை.
அவன் இயல்புகளைச் சித்திரிப்பதால்
இயன்மொழித்துறை.

பாடல்

போர்க்கு உரைஇப் புகன்று கழித்த வாள்.
உடன்றவர் காப்புடை மதில் அழித்தலின்,
ஊன் உற மூழ்கி, உரு இழந்தனவே;
வேலே, குறும்பு அடைந்த அரண் கடந்து, அவர்
நறுங் கள்ளின் நாடு நைத்தலின்,

சுரை தழீஇய இருங் காழொடு
மடை கலங்கி நிலை திரிந்தனவே;
களிறே, எழூஉத் தாங்கிய கதவம் மலைத்து, அவர்
குழூஉக் களிற்றுக் குறும்பு உடைத்தலின்,
பரூஉப் பிணிய தொடி கழிந்தனவே;

மாவே, பரந்து ஒருங்கு மலைந்த மறவர்
பொலம் பைந் தார் கெடப் பரிதலின்,
களன் உழந்து அசைஇய மறுக் குளம்பினவே;
அவன் தானும், நிலம் திரைக்கும் கடல் தானைப்
பொலந் தும்பைக் கழல் பாண்டில்

கணை பொருத துளைத் தோலன்னே;
ஆயிடை, உடன்றோர் உய்தல் யாவது? ‘தடந்தாள்,
பிணிக் கதிர், நெல்லின் செம்மல் மூதூர்
நுமக்கு உரித்தாகல் வேண்டின், சென்று அவற்கு
இறுக்கல் வேண்டும் திறையே; மறுப்பின்,

ஒல்வான் அல்லன், வெல்போரான்’ எனச்
சொல்லவும் தேறீர் ஆயின், மெல் இயல்,
கழற்கனி வகுத்த துணைச் சில் ஓதி,
குறுந்தொடி மகளிர் தோள்விடல்
இறும்பூது அன்று; அஃது அறிந்து ஆடுமினே.

திணை: பாடாண் துறை: இயன்மொழி

புலவர்: ஔவையார்

மன்னன்: அதியமான் நெடுமான் அஞ்சி

போருக்குச் செல்வதால்
உறையிலிருந்து எடுக்கப்பட்ட வாள்கள்
எதிர்த்தவரின் காவல் மிக்க அரணை அழித்தன;
அப்போது அப்பகையின் தசையில்
ஆழமாகக் குளித்தலால்
ஓரம் சிதைந்து உருவை இழந்தன.

அவன் வேல்களோ
குறும்பர் வாழும் அரண்களை வென்று
அவர்களின் மணம் மிக்க
மது நிறைந்த நாட்டை அழித்ததால்,
சுரையோடு சேர்ந்த கரிய காம்புடனே
ஆணியும் கழன்று
தரம் இழிந்தன.
அவன் களிறுகளோ
கணைய மரத்தால் தடுக்கப்பட்ட
கதவுகளை மோதிப்
பகைவர்களின் மிகுதியான களிறுகளோடு கூடிய
அரணை அழித்தன.
அதனால் நீர் ஒழுகுவதற்கு என்று
மகர மீன்-வாய் வடிவில் கட்டப்பட்ட
பெரிய கிம்புரிகள் (அணிகள்) கழன்றன.

அவன் குதிரைகளோ,
பரந்து வந்து ஒன்றாகச் சேர்ந்து
போர் செய்த வீரர்களின்
பொன் மாலை தவழும் மார்பு
அழகை இழக்க ஓடின;
அதனால்
போரில் சண்டையிட்டுச் சிந்திய இரத்தத்தால்
கரைப்பட்ட குளம்பை உடையவாயின.

அவனோ.
பரந்த நிலத்தைத் தனக்குள் அடக்கும்

கடல் போன்ற படையோடு,
பொன்னால் செய்யப்பட்ட தும்பைக் கண்ணியுடன்
கழல் வடிவாக, கிண்ணி வடிவாகச்
செய்து செறிக்கப்பட்டு,
அம்பு துளைத்ததால்
துளைப்பட்ட கேடயத்தை உடையவன்,
அவன் சினந்து எழுந்ததால்
மூண்ட போர் தோல்வி காணுமா என்ன?

பெரிய தாளையும்,
ஒன்றோடொன்று சேர்ந்து கிடக்கும்
கதிரையும் உடைய நெல்லின்
தலைமை சான்ற பழையூர்
உங்களுக்கே உரியதாக வேண்டும் என்று
நீங்கள் விரும்பினால்
உடனே புறப்பட்டுப் போய்
அவனுக்குக் கப்பம் கட்டுங்கள்.
கட்டாது போவீர் என்றால்
அவன் சம்மதிக்க மாட்டான்.

அவனோ
வெற்றியே தரும் போரை உடையவன்,
ஒருவேளை நான்
இத்தனை சொன்ன பிறகும்
தெளிவு பெறாதிருப்பீர் என்றால்
நீங்கள் இனிமேல்
மெல்லிய இயல்பும்
சிறிய வளையல்களையும் உடைய
உங்கள் உரிமைப் பெண்களின்
தோளைப் பிரிந்து வாழப் போவது
வியப்பிற்கு உரியது ஆகாது.
இதை எல்லாம் நன்கு அறிந்த பின்
போர் செய்யுங்கள்.

163. 'வளம் மிக்க நாடு வருந்துமாறு அழியுமோ' (98)

பாடல்

முனைத் தெவ்வர் முரண் அவியப்
பொரக் குறுகிய நுதி மருப்பின் நின்
இனக் களிறு செலக் கண்டவர்
மதிற் கதவம் எழுச் செல்லவும்;
பிணன் அழுங்கக் களன் உழக்கிச்   5

செலவு அசைஇய மறுக் குளம்பின் நின்
இன நல் மாச் செலக் கண்டவர்
கவை முள்ளின் புழை அடைப்பவும்;
மார்புறச் சேர்ந்து ஒல்காத்
தோல் செறிப்பு இல் நின்வேல் கண்டவர்   10

தோல் கழியொடு பிடி செறிப்பவும்;
வாள் வாய்த்த வடுப்பரந்த நின்
மற மைந்தர் மைந்து கண்டவர்
புண்படு குருதி அம்பு ஒடுக்கவும்;
நீயே, ஐயவி புகைப்பவும் தாங்காது, ஒய்யென,   15

உறுமுறை மரபின் புறம்நின்று உய்க்கும்
கூற்றத்து அனையை; ஆகலின், போற்றார்
இரங்க விளிவதுகொல்லோ----வரம்பு அணைந்து
இறங்குகதிர் அலம்வரு கழனி,
பெரும் புனற் படப்பை, அவர் அகன் தலை நாடே!   20

திணை: வாகை   துறை: கொற்றவள்ளையுமாம்

புலவர்: ஔவையார்

மன்னன்: அதியமான் நெடுமான் அஞ்சி

அஞ்சியின் ஆயுதங்களின் நிலை சொல்லி
அச்சுறுத்திய ஔவையார்
அவன் படையின் எழுச்சியைப் பார்த்து
என்னென்னவெல்லாம் செய்து
எதிர்கொள்ளாமல் ஒளிய முயல்கின்றனர்
என்று கூறி அஞ்சியை நெருப்பென
எழச்செய்வதோடு, பகையை
நீருள் வீழ்ந்த பஞ்சாய்
நிலை தடுமாறச் செய்கிறார்.

(அஞ்சியே!)
பகைவரின் சினம் அடங்கும்படி
போர் முனையில் போரிடுவதால்
தேய்ந்ததும், குறைந்ததும்
துளையை உடையதும் ஆகிய
தந்தங்களைக் கொண்ட உன் யானைகள்
போவதைக் கண்ட பகைவர்
தங்கள் கோட்டைக் கதவுகளைப்
புதியதாகச் செய்ய நினைத்துப்
பழைய கதவுகளை மாற்றுகின்றனர்.

களத்தில் மடிந்தவரின் பிணங்கள்
உருவம் அழிய,
போர்க்களத்தில் அங்குமிங்கும் செல்வதால்
இரத்தக் கறைப்பட்ட குளம்பை உடைய
உன் குதிரைகள் செல்வதைப் பார்த்த பகைவர்கள்
பிளவுபட்ட வேலமுள்ளால்
தங்கள் காட்டு வழிகளை அடைக்கின்றனர்.

உன் பகைவரது மார்பை நோக்கி
வேலை நீ எறிந்த போது,
அது மார்பில் தைத்து நிற்காமல்
உருவிப் போக,
அந்த வேல் உறையில் இல்லாமல்

உன் கையில் இருப்பதைக் கண்டவர்கள்
தங்கள் கேடயத்தைக் காம்புடனே செறிக்கின்றனர்.

வாள் பட்டுப் பெற்ற
வடுக்கள்
உன் மறம் மிக்க வீரர்களின்
பகைமையைக் கண்ட பகைவர்
புண்பட்ட இரத்தமுள்ள அம்பை
அம்பறாத் தூணியில் அடக்கிக் கொள்கின்றனர்.

நீயோ
காயப்பட்டோரைப் பேய்களிடமிருந்து காப்பாற்றக்
காவலாக வெண்சிறுகடுகைப் புகைத்த போதும்
தவறாமல் விரைந்து வந்து புறத்தே நின்று
அவர்தம் உயிரைக்
கொண்டுபோகும்
எமனைப் போன்றிருக்கின்றாய்.
ஆகவே வரப்பினுள் நின்று விளையும்
நெற்கதிர் மிக்க வயல்களும்,
நீர் வளம் மிக்க
பகைவரது அகன்ற நாடும்
அவர்கள் வருந்துமாறு இனி அழிந்து போகுமோ?

164. 'உன் புகழ் பாட அரியது' (99)

அஞ்சியே! உன் குலந்தான்
எத்தனை பெருமைக்குரியது!
நீதான் எத்தனை பெரிய வீரன்!
யாரால் பாட முடியும் உன் பெருமையை?

பாடல்

அமரர்ப் பேணியும், ஆவுதி அருத்தியும்,
அரும்பெறல் மரபின் கரும்பு இவண் தந்தும்,

நீர்அக இருக்கை ஆழி சூட்டிய
தொல் இலை மரபின்நின் முன்னோர் போல,
ஈகைஅம் கழற்கால், இரும்பனம் புடையல்,   5

பூ ஆர் காவின், புனிற்றுப் புலால் நெடுவேல்,
எழுபொறி நாட்டத்து எழாஅத் தாயம்
வழு இன்று எய்தியும் அமையாய், செருவேட்டு,
இமிழ்குரல் முரசின் எழுவரோடு முரணிச்
சென்று, அமர் கடந்து, நின் ஆற்றல் தோற்றிய   10

அன்றும், பாடுநர்க்கு அரியை; இன்றும்
பாணன் பாடினன் மற்கோல்---மற்று நீ
முரண் மிகு கோவிலூர் நூறி, நின்
அரண்அடு திகிரி ஏந்திய தோளே!

திணை: வாகை   துறை: அரசவாகை
புலவர்: ஒளவையார்
மன்னன்: அதியமான் நெடுமான் அஞ்சி

தேவர்களைத் துதித்து வழிபட்டும்,
வேள்வியில் அவிசு கொடுத்து
அவர்களை உண்பித்தும்
பெறுவதற்கு அரிய மரபினை உடைய
இனிய கரும்பைப் பிறநாட்டிலிருந்து
இந்த நாட்டிற்குக் கொண்டு வந்தும்
இப்பூமியில் ஆட்சி செலுத்திய
பழம் மரபை உடைய உன் குடி
உன் மூத்தோரைப் போலவே
பொன்னால் செய்யப்பட்ட
வீரக் கழல் அணிந்த காலையும்,
பெரிய பனந்தோடால் ஆகிய மாலையையும்
பூக்கள் நிறைந்த சோலையையும்,
நாளும் புதிய ஈரம் புலராத
புலாலை உடைய நீண்ட வேலையும் உடைய

ஏழு மன்னர்கள் ஒன்றுகூடித்
தத்தம் நாட்டை ஒரே நாடாகச் சொல்லும்
ஏழு அரசர் முத்திரையும் ஒரே முத்திரையாய்
நன்மையும் தீமையும் நாடுகின்ற அரசுரிமையைத்
தவறாது பெற்ற போதும்
மன நிறைவு அடையாதவன் நீ.

போரை விரும்பி ஒலிக்கும்
ஓசை மிக்க முரசினையுடைய
ஏழு அரசரோடும் பகைத்து
அவர்களை எதிர்த்துச் சென்று
போரில் வெற்றி பெற்று
உன் ஆற்றலைக் காட்டிய அந்தக்காலத்திலும்
பாடுவார் பாடுவதற்கு அரியவன்.
இப்போதும் கூடப் பகை மிக்க கோவலூரை
அழித்து வென்று
பிற அரண்களையும்
அழிக்கும் சக்கரம் தாங்கிய
உன் தோளின் ஆற்றலைப்
பரணன் அல்லவா பாடினான்.

165. 'புலியுடன் போரிட்ட யானை' (100)

பகையைக் காணும் போதுதான் அஞ்சிக்குக்
கண் சிவக்கும் என்று இல்லை,
பாசம் மிக்க பிள்ளையைக்
காணும் போதும் கண் சிவக்கும்.

பாடல்

கையது வேலே; காலன புனைகழல்;
மெய்யது வியரே; மிடற்றது பசும்புண்;
வட்கர் போகிய வளர் இளம் போந்தை
உச்சிக் கொண்ட ஊசி வெண்தோட்டு,
வெட்சி மா மலர், வேங்கையொடு விரைஇ,

நீர்அக இருக்கை ஆழி சூட்டிய
தொல் இலை மரபின்நின் முன்னோர் போல,
ஈ-கைஅம் கழற்கால், இரும்பனம் புடையல்,   5

பூ ஆர் காவின், புனிற்றுப் புலால் நெடுவேல்,
எழுபொறி நாட்டத்து எழாஅத் தாயம்
வழு இன்று எய்தியும் அமையாய், செருவேட்டு,
இமிழ்குரல் முரசின் எழுவரோடு முரணிச்
சென்று, அமர் கடந்து, நின் ஆற்றல் தோற்றிய   10

அன்றும், பாடுநர்க்கு அரியை; இன்றும்
பாணன் பாடினன் மற்கோல்---மற்று நீ
முரண் மிகு கோவிலூர் நூறி, நின்
அரண்அடு திகிரி ஏந்திய தோளே!

திணை: வாகை   துறை: அரசவாகை

புலவர்: ஔவையார்

மன்னன்: அதியமான் நெடுமான் அஞ்சி

தேவர்களைத் துதித்து வழிபட்டும்,
வேள்வியில் அவிசு கொடுத்து
அவர்களை உண்பித்தும்
பெறுவதற்கு அரிய மரபினை உடைய
இனிய கரும்பைப் பிறநாட்டிலிருந்து
இந்த நாட்டிற்குக் கொண்டு வந்தும்
இப்பூமியில் ஆட்சி செலுத்திய
பழம் மரபை உடைய உன் குடி
உன் மூத்தோரைப் போலவே
பொன்னால் செய்யப்பட்ட
வீரக் கழல் அணிந்த காலையும்,
பெரிய பனந்தோடால் ஆகிய மாலையையும்
பூக்கள் நிறைந்த சோலையையும்,
நாளும் புதிய ஈரம் புலராத
புலாலை உடைய நீண்ட வேலையும் உடைய

ஏழு மன்னர்கள் ஒன்றுகூடித்
தத்தம் நாட்டை ஒரே நாடாகச் சொல்லும்
ஏழு அரசர் முத்திரையும் ஒரே முத்திரையாய்
நன்மையும் தீமையும் நாடுகின்ற அரசுரிமையைத்
தவறாது பெற்ற போதும்
மன நிறைவு அடையாதவன் நீ.

போரை விரும்பி ஒலிக்கும்
ஓசை மிக்க முரசினையுடைய
ஏழு அரசரோடும் பகைத்து
அவர்களை எதிர்த்துச் சென்று
போரில் வெற்றி பெற்று
உன் ஆற்றலைக் காட்டிய அந்தக்காலத்திலும்
பாடுவார் பாடுவதற்கு அரியவன்.
இப்போதும் கூடப் பகை மிக்க கோவலூரை
அழித்து வென்று
பிற அரண்களையும்
அழிக்கும் சக்கரம் தாங்கிய
உன் தோளின் ஆற்றலைப்
பரணன் அல்லவா பாடினான்.

165. 'புலியுடன் போரிட்ட யானை' (100)

பகையைக் காணும் போதுதான் அஞ்சிக்குக்
கண் சிவக்கும் என்று இல்லை,
பாசம் மிக்க பிள்ளையைக்
காணும் போதும் கண் சிவக்கும்.

பாடல்

கையது வேலே; காலன புனைகழல்;
மெய்யது வியரே; மிடற்றது பசும்புண்;
வட்கர் போகிய வளர் இளம் போந்தை
உச்சிக் கொண்ட ஊசி வெண்தோட்டு,
வெட்சி மா மலர், வேங்கையொடு விரைஇ,

சுரிஇரும் பித்தை பொலியச் சூடி,
வரிவயம் பொருத வயக்களிறு போல,
இன்னும் மாறாது சினனே; அன்னோ!
உய்ந்தனர் அல்லர், இவன் உடற்றியோரே;
செறுவர் நோக்கிய கண், தன்   10

சிறுவனை நோக்கியும், சிவப்பு ஆனாவே!

திணை: வாகை   துறை: அரசவாகை

புலவர்: ஔவையார்

மன்னன்: அதியமான் நெடுமான் அஞ்சி

கையில் வேல்,
காலில் அழகிய வீரக் கழல்;
மேனியில் வியர்வை;
கழுத்தில் அப்போதுதான் பட்ட புதியகாயம்;
இவற்றோடு
பகைவர் அழிவதற்கு ஏதுவாக
இளம் பனையின் உச்சியில் பறிக்கப்பட்ட
குத்தும் தன்மை கொண்ட வெண்தோட்டையும்,
வெட்சியின் பெரிய பூவையும்,
வேங்கைப் பூவோடு சேர்த்துச்
சுருண்ட கரிய முடி அழகு பெறச்
சூடிக் கொண்டான்.

பின்பு, புலியுடன் சண்டையிட்ட
வலிமை மிக்க யானையைப் போல
இதுவரைக்கும் சினம் நீங்காதவன் ஆனான்.
பகைவரை சினந்து பார்த்த அவன் கண்கள்
தன் மகனைப் பார்த்த போதும் சிவப்பதாயின,
ஆகவே இவனைக் கோப மூட்டியவர்
இனித் தப்பிக்க மாட்டார்.

166. 'பிள்ளைகள் சேம (உபரி) அச்சுகள்' (102)

பொகுட்டெழினி அஞ்சியின்
அருமை மகன்
அவன் பிறந்த காலத்தில்
அவனைப் பார்த்தார் ஒளவையார்,
இப்போது இளமை
அவன் தேகத்தில் ஏறி ஆட்சிசெய்ய
அழகும் வீரமும் அவனுக்குள்
பலம் சேர்க்கின்றன.
அஞ்சிக்கு அவன் பிள்ளை
எவ்வாறு உதவுவான் என்று
எண்ணுவதிலேயே மகிழ்கிறார் ஒளவையார்.
பொகுட்டெழினியின் திறமைகளால்
பூத்த பாடல் இது.

பாடல்

'எருதே இளைய; நுகம் உணராவே;
சகடம் பண்டம் பெரிது பெய்தன்றே;
அவல் இழியினும், மிசை ஏறினும்,
அவணது அறியுநர் யார்?' என, உமணர்
கீழ்மரத்து யாத்த சேமஅச்சு அன்ன,   5

இசை விளங்கு கவிகை நெடியோய்! திங்கள்
நாள்நிறை மதியத்து அனையை; இருள்
யாவணதோ, நின் நிழல் வாழ்வோர்க்கே!

திணை: பாடாண்   துறை: இயன்மொழி
புலவர்: ஒளவையார்
மன்னன்: அதியமான் நெடுமான் அஞ்சி

காளைகள் இளமையானவையே;
இன்று வரை நுகம் பூட்டப் படுவதை அறியாதவை.

அந்த வண்டியில் ஏற்றப்பட்டிருக்கும் உப்போ
மிக அதிகம்.
(வண்டி ஓடும் போது) பள்ளத்தில் இறங்கினாலும்,
மேட்டில் ஏறினாலும்
அப்போது என்ன ஆகும் என்று
எவருக்குத்தான் தெரியும்.
உப்பு விற்கப் போகும் வியாபாரிகளாகிய உமணர்கள்
வண்டியின் கீழ்பக்கமாகச் சேர்த்துக் கட்டியிருக்கும்
உபரி அச்சுப் போல, புகழும்,
பிறர்க்கு வழங்கக்கவிந்த,
கொடைக் கையும் கொண்ட நெடியவனே,
முழு நிலவு போன்று நீ இருக்கின்றாய்,
அதனால் உன் கீழ் வாழ்பவர்க்கு
இனி எந்நாளும் இருள் இராது.

167. 'இளைஞனுக்குப் பகை இரண்டு' (96)

பார்த்தார்; பாட்டுத் திறங் காட்டினார்;
பரிசு பெற்றார்; பயணப் பட்டார் என்றில்லை
ஔவையின் வாழ்க்கை.
அஞ்சியைக் கண்டபின் அவனோடுகூடப்
பலநாள் தங்கிவிட்டாரரோ?
அஞ்சியைக் காண அவர்
காத்திருந்த காட்சி;, அவரது
ஆவேசப் பாட்டானதைப் பார்த்தோம் *(206)*
அதன்பின் அவன் அன்பில்
நனைந்து கரைந்து
அவனோடு ஔவையும்
அங்கேயே தங்கிவிட்டாரரோ?
அவனுக்காகத் தூதுபோகிறார்.
அவன் பிள்ளையின் பெருமையைச்
சொல்கிறார் *(96, 102, 392)*
அஞ்சி போரில் காயப்பட்டதைக் கண்டு
தன் மனத்துள் ஆறாத சோகத்தில்
அவன் சோகத்தை ஆற்றுகிறார்.

பாடல்

அலர் பூந் தும்பை அம்பகட்டு மார்பின்,
திரண்டுநீடு தடக்கை என்னை இளையோற்கு
இரண்டு எழுந்தனவால், பகையே ஒன்றே,
பூப்போல் உண்கண் பசந்து, தோள் நுணுகி,
நோக்கிய மகளிர்ப் பிணித்தன்று; ஒன்றே 5

'விழவின்று ஆயினும், படுபதம் பிழையாது,
மைஊன் மொசித்த ஒக்கலோடு, துறை நீர்க்
கைமான் கொள்ளுமோ?' என,
உறையுள் முனியும், அவன் செல்லும் ஊரே.

திணை: பாடாண்   துறை: இயன்மொழி

புலவர்: ஔவையார்

மன்னன்: அதியமான் நெடுமான் அஞ்சி

மலர்ந்த தும்பைப் பூக்கள் நிறைந்த
மாலையை அணிந்த
அழகிய பலமிக்க மார்பு;
திரண்டு நீண்ட பருத்த கைகள்;
இவை கொண்ட என் தலைவன்
அஞ்சியின் மகனுக்கு
இரண்டு பகை தோன்றி இருக்கின்றன.

பூப் போன்ற மெல்லிய,
மைபூசப்பட்ட கண்ணையும்,
மெலிந்து வாடும் தோளையும் உடைய பெண்கள்
அவனைப் பார்த்து
மனம் மயங்குவதால்
அவர்கள் துயர் பெருகுவது ஒரு பகை;

அவன் படை எடுத்துச் சென்றிருக்கும் ஊரில்
விழா இல்லை என்றாலும் கூட

அங்கே ஆக்கப்பட்ட உணவை,
செம்மறி ஆட்டுத் தசையோடு தின்ற
அனைவரும் தங்கள் சுற்றத்துடனே
அவனுடைய யானைகளுடன்
ஆற்றிலும் குளத்திலும் உள்ள நீரை
முகந்து உண்பர் என அஞ்சி
அந்த இடத்தில் தங்குவதையே வெறுத்த
மக்களால் வந்தது மற்றொரு பகை
இவ்வாறு பகை இரண்டு.

168. 'வெற்றி என்பது இனியது' (93)

போருக்குப் போனான் அஞ்சி
போரிட வந்தவர்
ஓரிடமும் காணாது ஓடினர்.
அஞ்சியோ, மார்பிலும் முகத்திலும்
விழுப்புண் பட்டுத் திரும்பினான்.
ஔவையின் நெஞ்சம் பதறியது.
அஞ்சிக்கு ஆறுதல், கூறுவது போல் தன்
அழுகையை அடக்கிக் கொள்கிறாள்.

பாடல்

திண்பிணி முரசம் இழுமென முழங்கச்
சென்று, அமர் கடத்தல் யாவது?---வந்தோர்
தார் தாங்குதலும் ஆற்றார், வெடிபட்டு,
ஓடல் மரீஇய பீடுஇல் மன்னர்
நோய்ப்பால் விளிந்த யாக்கை தழீஇ,

காதல் மறந்து, அவர் தீதுமருங்கு அறுமார்,
அறம்புரி கொள்கை நான்மறை முதல்வர்
திறம்புரி பசும்புல் பரப்பினர் கிடப்பி,
'மறம் கந்தாக நல் அமர் வீழ்ந்த
நீள்கழல் மறவர் செல்வுழிச் செல்க!' என

வாள் போழ்ந்து அடக்கலும் உய்ந்தனர் மாதோ--
வரிஞிமிறு ஆர்க்கும் வாய்புகு கடாஅத்து
அண்ணல் யானை அடுகளத்து ஒழிய,
அருஞ் சமம் ததைய நூறி, நீ
பெருந்தகை! விழுப்புண் பட்ட மாறே.   15

திணை: வாகை   துறை: அரச வாகை

புலவர்: ஔவையார்

மன்னன்: அதியமான் நெடுமான் அஞ்சி

தேனீக்கள் ஒலிக்கும் வாசலில்
வழியும் மதம் மிக்க
தலை கொண்ட யானை
போர்க்களத்தில் வீழ்ந்துபட,
தாங்குவதற்கு அரிய அப்போரிலே
எதிர்ப்பவர்களைச் சிதறி ஓடும்படி
வெட்டும் பெருந்தகையே!

உன் சீரிய முகத்திலும் மார்பிலும்
நீ புண்பட்டுப் போனதால்
நன்கு இழுத்துக் கட்டப்பட்ட திண்ணிய முரசம்
திடும் என முழங்கப் புறப்பட்டுப் போய்ப்
போரில் வெற்றி பெறுவது என்பது இனி ஏது?

உன்னை எதிர்த்து வந்து
உன் முன் படையைக் கூடத்
தாங்க முடியாதவராய்ச்
சிதறி ஓடத் தொடங்கிய
பெருமை இல்லாத மன்னர்கள்,
நோயினால் இறக்கும் உடம்பைத் தழுவி,
ஆசையை மறந்து,
போரில் வாளால் மடியாத குற்றம்
வராதிருக்கும்படி

அறம் விரும்பும் கொள்கை கொண்ட
நான்கு வேதம் அறிந்த அந்தணர்
நன்கு வளர்ந்த அருகம்புல்லைப் பரப்பி,
அவரை அதன் மேல் கிடத்துவர்.

பிறகு வீரம் விளைந்த நல்ல போரில் மடிந்த
சிறந்த வீரக் கழல் அணிந்த மன்னர்
செல்லும் உலகிற்குச் செல்க என்று
வாளால் வெட்டி அடக்கும் இழிவைத் தவிர்த்தார்கள்.

169. 'நொடித்துப் போன உழவன் விதை முதலையே உண்டது போல' (230)

பாடல்

கன்று அமர் ஆயம் கானத்து அல்கவும்,
வெங்கால் வம்பலர் வேண்டுபுலத்து உறையவும்,
களம்மலி குப்பை காப்பு இல வைகவும்,
விலங்குபகை கடிந்த கலங்காச் செங்கோல்,
வையகம் புகழ்ந்த வயங்குவினை ஒள்வாள்,

பொய்யா எழினி பொருது களம் சேர---
ஈன்றோள் நீத்த குழவி போல,
தன் அமர் சுற்றம் தலைத்தலை இனைய,
கடும்பசி கலக்கிய இடும்பைகூர் நெஞ்சமொடு
நோய்உழந்து வைகிய உலகிலும், மிக நனி

நீ இழந்தனையே, அறன் இல் கூற்றம்!
வாழ்தலின் வரூஉம் வயல் வளன் அறியான்,
வீழ்குடி உழவன் வித்து உண்டாஅங்கு
ஒருவன் ஆர் உயிர் உண்ணாய் ஆயின்,
நேரார் பல் உயிர் பருகி,

ஆர்குவை மன்னே, அவன் அமர்அடு களத்தே.

திணை: பொதுவியல் துறை: கையறுநிலை
புலவர்: அரிசில்கிழார்
மன்னன்: அதியமான் நெடுமான் அஞ்சி

கன்றோடு சேர்ந்த பசுக்கூட்டம்
மற்றவற்றால் துன்புறுத்தப்படாமல்
பாதுகாப்பாகத் தாம் மேய்ந்த
காட்டிலேயே தங்குகின்றன.
வெயில் நேரம்
பாலை வழியில் நடப்பவர்
சூடேறிய கால்களுடன்
தாம் விரும்பிய இடத்தில் தங்கினர்.
களத்தில் நிறைந்த நெற்பொலி
காவல் இல்லாமலே கிடக்கிறது.

எதிர்த்து நின்று தடுக்கும்
பகையை விரட்டிய, மக்கள்
கலங்காத சிறந்த ஆட்சியையும்,
உலகத்தவர் பாராட்டிய
புகழ் மிக்க போரைச் செய்யும்
ஒளிமிகு வாளையும்,
தவறாத சொல்லையும் உடைய எழினி
போரிட்டுப் போர்க்களத்தில்
வீழ்ந்து போனான்.

அதனால் பெற்ற தாயால் கைவிடப்பட்ட
உண்ணாத குழந்தையைப் போல
தன்னை அண்டிய சுற்றம்
இடந்தோறும், இடந்தோறும் வருந்த,
மிகுந்த பசி வருத்த
துன்ப மிக்க நெஞ்சோடு அவனை இழந்து
வருத்தமுற்றுக் கிடந்த உலகத்தின்
கவலையினும் மிகப் பெரிதாக

நீ இழந்தாய்.
அறம் இல்லாத எமனே!
வாழ்வதற்கு ஏதுவாக விளையும் வயலில்
வரும் வருவாயை அறியாதவனாய்த்
தளர்ந்த குடி கொண்ட உழவன்
விதையையே உண்பது போல
இந்த ஒரு மனிதனின்
பெறுவதற்கு அரிய உயிரை
உண்ணாது இருந்தாய் என்றால்
அவன் போர்க்களத்தில் கொல்லும்
பல உயிரையும் பருகி
நீ நிறைவாக எப்போதும் இருப்பாயே.

170. 'நெருப்பு அவனைத் தின்னலாம்; நெடும்புகழ் ஒரு போதும் அழியாது' (231)

பாடல்

எறிபுனக் குறவன் குறையல் அன்ன
கரிபுற விறகின் ஈம ஒள்அழல்,
குறுகினும் குறுகுக; குறுகாது சென்று,
விசும்புற நீளினும் நீள்க---பசுங்கதிர்த்
திங்கள் அன்ன வெண்குடை

ஒண்ஞாயிறு அன்னோன் புகழ் மாயலவே!

திணை: பொதுவியல் துறை: கையறுநிலை

புலவர்: ஔவையார்

மன்னன்: அதியமான் நெடுமான் அஞ்சி

வெட்டிச் சுட்ட காட்டு நிலத்தில்
குறமகனால் வெட்டப்பட்ட மரத்துண்டம் போல
கரிந்த வெளிப் பக்கம் உடைய விறகால்

அடுக்கப்பட்ட ஈமத்தின் மேல்
எரியும் ஒளிமிக்க நெருப்பில்
அவனது (அதியமானின்) உடலைச் சுடுமாறு
நெருங்கினும் நெருங்கட்டும்;
நெருங்காமல் வீணே ஆகாயத்தை நோக்கி
ஓங்கினாலும்; ஓங்கட்டும்;
குளிர்ந்த சுடர் கொண்ட நிலவு போன்ற
வெண்கொற்றக் குடையை உடைய
ஒளிமிக்க சூரியனைப் போன்றவனது புகழோ
ஒருநாளும் அழியாது.

171. 'பகலும் மாலையும் இல்லாமலே போகட்டும்' (232)

பாடல்

இல்லாகியரோ, காலை மாலை!
அல்லாகியர், யான் வாழும் நாளே!
நடுகல் பீலி சூட்டி, நார்அரி
சிறு கலத்து உகுப்பவும் கொள்வன்கொல்லோ---
கோடு உயர் பிறங்குமலை கெழீஇய   5

நாடு உடன் கொடுப்பவும் கொள்ளாதோனே?

திணை: பொதுவியல் துறை: கையறுநிலை

புலவர்: ஒளவையார்

மன்னன்: அதியமான் நெடுமான் அஞ்சி

அவன் (அதியமான்) இல்லாமல் செல்லுகின்ற
காலையும் மாலையும்
இனி இல்லாமலே போகட்டும்.
(இனி) நான் உயிர் வாழும் நாளும்
எனக்கு ஒரு பயனும் இல்லை
ஆதலால் அவ்வாறே ஆகட்டும்.

(அவனைப் புதைத்த குழிமேல் நட்ட) நடுகல்லில்
மயில் தோகையைச் சூட்டி,
பன்னாடை வைத்து அரிக்கப்பட்ட தேறலை
சிறிய கலத்தில் கொண்டு சிந்தவும் (செய்தால்)
உயர்ந்த சிகரங்களோடு விளங்கும்
மலைகளோடு கூடிய நாடு
முழுவதையும் கொடுத்தாலும்
ஏற்றுக் கொள்ளாத அவன்
சிறிய கலங்கொண்டு சிந்தும் தேறலையா
ஏற்றுக் கொள்வான்? மாட்டான்.

172. 'மற்றவர்க்கு ஏதும் தராமல் மடிந்து போகும் உயிர்களே பல' (235)

பாடல்

சிறிய கட் பெறினே, எமக்கு ஈயும்; மன்னே!
பெரிய கட் பெறினே,
யாம் பாட, தான்மகிழ்ந்து உண்ணும்; மன்னே!
சிறு சோற்றானும் நனிபல கலத்தன்; மன்னே!
பெருஞ்சோற்றாலும் நனிபல கலத்தன் மன்னே!

என்பொடு தடி படு வழி எல்லாம் எமக்கு ஈயும்; மன்னே!
அம்பொடு வேல் நுழை வழி எல்லாம் தான்நிற்கும்மன்னே!
நரந்தம் நாறும் தன்கையால்,
புலவு நாறும் என்தலை தைவரும;; மன்னே!
அருந்தலை இரும்பாணர் அகன் மண்டைத் துளை உரீஇ,

இரப்போர் கையுளும் போகி,
புரப்போர் புன்கண் பாவை சோர,
அம்சொல் நுண்தேர்ச்சிப் புலவர் நாவில்
சென்று வீழ்ந்தன்று, அவன்
அருநிறத்து இயங்கிய வேலே!

ஆசு ஆகு எந்தை யாண்டு உளன்கொல்லோ?
இனிப், பாடுநரும் இல்லை; பாடுநர்க்குஒன்று ஈகுநரும்
இல்லை;
பனித்துறைப் பகன்றை நறைக்கொள் மாமலர்
சூடாது வைகியாங்கு, பிறர்க்கு ஒன்று
ஈயாது வீயும் உயிர்தவப் பலவே! 20

திணை: பொதுவியல் துறை: கையறுநிலை

புலவர்: ஔவையார்

மன்னன்: அதியமான் நெடுமான் அஞ்சி

சிறிய அளவு கள்ளைப் பெற்றால்
அதை எங்களுக்கே தருவான்.
மிகுந்த அளவு கிடைத்தால்
அதனை நாங்கள் உண்டு பாட
மீந்த மதுவைத்
தான் விரும்பிக் குடிப்பான்.
அது இனி இல்லை;

குறைந்த அளவு சோறே என்றாலும்
சோறு எல்லார்க்கும் பொது ஆதலால்
மிகப் பல பாத்திரங்களோடு
கூட உண்பான்;
அதுவும் இனி இல்லை;
மிகுந்த அளவு சோறு என்றாலும்
பல பாத்திரங்களோடே உண்பான்.
அதுவும் இனி இல்லை.

எலும்போடு கூடிய தசை
கிடைக்கும் போதெல்லாம்
எங்களுக்கே தருவான்,
அதுவும் இனி இல்லை,
அம்போடு வேல் தைத்து ஊடுருவும்

போர்க்களம் முழுவதும்
தான் சென்று நிற்பான்;
அதுவும் இனி இல்லை,
தான் காதலிப்பவர்க்கு மாலை சூட்டுவதால்
நரந்தம் பூ மணக்கும் தன் கையில்
அருள்இருந்த காரணத்தால்,
புலவு மணக்கும் என்
தலையைத் தடவுவான்.
அதுவும் இனி இல்லை;

அவனது அரிய மார்பில் தைத்த வேல்,
அரிய தலைமை மிக்க
பெரிய பாணர்கள் சோறு உண்ணும்
அகன்ற பாத்திரத்தில்,
துளை போட்டு ஊடுருவி,
இரப்போர்களின் கையையும் ஊடுருவி,
தன்னால் காக்கப்படும் சுற்றத்தார்களின்
சிறிய கண்ணின் பாவை ஒளி மங்க
அழகிய சொல்லைத் தேர்ந்து
நுண்ணிய பொருளை ஆராயும்
அறிஞர்களின் நாவில் போய்த் தைத்தது.

எம்மைத் தாங்குபவனாகிய எம் இறைவன்
இப்போது எங்கே?
இனிப் பாடுவாரும் இல்லை,
பாடுவார்க்கு ஒன்றைத் தருபவரும் இல்லை,
குளிர்ந்த நீர்த் துறையில்
(தலையில் சூடுவதற்குத் தகுதி யற்ற)
தேன் மிக்க பகன்றைப் பூ
அழிந்து போவது போலப்
பிறர்க்கு ஒரு பொருளையும் தராமல்
மடிந்து போகும் உயிர்களோ
இவ்வுலகில் மிகப் பலவாகும்.

173.'கொல்லும் பசியைக் கொல்பவன்' (390)

பாடல்

அறவை நெஞ்சத்து ஆயர், வளரும்
மறவை நெஞ்சத்து ஆயிவாளர்,
அரும்பு அலர் செருந்தி நெடுங் கால் மலர்கமழ்,
மன்ன முற்றத்து,
ஆர்வலர் குறுகின் அல்லது, காவலர்

கனவிலும் குறுகாக் கடியுடை வியல் நகர்,
மலைக்கணத்து அன்ன மாடம் சிலம்ப, என்
அரிக் குரல் தடாரி இரிய ஒற்றிப்
பாடி நின்ற பல் நாள் அன்றியும்,
சென்ற ஞான்றைச் சென்றுபடர் இரவின்,

வந்ததற் கொண்டு, 'நெடுங்கடை நின்ற
புன் தலைப் பொருநன் அளியன்தான்' என,
தன்னுழைக் குறுகல் வேண்டி, என்அரை
முதுநீர்ப் பாசி அன்ன உடைகளைந்து,
திருமலர் அன்ன புதுமடிக் கொளீஇ,

மகிழ்தரல் மரபின் மட்டே அன்றியும்,
அமிழ்து அன மரபின் ஊன்துவை அடிசில்
வெள்ளி வெண்கலத்து ஊட்டல் அன்றி,
முன் ஊர்ப் பொதியில் சேர்ந்த மென்நடை
இரும் பேர் ஒக்கல் பெரும்புலம்பு அகற்ற,

அகடுநனை வேங்கை வீ கண்டன்ன
பகடுதரு செந்நெல் போரொடு நல்கி,
'கொண்டி பெறுக!' என்றோனே---உண்துறை
மலைஅலர் அணியும் தலை நீர் நாடன்;
கண்டாற்கொண்டும் அவன் திருந்து அடி வாழ்த்தி,

வான்அறியல என் பாடுபசி போக்கல்;
அண்ணல் யானை வேந்தர்
உண்மையோ, அறியல்? காண்பு அறியலரே!

திணை: பாடாண்   துறை: இயன்மொழி

புலவர்: ஔவையார்

மன்னன்: அதியமான் நெடுமான் அஞ்சி

அறம் உள்ள மனமுடையோரான ஆயர்,
வீரம் விளையும் நெஞ்சுடையோரான சிறு குடியினரும்
சேர்ந்து வளர்க்கும்
அரும்பு மலரும் செருந்தி முதலிய
மரங்கள் மண்டிய பெருங் காடு;

அதில் மணம் கமழும் விழாவினால் பொலிவு பெற்ற
அழகிய மன்றம் போன்ற
பெரிய வீட்டின் முற்றத்தில்
அன்புள்ளவர் கூடலாமே அல்லாமல்
பகை மன்னர் கனவிலும் அடைய முடியாத
காவலை உடைய நகருக்குள் புகுந்து,
மலைக் கூட்டம் போன்ற மாளிகைகளில்
எதிரொலி உண்டாகும்படி
என் அரித்தெழும் ஓசை கொண்ட
தடாரிப் பறை கிழியுமாறு அடித்துப்
பல நாள் பாட வேண்டாம்;
முதல் நாளிலேயே, அன்று இரவிலேயே
வந்ததை அறிந்து,
பெரிய மனை வாசலில் நின்று பாடும்
பாறிய முடி உடைய பொருநன்
நம் இரக்கத்திற்குரியவன் என்று
நான் அவன் அருகே செல்வதற்காக
என் இடுப்பில் இருந்த பழம் பாசி
பிடித்த உடையை அகற்றி

அழகிய பகன்றை மலர் போன்ற புத்தாடையை
உடுத்தச் செய்தான்.

மகிழ்ச்சியைக் கொடுக்கும்
மதுவோடு கூட,
அமிழ்தெனச் சுவைதரும் ஊனோடு
துவையல், சோறு ஆகியவற்றை
வெள்ளிக் கலங்களில் தந்து
உண்ணச் செய்தான்.

ஊரின் முன்னிடமாகிய பொது இடத்தில் (அம்பலத்தில்)
தங்கி இருந்த என் பெருஞ் சுற்றத்தார்
என்னைப் பிரிந்து, தனித்திருந்த
துன்பத்தைப் போக்க
உள்ளிடம் தேனால் நனைந்த
வேங்கை மரத்துப் பூப்போன்ற,
காளைகள் உழுவதால் விளைந்த செந்நெல்லைப்
போர் எனக் குவித்துக் கொடுத்து
பெறத்தக்க இதைக் கொள்க என்றான்.

நீர் கொள்ளும் துறையில்;
மலையில் பூத்த மலர்களை
ஒதுக்கும் நீர் வளம் மிக்க நாடன்;
அவனைப் பார்த்தால் அவன்
இல்லத்திற்கே நம்மை அழைத்துச் சென்று
எங்களைக் கொல்லும் பசியைப்
போக்குபவன்.
ஆனால் எங்கள் பசியைப் போக்க
மேகமும் அறியவில்லை,
தலைமை மிக்க யானைகளின் அதியமான்
இருப்பதைக் கண்டும் (காணாதார்)
காண முடியாதவரே...

வான்அறியல என் பாடுபசி போக்கல்;
அண்ணல் யானை வேந்தர்
உண்மையோ, அறியல்? காண்பு அறியலரே!

திணை: பாடாண் துறை: இயன்மொழி

புலவர்: ஔவையார்

மன்னன்: அதியமான் நெடுமான் அஞ்சி

அறம் உள்ள மனமுடையோரான ஆயர்,
வீரம் விளையும் நெஞ்சுடையோரான சிறு குடியினரும்
சேர்ந்து வளர்க்கும்
அரும்பு மலரும் செருந்தி முதலிய
மரங்கள் மண்டிய பெருங் காடு;

அதில் மணம் கமழும் விழாவினால் பொலிவு பெற்ற
அழகிய மன்றம் போன்ற
பெரிய வீட்டின் முற்றத்தில்
அன்புள்ளவர் கூடலாமே அல்லாமல்
பகை மன்னர் கனவிலும் அடைய முடியாத
காவலை உடைய நகருக்குள் புகுந்து,
மலைக் கூட்டம் போன்ற மாளிகைகளில்
எதிரொலி உண்டாகும்படி
என் அரித்தெழும் ஓசை கொண்ட
தடாரிப் பறை கிழியுமாறு அடித்துப்
பல நாள் பாட வேண்டாம்;
முதல் நாளிலேயே, அன்று இரவிலேயே
வந்ததை அறிந்து,
பெரிய மனை வாசலில் நின்று பாடும்
பாறிய முடி உடைய பொருநன்
நம் இரக்கத்திற்குரியவன் என்று
நான் அவன் அருகே செல்வதற்காக
என் இடுப்பில் இருந்த பழம் பாசி
பிடித்த உடையை அகற்றி

அழகிய பகன்றை மலர் போன்ற புத்தாடையை
உடுத்தச் செய்தான்.

மகிழ்ச்சியைக் கொடுக்கும்
மதுவோடு கூட,
அமிழ்தெனச் சுவைதரும் ஊனோடு
துவையல், சோறு ஆகியவற்றை
வெள்ளிக் கலங்களில் தந்து
உண்ணச் செய்தான்.

ஊரின் முன்னிடமாகிய பொது இடத்தில் (அம்பலத்தில்)
தங்கி இருந்த என் பெருஞ் சுற்றத்தார்
என்னைப் பிரிந்து, தனித்திருந்த
துன்பத்தைப் போக்க
உள்ளிடம் தேனால் நனைந்த
வேங்கை மரத்துப் பூப்போன்ற,
காளைகள் உழுவதால் விளைந்த செந்நெல்லைப்
போர் எனக் குவித்துக் கொடுத்து
பெறத்தக்க இதைக் கொள்க என்றான்.

நீர் கொள்ளும் துறையில்;
மலையில் பூத்த மலர்களை
ஒதுக்கும் நீர் வளம் மிக்க நாடன்;
அவனைப் பார்த்தால் அவன்
இல்லத்திற்கே நம்மை அழைத்துச் சென்று
எங்களைக் கொல்லும் பசியைப்
போக்குபவன்.
ஆனால் எங்கள் பசியைப் போக்க
மேகமும் அறியவில்லை,
தலைமை மிக்க யானைகளின் அதியமான்
இருப்பதைக் கண்டும் (காணாதார்)
காண முடியாதவரே...

174. 'கரும்பைத் தந்தவன் மரபினன்' (392)

பாடல்

மதிஏர் வெண்குடை அதியர் கோமான்
கொடும் பூண் எழினி, நெடுங்கடை நின்று, யான்
பசலை நிலவின் பனிபடு விடியல்,
பொருகளிற்று அடி வழி அன்ன, என்கை
ஒருகண் மாக் கிணை ஒற்றுபு கொடாஅ,   5

'உருகெழு மன்னர் ஆர்எயில் கடந்து,
நிணம்படு குருதிப் பெரும் பாட்டு ஈரத்து
அணங்குடை மரபின் இருங் களந்தோறும்,
வெள்வாய்க் கழுதைப் புல்இனம் பூட்டி,
வெள்ளை வரகும் கொள்ளும் வித்தும்   10

வைகல் உழவ! வாழிய பெரிது!' எனச்
சென்று யான் நின்றனெனாக, அன்றே,
ஊர் உண் கேணிப் பகட்டுஇலைப் பாசி
வேர்புரை சிதாஅர் நீக்கி, நேர்கரை
நுண் நூல் கலிங்கம் உடீஇ, 'உண்' எனத்   15

தேட்கடுப்பு அன்ன நாட்படு தேறல்
கோள்மீன் அன்ன பொலங்கலத்து அளைஇ,
ஊண் முறை ஈத்தல் அன்றியும், கோள்முறை
விருந்து இறை நல்கியோனே----அந்தரத்து
அரும்பெறல் அமிழ்தம் அன்ன   20

கரும்பு இவண் தந்தோன் பெரும் பிறங்கடையே.

திணை: பாடாண்   துறை: கடை நிலை
புலவர்: ஔவையார்
மன்னன்: அதியமான் நெடுமானஞ்சி மகன் பொகுட்டெழினி

நிலவு போன்ற அழகிய
வெண் கொற்றக் குடையை உடைய
அதியர் தலைவன்,
வளைவுகள் உள்ள
அணிகளை அணிந்த எழினி;

அவனது நீண்ட வாசலில் நின்று
இளம் நிலவில் பனி விழும்
விடியற் காலைப் பொழுதில்
போரிடும் யானையின் அடிச்சுவடு போல் வட்டமான
என் கையில் இருந்த ஒரு பக்கமே கண் உள்ள
கிணைப் பறையை நான் அடிக்க,
திறை தராத அச்சந்தரும்
மன்னர்களின் அரிய கோட்டைகளை வென்று,
இரத்தப் பெருக்கால் உண்டாகிய ஈரம் நிறைந்த
அச்சம் தரும் தெய்வங்கள் வாழும்
போர்க்களங்கள் தோறும்
வெண்மையான வாயை உடைய
அற்பமான கழுதையைப் பூட்டி உழுது
வெள்ளை வரகும், கொள்ளும் விதைத்து
நாளும் போர் செய்யும் உழவனே!

நீ நீண்டு வாழ்வாயாக என்ற பாடி
நான் அங்கே நின்றேன்
அப்போதே ஊர் மக்கள்
உண்ணும் கேணியில் விளையும்
பெரிய இலை கொண்ட
பாசியின் வேரைப் போன்ற
கந்தைத் துணியை நீக்கி, நீண்ட கரையோடு
நுண்ணிய நூலால் ஆன
கலிங்கத்தை உடுத்து வந்து
உண்பாயாக என்று சொல்லி,
தேள் கொட்டினது போன்று
கடும் போதை தரும்

நாள்பட்ட தேறலைக்,
கோள்களாகிய மீன்கள் போன்ற
பொற்கலத்தில் ஊற்றி,
ஏற்ற முறையில் தந்து,
விருந்தளித்த அவனே
மேல் இருந்து பெறற் கரிய
அமிழ்தம் போன்ற கரும்பினை
இந்நிலத்திற்குக் கொண்டு வந்தவனின்
வழித் தோன்றல் ஆவான்.

ஓரி

கொல்லி மலை பற்றித் தெரியும்
கொல்லி மலைத் தேனை யாருக்குத்தான் பிடிக்காது?
சித்தர்கள் வாழும் மலை என்று
சிலர் இன்றும் கூறுவர்
கொல்லிப் பாவை பற்றிச்
சங்க இலக்கியங்கள் பேசுகின்றன.
சேலம், தர்மபுரி மாவட்டங்கள் அடங்கியது
ஓரி ஆண்ட நாடு.
இந்த ஓரி மழவர் குடியைச் சேர்ந்தவன். (த.வ.அ)

இந்த மலைக்கும் இதைச் சார்ந்த
நாட்டிற்கும் தலைவன் ஓரி.
அன்று உடையவன் பெயரைச் சொல்லி
உடைமைக்கும் அதே
பெயரை வைத்தனர். இவன் வைத்திருந்த
குதிரையின் பெயர் ஓரி;
இப்படியே இன்னொருவருக்குக் காரி என்ற
பெயர் இருந்ததையும் பார்த்திருக்கிறோம்.

இந்த ஓரி வில் ஆற்றலில் கர்ணன்,
அர்ச்சுனன் போன்றவன்
'வல்வில் வேட்டம்' என்று சொல்கிறார்கள்.
இத்தனைத் திறமையான இவன்

பிறர்க்குக் கொடுப்பதில் எத்தனைப் பெரியன்,
அடக்கமானவன் என்பதை எல்லாம்
வன்பரணர் கண்டு வியந்து
நமக்குக் காட்சிப் படுத்துகிறார்.

175. 'தனக்கென்று சேர்க்காத வெற்றி வீரன்'
(152)

பாடல்

'வேழம் வீழ்த்த விழுத் தொடைப் பகழி
பேழ் வாய் உழுவையைப் பெரும்பிறிது உறீஇ,
புழல்தலைப் புகர்க் கலை உருட்டி, உரல்தலைக்
கேழற் பன்றி வீழ, அயலது
ஆழல் புற்றத்து உடும்பில் செற்றும்,   5

வல்வில் வேட்டம் வலம் படுத்து இருந்தோன்,
புகழ்சால் சிறப்பின் அம்பு மிகத் திளைக்கும்
கொலைவன் யார்கொலோ? கொலைவன் மற்றுஇவன்
விலைவன் போலான்; வெறுக்கை நன்கு உடையன்;
ஆரம் தாழ்ந்த அம்பகட்டு மார்பின்,   10

சாரல் அருவிப் பயமலைக் கிழவன்,
ஓரிகொல்லோ? அல்லன்கொல்லோ?
பாடுவல், விறலி! ஓர் வண்ணம்; நீரும்
மண்முழா அமைமின்; பண்யாழ் நிறுமின்;
கண்விடு தூம்பின் களிற்றுஉயிர் தொடுமின்;   15

எல்லரி தொடுமின்; ஆகுளி தொடுமின்;
பதலை ஒருகண் பையென இயக்குமின்;
மதலை மாக்கோல் கைவலம் தமின்' என்று,
இறைவன் ஆகலின், சொல்லுபு குறுகி,
மூ-ஏழ் துறையும் முறையுளிக் கழிப்பி,   20
'கோ' எனப் பெயரிய காலை, ஆங்குஅது

தன்பெயர் ஆகலின் நாணி, மற்று, 'யாம்
நாட்டிடன் நாட்டிடன் வருதும்; ஈங்கு ஓர்
வேட்டுவர் இல்லை, நின் ஒப்போர்' என,
வேட்டு மொழியவும் விடாஅன், வேட்டத்தில்   25

தான்உயிர் செகுத்த மான் நிணப் புழுக்கோடு,
ஆன் உருக்கு அன்ன வேரியை நல்கி,
தன் மலைப் பிறந்த தா இல் நன்பொன்,
பல்மணிக் குவையொடும் விரைஇ, 'கொண்ம்' என,
சுரத்திடை நல்கியோனே---விடர்ச்சிமை   30

ஓங்கு இருங் கொல்லிப் பொருநன்,
ஓம்பர் ஈகை விறல் வெய்யோனே!

திணை: பாடாண்   துறை: பரிசில் விடை

புலவர்: வன்பரணர்

மன்னன்: வல்வில் ஓரி

ஆனையையே கொன்று வீழ்த்தும்படி
நன்கு தொடுக்கப்பட்ட அந்த அம்பு
ஆனையை (மட்டுந்தானா) கொன்றது; அப்புறம்?
உள்ளே துளை உடைய
கொம்புள்ள மானை உருட்டியது
(அத்துடன் விட்டதா)
உரல் போன்ற தலையை உடைய
கேழலாம் பன்றியையும் வீழ்த்தியது.
(முடிந்து விட்டதா? ஆம்)
இவன் கொலையாளிதான்.
ஆனால் இவன் கொல்வது
விலைக்கு விற்பதற்காக அல்ல;
(எப்படி என்கிறீர்களா?)

இவனே பெருஞ் செல்வம் உடையவன்,

சந்தனம் பூசி உலர்ந்த
அழகிய அகன்ற மார்போடு,
சாரலில் அருவியையும் உடைய
பயன்மிக்க மலைக்குத்
தலைவன் ஆகிய ஓரிதான் அவன்.
அவனா? ஆம் அவனேதான்!

பாடும் திறமை கொண்ட விறலியே!
அழகுறப் பாடுங்கள்.
நீங்களும் மாவுப் பசையை
முழவில் இடுங்கள்
யாழில் பண்ணை நிறுத்துங்கள்;
கண் திறக்கப்பட்ட தூம்பாகிய
களிற்றின் கை போன்ற வடிவு கொண்ட
பெருவங்கியத்தை இசையுங்கள்;
சல்லியை வாசியுங்கள்;
சிறு பறையை அறையுங்கள்;
பதலையின் (ஒரு பக்கமே உள்ள
பிளவு வாய் கொண்ட பறை)
ஒரு பக்கத்தை மெல்ல கொட்டுங்கள்.

கரிய கோலைக் கையில் தாருங்கள்
இவ்வாறு சொல்லிக் கொண்டே நெருங்கி
அவன் தலைவன் என்பதால்
இருபத்தொரு பாடல் துறையையும்
பாடி முடித்து பிறகு,
'கோவே' என்று அவன் பெயரைக்
கூறும்போது அது அவன்
பெயர் என்பதால் நாணினான்.

அப்போது அவனிடம்
"நாங்கள் நாடு நாடாக
நாள்தோறும் சென்று வருகிறோம்.
இங்கே உனக்குச் சமமான

வேட்டுவர் எவரும் இல்லை' என்று
எங்கள் மனம் எண்ணியதைச் சொன்னோம்.

அதை (முழுமையாகச் சொல்லி முடிக்கக் கூட)
அவன் நேரம் தராமல்,
தான் வேட்டையில் வீழ்த்திய
மானின் கொழுப்பு மிக்க,
சுடப்பட்ட தசையை,
பசுவின் நெய்யை உருக்கியது போன்ற
மதுவைத் தந்து,
தன் மலையில் பிறந்த
நல்ல பொன்னை,
மணிக் கூட்டத்துடன் கலந்து
இதனை ஏற்றுக் கொள்ளுங்கள்
என்று சொல்லி
அந்தக் காட்டில் நமக்குத் தந்தான்.

அவன் தான் குகையோடு உச்சியை உடைய
உயர்ந்த கொல்லி மலைக்குத் தலைவன்.
அவன் (தனக்கென்று) சேர்த்து வைக்கும்
எண்ணம் இல்லாதவன்.
கொடை தருவதையே உடையவன்.
வெற்றியையே எப்போதும் விரும்புபவன்.

176. 'ஆடுவதையும், பாடுவதையும் மறக்குமாறு அத்தனைப் பரிசுகள்' (153)

வல்வில் ஓரியை வன்பரணர் மட்டும்
பார்த்தால், பரிசு பெற்றால் போதுமா?
வன் பரணரின் சுற்றத்தாரும்
ஆசைப்பட்டு விட்டனர்; அப்புறம்?
அவனைப் பார்த்தார்கள்.
பார்த்த போது நடந்தது என்ன?

பாடல்

மழை அணி குன்றத்துக் கிழவன், நாளும்,
இழை அணி யானை இரப்போர்க்கு ஈயும்,
சுடர்விடு பசும்பூண், சூர்ப்புஅமை முன்கை,
அடுபோர் ஆனா, ஆதன் ஓரி
மாரி வண் கொடை காணிய, நன்றும்

சென்றதுமன், எம் கண்ணுளங் கடும்பே;
பனிநீர்ப் பூவா மணிமிடை குவளை
வால்நார்த் தொடுத்த கண்ணியும், கலனும்,
யானை இனத்தொடு பெற்றனர்; நீங்கி,
பசியாராகல் மாறுகொல்---விசிபிணிக்

கூடு கொள் இன் இயம் கறங்க,
ஆடலும் ஒல்லார், தம் பாடலும் மறந்தே?

திணை: பாடாண்   துறை: இயன்மொழி

புலவர்: வன்பரணர்

மன்னன்: வல்வில் ஓரி.

மேகங்களை அணிந்து கொண்ட
மலையின் தலைவன்.
பட்டம் முதலிய அணிகளை
அணிந்த யானையை
இரப்பவர்க்கு நாள்தோறும் கொடுப்பவன்
ஒளி விடும் பொன் அணிகளையும்,
வளைந்த கடகம் அணிந்த
முன்கையையும் உடையவன்;
கொல்லும் போரில்
குறைவிலாத ஆதன் ஓரியே அவன்.

அவனது மழை போன்ற
வளப்பமான கொடையைக் காண எண்ணி
எங்கள் கூத்தச் சுற்றம்

மிகுதியாகச் சென்றது.
சென்ற அவர்கள்
குளிர்ந்த நீரில் பூக்காத
மணிமிடைந்த குவளையையும்,
வெள்ளரி நாரால் தொடுக்கப் பெற்ற
பொன்னரி மாலையையும்
பிற அணிகலன்களையும்,
யானையின் இனத்தோடு பெற்றார்கள்.
பிறகு பசி நீங்கியவர்களாய்
வாரால் இழுத்துக் கட்டப்பட்ட
பல கருவியும் தொகுதியும் கொண்ட
இனிய இசைக் கருவிகள் ஒலிப்பத்
தம்மை மறந்து
ஆடவும் முடியாதவர் ஆனார்.
(ஆட மட்டுந்தானா?) பாடவும் முடியவில்லை.
(இதற் கெல்லாம்) காரணம்
தம்மையே மறந்து போனது தான்.

177. 'பிறரிடம் ஒன்றைக் கேட்பது இழிவானது' (204)

வல்வில் ஓரி
அவனைக் கழைதின் யானையார் பாடுகிறார்
கழை என்றால் மூங்கிலையும்,
கரும்பையும் குறிக்கும்
இவற்றைத் தின்னும் யானை என்றது
எது காரணம் பற்றி என்று
அறிய முடியவில்லை.
இப்பெயர் இயற்பெயராக இராது.

பாடல்

'ஈ' என இரத்தல் இழிந்தன்று; அதன்எதிர்
'ஈயேன்' என்றல் அதனினும் இழிந்தன்று;
'கொள்'எனக் கொடுத்தல் உயர்ந்தன்று, அதன் எதிர்
'கொள்ளேன்' என்றல் அதனினும் உயர்ந்தன்று;
தெண் நீர்ப் பரப்பின் இமிழ்திரைப் பெருங்கடல்   5

உண்ணார் ஆகுப, நீர் வேட்டோரே;
ஆவும் மாவும் சென்று உண, கலங்கி,
சேற்றோடு பட்ட சிறுமைத்து ஆயினும்,
உண்நீர் மருங்கின் அதர்பல ஆகும்;
புள்ளும் பொழுதும் பழித்தல் அல்லதை,   10

உள்ளிச் சென்றோர் பழியலர்; அதனால்
புலவேன்---வாழியர், ஓரி! விசும்பில்
கருவி வானம் போல
வரையாது சுரக்கும் வள்ளியோய்! நின்னே.

திணை: பாடாண்   துறை: பரிசில்

புலவர்: கழைதின் யானையார்

மன்னன்: வல் வில் ஓரி

ஓரியே!
வானத்தே நட்சத்திரம், சூரியன், சந்திரன்
முதலிய தொகுதியை உடைய
மழை போல அனைவர்க்கும்
எப்பொருளையும் குறையாமல் கொடுக்கும் வள்ளலே!

எனக்கு ஏதேனும் ஈவாயாக என்று
ஏழை கேட்பது போல்
இரந்து கேட்பது இழிவானது.
அதற்கு மாறாக அவனுக்கு
ஏதும் கொடுக்க மாட்டேன் என்று
சொல்லி மறுப்பது அதைவிட இழிவானது.

ஒருவன் கேட்பதற்கும் முன்பே அவன்
உள்ளத்து எண்ணத்தை முகத்தால் உணர்ந்து
இதைக் கொள்க என்று கூறிப்
பணிந்து கொடுப்பது
கொடுப்பவனுக்கு உயர்ந்தது.
அவன் அவ்வாறு கொடுக்க
அதற்கு மாறாக
அதை ஏற்றுக் கொள்ள மாட்டேன்
என்று சொல்லி அவன் மறுப்பது
கொடுத்ததை விட உயர்ந்தது.

குடிக்கத் தண்ணீரை விரும்புவோர்
தெளிந்த நீர்ப் பரப்பில்
ஒலிக்கும் அலைகளை உடைய
பெருங்கடல் நீரை உண்ண மாட்டார்.
பசுவும் பல விலங்குகளும் சென்று
நீரை உண்ண அதனால் கலங்கிச்
சேற்றோடு கூடிய சில குறை
உடையதே என்றாலும்
பருகும் நீருள்ள பள்ளமான இடத்திற்குப்
போகும் வழி பலவாகும்.
நாம் போகும் வழியில்
காட்டுப் பறவை
காட்டும் அறிகுறியையும் (புள் நிமித்தம்)
புறப்பட்ட நேரத்தையும் (முகூர்த்தம்)
பழிப்போமே அல்லாமல்
பரிசில் பெறக் கருதி நாம்
எவரிடம் சென்றோமோ
அவர் கொடாது போனாலும்
அவரைப் பரிசிலர் பழிக்க மாட்டார்கள்.
நீ எனக்கு இத்தகையனே என்றாலும்
உன்னை நான் வெறுக்க மாட்டேன்.
நீ வாழ்வாயாக.

ஆய் அண்டிரன்

பொதியில் மலைப்பகுதியின் தலைவன்;
வேளிர் குலத்தவன்.
கொடையாலும் வீரத்தாலும்
சிறந்தவன். *(128)*;
புலவர் பலரால் போற்றப்பட்டவன். *(374, 127, 129, 130, 131)*
விறலிக்கு வழிகாட்டுவது. *(133, 138)*
ஆய் ஏன் கொடுக்கிறான். *(134)*
ஆயைக் கண்டபோது *(135, 136, 375, 139)*
ஆய் மறைந்த போது *(240, 241)*
தவறு செய்துவிட்டேனே! *(132)*

178. 'ஆடும் மகளிர்க்கு எளிது பெருமைமிகு மன்னர்க்கு அரிது' (128)

பாடல்

மன்றப் பலவின் மாச்சினை மந்தி
இரவலர் நாற்றிய விசிகூடு முழவின்
பாடு இன் தெண் கண், கனி செத்து, அடிப்பின்,
அன்னச் சேவல் மாறு எழுந்து ஆலும்,
கழல்தொடி ஆஅய் மழை தவழ் பொதியில்--- 5

ஆடுமகள் குறுகின் அல்லது,
பீடு கெழு மன்னர் குறுகலோ அரிதே.

திணை: பாடாண். துறை: வாழ்த்து; இயன்மொழியும் ஆம்.
புலவர்: உறையூர் ஏணிச்சேரி முடமோசியார்
மன்னன்: ஆய் அண்டிரன்.

ஊரின் பொதுவான வெளியில்
பலா மரம் ஒன்று நிற்கிறது.

அதன் பெரிய கிளையில்
(அவ்வழி வரும் அல்லது அவ்வூரில் வாழும்)
இரவலர் தூக்கிக் கட்டிய
மத்தளத்தில் இனிய ஓசை தரும்
தெளிந்த கண்ணைப்
பலாப்பழம் என்று எண்ணிய
பெண் குரங்கு ஒன்று தட்டியது.
அவ்வோசைக்கு எதிராக
அம்மரத்தில் வாழும் ஆண் அன்னம்
பறந்து சத்தமிடுகிறது.
இத்தகைய,
வீரக்கழல் அணிந்த ஆய்க்குரிய,
மேகங்கள் சூழும் பொதிய மலையை
ஆடச் செல்லும் ஆடல் மகளிர் அணுகலாம்;;
பெருமை மிக்க மன்னர்களோ
அணுகவே முடியாது,

179. 'சூரியனே! உன்னால் கொடுக்க முடியுமா?' (374)

பாடல்

கானல் மேய்ந்து வியன்புலத்து அல்கும்
புல்வாய் இரலை நெற்றி அன்ன,
பொலம்இலங்கு சென்னிய பாறுமயிர் அவியத்
தண்பனி உறைக்கும் புலரா ஞாங்கர்,
மன்றப் பலவின் மால் வரை பொருந்தி, என்

தெண்கண் மாக்கிணை தெளிர்ப்ப ஒற்றி,
இருங் கலை ஓர்ப்ப இசைஇ, காண்வர,
கருங் கோற் குறிஞ்சி அடுக்கம் பாட,
புலிப் பற் தாலிப் புன் தலைச் சிறாஅர்
மான்கண் மகளிர், கான்தேர் அகன்றுஉவா

சிலைப்பாற் பட்ட முளவுமான் கொழுங்குறை,
விடர்முகை அடுக்கத்துச் சினைமுதிர் சாந்தம்,
புகர்முக வேழத்து மருப்பொடு, மூன்றும்,
இருங்கேழ் வயப்புலி வரி அதட் குவைஇ,
விருந்து இறை நல்கும் நாடன், எம்கோன்,

கழல் தொடி ஆஅய் அண்டிரன் போல,
வண்மையும் உடையையோ?--- ஞாயிறு!---
கொன் விளங்குதியால் விசும்பினானே!

திணை: பாடாண் துறை: பூவைநிலை.

புலவர்: உறையூர் ஏணிச்சேரி முடமோசியார்.

மன்னன்: அய் ஆண்டிரன்.

காட்டின் பக்கமாக மேய்ந்து,
அகன்ற வெளியில் தங்கும்
ஆண்மானின் நெற்றி மயிரைப் போல
பொற்றாமரைப் பூ விளங்கும் நெற்றியில்
சிதறிக் கிடக்கும் மயிர் அடங்கிப் படிய,
குளிர் பனி துளிர்க்கும் விடிகாலைப் பொழுது,

பொது இடத்திலுள்ள பலாவின் பெரிய அடிப்பக்கம் இருந்து
என் பெருங் கிணைப்பறையை ஓசை எழ அடித்துக்
கலைமான் செவிசாய்த்துக் கேட்கும்படி இசைத்துப்
பெருந் தண்டினை உடைய குறிஞ்சி வளரும்
மலைப் பக்கமாகத்
தலைவனையும் அவனது மலை
முதலியவற்றையும் பாடினோம்.

புலியின் பல்லைக் கோத்துச் செய்த
கழுத்தணியாகிய தாலியை அணிந்த
செம்பட்டைத் தலையை உடைய சிறுவர்களைப் பெற்ற
மான் விழிப் பெண்களின் கணவன்மார்

அகன்ற நீர் நிலைகளுக்கு அருகில்
வில்லில் பட்ட முள்ளம் பன்றியின்
கொழுத்த ஊனும்,
வெடிப்பை உடைய குகை கொண்ட
மலைப் பக்கத்தே
முதிர்ந்த சந்தனக் கட்டையையும்
புள்ளிகளை உடைய முகங் கொண்ட
யானையின் தந்தத்தோடு
நிறமிக்க பலமுள்ள புலியின்
கோடுள்ள தோலின் மேல் மூன்றையும் குவித்து
விருந்தினர்க்குக் கொடுக்கும்
நாட்டையுடையவன் எம் தலைவன்

கழலும் தொடி அணிந்த ஆய் அண்டிரன் போல
சூரியனே! நீயும் கொடைக் குணம் உடையவனோ?
சொல்; நீதான் வானத்தில் அல்லவா இருக்கிறாய்!

180. 'ஆயின் இல்லம் கோயில்' (127)

பாடல்

'களங்கனி அன்ன கருங்கோட்டுச் சீறியாழ்ப்
பாடு இன் பனுவற் பாணர் உய்த்தென,
களிறுஇலவாகிய புல் அரை நெடு வெளில்,
கான மஞ்ஞை கணனொடு சேப்ப,
ஈகை அரிய இழை அணி மகளிரொடு

சாயின்று' என்ப, ஆஅய் கோயில்;
சுவைக்கு இனிது ஆகிய குய்யுடை அடிசில்
பிறர்க்கு ஈவு இன்றித் தம் வயிறு அருத்தி,
உரைசால் ஓங்குபுகழ் ஒரீஇய
முரைசு கெழு செல்வர் நகர் போலாதே.

திணை : பாடாண்   துறை : கடை இநிலை.
புலவர் : உறையூர் ஏணிச்சேரி முடமோசியார்.
மன்னன் : வேள் ஆய் அரண்டின்.

களாப்பழம் போல
கரிய கோடுகளை உடைய
சிறிய யாழ்; அதில்
இனிய பாடலைப் பாடும் பாணர்கள்
களிறுகளை எல்லாம்
பரிசாகப் பெற்றுக் கொண்டு
போய் விட்டனர்; அதனால்
(களிறுகள் கட்டப்பட்டிருந்த)
நீண்ட வெளிகள் வெறுமை
ஆகிப் போய்விட்டன;

(இப்போது அந்த வெளிகளில்)
காட்டு மயில்கள் தம்
கூட்டத்தோடு குடிபுகுந்து
தங்கிவிட்டன.
பிறர்க்குக் கொடுக்க முடியாத
மங்கல நாண் ஒன்றே
அணிந்த பெண்களோடு கூட
ஆயின் அரண்மனையும்
அழகு இழந்து போனது என்பர்.

உண்பதற்கு இனிய,
தாளிக்கப்பட்ட சோற்றைப்
பிறர்க்குக் கொடுக்காமல்
தாம் மட்டுமே உண்டு
மற்றவரால் பாராட்டப்படும்
பெரும் புகழ் இல்லாமல் வாழும்,
முரசுடன் செல்வமும் மிக்க
மன்னர்களின் அரண்மனை கூட
ஆயின் அரண்மனைக்கு ஈடாகாது.

181. 'இரவலர்க்குக் கொடுத்த யானைகள்' (129)

பாடல்

குறி இறைக் குரம்பைக் குறவர் மாக்கள்
வாங்குஅமைப் பழுனிய தேறல் மகிழ்ந்து,
வேங்கை முன்றில் குரவை அயரும்
தீம்சுளைப் பலவின மா மலைக் கிழவன்---
ஆஅய் அண்டிரன்; அடு போர் அண்ணல்--- 5

இரவலர்க்கு ஈத்த யானையின், கரவு இன்று,
வானம் மீன்பல பூப்பின். ஆனாது
ஒருவழிக் கரு வழி இன்றிப்
பெரு வெள்ளென்னின், பிழையாதுமன்னே.

திணை: பாடாண்   துறை: இயன் மொழி.
புலவர்; உறையூர் ஏணிச்சேரி முடமோசியார்.
மன்னன்: ஆய் அண்டிரன்.

தாழ்வான கூரை கொண்ட
குடிசைகளில் வாழும் குறமக்கள்,
நன்கு விளைந்த மூங்கிலுள்
(நீண்ட நாள் இருந்து) முற்றிய
மதுவைக் குடித்து மகிழ்வார்கள்
(பின்பு) வேங்கை மரங்கள்
சூழ்ந்து நிற்கும் முற்றத்தில்
குரவை ஆட்டம் ஆடுவார்கள்.
அது இனிய சுளைகளைக் கொண்ட
பலா மரங்கள் நிற்கும்
பெரிய பொதிய மலை.

அதன் தலைவன்
ஆய் அண்டிரன்;
கொலைத் தொழில் மிக்க

போர்க்களத்தின் தலைவன் அவன்.
இரவலர்க்கு அவன் கொடுத்த
யானைகளை எண்ணினால்
மேகத்தால் மறைக்கப்படாமல் தெரியும்
வானத்தில் பூத்திருக்கும் நட்சத்திரங்களும்
அவற்றுக்கு ஈடாகாது;
ஒரு வேளை வானம் எங்கும்
கருமையே இல்லாமல்
எங்கும் வெண்மையாக
நட்சத்திரங்களே பூத்திருக்குமானால்
அதற்குக் குறையாமல் இருக்கும்.

182. 'ஒரு சூலில் பத்தா' (130)

பாடல்

விளங்குமணிக் கொடும் பூண் ஆஅய்! நின் நாட்டு
இளம்பிடி ஒருசூல் பத்து ஈனும்மோ?---
நின்னும் நின்மலையும் பாடி வருநர்க்கு;
இன்முகம் கரவாது, உவந்து நீ அளித்த
அண்ணல் யானை எண்ணின், கொங்காக்

குடகடல் ஓட்டிய ஞான்றைத்
தலைப்பெயர்த்திட்ட வேலினும் பலவே!

திணை: பாடாண் துறை: இயன்மொழி.

புலவர்: உறையூர் ஏணிச்சேரி முடமோசியார்

மன்னன்: ஆய் அண்டிரன்.

மின்னும் மணிகளால்
வளைத்துச் செய்யப்பட்ட அணிகளை
அணிந்த ஆயே!
உன் நாட்டுப் பெண் யானைகள்
ஒரு சூலிலேயே
பத்துக் குட்டிகளைப் பெற்று விடுமோ?

உன்னையும், உன் மலையையும் பாடி வருபவர்களுக்கு
உன் இனிய முகத்தை மறைக்காமல்
உள்ளம் மகிழ்ந்து
நீ கொடுத்த சிறந்த
யானைகளின் எண்ணிக்கை (மிக அதிகம்)
அவற்றை எண்ணத் தொடங்கினால்
நீ கொங்கு நாட்டவரை
மேற்குக் கடலை நோக்கி விரட்டிய போது
அவர் உனக்குப் புறமுதுகு காட்டியதால்
விட்டுச் சென்ற வேலின்
எண்ணிக்கையைக் காட்டிலும்
பலவாகும்.

183. 'பரிசு பெறப் பாடியதோ காடும்?' (131)

பாடல்

மழைக் கணம் சேக்கும் மாமலைக் கிழவன்,
வழைப்பூங் கண்ணி வாய்வாள் அண்டிரன்,
குன்றம் பாடினகொல்லோ----
களிறு மிக உடைய இக் கவின் பெறு காடே?

திணை: பாடாண்   துறை: இயன்மொழி.

புலவர்: உறையூர் ஏணி சேரி முடமோசியார்

மன்னன்: ஆய் அண்டிரன்.

அழகு மிகுந்த இக்காட்டில்
ஆண் யானைகள்
மிக அதிகமாக இருக்கின்றனவே;
ஒருவேளை இக்காடு
மேகங்கள் தங்கும் பெரிய மலையின் தலைவன்,
சுரபுன்னைப் பூவால் தொடுக்கப்பட்ட
தலை மாலையை உடையவன்;
குறிதவறாத வாளை உடையவன் ஆகிய
ஆய் அண்டிரனின் மலையைப்
பாடிப் பரிசாகப் பெற்றிருக்குமோ?

184. 'உலகு காண நட' (133)

பாடல்

மெல் இயல் விறலி! நீ நல் இசை செவியின்
கேட்பின் அல்லது, காண்பு அறியலையே;
காண்டல் வேண்டினை ஆயின்---மாண்டநின்
விரை வளர் கூந்தல் வரை வளி உளர,
கலவ மஞ்ஞையின் காண்வர இயலி,   5

மாரி அன்ன வண்மைத்
தேர்வேள் ஆயைக் காணிய சென்மே!

திணை: பாடாண்   துறை: விறலியாற்றுப்படை
மன்னன்: ஆய் அண்டிரன்
புலவர்: உறையூர் ஏணிச்சேரி முடமோசியார்

மெல்லிய இயல்புடைய விறலியே!
ஆயின் நல்ல புகழை
நீ கேள்விப்பட்டிருக்கிறாய்;
அவனை நேரில் கண்டிருக்கிறாயா?
காண விரும்புவாய் என்றால்
மணம் மிக்க
உன் சிறந்த கூந்தல்,
மலையின் காற்றில் அசைய,
தோகை மிக்க மயில் போல
மற்றவர் காணும்படி நடந்து.
மழை போலத் தரும்
கொடைக் குணத்தானும்,
தேரை உடையவனுமாகிய ஆயை
நேரில் காணச் செல்வாயாக.

185. 'சான்றோர் சென்ற வழி' (134)

கொடுக்கிறான், கொடுக்கிறான்
என்கிறீர்களே, காரணம்
இல்லாமலா கொடுப்பான்.
இந்தப் பிறவியில் கொடுப்பது
அடுத்த பிறவிக்கு உதவும்
என்கிறார்களே அதனால்
ஆசைப்பட்டுக் கொடுக்கிறானோ?

பாடல்

'இம்மைச் செய்தது மறுமைக்கு ஆம்' எனும்
அறவிலை வணிகன் ஆஅய் அலன்;
பிறரும் சான்றோர் சென்ற நெறி என,
ஆங்குப் பட்டன்று, அவன் கைவண்மையே.

திணை: பாடாண்   துறை: இயன்மொழி.
புலவர்: உறையூர் ஏணிச்சேரி முடமோசியார்.
மன்னன்: ஆய் ஆண்டிரன்.

இந்தப் பிறப்பில்
என்ன நல்லது செய்கிறோமோ
அது அடுத்த பிறவிக்கு
உதவும் என்று அறத்தை
விலை பேசி விற்கும்
வியாபாரி அல்லன் ஆய்;
அவனது கொடையோ சான்றோர் பலரும் சென்ற
நல்ல வழியைப் பின்பற்றியே வருவதாகும்.

186. 'எனக்கே என்று எண்ணாத பயன் மிக்க அரசுரிமை' (135)

ஆயைக் காண வேண்டும்;
செல்லும் வழிதான் அத்தனை எளிதா?
கூட வருவதோ மெல்லியல் விறலி;
ஒரு வழியாக ஆயைக் கண்டுவிட்டார்!
அப்போது அவனிடம் என்ன சொல்வது;
எப்படிச் சொல்வது?

பாடல்

கொடுவரி வழங்கும் கோடு உயர் நெடுவரை,
அருவிடர்ச் சிறு நெறி ஏறலின், வருந்தி,
தடவரல் கொண்ட தகைமெல் ஒதுக்கின்,
வளைக்கை விறலி என் பின்னள் ஆக,
பொன் வார்ந்தன்ன புரிஅடங்கு நரம்பின்   5

வரிநவில் பனுவல் புலம் பெயர்ந்து இசைப்ப,
படுமலை நின்ற பயம்கெழு சீறியாழ்
ஒல்கல் உள்ளமொடு ஒரு புடைத் தழீஇ,
புகழ்சால் சிறப்பின் நின் நல் இசை உள்ளி,
வந்தனென் எந்தை! யானே; என்றும்,   10

மன்று படு பரிசிலர்க் காணின், கன்றொடு
கறை அடி யானை இரியல் போக்கும்
மலைகெழு நாடன்! மா வேள் ஆஅய்!---
களிறும் அன்றே; மாவும் அன்றே
ஒளிறுபடைப் புரவிய தேரும் அன்றே;   15

பாணர், பாடுநர், பரிசிலர் ஆங்கு அவர்,
தமது எனத் தொடுக்குவர்ஆயின், 'எமது' எனப்
பற்றல் தேற்றாப் பயங்கெழு தாயமொடு,
அன்ன ஆக, நின் ஊழி; நின்னைக்
காண்டல் வேண்டிய அளவை---வேண்டார்   20

உறுமுரண் கடந்த ஆற்றல்
பொது மீக்கூற்றத்து நாடு கிழவோயே!

திணை : பாடாண்   துறை : பரிசில்.

புலவர் : உறையூர் ஏணிச்சேரி முடமோசியார்.

மன்னன் : ஆய் அண்டிரன்

வளைந்த வரிகளை உடைய புலி
நடமாடும் உயர்ந்த சிகரமுள்ள
நீளமான மலை; அதில்
ஏறுவதற்குக் கடினமான சிறிய வழியில்
ஏறுவதால் மிகுந்த வருத்தம்!
ஆனாலும் வளையும் உடலோடு
மெதுவாக அடிவைத்து நடக்கும்
வளையல் அணிந்த விறலி
என் பின் வருகிறாள்.

பொன்னைக் கம்பியாகச் செய்தது போன்று
முறுக்கேறிய நரம்பினை உடைய,
பொருளோடும் சேர்ந்த வரிப்பாட்டு
இடந்தோறும் மாறி ஒலிக்க
(பாலைப்பண் பன்னிரண்டில் ஒன்றான)
படுமலைப் பாலை வருமாறு
சிறிய யாழை
சோர்ந்த உள்ளத்தோடு
ஒரு பக்கமாக அணைத்துக் கொண்டு
தகுதி மிக்க உன் நல்ல புகழை
எண்ணி நான் வந்தேன்.

எப்போது ஆனாலும் சரி;
தன் மன்றிற்கு வரும்
பரிசிலரைக் கண்டால்
உரல் போன்ற காலைக் கொண்ட

யானையைக் கன்றோடும் கூடக்
கூட்டங் கூட்டமாகக் கொடுக்கும்
மலை சார்ந்த நாடனே!
மாவேள் ஆயே!
யாவரும் சேர்ந்து புகழும்
நாட்டினையும் உடைய தலைவனே!

நாங்கள் இங்கே வந்தது
உன்னைக் காண்பதற்காகவே.
வேறு வேண்டுவது
யானையும் அல்ல;
குதிரையும் அல்ல;
பாணர், பாடுவோர், பரிசிலர்
எல்லாம் ஒரு பொருளைத் தமக்கு என
எடுத்துக் கொள்வார் ஆயின்
அதை எமக்கு உரியது என்று
கைப்பற்ற எண்ணாத
பயன் மிகுந்த அரசு உரிமையோடு
ஊழிக்காலம் எல்லாம்
நீ வாழ்வாயாக!

187. 'வறுமைப் பட்டவர்க்கு வரும் பகை ஒன்றா, இரண்டா?' (136)

ஆய் அண்டிரனைப் பாடிய பலருள்
துறையூர் ஓடை கிழாரும் ஒருவர்;
கிழார் என்றால் நிலத் தலைவன் என்பர்.
அல்லது குறைந்த மட்டில்
தலைவர் என்றாவது கொள்வர்.
ஆனால் இவர் வாழ்ந்த வறுமையான வாழ்க்கையும்,
அதைப் பற்றிய இவரது சொற் சித்திரமும்
வியப்பை அளிக்கின்றன.

பாடல்

யாழ்ப்பத்தர்ப் புறம் கடுப்ப
இழை வலந்த பல் துன்னத்து
இடைப் புரை பற்றி, பிணி விடாஅ
ஈர்க் குழாத்தோடு இறைகூர்ந்த
பேஎன் பகை என ஒன்று என்கோ?   5

உண்ணாமையின் ஊன் வாடி,
தெண் நீரின் கண் மல்கி,
கசிவுற்ற என் பல்கிளையொடு
பசிஅலைக்கும் பகை ஒன்று என்கோ?
அன்ன தன்மையும் அறிந்தீயார்,   10

'நின்னது தா' என, நிலை தளர,
மரம் பிறங்கிய நளிச் சிலம்பில்,
குரங்கு அன்னபுன் குறுங் கூளியர்
பரந்து அலைக்கும் பகைஒன்று என்கோ?
'ஆஅங்கு, எனைப் பகையும் அறியுநன் ஆய்'   15

எனக் கருதிப், பெயர் ஏத்தி,
வாய் ஆர நின் இசை நம்பி,
சுடர்சுட்ட சுரத்து ஏறி,
இவண் வந்த பெரு நசையேம்;
'எமக்கு ஈவோர் பிறர்க்கு ஈவோர்;   20

பிறர்க்கு ஈவோர் தமக்கு ஈப' என,
அனைத்து உரைத்தனன் யான் ஆக,
நினக்கு ஒத்தது நீ நாடி,
நல்கினை விடுமதி, பரிசில்! அல்கலும்,
தண் புனல் வாயில் துறையூர் முன்துறை   25

நுண்பல மணலினும் ஏத்தி,
உண்குவம், பெரும! நீ நல்கிய வளனே.

திணை: பாடாண்   துறை: பரிசில் கடாநிலை
புலவர்: துறையூர் ஓடை கிழார்.
மன்னன்: ஆய் ஆண்டிரன்.

அணிந்திருக்கும் (ஆடை) வேட்டியில் கிழிசல்கள்,
அந்தக் கிழிசல்களைப் பொருத்த
பல தையல்கள்,
தையலுக்குப் பயன்பட்ட நூல் இழைகள்
யாழின் ஓர் உறுப்பாகிய
பத்தரின் முதுகுப் பக்கம் போல
ஒன்றோடொன்று தொடர்ந்து
கட்டு விடாமல் இருக்கும்.
அக்கிழிசல்களுக்குள் கிடக்கும்
ஈரின் கூட்டத்தோடு
பெருகியிருக்கும் பேனாகிய பகை ஒன்றுதானா?

உண்ணாததால் உடம்பு வாடியிருக்கிறது;
கண்ணில் நீர் நிறைந்திருக்கிறது;
மேனி வியர்த்து நிற்கும்
என் பெரிய சுற்றத்தை
வருத்துகின்ற பசியாகிய பகை ஒன்றுதானா?

இப்படி இருக்கும் என் நிலையை
அறியாதவர்களாய்
'உன் கைவசம் இருப்பதைத் தா'
என்று சொல்லி.
எங்கள் மனமெலாம் தளரும்படி,
மரங்கள் நிறைந்த குளிர்ந்த
மலையில் வாழும் குரங்குகளைப் போலப்
பறித்துக் கொள்ளும் குணமுடைய
அற்பமான ஆறலை கள்வர்
கூடி வந்து எங்களை
ஓடவிடும் பகை ஒன்றுதானா?

எங்களின் அனைத்துப் பகைகளையும்
ஆய் அறிவான் என எண்ணி,
உன் பெயரை
எங்கள் வாயார வாழ்த்தி,
உன் புகழை நம்பி
சூரியன் சுட்ட அரிய வழிகளில் ஏறி
இங்கே வந்தோம்.
இவ்வாறு வறுமை அடைந்த
எங்களுக்கு ஒன்றைத் தருபவர் அல்லவா
பயன் எண்ணாமல் பிறர்க்குத் தருபவராவார்.

எங்களைத் தவிர்த்துப் பிறர்க்குத் தருபவர்
கொடுப்பதால் தங்களுக்கு ஆகும்
பலனை எண்ணித் தருவதால்
தஙகளுக்கே தந்து கொண்டவர் ஆவார்.

நான் சொல்வதில்
உனக்கு ஏற்றதை நீ ஆராய்ந்து
எங்களுக்குப் பரிசில் தந்து
அனுப்புவாயாக.
நாங்களும் நாள்தோறும்
குளிர்ந்த நீர் ஓடும் வாய்க்கால்களை உடைய
துறையூரின் துறை முன்பு கிடக்கும்
நுண்ணிய பல மணலினும்
பலநாள் நீ வாழ்வாயாக என
உன்னை வாழ்த்தி, பெருமானே!
நீ தந்த செல்வத்தை உண்ணுவோம்.

188. 'தகுதியற்ற மன்னர்களைப் பாடமாட்டோம்'
(375)

பாடல்

அலங்குகதிர் சுமந்த கலங்கற் சூழி,
நிலைதளர்வு தொலைந்த ஒல்கு நிலைப் பல்காற்
பொதியில் ஒரு சிறை பள்ளி ஆக,
முழாஅரைப் போந்தை அரவாய் மாமடல்
நாரும் போழும் கிணையொடு சுருக்கி,   5

ஏரின் வாழ்நர் குடிமுறை புகாஅ,
'ஊழ்இரந்து உண்ணும் உயவல் வாழ்வைப்
புரவுஎதிர்ந்து கொள்ளும் சான்றோர் யார்?' எனப்
பிரசம் தூங்கும் அறாஅ யாணர்,
வரை அணி படப்பை, நல் நாட்டுப் பொருந!   10

பொய்யா ஈகைக் கழல்தொடி ஆஅய்!
யாவரும் இன்மையின் கிணைப்ப, தாவது,
பெருமழை கடல் பரந்தாஅங்கு, யானும்
ஒருநின் உள்ளி வந்தனென்; அதனால்
புலவர் புக்கில் ஆகி, நிலவரை   15

நிலீஇயர் அத்தை, நீயே! ஒன்றே
நின் இன்று வறுவிது ஆகிய உலகத்து,
நிலவன்மாரோ, புரவலர்! துன்னி,
பெரிய ஓதினும் சிறிய உணராப்
பீடு இன்று பெருகிய திருவின்,   20

பாடு இல் மன்னரைப் பாடன்மார், எமரே!

திணை: பாடாண்   துறை: வாழ்த்தியல்.
புலவர்: உறையூர் ஏணிச்சேரி முடமோசியார்.
மன்னன்: ஆய் அண்டிரன்.

நகரும் வெயிலைச் சுமந்த
கலங்கல் நீர்நிலை போல
நிலை தளர்ந்து உடைந்ததும் வலுவற்றதுமான
பல தூண்கள் உள்ள பொது இடத்தில்
ஒரு பக்கம் படுக்கும் இடமாக,

மத்தளத்தின் வால் போன்று அடிப்பாகம் கொண்ட
பனை மரத்தின் அரம் போன்ற
கருக்கை கொண்ட மட்டையிலிருந்து எடுத்த
நாரையும் குருந்தையும்
கிணைப்பறையோடு சேர்த்துக் கட்டி,
ஏரால் உழுது வாழ்பவர்தம்
குடிசையை அடைந்து
முறைப்படி பிச்சை எடுத்து உண்ணும்
வருத்தம் நிறைந்த வாழ்க்கையை உடைய
எங்களைப் பாதுகாக்கும் சான்றோர்
யார் என்று எண்ணி

தேன் கூடு தொங்கும் இடைவிடாத
வருவாய் வளம் மிக்க மலைக்கு
மலை சார்ந்த தோட்டங்கள் நிறைந்த
நல்ல நாட்டின் வீரனே!
தவறாத கொடையும் கழலும்
தொடியும் உடைய ஆயே!

கிணைப் பறையைக் கொட்ட எமைக் காப்பவர்
எவரும் இல்லாததால், நின்று கெடாமல்
பெரிய மேகங்கள் கடலை நோக்கிப்
பரந்து செல்வதுபோல் உன்னை எண்ணி
நானும் வந்தேன், ஆகவே,
புலவர்கள் எப்போதும் நிலையாக
இருப்பதற்குரிய வீடாகி
இப்பூமியி;ல் நீ ஒருவனே
நெடுநாள் வாழ்வாயாக,

நெருங்கி நின்று
நிறைய சொன்ன போதும்
சிறிதளவும் உணரும் உணர்ச்சியற்ற
பெருமையற்ற,
மிகுந்த செல்வத்தோடு வாழும்
தகுதியற்ற மன்னர்களை,
புரவலர்களை எண்ணி வரும் புலவர்கள்
பாடுவதைத் தவிர்ப்பார்களாக.

189. 'அயல் நாட்டிற்குச் செல்லும் அவலமும் வந்ததே' (240)

பாடல்

ஆடு நடைப் புரவியும், களிறும், தேரும்,
வாடா யாணர் நாடும் ஊரும்,
பாடுநர்க்கு அருகா ஆஅய் அண்டிரன்
கோடுஏந்து அல்குல், குறுந்தொடி மகளிரொடு,
காலன் என்னும் கண்ணிலி உய்ப்ப,

மேலோர் உலகம் எய்தினன் எனாஅ,
பொத்த அறையுள் போழ்வாய்க் கூகை,
'சுட்டுக் குவி, எனச் செத்தோர்ப் பயிரும்
கள்ளி அம் பறந்தலை ஒருசிறை அல்கி,
ஒள் ஒரி நைப்ப உடம்பு மாய்ந்தது;

புல்லென் கண்ணர் புரவலர்க் காணாது,
கல்லென் சுற்றமொடு கையழிந்து, புலவர்
வாடிய பசியராகி, பிறர்
நாடுபடு செலவினர் ஆயினர், இனியே.

திணை: பொதுவியல் துறை: கையறுநிலை.

புலவர்குட்டுவன் கீரனார்.

மன்னன்: ஆய்.

தாளத்திற்கு ஏற்ப நடக்கும்
அசைந்த நடையினை உடைய குதிரைகள்,
யானைகள், தேர்கள்,
அழியாத புதுவருவாயை உடைய நாடு,
ஊர்கள் என இவற்றைப்
பாடி வருவார்க்குக்
குறைவிலாமல் கொடுக்கும் ஆயாகிய அண்டிரன்

கோடு ஏந்திய அல்குலையும்
சிறிய வளையல்களையும் உடைய
உரிமைப் பெண்களோடு
எமன் என்னும் கண்ணோட்டம் இல்லாதவன்
கொண்டு செல்ல
மேலோர் வாழும் உலகை அடைந்தான்.
அங்கே, பொந்துகளில் வாழும்
பிளந்தது போன்ற வாயை உடைய
பேராந்தை 'சுட்டுக் குவி' என்று
செத்தோரை அழைப்பது போலக் கூவும்;
கள்ளி இருக்கும் பாழான இடமான
புறங்காட்டின்
ஒரு பக்கமாகத் தங்க
ஒளிமிக்க தீச்சுடுவதால் அவன்
உடம்பு அழிந்து விட்டது.

அழகிழந்த கண்ணை உடையவராய்த்
தம்மைப் பாதுகாப்பவரைக் காணாமல்
பெரும் சத்தமிடும் சுற்றத்தோடு
செய்வது அறியாமல்,
அறிவுடையோர் தம் உடலை
வருத்தும் பசியுள்ளவராய்
இப்போது பிறர் நாட்டிற்குச்
செல்லும் போக்கு உடையவர் ஆயினர்.
இப்படியும் ஒரு நிலை வந்ததே!

190. 'வானம் வரவேற்றது' (241)

பாடல்

'திண்தேர் இரவலர்க்கு, ஈத்த, தண்தார்,
அண்டிரன் வரூஉம்' என்ன, ஒண்தொடி
வச்சிரத் தடக்கை நெடியோன் கோயிலுள்,
போர்ப்புறு முரசும் கறங்க,
ஆர்ப்பு எழுந்தன்றால், விசும்பினானே.

திணை: பொதுவியல் துறை: கையறுநிலை.

புலவர்: உறையூர் ஏணிச்சேரி முடமோசியார்.

மன்னன்: ஆய்.

*உறுதியான தேரை இரவலர்க்கு வழங்கிய
குளிர்ந்த மாலையை உடைய
ஆய் அண்டிரன் வருகிறான் என்று
ஒளிமிக்க தொடியினையும்
(வீர வளை) வச்சிராயுதத்தையும் உடைய
விசாலமான கை உடைய இந்திரனின்
அரண்மனையில் போர்த்தப்பட்ட முரசு
முழங்குகிறது;
வானத்தே பேரோசையும் தோன்றியது.
(ஆகவே வானோர் அவன்
வரவை ஏற்றுக் கொண்டனர்).*

191. 'உயிர் வாழ எண்ணி ஒருநாளும் பொய் சொல்லேன்' (139)

*மருதன் இளநாகனார்
ஆய் அண்டிரனைப்
பார்க்கிறார்.
அவருடைய வறுமை அவரை*

நெருக்குகிறது.
அண்டிரனோ சேரனுக்குத்
துணையாகப் போகின்றவன்.
போரோ எந்நேரம் வரும்
என்று சொல்ல முடியாது.
வந்து விட்டால்? புலவர்தன்
சுற்றத்தையும் அவர்கள் நிலையையும்
விழிகளில் பார்த்து
மனதினில் எண்ணி,
தன் நிலையைச் சொற்களில் தருகிறார்.

பாடல்

சுவல் அழுந்தப் பல காய
சில் ஓதிப் பல் இளைஞருமே,
அடி வருந்த நெடிது ஏறிய
கொடி மருங்குல் விறலியருமே,
வாழ்தல் வேண்டிப்

பொய் கூறேன், மெய் கூறுவல்;
ஓடாப் பூட்கை உரவோர் மருக!
உயர் சிமைய உழாஅ நாஞ்சில் பொருந!
மாயா உள்ளமொடு பரிசில் துன்னி,
கனி பதம் பார்க்கும் காலை அன்றே;

ஈதல் ஆனான், வேந்தே; வேந்தர்க்குச்
சாதல் அஞ்சாய், நீயே; ஆயிடை.
இரு நிலம் மிளிர்ந்திசினாஅங்கு, ஒருநாள்,
அருஞ் சமம் வருகுவதுஆயின்,
வருந்தலும் உண்டு, என் பைதல் அம் கடும்பே.

திணை: பாடாண் **துறை:** பரிசில் கடா நிலை

புலவர்: மருதன் இளநாகனர்.

மன்னன்: ஆய் அண்டிரன்.

தோள் வடுப்படும்படியாகப்
பல சுமைகளையும் சுமந்து,
குறைவான தலைமயிரை உடைய
இளைஞர் பலரும்
நெடுநேரம் பாதம் நோக மலை ஏறிய
கொடி போன்ற இடையினை உடைய
விறலியரும் என இவர்கள் அனைவரும்
உயிர் வாழ வேண்டுமே என்பதற்காகப்
பொய் சொல்ல மாட்டேன்;
உண்மையையே சொல்வேன்,

புறமுதுகு காட்டாத கொள்கையை உடைய
வலியவர்களின் மரபில் வந்தவனே!
உயர்ந்த உச்சியை உடைய,
உழப்படாத நாஞ்சில் என்னும் பெயரை
உடைய மலைக்கு மன்னனே!

பரிசில் பெற வந்து,
உன் மனம் நெகிழும் சமயம் பார்த்துக்
காத்திருக்கும் காலம் அல்ல
வறுமையோடு நிற்கும் என் நிலை,

உன் அரசன் (சேரனோ)
உனக்கு வேண்டியதைத் தருவான்.
நீயோ அவனுக்காகச் சாகவும் கூடப்
பயப்பட மாட்டாய்;
ஆகவே பூமி பிறழ்ந்தது போல ஒருநாள்
பொறுக்க முடியாத
போர் வந்து விடுமானால்
பசித் துன்பம் மிக்க என் சுற்றம்
வருத்தப்படவும் நேரும்,
(அதனால் போர் வருவதற்கு முன்பே
நீ எனக்குப் பரிசு தந்து விடுவாயாக)

192. 'குடியிருப்போர் இல்லாத ஊர்க் கிணறு' (132)

எத்தனைப் பெரியவன் ஆய்?
அவனை அல்லவா நான்
முதல் மனிதனாக நினைத்திருக்க வேண்டும்.
தவறு செய்து விட்டேனே என்று
தன்னைத் தானே கடிந்து கொள்கிறார்.

பாடல்

முன் உள்ளுவோனைப் பின் உள்ளினேனே!
ஆழ்க, என் உள்ளம்! போழ்க, என் நாவே!
பாழ்ஊர்க் கிணற்றின் தூர்க, என் செவியே!----
நரந்தை நறும்புல் மேய்ந்த கவரி
குவளைப் பைஞ்சுனை பருகி, அயல   5

தகரத் தண் நிழல் பிணையொடு வதியும்
வட திசையதுவே வான் தோய் இமயம்,
தென்திசை ஆஅய் குடி இன்றாயின்,
பிறழ்வது மன்னோ, இம் மலர் தலை உலகே.

திணை : பாடாண்   துறை : இயன்மொழி.
புலவர் : உறையூர் ஏணிச்சேரி முடமோசியார்.
மன்னன் : ஆய் அண்டிரன்.

நரந்தைப் புல்லையும்,
நறுமணமிக்க புல்லையும்
மேய்ந்த கவரிமான்கள்
குவளைகள் பூத்திருக்கும்
கரிய சுனையில் நீரைப் பருகுகின்றன.
பின்பு அருகில் இருக்கும்
தகர மரத்தின் குளிர்ந்த நிழலில்
தங்கள் பெண்ணோடு வாழ்கின்றன.

இத்தகைய மேன்மையுடன்
வடதிசையில் வானை முட்டும்
இமயமலை இருக்கிறது.
தென் திசையில் மட்டும்
ஆய் குடி இல்லாது போயிருக்குமானால்
இந்தப் பரந்த உலகம்
தலை கீழாகிப் போயிருக்கும்.

எவருக்கும் முதலாவதாக
எண்ணியிருக்க வேண்டியவனை
நான் பின்னதாக அல்லவா நினைத்துவிட்டேன்.

இவன் வேளிர் குலத்தைச் சார்ந்தவன் என்பதால்
வேள் எனப்பட்டான்.
வேளிர் குலத்தில் எவ்வி என்பவனின்
குடியில் பிறந்தவன் என்பர்
முந்நூறு ஊர்களை உடையது
இவன் ஆண்ட பறம்பு நாடு.
பறம்பு மலையின் பெயரே,
நாட்டிற்கு இடப்பட்டுள்ளது
இந்நாடு இப்போது பிரான்மலை எனப்படும்.
மதுரை மாவட்டத்தில் உள்ள
மேலூர் வட்டத்தின் கீழ்பகுதி,
இராமநாதபுரம் மாவட்டத்தின் திருப்பத்தூர்,
சிவகங்கை, பரமக்குடி வட்டங்கள்
பறம்பு நாட்டிற்குள் அடங்கியவை.
வீரனாயும் வள்ளலாயும் விளங்கிய
இவனுக்கு இரு பெண் பிள்ளைகள்.
கபிலர் இவனுடைய நண்பர்
நட்பின் அடையாளம் இவர்.

பாரி

1. முல்லைக் கொடிக்கும் கொடை தரும் குணம் *(105, 106, 107, 108)*
2. நாட்டு வளம் *(117)*
3. பாரியின் பகை முன் கபிலர் *(109, 110, 111)*
4. பாரியின் பிள்ளைகள் *(112)*
5. பிள்ளைகளின் ஆதரவற்ற நிலை *(116)*
6. அவர்களை அழைத்துக் கொண்டு *(113)*
7. மலையைப் பார்த்து *(114, 115, 117, 118, 119, 120)*
8. விச்சிக்கோனிடம் *(200, 201, 202)*
9. எண்ணம் நிறைவேறாத போது *(236).*

பாரி என்ற சொல்லுக்குப் பூமி என்பது பொருளாம்.

193. 'நீரினும் இனிய இயல்பினன்;' (105)

பாடல்

சேயிழை பெறுகுவை---வாள்நுதல் விறலி!
தடவுவாய்க் கலித்த மாஇதழ்க் குவளை
வண்டுபடு புதுமலர்த் தண்சிதர் கலாவப்
பெய்யினும், பெய்யாதுஆயினும், அருவி
கொள் உழு வியன் புலத்துழை கால் ஆக,   5

மால்புடை நெடுவரைக் கோடுதோறு இழிதரும்
நீரினும் இனிய சாயற்
பாரி வேள்பால் பாடினை செலினே.

திணை: பாடாண்   துறை: விறலியாற்றுப்படை
புலவர்: கபிலர்
மன்னன்: வேள் பாரி.

ஒளி மிகும் நெற்றியைக் கொண்ட விறலியே!
பெரிய சுனையில் முளைத்த
கரும் இதழ் கொண்ட குவளைப் புதுமலர் மேல்
வண்டு மொய்க்க, அப்பூவின் மேல்
குளிர்ந்த துளி விழுமாறு மழை
பெய்தாலும், பெய்யா விட்டாலும்,
அருவி நீரைக் கொண்டு உழப்பட்ட பரந்த நாட்டையும்
கண் ஏணி கொண்டு நெடிய மலைமேல் ஏறக்கூடிய
சிகரங்கள் தோறும் வழிந்து கீழே ஒழுகும் நீரை விட
இனிய மெல்லிய இயல்பையுமுடைய வேள் பாரியை
நீ பாடிச் செல்வாய் என்றால்
சிவந்த, சிறந்த பல அணிகலன்களையும் பெறுவாய்

194. 'கடவுள் காண்பது உள்ளத்தையே' (106)

பாடல்

நல்லவும் தீயவும் அல்ல குவி இணர்ப்
புல் இலை எருக்கம்ஆயினும், உடையவை
கடவுள் பேணேம் என்னா ஆங்கு,
மடவர் மெல்லியர் செல்லினும்,
கடவன், பாரி கை வண்மையே.   5

திணை: பாடாண்   துறை: இயன்மொழி

புலவர்: கபிலர்

மன்னன்: வேள் பாரி

நல்லவையும் அல்ல, தீயவும் அல்ல;
குவிந்த பூங்கொத்தையும்,
அற்பமான இலைகளையும், உடைய
எருக்கம் பூவே என்றாலும்,
உள்ளன்போடு ஒருவன் தந்தால், தெய்வங்கள்
அவற்றை விரும்பவில்லை என்று
வெறுத்துத் தள்ள மாட்டா.

அதுபோல் அறிவில்லாதவரால்,
அற்பமான குணங்களையே
உடையவர் என்றாலும்
அவருக்குக் கொடுக்கும் இயல்பிலிருந்து
பாரி தவற மாட்டான்.

195. 'பாரி மட்டும்தானா-மழையும் உண்டு' (107)

பாடல்

'பாரி பாரி' என்றுபல ஏத்தி,
ஒருவற் புகழ்வர், செந்நாப் புலவர்;
பாரி ஒருவனும் அல்லன்;
மாரியும் உண்டு, ஈண்டு உலகுபுரப்பதுவே.

திணை : பாடாண்   துறை : இயன்மொழி

புலவர் : கபிலர்

மன்னன் : வேள் பாரி.

(நல்லவர்க்கும் பொல்லாதவர்க்கும்
காலம் அறிந்து பாரி கொடுப்பது கண்டு)
நேரிய நா படைத்த புலவர் எல்லாரும்
பாரி பாரி என்று அவன் ஒருவனையே
புகழ்ந்து பாடுகின்றனர்.
(இவ்வாறு எல்லார்க்கும்
எப்போது என்று அறிந்து கொடுப்பது)
அவன் ஒருவன் மட்டும் தானா?
எல்லார்க்கும் கொடுத்து உலகைக் காக்க
மழையும் உண்டல்லவா?

196. 'தன்னைத் தேடி வருவாரிடம் தானே செல்வான்' (108)

பாடல்

குறத்தி மாட்டிய வறல் கடைக் கொள்ளி
ஆரம்ஆதலின், அம்புகை அயலது
சாரல் வேங்கைப் பூஞ் சினைத் தவழும்
பறம்பு பாடினரதுவே; அறம்பூண்டு,
பாரியும், பரிசிலர் இரப்பின்,

'வாரேன்' என்னான், அவர் வரையன்னே.

திணை: பாடாண் **துறை: இயன்மொழி**

புலவர்: கபிலர்

மன்னன்: வேள் பாரி.

(அந்த மலையில்)
குறமகள் அடுப்பில் வைத்து எரித்ததால்
குறைந்த கொள்ளிக் கட்டை
(சாதாரணமானது அன்று.)
சந்தனக் கட்டை!
அதன் நறுமணப் புகை,
அருகில் இருக்கும் சாரல் மலையில்
எல்லாம் எழுந்ததோடு
(அடங்கி விட வில்லை).
வேங்கைப் பூக்கள் நிறைந்த
கிளைகளிலும் பரவும் பறம்பு மலை அது.

அந்த மலையையும்,
தன்னைப் பாடி வருவார்க்குப் பாரி.
கூறிட்டுக் கொடுத்து விட்டதால்
அம்மலை இப்போது
மற்றவர்களுடைது ஆயிற்று

பரிசு பெற வருபவர். விரும்புவார்என்றால்,
தருமத்தை எண்ணிப் பாரியும்
அவர்களிடம் வரமாட்டேன் என்று கூறாமல்,
அவர்களின் இருப்பிடத்திற்கே சென்று
நின்று உதவுவான்.
(அவ்வளவு எளிமையானவன்).

197. 'வாளால் அவனை வெல்ல முடியாது வார்த்தைகளால் வளைக்கலாம்' (109)

நாலு பேருக்குக் கொடுப்பதில்
நல்லவன் வல்லவன் பாரி;
புலவர்கள் போற்ற
பொது மக்கள் புகழ
வலம் வரும் ஆட்சியாளனை
வரவேற்க மறுப்பது மட்டுமன்று;
அதிகார ஆசை கொண்டோரின் மனம்
சதி சூழும்; அதனால் சண்டை மூளும்;
ஏது செய்தேனும் கூடுவர்;
கொலையும் செய்வர் என்பதை
சூலியஸ் சீசர் வரலாற்றில்
காண்கிறோம்.
உலகில் வேறு எங்கும் இப்படி இருக்கலாம்;
அழகிய தமிழில் அப்படி இராது
என்கிறீர்களா?

தமிழர்களும் மனிதர்கள் தாமே?
பாரியின் மீது பகை கொண்டவர்
படையோடு வந்து விட்டனர்.
பகைக்குக் காரணம்
பெண் கேட்டு வந்தவரைக்
கண் கொண்டும் பாராமையே,
என்கின்றனர்.

'கடந் தடு தானை மூவிரும் கூடி'
படையோடு வந்தனர் என்றால்
மூன்று மன்னர்க்கு இரு பெண் என்பது
முறை ஆகுமா?
மகளைத் தர மறுத்ததே
மன்னர்கள் எதிர்த்து வரக் காரணம்
என்று சொல்லப்பட்டு வருகிறது.
இதை நம்பவும் முடியவில்லை,
மறுக்கவும் முடியவில்லை
மரபு கருதி நாமும் இப்படியே
வைத்துக் கொள்வோம்.

பாடல்

அளிதோ தானே, பாரியது பறம்பே!---
நளி கொள் முரசின் மூவிரும் முற்றினும்,
உழவர் உழாதன நான்குபயன் உடைத்தே;
ஒன்றே, சிறியிலை வெதிரின் நெல் விளையும்மே;
இரண்டே, தீம் சுளைப் பலவின் பழம் ஊழ்க்கும்மே;   5

மூன்றே, கொழுங்கொடி வள்ளிக் கிழங்கு வீழ்க்கும்மே,
நான்கே, அணிநிற ஓரி பாய்தலின், மீது அழிந்து,
திணி நெடுங் குன்றம் தேன் சொரியும்மே;
வான்கண் அற்று அவன் மலையே; வானத்து
மீன் கண் அற்று, அதன் சுனையே; ஆங்கு,   10

மரம்தொறும் பிணித்த களிற்றினிர் ஆயினும்,
புலம்தோறும் பரப்பிய தேரினிர் ஆயினும்,
தாளின் கொள்ளலிர்; வாளின் தாரலன்;
யான் அறிகுவென், அது கொள்ளும் ஆறே
சுகிர்புரி நரம்பின் சீறியாழ் பண்ணி,   15

விரை ஒலி கூந்தல் விறலியர் பின்வர,
ஆடினிர் பாடினிர் செலினே,
நாடும் குன்றும் ஒருங்குஈயும்மே.

திணை : நொச்சி   துறை : மகண் மறுத்தல்
புலவர் : கபிலர்
மன்னன் : வேள் பாரி

பாரியின் பறம்பு மலையைப்
படை கொண்டு கைப்பற்றுவது
அத்துணை எளிதா என்ன?
முரசு எனும் பெருமை கொண்ட
மூன்று வேந்தர்களாகிய நீங்கள்
ஒன்றாகச் சேர்ந்தே வந்தாலும்
ஓடும் காலம் எத்தனை ஆனாலும்
பாரியை வெல்ல முடியாது.

ஏன் என்கிறீர்களா?
அவனது பறம்பு மலை
உழவர் உழுது விதைக்காமலே
தானாகவே விளையும்
நான்கு வகை விளைச்சலை உடையது.

சிறிய இலையை உடைய
மூங்கிலில் விளையும் நெல் முதலாவதாகும்;
இனிய சுளைகளைக் கொண்ட பலாப்பழம்
முதிர்ந்து நிறைந்து இருப்பது இரண்டாவது,
வளர்ந்து அடர்ந்த கொடியை உடைய
வள்ளிக் கிழங்கு பூமியின் கீழ் இருப்பது மூன்றாவது
அழகிய நிறம் அமைந்த ஆண் குரங்கு
அங்கும் இங்குமாகப் பாய்வதால்
மேலே காணப்படும் கொடி அழிய
அம் மலை தேனைப் பொழிவது நான்காவது.
நீள அகலத்தில் அவன் மலை
வான் உலகம் போல இருக்கும்
வானத்து நட்சத்திரங்களைப் போல
அம்மலையில் சுனைகள் பல இருக்கும்.

மலையில் உள்ள மரங்கள் தோறும்
கட்டப்பட்ட யானையை உடையவர்கள்தாம் நீங்கள்
பரந்த இட மெல்லாம் நிறைந்து இருக்கும்
தேரும் உங்களுடையனவே. என்றாலும்
உங்கள் சொந்த முயற்சியில்
நீங்கள் அம்மலையைக் கைப்பற்ற முடியாது.
வாளின் வலிமையால்
(அவனை வெல்ல முடியாது) அவன்
தர மாட்டான். பிறகு?
அதனை அடையும் வழியை
அறிவேன் நான்.
சேர்த்து முறுக்கப்பட்ட நரம்பினைக் கொண்ட
சிறிய யாழை முறையே வாசியுங்கள்
மணம் மிக்க கூந்தலை உடைய
உங்கள் விறலியர் உங்களுக்குப் பின்னே வர
ஆடிக் கொண்டும், பாடிக் கொண்டும்
(பாரியிடம் பரிசு பெறச்) செல்வீர்கள் என்றால்
நாட்டுடன் சேர்த்து மலையையும்
அவன் உங்களுக்குத் தருவான்.

198. 'பாடி வாருங்கள் பரிசாவோம் பாரியும் நானும்' (110)

அத்தனை சொன்ன போதும்
அடங்காத மன்னர்களைத்
திரும்பவும் சந்திக்கிறார் கபிலர்
நாடும் இல்லை, ஊரும் இல்லை;
பாடும் புலவர்: பரிசிலாகக் கொண்டார்;
நான் இருக்கிறேன்; பாரியும் உண்டு
நலம் நிறைந்த மலையும் உண்டு
பாடி வாருங்கள்;; பரிசினைப் பெறுங்கள்
என்கிறார்.

பாடல்

கடந்து அடு தானை மூவிரும் கூடி
உடன்றனிர்ஆயினும், பறம்பு கொளற்கு அரிதே.
முந்நூறு ஊர்த்தே தண்பறம்பு நல்நாடு;
முந்நூறு ஊரும் பரிசிலர் பெற்றனர்;
யாமும் பாரியும் உளமே;

குன்றும் உண்டு---நீர் பாடினிர் செலினே.

திணை: நொச்சி. **துறை: மகள் மறுத்தல்**

புலவர்: கபிலர்

மன்னன்: வேள் பாரி

சதி ஏதும் செய்யாமல்
நேருக்கு நேராக நின்று
போரிட்டுக் கொல்லும் படை கொண்ட
நீங்கள் மூன்று பேரும்
சேர்ந்தே போரிட்டாலும்
பறம்பு மலையைக் கைப்பற்றுவது
எளிது அன்று.

குளிர்ச்சியான நல்ல பறம்பு நாடு
முந்நூறு ஊர்களைக் கொண்டது.
முந்நூறு ஊர்களையும் பரிசிலர்
முன்பே பெற்று விட்டனர். (ஒரு வேளை)
நீங்கள் இனிப் பாடி வந்தால்
பெறுவதற்கு நானும் பாரியும் இருக்கிறோம்;
அது மட்டும் அன்று
அவன் மலையும் கூட உண்டு!

199. 'வேந்தரால் முடியாது விறலியால் முடியும்' (111)

மீண்டும் தொடர்கிறார் அன்று
ஆண்ட மன்னர்களிடம்

பாடல்

அளிதோ தானே, பேர் இருங் குன்றே!
வேலின் வேறல் வேந்தர்க்கோ அரிதே;
நீலத்து, இணை மலர் புரையும் உண்கண்
கிணைமகட்கு எளிதால், பாடினள் வரினே.

திணை: நொச்சி துறை: மகள் மறுத்தல்

புலவர்: கபிலர்

மன்னன்: வேள் பாரி

கரிய பெரிய மலைதான் (பறம்பு மலை)
(ஆனாலும் என்ன செய்ய
இது இரக்கத்திற்கு உரியது)
வேற் படையின் பலம் கொண்டு
இம் மலையை வெல்ல
வேந்தர்களாலும் முடியாது. (ஆனால்)
இணைந்த இரு நீலக் குவளை
மலர் போன்ற கண்ணை உடைய
கிணைப் பறை கொண்ட விறலிக்கோ
அவள் பாடிக் கொண்டே வருவாள் என்றால்
(பரிசாகப் பெறுவது) எளியதாகும்.

200. 'வெற்று முரசொலியில் வீழ்ந்தது தர்மம்' (112)

பாரி மூவேந்தர்களின் மோச நினைவிற்குப்
பலியாகி மாதம் ஒன்று கடந்துவிட்டது;
இந்த ஒரு மாதத்திற்குள் அங்கு
என்னென்னவோ நடந்து விட்டன!
பாரியின் வளமனை என்ன ஆனது?
அவன் மனைவி
மனைவியர் உடன்கட்டை எறியிருப்பார்களே?
தெரியவில்லை.

அவனுடைய பெண்கள் இருவர்
எங்கோ ஒரு குடிசையில் இருப்பதை,
இந்தனைத் துன்பத்திலும் இயல்பாக இருப்பதை
இன்னொரு பாடலில் கபிலர் காட்டுகிறார்
இந்தப் பாடல் பாரியின் மகளிர் பாட்டு
அவர்களின் பெயர்? புறநானூற்றில் இல்லை.
இப்பாடலை அவர்கள் எங்கிருந்து பாடினார்கள்?
தெரிய வில்லை.

இரவு நேரம்; முழு நிலவு
எட்டிப் பார்க்கிறது
பார்க்கும் நிலவைப்
பார்த்த பிள்ளைகளின்
நெஞ்சம் பதைக்கிறது;
நிலாக் கவிதை பிறக்கிறது.

பாடல்

அற்றைத் திங்கள் அவ் வெண் நிலவின்,
எந்தையும் உடையேம்; எம் குன்றும் பிறர் கொளார்;
இற்றைத் திங்கள் இவ் வெண் நிலவின்,
வென்று எறி முரசின் வேந்தர் எம்
குன்றும் கொண்டார்; யாம் எந்தையும் இலமே!

திணை: பொதுவியல் துறை: கையறுநிலை

புலவர்: பாரி மகளிர்

சென்ற மாதம் அந்த முழுநிலவில்
எங்கள் தந்தை
எங்களுடனேயே இருந்தார்;
எங்கள் மலையையும்
எவரும் கவர்ந்து கொள்ளவில்லை.

இந்த மாதம் இந்த முழுநிலவில்
வெற்றி பெற்று அடிக்கும்
முரசினை உடைய வேந்தர்கள்
எங்கள் மலையைக் கைப்பற்றினர்
நாங்களும் எங்கள் தந்தையை
இழந்தவர்களாகி விட்டோம்.

201. 'காட்சிகள் இரண்டு கலங்கிப் போன புலவர்' (116)

படை எடுப்புப் பவனியில்
பகைவர்தம் குதிரைகள்
வரிசை வரிசையாக வருகின்றன
அடுத்து வரப் போவதை
அறியாச் சிறுமியராய்ப்
பாரியின் பெண்கள் இருவரும்
ஒவ்வொன்றாய்க் குதிரைகளை எண்ணி
உவகை கொண்டனர்.
இதோ, அவர்கள்
இருக்கும் இடம் இது!
எண்ணுவதோ உமணர்களின்
உப்பு வண்டி வரிசை!
அந்தக் காட்சியும் இந்தக் காட்சியும்
கபிலரைக் கலங்கடித்து விடுகின்றன

என் வாழ்நாள் வளராமல்
தேயட்டும் என்று புலம்புகிறார்
இந்தப் புலம்பலில் நட்பும் பண்பும்
எத்தனை மேன்மையானவை என்று
சிலிர்த்துப் போகிறோம்.

பாடல்

தீம் நீர்ப் பெருங் குண்டு சுனைப் பூத்த குவளைக்
கூம்பு அவிழ் முழுநெறி புரள்வரும் அல்குல்,
ஏந்து எழில் மழைக்கண், இன்நகை, மகளிர்
புன்மூசு கவலைய முள் மிடை வேலி,
பஞ்சி முன்றில், சிற்றில் ஆங்கண்,

பீரை நாறிய சுரை இவர் மருங்கின்,
ஈத்து இலைக் குப்பை ஏறி, உமணர்
உப்பு ஒய் ஒழுகை எண்ணுப மாதோ
நோகோ யானே; தேய்கமா, காலை!--
பயில்பூஞ் சோலை மயில் எழுந்து ஆலவும்,

பயில் இருஞ் சிலம்பில் கலைபாய்ந்து உகளவும்,
கலையும் கொள்ளாவாக, பலவும்
காலம் அன்றியும் மரம் பயம் பகரும்
யாணர் அறாஅ வியல் மலை அற்றே
அண்ணல் நெடு வரை ஏறி, தந்தை

பெரிய நறவின், கூர் வேற் பாரியது
அருமை அறியார், போர்எதிர்ந்து வந்த
வலம் படுதானை வேந்தர்
பொலம் படைக் கலி மா எண்ணுவோரே.

திணை: பொதுவியல் துறை: கையறுநிலை

புலவர்: கபிலர்

அன்று;
பழகிப் போன சோலை அது;
அதில் மயில்கள் எழுந்து ஆடின;
பழக்கமான உயர்ந்த மலை முகடுகளில்
பாய்ந்து குரங்குகள் தாவின;
கனிகளுக்கு உரிய காலம் அல்ல என்றாலும்
பறித்து உண்ணக் குரங்குகள்
விரும்பவில்லை என்றாலும்
பல்வேறு மரங்களும் தங்கள்
கனிகளாகிய பலன்களைத் தந்து
புதிய வருவாய் குறையாத
அகன்ற மலை அது.
அதன் உச்சிமீது ஏறி நின்று கொண்டு
மிகுந்த கள்ளும் மிகக் கூரிய வேற்படையும் உடைய
தங்கள் தந்தையாகிய பாரியின்
அருமையை அறியாதவர்கள்
போர் எடுத்து வெற்றி பெற வந்த
வேந்தர்களின் அழகிய குதிரைகளை
எண்ணுபவர்களாக இருந்தனர்.

இன்றோ.....
சுவையான நீர் நிறைந்ததும்
மிகவும் ஆழமானதுமான
சுனையிலே பூத்த குவளையின்
மொட்டு அவிழ்ந்த
முழுப் பூக்களால் செய்யப்பட்ட தழை
அல்குலின் மேல் அசைகிறது.
அப்போது மிகுந்த அழகோடு
பனிக்கும் கண்ணையும்,
புன் சிரிப்பையும் உடைய பெண்கள்,
புல் மொய்த்துக் கிடக்கப்
பலவாறு பிரிந்து செல்லும் வழிகளையும்,
பஞ்சு பரந்த முற்றத்தையும் உடைய
சின்னஞ் சிறு குடிசையின் மேல்

பீர்க்கங் கொடி முளைத்துச்,
சுரைக் கொடி படர்ந்த இடத்தில்
ஈத்திலைகள் நிறைந்த குப்பையின் மேல்
ஏறி நின்று, அவ்வழியே
உப்பு ஏற்றிச் செல்லும்
உமணர்களின் வண்டி வரிசையை
எண்ணிக் கொண்டு இருக்கின்றனர்.
இதைக் கண்டு நொந்து போகிறேன்;
என் வாழ்நாட்கள் (வளராமல்) குறைந்து போகட்டும்.

202. 'தலைவரைத் தேடி தாயே! உன்னைப் பிரிகிறோம்' (113)

பாரியின் மக்கள் ஒரு பக்கம்
பறம்பு மலை மற்றொரு பக்கம்;
கைப்பும் கண்ணீரும் பிள்ளைகளின்
கண்களைக் குளமாக்குகின்றன
நேற்றைய நினைவுகளும்
நேர்ந்திருக்கும் நிகழ்வுகளும்
நெஞ்சைக் குடைகின்றன.

பாடல்

மட்டுவாய் திறப்பவும், மை விடை வீழ்ப்பவும்,
அட்டு ஆன்று ஆனாக் கொழுந் துவை ஊன் சோறும்
பெட்டாங்கு ஈயும் பெருவளம் பழுனி,
நட்டனைமன்னோ, முன்னே இனியே,
பாரி மாய்ந்தென, கலங்கிக், கையற்று,

நீர் வார் கண்ணேம் தொழுது நிற் பழிச்சிச்
சேறும்---வாழியோ பெரும்பெயர்ப் பறம்பே!--
கோல் திரள் முன்கைக் குறுந்தொடி மகளிர்
நாறு இருங் கூந்தல் கிழவரைப் படர்ந்தே.

திணை: பொதுவியல் துறை: கையறுநிலை.
புலவர்: கபிலர்

பெரும் புகழுக்கு உரிய பறம்பே!
இதோ மது நிறைந்திருக்கும் சாடியின் வாய்
இப்போது திறந்தே இருக்கிறது.
வெட்டப்பட்ட ஆட்டுக் கிடாய்.
வீழ்த்தப்பட்டுக் கிடக்கிறது.
ஆக்கப்பட்ட பின்பு
உண்ண விரும்பப்படாத கொழுத்த
துவையலையும், ஊனையும் உடைய சோற்றை
அவரவர் விருப்பம் போலவே தரும்
மிகுந்த செல்வம் உடைய நீ,
முன்பு எங்களோடு நட்புக் கொண்டிருந்தாய்;

இப்போதோ
பாரி இறந்து போனதால்
உள்ளம் கலங்கிச் செய்வது அறியாமல்
நீர் வடியும் கண்ணை உடையவர் ஆனோம்.
கொல்லர் செய்த சிறு வளையலை
முன்னங் கையில் அணிந்த பெண்களின்
மணம் கமழும் கருங் கூந்தலைத்
தீண்டுவதற்கு உரிய தலைவரைக் காண
(தேட) எண்ணி, உன்னைத் தொழுது,
வாழ்த்திக் கொண்டே செல்கிறோம்.

203. 'எங்கிருந்தாலும், எவர்க்கும்
இந்த மலை தெரியும்' (114)

பாரியின் பறம்பு மலையைப்
பார்க்கிறார் கபிலர்.
தொலைவு போகிறார்;

தொலைவு போனாலும் பார்வையிலிருந்து
தொலைந்து போகும் மலையா அது?
புலவரின் மனம் புலம்புகிறது.

பாடல்

ஈண்டு நின்றோர்க்கும் தோன்றும், சிறுவரை
சென்று நின்றோர்க்கும் தோன்றும், மன்ற--
களிறு மென்று இட்ட கவளம் போல,
நறவுப் பிழிந்து இட்ட கோதுடைச் சிதறல்
வார் அசும்பு ஒழுகும் முன்றில், 5

தேர் வீசு இருக்கை, நெடியோன் குன்றே.

திணை: பொதுவியல் துறை: கையறுநிலை
புலவர்: கபிலர்

யானை மென்று போட்ட
கவளத்தின் சக்கை போல
மதுவைப் பிழிந்து பின்
கீழே போடப்பட்ட சக்கையில்
சிதறியவற்றிலிருந்தும் சிந்திய
மதுச் சேறு ஒழுகும் முற்றம் அது;
தேர் வழங்கும் இருப்பு
இவற்றைக் கொண்ட உயர்ந்தவனின் மலை
இங்கே நின்று பார்ப்போர்க்கும் தெரியும்
சிறிது தொலைவு போய்
நின்று (நினைத்து) பார்ப்பவர்க்கும்
நிச்சயமாகவே தெரியும்.
(ஏனென்றால், அது பாரி வாழ்ந்த மலை).

204. 'புலவர்க்கு இனியவன்; மனம் புழுங்கும் மன்னர்க்குக் கொடியன்' (115)

எங்களுக்கு இனியவன் பாரி;
ஆயத பலம் மிக்க
அரசர்க்கு அவன் கெட்டவன்,
அவன் மலைதான் அன்று
எப்படி எல்லாம் இருந்தது?
எண்ணிப் பார்க்கிறார்,
இதயம் உடைகிறது; பாடல்
மடை திறக்கிறது.

பாடல்

ஒரு சார் அருவி ஆர்ப்ப, ஒரு சார்
பாணர் மண்டை நிறையப் பெய்ம்மார்,
வாக்க உக்க தேக் கட் தேறல்
கல் அலைத்து ஒழுகும்மன்னே!-- பல் வேல்,
அண்ணல் யானை, வேந்தர்க்கு
இன்னான் ஆகிய இனியோன் குன்றே!

திணை: பொதுவியல் துறை: கையறுநிலை
புலவர்: கபிலர்

பல்வேறு வேற் படையும்;
பலம் மிக்க யானைப் படையும்
படைத்த வேந்தர்களுக்குப்
பாரி கெட்டவன்; கொடியவன்.
ஆனால் எங்களுக்கோ
அவன் இனியன்; நல்லவன்.

(அன்று) அவன் மலையின் ஒரு பக்கம்
அருவி சத்தமிடும்.

மற்றொரு பக்கம்
பாணர்கள் ஏந்திய உண்கலம் (மண்டை)
நிறைய ஊற்றும்படி வடிகட்ட
அப்போது சிந்திய இனிய கள்ளாகிய தேறல்
மலையில் இருக்கும் கல்லையும்
உருட்டிக் கொண்டு ஒழுகும்
அளவிற்கு மிகுதியானது.

205. 'ஆட்சி சிறந்தது ஆன்றோர் பெருகினர்' (117)

பிள்ளைகளை அழைத்துக் கொண்டு
புறப்படுகிறார் கபிலர்
பாரியின் வளமலையின்
பசுமையைப் பார்த்த கண்கள்
வறண்ட, அழகிழந்த
மலையைப் பார்க்கின்றன;
நினைவலைகளில் நெஞ்சம் மிதக்க
கண்ணீர் கவிதையாகிறது.

பாடல்

மைம்மீன் புகையினும், தூமம் தோன்றினும்,
தென் திசை மருங்கின் வெள்ளி ஓடினும்,
வயலகம் நிறைய புதல்பூ மலர,
மனைத்தலை மகவை ஈன்ற அமர்க்கண்
ஆமா நெடு நிரை நன் புல் ஆர,

கோஒல் செம்மையின் சான்றோர் பல்கி,
பெயல் பிழைப்பு அறியாப் புன்புலத்ததுவே---
பிள்ளை வெருகின் முள் எயிறு புரையப்
பாசிலை முல்லை முகைக்கும்
ஆய் தொடி அரிவையர் தந்தை நாடே.

534 • புறநானூறு (புதிய வரிசை வகை)

திணை: பொதுவியல் துறை: கையறு நிலை.
புலவர்: கபிலர்.

காட்டு இளம் பூனையின்
கூர்மையான பல் போன்றும்,
பசும் இலைகளோடு காணப்படும்
முல்லை மொட்டுப் போன்ற பற்களும்
சிறந்த வளையல்களும் உடைய
இப்பெண்களின் தந்தை நாடுதான்
(எத்தனை வளமானது!)
பகையுடன் கூடி சனி நட்சத்திரம் புகைந்தாலும்,
திசைகள் எங்கும் புகை தோன்றினாலும்,
தெற்குத் திசை நோக்கி
வெள்ளி சென்றாலும்
(எந்தக் கேடும் அழிவும்
நாட்டிற்கு வராது)

வயலிலோ விளைச்சல் நிறைந்திருக்கும்;
பூக்கள் புதர்களில் பூத்துக் கிடக்கும்;
வீட்டில், கன்று போட்ட
மேவிய கண்ணை உடைய பசுக் கூட்டம்
நல்ல புல்லைத் தின்னும்
ஆட்சி செம்மையாக இருந்தது;
ஆன்றோர் பெருகினர்;
மழை பெய்யத் தவறாது.
இத்தகைய புன்செய் நிலம் கொண்டதுதான்
பாரியின் நாடு
(இன்று இது அழகிழந்து
வறுமைப் பட்டுக் கிடக்கிறது)

206. 'அரசு இல்லாவிட்டால் அழியும் நாடு; அரசு இருந்தே அழிந்தால்?' (118)

பாரியின் வளமலையை விட்டு
பாதை பார்த்துப் பயணிக்கிறார் கபிலர்.
வழியில் எட்டாம் பிறை போன்று
கரை கொண்ட ஒரு சிறுகுளம்.
நன்னீர் நிறைந்து ததும்பும் குளம்
நலம் இழந்து அழியப் போகும் காட்சி
கபிலரின் மனக் கண்ணைக் குத்துகிறது.
கதறுகிறார் பாடலில்.

பாடல்

அறையும் பொறையும் மணந்த தலைய,
எண்நாள் திங்கள் அனைய கொடுங் கரைத்
தெள் நீர்ச் சிறு குளம் கீள்வதுமாதோ---
கூர்வேல் குவைஇய மொய்ம்பின்
தேர்வண் பாரி தண்பறம்பு நாடே!

5

திணை: பொதுவியல் துறை: கையறுநிலை

புலவர்: கபிலர்

கூரிய வேலை ஏந்தும்
திரண்ட தோள்களை உடையவன்;
தேரையே கொடையாகத் தருபவன்தான் பாரி;
அவனது பறம்பு நாடு
பாறையும் சிறிய மலையும்
கொண்டது என்றாலும்
குளிர்ச்சி மிக்கது. *(காரணம்)*
எட்டாம் நாள் பிறை போன்று
வளைந்த கரைகளைக் கொண்டு,
தெளிந்த நீர் நிறைந்த
சிறிய குளங்கள் *(அங்கே உண்டு)*

இனி, அவற்றைப் பாதுகாப்பதற்கு ஆள்
இல்லாமல் போனதால்
அக்குளங்களின் கரைகள்
உடைந்து தான் போகுமோ?

207. 'நல்ல ஆட்சி இல்லை என்றால் நாடு என்ன ஆகும்?' (119)

குளங்களின் கதியே இது என்றால்
நாட்டின் நிலை என்ன ஆகும்?
அழுகைதான்.

பாடல்

கார்ப்பெயல் தலைஇய காண்பு இன் காலை,
களிற்று முக வரியின் தெறுழ் வீ பூப்ப,
செம்புற்று ஈயலின் இன் அளைப் புளித்து;
மென் தினை யாணர்த்து; நந்தும் கொல்லோ---
நிழல் இல் நீள் இடைத் தனி மரம் போல,

பணைகெழு வேந்தரை இறந்தும்
இரவலர்க்கு ஈயும் வள்ளியோன் நாடே!

திணை: பொதுவியல் துறை: கையறுநிலை

புலவர்: கபிலர்

நிழலே இல்லாத நீண்ட வழி அது; அதில்
நின்ற ஒற்றைத் தனி மரத்தைப் போல
முரசு கொண்ட பெருமை மிக்க
அரசர்களை விட,
குறையோடு வருவார்க்குச் கொடுக்கும்
வள்ளல் குணம் வாய்த்தவனின் நாடு இது.

கார் காலத்தே மழை பெய்து
ஓய்ந்த இனிய காட்சி மிக்க காலம்;
யானையின் நெற்றியில் உள்ள
புள்ளிகளைப் போல தெறுள் பூக்கள்
பூத்துக் கிடக்கும்;
செம்புற்றிலிருந்து சிறகை விரித்துப்
பறக்கும் ஈயலை, இனிய மோரோடு
சேர்த்துச் சமைத்த புளிங் கறியை
உடைய நாடு;
மென் தினையாகிய புதிய வருவாயையும் உடையது,
முன்பு இருந்த இவை எல்லாம் இனி
இல்லாது அழிந்து போகுமோ?

208. 'வளம் மிக்க நாடு நலம் அழிந்து போமோ?' (120)

கபிலரின் கால்கள் முன் செல்ல
பார்வையோ பாதையின் மேல்தான்;
நெஞ்சமோ கொஞ்சமும் பாரியின்
நினைவிலிருந்து மீள மறுக்கிறது.
வளமான நாடும்,
வறுமை தீரத் தரும் மக்களும்
வளங் கெட்டு அழிந்துதான்
போக வேண்டுமோ? எண்ணம்
சென்ற நாட்களில்
நின்று கொண்டது.
அழுகை கவிதை ஆகிறது.

பாடல்

வெப்புள் விளைந்த வேங்கைச் செஞ் சுவல்
கார்ப் பெயல் கலித்த பெரும் பாட்டு ஈரத்து,
பூழி மயங்கப் பல உழுது, வித்தி,
பல்லி ஆடிய பல்கிளைச் செவ்விக்
களைகால் கழாலின், தோடு ஒலிபு நந்தி,

மென் மயில் புனிற்றுப் பெடை கடுப்ப நீடி,
கருந்தாள் போகி, ஒருங்கு பீள் விரிந்து,
கீழும் மேலும் எஞ்சாமைப் பல காய்த்து,
வாலிதின் விளைந்த புது வரகு அரிய,
தினை கொய்ய, கவ்வை கறுப்ப, அவரைக்

கொழுங்கொடி விளர்க் காய் கோட்பதம் ஆக,
நிலம் புதைப் பழுனிய மட்டின் தேறல்
புல்வேய்க் குரம்பைக் குடிதொறும் பகர்ந்து,
நறு நெய்க் கடலை விசைப்ப, சோறு அட்டு,
பெருந்தோள் தாலம் பூசல் மேவர,

வருந்தா யாணர்த்து; நந்தும்கொல்லோ---
இரும்பல் கூந்தல் மடந்தையர் தந்தை
ஆடு கழை நரலும் சேட் சிமை, புலவர்
பாடி ஆனாப் பண்பின் பகைவர்
ஓடுகழல் கம்பலை கண்ட

செருவெஞ் சேஎய் பெருவிறல் நாடே!

திணை: பொதுவியல் துறை: கையறுநிலை

புலவர்: கபிலர்

கரிய அடர்ந்த கூந்தலை உடைய
பெண்களின் தந்தை நாடு,
அசையும் மூங்கில்கள் இயைந்து ஒலிக்கும்
மலைச் சிகரமுடைய நாடு,
புலவர்களால் பாடல் பெற்று
நிலைத்திருக்கும் நாடு,
பகைவர் புறங் கொடுத்து ஓட
அவர்தம் கழல் எழுப்பும் ஆரவாரத்தைக் கேட்டு
போர் செய்ய வெட்கப்பட்டுப்
பின் செல்லாது நின்ற (ஆனால்)

போரை விரும்பும் முருகனைப் போன்ற
பெரும் வெற்றியை உடைய (பாரியின்) நாடு

இந்த நாட்டில்
வெப்பில் முதிர்ந்த வேங்கை மரம்
செம்மண் நிலத்தில் நிற்கிறது.
கார் கால மழையில் மிகுந்த ஈரம்;
அதில் புழுதி கலக்கும்படி பலமுறை
உழுது விதைத்தாயிற்று; தாளி அடித்தாயிற்று.
பல வரிசையிலும் களையை
அடியோடு பறித்தாயிற்று.
அது அண்மையில் ஈன்ற
பெண் மயில் போல உயர்ந்து
கருத்த தண்டு நீண்டு இருக்கிறது.
அனைத்தும் ஒன்றாகச் சூல் விரிந்து
கதிரின் தலையும் அடியும் முழுவதும் காய்த்து,
நன்றாக விளைந்த புதுவரகை அறுத்தாயிற்று.
தினையையும் அறுத்தாயிற்று

எள்ளின் இளங்காயோ கறுத்து விட்டது
அவரையின் கொழுத்த கொடியில்
வெள்ளைக்காய் பறித்தாயிற்று
நல்ல நிலத்துள் புதைக்கப்பட்டு
முற்றிய தேறலைப்
புல்லால் வேயப்பட்ட சிறிய குடிசையில்
குடியிருக்கும் குடிதோறும்
குடிக்கக் கொடுக்கிறார்கள்.
மணக்கும் நெய்யில் கடலை துள்ள
அதனோடு சோற்றையும் சமைத்து
உண்பிப்பதற்காகப் பெண்கள்
பாத்திரங்களைக் கழுவும் ஓசை போல
வருத்தப் படாமலே கிடைக்கும் புதிய
வருவாய்களை உடையது இந்த நாடு
இத்தகைய நாடு இனி
அழிந்து போகுமோ!

209. 'விளைச்சலால் பகைவரை வெல்லும் வேந்தன்' (200)

மணமகன்களைத் தேடிப்
பாரியின் பிள்ளைகளுடன்
பயணப்பட்ட கபிலருக்கு
விச்சிக்கோன் என்ற குறுநிலமன்னன்
நினைவிற்கு வருகின்றான்.
கோன் என்றால் அரசன்.
விச்சி என்றால்?
பெண் கேட்டுப் போவது உண்டு;
பெண் தருகிறோம் என்று போவாரோ?
போக வேண்டிய சூழல்
புதிதாகப் பூத்திருக்கிறது.

பாடல்

பனிவரை நிவந்த பாசிலைப் பலவின்
கனி கவர்ந்து உண்ட கருவிரற் கடுவன்
செம்முக மந்தியொடு சிறந்து, சேண் விளங்கி,
மழைமிசை அறியா மால் வரை அடுக்கத்து,
கழைமிசைத் துஞ்சும் கல்லக வெற்ப!   5

நிணம் தின்று செருக்கிய நெருப்புத் தலை நெடுவேல்,
களம்கொண்டு கனலும் கடுங்கண் யானை,
விளங்குமணிக் கொடும்பூண், விச்சிக்கோவே!
இவரே, பூத்தலை அறாஅப் புனைகொடி முல்லை
நாத் தழும்பு இருப்பப் பாடாதுஆயினும்,   10

'கறங்குமணி நெடுந்தேர் கொள்க!' எனக் கொடுத்த
பரந்து ஓங்கு சிறப்பின் பாரிமகளிர்;
யானே, பரிசிலன், மன்னும் அந்தணன்; நீயே,
வரிசையில் வணங்கும் வாள் மேம்படுநன்;
நினக்கு யான் கொடுப்பக் கொண்மதி---சினப்போர்   15

அடங்கா மன்னரை அடக்கும்
மடங்கா விளையுள் நாடு கிழவோயே!

திணை: பாடாண்   துறை: பரிசில்துறை

புலவர்: கபிலர்

மன்னன்: விச்சிக்கோன்

குளிர்ந்த மலையில், உயர்ந்த
பசும் இலைகளை உடைய
பலா மரத்தின் பழத்தை
உடையவர்க்குச் சொல்லாமலே
திருடித் தின்ற கரிய விரலை உடைய குரங்கு
தன் சிவந்த முகமுள்ள மந்தியோடு
அழகாகத் தோன்றும்.
பிறகு தொலைவில்
மேகத்தாலும் உச்சி அறியப்படாத
உயர்ந்த மலைப் பக்கத்து
மூங்கிலின் உச்சியில் தூங்கும்
அத்தகைய தாழ்ந்த மலைகளை உடையவனே!

கொழுப்பைத் தின்று மகிழ்ந்த
நெருப்புப் போன்ற தலையை உடைய
நெடும் வேலும்,
போர்க்களத்தைத் தனதாக்கிக் கொண்டு
கடும் முயற்சியை உடைய யானையையும்,
ஒளிரும் மணிகளால் செய்யப்பட்ட
வளைந்த அணிகளையும் உடைய விச்சிக்கோவே!

இவர்களோ,
பூக்களைத் தன் தலையில்
விடாமல் அலங்கரித்தது போல்
கொடி முல்லையானது
தன் நாத் தழும்பு உண்டாகுமாறு

பாடாது என்றாலும்
ஒலிக்கும் மணிகளை உடைய நெடிய தேரைக்
கொள்க என்று கூறிக் கொடுத்த
தலைமையை உடைய பாரியின் பெண் மக்கள்.

நானோ பரிசிலன்; அது மட்டும் அன்று;
நிலைத்த கல்வியாளன் (அந்தணன்).

நீயோ போரிடும் முறையில்
பகைவருடன் போரிட்டு
வாளால் வீழ்த்துவதில் வல்லவன்;
பகை மன்னரை
விளைச்சலின் மிகுதியால் (வென்று) அடக்கும்
வளமான நாட்டின் தலைவனே!

இவர்களை உனக்கு நான் தர
ஏற்றுக் கொள்வாயாக.

210. 'இவர்கள் என் பிள்ளைகள்; நான் தர ஏற்றுக் கொள்' (201)

விச்சிக்கோனிடம் வேதனையை
அனுபவித்தவர் தன்முயற்சியை
விட்டுவிட வில்லை,
மானம் அவமானம் பார்த்தால்
காரியம் ஆகுமா?

புலவரோ 'புலன் அழுக்கற்றவர்'
இருங்கோவேள் என்றொரு சிற்றரசன்
பதினெட்டுக் குடி வேளிருள் இவனும் ஒருவன்
தமிழகத்தின் வட பகுதி
எருமை நாடு (மைசூர்)
இந்த நாட்டில் துவரை (துவார சமுத்திரம்) நகரில்

இருந்த வேளிருள் இருங்கோவேள்
நாற்பத்து ஒன்பதாவது தலைமுறையினன்;
புலிகடிமால் என்பவன் இவன் குடி முதல்வன்;

பாடல்

'இவர் யார்? என்குவையாயின், இவரே,
ஊருடன் இரவலர்க்கு அருளி, தேருடன்
முல்லைக்கு ஈத்த செல்லா நல் இசை,
படு மணி யானை, பறம்பின் கோமான்
நெடு மாப் பாரி மகளிர்; யானே   5

தந்தை தோழன்; இவர் என் மகளிர்;
அந்தணன், புலவன், கொண்டு வந்தனனே.
நீயே, வடபால் முனிவன் தடவினுள் தோன்றி,
செம்பு புனைந்து இயற்றிய சேண்நெடும் புரிசை,
உவரா ஈகை, துவரை ஆண்டு,   10

நாற்பத்தொன்பது வழிமுறை வந்த
வேளிருள் வேளே! விறற் போர் அண்ணல்!
தார் அணி யானைச் சேட்டு இருங் கோவே!
ஆண்கடன் உடைமையின், பாண்கடன் ஆற்றிய
ஒலியற் கண்ணிப் புலிகடிமாஅல்!   15

யான் தர, இவரைக் கொண்மதி!---வான்கவித்து
இருங்கடல் உடுத்தஇவ் வையகத்து, அருந்திறல்
பொன்படு மால்வரைக் கிழவ! வென்வேல்
உடலுநர் உட்கும் தானை,
கெடல் அருங்குரைய நாடு கிழவோயே!   20

திணை: பாடாண்   துறை: பரிசில்துறை
புலவர்: கபிலர்

வடதிசை முனிவனின் ஓமகுண்டத்துள் தோன்றி,
செம்பு கலந்து கட்டப்பட்ட

மிக உயரமான கோட்டையையும்,
நீண்ட மதிலையும் உடைய துவராபதி
என்னும் படை வீட்டை ஆண்டவர்;
வெறுப்பு இல்லாத கொடையை உடையவர்;
நாற்பத்து ஒன்பது தலைமுறையாக
வழி வழியாக வந்த வேள்களுள் வேளே!
வெற்றி தரும் போர் செய்வதில் தலைவனே!
மாலை சூட்டப் பெற்ற யானையை
உடைய பெரிய இருங்கோவே!

தலைமையாய் இருத்தலையே கடமையாகக்
கொண்டதனால் பாணர்களுக்குச்
செய்ய வேண்டியதைச் செய்து உதவும்
தளிர்களால் அமைந்த தலைமாலையை உடைய
புலி கடிமாலே! (புலியைக் கொன்ற தலைவனே!)
வானம் மூட, பெரிய கடல் சூழ்ந்த
இந்த உலகத்தில் நெருங்க முடியாத
வலிமையை உடைய, பொன் உண்டாகும்
பெரிய மலைக்குத் தலைவனே!
வெற்றி தரும் வேற்படையை உடைய
பகைவரும் பயப்படும்படியான படையுடன்
தீது இல்லாத நாட்டிற்கு உரியவனே!

இவர்கள் யார் என்று கேட்பாய் என்றால்
இவர்கள்தாம் இரவலர்க்கு ஊரையும் கொடுத்து,
ஏறுவதற்கு ஏற்பச் செய்த மெத்தையையும்,
குதிரையையும், தேரையும் முல்லைக்
கொடிக்குத் தந்த, அழியாத நற்புகழையும்,
ஒலிக்கும் மணியையும் யானையையும் உடைய
பறம்பு மலையின் தலைவனும்,
பெரியவனும் ஆகிய பாரியின்
பெண் மக்கள் ஆவர்.

நான் இவர்களின் தந்தையின் தோழன்;
ஆதலால் இவர்கள் என் பிள்ளைகள்;

கற்றவன் (அந்தணன்) ஆகிய புலவன்
இவர்களைக் கொண்டு வந்துள்ளேன்.
இவரை நான் உனக்குத் தர
ஏற்றுக் கொள்வாயாக.

211. 'கழாத்தலையாரை மதியாததால் கண்ட பலன் இது' (202)

வள்ளலின் பிள்ளைகள் என்றால் என்ன?
வந்தவர் கற்றவர்; புலவர் தான்;
இருக்கட்டுமே. அதற்காக
அவர் சொல்வ தெல்லாம் கேட்க முடியுமா?
வேந்தர்களை எதிர்த்து
வீற்றிருக்க முடியுமா?
தர்மத்தைக் காப்பதைவிடத்
தங்களைக் காத்துக் கொள்வதே
அரசியல் தருமம்,
அவர்களைப் பொறுத்த மட்டில்,
இருங்கோவேள் என்ன சொன்னான்
என்று தெரியவில்லை.
கபிலரின் கருத்து நிறைவேறவில்லை,
கலங்குகிறார்;

பாடல்

வெட்சிக் கானத்து வேட்டுவர் ஆட்ட,
கட்சி காணாக் கடமா நல் ஏறு
கடறு மணி கிளர, சிதறு பொன் மிளிர,
கடிய கதழும் நெடுவரைப் படப்பை
வென்றி நிலைஇய விழுப்புகழ் ஒன்றி,   5

இருபால் பெயரிய உருகெழு மூதூர்,
கோடிபல அடுக்கிய பொருள் நுமக்கு உதவிய
நீடு நிலை அரையத்துக் கேடும் கேள், இனி

நுந்தை தாயம் நிறைவுற எய்திய
ஒலியற் கண்ணிப் புலிகடிமாஅல்!

நும்போல் அறிவின் நுமருள் ஒருவன்
புகழ்ந்த செய்யுள் கழாஅத்தலையை
இகழ்ந்ததன் பயனே; இயல்தேர் அண்ணல்!
எவ்வி தொல்குடிப் படீஇயர், மற்று, 'இவர்
கைவண் பாரி மகளிர்' என்ற என்

தேற்றாப் புன்சொல் நோற்றிசின்; பெரும!
விடுத்தனென், வெலீஇயர், நின் வேலே! அடுக்கத்து,
அரும்புஅற மலர்ந்த கருங்கால் வேங்கை
மாத்தகட்டு ஒள் வீ தாய துறுகல்
இரும்புலி வரிப்புறம் கடுக்கும்

பெருங்கல் வைப்பின் நாடு கிழவோயே!

திணை: பாடாண்   துறை: பரிசில்துறை

புலவர்: கபிலர்

மன்னன்: இருங்கோவேள்.

பக்க மலையில் மொட்டு அவிழ
மலர்ந்த கருங்காலை உடைய வேங்கை மரம்
அதன் கரிய புறவிதழ் கொண்ட
ஒளி மிக்க பூ பரந்து கிடக்கும்
பொற்றைக் கல்
பெருத்த புலியின் வரியை உடைய
வெளிப் பக்கம் போல இருக்கும்
பெரிய மலையில்
ஊர்கள் பல கொண்ட நாடனே!

வெட்சிப் பூ மலரும் காடு அது;
அதன் நடுவே இங்கும் அங்குமாக

வேட்டுவர் விரட்டுவதால்
தனக்குப் புகலிடம் காணாமல் ஆண்மான்
மலைச் சாரல் ரத்தினக் கற்கள்
மேலே கிளம்பவும்,
சிதறிய பொன் விளங்கவும்
வேகமாக ஓடும் நீண்ட மலைப்பகுதியில்,
வெற்றி நிலைத்துச் சிறந்த புகழ்
பொருந்திய சிற்றரையம், பேரரையம்
என இரு பிரிவாகப் பெயர் பெற்றவை.
பயத்தோடு கூடிய பழம் ஊரில்
பல கோடியாக அடுக்கப்பட்ட பொன்னை
உங்களுக்குத் தந்து உதவிய
நீண்ட நிலையை உடைய அரையத்தின்
கேட்டையும் இப்போது கேட்பாயாக.

அது ஏன் கெட்டுப் போனது?
உனது முயற்சியால் தரப்பட்ட
பொருளை மட்டும் அல்ல;
உன் தந்தையின் உரிமையையும் பெற்ற
தளிர் தலைமாலையையும் உடைய புலிகடிமாலே!
உன்னை ஒத்த அறிவினை உடைய
உன் குடியில் வந்த ஒருவன்
புகழ்ந்து பாடும் செய்யுளைச் செய்த
கழாத்தலையார் என்னும் புலவரை
அவமதித்ததால் அடைந்த பலன் அது.

நன்கு செய்யப் பெற்ற தேரின் தலைவனே!
இவர் எவ்வியின் பழங்குடியைச் சேர்ந்தவர்
வள்ளல் தனம் மிக்க பாரியின் மகளிர்
என்று நான் சொன்ன
எனது தெளிவற்ற சிறு சொல்லைப்
பொறுத்துக் கொள்வாயாக. பெரியோனே!
உன்னிட மிருந்து விடை கொண்டேன்;
உன் வேல் வெற்றி பெறுவதாக

212. 'மாண்புமிகு விதி மறுமையில் நம்மைச் சேர்க்கட்டும்' (236)

வேள் பாரி கொல்லப்பட்;ட பின்
அவனுடைய பெண்கள் இருவரை
எவரும் மணம் முடிக்க மறுக்க,
அவர்களைப் பார்ப்பார் வசம்
ஒப்படைத்து விட்டுத் தானும் உயிர்விட
வடக்கிருந்து கபிலர் பாடியது.

பாடல்

கலைஉணக் கிழிந்த, முழவுமருள், பெரும்பழம்
சிலைகெழு குறவர்க்கு அல்குமிசைவு ஆகும்
மலைகெழு நாட! மா வண் பாரி!
கலந்த கேண்மைக்கு ஒவ்வாய், நீ; எற்
புலந்தனை ஆகுவை---புரந்த ஆண்டே

பெருந்தகு சிறப்பின் நட்பிற்கு ஒல்லாது,
ஒருங்கு வரல் விடாது, 'ஒழிக' எனக் கூறி,
இனையைஆதலின் நினக்கு மற்றுயான்
மேயினேன் அன்மையானே; ஆயினும்,
இம்மை போலக் காட்டி, உம்மை

இடை இல் காட்சி நின்னோடு
உடன்உறைவு ஆக்குக, உயர்ந்த பாலே!

திணை: பொதுவியல் துறை: கையறுநிலை

புலவர்: கபிலர்

குரங்கு கிழித்து உண்டதால்
பிளந்த முழவு போன்ற
பெரிய பலாப்பழம்

வில்லை உடைய குறவர்களுக்கு
அதன் மிகுதியால்
சில நாட்கள் வைத்து
உண்ணும் உணவாகும்;
அத்தகைய மலை நாட்டை உடையவனே!
மிகுந்த கொடைக்குணம் உடைய பாரியே!

நீயும் நானும் கலந்து
பழகிய நட்பிற்கு ஏற்ப
நீ நடவாமல் என்னை (இப்போது)
வெறுத்தவன் ஆகிவிட்டாய்
(முன்பு) நீ எனக்கு உதவி செய்த
பல ஆண்டுகளும் மிகச் சிறந்த
முதன்மையான நட்பினையும் உடையவன் நீ;
ஆனால் இதற்கு எலாம் பொருந்தாமல்
நானும் உன்னுடன் கூட
வருவதற்கு இசையாமல்
என்னை நீ 'இங்கேயே இரு'
எனச் சொல்லி
வேறு பட்டவனாக ஆகி விட்டாய்;

அதற்குக் காரணம்
உனக்கு ஏற்றவனாக நான் இல்லை,
இவ்வாறு நான் பொருத்தமானவன்
அல்லன் என்றாலும்
இந்தப் பிறப்பில் நீயும் நானும்
சேர்ந்து இன்புற்றிருந்தது போல
அடுத்த பிறப்பிலும் இடைவிடாமல்
சேர்ந்து காணப்படுமாறு
உன்னோடு கூடி வாழ
உயர்ந்த விதி உதவுவதாக.

மலையமான் திருமுடிக்காரி

பெண்ணை ஆற்றங்கரையை ஒட்டிய நாடு மலாடு.
அதில் இருந்தது திருக்கோவலூர்.
இந்த ஊரை ஆண்டவன் மலையமான் திருமுடிக்காரி.
முள்ளூர் மலை இவனுடையது.
எந்த நேரம் எந்த அரசனுடன் சேர்ந்தால்
தான் வாழலாம் என்பதை நன்கு அறிந்து
மூன்று பேரரசர்களுக்கும் அவ்வப்போது உதவுபவன்.
இவன் குதிரைக்குப் பெயர்காரி
மலையன், மலையமான், காரி என்றும் இவன்
அழைக்கப்படுவான்.
இவனைக் கபிலரும், மாறோக்கத்து
நப்பசலையாரும் பாடியுள்ளனர்.

திருமுடிக்காரி பெருங்கொடையாளன்;
எவர் வந்தாலும் எல்லார்க்கும்
ஒன்று போலவே தருபவன்!
நல்லது தான்;
ஆனாலும்திறமை சாலிகளின்
உயர்வுதாழ்வினைக் கண்டு தரவேண்டாமா?
பொதுவுடைமை நல்லதுதான்;
திறமை காண வேண்டாமா? என்கிறார்.

213. 'பொதுவுடைமையா? தகுதி அறிக' (121)

பாடல்

ஒரு திசை ஒருவனை உள்ளி, நால் திசைப்
பலரும் வருவர், பரிசில் மாக்கள்;
வரிசை அறிதலோ அரிதே; பெரிதும்
ஈதல் எளிதே, மா வண் தோன்றல்!
அது நற்கு அறிந்தனைஆயின்,

பொது நோக்கு ஒழிமதி, புலவர்மாட்டே!

திணை: பொதுவியல் துறை: பொருண் மொழிக் காஞ்சி

புலவர்: கபிலர்

மன்னன்: மலையமான் திருமுடிக்காரி

பெரிதும் கொடுக்கும் தலைவனே!
ஒரு பக்கமாக வாழும் உன் ஒருவனையே எண்ணி
நான்கு திசைகளிலிருந்தும்
பரிசு பெற விரும்புவார் வருவார்கள்,
அவர்களுக்குக் கொடுப்பது மிகவும் எளிது
ஆனால் அவர்களின் தகுதி அறிந்து
கொடுப்பது மிகவும் கடினம்.
இதனை நீ நன்கு அறிவாய் என்றால்
அனைத்துப் புலவர்களையும் ஒன்றாக
மதித்துச் சமமாக பொதுவாகக், கருதுவதை
விட்டு விடு. (அவரவர் தகுதிக்கு ஏற்ப வழங்குவாயாக)

214. 'தனக்கு என்று ஏதும் இல்லாதவன்' (122)

தகுதி நோக்காது வருவார்க்கெலாம்
தந்து அனுப்புபவன்; அவ்வளவுதானா?
அவன் நாட்டின் சிறப்பு எத்தகையது!
அவனை எவரெலாம் நாடிவருவர்?

பாடல்

கடல் கொளப்படாஅது, உடலுநர் ஊக்கார்,
கழல்புனை திருந்து அடிக் காரி! நின் நாடே
அழல் புறந்தரூஉம் அந்தணரதுவே;
வீயாத் திருவின் விறல் கெழு தானை
மூவருள் ஒருவன், 'துப்புஆகியர்' என,

ஏத்தினர் தரூஉம் கூழே, நும்குடி
வாழ்த்தினர் வரூஉம் இரவலரதுவே;
வடமீன் புரையும் கற்பின், மடமொழி,

அரிவை தோள் அளவு அல்லதை,
நினது என இலை நீ பெருமிதத்தையே. 10

திணை: பாடாண்   துறை: இயன் மொழி
புலவர்: கபிலர்
மன்னன்: மலையமான்

வீரக் கழல் அணிந்து, போரில்
பின் வாங்காத கால்களை உடைய காரியே!
கடலால் கவர்ந்து கொள்ளப்பட முடியாதது
உன்நாடு.
அது வேள்வித் தீயைப் பாதுகாக்கும் அந்தணருடையது.
(அதனால்) உன்னை எதிர்ப்போராலும் அது
கைப்பற்றப்பட முடியாதது.
குறையாத செல்வத்தையும்
வெற்றி தரும் படையையும் உடைய
மூவேந்தருள் ஒருவன் 'எனக்குப் போரில் உதவுக' என
உன்னைப் புகழ்ந்து வருவர்;
பொருட் செல்வமும் தருவர்.
அவர் தரும் செல்வமோ உன்னை வாழ்த்தி வரும்
புலவர்க்கும் உரியதாகும்
நீயோ, வடதிசை தோன்றும்

அருந்ததி நட்சத்திரம் போல
கற்பில் சிறந்த உன் மனைவியின்
தோளைத் தழுவுவதிலேயே
செருக்குக் கொண்டவனே அன்றிப்
பிறிதொன்றும் உனக்கு என்று இல்லாதவன்.

215. 'மலைமேல் விழும் மழைத் துளியினும் பலதேர்' (123)

மலையின் வள்ளல்தான்,
அப்படி என்னதான் அவன்
கொடுத்தான்?

பாடல்

நாள் கள் உண்டு, நாள்மகிழ் மகிழின்;
யார்க்கும் எளிதே, தேர் ஈதல்லே;
தொலையா நல் இசை விளங்கு மலையன்
மகிழாது ஈத்த இழை அணி நெடுந்தேர்
பயன்கெழு முள்ளூர் மீமிசைப்   5

பட்ட மாரி உறையினும் பலவே.

திணை: பாடாண்   துறை: இயன்மொழி
புலவர்: கபிலர்
மன்னன்: மலையமான் திருமுடிக்காரி

அதிகாலையில் கள்ளைப் பருகுவது;
அதன்பின் அரசவையில் இருந்து (வருபவர்க்குத்)
தேரைக் கொடையாகத் தருவது
என்பது எவருக்கும் இனிய ஒன்றே.
மாசுபடாத நல்ல புகழோடு விளங்கும்
மலையன் மது அருந்தி மகிழாது
வருபவர்க்கு வழங்கிய பொன்
அணிகள் கொண்ட நெடிய
தேரின் எண்ணிக்கையோ நல்ல விளைச்சல் மிக்க
முள்ளூர் மலை மேல் பெய்த
மழைத் துளிகளின் எண்ணிக்கையிலும்
பலவாகும்.

216. 'திறமையற்றவரும் வெறுமையாய்த் திரும்பார்' (124)

கொடுப்பான்; அதெல்லாம் சரிதான்;
நல்ல நாள்; நல்ல நேரம்
பார்ப்பார்களாமே;
அவனுக்கு அவை எலாம் உண்டா?

பாடல்

நாள் அன்று போகிப், புள் இடை தட்ப,
பதன் அன்று புக்கு, திறன் அன்று மொழியினும்,
வறிது பெயர்குநர் அல்லர்---நெறி கொளப்
பாடு ஆன்று, இரங்கும் அருவிப்
பீடு கெழு மலையற் பாடியோரே.

திணை: பாடாண் **துறை: இயன்மொழி**

புலவர்: கபிலர்

மன்னன்: மலையமான் திருமுடிக்காரி.

ஒழுங்காக வரும் ஓசை நிறைந்து
சத்தமிடும் அருவியை உடைய
பெருமை மிக்க மலையனைப் பாடியவர்கள்,
நல்ல நாள் அல்லாத நாளில் சென்றாலும் சரி,
போகும் வழியில் பறவையின் சகுனம்
சரியில்லை என்றாலும் சரி,
திறம்படப் பாடாது போனாலும் சரி
பரிசு பெறாமல் வெறுமையாய்த்
திரும்புவது மட்டும் இல்லை.

217. 'வறுமை துரத்த வந்தோம்' (126)

மலையமான் திருமுடிக்காரியின்
புகழைப் பாடி அவனிடம்
பொருள் பெற்றுச் செல்ல
மாறோக்கத்து நப்பசலையாருக்கு ஆசை.
ஆனால் அவனைப்பற்றிய
எல்லா வற்றையுமே கபிலர்
முன்னதாகவே பாடிவிட்டாரே?
என்ன செய்வது? எப்படியாவது
அவன் பெருமைகளை
ஆசைப்பட்டுப் பாடுகிறார்.

பாடல்

ஒன்னார் யானை ஓடைப் பொன் கொண்டு,
பாணர் சென்னி பொலியத் தைஇ,
வாடாத் தாமரை சூட்டிய விழுச்சீர்
ஓடாப் பூட்கை உரவோன் மருக!
வல்லேம் அல்லேம்ஆயினும், வல்லே 5

நின்வயின் கிளக்குவம்ஆயின், கங்குல்
துயில் மடிந்தன்ன தூங்கு இருள் இறும்பின்,
பறை இசை அருவி, முள்ளூர்ப் பொருந!---
தெறல் அரு மரபின் நின் கிளையொடும் பொலிய,
நிலமிசைப் பரந்த மக்கட்கு எல்லாம் 10

புலன் அழுக்கு அற்ற அந்தணாளன்,
இரந்து செல் மாக்கட்கு இனி இடன் இன்றி,
பரந்து இசை நிற்கப் பாடினன்; அதற்கொண்டு
சினம் மிகு தானை வானவன் குடகடல்,
பொலம்தரு நாவாய் ஓட்டியஅவ் வழி, 15

பிற கலம் செல்கலாது அனையேம் அத்தை,
இன்மை துரப்ப, இசைதர வந்து, நின்
வண்மையின் தொடுத்தனம், யாமே---முள் எயிற்று
அரவு எறி உருமின் முரசு எழுந்து இயம்ப,
அண்ணல் யானையொடு வேந்து களத்து ஒழிய,

அருஞ் சமம் ததையத் தாக்கி, நன்றும்
நண்ணாத் தெவ்வர்த் தாங்கும்
பெண்ணை அம் படப்பை நாடு கிழவோயே!

திணை: பாடாண் துறை: பரிசில்துறை

புலவர்: மாறோக்கத்து நப்பசலையார்

மன்னன்: மலையமான் திருமுடிக்காரி

பகைவர்களின் யானையின்
நெற்றிப் பட்டத்துப் பொன்னைக் கொண்டு
வாடாத பொன் தாமரை மலரைச் செய்து
பரிசில் பெறத் தன்னிடம் பாடி வரும்
பாணரது தலை அழகுபெறச் சூட்டிய,
சிறந்த தலைமையும், பகைவர்களுக்கு முதுகு காட்டி
ஓடாத கொள்கையும் கொண்ட
பெரியோன் மரபில் வந்தவனே!

இரவுப் பொழுது ஒரே இடத்தில்
உறங்குவது போன்ற செறிந்த
இருட்டைக் கொண்ட சிறிய காட்டையும்,
பறை ஒலி போன்ற ஓசை பொருந்திய
அருவியை உடைய முள்ளூர் மலையையும்
உடைய தலைவனே!

முள் போன்ற பற்கள் கொண்ட
பாம்பும் பயப்படும்படி ஒலிக்கும் இடியேறு போல
முரசு மிகுந்து ஒலிக்கவும்,

பட்டத்து யானையோடு வேந்தன்
போர்க்களத்தை விட்டு நீங்க,
அரிய போரில் பெரிதும் பொருந்தாத
பகைவரைச் சிதறும்படி தாக்கித் தடுக்கும்
பெண்ணை ஆற்றுப் பக்கத்தைக்
கொண்ட நாட்டின் தலைவனே!

அழிக்கவே முடியாத தன்மை கொண்ட
உன் சுற்றத்தோடு கூட அழகு பெற
நிலவுலகின் மீது பரந்து கிடக்கும்
மக்களுக்கு எல்லாம் அறிவில் குறை இல்லாத
அந்தணப் பெரியோன் (கபிலன்) பாடிப்
பரிசில் வேண்டிச் செல்லும் இரவலர்க்கு
இனி பாடுவதற்கு இடமே இல்லாதவாறு
உனது புகழே பரவலாக நிற்கப் பாடினான்.

அதைக் கொண்டு, அறிந்து சொல்லும்
ஆற்றல் உடையவராகவோ ஆற்றல் இல்லாதவராகவோ
நாங்கள் விரைவாக வந்து உன்னிடம்
கேட்டுப் பாடினோம் என்றால்,
சினம் மிக்க படையை உடைய
சேரன் மேற்குக் கடல் வழியே
பொன் தரும் கலங்களை ஓட்டிய போது
மற்றவர்களின் கலங்கள்
எவ்வாறு செல்ல முடியாதோ
அது போல, நாங்களும் ஆனோம்
ஆனாலும் வறுமை எங்களைத் துரத்த,
உன் புகழ் எங்களை அழைத்து வர,
உன் கொடைக் குணம் பற்றி
நாங்களும் சில சொல்லத் தொடங்கினோம்.

கண்டீரக்கோப் பெருநள்ளி

218. 'பெருமை ஏதும் இல்லாதவரைப் புகழ்ந்து பேசாது என் நா' (148)

பாடல்

கறங்கு மிசை அருவிய பிறங்குமலை நள்ளி! நின்
அசைவுஇல் நோன்தாள் நசை வளன் ஏத்தி,
நாள்தொறும் நன்கலம் களிற்றொடு கொணர்ந்து,
கூடு விளங்கு வியல் நகர், பரிசில் முற்று அளிப்ப;
பீடு இல் மன்னர்ப் புகழ்ச்சி வேண்டி,

செய்யா கூறிக் கிளத்தல்
எய்யாதாகின்று, எம் சிறுசெந் நாவே.

திணை: பாடாண் **துறை: பரிசில்துறை**

புலவர்: வன்பரணர்

மன்னன்: கண்டீரக் கோப் பெருநள்ளி

உச்சியிலிருந்து ஒலித்துக் கொண்டு
இறங்கும் அருவியை உடைய
உயர்ந்த மலையின் நள்ளியே!
தளர்ச்சி இல்லாத உனது
வலிமையான முயற்சியால் ஆன
விரும்பப்படும் செல்வத்தை வாழ்த்தி
நாள்தோறும் நல்ல அணிகலனை
யானையுடன் கூடக் கொண்டு வந்து,
நெற் கூடு விளங்கும்
உன் அகன்ற நகரில்,
வருவார்க்குப் பரிசு வழங்க இருந்தாய்

அதனால் எங்கள் சிறிய செந்நா
பிறர்க்குக் கொடுக்கும்

*பெருமை இல்லாத அரசரைப்
புகழும் புகழ்ச்சியை விரும்பி,
அவ்வரசர் செய்யாததை எல்லாம் சொல்லி
அவர்தம் குணங்களைப் பாராட்டிக் கூறுவதை
அறியாதது ஆயிற்று.*

219. 'மரபை மறந்த பாணர்' (149)

பாடல்

**நள்ளி! வாழியோ நள்ளி! நள்ளென்
மாலை மருதம் பண்ணி, காலை
கைவழி மருங்கின் செவ்வழி பண்ணி,
வரவுஎமர் மறந்தனர்----அது நீ
புரவுக் கடன் பூண்ட வண்மையானே.**

திணை: பாடாண் துறை: இயன்மொழி

புலவர்: வன்பரணர்

மன்னன்: கண்டீரக் கோப் பெருநள்ளி

*நள்ளியே! நீ என்றும்
நலமே வாழ்வாயாக
நள் என்னும் ஓசையை உடைய
மாலைப் பொழுதில்
மருதப் பண்ணை வாசிப்பர்;*

*காலைப் பொழுதிலோ
யாழில் செவ்வழி என்னும்பண்ணை வாசித்து,
(எந்த நேரம் எந்தப் பண்ணை
வாசிக்க வேண்டும் என்ற)
மரபு முறைமையை
எங்கள் பாணர்கள்
மறந்து போய் விட்டனர்.*

இப்படி அவர்கள் மறந்ததற்குக்
காரணம் நீதான்.
ஏனென்றால் அவர்களுக்கு
எப்போதும் கொடுத்து
அவர்களைப் பாதுகாப்பதை
நீ கடமையாகக் கொண்டிருப்பது தான்.

220. 'நாடும் பேரும் கூறாமல்
நல்லது செய்யும் காட்டுவாசி' (150)

கண்டீரக்கோ பெரு நள்ளியைக்
கண்ட இடமும், அப்போது அவன்
காட்டிய பரிவும் பண்பும்
புலவரை உருக்கி விட்டது.

பாடல்

கூதிர்ப் பருந்தின் இருஞ் சிறகு அன்ன,
பாறிய சிதாரேன், பலவு முதல் பொருந்தி,
தன்னும் உள்ளேன், பிறிதுபுலம் படர்ந்த என்
உயங்குபடர் வருத்தமும் உலைவும் நோக்கி,
மான் கணம் தொலைச்சிய குருதி அம் கழற்கால், 5

வான் கதிர்த் திரு மணி விளங்கும் சென்னி,
செல்வத் தோன்றல், ஓர் வல் வில் வேட்டுவன்,
தொழுதனென் எழுவேற் கைகவித்து இரீஇ,
இழுதின் அன்ன வால்நிணக் கொழுங்குறை,
கான் அதர் மயங்கிய இளையர் வல்லே, 10

தாம்வந்து எய்தா அளவை, ஒய்யெனத்
தான்ஞெலி தீயின் விரைவனன் சுட்டு, 'நின்
இரும்பேர் ஒக்கலொடு தின்ம்' எனத் தருதலின்,
அமிழ்தின் மிசைந்து, காய்பசி நீங்கி,
நல்மரன் நளிய நறுந்தண் சாரல், 15

கல்மிசை அருவி தண்ணெனப் பருகி,
விடுத்தல் தொடங்கினேனாக, வல்லே,
'பெறுதற்கு அரிய வீறுசால் நன்கலம்
பிறிது ஒன்று இல்லை; காட்டு நாட்டேம்'என,
மார்பில் பூண்ட வயங்குகாழ் ஆரம்

மடைசெறி முன்கைக் கடகமொடு ஈத்தனன்;
'எந் நாடோ?' என, நாடும் சொல்லான்!
'யாரீரோ?' என, பேரும் சொல்லான்;
பிறர்பிறர் கூற வழிக் கேட்டிசினே---
'இரும்பு புனைந்து இயற்றாப் பெரும்பெயர்த் தோட்டி

அம்மலை காக்கும் அணிநெடுங் குன்றின்
பளிங்கு வகுத்தன்ன தீம் நீர்,
நளிமலை நாடன் நள்ளி அவன்' எனவே.

திணை: பாடாண் **துறை: இயன்மொழி**

புலவர்: வன் பரணர்

மன்னன்: கண்டீரக் கோப்பெருநள்ளி

வாடைக் காலத்தில்
பருந்தின் கருஞ்சிறகினைப் போல
நனைந்தும் நைந்தும் போன கந்தல் துணியைக்
கட்டிக் கொண்டிருந்தேன்.
நான் இருந்தது
ஒரு பலா மரத்தின் கீழேதான்.

அப்போது மான் கூட்டத்தைக்
கீழே வீழ்த்தியதால்
இரத்தம் தோய்ந்த
அழகிய வீரக்கழலை அணிந்த கால்,
வெண்மையான ஒளியை உடைய
அழகிய நீலமணி விளங்கும் தலை உச்சி,

நிறைந்த செல்வம்
இவை எல்லாம் உடைய
ஒரு தலைவன்,
வலிய வில்லை உடைய
வேட்டுவன் வந்தான்
அவனை வணங்கிய வண்ணம்
நான் எழுந்திருக்க முயன்றேன்.
அவனோ கையைக் காட்டி
என்னை அமர வைத்தான்.

தன்னைப் பற்றி எண்ணாத அவன்,
வேறு இடத்திற்குச் செல்ல வேண்டிய
என் பயணத்தின் வருத்தத்தையும்
வறுமையையுமே பார்த்தான்.
பார்த்த அவன்,
நெய் இழுது போன்று
வெள்ளிய கொழுப்பு உடைய
கொழுத்த துண்டத்தை,
காட்டு வழியில் வழி தப்பிப் போன
தன் இளையோர் வந்து சேரும் முன்
வேகமாகக் கோலால் கடைந்த தீயில்
தானே சுட்டான்;
சுட்ட பின்,
உனது மிகப் பெரிய சுற்றத்தோடு
இதைத் தின்னுங்கள் என்று தந்தான்.
நாங்கள் அதை அமிழ்து எனத் தின்ன
எங்களைச் சுட்ட பசி தீர்ந்தது.

மரச் செறிவு மிக்க
மணம் மிக்க குளிர்ந்த
மலைச் சாரல் அது.
மலை உச்சியிலிருந்து
அருவி நீர் விழுந்தது.
மனம் குளிர அதைக் குடித்து

விடை பெறத் தொடங்கினேன்.
விரைந்து வந்த அவன்
“நாங்கள் காட்டு நாட்டைச் சேர்ந்தவர்கள்;
தங்களுக்குத் தருவதற்குப்
பெறுவதற்கு அரிய பெருமை மிக்க
அணிகலன்கள் வேறு ஏதும் இல்லை
என்று சொல்லித்
தன் மார்பில் அணிந்திருந்த
அழகிய முத்து வடங்களை
உடைய ஆரத்தையும்,
கொழுத்த முன் கையில்
அணிந்திருந்த கடகத்தையும் தந்தான்.

அப்போது அவனிடம்
“உங்கள் நாடு எந்த நாடு”
என்று கேட்டோம்;
அவன் நாட்டைச் சொல்ல வில்லை.
நீங்கள் யாரோ என்று கேட்ட போதோ
பெயரும் சொல்லவில்லை.

இரும்பால் அழகுபடச் செய்யப்படாததும்
மிகுந்த புகழை உடையதுமான
தோட்டி எனப்படும் அம்மலையைக்
காக்கும் அழகு மிக்க
பெரிய பக்க மலையையும்,
பளிங்கை வகுத்தது போன்று
வெண் நிறத்தையுடைய
இனிய நீரினையும் கொண்ட
பெரிய மலை நாட்டை உடைய
நள்ளிதான் அவன் என்று
அவன் நாட்டையும் பெயரையும்
மற்றவர் சொல்லித்தான்
நான் கேட்டேன்.

குமணன்

முதிரம் என்பது ஒருமலை;
உடுமலைப் பேட்டை அருகில் உள்ள
குதிரைமலையே முதிரமலை.
குமணன் இதன் தலைவன்;
இவனுக்குத் தம்பி இளங்குமணன்.
குமணனின் கொடையும் புகழும்
வளர்வது கண்டு தம்பிக்கு ஆத்திரம்;
சொத்து அழிந்துவிடுமோ?
போரிட்டுக் குமணனை
காட்டிற்குள் விரட்டி விட்டான்.
காட்டிற்குள் குமணனைக்
காண வந்தார் பெருஞ்சித்திரனார் *(158, 159, 160, 161, 163)*
பெருந்தலைச் சாத்தனார் *(164, 165)*

221. 'ஏழுபேர் மடிந்து போக இருக்கும் வள்ளல் நீதானே' (158)

பாடல்

முரசுகடிப்பு இகுப்பவும். வால்வளை துவைப்பவும்
அரசுடன் பொருத அண்ணல் நெடு வரை,
கறங்குவெள் அருவி கல் அலைத்து ஒழுகும்
பறம்பின் கோமான் பாரியும், பிறங்கு மிசைக்
கொல்லி ஆண்ட வல்வில் ஓரியும்;

காரி ஊர்ந்து பேர் அமர்க் கடந்த,
மாரி ஈகை, மறப்போர் மலையனும்,
ஊராது ஏந்திய குதிரை, கூர்வேல்,
கூவிளங் கண்ணி, கொடும்பூண், எழினியும்;
ஈர்ந்தண் சிலம்பின் இருள் தூங்கு நளிமுழை,

அருந்திறல் கடவுள் காக்கும் உயர் சிமை,
பெருங்கல் நாடன் பேகனும்; திருந்துமொழி
மோசி பாடிய ஆயும்; ஆர்வம் உற்று
உள்ளி வருவர் உலைவு நனி தீர,
தள்ளாது ஈயும் தகைசால் வண்மை, 15

கொள்ளார் ஓட்டிய, நள்ளியும்---என ஆங்கு
எழுவர் மாய்ந்த பின்றை, 'அழிவரப்
பாடி வருநரும் பிறரும் கூடி
இரந்தோர் அற்றம் தீர்க்கு' என, விரைந்து, இவண்
உள்ளி வந்தனென், யானே; விசும்புறக் 20

கழைவளர் சிலம்பின் வழையொடு நீடி,
ஆசினிக் கவினிய பலவின் ஆர்வுற்று,
முட்புற முதுகனி பெற்ற கடுவன்
துய்த்தலை மந்தியைக் கையிடூஉப் பயிரும்,
அதிரா யாணர், முதிரத்துக் கிழவ! 25

இவண்விளங்கு சிறப்பின், இயல்தேர்க் குமண!
இசை மேந்தோன்றிய வண்மையொடு,
பகை மேம்படுக, நீ ஏந்திய வேலே!

திணை: பாடாண்   துறை: வாழ்த்தியல்; பரிசில் கடாநிலையும்
ஆம்.

புலவர்: பெருஞ்சித்திரனார்

மன்னன்: குமணன்

குறுந்தடியைக் கொண்டு முரசை அடித்து,
வெண் சங்கை ஊதி, அரசருடன் போரிட்டவன்;
சிறந்த நெடிய மலையில் ஒலிக்கும்
வெள்ளிய அருவி
கல்லை உருட்டிக் கொண்டு ஓடும்
பறம்பு மலையின் வேந்தன் பாரி;

உயர்ந்த உச்சியை உடைய
கொல்லி மலையை ஆண்ட
வல்வில் ஓரி;

காரி என்னும் குதிரையைச் செலுத்திப்
பெரும் மோதலை வென்று,
மழை எனக் கொடுக்கும் கொடையையும்,
மிகு போரினையும் உடைய மலையன்;

செலுத்தப் படாத உயர்ந்த
குதிரை என்னும் மலை,
கூர்மையான வேல்,
கூவிளங் கண்ணி,
வளைந்த ஆரம்
இவை எலாம் கொண்ட
எழினி அதியமான்

மிகக் குளிரும் மலையில்
இருள்நிறைந்த பெரிய குகையையும்,
போரிட அரிய வலிமையையும்,
தெய்வம் காவல் செய்யும்
உயர்ந்த சிகரங்களையும் கொண்ட
பெரும் மலைநாடன் பேகன்;
திருத்தமான சொற் கொண்ட
மோசி என்னும் புலவனால்
பாடப் பெற்ற ஆய்;

ஆசை கொண்டு தன்னை
எண்ணி வருபவரின் வறுமை
பெரிதும் தீர, கொடுக்கத்
தவறாத கொள்கை கொண்ட வள்ளன்மையும்,
பகைவரைத் துரத்தியவனுமான நள்ளி என
இப்படிச் சொல்லப்பட்ட ஏழு பேரும்
இறந்து போன பின்பு;...

பார்த்தவர்க்கு இரக்கம் வரும்படி
பாடி வருபவரும், பிறருமாகச் சேர்ந்து
இரந்து நிற்பவரின் துன்பத்தை
நான் போக்குவேன் என்று
நீ இருப்பதால் இங்கே
பரிசில் பெற விரைந்து வந்தேன்.

விண்ணை முட்டும்படி
மூங்கில் வளரும் மலை;
இதில் சுரபுன்னையுடன் உயர்ந்து
ஆசினியோடு அழகு பெற்ற
பலாவின் மேல் ஆசை கொண்டு
வெளியே முள்ளோடு முதிர்ந்த
பலாப் பழத்தைப் பெற்ற ஆண் குரங்கு
பஞ்சிபோல மயிர் கொண்ட
தலையினை உடைய மந்தியை (பெண் குரங்கு)
கையால் குறிகாட்டி அழைக்கும்
குறைவிலாத புதிய வருவாய்களை உடைய
முதிரம் எனும் மலைக்குத் தலைவனே!
உலகு எங்கும் விளங்கும் தலைமையையும்,
செய்யப்பட்ட தேரினையும் உடைய குமணனே!
புகழ் மிக்க கொடையுடன்
நீ உயர்த்திய வேல்
உன் பகை முன்னே உயர்வதாக.

222. 'வாழ்ந்தது போதாதா?' (159)

பெருஞ்சித்திரனார் பாடிய பாடல்
அன்றைய புலவர் பலரின்
வாழ்க்கைச் சித்திரம்.
சொற்களில் வாழ்க்கையைக்
காட்சிப் படுத்துவதில்
கைதேர்ந்த கவிஞர் இவர்.

வறுமை தின்ற போதும்
செழுமைக்கு அடிமையாகும் மடமை
இவரிடம் இருந்ததில்லை.
குமணனைக் கண்டதும் அவன்
பெருமையைச் சொல்கிறார்.
தன் வீட்டில் இருக்கும் நிலைமையை
பிற்காலத்தில் காரல் மார்க்சின் மனைவி
ஜென்னி மார்க்சு அனுபவிக்கப் போகும்
காட்சி ஆக்குகிறார்.
காலம், இடந்தான் வேறு வேறு
மற்றபடி வறுமை
எங்கும் எவர்க்கும், எப்போதும்
ஒன்று தான் போலும்.

பாடல்

'வாழும் நாளோடு யாண்டுபல உண்மையின்,
தீர்தல் செல்லாது, என் உயிர்' எனப் பலபுலந்து,
கோல் காலாகக் குறும்பல ஒதுங்கி,
நூல் விரித்தன்ன கதுப்பினள், கண் துயின்று,
முன்றில் போகா முதிர்வினள் யாயும்;

பசந்த மேனியொடு படர்அட வருந்தி,
மருங்கில் கொண்ட பல் குறுமாக்கள்
பிசைந்துதின, வாடிய முலையள், பெரிதுஅழிந்து,
குப்பைக் கீரை கொய்கண் அகைத்த
முற்றா இளந் தளிர் கொய்துகொண்டு, உப்பு இன்று,

நீர் உலையாக ஏற்றி, மோர் இன்று,
அவிழ்ப் பதம் மறந்து, பாசடகு மிசைந்து,
மாசொடு குறைந்த உடுக்கையள், அறம் பழியா,
துவ்வாளாகிய என் வெய்யோளும்;
என்றாங்கு, இருவர் நெஞ்சமும் உவப்ப---கானவர்

கரிபுனம் மயக்கிய அகன்கண் கொல்லை,
ஐவனம் வித்தி, மையுறக் கவினி,
ஈனல்செல்லா ஏனற்கு இழுமெனக்
கருவி வானம் தலைஇயாங்கும்,
ஈத்த நின் புகழ் ஏத்தி, தொக்க என்,   20

பசி தினத் திரங்கிய, ஒக்கலும் உவப்ப----
உயர்ந்து ஏந்துமருப்பின் கொல்களிறு பெறினும்,
தவிர்ந்து விடு பரிசில் கொள்ளலென் உவந்து, நீ
இன்புற விடுதிஆயின், சிறிது
குன்றியும் கொள்வல், கூர்வேற் குமண!   25

அதற்பட அருளல் வேண்டுவல்----விறற்புகழ்
வசை இல் விழுத்திணைப் பிறந்த
இசை மேந் தோன்றல்! நிற் பாடிய யானே.

திணை: பாடாண்.   துறை: பரிசில் கடாநிலை.
புலவர்: பெருஞ்சித்திரனார்.
மன்னன்: குமணன்.

கூரிய வேல் கொண்ட குமணனே!
மிகுந்த வெற்றியோடும் புகழோடும் சேர்ந்து
பழி இல்லாத சிறந்த குடியில் பிறந்து
மேலும் புகழால் உயர்ந்த தலைவனே!

உன்னைப் பாடிய நான்
(அதற்காக) சிறந்த உயர்த்திய கோட்டை உடைய
கொல் யானையைப் பெற்றாலும்
நீ முகம் வேறுபட்டுத் தரும் பரிசிலை
நான் ஏற்றுக் கொள்ள மாட்டேன்.

(வீட்டில்) என் தாயோ,
'பல காலம் நான் வாழ்ந்துவிட்டேன்;

இன்னும் என் உயிர் போகவில்லையே
என்று சொல்லி,
உயிர் வாழும் நாட்களையே
பலவாறாக வெறுக்கிறாள்.
தான் பிடித்த கோலையே
காலாகக் கொண்டு
ஒரு அடி வைத்து
அதை ஒட்டியே
மறு அடி வைத்து நடக்கிறாள்.
அவள் தலை மயிரோ
விரிந்து பறக்கும் நூல் போலிருக்கிறது;
கண் பார்வை மறைப்பதால்
நடக்க முடியாத என் தாய்
மூப்பை உடையவளாய்
முற்றத்திலேயே இருக்கிறாள்.

என் மனைவியோ,
என் நினைவு அவளை வருத்த,
அந்த வருத்தத்திலேயே
நிறம் வாடி இருக்கிறாள்.
அவள் இடுப்பிலும் பக்கத்திலும்
பல சிறு பிள்ளைகள்;
அவர்கள் பிசைந்து மெல்லுவதால்
உலர்ந்து போன முலையை உடையவளாய்ப்
பெரிதும் வருந்துகிறாள்.
உண்பதற்காகக்
குப்பையில் புதிதாக எழுந்த
கீரைச் செடியில்
முன்பு கொய்யப்பட்ட இடத்திலேயே
மறுபடியும் கிளைத்து
முதிராத இளந் தளிரைப் பறித்துக் கொள்கிறாள்.
உப்பு இல்லாமலேயே
நீரை உலை ஏற்றிக் காய்ச்சுகிறாள்.
பிறகு மோரில்லாமல்

சோற்றுப் பருக்கையாகிய உணவை மறந்து
பச்சைக் கீரைகளைத் தின்கிறாள்.
அவள் உடுத்தியிருப்பதோ
அழுக்குடன் கூடிய கந்தல் ஆடை,
அறக்கடவுளையும் பழிக்கிறாள்.

வயிற்றுப் பசியோடும் கூட
என்னை நேசிக்கும் என் மனைவி,
என் தாய் என
இவர்கள் இருவர் மனமும்
மகிழ வேண்டும்.
அதற்காக வேடர்கள்
சுட்டுக் கரிந்த புனத்தை
மண் கீழும் மேலுமாக உழுது,
அகன்ற அந்தக் கொல்லையில்
ஐவன நெல்லோடு தினையையும் விதைக்க;
அது பசுமை மிக
அழகினையும் பெற்றுக்
கோடை கால மிகுதியால்
ஈனாத தினைக்குத்
துடும் எனும் ஓசையுடன்
மின்னல், இடி முதலாகிய
தொகுதி கொண்ட மழை,
துளிகளைச் சொரிந்தது போல,
எனக்கு ஈத்த உன் புகழை வாழ்த்துவேன்.

பசி தின்பதால் வருத்தம் அடைந்த
நெருங்கிய என் சுற்றமும் மகிழ,
உன் மனம் மகிழ்ந்து
நான் இன்பம் அடையுமாறு
விரைவாக எனக்குப் பரிசில் தந்து
அனுப்புவாய் என்றால்
(ஒருவேளை நீ எனக்குத் தந்தது)
சிறிய குன்றி அளவான பொருளானாலும்

அதை ஏற்றுக் கொள்வேன்;
அத்தகைய இன்பத்தை அடைவதற்கு ஏற்ப
நீ அருள வேண்டுகிறேன்.

223. 'பாடுவோர் சுற்றம் துன்பம் இல்லாதது ஆகுக' (160)

குமணனிடந்தான்; பெருஞ்சித்திரனார்தான்
மேலும் பாடுகிறார்.
அதுதான் அத்தனை பாடினாரே;
அதற்குப் பின்புமா பரிசு பெறவில்லை?
என்ன காரணமோ தெரியவில்லை!

பாடல்

'உருகெழு ஞாயிற்று ஒண்கதிர் மிசைந்த
முளி புற் கானம் குழைப்ப, கல்லென
அதிர்குரல் ஏறொடு துளி சொரிந்தாங்கு,
பசிதினத் திரங்கிய கசிவுடை யாக்கை
அவிழ்புகுவு அறியாதுஆகலின், வாடிய

நெறிகொள் வரிக்குடர் குளிப்பத் தண்ணென,
குய்கொள் கொழுந்துவை நெய்யுடை அடிசில்,
மதி சேர் நாள்மீன் போல நவின்ற
சிறு பொன் நன் கலம் சுற்ற இடகஇ,
"கேடு இன்றாக, பாடுநர் கடும்பு" என,

அரிது பெறு பொலங் கலம் எளிதினின் வீசி,
நட்டோர் நட்ட நல் இசைக் குமணன்,
மட்டு ஆர் மறுகின், முதிரத்தோனே!
செல்குவைஆயின், நல்குவன், பெரிது' என,
பல்புகழ் நுவலுநர் கூற, வல் விரைந்து,

உள்ளம் துரப்ப வந்தனென்; எள்ளுற்று,
இல் உணாத் துறத்தலின், இல் மறந்து உறையும்
புல் உளைக் குடுமிப் புதல்வன், பல் மாண்
பால் இல் வறு முலை சுவைத்தனன் பெறாஅன்,
கூழும் சோறும் கடைஇ, ஊழின்

உள் இல் வறுங்கலம் திறந்து, அழக் கண்டு,
மறப்புலி உரைத்தும், மதியம் காட்டியும்,
நொந்தனளாகி, 'நுந்தையை உள்ளி,
பொடிந்தநின் செவ்வி காட்டு' எனப் பலவும்
வினவல் ஆனாளாகி, நனவின்

அல்லல் உழப்போள் மல்லல் சிறப்ப,
செல்லாச் செல்வம் மிகுத்தனை, வல்லே
விடுதல் வேண்டுவல் அத்தை; படு திரை
நீர் சூழ் நிலவரை உயர, நின்
சீர்கெழு விழுப் புகழ் ஏத்துகம் பலவே.

திணை: பாடாண். **துறை: பரிசில் கடா நிலை.**

புலவர்: பெருஞ்சித்திரனார்.

மன்னன்: குமணன்.

வடிவான சூரியனின் ஒளிமிகும்
சுடர்கள் தின்றதால்
காடு எங்கும் புல்
காய்ந்து போனது;
அது தளிர்க்குமாறு
'சோ என்ற ஓசை உடைய
இடியோடு கூடிமழை
துளியைப் பொழிந்தது.
அது போல,
பசி தின்பதால் காய்ந்து
வியர்வையோடு கூடிய உடம்பு

சோற்றுப் பருக்கையை அறியாமல்
பல வரிசையை உடைய என் குடல்
வாடி, சுருண்டு போனது.
சுருண்ட குடல் நிறையும்படி
தாளிக்கப்பட்ட கொழுத்த துவையோடு
நெய் உள்ள சோற்றை,
நிலவோடு சேர்ந்த நாள்மீன் போலப்
பொன்னால் ஆன,
பழக்கப்பட்ட சிறிய நல்ல கலங்கள் சூழ வைப்பான்;
'பாடுவோர் தம் சுற்றம்
குறையின்றி ஆகுக' என்று சொல்வான்;
பெறுவதற்கு அரிய பொன்னால் ஆன
அணிகலன்களை எளிதாக வழங்குவான்;
தன்னுடன் நட்புக் கொண்டோரிடம்
காட்டும் அன்பிலும்
நம்மிடம் நட்புக் காட்டுவான்
நல்ல புகழை உடைய குமணன்,

அவன் மது நிறைந்த
தெருக்களை உடைய முதிரம் என்னும்
மலையில் இருக்கின்றான்.
நீ அவனிடம் செல்வாய் என்றால்
உனக்கு மிகுதியும் தருவான் என்று
உனது பல்வேறு புகழையும்
கூறுவார் கூற, அதைக் கேட்டு
மிக வேகமாக என் மனம்
என்னை வழிநடத்த வந்தேன்.

உண்பதற்கு உரியவற்றை என் இல்லம்
(எப்போதோ) இழந்து விட்டது.
அதனால் குதிரையின்
அற்பமான பிடரிமயிர் போன்ற
குடுமி கொண்ட என் புதல்வன்.
பால் இல்லாது வறண்ட

(என் மனைவியின்) முலையைப்
பல முறை சுவைத்தும்
பால் பெறவில்லை;
கூழாவது சோறாவது கொடு என்றான்;
(அதுவும் பெறாமல்)
வீட்டிற்குள் விரைந்து சென்றான்.
அங்கு எதிலும்
ஏதும் இல்லாத வெறுமை.
அதனால் சோற்றுப் பானையைத் திறந்தான்
அதிலும் ஏதும் இல்லாமல் போனது கண்டு
அழுதான், அதைப பார்த்த
என் மனைவி என் மகனிடம்
'அழாதே; கொல்லும் புலி வந்து விடும்"
என்று பயமுறுத்தினாள்.
பிறகு (வானத்து) நிலாவைக் காட்டி
'நிலா நிலா ஓடி வா" என்றாள்.
இதனால் எல்லாம் கூட
அவனது கோபத்தைக்
குறைக்க முடியாது போன போது
பெரும் வருத்தம் அடையத் தொடங்கினாள்.

"எங்கே அப்பா வந்தா
எப்படி உன் கோபத்தைக் காட்டுவாய்
எங்கே காட்டு" என்று
பல முறை சொன்னாள்.
எதுவும் பலன் தராது போன போது
மிகுந்த துன்பப்பட்ட அவளுக்கு
வளம் பெருகுமாறு குறையாத செல்வத்தை
மிகுதியாக விரைந்து தந்து
என்னை நீ அனுப்புவதையே நான் விரும்புவேன்.
ஒலிக்கும் அலைகளைக் கொண்ட
நீரால் சூழப்பட்ட இவ்வுலகில்
உன் சிறந்த பெரும் புகழ்
ஓங்குமாறு பலவாறு வாழ்த்துவேன்.

224.'ஆறலை கள்வர் வாழும் பாலை, எங்கள் ஆயுளை அழிக்கும் சாலை' (161)

புலவரின் பாடல்களில் உள்ளம் மகிழ்ந்த குமணன் கொடுத்த கொடையால் பெருஞ்சித்திரனார்க்குப் பெருமிதம் தாளவில்லை. குமணனின் பெருமையைப் பாடுகிறார்.

பாடல்

நீண்டு ஒலி அழுவம் குறைபட முகந்துகொண்டு,
ஈண்டு செலல் கொண்மூ வேண்டுவயின் குழீஇ,
பெரு மலை அன்ன தோன்றல், சூல்முதிர்பு,
உரும்உரறு கருவியொடு, பெயல்கடன் இறுத்து,
வளமழை மாறிய என்றூழ்க் காலை,

மன்பதை எல்லாம் சென்று உண, கங்கைக்
கரைபொரு மலிநீர் நிறைந்து தோன்றியாங்கு,
எமக்கும் பிறர்க்கும் செம்மலைஆகலின்,
'அன்பு இல் ஆடவர் கொன்று, ஆறு கவர,
சென்று தலைவருந அல்ல, அன்பு இன்று,

வன்கலை தெவிட்டும், அருஞ்சுரம் இறந்தோர்க்கு,
இற்றை நாளொடும் யாண்டு தலைப்பெயர' எனக்
கண்பொறி போகிய கசிவொடு உரன் அழிந்து,
அருந்துயர் உழக்கும்என் பெருந் துன்புறுவி நின்
தாள் படு செல்வம் காண்தொறும் மருள,

பனைமருள் தடக் கையொடு முத்துப்பட முற்றிய
உயர்மருப்பு ஏந்திய வரைமருள் நோன்பகடு,
ஒளி திகழ் ஓடை பொலிய, மருங்கில்
படு மணி இரட்ட, ஏறிச் செம்மாந்து,
செலல் நசைஇ உற்றனென்----விறல் மிகு குருசில்!

இன்மை துரப்ப, இசைதர வந்து, நின்
வண்மையில் தொடுத்தஎன் நயந்தனை கேண்மதி!
வல்லினும், வல்லேன்ஆயினும், வல்லே,
என்அளந்து அறிந்தனை நோக்காது, சிறந்த
நின் அளந்து அறிமதி, பெரும! என்றும்

வேந்தர் நாணப் பெயர்வேன்; சாந்து அருந்திப்
பல்பொறிக் கொண்ட ஏந்துஎழில் அகலம்
மாண் இழை மகளிர் புல்லுதொறும் புகல,
நாள் முரசு இரங்கும் இடனுடை வரைப்பில் நின்
தாள்நிழல் வாழ்நர் நன்கலம் மிகுப்ப,

வாள் அமர் உழந்தநின் தானையும்,
சீர்மிகு செல்வமும், ஏத்துகம் பலவே.

திணை: பாடாண் துறை: பரிசில்துறை

புலவர்: பெருஞ்சித்திரனார்

மன்னன்: குமணன்

பெரியதாக ஒலிக்கும் பரந்த கடல்
குறைந்து போகுமாறு
நீரை முகந்து கொண்டு
மேகங்கள் வேகமாகச் செல்லும்;
சென்ற அவை,
எந்த இடத்தில் வேண்டுமோ அந்த இடத்தில்
பெரிய மலை போன்ற தோற்றத்துடன் கூடும்.
நிறம் கறுத்து, இடி இடித்து,
மின்னல் மின்னி என்னும்
இவற்றுடன் கூடி, முறையே பெய்து
வளந் தரும் மழை
நீங்கி விட்ட கோடை காலம் அது.

அப்போது பல்வேறு உயிரினங்களும்
நீர் பருகுவதற்கென

கங்கைக் கரையையே இடிக்கும் பெருவெள்ளம்
நிறைந்து தோன்றுவது போல
எங்களுக்கும் மற்றவர்க்கும் நீதான் தலைவன்.

எவரோடும் உறவு கொள்ளாத ஆறலை கள்வர்கள்
வழியிலே கொன்று, அடித்து
(இருப்பதைப்) பறிப்பதால்
போய் வர முடியாத அரிய பாலை வழி அது.
தன் உயிர் மீது அன்பு இல்லாமல்
வலிய மான் ஒன்று கிடந்து அசைபோட
அதைக் கடந்து போகக்
கடினமான சுரம் அது.
அந்தச் சுரத்தில்
அன்பில்லாதவர்களாய்ப் பிரிந்தவர்களுக்கு
அவர்கள் வாழ் நாள் இன்றோடு தொலைந்தது
என்று சொல்லுவர்.
அப்படிச் சொல்லும் போதே
கண் பார்வை மங்கும்.
இவ்வாறு இரக்கம் பெருக, பலம் இழந்து
பொறுக்க முடியாது துன்பப் படுபவன் நான்.
என் மிகுந்த வறுமையை அனுபவிப்பவளே என் மனைவி
அவள் (இனி) உன் முயற்சியால் உண்டான
செல்வத்தைப் பார்க்கும் போதெல்லாம்
வியந்து போவாள்.

பனை மரம் போன்ற துதிக்கை
முத்து விளையும்படி முதிர்ந்து உயர்ந்த கொம்பு
இவற்றோடு மலை போன்ற
பெரிய ஆண்யானையை
ஒளி வீசும் முகபடாம்
அழகு செய்கிறது.
அதன் பக்கத்தில் ஒலிக்கும் மணி
ஒன்றுக்கு ஒன்று மாறி மாறி ஒலிக்க
அதன் மேல் ஏறிப்
பெருமிதம் தோன்ற அமர்ந்து

போவதை விரும்பினேன்.
வெற்றி மிக்க தலைவனே!

என் பின்னே இருந்து வறுமை
என்னைத் துரத்த,
உன் புகழ் என்னை
உன் முன் கொண்டு தள்ள,
நான் வந்தேன்.
உனது கொடைத்திறத்தில் சிலவற்றையாவது
என்மீது அன்பு கொண்டு கேட்பாயாக.
அவற்றுள் சிலவற்றைச் சொல்ல
அறிவேன் என்றாலும், அறியேன் என்றாலும் சரியே
என் கல்வித் திறத்தை விரைந்து
ஆராய்ந்து அறிந்தவனாய்,
ஆராயாமலே சிறந்த உன் திறத்தை
நீ அளந்து அறிவாயாக.

பெருமானே!
என் பெருத்த செல்வத்தின் மிகுதியைக் கண்டு
அரசர்களும் எந்த நாளும் வெட்கப்படும்படி
நான் புறப்படுவேன்.
சாந்து பூசி, நல்ல இலக்கணம் பல அமைந்த
மேலான அழகிய மார்பை,
மாட்சி மிக்க ஆபரணத்தை அணிந்த
மகளிர் தழுவும் போது எல்லாம்
விரும்பும் வண்ணமாக,
ஒரு நாளின் அதிகாலைப் பொழுதிலேயே
முரசு முழங்க,
இடம் பெரிதான எல்லையில்
உன் பாதத்தின் நிழலுக்குக் கீழ் வாழ்பவர்
நல்ல ஆபரணங்களைப் பெருக்க,
வாள் எடுத்துச் செய்யும் போரில்
கலக்கப்பட்ட உனது படையையும்
உன் சீர் மிகுந்த செல்வத்தையும்
பலவாறாகப் புகழ்வோம்.

225. 'என்னை நன்கு அறிந்த உன்னை எப்படிச் சுற்றியும் பரிசு பெறுவேன்' (164)

இளங்குமணன் தன் அண்ணனின்
ஆட்சியைப் பிடித்துக் கொள்ள
காட்டில் வாழ்ந்து கொண்டிருந்த
குமணனிடம் பெருந்தலைச் சாத்தனார்
பாடும் பாட்டா இது என்று
நம் மனம் பதைக்கிறது.
ஆனால் பாடிய புலவர்
எத்தனை நெருக்கடிகளுக்குள் இருந்திருந்தால்
(இருப்பதை அவர் பாடல்
தெளிவாகக் காட்டுகிறது).
குமணனிடம் சென்றிருப்பார் என்று
தெளிவாகத் தெரிகிறது.
ஒரு சந்தேகம்; இந்தப் பாடல்
பெருஞ் சித்திரனாரின் பாடலைக் கொஞ்சம்
திருத்திப் பாடுவது போல் தெரிகிறதே

பாடல்

ஆடுநனி மறந்தகோடுஉயர் அடுப்பின்
ஆம்பி பூப்ப, தேம்பு பசி உழவா,
பாஅல் இன்மையின் தோலோடு திரங்கி,
இல்லி தூர்ந்த பொல்லா வறுமுலை
சுவைத்தொறு அழூஉம் தன் மகத்துமுகம் நோக்கி,

நீரோடு நிறைந்த ஈர்இதழ் மழைக்கண்என்
மனையோள் எவ்வம் நோக்கி, நினைஇ,
நிற் படர்ந்திசினே-----நல்போர்க் குமண!---
என் நிலை அறிந்தனைஆயின், இந்நிலைத்
தொடுத்தும் கொள்ளாது அமையலென் - அடுக்கிய

பண் அமை நரம்பின் பச்சை நல்யாழ்,
மண் அமை முழவின், வயிரியர்
இன்மை தீர்க்கும் குடிப் பிறந்தோயே.

திணை : பாடாண்   துறை : பரிசில் கடாநிலை

புலவர் : பெருந்தலைச் சாத்தனார்

மன்னன் : குமணன்

பலவாக அடுக்கப்பட்டு,
மீட்டுதல் அமைந்த நரம்பினைக் கொண்டதாய்த்
தோலால் போர்த்தப்பட்ட நல்ல யாழ், !
மாவு நிறைந்த மத்தளம் என
இவை எலாம் உடைய
கூத்தர்களின் வறுமையைப் போக்கும்
குடியிலே பிறந்தவனே!
சிறந்த போரைச் செய்யும் குமணனே!

என் வீட்டில்
சமைப்பதையே பல நாள்
மறந்து போனதால்
அடுப்பின் பக்கங்கள் தேயாமல்
உயர்ந்து விளங்குகிறது;
அந்த அடுப்பில்
காளாண் பூத்திருக்கிறது.
உடம்பை மெலிவிக்கும் பசியால்
என் மனைவி வாடுகிறாள்;
அவளிடம் பால் ஊறாது போனதால்
மெலிந்து, சுருங்கி, துளை தூர்ந்து
அவள் முலை வெறுமையாகிப் போனது.
அந்த முலையைச் சுவைக்கும் போதெல்லாம்
அழுகின்ற தன் பிள்ளைகளின் முகத்தைப் பார்த்து
அவள் இமைகள் நீரால் நிறைகின்றன.
அவள் வருத்தத்தைப் பார்த்த நான்

எங்கள் வருத்தத்தைப் போக்குவதற்கு
உரியவன் நீயே என எண்ணி
உன்னிடம் வந்தேன்.

என் வறுமை நிலையை
உன்னால் நன்கு உணர முடியும் என்பதால்
என்னுடைய இந்த நிலையில்
உன்னைச் சுற்றி வளைத்தாயினும்
பரிசு பெறாமல் விடமாட்டேன்.

226. 'நில்லா உலகில் நிலைபெறத் தலையும் தருவர் மேலோர்' (165)

அன்று,
அதிகாரத்திற்கு ஆசைப்பட்ட
அழுக்கு மனத் தம்பியரும் இருந்தனர்.
அடுத்தவர்க்குக்
கொடுக்க ஏதும் இல்லையா?
ஏன் இல்லை?
தலையையும் கொடுக்கத்
தயங்காத வள்ளல்களும்
இருந்தனர்
குமணன் தன், தலையைத் தர
வாள் கொடுத்தான்
பதவி வெறியில்
பைத்தியம் பிடித்த தம்பிக்கு
வைத்தியம் செய்ய
வாளோடு வருகிறார்
பெருந்தலைச் சாத்தனார்
இளங்குமணனிடம்

பாடல்

மன்னா உலகத்து மன்னுதல் குறித்தோர்
தம்புகழ் நிறீஇத் தாம் மாய்ந்தனரே;
துன் அருஞ் சிறப்பின் உயர்ந்த செல்வர்;
இன்மையின் இரப்போர்க்கு ஈஇயாமையின்,
தொன்மை மாக்களின் தொடர்பு அறியலரே;

தாள்தாழ் படுமணி இரட்டும், பூநுதல்,
ஆடு இயல் யானை பாடுநர்க்கு அருகாக்
கேடு இல் நல் இசை வயமான் தோன்றலைப்
பாடி நின்றெனனாகக், 'கொன்னே
பாடுபெறு பரிசிலன் வாடினன் பெயர்தல் என்

நாடு இழந்ததனினும் நனி இன்னாது' என,
வாள் தந்தனனே, தலை எனக்கு ஈய,
தன்னின் சிறந்த பிறிது ஒன்று இன்மையின்;
ஆடுமலி உவகையோடு வருவல்,
ஓடாப் பூட்கை நின் கிழமையோற் கண்டே.

திணை: பாடாண் **துறை: பரிசில் விடை**

புலவர்: பெருந்தலைச் சாத்தனார்

மன்னன்: குமணன்

எதுவுமே நிலை இல்லாத
இந்த உலகத்தில் (என்றென்றும்)
நிலைத்து வாழ வேண்டும்
என்று எண்ணியவர்கள்
தங்கள் புகழைப் பூமியில் நிலைநிறுத்தித்
தாம் மாண்டு போய்விட்டனர்.

பெறுவதற்கு அரிய
தலைமை கொண்ட பெருஞ்
செல்வர்கள்தாம் அவர்கள்.

ஆனாலும் அவர்கள்
தம்மிடம் வந்து இரப்போர்க்கு
எதுவும் கொடுக்காததால்
முந்தைய வள்ளன்மை உடைய
மக்களைப் போல
எக்காலத்திலும் தங்கள் பெயரை நிறுத்தி
உலகில் தொடர்ந்து இருப்பதை
அறியாது போனார்.

கால்களில், மெல்லிய ஓசை உடைய மணி
மாறி மாறி ஒலிக்கும்,
(நெற்றியில்) புள்ளிகளை உடையதாய்
வெற்றியுடன் நடந்து வரும்
யானையைப் பாடுபவர்க்கு
மிகுதியாகக் கொடுக்கும்
அழிவில்லாத நல்ல புகழையும்
வலிமை மிக்க குதிரையையும் உடைய
தலைவனைப் பாடியவனாய் நின்றேன்.
அப்போது அவன்
பெருமை மிக்க பரிசிலன் பரிசில் ஏதும் பெறாமல்
வாடியவனாகத் திரும்புவது,
தான் தன் நாட்டை இழந்ததை விட
மிகவும் கொடியது என எண்ணி
எனக்குத் தரத்
தன்னை விடச் சிறந்த பொருள்
வேறு ஏதும் இல்லாததால்
தன் தலையையே எனக்குத்
தர எண்ணித்
தன் வாளையே என்னிடம் தந்தான்,
போர் என்றால்
புறங்கொடாத உன் தமையன்.
அவனைக் கண்டு நான்
வெற்றி மிகுந்த மகிழ்ச்சியோடு
உன்னிடம் வந்தேன்.

ஒய்மான் நல்லியக்கோடன்

தென்னாற்காடு மாவட்டத்தில் உள்ள
திண்டிவனமே பழைய ஒய்மான் நாடு.
இதன் தலைநகரம் கிடங்கில்.
இதை ஒய்மான் நல்லியாதன்,
ஒய்மான் வில்லியாதன்,
ஒய்மான் நல்லியக்கோடன் என்பார் ஆண்டனர்.
இவர்கள் நாகர் இனம் சார்ந்த ஓவியர் குடி.
எயிற்பட்டினம், வேலூர், ஆமூர்,
மாவிலங்கை - முக்கிய நகரங்கள்.

227. 'ஏழையர் சொல்லைச் சூடுபவன்' (176)

ஒய்மான் நல்லியக் கோடன்
ஒரு சிற்றரசன். இவன் பரம்பரையைச்
சேர்ந்தவர்கள் ஒய்மான் நல்லியாதன்,
ஓய்மான் வில்லியாதன் என்னும் இருவரும்,
கிடங்கில் என்ற ஊரும், திண்டிவனமும்
ஓய்மான் நாட்டைச் சேர்ந்தவை.
இந்நாட்டின் துறைமுகம்
எயிற்பட்டினம். இது இன்றைய
மரக்காணமாக இருக்கலாம். *(த.வ.அ)*

பாடல்

ஓரை ஆயத்து ஒண் தொடி மகளிர்
கேழல் உழுத இருஞ் சேறு கிளைப்பின்,
யாமைஈன்ற புலவு நாறு முட்டையைத்
தேன் நாறு ஆம்பற் கிழங்கொடு பெறூஉம்,
இழுமென ஒலிக்கும் புனல் அம் புதவின்,

பெரு மாவிலங்கைத் தலைவன், சீறியாழ்
இல்லோர் சொல் மலை நல்லியக்கோடனை

உடையை வாழி, எற் புணர்ந்த பாலே!
பாரி பறம்பின் பனிச் சுனைத் தெண் நீர்
ஓர் ஊர் உண்மையின் இகழ்ந்தோர் போல,   10

காணாது கழிந்த வைகல், காணா
வழி நாட்கு இரங்கும், என் நெஞ்சம் - அவன்
கழி மென் சாயல் காண்தொறும் நினைந்தே.

திணை: பாடாண்   துறை: இயன்மொழி
புலவர்: ஓய்மான் நல்லியக் கோடனை புறத்திணை நன்னாகனார்
                                         பாடியது.

(ஓய்மான் நல்லியக் கோடனது)
மிகவும் மென்மையான சாயலைக்
காணும் போதெல்லாம் என் மனம்,
அவனை எண்ணிப்,
பாரியின் பறம்பு மலையில் உள்ள
குளிர்ச்சி மிகுந்த சுனையின் தெளிந்த நீரை
அங்கேயே போய்த் தேடிப் பெற வேண்டாம்;
ஊருக்குள்ளேயே இருக்கிறது;
அதனை நாம் வேண்டிய போதெல்லாம்
உண்கின்றோம் என்று
மகிழ்ந்திருப்பவரைப் போல, மகிழ்கிறது.

அவனைக் காணாமல் கடந்த நாட்கள்
எனக்கு நாட்களாகவே கழியவில்லை
என்று எண்ணுகிறது.
அதுமட்டும் அல்ல;
அவனோடு தொடர்ந்த நட்பு
இன்று போலவே இடைவிடாமல்
செல்ல வேண்டும் என்று
இனிவரும் நாளையும் எண்ணி வருந்துகிறது.

என்னைப் பிடித்த விதியே!
நீ விளையாடும் கூட்டத்தில்
ஒளிமிக்க வளையல்களை அணிந்து, பெண்கள்
காட்டுப் பன்றி உழுத
கருஞ் சேற்றைக் கிளறினால்
அதற்குள்ளே ஆமை இட்ட
புலால் மணக்கும் முட்டை இருக்கும்,
அதைத் தேன் மணக்கும்
ஆம்பலின் கிழங்கோடு பெறலாம்.

அங்கே துடும் எனும் ஓசையிட்டு
நீர் ஓடும் வாய்க்கால்களைக்
கொண்ட பெரிய மாவிலங்கை என்னும்
ஊருக்குத் தலைவன்,
சிறிய யாழ்கொண்ட ஏழையர்
தொடுக்கும் புகழ் மாலையைச்
சூடும் நல்லியக் கோடனை
நீ துணையாகக் கொண்டிருக்கிறாய்.
அதனால் உனக்கு இனி
ஒரு குறையும் இல்லை;
நீ வாழ்வாயாக!

ஓய்மான் வில்லியாதன்

228. 'மதகிலிருந்து வெளியேறும் நீரென மகிழ்ச்சி' (376)

பாடல்

விசும்பு நீத்தம் இறந்த ஞாயிற்றுப்
பசுங் கதிர் மழுகிய சிவந்துவாங்கு அந்தி
சிறு நனி பிறந்த பின்றை, செறிபிணிச்
சிதாஅர் வள்பின் என் தடாரி தழீஇ,
பாணர் ஆரும்அளவை, யான்தன்

யாணர் நல் மனைக் கூட்டுமுதல் நின்றனென்;
இமைத்தோர் விழித்த மாத்திரை, ஞெரேரென,
குணக்குஎழு திங்கள் கனை இருள் அகற்ற,
பண்டு அறிவாரா உருவோடு, என்அரைத்
தொன்றுபடு துளையொடு பருஇழை போகி,

நைந்துகரை பறைந்தஎன் உடையும், நோக்கி,
'விருந்தினன் அளியன், இவன்' என, பெருந்தகை
நின்ற முரற்கை நீக்கி, நன்றும்
அரவு வெகுண்டன்ன தேறலொடு, சூடுதருபு,
நிரயத்து அன்ன என் வறன் களைந்து, அன்றே,

இரவினானே, ஈத்தோன் எந்தை
அற்றை ஞான்றினொடு இன்றின் ஊங்கும்,
இரப்பச் சிந்தியேன், நிரப்பு அடு புணையின்;
உளத்தின் அளக்கும் மிளிர்ந்த தகையேன்;
நிறைக் குளப் புதவின் மகிழ்ந்தனென் ஆகி,
ஒருநாள், இரவலர் வரையா வள்ளியோர் கடைத்தலை,
ஞாங்கர் நெடுமொழி பயிற்றி,
தோன்றல் செல்லாது, என் சிறுகிணைக் குரலே.

திணை: பாடாண். துறை: இயன்மொழி.

புலவர்: புறத்திணை: நன்னாகனார்.

மன்னன்: ஓய்மான் வில்லியாதன்.

வான வெளியை நீந்திக் கடந்த
சூரியனின் இளங்கதிர்
ஒளி மங்கிச் சிவந்த நிறத்தில்
மேற்குத் திசையில் வளைவாகத் தோன்றும்
மாலைப் பொழுதில் சிறு பொழுது கழிந்தது;
பின்பு, துண்டு துண்டான வார்களால்
இறுகக் கட்டப்பட்ட
என் தடாரிப்பறையை

ஒரு பக்கமாகத் தழுவிக் கொண்டு
பாணர்கள் உணவு உண்ணும் நேரத்தில்
நான் அவனது புதுவருவாயை உடைய
நல்ல வீட்டில் முன் நின்ற நெற்கதிரின் கீழ்
நின்று பாடினேன்.

மூடிய இமை திறக்கும் அளவில்
திடீரெனக் கிழக்கே எழுந்த நிலவு
நிறைந்திருந்த இருளைப் போக்கியது.
என் முன் நிலையை அறிய முடியாதபடி
மாறியிருந்த உருவத்தோடு
என் இடையில் இருந்த
பழந் துளைகளுடன்
பருத்த இழைகளும் கெட்டு
நைந்து கரை கிழிந்த
என் உடையைப் பார்த்து
இவன் புதியவன்; இரக்கத்திற் குரியவன்
என்று கூறிப், பெருந்தகையாகிய அவன்
என் கையில் இருந்த தாளத்தைத்
தான் வாங்கிக் கொண்டான்.
பாம்பு சீறியது போன்ற கள்ளின் தெளிவோடு
சூட்டிறைச்சியையும் தந்தான்.
நரக வேதனை போன்ற துன்பத்தைச் செய்யும்
என் வறுமையைப் போக்கினான்.
அந்த இரவில் வேண்டியது
எல்லாம் கொடுத்தான் என் தலைவன்.
வறுமைக் கடலைக் கடக்கும்
தெப்பமாக அவன் இருப்பதால்
அந்த நாளிலிருந்து இன்று வரை
இனி மேலும் பிறரிடம் சென்று கேட்க
எண்ணாதவன் ஆயினேன்.

மற்றவர் மனத்துள் ஓடும் உணர்வுகளை
மனத்தால் கண்டு அறியும்

புலமை உடைய நான்,
நீர் நிறைந்த குளத்தின் மதகினைப் போல்
உள்ளம் நிறைந்து வெளியேறும்
மகிழ்ச்சியை உடையவன் ஆனேன்.
தம்மிடம் வரும் இரவலரை ஒருநாளும் மறுக்காத
வள்ளல்தனம் உள்ளோர் தலை வாசலிலும்
அவர்தம் பெரும் புகழுக்குரியவற்றைப் பாராட்டி
எதையும் பெறுவதற்கு இசையாதது ஆயிற்று
எனது சிறிய கிணைப்பறையின் ஓசை.

229. 'உன் வீட்டின் மணப் புகை' (379)

பாடல்

யானே பெறுக, அவன் தாள்நிழல் வாழ்க்கை;
அவனே பெறுக, என் நாஇசை நுவறல்,
நெல் அரி தொழுவர் கூர்வாள் மழுங்கின்,
பின்னை மறத்தோடு அரிய, கல்செத்து,
அள்ளல் யாமைக் கூன்புறத்து உரிஞ்சும்

நெல் அமல் புரவின் இலங்கை கிழவோன்
வில்லியாதன் கிணையேம்; பெரும!
'குறுந் தாள் ஏற்றைக் கொழுங்கண் அவ்விளர்,
நறுநெய் உருக்கி, நாட்சோறு ஈயா,
வல்லன், எந்தை, பசி தீர்த்தல்' என,

கொன் வரல் வாழ்க்கை நின் கிணைவன் கூற,
கேட்டதற்கொண்டும் வேட்கை தண்டாது,
விண் தோய் தலைய குன்றம் பின்பட,
.....ரவந்தனென், யானே -
தாய் இல் தூவாக் குழவிபோல, ஆங்கு அத்

திருவுடைத் திருமனை, ஐதுதோன்று கமழ்புகை
வருமழை மங்குலின் மறுகுடன் மறைக்கும்
குறும்பு அடு குண்டு அகழ் நீள்மதில் ஊரே.

திணை: பாடாண் துறை: பரிசில்.

புலவர்: புறத்திணை: நன்னாகனார்.

மன்னன்: ஓய்மான் வில்லியாதன்.

அவன் பாத நிழலில்
வாழும் வாழ்க்கையை நான் பெறுவேனாக;
என் நாவால் பாடப்படும்
புகழ்ச் சொற்களை
அவன் ஒருவனே பெறுவானாக;
நெல்லை அறுக்கும் தொழிலர்தம் கூரிய
அரிவாள் வாய் மழுங்கும் போது
மறுபடியும் வேகம் குறையாமல் அரிய
தீட்டுக் கல்லாக எண்ணி
சேற்றில் புதைந்திருக்கும் ஆமையின்
வளைந்த முதுகின் ஓட்டில் தீட்டுவர்.

இவ்வாறு நெற்பயிர் நெருங்கி விளையும்
வயல்களை உடைய மாவிலங்கை என்னும்
ஊருக்குத் தலைவனான
ஓய்மான் வில்லியாதனுக்கு நாங்கள்
கிணைப் பொருநர் ஆவோம். பெருமானே!

எங்கள் தலைவனான அவன் குறுங்கால்களை உடைய
ஆண் பன்றியின் கொழுத்த
ஊன் துண்டங்களால் நல்ல ஊனை
மணமிக்க நெய்யாய் உருக்கி
அதில் ஊற்றிப் பொரித்து,
காலைப் பொழுதில் சோற்றோடு கொடுத்து.
எங்கள் பசியைப் போக்க வல்லவன் ஆவான்.
இப்படி விடியற் காலத்தே வந்து
தடாரி வாசிப்பதால் உண்டாகிய செல்வம் உள்ள
உன் கிணைப் பொருநன் வந்து
எனக்குச் சொன்னான்.

அதைக் கேட்டது முதல்
உன்னைக் காண் வேண்டும் என்று
வந்த விருப்பம் நிறைவேறாமல்
விண்ணைத் தொடும் உச்சியை உடைய
குன்றுகள் பின் சென்று மறைய
குறை இல்லாத தாயிடம்
பால் குடிக்க ஓடி வரும்
குழந்தையைப் போல் உன்னிடம்
பரிசு பெறும் ஆசையால்
நான் ஓடி வந்தேன்.

செல்வ வளம் மிக்க உனது அழகிய இல்லத்தில்
மெல்லியதாகத் தோன்றும் மணமிக்க புகை
மழை பெய்ய வரும் மேகம் படிந்து
மறைப்பது போல
அரணை அடுத்த ஆழமான அகழியையும்
நீண்ட மதிலையும் உடைய
ஊரின் தெருவெல்லாம்
முழுமையாக மறைக்கும்.

3.5 குறுநில மன்னர்

1. கோ, கோன், கோமான் வரிசை
    1. ஏறைக்கோன் - 157
    2. இளங்கண்டீரக்கோ, இளவிச்சிக்கோ - 151
    3. தாமான் தோன்றிகோன் - 399

2. வேந்தர் குடியினர் வரிசை
    1. சேரமான் வஞ்சன் - 398
    2. பாண்டியன் கீரஞ்சாத்தன் - 178

3. வேள் அடைமொழியினர்
    1. இருங்கோவேள் - 201, 202 (பாரி வரிசை)
    2. நெடுவேள் ஆதன் - 338 (போர்க்காரண வரிசை)
    3. வாட்டாற்று வேள் எழினி ஆதன் - 396
    4. வேள் எவ்வி - 233, 234 (போர்ப்பின் வரிசை)

4. படைத் தலைவர்
    1. ஏனாதி திருக்கிள்ளி - 167
    2. சோழிய ஏனாதி திருக்குட்டுவன் - 394
    3. சோழிய ஏனாதி திருக்கண்ணன் - 174

5. படை வீரர்
    1. அவியன் - 383
    2. தந்து மாறன் - 360, 364
    3. தழும்பன் - 348

6. எல்லைக் காவலர்
    1. ஆதனுங்கன் - *175, 389*
    2. கடிய நெடுவேட்டுவன் - *205*
    3. தித்தன் - *352*
    4. வெளிமான் - *237, 238*

7. குறுநிலத்தர்
    1. அந்துவன்கீரன் - *359*
    2. தேர்வண் மலையன் - *125*
    3. மூவன் - *209*
    4. இளவெளிமான் - *207, 237 (வீரர் மறைவு வரிசை)*

8. மேலும் சிலர்
    1. நாஞ்சில் வள்ளுவன் - *137-140, 380*
    2. பிட்டங் கொற்றன் - *168-172.*

1. ஏறைக்கோன்

230. 'வேந்தர் அவையில் ஓங்கிய நடை' (157)

ஏறை என்பது ஒரு மலை;
அதன் தலைவன் ஏறைக்கோன்.
மலையைக் குறிஞ்சி என்பது வழக்கு
குறிஞ்சியில் வாழும் மக்கள்
குறவர் எனப்பட்டனர்.
அக்குடியில் பிறந்தவர் இளவெயினி.
தன் தலைவன் மீது
அவருக்கு இருந்த பெருமையும்
தலைவனின் உயர் பண்புகளும்
பாடலாக வருகின்றன.

பாடல்

தமர் தற் தப்பின் அது நோன்றல்லும்,
பிறர் கையறவு தான் நாணுதலும்,
படைப்பழி தாரா மைந்தினன் ஆகலும்,
வேந்துடை அவையத்து ஓங்குபு நடத்தலும்,
நும்மோர்க்குத் தகுவன அல்ல; எம்மோன்,   5

சிலைசெல மலர்ந்த மார்பின், கொலைவேல்,
கோடற் கண்ணி, குறவர் பெருமகன்---
ஆடு மழை தவிர்க்கும் பயம் கெழு மீமிசை,
எல்படு பொழுதின், இனம் தலைமயங்கி,
கட்சி காணாக் கடமான் நல் ஏறு   10

மடமான் நாகுபிணை பயிரின், விடர்முழை
இரும்புலிப் புகர்ப் போத்து ஓர்க்கும்
பெருங்கல் நாடன்---எம் ஏறைக்குத் தகுமே.

திணை : பாடாண்   துறை : இயன்மொழி
புலவர் : ஏறைக்கோனை குறமகள் இளவெயினி பாடியது.

தனக்கு உரியவர்
தனக்குத் தீமை செய்வதாலும்,
அதைப் பொறுத்துக் கொள்வது,
அடுத்தவர் வறுமையைக் கண்டு
தான் வெட்கப்படுவது,
படையில் பிறர் குறையைச் சொல்லாத
வலிமையன் ஆவது,
வேந்தர்கள் இருக்கும் அவையில்
தலை நிமிர்ந்து நடப்பது
எனும் இவை எல்லாம்
உங்களைப் போன்றவர்களுக்குத்
தகுதியானவை அல்ல.
(பிறகு யாருக்குத் தகுதி என்கிறீர்கள்)?

வில்லை முழுமையாக இழுப்பதால்
விரிந்த மார்பினையும்,
கொல்லும் வேலையும்
காந்தட் பூவால் ஆன
தலை மாலையையும் உடைய
எங்கள் குறவர்களின் தலைமகனுக்கே
அது தகுதியாகும்.

ஓடும் மேகத்தைத் தன்
உயரத்தால் தடுக்கும்
பயன் மிக்க மலையின் உச்சியில்
சூரியன் மறையும் நேரம்;
அப்போது தன் கூட்டத்திலிருந்தும் பிரிந்து
தன் இணையைக் காணாத
காட்டு ஆண் மான்
மடப்பம் மிகுந்த தன் இளம் பெண் மானை
ஓசைக் குறிப்பால் அழைக்கும்.

அந்த ஓசையைக் குகைக்குள் கிடக்கும்
புகர் நிறமுள்ள பெரிய ஆண்புலி
தன் காதை சாய்த்துக் கேட்கும்
அத்தகைய பெரிய மலை நாட்டிற்கு
உரியவனான எங்கள் ஏறைக்கோனுக்கே
அது பொருந்தும்.

2. இளங்கண்டீரக்கோ - இளவிச்சிக்கோ

கொல்லி மலையின் வடகிழக்குப் பகுதியில்
சில குன்றுகள்; அதை இப்போது
பச்சைமலைப் பகுதி என்பர்.
இப்போது பச்சைமலை எனப்படுவது
அன்று விச்சிமலை.
இம்மலையை ஆண்டவன் விச்சிக்கோ (த.வ.அ)
குறும்பூர் இந்நாட்டின் தலைநகர்.

231. 'அவ்வீட்டானைப் பாடவோ (151) தழுவவோ மாட்டேன்'

பாடல்

பண்டும் பண்டும் பாடுநர் உவப்ப,
விண்தோய் சிமைய விறல்வரைக் கவாஅன்,
கிழவன் சேட்புலம் படரின், இழை அணிந்து,
புன்தலை மடப் பிடி பரிசிலாக,
பெண்டிரும் தம்பதம் கொடுக்கும் வண்புகழ்க்

கண்டீரக்கோன்ஆகலின், நன்றும்
முயங்கல் ஆன்றிசின், யானே; பொலந் தேர்
நன்னன் மருகன் அன்றியும், நீயும்
முயங்கற்கு ஒத்தனைமன்னே; வயங்கு மொழிப்
பாடுநர்க்கு அடைத்த கதவின், ஆடு மழை

புறநானூறு (புதிய வரிசை வகை)

அணங்குசால் அடுக்கம் பொழியும் நும்
மணம்கமழ் மால் வரை வரைந்தனர், எமரே.

திணை: பாடாண்   துறை: இயன்மொழி.

புலவர்; பெருந்தலைச் சாத்தனார்

மன்னன்: இளவிச்சிக்கோ

(ஒரு சமயம் நள்ளியின் தம்பியாகிய
இளங்கண்டீரக்கோவும்.
விச்சிக்கோவின் தம்பியாகிய
இளவிச்சிக் கோவும்
சேர்ந்து அமர்ந்திருந்தனர்.
அங்கே வந்த
பெருந்தலைச் சாத்தனார்
இளவிச்சிக் கோவை மதிக்கவில்லை,
இளங்கண்டீரக் கோவையே தழுவினார்.
ஆத்திரங் கொண்ட இளவிச்சிக்கோ
காரணம் என்ன என்று கேட்கிறான்
அஞ்சாத கவிஞர்
துணிந்து சொன்ன பதில் இது.

எவராயினும் குற்றம் கண்ட போது
அவர்க்குப் பணியாது பாடும்
அன்றைய புலமை இது.)

விண்ணைத் தொடும் உச்சியை உடைய
மலைப் பக்கமாக நெடுந் தூரத்திற்கு
அவர்தம் கணவன்மார் சென்று விடுவர்.
அப்படிச் சென்று விட்டால்
அப்போது அணிகலன்களை
அணிந்த அவர்களின் பெண்களும்
தங்கள் தரத்திற்கு ஏற்பச்
சிறிய தலையையுடைய

மெல்லிய பெண் யானையையும் கூடப்
பரிசாகக் கொடுப்பர்
கண்டீரக்கோ அத்தகைய
வளமான புகழ் கொண்டவன்;
அதனால் அவனைத்
தழுவிக் கொள்ள விரும்பினேன்.

நீயோ பொன்னால் செய்யப்பட்ட
தேரை உடைய நன்னன் மரபினன்.
அது மட்டும் அன்று;
ஒளி படைத்த சொற்களில் பாடுவோர்க்கு
அடைத்த கதவினை உடையது உன் மனை
அதனால் எங்கள் புலவர்கள்
மேகங்களின் தெய்வம் வாழும்
உன் அரை மலையைப் பாடுவதைத்
தவிர்த்து விட்டனர்.
ஆகவேதான்
உன்னை நான் தழுவவில்லை.

3. தாமான் தோன்றிக்கோன்

திருச்சிராப்பள்ளி மாவட்டத்தின்
கரூர் வட்டத்தில் உள்ளது
தோன்றி மலை. இப்பகுதியை ஆண்ட
சிற்றரசன் தாமான் தோன்றிக்கோன். (த.வ.அ)

232. 'அவனிடம் சென்றேன் அடுத்தவரிடம் செல்லேன்' (399)

பாடல்

அடு மகள் முகந்த அளவா வெண்ணெல்
தொடி மாண் உலக்கைப் பரூஉக் குற்று அரிசி
காடி வெள் உலைக் கொளீஇ, நீழல்

ஓங்கு சினை மாவின் தீம் கனி நறும் புளி,
மோட்டு இரு வராஅல் கோட்டு மீன் கொழுங் குறை, 5

செறுவின் வள்ளை, சிறு கொடிப் பாகல்,
பாதிரி ஊழ் முகை அவிழ் விடுத்தன்ன
மெய் களைந்து, இனனொடு விரைஇ........
மூழ்ப்பப் பெய்த முழு அவிழ்ப் புழுக்கல்,
அழிகளின் படுநர் களி அட வைகின், 10

பழஞ்சோறு அயிலும் முழங்கு நீர்ப் படப்பைக்
காவிரிக் கிழவன், மாயா நல் இசைக்
கிள்ளிவளவன் உள்ளி, அவற் படர்தும்;
செல்லேன் செல்லேன், பிறர் முகம் நோக்கேன்;
நெடுங் கழைத் தூண்டில் விடு மீன் நொடுத்து; 15

கிணைமகள் அட்ட பாவல் புளிங்கூழ்
பொழுது மறுத்து உண்ணும் உண்டியேன், அழிவு கொண்டு,
ஒரு சிறை இருந்தேன்; என்னே! 'இனியே,
அறவர் அறவன், மறவர் மறவன்,
மள்ளர் மள்ளன், தொல்லோர் மருகன், 20

இசையின் கொண்டான், நசை அமுது உண்க' என,
மீப் படர்ந்து இறந்து, வன் கோல் மண்ணி,
வள் பரிந்து கிடந்த........................மணக்க
விசிப்புறுத்து அமைந்த புதுக் காழ்ப் போர்வை,
அலகின் மாலை ஆர்ப்ப வட்டித்து, 25

கடியும் உணவு என்னக் கடவுட்கும் தொடேன்,
'கடுந் தேர் அள்ளற்கு அசாவா நோன் சுவற்
பகடே அத்தை யான் வேண்டி வந்தது'என,
ஒன்று யான் பெட்டாஅளவை, அன்றே
ஆன்று விட்டனன் அத்தை, விசும்பின் 30

மீன் பூத்தன்ன உருவப் பல் நிரை
ஊர்தியொடு நல்கியோனே; சீர் கொள
இழுமென இழிதரும் அருவி,
வான் தோய் உயர் சிமைத் தோன்றிக் கோவே.

திணை: பாடாண்   துறை: பரிசில் விடை

புலவர்: தாமான் தோன்றிக்கோனை ஐயூர் முடவனார் பாடியது.

அளக்காமலே முகந்து கொண்டு வந்த
வெண்ணெல்லைப், பூண் இட்டுச்சிறந்த
பருத்த உலக்கையால் குற்றி
அரிசியாக்கி, அந்த அரிசியைக்
காடி நீர் ஊற்றிய வெள்ளுலையில்
சோறு சமைக்கும் பெண் பெய்தாள்.

உயரமான கிளைகளோடு
நிழல்தரும் மாமரத்தின்
இனிய பழங்களைப் பிசைந்து செய்த
மணம் மிக்க புளிக் குழம்பும்,
பெரிய கருத்த வராலின் இறைச்சியும்
கோட்டை உடைய சுறா மீனின்
துண்டாகிய கொழுத்த இறைச்சியும்
வயல்களில் படர்ந்த வள்ளைக் கீரையும்,
சிறு கொடியாகிய பாகலில் கிடைத்த காயும்,
பாதிரியின் முதிர்ந்த அரும்பின்
இதழை விரித்தது போன்ற
தோலை நீக்கி
சேர்க்கத் தக்கவற்றைச் சேர்த்து
மென்மையாக மூடி வைத்த முழுத்த சோறும்,
நெற்களத்தில் நாளும் உழைக்கும் களமர்
தாம் உண்ட கள்ளால் பிறந்த மயக்கத்தில்
சோம்பி இருந்தார் என்றால்
விடியற்காலையில் பழங் கஞ்சியை உண்பர்.

ஓசையிட்டுச் செல்லும்
நீர் நலம் வாய்ந்த தோட்டங்களோடு கூடிய
காவிரி நாட்டின் தலைவனான
அழியாத நற் புகழ் கொண்ட
கிள்ளி வளவனை நினைத்து
அவனை நோக்கிச் செல்கின்றோம்;
அடுத்தவரிடம் ஒரு போதும் செல்லோம்;
உதவி கருதிப் பிறர் முகத்தைப் பாரேம்
நீண்ட மூங்கில் தூண்டிலால்
பிடித்த மீனை விற்று
கிணைமகள் சமைத்த நீரோடு
பரந்த புளிங் கூழை
காலம் அல்லாத காலத்தில்
உண்ணும் உணவை புடையேன்
மனம் சோர்ந்து ஒருபக்கமாக
இருந்தேன். உன் நல்ல காலம்
இருந்தபடிதான் என்ன.
இப்போது தர்மவான்களில் தர்ம வானும்
வீரர்களில் வீரனும், உழவருள்
உழவனும், பழையோர் வழித்
தோன்றலுமாகிய அவன் உன் புகழாலே
உன்மீது அன்பு கொண்டுவிட்டான்.
ஆகவே
உன்னை விரும்பி வந்தேன் என்று
நான் அதைக் கேட்பதற்கு முன்பே
விரும்பும் செல்வத்தைப் பெறுவாயாக என்று
அறிந்தோர் கூற
என்னை வரவழைத்தான்.

மேலே செய்ய வேண்டியதை எண்ணிக்
கையிற் கொண்டு செல்லும்
வலிய கோலைச் சுத்தம் செய்து,
வார் அறுந்து சீரற்று இருந்த என் தெளிந்த
கண்ணை உடைய மாக்கிணையைப்

புது வார் கொண்டு இழுத்துக் கட்டி,
இசைக்குரிய கண் அமைக்கப்பட்ட
புதிய வலிய தோலின் அளவற்ற
மாலை போன்ற நெடிய வார்கள்
ஒலிக்க இயக்கிக் கிணையில்
தங்கும் தெய்வத்திற்கு வழிபாடு
செய்ய எண்ணினேன், ஆனால் பெறுவதற்குரிய
உணவைப் பெற காலதாமதம் ஆகும்
என்று தெய்வத்தை வழிபடவில்லை.
வலிய தேராகிய வண்டி, சேற்றில்
அழுந்திய போது அதற்குத் தளராமல்
வலிய கொண்டையை உடைய பகடே
விரும்பி வந்தேன் என்று நான் கேட்பதற்கு முன்னே
வானத்து நட்சத்திரங்கள்
பூத்தது போல அழகிய நிறமுடைய
பல பசுக் கூட்டத்தை,
ஏறிச் செல்வதற்குரிய காளைகளுடன்
தாளம் ஒத்திருக்க
இழும் என்னும் ஓசையோடு
விழும் அருவிகளை உடைய
விண்ணை முட்டும் உயர்ந்த உச்சி கொண்ட
தோன்றி மலைக்குத் தலைவன்
ஆகிய அவன் எனக்குக் கொடுத்தான்.

4. சேரமான் வஞ்சன்

233. 'பாயல் மலை அருவிகளின் தலைவன்'
(398)

பாடல்

மதி நிலாக் கரப்ப, வெள்ளி ஏர்தர,
வகை மாண் நல் இல்.....
பொறி மயிர் வாரணம் பொழுது அறிந்து இயம்ப,

பொய்கைப் பூ முகை மலர, பாணர்
கை வல் சீறியாழ் கடன் அறிந்து இயக்க.

இரவுப் புறம் பெற்ற ஏம வைகறை,
பரிசிலர் விசையெ...............................
வரிசையின் இறுத்த வாய்மொழி வஞ்சன்,
நகைவர் குறுகின் அல்லது, பகைவர்க்குப்
புலியினம் மடிந்த கல் அளை போல,

துன்னல் போகிய பெரும் பெயர் மூதூர்,
மதியத்து அன்ன என் அரிக் குரற் தடாரி,
இரவுரை நெடுவார் அரிப்ப வட்டித்து,
உள்ளி வருநர் கொள்கலம் நிறைப்போய்!
'தள்ளா நிலையை ஆகியர் எமக்கு' என,

என் வரவு அறீஇ,
சிறிதிற்குப் பெரிது உவந்து,
விரும்பிய முகத்தன் ஆகி, என் அரைத்
துரும்பு படு சிதாஅர் நீக்கி, தன் அரைப்
புகை விரிந்தன்ன பொங்கு துகில் உடீஇ,

அழல் கான்றன்ன அரும் பெறல் மண்டை,
நிழல் காண் தேறல் நிறைய வாக்கி,
யான் உண அருளல் அன்றியும், தான் உண்
மண்டைய கண்ட மான் வறைக் கருனை,
கொக்கு உகிர் நிமிரல் ஒக்கல் ஆர,

வரை உறழ் மார்பின், வையகம் விளக்கும்,
விரவு மணி ஒளிர்வரும், அரவு உறழ் ஆரமொடு,
புரையோன் மேனிப் பூத்தசல.............
முரைசெல அருளியோனே,
.... யருவிப் பாயல் கோவே!

திணை: பாடாண்.   துறை: கடைநிலை.
புலவர்: திருத்தாமனார்
மன்னன்: சேரமான் வஞ்;சன்

பறை ஒலி என ஓசையிடும்
அருவியை உடைய பாயல் மலையின்
தலைவன் அவன்;

அந்த மலையில்
நிலவு ஒளி மறைய
வெள்ளி முளைத்தது. அழகுதர
பல வகைப்பட்ட கட்டுகளால்
அழகிய சிறந்த இல்லம்;
அங்கே புள்ளிகளை உடைய சேவல்
காலம் அறிந்து கூவுகிறது.
குளத்தில் மலரும் பருவமுள்ள
அரும்புகள் விரிந்து மலர்ந்தன.
பாணர் சிறிய யாழை
இசை முறையை அறிந்து,
தம் கைத் திறத்தால் இயக்குகிறார்கள்.
இரவுப் பொழுதைப்
புறமுது காட்டச் செய்த விடியற் காலம்.

மணம் நீங்காமல் மணக்கும்
பந்தலின் கீழே புலவர்களை
அவரவர் திறம் அறிந்து.
பரிசில் நல்கும் கடன் ஆற்றினான்
உண்மையே பேசும் சேரமான் வஞ்சன்;

அவனிடம் இனிய பாணரும்
நட்புள்ள மன்னரும்
செல்ல முடியுமே அன்றிப், பகைவர்க்குப்
புலி படுத்துறங்கும் மலைக் குகைபோல

நெருங்கவும் முடியாது.
அத்தகைய பெரும் புகழை உடைய
அவனது மூதூருக்குச் சென்று
முழுமதி போன்ற என் அரிக்குரல்
தடாரிப் பறையை
அதன் நீண்ட வாரால்
என் இரப்பு மொழிகளை
அவன் கேட்குமாறு அடித்தேன்.

உன்னை எண்ணி வருவோர்தம்
பாத்திரத்தை அரிய பொருள்களால் நிறைப்பவனே;!
எம்மீது நீங்காத அன்புடையவன்
ஆவாயாக என்று என் வரவைக் கூறினேன்.

அவன் என் வரவை அறிந்து
எனது சில சொற்களுக்குப் பெரிதும் மகிழ்ந்து
மலர்ந்த முகத்தோடு
என் இடுப்பில் சிதைந்து, நார் நாராகிப் போன
ஆடையை நீக்கினான்.
தன் இடுப்பில் உடுத்தியிருந்த
புகை படர்வது போன்ற சிறந்த
ஆடையைத் தந்து என்னை
உடுத்தச் செய்தான்.

ஏதும் பெறாத
நெருப்பைக் கக்குவது போல
சூடாகிப் போன,
என் உண்ணும் பாத்திரத்தில் உண்பவர்
தமது சாயலைக் காணும் படி
தெளிந்த கள்ளை நிறைய ஊற்றினான்;
என்னை உண்ணச் செய்தான்;

அதுமட்டும் அன்று;
தான் உண்ணும் அகன்ற பாத்திரத்தில்

மானின் துண்டிக்கப்பட்ட வறுத்த
பொரிக் கறியை, .
கொக்கின் நகம் போன்ற நீண்ட
நெல்லரிசிச் சோற்றையும்
என் சுற்றத்தார் உண்ண,
மலை போன்ற மார்பில் அணிந்த,
உலகமே மதிக்கத்தக்க
பல மணிகளும் கலந்து, கோக்கப்பட்டு ஒளி விளங்கும்
பாம்பென வளைந்து கிடக்கும் மாலையும்,
உயர்ந்த அவன் மேனியில் கிடந்து
விளங்கும் அழகிய பூவேலை
நிறைந்த உடைகளை
அவன் புகழ் எங்கும் பரவக் கொடுத்தான்.
பறை போல முழங்கும் அருவிகளை உடைய
பாயல் மலையின் தலைவன்.

5. பாண்டியன் கீரஞ்சாத்தன்

234. 'உண்ணுங்கள்; இல்லையேல் உண்ணமாட்டேன்' (178)

பாண்டியன் கீரஞ் சாத்தன்
அல்லது பாண்டிக் குதிரை சாக்கையன்.
மன்னர் குடியில் தோன்றி
முடி சூட்டிக் கொள்ளும் உரிமை பெற்றவன். (த.வ.அ)

பாடல்

கந்து முனிந்து உயிர்க்கும் யானையொடு, பணை முனிந்து
கால் இயற் புரவி ஆலும் ஆங்கண்,
மணல் மலி முற்றம் புக்க சான்றோர்
உண்ணார்ஆயினும், தன்னொடு சூளுற்று,
'உண்ம்' என இரக்கும் பெரும் பெயர்ச் சாத்தன்

ஈண்டோ இன் சாயலனே; வேண்டார்
எறி படை மயங்கிய வெருவரு ஞாட்பின்,
கள்ளுடைக் கலத்தர் உள்ளூர்க் கூறிய
நெடுமொழி மறந்த சிறு பேராளர்
அஞ்சி நீங்குங்காலை,

ஏமமாகத் தான் முந்துறுமே.

திணை: வாகை துறை: வல்லாண் முல்லை

புலவர்: பாண்டியன் கீரஞ்சாத்தனை ஆவூர் மூலங்கிழார் பாடியது.

கட்டப்பட்டிருக்கும் கம்பத்தை வெறுத்து
யானை நெடுமூச்சு எறிகிறது.
காற்றைப் போல் விரைந்து ஓடும்
குதிரைகள், வரிசையாக நிறுத்தி
வைக்கப்பட்டிருப்பதை வெறுத்து
ஆரவாரம் செய்கின்றன.
இடுமணல் நிறைந்த முற்றம் அது;
அதில் நுழைந்த சான்றோர் உண்ணவில்லை
என்றால் நானும் உண்ணமாட்டேன்
என்று தன்னோடு சேர்த்துச் சூளுரை கூறி,
உண்ணுங்கள் என்று அவர்களிடம்
வேண்டிக் கொள்ளும் பெரும் பெயரை
உடையவன் சாத்தன்.
அவன் எங்களைப் போன்றவர்களிடம்
இனிய மெல்லிய இயல்பை உடையவன்.
மெல்லியன்தான்; ஆனாலும்
முரண்பட்டவர்கள் எறிந்த போர்க்கருவிகள்
ஒன்றோடொன்று தம்முடன் கலந்து
பயன் தரும் போரில், வீரபானத்தைக்
(கள்ளை) கொண்ட சட்டியை உடையவராய்,
அதைக் கொண்ட செருக்கால் ஊருக்குள்
இருந்து சொன்ன வீரம் மேலோங்கிய
வார்த்தையைப் போரில் மறந்த சிறு

பேராண்மை உடையோர், போர்க்களத்தில்
பயந்து முதுகுகாட்டி ஓடும் போது
அவர்களுக்கு அரணாகத்
தான் தன் வலிமையால் வந்து
அவர்களுக்கு முன் நிற்பான்.

வாட்டாற்று எழினியாதன்

235. 'அவரவரே அள்ளிக் கொள்வது' (396)

பாடல்

கீழ் நீரான் மீன் வழங்குந்து;
மீ நீரான், கண் அன்ன, மலர் பூக்குந்து;
கழி சுற்றிய விளை கழனி,
அரிப் பறையான் புள் ஓப்புந்து;
நெடுநீர் கூஉம் மணல் தண் கான்

மென் பறையான் புள் இரியுந்து;
நனைக் கள்ளின் மனைக் கோசர்
தீம் தேறல் நறவு மகிழ்ந்து,
தீம் குரவைக் கொளைத் தாங்குந்து;
உள் இலோர்க்கு வலி ஆகுவன்;

கேள் இலோர்க்குக் கேள் ஆகுவன்,
கழுமிய வென் வேல் வேளே
வள நீர் வாட்டாற்று எழினியாதன்;
கிணையேம், பெரும!
கொழுந் தடிய சூடு என்கோ?

வள நனையின் மட்டு என்கோ?
குறு முயலின் நிணம் பெய்தந்த
நறு நெய்ய சோறு என்கோ?
திறந்து மறந்து கூட்டுமுதல்
முகந்து கொள்ளும் உணவு என்கோ?

அன்னைவ பலபல----...........
............................ருநதய
இரும் பேர் ஒக்கல் அருந்தி எஞ்சிய
அளித்து உவப்ப, ஈத்தோன் எந்தை;
எம்மோர் ஆக்கக் கங்குண்டே

மாரி வானத்து மீன் நாப்பண்,
விரி கதிர வெண் திங்களின்,
விளங்கித் தோன்றுக, அவன் கலங்கா நல் இசை!
யாமும் பிறரும் வாழ்த்த, நாளும்
நிரைசால் நன் கலன் நல்கி,

உரை செலச் சிறக்க, அவன் பாடல்சால் வளனே!

திணை: பாடாண்   துறை: கடைநிலை.

புலவர்: வாட்டாற்று எழினியாதனை மாங்குடி கிழார் பாடியது.

நீருக்குக் கீழே மீன்கள் செல்லும்;
நீரின் மேலே மகளிர் கண்போன்று
மலர்கள் பூக்கும்.
உப்பங்கழிகளைச் சூழ்ந்து
விளைந்திருக்கும் வயலில்
அரிப்பறையின் ஓசையால்
பறவைகள் ஓட்டப்படும்.
நீர் மிகுந்த கடற்கரையில்
குவிந்திருக்கும் மணலை, குளிர் காற்று அள்ளித்தூவும்;
அதனால் மென் சிறகுகளால் பறக்கும் குஞ்சுகள்
விலகிப் போகும்.

மலர்களால் பெற்ற கள் நிறைந்த
வீடுகளை உடைய கோசர் என்பவர்
இனிய கள்ளின் தெளிவை உண்டு, மகிழ்ந்து
சுவை மிக்க குரவை ஆடும் இடத்தே
பாடல்கள் இசைப்பர்.

நீர்வளம் மிக்க வாட்டாறு எனும்
ஊரை உடைய எழினி ஆதன்
ஊக்கம் இல்லாதவர்க்கு வலிமை ஆகித்
துணை செய்வான்;
உறவு இல்லாதவர்க்கு உறவு ஆகித் அறிவுத் துணையாவான்.
பிற படைகளோடு கலந்து
வெற்றி தரும் வேற் படையை உடைய
வேளிர் தலைவன் அவன்;
நாங்கள் அவனுடைய
கிணைப் பொருநர்கள் பெருமானே!

அவன் எங்களுக்கு அளித்த பருத்த துண்டமாகிய
சூட்டிறைச்சியைச் சொல்வதா?
வளப்பமான பூந்தேறலைச் சொல்வதா?
குறு முயலின் தசை கலந்து தந்த
மணமிக்க நெய்ச் சோற்றைச் சொல்வதா?
திறந்து பிறகு மூட மறந்த
நெற் குழுதாழியில் அவரவர்
வேண்டும் அளவு முகந்து கொள்ளும்
உணவுப் பொருட்களைச் சொல்வதா?
இது போல பலப்பல........

வறுமையில் வருந்திய என் பெரிய
சுற்றத்தார், உண்டு மிஞ்சியவற்றை
மகிழுமாறு முதலில் கொடுத்தான்;
பிறகு திரும்பத்; திரும்பக் கொடுத்தான்,
எங்கள் தந்தை போன்றவன்.
அவனிடம் என் போன்றவர் பெற்ற
செல்வத்திற்கு ஓர் எல்லை தான் உண்டோ?

மழை மேகம் உலாவரும் வானத்தில்
நட்சத்திரங்களினிடையே தோன்றும்
விரிந்த கதிர் கொண்ட நிலவினைப் போல
அவனது நற்புகழ் விளங்குவதாக.

நாள் தோறும் நாங்களும்
எங்களைப் போன்ற பிறரும்
வாழ்த்திப் பாராட்ட, யானைக் கூட்டத்தோடு
நல்ல அணிகலன்களையும் வழங்கிப்
புலவரால் பாடப்படும் சிறப்புடைய
அவனது செல்வம்
புகழ் பெருக வளரட்டும்.

படைத் தலைவர்கள்
ஏனாதி திருக்கிள்ளி

வாள்பட்ட புண் ஆறி,
வடுப்பட்ட மேனியோடு
ஏனாதி பட்டம் பெற்றவன்
திருக்கிள்ளி.
இவன் படைத்தலைவன்.
இவனைக் கடுமான் கிள்ளி என்பர்.

236. 'உன்னை உலகம் வியக்க என்ன காரணம்? கூறு' (167)

கோனாட்டு எறிச்சலூர் மாடலன்
மதுரைக் குமரனார்.
இவர் ஏனாதி திருக்கிள்ளியையும் பாடியுள்ளார்.
கிள்ளி என்று பெயர் இருப்பதால்
சோழநாட்டைச் சேர்ந்தவர் எனலாம்.
ஏனாதி என்பது போரில் தலைமை தாங்கி
வெற்றி தந்தவருக்கு அன்றைக்கு மன்னர்கள்
வழங்கும் விருது.

பாடல்

நீயே, அமர்காணின் அமர்கடந்து, அவர்
படை விலக்கி எதிர் நிற்றலின்,

வாஅள் வாய்த்த வடு ஆழ் யாக்கையொடு,
கேள்விக்கு இனியை, கட்கு இன்னாயே
அவரே, நிற் காணின் புறம் கொடுத்தலின்,   5

ஊறு அறியா மெய் யாக்கையொடு,
கண்ணுக்கு இனியர்; செவிக்கு இன்னாரே
அதனால், நீயும் ஒன்று இனியை; அவரும் ஒன்று இனியர்;
ஒவ்வா யா உள, மற்றே? வெல்போர்க்
கழல்புனை திருந்து அடிக் கடுமான் கிள்ளி!   10

நின்னை வியக்கும் இவ் உலகம்; அஃது
என்னோ? பெரும! உரைத்திசின் எமக்கே.

திணை: வாகை   துறை: அரசவாகை

புலவர்: மதுரைக் குமரனார்

மன்னன்: சோழிய ஏனாதி திருக்கள்ளி

வெற்றி பெரும் போர் செய்யும்
வீரர்கள் அணியும் அழகிய
கழல் அணிந்த அடிகளையும்,
விரைந்து ஓடும் ஓட்டத்தை உடைய
குதிரைகளையும் கொண்ட கிள்ளியே!
நீ தான், போரைக் கண்டு விட்டால்
அதில் வெற்றி பெறப்
பகைவரது படையைத் தடுத்து
அதன் எதிரே நிற்பதால்
உன் உடம்பில்
வாளால் வெட்டுப் படப்
பதிந்த வடு அழுத்தி இருக்கும்.
இந்தச் செய்தியைக் கேட்ட காதுக்கு
நீ இனியவன்.
காணும் கண்களுக்கோ
இன்னாதவன்.

உன் பகைவர்களே
உன்னைக் கண்ட போது
புறமுதுகு காட்டி ஓடுவர்.
ஆகவே புண்ணில்லாத அவர்கள்
உடம்பைக் காணும் கண்ணுக்கு இனியர்.
கேட்கும் செவிக்கோ இனியர் அல்லர்.
இவ்வாறு ஒன்றில் நீயும் இனியை;
அவர்களும் ஒன்றில் இனியர்.
அவர்கள் உன்னோடு ஒவ்வாதவை
வேறு எவைதாம் இருக்கின்றன?

இந்த உலகம் உன்னை மதிக்கிறது.
அதற்குக் காரணந்தான் என்ன?
பெருமானே!
எங்களுக்குச் சொல்வாயாக.

சோழிய ஏனாதி திருக்குட்டுவன்

237. 'உயர் மொழிப் புலவர்களே' (394)

பாடல்

சிலை உலாய் நிமிர்ந்த சாந்து படு மார்பின்,
ஒலி கதிர்க் கழனி வெண்குடைக் கிழவோன்,
வலி துஞ்சு தடக் கை வாய் வாட் குட்டுவன்
வள்ளியன் ஆதல் வையகம் புகழினும்,
உள்ளல் ஓம்புமின், உயர் மொழிப் புலவீர்!   5

யானும், இருள் நிலாக் கழிந்த பகல் செய் வைகறை,
ஒரு கண் மாக் கிணை தெளிர்ப்ப ஒற்றி,
பாடு இமிழ் முரசின் இயல் தேர்த் தந்தை
வாடா வஞ்சி பாடினேனாக,
அகம் மலி உவகையொடு அணுகல் வேண்டி,   10

கொன்று சினம் தணியாப் புலவு நாறு மருப்பின்
வெஞ் சின வேழம் நல்கினன், அஞ்சி
யான் அது பெயர்த்தனெனாக, தான் அது
சிறிது என உணர்ந்தமை நாணி, பிறிதும் ஓர்
பெருங் களிறு நல்கியோனே; அதற்கொண்டு,

இரும் பேர் ஒக்கல் பெரும் புலம்புறினும்,
'துன் அரும் பரிசில் தரும்' என,
என்றும் செல்லேன் அவன் குன்று கெழு நாட்டே!

திணை: பாடாண் துறை: கடைநிலை

புலவர்கோனாட்டு எறிச்சலூர் மாடலன் மதுரைக்குமரனார்

மன்னன்: சோழிய ஏனாதி திருக்குட்டவன்

வில் பயிற்சி உடையவன் ஆதலால்
விரிந்த, சாந்து பூசியமார்பினன்;
விளைந்த கதிர் நிறைந்த வயல் வளமும்,
வெண் குடை என்னும் ஊருக்குத் தலைவன்
வலிமை நிலை பெற்ற பெரிய கையில்
குறி தப்பாத வாளையும் உடையவன் குட்டுவன்;
உலகம் அவனைப்
பெருங் கொடையன் என்று புகழ்ந்தாலும்
அவனிடம் செல்லலாம் என்று
உயர் மொழிப் புலவர்களே!
நினைப்பதைத் தவிருங்கள்.

நானும் இருட்டும் நிலவும் விலகியபின்பு
ஒருநாள் விடியல் போதில்
ஒருபக்கமே ஒலிக்கும் பெரிய
தடாரிப் பறையைத்
தெளிவாக ஒலிக்கும்படி அடித்து,
ஒலிமிக்க முரசும், இயங்கும் தேரும் உடைய
(பாட்டுடைத் தலைவனின்) தந்தையிடம் சென்று

வாடாத அவன் வஞ்சியைப் பாடினேனா.
அதனால் உள்ளம் நிறைந்த மகிழ்ச்சியோடு
அவனைப் பிரியாமல் அவனோடு
வாழ வேண்டும் என்று வரும்
பிறரைக் கொன்றும் சினம் குறையாத,
புலவு மணக்கும் கோடுகளை உடைய
கடுஞ்சினமுள்ள யானை ஒன்றைப்
பரிசிலாகக் கொடுத்தான்.
நான் பயந்து அதை வேண்டாம் என்று கூறி
அவனிடமே அதைத் திருப்பி விட்டேன்.
அங்கிருந்து புறப்பட்டேன்;
அது குறைவானது என்பதை அவன்
உணர்ந்து வெட்கப்பட்டு,
பின்னும் ஒரு பெரிய யானையைக் கொடுத்தான்.
இதுகொண்டு மிகப் பெரிய என் சுற்றம்
வறுமையால் பெருந் துன்பப்பட்டாலும்
அடைய அரும் பரிசிலைத் தருவான் என
நான் ஒருபோதும்
அவனது மலைகள் நிறைந்தநாட்டிற்கு
அவனிடம் போகமாட்டேன்.

சோழிய ஏனாதி திருக்கண்ணன்

238. 'பொய்யா நாவிற் கபிலன்' (174)

இதற்கு முன்பு மலையமான் திருமுடிக்காரி (121)
மலையமான் மக்கள் (46) என்பவர்களைப்
பார்த்திருக்கிறோம்.
இவன் மலையமான் சோழியவேனாதி திருக்கண்ணன் (174)
இவன் மலையமான்களுள் ஒருவன்.
சோழர்களால் ஏனாதி என்ற பட்டம் பெற்றவன்
இவனை மலையமான் திருமுடிக்காரியின்
மகன் என்றும் கூறுவர்.

பாடல்

அணங்குடை அவுணர் கணம் கொண்டு ஒளித்தென;
சேண்விளங்கு சிறப்பின் ஞாயிறு காணாது,
இருள் கண் கெடுத்த பருதி ஞாலத்து
இடும்பை கொள் பருவரல் தீர, கடுந் திறல்
அஞ்சன உருவன் தந்து நிறுத்தாங்கு,   5

அரசு இழந்திருந்த அல்லற்காலை,
முரசுஎழுந்து இரங்கும் முற்றமொடு, கரை பொருது
இரங்கு புனல் நெரிதரு மிகு பெருங் காவிரி
மல்லல் நல் நாட்டு அல்லல் தீர,
பொய்யா நாவின் கபிலன் பாடிய,   10

மை அணி நெடு வரை ஆங்கண், ஒய்;யெனச்
செருப்புகல் மறவர் செல்புறம் கண்ட
எள் அறு சிறப்பின் முள்ளூர் மீமிசை,
அருவழி இருந்த பெருவிறல் வளவன்,
மதிமருள் வெண்குடை காட்டி, அக்குடை   15

புதுமையின் நிறுத்த புகழ் மேம்படுந!
விடர்ப் புலி பொறித்த கோட்டை, சுடர்ப்பூண்,
சுரும்பு ஆர் கண்ணி, பெரும்பெயர் நும்முன்
ஈண்டுச் செய் நல் வினை ஆண்டுச் சென்று உணீஇயர்,
உயர்ந்தோர் உலகத்துப் பெயர்ந்தனன் ஆகலின்,   20

ஆறு கொல் மருங்கின் மாதிரம் துழவும்
கவலை நெஞ்சத்து அவலம் தீர,
நீ தோன்றினையே---நிரைத்தார் அண்ணல்!
கல் கண் பொடிய, கானம் வெம்ப,
மல்கு நீர் வரைப்பின் கயம் பல உணங்க,   25

கோடை நீடிய பைது அறு காலை,
இருநிலம் நெளிய ஈண்டி,
உரும் உரறு கருவிய மழை பொழிந்தாங்கே!

திணை: வாகை. துறை: அரச வாகை,

புலவர்: மாறோக்கத்து நப்பசலையார்.

மன்னன்: மலையமான் சோழிய ஏனாதி திருக்கண்ணன்.

தொலைவிலிருந்து ஒளிவிடும்
சிறப்பு மிக்க சூரியனைப்
பிறரை அச்சுறுத்தும் அசுரர் கூட்டம்
கொண்டு போய் மறைத்து வைத்துவிட்டனர்;
அதனால் உலகத்தவர் கண்ணை
இருள் மறைத்து விட்டது.
உலகம் அடைந்த துன்பத்தைப்
போக்க எண்ணிய
போராற்றல் படைத்த மைநிற (கண்ணன்) ஒருவன்
அந்தச் சூரியனைக் கொண்டு வந்து
நிலை நிறுத்தினான்;
அது போல, அரசுரிமையை இழந்து இருந்த
துன்ப நாட்களில்
முரசு ஒலிக்கும் அரண்மனை முற்றத்தோடு
கரையோடு மோதி ஒலிக்கும்
நீரால் உடைந்து அகலமாக ஓடும்
நீர் நிறைந்த பெருங்காவிரியை உடைய
வளமான நல்ல நாடு அது

அதன் துயரம் கெட,
பொய்யில்லாத நா படைத்த
கபிலனால் பாடப் பெற்ற
மேகம் சூழ்ந்த பெரிய மலையில்
விரைந்து போரை விரும்பும் மறவர்
புறங் காட்டி ஓடுவதைக் கண்ட
இகழ்ச்சியில்லாத தலை மிக்க முள்ளூர் மலை உச்சி
அதில்பிறர் காண முடியாத அரிய இடத்தில் இருந்த
பெரும் வெற்றியை உடைய சோழரது
நிலவு போன்ற வெண் கொற்றக் குடையைத்

தோன்றச் செய்து
அதனால் புதுமையை நிலை நிறுத்திய
புகழால் மேலானவனே!
இணைத்துக் கட்டப் பெற்ற மாலையை அணிந்தவனே!

மலைக் குகையில் வாழும்
புலி பொறிக்கப்பட்ட முத்திரை
கொண்ட கோட்டையையும் நன்கு தெரியும் அணிகலனையும்,
வண்டு ஒலிக்கும் தலை மாலையையும், பெரும் புகழையும்
உன் முன்னவனாகிய தந்தை
தான் செய்த நல்ல அறத்தின் பயனை அனுபவிக்க
உயர்ந்தோர் வாழும் தேவ லோகத்திற்குப்
போய் விட்டான். ஆகவே கல் பொடிபட, கானம் வெம்ப,
நீர் நிறைந்த உலகில் பல குளங்களும் வாட,
கோடை காலம் நீண்ட, பசுமை இல்லாத காலத்தில்
இப்பேருலகம் நெளியுமாறு திரண்டு, மின்னி முழங்கி,
மேகம் கூடி, மழை பொழிந்தது போல,
நல்ல நெறியைக் கொன்ற திசை எல்லாம் சூழ்ந்து
கவலைப்படும் நெஞ்சங்களின் துன்பம் எல்லாம் தீர
நீ தோன்றிவிட்டாய்.

சிறு சிற்றரசர்கள்

ஆதனுங்கன்

239. 'மோரியரும் வந்தனர்' (175)

கள்ளில் ஆத்திரையனார் ஒரு புலவர்.
கள்ளில் என்பது ஆர்க்காட்டு ஊர்;
ஆத்திரையன் - அத்திரி குலத்தவர்,
அந்தணர் (175, 389)
இவர் ஆதனுங்கனைப் பாடுகிறார்.
இவன் வேங்கட மலையின் தலைவன்.
இப்பாடலில் தமிழகத்தை நோக்கி
மோரியர் படை எடுப்பு நிகழ்ந்திருப்பதற்கான
அடையாளம் இருக்கிறது.

பாடல்

எந்தை! வாழி; ஆதனுங்க! என்
நெஞ்சம் திறப்போர் நிற் காண்குவரே;
நின் யான் மறப்பின், மறக்கும் காலை,
என் உயிர் யாக்கையின் பிரியும் பொழுதும்,
என் யான் மறப்பின், மறக்குவென் - வென் வேல்   5

விண் பொரு நெடுங் குடைக் கொடித் தேர் மோரியர்
திண் கதிர்த் திகிரி திரிதரக் குறைத்த
உலக இடைகழி அறை வாய் நிலைஇய
மலர் வாய் மண்டிலத்து அன்ன, நாளும்
பலர் புரவு எதிர்ந்த அறத் துறை நின்னே.   10

திணை: பாடாண்   துறை: இயன்மொழி
புலவர்: ஆதனுங்கனை கள்ளில் ஆத்திரையனார் பாடியது.

என் இறைவனே! ஆதனுங்கனே!
நீ வாழ்க!
வெற்றிதரும் வேலையும், விண்ணை மோதும் நீண்ட
வெண்கொற்றக் குடையையும்,
கொடி அசையும் தேரையும்
கொண்டவர்கள் மோரியர்;,
அவர்கள் உறுதியான
சட்டங்கள் சூழ்ந்த சக்கரம் செல்வதற்காக
வெட்டப்பட்ட பனிமலைக்கு
அப்பாலான உலகிற்கும் செல்லும்
இடைவழியாகிய அந்த வாசலில்
தேவர்களால் நிறுத்தப்பட்டு
இரவும் பகலும் ஒரே மாதிரியாகவே
நிலைபெற்று விளங்கும் அந்த இடத்தை
உடைய சூரிய மண்டிலம் போல
நாளும் இரவு பகல் பாராமல்
பலரையும் காப்பாற்றுவதை ஏற்றுக் கொண்டு
ஒரே தன்மையாகவே நடந்து கொள்ளும்
அறத்துறையாகிய உன்னை
நான் மறக்கும் காலத்தில்
என் உயிர் என் உடலைவிட்டுப்
பிரிந்து போகும்.

என்னை நான் மறந்தால்
உன்னை நான் மறப்பேன்.
ஆதலால் என் நெஞ்சைத் திறப்போர்
அதில் உன்னையே காண்பர்.

240. 'காண முடியாதவன் அல்லன்' (389)

பாடல்

'நீர் நுங்கின் கண் வலிப்ப,
கான வேம்பின் காய் திரங்க,
கயம் களியும் கோடைஆயினும்,

ஏலா வெண்பொன் போருறு காலை,
எம்மும் உள்ளுமோ பிள்ளைஅம் பொருநன்!'

என்று ஈத்தனனே, இசைசால் நெடுந்தகை;
இன்று சென்று எய்தும் வழியனும் அல்லன்;
செலினே, காணா வழியனும் அல்லன்;
புன் தலை மடப் பிடி இனைய, கன்று தந்து,
குன்றக நல் ஊர் மன்றத்துப் பிணிக்கும்

கல் இழி அருவி வேங்கடம் கிழவோன்,
செல்வுழி எழாஅ நல் ஏர் முதியன்!
ஆதனுங்கன் போல, நீயும்
பசித்த ஒக்கல் பழங்கண் வீட,
வீறுசால் நன் கலம் நல்குமதி, பெரும!

ஐதுஅகல் அல்குல் மகளிர்
நெய்தல் கேளன்மார், நெடுங் கடையானே!

திணை: பாடாண் துறை: இயன்மொழி.

புலவர்: ஆதனுங்கனை கள்ளில் ஆத்திரையனார் பாடியது.

நீர் நிறைந்து
மென்மையாக இருக்கும் பனை நுங்கு
நீர் வற்றி கல்போல வலிதாக,
காட்டில் உள்ள வேப்பமரத்தின்
காய்கள் பழுக்காமல் உலர்ந்து போக,
ஆழமான நீர்நிலை கூட
நீர் வற்றிக் களியாக மாறும்
கோடை காலம் என்றாலும்,
வெள்ளி (சுக்கிரன்) தென் திசைக்குப் போய்
வறட்சி தரும் காலமானாலும்,
பிள்ளைப் பருவம் கடக்காத வீரனே!
உன்னால் நினைக்கப் படுவோருள்
எங்களையும் சேர்த்துக் கொள்க

என்று கூறிப் புகழ் மிக்க
பெருந் தகையாகிய தலைவன்
மிகுந்த செல்வத்தைக் கொடுத்தான்.

நான் இன்றே சென்று காணும்
இடத்தில் அவன் இல்லை,
நான் போனால் அவனைக்
காண முடியாத நிலையில்
இருப்பவனும் அல்லன்

சிறிய தலையை உடைய
பெண் யானை வருந்த,
அதன் கன்றைக் கொண்டு வந்து,
குன்றுகளை உடைய ஊருக்குப் பக்கமாக
நல்லூர் மன்றத்தில் கட்டி வைக்கும்
கற்களின் இடையே ஓடி விழும்
அருவிகளை உடைய வேங்கடத்துக்கு உரியவனான
மனம் போனபடி எல்லாம் போகாத
உன் முன்னோன் ஆகிய
ஆதனுங்கனைப் போல. நீயும்
பசித்த என் சுற்றத்தாரின்
துன்பம் தீர
சிறந்த நல்ல கலன்களை
நல்குவாயாக.

மெல்லிதாய் அகன்ற அல்குலை உடைய
உன் பெண்கள் உன்
பெரு மனையின் முற்றத்தில்
சாவு வீட்டிற்குரிய பறையாகிய
நெய்தற் பறையையே
கேளாது இருப்பார்களாக.

கடிய நெடுவேட்டுவன்

பழனி மலைத் தொடரின் தென் கோடியில்
உள்ள மலைப்பகுதி கோடை மலை.
இன்று அது கொடைக்கானல் எனப்படுகிறது.
அங்கே கடியம் என்ற ஊரைத்
தலைநகராகக் கொண்டு ஆண்டவன் தான்
கோடைப் பொருநன் கடிய நெடுவேட்டுவன்.

241. 'எம்மை மதியாது தருவதை ஏற்க மாட்டோம்' (205)

பாடல்

முற்றிய திருவின் மூவர் ஆயினும்,
பெட்பின்று ஈதல் யாம் வேண்டலமே;
விறற்சினம் தணிந்த விரைபரிப் புரவி
உறுவர் செல் சார்வு ஆகி, செறுவர்
தாள் உளம் தபுத்த வாள்மிகு தானை,   5

வெள்வீ வேலிக் கோடைப் பொருந!
சிறியவும் பெரியவும் புழைகெட விலங்கிய
மான்கணம் தொலைச்சிய கடுவிசைக் கதநாய்,
நோன் சிலை, வேட்டுவ! நோய் இலையாகுக!
ஆர்கலி யாணர்த் தரீஇய, கால் வீழ்த்து,   10

கடல்வயின் குழீஇய அண்ணல்அம் கொண்மூ
நீர் இன்று பெயராவாங்கு, தேரொடு
ஒளிறு மருப்பு ஏந்திய செம்மற்
களிறு இன்று பெயரல், பரிசிலர் கடும்பே.

திணை: பாடாண்   துறை: பரிசில்துறை
புலவர்: பெருந்தலைச் சாத்தனார்
மன்னன்: கடிய நெடுவேட்டுவன்

வெற்றி பெற்றதால் சினம் குறைந்து
விரைந்து செல்லும் குதிரையைப் போல,
அஞ்சி வந்தடைந்த பகைவர்க்குப் புகலிடமாய்,
போரிடும் பகைவர்களின் முயற்சி மிக்க
கிளர்ந்த உள்ளத்தைக் கெடுத்த வாட்போரில்
பெரும் படையினைக் கொண்ட,
வெள்ளிய பூக்கள் உடைய
முல்லை வேலி சூழ்ந்த
கோடை எனும் மலைக்குத் தலைவனே!

சிறியவும் பெரியவுமான நுழைவு வழிகளைப்
போக்கில்லாமல் விலக்கிய மான் கூட்டத்தை அழித்த,
விரைந்த ஓட்டமும் சினமும் மிக்க நாயையும்
வலிய வில்லையும் உடைய வேட்டுவனே!

நிறைந்த செல்வத்தை உடைய
(சேர, சோழ, பாண்டியர் என்னும்) மூவேந்தரே என்றாலும்
எங்களை மதியாமல் கொடுப்பதை
நாங்கள் ஏற்க விரும்ப மாட்டோம்.
இடியின் பேரோசையை உடைய
புது மழையைத் தரவேண்டி
கால் கொண்டு கடலில் திரண்ட
முதன்மை மேகம்
நீரில்லாமல் திரும்பாதது போலத்
தேருடன் கூட, கோடு ஏந்திய
சிறந்தகளிறு இல்லாமல்
பரிசிலர்களின் சுற்றம் திரும்பாது,
நீ நோயில்லாமல் வாழ்வாயாக!

242. 'யானையைத் தேடும் புலி எலியையா அடிக்கும்?' (237)

வெளிமானை (162) நாம் அறிவோம்.
அவன் மடிந்த பின்
அவன் தம்பி இளவெளிமான்
ஆட்சிக்கு வந்தான்.
இவன் கஞ்சன்.
இவனிடம் பரிசில் பெறப்
பெருஞ்சித்திரனார் (158) வருகிறார்.
அவன் எப்படி நடந்து கொண்டான்
என்று தெரியவில்லை.
சினம் கொண்ட புலவரின் சீற்றம்
பாடலாக வருகிறது.

பாடல்

'நீடு வாழ்க!' என்று யான் நெடுங் கடை குறுகி,
பாடி நின்ற பசி நாட்கண்ணே,
'கோடைக் காலத்துக் கொழு நிழல் ஆகி,
பொய்த்தல் அறியா உரவோன் செவிமுதல்
வித்திய பனுவல் விளைந்தன்று நன்று' என

நச்சி இருந்த நசை பழுதாக,
அட்ட குழிசி அழற் பயந்தாஅங்கு,
'அளியர்தாமே ஆர்க' என்னா
அறன் இல் கூற்றம் திறன் இன்று துணிய,
ஊழின் உருப்ப எருக்கிய மகளிர்

வாழைப் பூவின் வளை முறி சிதற,
முது வாய் ஒக்கற் பரிசிலர் இரங்க,
கள்ளி போகிய களரிஅம் பறந்தலை,
வெள் வேல் விடலை சென்று மாய்ந்தனனே;
ஆங்கு அது நோய் இன்றாக, ஓங்கு வரைப்

புலி பார்த்து ஒற்றிய களிற்று இரை பிழைப்பின்,
எலி பார்த்து ஒற்றாதாகும்; மலி திரைக்
கடல் மண்டு புனலின் இழுமெனச் சென்று,
நனியுடைப் பரிசில் தருகம்,
எழுமதி, நெஞ்சே! துணிபு முந்துறுத்தே.

திணை: பொதுவியல் துறை: கையறுநிலை.

புலவர்: பெருஞ்சித்திரனார்.

மன்னன்: இளவெளிமான்.

பசிக்கும் நேரம்;
நானோ நெடிய வாசலை நெருங்கி நின்று
'நெடுங்காலம் வாழ்வாயாக' என்று
பாடி நின்றேன்.
கோடைக் காலத்து வெம்மை மிகுதியான பொழுது
தன்னை அடைந்தவர்க்குக்
கொழு நிழல் உதவுவது போல
எவரிடமும் பொய்கூறி அறியாத
அறிவுடையோரின் செவியில்
நல்லவர் விதைத்த கேள்வியாகிய பயிர்
நன்றாக விளைந்தது என எண்ணிப்
பரிசிலை விரும்பிய எண்ணம்
பயனற்றுப் போக;

சமைக்கப்படும் பானையிலிருந்து
சோற்றுக்குப் பதில் நெருப்பு புறப்பட்டது போல
இரக்கத்திற் குரியவர் உண்பார்களாக என்று
எண்ணாத அறம் அற்ற எமன்
கூறுபாடு இல்லாமல்
அவன் உயிரை எடுக்கத் துணிந்து விட்டான்,
முறைப்படி மார்பில்
கடுமையாக அறைந்து கொண்ட மகளிர்
கையில் அணிந்த வளையல்களின் முறிகள்

வாழைப் பூப்போலச் சிதறின.
முதிய, வாக்கினை உடைய
சுற்றத்தோடு கூடிய பரிசிலர் வருந்த
கள்ளிச் செடி ஓங்கிய
களர் நிலமான பாழான புறங்காட்டில்
வெள்ளை வேலை உடைய வீரன்
இறந்து போனான்.
எமன் நோயில்லாமல் இருப்பானாக!

உயர்ந்த மலையில்
புலி பார்த்து வீழ்த்திய களிறாகிய இரை
கிடைக்காது போனால்
தன் பசிக்குப் போதாத எலியை வீழ்த்தாது,
பெரும் அலைகளை உடைய கடலில்
நிறைந்த ஆற்றுநீர் போல
விரைந்து போய்,
மிகுதியான பரிசிலைக் கொண்டு வருவோம்;
தெளிவு கொண்டு நெஞ்சே! எழு.

243. 'உலகம் பெரிது; உவந்து தருவோரும் பலர்' (207)

அவருக்குள் ஆத்திரம்
அனலாய் வருகின்றன
சொற்கள்.

பாடல்

எழு இனி, நெஞ்சம்! செல்கம்; யாரோ,
பருகு அன்ன வேட்கை இல்வழி,
அருகில் கண்டும் அறியார் போல,
அகம் நக வாரா முகன் அழி பரிசில்
தாள் இலாளர் வேளார்அல்லர்?

'வருக' என வேண்டும் வரிசையோர்க்கே
பெரிதே உலகம்; பேணுநர் பலரே;
மீளி முன்பின் ஆளி போல,
உள்ளம் உள் அவிந்து அடங்காது, வெள்ளென
நோவாதோன்வயின் திரங்கி,

வாயா வன் கனிக்கு உலமருவோரே.

திணை: பாடாண் துறை: பரிசில்துறை

புலவர்: பெருஞ்சித்திரனார்

மன்னன்: இளவெளிமான்

*செயல் ஆற்றும் உள்ள உறுதி இல்லாமல்
காண்பார் அனைவர்க்கும் தெரியும்படி
தம்மைக் கண்டு இரக்கப்படாதவன்
முன் நின்று நெஞ்சு நெகிழ்ந்து,
கொடாத பரிசிலுக்காக,
கனியாத கல்லொத்த பழத்திற்காக
அலைவார் யார்?*

*கண்ணால் உருகுவது போல்
விருப்பம் இல்லாத இடத்தில்,
தம் அருகில் பார்த்தும் பாராதவர் போல்,
உள்ளத்தில் மகிழத் தெரியாத,
தம்முகம் மாறுபட்டுத் தரப்பட்ட பரிசிலை
வேறோர் இடத்திற்குச் செல்லும்
முயற்சி இல்லாதவர் விரும்பவே செய்வர்.
வாருங்கள் என்று எதிர் நின்று
வரவேற்கும் தரமுடையவர்க்கோ
உலகம் பெரிது. அதில்
விரும்பிப் பேணுவோரும் பலர்.
அதனால் வீரம் மிக்க
வலிமை உடைய யாளியைப் போல
என் நெஞ்சே! இனி எழு!.*

244. 'இரவலரும் உண்டு; அவர்க்கு ஈவோரும்உண்டு' (162)

இப்போது பெற்றது யானையும் அணிகளும்;
பெருஞ்சித்திரனாருக்குள் ஓர் ஆவேசம்.
முன்பிருந்த ஆத்திரம் புலவருக்குள்
புகைந்து கொண்டே இருந்தது.
புறப்பட்டு விட்டார்
இளவெளிமானை நோக்கி;
யானையுடன் வந்துவிட்டார்.

பாடல்

இரவலர் புரவலை நீயும் அல்லை;
புரவலர் இரவலர்க்கு இல்லையும்அல்லர்;
இரவலர் உண்மையும் காண், இனி; இரவலர்க்கு
ஈவோர் உண்மையும் காண், இனி; நின் ஊர்க்
கடிமரம் வருந்தத் தந்து யாம் பிணித்த 5

நெடு நல் யானை எம் பரிசில்;
கடுமான் தோன்றல்! செல்வல் யானே.

திணை : பாடாண்   துறை : பரிசில் விடை

புலவர் : பெருஞ்சித்திரனார்

மன்னன் : இளவெளிமான்

விரைந்து ஓடும் குதிரையின் தலைவனே!
(இந்த உலகத்தில்) இரப்போர்க்குக் கொடுத்துப்
பாதுகாப்பவன் நீ ஒருவன் மட்டுந்தானா?
இரப்போரைப் பாதுகாப்பதற்கு
(உன்னை விட்டால்) வேறு ஆட்கள்
இல்லாமலும் இல்லை;
இனிமேலும் இரப்போரைக் காண்பாய்;

அவர்களுக்கு இடுவார் (பலர்)
இருப்பதையும் காண்பாய்.

உன் ஊரில் (நிற்கிறதே) காவல் மரம்,
அது வருந்தும்படி கொண்டு வந்து
நாம் கட்டிய உயர்ந்த
நல்ல இலக்கணம் உள்ள யானை
நாம் பெற்ற பரிசிலாகும்
(உன்னிடம் சொல்ல வேண்டியதைச்
சொல்லி விட்டேன்)
நான் இனிச் செல்வேன்.

தேர்வண் மலையன்

245. 'எல்லாவற்றிற்கும் நீயே காரணம்' (125)

இவனைப் பாடியவர் வடம வண்ணக்கண் பெருஞ்சாத்தனார்.

பாடல்

பருத்திப் பெண்டின் பனுவல் அன்ன,
நெருப்புச் சினம் தணிந்த நிணம் தயங்கு கொழுங் குறை,
பரூஉக் கள் மண்டையொடு, ஊழ் மாறு பெயர
உண்கும், எந்தை! நிற் காண்கு வந்திசினே,
நள்ளாதார் மிடல் சாய்த்த   5

வல்லாள! நின் மகிழ் இருக்கையே
உழுத நோன் பகடு அழி தின்றாங்கு
நல் அமிழ்து ஆக, நீ நயந்து உண்ணும் நறவே;
குன்றத்து அன்ன களிறு பெயர,
கடந்து அட்டு வென்றோனும், நிற் கூறும்மே;   10

'வெலீஇயோன் இவன்' என
'கழல் அணிப் பொலிந்த சேவடி நிலங் கவர்பு

விரைந்து வந்து, சமம் தாங்கிய;
வல் வேல் மலையன் அல்லன்ஆயின்
நல் அமர் கடத்தல் எளிதுமன், நமக்கு' எனத், 15

தோற்றோன்தானும், நிற் கூறும்மே,
'தொலைஇயோன் இவன்' என,
ஒரு நீ ஆயினை--பெரும! பெரு மழைக்கு
இருக்கை சான்ற உயர் மலைத்
திருத் தகு சேஎய்! நிற் பெற்றிசினோர்க்கே, 20

திணை: வாகை. துறை: அரச வாகை
புலவர்: வடம வண்ணக்கண் பெருஞ்சாத்தனார்.
சிலர் தங்கள் கோத்திரம் 'வடமா' என்பார்கள். இது
அதுவா? தெரியவில்லை வண்ணக்கன் என்றால் நாணய
சோதகன். பெருஞ் சாத்தனார் – முதிய,
புகழால் பெரிய என்று கொள்ளலாமா?
சேரனும், சோழனும் போரிட்டுக் கொள்ள
சோழனுக்குத் துணையாக நின்று
வெற்றிக்கு உதவுகிறான் தேர்வண் மலையன்

பருத்தியை நூற்கும் பெண்ணின்
(கையில் உள்ள) பிளவு பட்ட பஞ்சினைப் போன்று,
நெருப்பின் வெம்மையைத் தணித்த
கொழுத்த தடிகளைக் கள் ஊற்றப்பட்ட
அகலமான மண்டையோடு (பாத்திரம்)
மாற்றி மாற்றி உண்போமாக;
எங்கள் தலைவனே!
பகைவரது ஆற்றலை அழித்த
ஆண்மை உடையவனே!
உன் மகிழ்ச்சி மிகுந்து இருக்கையில்
உன்னைக் காண்பதற்காக வந்தேன்.

வலிமை மிக்க காளை உழுத பிறகு
வைக்கோலைத் தின்றது போல
உன் உழைப்புத் திறத்தால் கிடைத்த
பொருளை அனைவருக்கும் கொடுத்து
அதற்குப் பின் நீ விரும்பி உண்ணும் கள்
நல்ல அமிழ்தம் ஆவதாக.

மலை போன்ற யானையை
அதன் எதிரில் நின்று
அதை மடியும்படி கொன்றவனும்
நம்மை 'வெற்றிக்குரியவர்களாக ஆக்கியவன்
இவனே' என உன்னையே மகிழ்ந்து கூறுவான்.

வீரக் கழல் என்னும் அணியால் சிறந்த
தன் நல்ல பாதங்களால் போர்க்களத்தைக்
கைப்பற்ற எண்ணி விரைந்து வந்து
போரைத் தடுத்த வலிய வேலை, உடைய
மலையன் மட்டும்
இல்லாது போய் இருப்பான் என்றால்
போரில் வெற்றி பெறுவது நமக்கு
எளிதாக இருந்திராது என்பதும்,
தோற்றவனும் நம்மைத்
தோற்கடித்தவனும் இவனே என்று
உன்னையே புகழ்ந்து சொல்வதுமாக
நீ ஒப்பற்ற ஒருவன் ஆனாய்;
ஆகவே பெருமானே!
உன்னை நட்பாகவும் பகையாகவும் பெற்றோர்க்குப்
பெரிய மேகங்களுக்கு இருப்பிடமாக
அலைந்த உயர்ந்த மலையைக் கொண்ட
திருத்தகு முருகனை
ஒத்தவன் ஆகினாய்.

மூவன்

246. 'கொடுக்க வில்லையா? வருந்த மாட்டேன்' (209)

மூவன் ஒரு சிற்றரசன்
வேறு செய்திகள் இல்லை
பெருந்தலைச் சாத்தனார் (151)
இவனிடம் செல்ல, அவன் இவரை
நடத்திய முறை பாடலாகிறது.

பாடல்

பொய்கை நாரை போர்வில் சேக்கும்
நெய்தல் அம் கழனி, நெல் அரி தொழுவர்
கூம்பு விடு மென் பிணி அவிழ்ந்த ஆம்பல்
அகல் அடை அரியல் மாந்தி, தெண் கடல்
படு திரை இன் சீர்ப் பாணி தூங்கும்

மென் புல வைப்பின் நல் நாட்டுப் பொருந!
பல் கனி நசைஇ, அல்கு விசும்பு உகந்து,
பெரு மலை விடரகம் சிலம்ப முன்னி,
பழனுடைப் பெரு மரம் தீர்ந்தென, கையற்று,
பெறாது பெயரும் புள்ளினம் போல, நின்
நசை தர வந்து, நின் இசை நுவல் பரிசிலென்
வறுவியேன் பெயர்கோ? வாள் மேம்படுந!
ஈயாய்ஆயினும், இரங்குவென்அல்லேன்;
நோய் இலை ஆகுமதி; பெரும! நம்முள்
குறு நணி காண்குவதாக - நாளும்,

நறும் பல் ஒலிவரும் கதுப்பின், தேம் மொழி,
தெரிஇழை மகளிர் பாணி பார்க்கும்
பெரு வரை அன்ன மார்பின்,
செரு வெஞ் சேஎய்! நின் மகிழ் இருக்கையே!

திணை: பாடாண்   துறை: பரிசில் கடாநிலை
புலவர்: மூவனைப் பெருந்தலைச் சாத்தனார் பாடியது.

பொய்கையில் மேய்ந்த நாரை
வைக்கோற் போரின் மேல் உறங்கும்
நெய்தல் நிலம்;
அங்கே அழகிய வயலில்
நெல் அறுக்கும் உழவர்;
மொட்டு அவிழ்ந்த
மெல்லிய இதழ்களை நெகிழ்ந்த
ஆம்பலின் அகன்ற இலையில்
மதுவை உண்பர்.
பின்பு தெளிந்த கடலின்
ஒலிக்கும் அலைகளில்
இனிய சீரான தாளத்தோடு ஆடுவர்.
இத்தகைய நன்செய் நிலங்களைக் கொண்ட
ஊர்களை உடைய நல்ல நாட்டின் வீரனே!
வாள் சண்டையில் மேம்படுபவனே!

நாளும் மணமிக்க, நன்கு வளர்ந்த
பலவான மயிரையும், தேன் போன்ற சொல்லையும்,
தேர்ந்தெடுத்த ஆபரணங்களையும், உடைய
பெண்கள் தம்மிடம் உள்ள
நெருக்கமான அன்பைக் காண,
ஒருவரோடொருவர் புணருங் காலத்தை
எதிர்பார்க்கும் பெரிய மலை போன்ற
மார்பினை உடைய
போரை விரும்பும் முருகனை ஒத்தவனே!

பல பழங்களையும் விரும்பித்
தாம் வாழ்வதற்கு இடமாகிய
ஆகாயத்தில் உயரப் பறந்து
பெரிய மலையின் குகைகள் எதிரொலிக்கச் சென்று
அங்கே உள்ள பெரிய மரம்

பழம் பறிப்பதற்கான காலம் அல்லாத
காலமாக இருத்தல் கண்டு வருந்தி
எதையும் பெறாமல் திரும்பும்
பறவைக்கூட்டம் போல்
உன்னை விரும்பும் ஆசை அழைத்து வர வந்து
உன் புகழைக் கூறும் பரிசிலன் ஆன நான்
ஏதும் பெறாமல் வெறுமையானவனாய் மீள்வேனோ?

நீ எனக்கும் கொடுக்காது போனாலும்
வருத்தப்பட மாட்டேன்;
பெருமானே! நீ நோயற்றவனாய் இருப்பாயாக
காலைப் பொழுதில் உன்னை எவரும்
எளிதில் காணும்படி நீ
அமர்ந்திருக்கும் இடம் (நாளோலக்கம்)
நமக்கு நெருக்கமானதாகுக.
பிறர் அதை அறியாமல் போவாராக.

படைத் தலைவர்கள்
நாஞ்சில் வள்ளுவன்

திருநெல்வேலியிருந்து நாகர்கோவிலுக்குச்
செல்லும் பெருவழிக்கு இடையில் உள்ள
வள்ளியூரை தலைநகராகக் கொண்டு
நாஞ்சில் வள்ளுவன் ஆண்டதாகத்
தெரிகிறது. (த.வ.அ)

247. 'அவர்களை அறியேன்; உன்னை அறிவேன்' (137)

நாஞ்சில் மலையை ஆண்டவன்
நாஞ்சில் வள்ளுவன்.
சேரநாடு அவனுக்கு மிகவும்
அருகில் இருந்தது, அதனால்

சேரனிடம் அன்பு கொண்டான்.
அவனுக்குப் படைத்துணையாகவும் இருந்தான்
இவனை ஒருசிறைப் பெரியனார்
கருவூர்க் கதப்பிள்ளை
ஆகியோர் பாடியுள்ளனர்,
ஒரு சிறைப் பெரியனார் பெயர்
ஒரு சிறைப் பெயரினார் என்றும் காணப்படுகிறது
பெயர்க்காரணமோ வேறு விவரங்களோ
தெரியவில்லை,
தமிழகத்துள் மூன்று வேந்தர்கள்
இருக்கின்றனர். செல்வ வளம் மிக்கவர்கள்
ஆனால் அவர்களைப் பாட வேண்டும் என்று
ஒருசிறைப் பெரியனார்
நினைக்கவே இல்லை
நாஞ்சில் வள்ளுவனையே
பாட எண்ணினார்.

பாடல்

இரங்கு முரசின், இனம்சால் யானை,
முந்நீர் ஏணி விறல்கெழு மூவரை
இன்னும் ஓர் யான் அவா அறியேனே;
நீயே, முன் யான் அறியுமோனே----துவன்றிய
கயத்து இட்ட வித்து வறத்தின் சாவாது,   5

கழைக் கரும்பின், ஒலிக்குந்து,
கொண்டல் கொண்டநீர் கோடை காயினும்,
கண் அன்ன மலர் பூக்குந்து,
கருங் கால் வேங்கை மலரின், நாளும்
பொன் அன்ன வீ சுமந்து,   10

மணி அன்னநீர் கடற் படரும்;
செவ் வரைப் படப்பை நாஞ்சில் பொருந!
சிறு வெள் அருவிப் பெருங்கல் நாடனை!
நீவாழியர்! நின் தந்தை
தாய் வாழியர், நிற் பயந்திசினோரே!   15

திணை: பாடாண்   துறை: இயன்மொழி; பரிசில் துறையும் ஆம்.
புலவர்: நாஞ்சில் வள்ளுவனை ஒருசிறைப் பெரியனார் பாடியது.

ஒலிக்கும் முரசு, இனமான யானை,
கடலாகிய எல்லை என
இவையெல்லாம் கொண்டு இவ்வுலகில்
வெற்றி மிகுந்த மூவேந்தர்களையும்
பாடும் ஆசையை இன்றுவரை அறியாதவன்
நான் ஒருவனே.
(ஆனால்) நீண்ட நாட்களாக
நான் அறிந்தவன்
நீ ஒருவன் மட்டுமே.

நீர் நிறைந்த பள்ளத்துள் விதைக்கப்பட்ட விதை,
நீர் இல்லாமல் சாவாது
கழைக் கரும்பு போலத் தழைக்கும் -
மேகம் முகந்து சொரியும் நீர்.
எரியும் கோடைகாலம் என்றாலும்
பெண்களின் கண் போன்ற
குவளை முதலிய மலர்கள் பூக்கும்.
கரிய காலை உடைய வேங்கை மலரின்,
பொன்போன்ற பூவைச் சுமந்து கொண்டு
மணிபோன்ற நீர் நாளும்
கடலை நோக்கிச் செல்லும்.
நேரிய மலைப்பக்கத்தை உடைய
நாஞ்சில் மலையின் பொருநனே!
வெண்மையான
சிற்றருவியையும், பெரிய மலையையும் உடைய
நாடனே! நீ வாழ்வாயாக!
உன்னைப் பெற்ற
தாயும் தந்தையும் வாழ்வார்களாக.

248. 'கந்தல் ஆடையில் முதிய பாணன்' (138)

நாஞ்சில் வள்ளுவனை
மருதன் இளநாகனாரும் பாடியுள்ளார்.
மதுரை மருதன் இளநாகனார் வேறு,
இவர் வேறு; இவரை
மருதினிள நாகனார் என்றும் கூறுவர்.
ஆய் அண்டிரன், நாடி
வருவோர்க்குக் கொடுப்பதில்
காலம் தாழ்த்த மாட்டான்;
அத்தகையனைப் பாடவும்
அவனிடம் பரிசில் பெறவும்
பாணன் ஒருவனை
ஆற்றுப்படுத்துகிறார் புலவர்.

பாடல்

ஆனினம் கலித்த அதர் பல கடந்து,
மானினம் கலித்த மலை பின் ஒழிய,
மீனினம் கலித்த துறை பல நீந்தி,
உள்ளி வந்த, வள் உயிர்ச் சீறியாழ்,
சிதாஅர் உடுக்கை, முதாஅரிப் பாண!   5

நீயே, பேர் எண்ணலையே; நின் இறை,
'மாறி வா' என மொழியலன்மாதோ
ஒலி இருங் கதுப்பின் ஆயிழை கணவன்
கிளி மரீஇய வியன் புனத்து
மரன் அணி பெருங் குரல் அனையன்ஆதலின்,   10

நின்னை வருதல் அறிந்தனர் யாரே?

திணை: பாடாண்   துறை: பாணாற்றுப்படை
புலவர்: மருதன் இளநாகனர்
மன்னன்: நாஞ்சில் வள்ளுவன்

பசுக் கூட்டம் நிறைந்த வழிகள் பல;
மான் கூட்டம் பெருகி இருந்த மலை;
மீன் இனம் பெருகிய துறை பல என
இவற்றை எல்லாம் கடந்தும்,
பரிசில் பெற வேண்டி,
வள்ளிய ஓசை தரும் சிறிய யாழையும்,
கந்தல் ஆடையையும் உடைய முதிய பாணனே!

பரிசில் பெற எண்ணி
(நாஞ்சில் வள்ளுவனிடம்)
போகிறாயே
அவன் மேன்மையான எண்ணமுடையவன்,
அந்தத் தலைவன்
'இன்று போய்ப் பிறிதொரு நாள் வா'
என்று சொல்ல மாட்டான்,

அடர்ந்து, வளர்ந்து
நன்கு நீண்ட கூந்தலை உடைய,
சிறந்த அணிகளை அணிந்த
பெண்ணின் தலைவன்,
பழகிய அகன்ற புனத்தில் உள்ள
மரப் பொந்தில் கிளி வைத்த
பெரிய கதிரைப் போன்றவன்,
ஆகவே, அவனிடம் நீ
பரிசு பெற்றுத் திரும்பும் போது
முன்பு பார்க்கப்பட்ட
பழைய பாணன்தான் நீ என்று
எவரும் நம்ப மாட்டார்.

249. 'பெரியோர் செய்யும் முறை தெரிந்து, செய்ய மாட்டார்களோ?' (140)

ஒருவரை இதழ்வது போலக் காட்டிப்
புகழ்வது என்பது பேச்சுக் கலையில்
வல்லவர்க்கே வாய்க்கும்,
ஒளவையார் அறிவும், புலமையும்,
சொல் ஆற்றலும் உடையவர்
தருமபுரி (தகடூர்)க்கே சென்றவர்
நாஞ்சில் மலை நாடனை
நாடா திருப்பாரா?
எடுத்துக் கொடுப்பதில்
எல்லார்க்கும் மேலான அவனைப்
பழிப்பது போல் பாராட்டுகிறார்.

பாடல்

தடவுநிலைப் பலவின் நாஞ்சில் பொருநன்
மடவன், மன்ற; செந்நாப் புலவீர்!
வளைக்கை விறலியர் படப்பைக் கொய்த
அடகின் கண்ணுறையாக, யாம் சில
அரிசி வேண்டினெமாக, தான் பிற   5

வரிசை அறிதலின், தன்னும் தூக்கி,
இருங் கடறு வளைஇய குன்றத்து அன்னது ஓர்
பெருங் களிறு நல்கியோனே! அன்னது ஓர்
தேற்றாஈகையும் உளதுகொல்?
போற்றார் அம்ம, பெரியோர் தம் கடனே?   10

திணை: பாடாண்   துறை: பரிசில்விடை.
புலவர்: நாஞ்சில் வள்ளுவனை ஔவையார் பாடியது.

செந்நாப் புலவர்களே!
பெரிதாக வளர்ந்திருக்கும் பலா மரங்களை உடைய
நாஞ்சில் மலைக்குத் தலைவன்
உண்மையிலேயே அறிவில் குறைந்தவன் தானோ!

வளையல் அணிந்த கையை உடைய
விறலியர் தங்கள் வீட்டிற்குப்
பக்கத்தில் பறித்த கீரைக்குமேலே தூவுவதற்காக
நாங்கள் கொஞ்சம் அரிசியைத்தான் கேட்டோம்.
பரிசிலர்க்கு உதவும் முறையை
அறிந்தவன் அல்லவா அவன்;
அதனால் என் வறுமையை மட்டுமே பாராமல்
தனது உயர்வையும் கணக்கில் கொண்டு,
அரிய வழி சூழ்ந்த மலை போன்றதொரு
பெரிய யானையையே கொடுத்து விட்டான்!

ஒருவருக்கு ஒன்றைக் கொடுக்கும் போது
இது போன்ற தெளிவில்லாத கொடையும் இருக்குமோ?
பெரியவர்கள் தாங்கள் செய்யும் முறையைத் தெரிந்து
கவனமாகச் செய்யமாட்டார்களோ?

250. 'என் சுற்றம் அழுகு' (380)

பாடல்

தென் பவ்வத்து முத்துப் பூண்டு
வட குன்றத்துச் சாந்தம் உரீஇ,
.........................ங் கடற் தானை,
இன் இசைய விறல் வென்றி,
தென்னவர் வய மறவன்;

மிசைப் பெய்த நீர் கடல் பரந்து முத்து ஆகுந்து,
நாறு இதழ்க் குளவியொடு கூதளம் குழைய,
வேறுபெ...............................த்துந்து,

தீம் சுளைப் பலவின் நாஞ்சில் பொருநன்;
துப்பு எதிர்ந்தோர்க்கே உள்ளாச் சேய்மையன்;

நட்பு எதிர்ந்தோர்க்கே அங்கை நண்மையன்;
வல் வேற் கந்தன் நல் இசை அல்ல,
...........த்தார்ப் பிள்ளை அம் சிறாஅர்.
அன்னன் ஆகன்மாறே, இந் நிலம்
இலம்படு காலை ஆயினும்,

புலம்பல் போயின்று, பூத்த என் கடும்பே.

திணை: பாடாண். துறை: இயன்மொழி.

புலவர்: கருவூர்க் கதப்பிள்ளை.

தென் கடலின் முத்தை அணிந்து
வட மலையின் சந்தனத்தைப் பூசி
...........கடல் போன்ற சேனையையும்
நற் புகழுக்குரிய வெற்றியையும் உடைய
தென்னவர்களின் வலிமை மிகு மறவன்,
மேலே பெய்த மழை நீர்
கடலில் விழுந்து முத்தாகும்.

மணக்கும் இதழ்களை உடைய
மலை மல்லிகையோடு கூதாளியும் தழைத்து விளங்க
வேறு................ பெ............. த்துறிந்து
இனிய சுளைகளை உடைய பலாமரங்கள் நிறைந்த
நாஞ்சில் மலையின் பொருநன்
வலிமையோடு எதிர்ந்த பகைவர்க்கு
நினைப்பதற்கும் எட்டாத தொலைவினன்;
அன்பால் அடைந்தவர்க்கு
உள்ளங்கை போல நெருக்கமானவன்;

வலிய வேற்படை யுடைய கந்தனின்
நற்புகழ் அன்றி
...............குழந்தைகளாகிய
சிறுவர்களைப் போன்றவனே ஆதலால்
இந்த பூமி
வறுமைப் படுகின்ற காலம் என்றாலும்
புலம்பல் நீங்கி விட்டது,
பல வழிகளிலும் என் சுற்றம்
அழகு பெற்றது.

பிட்டங் கொற்றன்

பிட்டங் கொற்றன் என்பவன்
குதிரை மலைத் தலைவன்.
வடகானரா மாவட்டத்திலிருந்து மைசூர்
மாவட்டத்தைப் பிரிக்கும்
மலைத் தொடர் குதிரைமலை;
இது கொண்கானத்தின் கிழக்கே இருக்கிறது.
முன்பு இது உடுமலைப்பேட்டை
வட்டத்தில் இருந்தது.
இங்கேகொட்டகளவூர்என்றொரு ஊர்.
இதன் பழையபெயர்
கொற்றன் குடி.
இப்பொழுது கொங்கணியார் இவ்வூரைக்
'கொட்டக் களவூர் என்கின்றனர்.
இதை ஆண்ட குறுநில மன்னன் பிட்டங் கொற்றன்
இவன்
சேரனுடைய சேனாதிபதி (படைத் தலைவன்) (த.வ.அ)

251. 'வைய வரைப்பில் தமிழகம் கேட்க' (168)

பாடல்

அருவி ஆர்க்கும் கழைபயில் நனந்தலைக்
கறிவளர் அடுக்கத்து மலர்ந்த காந்தட்
கொழுங் கிழங்கு மிளிரக் கிண்டி, கிளையொடு,
கடுங்கண் கேழல் உழுத பூழி,
நல் நாள் வரு பதம் நோக்கி, குறவர்   5

உழாஅது வித்திய பரூஉக்குரற் சிறுதினை
முந்துவிளை யாணர் நாள்புதிது உண்மார்,
மரை ஆன் கறந்த நுரைகொள் தீம்பால்,
மான் தடி புழுக்கிய புலவுநாறு குழிசி
வான்கேழ் இரும்புடை கழாஅது, ஏற்றி,   10

சாந்த விறகின் உவித்த புன்கம்
கூதளம் கவினிய குளவி முன்றில்,
செழுங்கோள் வாழை அகல்இலைப் பகுக்கும்
ஊராக் குதிரைக் கிழவ! கூர்வேல்,
நறைநார்த் தொடுத்த வேங்கை அம் கண்ணி,   15

வடிநவில் அம்பின் வில்லோர் பெரும!
கைவள் ஈகைக் கடுமான் கொற்ற!
வையக வரைப்பில் தமிழகம் கேட்ப,
பொய்யாச் செந்நா நெளிய ஏத்திப்
பாடுப என்ப பரிசிலர், நாளும்   20

ஈயா மன்னர் நாண,
வீயாது பரந்த நின் வசை இல் வான் புகழே!

திணை: பாடாண்.   துறை: பரிசில் துறை; இயன்மொழியும்,
அரச வாகையும் ஆம்.

புலவர்: கருவூர்க் கந்தப்பிள்ளை சாத்தனார்.

மன்னன்: பிட்டங்கொற்றன்.

அருவி நீர் ஓசையுடன் விழுகிறது;
அருகே மூங்கில் நெருங்கி வளர்கின்றன.
அகன்ற இடங்களில்
மிளகுக் கொடி வளரும் மலைச்சாரல்;
அதில் மலர்ந்த காந்தளின்
கொழுத்த கிழங்கு பிறழும்படி
முள்ளம் பன்றி தன் கூட்டத்தோடு கூடக் கிளறிப்
பயமே இல்லாமல் உழுத புழுதியில்
நல்ல நாள் வந்துவிட்டதைக்
குறவர்கள் தெரிந்து கொள்வர்.
அதனால் இந்த நிலத்தை உழாமல்
அதையே உழவாகக் கொண்டு விதைப்பார்கள்.

பருத்த தோகையை உடையசிறியதினை
முந்திக் கொண்டு விளைந்த
புது வரவாகிய கதிரை
நல்ல நாளில் புதிதாக
உண்ண விரும்புவர்.
அதற்காகக் காட்டுப் பசுவில்
நுரை மிகுந்த இனிய பாலைக் கறப்பர்.
மானின் இறைச்சித் துண்டம் புழுக்கப் பட்டதால்
புலால் மணக்கும் பானையை எடுப்பர்.
அப்பானையில் கொழுப்பு தோய்ந்த
வெள்ளை நிறமுடைய வெளிப்பக்கத்தைக்
கழுவாமல் உலைநீராகப்
பாலை வார்த்து அடுப்பேற்றுவர்.

சந்தன விறகால் தீ மூட்டி
ஆக்கப்பட்ட சோறு;
அதைக் கூதாளியும்
அழகு மிக்க மலை மல்லிகையும் மணக்கும்
முற்றத்தில் வளப்பமான குலையை உடைய
வாழையின் அகன்ற இலையில்
பலரோடும் பகுத்து உண்பர். இவ்வாறு
ஊராத குதிரை என்னும் மலைக்குத் தலைவனே!

கூர்மையான வேல்,
நறைக் கொடியின் நாரால்
தொகுக்கப்பட்ட வேங்கைப் பூ மாலை,
வடித்தல் பயின்ற அம்பு என
இவையெலாம் கொண்ட
வில் வீரர்களுக்குத் தலைவனே!

கையால் கொடுக்கும்
வளமான கொடையினையும்;
விரைந்து ஓடும் குதிரையையும்
உடைய தலைவனே!

பிறர்க்குக் கொடுக்காத மன்னர்
வெட்கப்படும்படி கெட்டுப் போகாது பரந்த
உன் பழியில்லாத சிறந்த புகழை,
உலக எல்லைக்குள்
தமிழகம் கேட்கும்படி
பொய்யில்லாத நேர்மையின் நா
வலிக்க வாழ்த்திப்
பரிசிலர் நாளும் பாடுவர்.

252. 'நேரில் உன்னைக் காண, நேரம் கிடைப்பது அரிது' (169)

பாடல்

நும் படை செல்லும்காலை, அவர்படை
எடுத்து எறி தானை முன்னரை எனாஅ,
அவர் படை வரூஉம்காலை, நும்படைக்
கூழை தாங்கிய, அகல் யாற்றுக்
குன்று விலங்கு சிறையின் நின்றனை எனாஅ;

அரிதால், பெரும! நின் செவ்வி என்றும்;
பெரிதால்அத்தை, என் கடும்பினது இடும்பை;
இன்னே விடுமதி பரிசில்! வென்வேல்
இளம்பல் கோசர் விளங்குபடை கன்மார்,
இகலினர் எறிந்த அகல்இலை முருக்கின்

பெரு மரக் கம்பம் போல,
பொருநர்க்கு உலையாநின் வலன் வாழியவே!

திணை: பாடாண் துறை: பரிசில் கடாநிலை.

புலவர்: காவிரிப்பூம் பட்டினத்துக் காரிக்கண்ணனார்.

மன்னன்: பிட்டங்கொற்றன்.

பெருமானே! உனது படை
போருக்குப் போகும் காலத்தில்
எதிரிகளின் ஆயதமாகிய
வேல் முதலியவற்றை ஓங்கி எறியும்
படைக்கு முன்னே
நீ நிற்பாய்

எதிரிகளின் படை ஒன்றாகச் சேர்ந்து
எதிர்த்து வரும் போது
உன் படை வரிசையைத்
தாங்குவதற்காக
அகன்ற ஆற்றின் குறுக்கே
தடுத்துக் கிடக்கும் குன்று போல
அதைத் தடுத்து நிற்பாய்.

உன்னைக் காண்பதற்குரிய நேரத்தை
எந்த நாளிலும் பெறுவது கடினம்.
என் சுற்றத்தின் வறுமைத் துன்பமோ
பொறுத்துக் கொள்ள முடியாதது.
எனவே இப்போதே
எனக்குப் பரிசில் தந்துவிடுவாயாக

வெற்றி மிக்க வேலைக் கொண்ட
இளம் கோசர் பலர்,
தெளிவாக ஆயதங்களைக்
கற்றுக் கொள்ளும் போது
தங்களுக்குள் முரண்பட்டவர்களாக வீசிய
அகன்ற இலையை உடைய
பெரிய முள்ளு முருங்கை
ஆகிய மரத்தால் செய்யப்பட்ட
தூர்ணாகிய இலக்கைப் போல
போரிடுபவர்களுக்குப் பிற்படாத
உன் வெற்றி வாழ்வதாக.

253. 'பாணர்க்கு இனியன் பகைவர்க்குக் கொடியன்' (170)

பாடல்

மரை பிரித்து உண்ட நெல்லி வேலி,
பரலுடை முன்றில், அம் குடிச் சீறூர்,
எல் அடிப்படுத்த, கல்லாக் காட்சி
வில் உழுது உண்மார் நாப்பண், ஒல்லென,
இழி பிறப்பாளன் கருங்கை சிவப்ப,

வலிதுரந்து சிலைக்கும் வன்கண் கடுந்துடி
புலி துஞ்சு நெடுவரைக் குடிஞையோடு இரட்டும்
மலைகெழு நாடன், கூர்வேல் பிட்டன்,
குறுகல் ஓம்புமின், தெவ்விர்! அவனே
சிறுகண் யானை வெண்கோடு பயந்த

ஒளி திகழ் முத்தம் விறலியர்க்கு ஈத்து
நார் பிழிக் கொண்ட வெங் கட் தேறல்
பண்அமை நல் யாழ்ப் பாண்கடும்பு அருத்தி,
நசைவர்க்கு மென்மை அல்லது, பகைவர்க்கு
இரும்பு பயன் படுக்கும் கருங்கைக் கொல்லன்

விசைத்து எறி கூடமொடு பொரூஉம்
உலைக் கல் அன்ன, வல்லாளன்னே.

திணை: வாகை. துறை: வல்லாண் முல்லை; தானை மறமும் ஆம்.

புலவர்: உறையூர் மருத்துவன் தாமோதரனார்.

மன்னன்: பிட்டங்கொற்றன்.

மானானது
கனியின் சுவையை அறிந்து
பிறகு உண்ணும் நெல்லி மரங்களின்
வேலி சூழ்ந்திருக்கிறது.
கனியின் விதைப்பரல்
முற்றத்தில் கிடக்கின்றன.
அழகான குடிசை அருகில்;
அது ஒரு சிறிய ஊர்.

அந்த ஊரில்
பகல் பொழுது எல்லாம்
வில்லால் வேட்டையாடிக்
கிடைத்தவற்றை உண்ணும்
கல்வி அறிவில்லாதவர்களின் நடுவே
தொழில் வருவாய் இல்லாததால்
எளிய மக்களாகிப் (இழி பிறப்பாளர்) போனவர்கள்
காய்த்துப் போன
தங்கள் கைகள் சிவக்கப்
பெரும் சத்தம் உண்டாகும்படி
தீயாய்ச் சிவந்திருக்கும் இரும்பில்
ஓங்கி அடிக்கின்றனர்.
அந்த ஓசை கேட்பவர்களுக்கு
வலிய கண்ணோடு பயம் ஊட்டும்;
புலி படுத்துக் கிடக்கும்
உயர்ந்த மலையில் வாழும்

பெரிய ஆந்தையோடு சேர்ந்து
உடுக்கையின் ஓசை
ஒலிக்கும் மலையை உடைய
நாட்டிற்கு உரியவன்
கூரிய வேல் கொண்ட பிட்டன்.

புகைவர்களே!
நீங்கள் அவனை நெருங்குவதைத்
தவிர்த்து விடுங்கள்.
அவனோ சிறிய கண்ணை உடைய
யானையின் வெண்கோடு தந்த
ஒளி விளங்கும் முத்தினை
விறலியர்க்குக் கொடுப்பான்
நாரால் வடிகட்டிச் சேர்த்த
விரும்பத்தக்க கள்ளாம் தெளிவைப்
பண்ணிசைக்கும் நல்ல
யாழ் கொண்ட பாணர்களின்
சுற்றத்தாரும் உண்ணக் கொடுப்பான்.
இவ்வாறு தன்னிடம்
பரிசு வேண்டி வந்தவர்களுக்கு
மென்மையானவன்.
அதே சமயம் பகைவர்க்கோ அவன்
இரும்பைப் பயன்படுத்தும்
வலிய கையை உடைய
கொல்லன் ஓங்கி அடிக்கும்
சம்மட்டியோடு கூட ஏற்று
மாறுபடும் உலைக்கல் போல
வலிய ஆண்மையை உடையவன்;.

254. 'ஈவோர் அரிய உலகம'; (171)

காவிரிப் பூம்பட்டினத்துக் காரிக் கண்ணனார்
பிட்டங் கொற்றனிடம் பரிசில் பெற்றுவிட்டார்.
உலகுக்கு அவனை அறிமுகப்

படுத்த வேண்டாமா?
அவன் பெருமைகளைச்
சொல்ல வேண்டாமா?
சொல்கிறார்

பாடல்

இன்று செலினும் தருமே; சிறுவரை
நின்று செலினும் தருமே; பின்னும்,
'முன்னே தந்தனென்' என்னாது, துன்னி
வைகலும் செலினும், பொய்யலன் ஆகி,
யாம் வேண்டியாங்குஎம் வறுங்கலம் நிறைப்போன்;

தான் வேண்டியாங்குத் தன்இறை உவப்ப
அருந்தொழில் முடியரோ, திருந்து வேற் கொற்றன்;
இனமலி கதச்சேக் களனொடு வேண்டினும்,
களம் மலி நெல்லின் குப்பை வேண்டினும்,
அருங்கலம் களிற்றொடு வேண்டினும், பெருந்தகை

பிறர்க்கும் அன்ன அறத் தகையன்னே.
அன்னன்ஆகலின், எந்தை உள் அடி
முள்ளும் நோவ உறாற்கதில்ல!
ஈவோர் அரியஇவ் உலகத்து,
வாழ்வோர் வாழ, அவன் தாள் வாழியவே!

திணை: பாடாண் துறை: இயன்மொழி.

புலவர்: காவிரிப்பூம் பட்டினத்துக் காரிக்கண்ணனார்.

மன்னன்: பிட்டங் கொற்றன்.

பிட்டங் கொற்றனிடம்
இன்று சென்றாலும் தருவான்;
சிறிது நாள் கழித்துச்
சென்றாலும் தருவான்;
அடுத்துச் சென்றாலும்

முன்புதான் தந்தேனே என்று
சொல்ல மாட்டான்;
அவனோடு நெருங்கி
நாள் தோறும் சென்றாலும்
பொய் சொல்ல மாட்டான;;
நாங்கள் கேட்ட படியே
எங்களின் வெறுங் கலத்தை நிரப்புவான்.

தான் விரும்பியபடியே தன் அரசன்
மகிழும்படிச் செய்வதற்கு
அரிய போர்ச் செயல்களைத்
திருத்தமான வேலையுடைய கொற்றன்
செய்து முடிப்பானாக.

இனமான வெள்ளைப் பசுக்களைக்
கொட்டிலோடு வேண்டினாலும்,
களத்தில் நிறைந்த நெல்லின்
குவியலையே கேட்டாலும்,
பெறுவதற்கு அரிய ஆபரணங்களை
யானையோடு கேட்டாலும்
பெருந்தகையாளனாகிய அவன்,
அடுத்தவர்க்கும் இத்தகைய
அறத்தைச் செய்யும் பண்பாளனே.
அவன் அத்தகையன் ஆதலால்
எம் இறைவனது உள்ளடி
முள்ளாலும் கூட வருந்தாது வாழ வேண்டும்.
அடுத்தவர்க்குக் கொடுப்பவர்
அரிதாகிப் போன இவ்வுலகத்தில்
(ஏதும் இல்லாத ஏழையர்)
உயிர் வாழும்படியாக
அவனது பாதம் வாழ்வதாக.

255. 'உலையை ஏற்றுங்கள்' (172)

வடம வண்ணக்கன் தாமோதரனார்.
வடம என்பதால் இவர்
வடக்கிலிருந்து வந்தவராக
இருக்கலாம் என்று கருதப்படுகிறார்
வண்ணக்கன் என்றால்
நாணய பரிசோதகன்.
இவரும் பிட்டங் கொற்றனைப் பாடுகிறார்

பாடல்

ஏற்றுக உலையே; ஆக்குக சோறே;
கள்ளும் குறைபடல் ஓம்புக; ஒள் இழைப்
பாடு வல் விறலியர் கோதையும் புனைக;
அன்னவை பிறவும் செய்க; என்னதூஉம்
பரியல் வெண்டா வரு பதம் நாடி, 5

ஐவனம் காவலர் பெய் தீ நந்தின்,
ஒளி திகழ் திருந்து மணி நளிஇருள் அகற்றும்
வன் புல நாடன், வய மான் பிட்டன்;
ஆர் அமர் கடக்கும் வேலும், அவன் இறை
மா வள் ஈகைக் கோதையும், 10
மாறுகொள் மன்னரும், வாழியர் நெடிதே!

திணை : பாடாண்.   துறை : இயல்மொழி.
புலவர் : வடம வண்ணக்கன் தாமோதரனார்.
மன்னன் : பிட்டங் கொற்றன்.

விறலியர்களே! நீங்கள்
சிறிதும் வருத்தப்பட வேண்டாம்.
மேலும் தேவைப்படும்
உணவுப் பொருளை எண்ணி
ஐவன நெலலைக் காப்போர்,

காவலுக்காக வைத்த தீயானது
குறைந்த போது,
ஒளி வீசும் திருந்தின மாணிக்கம்
நிறைந்த இருளைப் போக்கும் வலிய நிலமாகிய
மலை நாட்டை உடையவன்;
வன்மையான குதிரையை உடைய பிட்டன்,
(இவன் சேரனின் வீரன்.)
போரிடுவதற்கு அரிய போரில்
வெல்லும் வேலும்,
அவனுடைய தலைவனாகிய
பெருங் கொடையை உடைய கோதையும்,
அவனைப் பகைத்த பிற மன்னரும்
நீண்ட காலம் வாழ்வார்களாக.

(இனி நீங்கள்) உலையை ஏற்றுங்கள்;
சோற்றை ஆக்குங்கள்;
கள்ளையும் குறையாதபடி
நிறைய உண்டாக்குங்கள்;
ஒளிமிகும் அணிகலன்களை உடைய
பாடும் விறலியர்
மாலையும் சூடுங்கள்.
இப்படிப் பட்டவற்றையே
மேலும் மேலும் செய்யுங்கள்.

3.6 நிலக்கிழார்கள்

1. அம்பர் கிழான் அருவந்தை - 385 (அரசிற்கு அறிவுரை வரிசையில் காண்க)
2. ஈர்ந்தூர் கிழான் தோயன் மாறன் - 180
3. ஒல்லையூர் கிழான் பெருஞ்சாத்தன் - 242
4. கரும்பனூர் கிழான் - 381, 384
5. கொண்கானங்கிழான் - 154, 155, 156
6. சிறுகுடி கிழான் பண்ணன் I - 173, 388
7. நாலை கிழவன் நாகன் - 179
8. பிடவூர் கிழான் பெருஞ் சாத்தன் II - 395
9. பொறையாற்றுக்கிழான் - 391
10. மல்லிக்கிழான் காரியாதி - 177
11. வல்லார்கிழான் பண்ணன் II - 181
12. சோழநாட்டுப் பூஞ்சாற்றூர்ப் பார்ப்பான் கௌணியன் விண்ணந்தாயன் - 166.

ஈர்ந்தூர் கிழான் தோயன் மாறன்

256. 'கொல்லனே! கொலை வேலை வடி!' (180)

ஈர்ந்தூர் கிழான் தோயன்மாறன்; தோயன் மாறன் என்பது பெயர்; ஈரோட்டின் மேற்குப் பகுதியில் ஈங்கூர் என்னும் ஊர் உள்ளது. அவ்வூரே ஈர்ந்தூர் என்று சொல்லப்படுகிறது. ஈர்ந்தூர் என்னும் ஊருக்கு உரிய தலைவன், நிலக்கிழார், மாபெரும் வீரனும் இவனே. (த.வ.அ)

பாடல்

நிரப்பாது கொடுக்கும் செல்வமும் இலனே;
'இல்' என மறுக்கும் சிறுமையும் இலனே;
இறை உறு விழுமம் தாங்கி, அமரகத்து
இரும்புசுவைக் கொண்ட விழுப்புண்நோய் தீர்ந்து,
மருந்துகொள் மரத்தின் வாள்வடு மயங்கி,

வடு இன்று வடிந்த யாக்கையன், கொடை எதிர்ந்து,
ஈர்ந்தையோனே, பாண்பசிப் பகைஞன்;
இன்மை தீர வேண்டின், எம்மோடு
நீயும் வம்மோ?--- முதுவாய் இரவல!---
யாம் தன் இரக்கும்காலை, தான்எம்

உண்ணா மருங்குல் காட்டி, தன்ஊர்க்
கருங்கைக் கொல்லனை இரக்கும்,
'திருந்து இலை நெடுவேல் வடித்திசின்' எனவே.

திணை: வாகை　　துறை: வல்லாண் முல்லை; பாணாற்றும் படையும் ஆம்.

புலவர்: ஈர்ந்தூர் கிழான் தோயன் மாறனை மதுரைக் குமரனார் பாடியது.

நாளும், தொடர்ந்து, முழுமையாகக் கொடுக்கும்
செல்வம் உடையவன் அல்லன்;
(அவனே ஏழைதான்; என்றாலும்
தன்னிடம் வந்து எவரேனும் கேட்டால்)
அவருக்கு இல்லை என்று சொல்லி
மறுக்கும் சிறுமை உடையவனும் அல்லன்.
போரால் தன் அரசுக்கு வந்த
துன்பங்களைத் தானே தாங்குவான்.
அந்தப் போரில் படைக் கருவிகள்
அவன் உடம்பைச் சுவைத்த
சிறந்த புண்ணால் ஆகிய துன்பம் தீர்ந்து,
மருந்திற்காக வெட்டப்படும் மரம் போல,
வாளால் அடைந்த வடு
ஒன்றோடொன்று (அவன் உடம்பில்) கலந்திருக்கும்.

ஆண்மைக் குறைபாடு இல்லாததால்
பழியில்லாமல், அழகு அமைந்த
உடலை உடையவனாய்
வள்ளன்மையை ஏற்றுக் கொண்டு
ஈர்ந்தை என்னும் ஊரில் இருந்தான்.
அவன் பாணர்களின் பசிக்குப் பகைவன்.
உடம்பில் முதுமையையும்
உள்ளத்துள் மெய்மையையும் கொண்ட
இரவலனே! உன் வறுமை தீர வேண்டும் என்றால்
நீயும் என்னோடு கூட வா
நாங்கள் அவனிடம் வேண்டும் போது
அவன் எங்களின் உணவுண்ணாத
வெறுமையான வயிற்றைக் காட்டித்
தன் ஊரின் வலிய கையை உடைய
கொல்லனிடம் தன் கூரிய பக்கங்களை உடைய
நீண்ட வேலை
மேலும் கூர்மையாக வடிப்பாயாக என்று
வேண்டிக் கொள்வான்.

கரும்பனூர் கிழான்

'இவன் வேங்கட மலையைச் சார்ந்த
நாட்டை உடையவன்' (உ.வே.சா).

257. 'அறத்துறை: அம்பி' (381)

பாடல்

ஊணும் ஊணும் முனையின், இனிது என,
பாலின் பெய்தவும், பாகின் கொண்டவும்,
அளவுபு கலந்து, மெல்லிது பருகி,
விருந்துறுத்து, ஆற்றி இருந்தனெமாக,
'சென்மோ, பெரும! எம் விழவுடை நாட்டு?' என,   5

யாம் தன் அறியுநமாக, தான் பெரிது
அன்பு உடைமையின், எம் பிரிவு அஞ்சி
துணரியது கொளாஅவாகி, பழம் ஊழ்த்து,
பயம் பகர்வு அறியா மயங்கு அரில் முது பாழ்,
பெயல் பெய்தன்ன, செல்வத்து ஆங்கண்,   10

ஈயா மன்னர் புறங்கடைத் தோன்றி,
சிதாஅர் வள்பின் சிதர்ப் புறத் தடாரி
ஊன் கதி;ர் வலந்த தெண் கண் ஒற்றி,
விரல் விசை தவிர்க்கும் அரலை இல் பாணியின்,
இலம்பாடு அகற்றல் யாவது? புலம்பொடு   15

தெருமரல் உயக்கமும் தீர்க்குவெம்; அதனால்,
இரு நிலம் கூலம் பாற, கோடை
வரு மழை முழக்கு இசைக்கு ஓடிய பின்றை,
சேயை ஆயினும், இவணை ஆயினும்,
இதற்கொண்டு அறிநை; வாழியோ, கிணைவ!   20

சிறு நனி, ஒரு வழிப் படர்க என்றோனே - எந்தை,
ஒலி வெள் அருவி வேங்கட நாடன்,
உறுவரும் சிறுவரும் ஊழ் மாறு உய்க்கும்
அறத்துறை அம்பியின் மான, மறப்பு இன்று,
இருங் கோள் ஈராப் பூட்கை,   25

கரும்பனூரன் காதல் மகனே.

திணை : பாடாண்   துறை : இயன்மொழி

புலவர்: புறத்திணை: நன்னாகனார் கரும்பனூர் கிழானைப்
பாடுகிறார்.

கறியும் சோறும் வெறுத்துப் போனால்
பால் கலந்து செய்தவற்றையும்
வெல்லப் பாகில் செய்தவற்றையும்
நன்றாகக் கலந்து செய்த பண்ணியங்களை (பலகாரம்)
விருந்து என இருந்து பசியைப் போக்கி
அவன் நாட்டில் இருந்தோம்.
(அப்போது எங்கள் நாட்டில் விழா வர)
பெருமானே! எங்கள் நாட்டின்
விழாவிற்கு நாங்கள் செல்ல
விடை தர வேண்டும் என்றோம்.

அவன் எங்கள் மேல் மிகுந்த
அன்புள்ளவன் ஆதலால்
எங்கள் பிரிவிற்கு அஞ்சினான்.

குலை குலையாகப் பூத்திருந்தாலும்
எவ்வுயிராலும் பறிக்கப்படாதனவாய் பழுத்துக்
கனிந்து பயன்படுத்த முடியாதபடி
புதர்கள் நிறைந்த முட்காட்டில்
மழை பெய்தது போல, செல்வம் இருந்தும்
இரப்போர்க்கு ஏதும் கொடுக்காத
மன்னர் முற்றத்தில் நின்று,

துண்டான வார்களால் கட்டப்பட்ட
நைந்து போன வெளிப்பக்கத்தை உடைய
தடாரிப் பறையைக் கொட்ட வேண்டிய
தெளிந்த கண்ணிடத்தில் கொட்டி
விரலால் தட்டுவதைத் தவிர்த்து
நொடிப் பொழுதும் தவறாத குற்றமற்ற
தாளத்தோடு கூடிய பாட்டால்
வறுமையைப் போக்குவது முடியாது.
உதவுவார் இல்லாத தனிமைத் துன்பத்துடன்
கொடுப்பாரைத் தேடித் திரியும்
வருத்தத்தையும் போக்குவோம்.

அதனால் இவ்வுலகம் தானியம் இல்லாமல் கெடும்படியான
கோடை வெம்மை மிக்க
வறண்ட காலம் வரும் போது
மேகத்தின் இடி ஓசையோடு
மழை பெய்து கோடை நீங்கிய பின்பு;
நெடுந் தொலைவில் உள்ள
நாட்டில் இருந்தாலும்,
இந்த நாட்டில் இருந்தாலும்
இதைக் கொண்டு நினைப்பாயாக
கிணைப்பறை கொட்டுவோனே!
வாழ்வாயாக;
சிறியதும் பெரியதும் எண்ணி
ஒரு வழி நடப்பாயாக என்று சொன்னான்
எங்கள் தந்தை போன்றவன்.

முழங்கும் வெள்ளிய அருவியை உடைய
வேங்கட நாட்டிற்கு உரியவன்;
பெரியவர் ஆனாலும் சரி,
சிறியவர் ஆனாலும் சரி
அதனை எண்ணாமல்
இருகரையிலும் வருவோரைத்
திரும்பத் திரும்பக் கொண்டு போய் விடும்

அறத்துறை அம்பி போல (தரும ஓடம்)
மறக்காமல் பெரும் செயலும்
பிளக்க முடியாத வலிமையும் உடைய
கரும்பன் ஊரனின் அன்பு மகன்.

258. 'வறுமையை எண்ணி வருந்துவதில்லை' (384)

பாடல்

மென்பாலான் உடன் அணைஇ,
வஞ்சிக் கோட்டு உறங்கு நாரை
அறைக் கரும்பின் பூ அருந்தும்;
வன்பாலான் கருங் கால் வரகின்
....

அம் கண் குறு முயல் வெருவ, அயல
கருங் கோட்டு இருப்பைப் பூ உறைக்குந்து;
விழவு இன்றாயினும், உழவர் மண்டை
இருங் கெடிற்று மிசையொடு பூங் கள் வைகுந்து;
....கிணையேம், பெரும!

நெல் என்னா, பொன் என்னா,
கனற்றக் கொண்ட நறவு என்னா,
...........................மனை என்னா, அவை பலவும்
யான் தண்டவும், தான் தண்டான்,
நிணம் பெருத்த கொழுஞ் சோற்றிடை,

மண் நாணப் புகழ் வேட்டு,
நீர் நாண நெய் வழங்கி,
புரந்தோன்; எந்தை; யாமலந்தொலை..............
அன்னோனை உடையேம் என்ப; .... வறட்கு
யாண்டு நிற்க வெள்ளி, மாண்ட

உண்ட நன் கலம் பெய்து நுடக்கவும்,
தின்ற நண் பல் ஊன் தோண்டவும்,
வந்த வைகல் அல்லது,
சென்ற எல்லைச் செலவு அறியேனே.

திணை: பாடாண்   துறை: கடைநிலை

புலவர்: புறத்திணை நன்னாகனார்

மன்னன்: கரும்பனூர் கிழான்

மருத நில வயல்களில் தன் இனத்துடன் மேய்ந்து மீனை உண்டு
வஞ்சி மரத்தின் கிளையில் தங்கி
உறங்கும் நாரை,
முற்றிய கரும்பின் பூந் தாதுக்களை அருந்தும்.

முல்லை நிலத்தில் விளையும் வரகை அறுக்க
அதன் கரிய தாளின் அடியில் வாழும்
எலிகளைப் பிடிக்க
குறும் பூழ்ப் பறவை முயலும்;

அப்போது அது செய்யும் பெருஞ்சத்தத்தில்
அங்கே வாழும் குறுமுயல்கள் பயந்து ஓடும்.
அப்போது கரிய கிளைகளை உடைய
இருப்பை மரத்துக் கிளையில்
பூக்கள் உதிரும்.

விழாக்காலம் இல்லை என்றாலும்
உழவர்தம் உண்ணும் கலத்தில்   (வாணாய்)
பெரிய கெடிற்று மீனாகிய உணவுடனே
பூங் கள்ளும் இருக்கும்.

பெருமானே!
அத்தகைய கரும்பனூர் கிழானுக்கு
நாங்கள் கிணைவராவோம்.

நெல் என்ன, பொன் என்ன,
உடல் வெதும்பும்படி கொண்ட
வெது வெதுப்பான கள்ளுந்தான் என்ன பயன் உள்ளது?
வளமான இல்லத்தில் இல்லாத
அவை பலவற்றையும் நாங்கள் குறைவு பட்டபோதும்
அவன் சிறிதும் குறைவில்லாதவனாய்

கொழுப்பு நிறைந்த வளமான
சோற்றுக்கு இடையே உலகு நாணுமாறு
நீர் நாணுமாறு நெய் வழங்கி
மண் நாணப் புகழை விரும்பி
காத்தான் எங்கள் தலைவன்

அவனைப் பெற்றவர்கள் நாங்கள்;
வறுமையை எண்ணி, இனி,
மனம் வருந்தப் போவதும் இல்லை.
வறட்சி உண்டாகுமாறு சுக்கிரனும்
எங்கே எங்கே வேண்டுமானாலும் நிற்கட்டும்.
உணவு உண்ணப் பயன்பட்ட
நல்ல கலங்களில் உண்ண முடியாமல்
மீந்தவற்றை அக்கலத்திலேயே வைத்து எறியவும்,
பல்லின் நடுவே சிக்கிய ஊனைத்
தோண்டவுமாகக்
கடந்து சென்ற நாட்களே அன்றி
வேறு வகையாகச் சென்ற பொழுதை
எண்ணி அறியேனே.

கொண்கானங் கிழான்

கொண்கானத்தை கொண் பெரும் கானம்
என்றும் கூறுவர். யார் வேண்டுமானாலும்
எதை வேண்டுமானாலும் எவ்வளவு முடியுமோ
அவ்வளவு எடுத்துக் கொள்வதற்குரிய
காட்டுப் பகுதி என்று கூறுவர்.

சேர நாட்டின் வடமேற்கு எல்லை ஓரம்
இன்றைய மங்களூர் வடக்கு
தெற்கு கன்னட மாவட்டங்கள்
அடங்கிய பகுதி இது. பழங்காலத்தில்
மூங்கிலுக்குப் பெயர் போனது. (த.வ.அ)

259. 'அரசர்கள் அருகிலிருந்தாலும் அவரிடம் போகமாட்டோம்' (154)

பாடல்

திரைபொரு முந்நீர்க் கரைநணிச் செலினும்,
அறியுநர்க் காணின், வேட்கை நீக்கும்,
சில் நீர் வினவுவர், மாந்தர்; அதுபோல்,
அரசர் உழையராகவும், புரைதபு
வள்ளியோர்ப் படர்குவர், புலவர்; அதனால்,   5

யானும், 'பெற்றது ஊதியம், பேறு யாது?' என்னேன்;
உற்றனென்ஆதலின் உள்ளி வந்தனனே;
'ஈ' என இரத்தலோ அரிதே; நீ அது
நல்கினும், நல்காய்ஆயினும், வெல்போர்
எறிபடைக்கு ஓடா ஆண்மை, அறுவைத்   10

தூவிரி கடுப்பத் துவன்றி மீமிசைத்
தண்பல இழிதரும் அருவி நின்
கொண்பெருங் கானம், பாடல் எனக்கு எளிதே,

திணை: பாடாண்   துறை: பரிசில் துறை
புலவர்: மோசிகீரனார்.
மன்னன்: கொண்கானங் கிழான்.

அலை மோதுகின்ற கடலின்
கரை ஓரமாகச் சென்றாலும் கூட

நல்ல நீர் இருக்கும் இடத்தை
அறிபவரைக் கண்டு
தாகம் போக்கும் நல்ல நீரையே
உலக மக்கள் கேட்பார்கள்;
அது போல அரசர்களின் அருகிலேயே இருந்தாலும்
அறிவுடையோர் குற்றமற்ற வள்ளல்களையே
எண்ணிச் செல்வார்கள்

நான் வறுமைப்பட்டவனே;
உன்னையே எண்ணி வந்தேன்;
எனக்கு ஈவாய் என
உன்னிடம் இரக்க மாட்டேன்.
நீ தரும் பரிசில்
குறைந்ததே என்றாலும்
இவன் என்ன (பெரிதாகச்)
செய்து விட்டான் என்று
இகழ மாட்டேன்;

நீ பரிசில் தந்தாலும் தராவிட்டாலும்
துணியின் தூய விரிப்பைப் போல நெருங்கி,
உச்சியிலிருந்து பலவாறாக விழும்
குளிர் அருவியை உடைய
உன் கொண் பெருங் கானத்தையும்,
புறங்கொடாத உன் ஆண்மையையும் பாடுவது
எனக்கு எளிதான ஒன்றாகும்.

260. 'பாணர் கையில் பாத்திரம்; கொன்கானங் கிழானை நோக்கிய விழிகள்' (155)

யாழ் இருக்கிறது;
பாடும் கலையும் உண்டு;
ஆனால் பசிக்கு இடுவார் உண்டோ என்று

பாடும் பாணனைப்
பார்த்த கவிஞர் (மோசிகீரனார்) அவனை
ஆற்றுப்படுத்துகிறார்.

பாடல்

வணர் கோட்டுச் சீறியாழ் வாடுபுடைத் தழீஇ,
'உணர்வோர் யார், என் இடும்பை தீர்க்க?' என,
கிளக்கும், பாண!---கேள், இனி---நயத்தின்,
பாழ்ஊர் நெருஞ்சிப் பசலை வான்பூ
ஏர்தரு சுடரின்; எதிர்கொண்டாஅங்கு,

இலம்படு புலவர்: மண்டை விளங்கு புகழ்க்
கொண் பெருங் கானத்துக் கிழவன்
தண் தார் அகலம் நோக்கின, மலர்ந்தே.

திணை: பாடாண் துறை: பாணாற்றுப்படை

புலவர்: மோசி கீரனார்

மன்னன்: கொண்கானங்கிழான்.

(உண்ணாமல் பலநாள் இருப்பதால்)
வாடி மெலிந்த வயிற்றுப் பக்கமாக,
வளைந்த கோட்டை உடைய
சிறிய யாழைத் தழுவிக் கொண்டு
'என் (பசித்) துன்பத்தைப் போக்க
அறிந்தவர்தான் யார்' என்று
நயமாகக் கேட்கும் பாணனே!
நான் சொல்வதைக் கேள்.

பாழ்பட்ட ஊர்தான் அது.
அதன் அருகே
பூத்திருக்கும் பொன் நிறமான பூ,
உதித்து எழுகின்ற சூரியனை
எதிர் கொள்வ தில்லையா?

அது போல வறுமைப்பட்ட யாழ்ப் புலவர்கள்
(உண்பதற்காகப் பயன்படுத்தும் மண்டை) பாத்திரம்
புகழ் மிக்க கொண் பெருங் கானத்துக் கிழவனின்
குளிர்ந்த மாலை அணிந்த
மார்பகத்தை நோக்கியே மலர்ந்திருக்கின்றன.
(ஆகவே நீ அவனிடமே செல்வாயாக)

261. 'கடன் கொடுத்தவரும் கப்பம் கட்டுவோரும் சூழ்ந்த மலை' (156)

பாடல்

ஒன்று நன்கு உடைய பிறர் குன்றம்; என்றும்
இரண்டுநன்கு உடைத்தே கொண்பெருங் கானம்;
நச்சிச் சென்ற இரவலர்ச் சுட்டித்
தொடுத்து உணக் கிடப்பினும் கிடக்கும்; அஃதான்று
நிறை அருந் தானை வேந்தரைத்   5
திறை கொண்டு பெயர்க்கும் செம்மலும் உடைத்தே.

திணை: பாடாண்   துறை: இயன்மொழி
புலவர்: மோசிகீரனார்
மன்னன்: கொண்கானங்கிழான்

(புதிதாகக் கொண்கானம் கிழானைப்
பார்த்துப் பரிசில் பெற விரும்புபவர்க்கு
அம்மலையைச் சுற்றி எத்தகைய
கூட்டம் இருக்கும் என்பதைச்
சொல்லி, அந்த மலைதான் அவன்மலை
என்று கூறுகிறார்.)

மற்றவர்களின் மலைகள் வலிமை
என்ற ஒன்றையே பெற்றிருக்கும்.

கொண்பெருங்கான மலையோ
வலிமையோடு வண்மையுடைமை என்னும்
இரண்டையும் எந்த நாளும் பெற்றிருக்கும்
அது தன்னிடம்
பரிசில் பெற விரும்பி வரும்
இரப்போர்க்கு இதற்கு முன்பு
கடன் கொடுத்தவர்களால்
சூழப்பட்டுக் கிடந்தாலும் கிடக்கும்.

அதுமட்டும் இல்லாமல்
(தடுத்து) நிறுத்துவதற்கு அரிய படையை உடைய
வேந்தர்கள்தாம்,
ஆனால் (சிறைப்பட்டுப் போன அவர்கள்)
கப்பம் கட்டிய பின் அவர்களை விடுவிக்கும்
தலைமையை உடையதாகவும் இருக்கும்.

சிறுகுடி கிழான் பண்ணன்

262. 'சிறுகுடி கிழான் பண்ணன்' (388)

பாடல்

வெள்ளி தென் புலத்து உறைய, விளை வயல்,
பள்ளம், வாடிய பயன் இல் காலை,
இரும் பறைக் கிணைமகன் சென்றவன், பெரும் பெயர்
....பொருந்தி,
தன் நிலை அறியுநனாக, அந் நிலை,

இடுக்கண் இரியல் போக, உடைய
கொடுத்தோன் எந்தை, கொடை மேந் தோன்றல்,
....னாமருப்பாக,
வெல்லும் வாய்மொழிப் புல்லுடை வி...............
பெயர்க்கும் பண்ணற் கேட்டிரோ, மககிரென,

வினைப் பகடு ஏற்ற மேழி கிணைத் தொடா,
நாள்தொறும் பாடேன்ஆயின், ஆனா
மணி கிளர் முன்றில் தென்னவன் மருகன்,
பிணி முரக இரங்கும் பீடு கெழு தானை
அண்ணல் யானை வழுதி,

கண்மாறிலியர் என் பெருங் கிளைப் புரவே!

திணை: பாடண் துறை: இயன்மொழி

புலவர்: சிறுகுடிகிழான் பண்ணனை மதுரை அளக்கர் ஞாழார் மகனார் மள்ளனார் பாடியது.

(நீய நிமித்தமாக) வெள்ளி என்னும் கோன்
தென் திசையில் எழ, அதனால்
விளைச்சல் இல்லாமல் வயல்களும்
நீரில்லாமல் குளங்களும் வாடும்
பயன் இல்லாத பஞ்ச காலம்;
அப்போது
பெரிய கிணைப்பறையை வாசிப்பவன்
புகழ் மிக்க சிறுகுடி கிழான்
பண்ணனிடம் சென்றான்;

அவனிடம் தன் வறுமை நிலையை
அறிவித்தான்; உடனே அவனது பசித்
துன்பம் போக, தன்னிடம் இருந்த
பொருள்களைக் கொடுத்தான்;
அவனே எங்கள் தலைவனும்
கொடையால் உயர்ந்தோனும் ஆகிய பண்ணன்;

நுண்ணிய நூற் பொருளே பெரிய கையாக,
நாவே மருப்பாக,
வெற்றிதரும் பாக்களே களிறாக
வாழும் புலவர்களுக்கு
நெல்லாகிய புல் விளையும் வயல்களைத் தரும்

பண்ணனைப் பற்றி நான் சொல்லக்
கேட்பீராக.

அவனது உழவுத் தொழிலுக்கு
உரிய காளைகளையும், ஏற்றத்தையும்
யாழை மீட்டி இசைத்து,
கிணைப்பறையைக் கொட்டி
நாள் தோறும் பாடாது போவேன் என்றால்
நீங்காத ஆராய்ச்சி மணி கட்டியிருக்கும்
முற்றத்தை உடைய பாண்டியன்
வழிவந்தவனான அவன்,
வாரால் கட்டப்பட்ட முரசு முழங்கும்
பெருமை மிகு படையோர்
தலைமை மிகு யானைப் படையால் சிறந்த
வழுதி, என் பெரும் சுற்றத்தைக்
காப்பதற்கு வேண்டிய இரக்கத்தைக்
காட்டாது போவானாக.

நாலை கிழவன் நாகன்

263. 'ஏதுமின்றிக் கவிழ்ந்திருக்கும் பிச்சைப் பாத்திரம்' (179)

நாலை கிழவன் நாகன்;
நாகன் இவனது பெயர்.
நாலை என்னும் ஊருக்குத் தலைவன்.
வேண்டிய போது பாண்டியனுக்குப்
படை கொடுத்து உதவுபவன்.
வடம நெடுந்தத்தனார் புலவர்:
வடம என்பதன் பொருள்
தெரியவில்லை. இவரன்றி மேலும்
நான்கு வடம புலவர்கள் இருக்கின்றனர்.

பாடல்

'ஞால மீமிசை வள்ளியோர் மாய்ந்தென,
ஏலாது கவிழ்ந்த என் இரவல் மண்டை
மலர்ப்போர் யார்?' என வினவலின், மலைந்தோர்
விசி பிணி முரசமொடு மண் பல தந்த
திரு வீழ் நுண் பூண் பாண்டியன் மறவன்,

படை வேண்டுவழி வாள் உதவியும்,
வினை வேண்டுவழி அறிவு உதவியும்,
வேண்டுப வேண்டுப வேந்தன் தேஎத்து
அசை நுகம் படாஅ ஆண்தகை உள்;ளத்து,
தோலா நல் இசை, நாலை கிழவன்,

பருந்து பசி தீர்க்கும் நற் போர்த்
திருந்து வேல் நாகற் கூறினர், பலரே.

திணை: வாகை **துறை: வல்லாண்முல்லை**

புலவர்: வடம நெடுந் தத்தனார்.

இப்பூமியில்
வள்ளல்கள் மடிந்து போக
ஒரு பொருளையும் ஏற்காமல்
குப்புறக் கிடந்த
என் பிச்சைப் பாத்திரத்தைக்
கொடுத்து நிமிர்த்துவோர் யார்?

இவ்வாறு நான் கேட்டதால்
தன்னுடன் மாறுபட்டவர்களின்
இறுக்கிக் கட்டப்பட்ட முரசோடு
பல நாட்டையும் வெற்;றி கொண்டவன்;
திருமகள் விரும்பிய,
நுண்ணிய செய்பாடு பொருந்திய
ஆபரணம் உடைய பாண்டியனின் வீரன் அவன்.

அவனுக்குப் படை வேண்டிய பொழுது
வாளோடு உதவியும்,
செயல் வேண்டிய போது
(அமைச்சர்களுக்கு) ஏற்ற
அறிவினைக் கொடுத்து உதவியும்,
அரசனுக்கு வேண்டியபடி எல்லாம்
உதவி செய்வான்;

தான் ஏற்றுக் கொண்ட பொறுப்பை
ஒரு பக்கமாகச் சாய்ந்து தளராமல்
செலுத்தும் பகடுபோல,
ஆண்மையிலும் சூழ்ச்சியிலும்
சோர்வடையாத ஊக்கத்தையும் உடையவன்
நாலை கிழவன்;
(அவன் போர்க் களத்தில் பலரையும் கொல்வதால்)
பருந்தின் பசி போக்கும்
நல்ல போரைச் செய்யும்
வேல் கொண்ட நாகன்;
அவனைப் பலரும்
சிறப்பித்துச் சொல்வார்கள்.

சோழ நாட்டுப் பிடவூர் கிழார் மகன் பெருஞ்சாத்தன்

264. ‘அவனை அன்றி அடுத்தவரை நினைக்க மாட்டேன்’ (395)

பாடல்

மென் புலத்து வயல் உழவர்
வன் புலத்துப் பகடு விட்டு,
குறு முயலின் குழைச் சூட்டொடு
நெடு வாளைப் பல் உவியல்,
பழஞ் சோற்றுப் புகவு அருந்தி,

புதல் தளவின் பூச்சூடி,
....
அரியலாருந்து..............................
மனைக் கோழிப் பைம் பயிரின்னே.
கானக் கோழிக் கவர் குரலொடு,
நீர்க் கோழிக் கூயப் பெயர்க்குந்து;
வேய் அன்ன மென் தோளால்,
மயில் அன்ன மென் சாயலார்,
கிளி கடியின்னே;
அகல் அள்ளல் புள் இரீஇயுந்து;
ஆங்கு அப் பல நல்ல புலன் அணியும்
சீர் சான்ற விழுச் சிறப்பின்,
சிறுகண் யானைப் பெறல் அருந் தித்தன்
செல்லா நல் இசை உறந்தைக் குணாது,
நெடுங்கை வேண்மான் அருங்கடிப் பிடவூர்
அறப்பெயர்ச் சாத்தன் கிளையேம், பெரும!
முன்நாள் நண்பகல் சுரன் உழந்து வருந்தி,
கதிர் நனி செ.......................... மாலை,
தன்கடைத் தோன்றி, என்உறவு இசைத்தலின்,
தீம்குரல்...கின் அரிக்குரல் தடாரியொடு,
ஆங்கு நின்ற எற்கண்டு,
சிறிதும் நில்லான், பெரிதும் கூறான்,
அருங்கலம் வரவே அருளினன் வேண்டி,
.........யென உரைத்தன்றி நல்கி, தன்மனைப்
பொன்போல் மடந்தையைக் காட்டி, 'இவனை
என்போல் போற்று' என்றோனே, அதற்கொண்டு,
அவன் மறவலேனே, பிறர் உள்ளலேனே;
அவன் ஞாலம் பெரிது வெம்பினும்,
மிக வானுள் எரி தோன்றினும்,
குள மீனோடும் தாள் புகையினும்,

பெருஞ்செய் நெல்லின் கொக்குஉகிர் நிமிரல்
பசுங்கண் கருனைச் சூட்டொடு மாந்தி,
'விளைவுஒன்றோ வெள்ளம் கொள்க!' என,
உள்ளதும் இல்லதும் அறியாது,
ஆங்கு அமைந்தன்றால்; வாழ்க, அவன் தாளே!

திணை: பாடாண் துறை: கடைநிலை

புலவர்மதுரைநக்கீரர்

மன்னன்: சோழ நாட்டுப் பிடவூர் கிழார் மகன் பெருஞ்சாத்தன்

மருத நில வயல் உழவர் முல்லை நிலத்தில்
தம் எருதுகளை மேய்ச்சலுக்கு விட்டு விடுவர்.
சிறு முயலின் குழைந்த சூட்டு இறைச்சியோடு
நீண்ட வாளை மீன் கொண்டு பலபடியாகச் செய்த
அவியலைப் பழைய
சோற்றோடு உணவாக உண்பர்.
புதரில் பூக்கும் தளவின் பூவைச் சூடுவர்.
அரித்த ஓசையுடைய
கிணைப்பறையைக் கொட்டுவர்.
கதிர்களைத் தின்ன வரும்
புள்ளினங்களை ஓட்டுவர்.
நெற் சோற்றிலிருந்து வடித்த
கள்ளை அருந்துவர். .
வீட்டுக்கோழி செய்யும் பசிய அழைப்பினால்
காட்டுக் கோழியின் சத்தத்தோடு
நீர்க்கோழியும் சேர்ந்து குரல் கொடுக்கும்,
மூங்கில் போன்ற மெல்லிய தோளும்
மயில் போன்ற மென்மையும் உடைய பெண்கள்
தினைப் புனத்திலிருக்கும் கிளிகளை விரட்டுவார்கள், என்றால்
அந்தச் சத்தத்திற்கு
அகன்ற வயல் சேற்றில் இருந்த பறவைகள்
கலைந்து பறக்கும்;
அங்கே பல நல்ல விளை நிலங்களும் சூழ்ந்திருக்கும்,.

பெருமை மிக்க செல்வச் சிறப்பும்
சிறுகண் யானைகளையும் உடைய
பெறுவதற்கு அரிய தித்தனது
அழியாத நற்புகழை உடைய உறந்தை;

அதற்குக் கிழக்கே நீண்ட கையை உடைய
வேண்மானின் அரிய காவல் உள்ள பிடவூர்.
அங்கே அறத்தால் புகழ் பெற்ற
சாத்தன் வாழ்கிறான்.
அவனுடைய சுற்றத்தார்தாம் நாங்கள்.

பெருமானே! முன்பு ஒருநாள்
நடுப் பகல் வேளை
காட்டு வழியில் அலைந்து வருந்தினோம்;
சூரிய வெளிச்சம் மங்கி
இருள் இறங்கிக் கருத்த மாலைப் பொழுது
நாங்கள் அவன் தலைவாசலுக்குச் சென்று என் வரவைக் கூற
அரிக்குரல் தடாரிப் பறையை அடித்து
என் இனிய குரலில் பாடி அங்கே நின்ற
என்னைப் பார்த்த அவன்
சிறிதும் காத்திராமல் - நீண்டும் பேசாமல்,
கொண்டு வரப்பட்ட அரிய கலன்களைக் கொடுத்து
மெதுவாகச் சொல்லி
அவற்றை ஏற்றுக் கொள்ள
என்னை வேண்டினான்.
தன் பொன்னொத்த மனைவியிடம்
என்னைக் காட்டி
"இவனை என்னைப் போல எண்ணி நல்லுணவு தந்து பேணுக"
என்றான். அதை எண்ணி நான் அவனை மறவேன்.
அவனை அன்றிப்
பிறரை மனத்தாலும் எண்ணேன்.

அகன்ற இவ்வுலகம் மழை இல்லாது பெரிதாக வாடினாலும்,
உயர்ந்த வானத்தில் எரிநட்சத்திரம் தோன்றினாலும்,

சுக்கிரனோடு வால்நட்சத்திரம் தெரிந்தாலும்
அக்காலத்திலும் கூடப்
பெருகிய தொழிலால் விளைந்த நெல்லின்
கொக்கின் நகம் போன்று நீண்ட
அரிசிச் சோற்றைப்
பசுந் துண்டுகளாகிய பொரிக் கறியை
சூட்டு இறைச்சியோடு உண்ணத் தருவான்.
அப்போது இருப்பதும் இல்லாததும்
ஏதும் தெரியாமல்
'விளைச்சல் பெருகி வெள்ளம் எனக் கொள்க என்று
சான்றோர் வாழ்த்துமாறு நின்றோம்.
அவன் திருவடிகள் வாழ்வதாக.

பொறையாற்றுக் கிழான்

265. 'உன் வயல்களில் வளம் பெருகுவதாக' (391)

பாடல்

தண் துளி பல பொழிந்து எழிலி இசைக்கும்
விண்டு அனைய விண் தோய் பிறங்கல்
முகடுற உயர்ந்த நெல்லின் மகிழ் வரப்
பகடு தரு பெரு வளம் வாழ்த்தி, பெற்ற
திருந்தா மூரி பரந்து படக் கெண்டி,

அரியல் ஆர்கையர் உண்டு இனிது உவக்கும்
வேங்கட வரைப்பின் வட புலம் பசித்தென,
ஈங்கு வந்து இறுத்த என் இரும் பேர் ஒக்கல்
தீர்கை விடுக்கும் பண்பு இல முதுகுடி
நன.......................................வினவலின்,

'முன்னும் வந்தோன் மருங்கிலன், இன்னும்
அளியன் ஆகலின், பொருநன் இவன்' என,

நின் உணர்ந்து அறியுநர் என் உணர்ந்து கூற,
காண்கு வந்திசின் பெரும!..................
.....................பெருங்கழி நுழைமீன் அருந்தும்

துதைந்த தூவி அம் புதாஅம் சேக்கும்
ததைந்த புனல் நின் செழு நகர் வரைப்பின்,
நெஞ்சு அமர் காதல் நின் வெய்யோளொடு,
இன்துயி...ஞ்சால்
துளி பதன் அறிந்து பொழிய,

வேலி ஆயிரம் விளைக, நின் வயலே!

திணை: பாடாண். துறை: கடை நிலை.

புலவர்: கல்லாடனார்.

மன்னன்: பொறையாற்றுக் கிழான்.

குளிர்ந்த துளிகள் பல பெய்து,
மேகம் முழங்கும் திருமலை போன்று
விண் முட்டும் மலை என உயர்ந்த நெல்லின் குவியலாய்
(எருது முதலியவை உழுது உண்டாக்கிய)
பல பண்டத்தை வாழ்த்திப் பெற்றோம்.

திருத்தமிலாத ஊன் கறியைச்
சிறுசிறு துண்டாகத் துண்டித்து
என் சுற்றத்தாரோடு கள்ளை உண்டு
இனிது மகிழும் வேங்கட மலைக்கு
வடபக்கம் வறண்டு போனதால்
இங்கு வந்து தங்கிய,
என் பெரிய சுற்றம்
பசியைப் போக்காமல் இந்நாட்டிலிருந்து நீங்குவதைக்
கைவிடும் பண்பினை உடைய
பழங்குடி நிறைந்த
இடம் அகன்ற முதிய ஊரில்

(உன்னை அறிந்தோர் என்னைப் பார்த்து,)
இவன் இதற்கு முன்பும் வந்தான்;
பொருள் இல்லாதவன்; இப்போதும்
இரங்கத் தக்கவனே என்று உன்னை அறிந்தவர் என்னிடம் கூற
அதனால் உன்னைக் காண வந்தேன்,
பெருமானே!
நீர் நிறைந்த பெருங் குழியில் வாழும்
நுழை மீனை உண்ணும் தூவியை உடைய
நாரை தங்கும், தழை நிறைந்த புன்னைகளை உடைய
உன் வளமான மதிலையுடைய நகரில்
உன் மனம் கவர் அன்பின் மனைவியோடு
இனிய உறக்கம் கொள்வாயாக
வளமான காலம் அறிந்து மழைத்துளி பொழிய
உன் வயல்களில் வேலி ஆயிரமாக கலம் நெல்
விளைவதாக.

மல்லி கிழான் காரியாதி

266. 'மன்னர்களின் அரண்மனை முன் மங்கும் கண் ஒளி' (177)

மல்லி கிழான் காரியாதி
மல்லி என்னும் ஊரின் உடைமையாளன்;
காரியாதி என்பதன் பொருள் தெரியவில்லை.
இவன் குடநாட்டைச் சேர்ந்தவன்.
ஆவூர் மூலங்கிழார்
இவனைப் பாடியுள்ளார்.

பாடல்

ஒளிறு வாள் மன்னர் ஒண் சுடர் நெடு நகர்,
வெளிறு கண் போகப் பல் நாள் திரங்கி,
பாடிப் பெற்ற பொன் அணி யானை,
தமர்எனின், யாவரும் புகுப; அமர் எனின்,
திங்களும் நுழையா எந்திரப் படு புழை,

கள் மாறு நீட்ட நணி நணி இருந்த
குறும் பல் குறும்பின் ததும்ப வைகி,
புளிச் சுவை வேட்ட செங்கண் ஆடவர்
தீம் புளிக் களாவொடு துடரி முனையின்,
மட்டு அறல் நல் யாற்று எக்கர் ஏறி,   10

கருங்கனி நாவல் இருந்து கொய்து உண்ணும்,
பெரும் பெயர் ஆதி, பிணங்குஅரில் குட நாட்டு,
எயினர் தந்த எய்ம் மான் எறி தசைப்
பைஞ் ஞிணம் பெருத்த பசு வெள் அமலை,
வருநர்க்கு வரையாது தருவனர் சொரிய,   15

இரும் பனங் குடையின் மிசையும்
பெரும் புலர் வைகறைச் சீர் சாலாதே.

திணை: பாடாண்   துறை: இயன்மொழி

புலவர்: ஆவூர் மூலங்கிழார்

மன்னன்: மல்லிகிழான் காரியாதி

ஒளிரும் வாள் கொண்ட மன்னர்களின்
உயர்ந்த அரண்மனையின் முன்னே
கண்ஒளி மங்கப் பலநாள் நின்று.
நா உலர்ந்து
அங்கே பாடிப் பெற்ற யானையுடன்
(மல்லி கிழான் காரியாதிக்கு) உரியவர் என்றால்
அவன் ஊருக்குள் எளிதில் புகலாம்;

போர் என்று வந்து விட்டால்
நிலவின் கதிர்கூட நுழைய முடியாதபடி
(தடுக்கும்) இயந்திரங்களை உடையது
அவனது சிறிய (இட்டி) வாசல்.
அங்கே ஒருவருக்கொருவர்
மாறிமாறிக் கள்ளை நீட்ட

ஒன்றுக்கு ஒன்று பக்கமாக இருந்த
குறுகிய பல அரணுக்குள் இருந்து
அக்கள்ளை நிறையக் குடித்துப்
பொழுதைப் போக்குவார்கள்.

பின்பு செருக்கினால்
தாகம் மிக புளிச் சுவையை விரும்புவர்.
அந்த ஆசையில்
சிவந்த கண்கொண்ட ஆண்கள்
இனிய புளிப்புச் சுவை கொண்ட
களாம் பழத்துடனே துடரிப் பழத்தையும் தின்பார்கள்.
பின்பு மிகுந்த புளிப்பைத் தின்ற வெறுப்பில்
கரை (ஓரம் நிற்கும்) மரத்துப்
பசுந்தேன் அரித்து ஒழுகும்
நல்ல காட்டாற்றின் மணல் குன்றின் மேல் ஏறிக்,
கரும் நாவல் பழத்தைப் பறித்து
அங்கேயே உட்கார்ந்து உண்ணும்
பெரும் பெயரை உடைய காட்டைக் கொண்டது
அவனது குடகு நாடு.

அக்காட்டில் வீரர்கள் வேட்டையாடிக்
கொண்டு வந்த எய்ப்பன்றியின்
வெட்டப்பட்ட தசையின் சுவையோடு
கொழுப்பு நிறைந்த வெண் சோற்றுக் கட்டியை
வருவார்க்கு எல்லாம் அவர் விரும்பும் அளவு
கொண்டு வந்து கொடுப்பார்கள்.
அவர்கள் அதைச் சொரியும் போது
பெரிய பனை ஓலையால் செய்யப்பட்ட
உண்ணும் பாத்திரத்தில் நுகரும் அழகு,
பெரிதும் விடிந்த
அதிகாலையின் அழகுக்கு நிகராகாது.

267...
268...

வல்லார் கிழான் பண்ணன்

269. 'பசிப்பகைப் பரிசு' (181)

பண்ணன் இவனது பெயர்;
வல்லார் இவனது ஊர்.
சிற்றரசன்;

பாடல்

மன்ற விளவின் மனை வீழ் வெள்ளில்,
கருங் கண் எயிற்றி காதல் மகனொடு,
கான இரும் பிடிக் கன்று தலைக் கொள்ளும்
பெருங் குறும்பு உடுத்த வன் புல இருக்கை,
புலாஅ அம்பின், போர் அருங் கடி மிளை, 5

வலா அரோனே, வாய் வாட் பண்ணன்;
உண்ணா வறுங் கடும்பு உய்தல் வேண்டின்,
இன்னே சென்மதி, நீயே---சென்று அவன்
பகைப் புலம் படரா அளவை, நின்
பசிப் பகைப் பரிசில் காட்டினை கொளற்கே! 10

திணை: வாகை   துறை: வல்லாண் முல்லை
புலவர்: சோணாட்டு முகையலூர்ச் சிறுகருந் தும்பியார்
மன்னன்: வல்லார் கிழான் பண்ணன்

அந்த ஊரின் பொது இடத்தில் ஒரு விளா மரம்.
அதிலிருந்து விழுந்த விளாம்பழத்தைக்
கரிய கண் கொண்ட மறத்தி
தன் அன்பு மகனுடன் எடுக்கிறாள்,
காட்டில் வாழும் கரிய பெண் யானையின்
கன்றும் வந்து எடுக்கிறது.

பெரிய அரண் சூழ்ந்திருக்கும்
முல்லை நிலம் அது.
அங்கே குடியிருக்கும் ஊர்,
புலால் நாறும் அம்பு,
போரிடுவதற்கு அரிய காவற்காடு என
இத்தனையும் கொண்ட
வலார் என்னும் ஊரில் இருப்பவன்;

வீசினால் குறி தப்பாத
வாளை உடையவன்;
அவனே பண்ணன்.
உண்ணாத உனது வறுமையான சுற்றம்
உண்டு பிழைக்க வேண்டும் என்றால்,
அவன் வேறு நாட்டிற்குச் செல்லும் முன்
நீ போய்
உன் பசிக்குப் பகையாகிய பரிசை
உன் வறுமையைக் காட்டிப் பெறுவதற்காக
இப்போதே செல்வாயாக.

பார்ப்பான் கௌணியன் விண்ணந்தாயன்

270. 'மூங்கில் வளரும் இமயமாய் நிலை பெறுவாயாக' (166)

சோழநாட்டில் முடிகொண்டான்
ஆற்றங்கரையில் அமைந்த ஊர் பூஞ்சாற்றூர்.
இவ்வூரில் ஆறுவகைத்
தொழிலிலும் அரும் சாதனை புரிந்த
பார்ப்பான் கௌணியன் விண்ணந்தாயன்.
விண்ணந்தாயன் என்ற பெயரின்
பொருள் தெரியவில்லை.
கௌண்டின்னிய கோத்திரம்
என்பதால் கௌணியன்.

இப்படி இதுவரை கோத்திரப்
பெயர் சொல்லப்பட்ட மன்னரோ,
மக்களோ காணப்படவில்லை.
குடி, குலம் என்னும் சொற்களே
பயன்படுத்தப் படும். அப்படியானால்
இவர்கள் யார்?
அந்தணன் - பார்ப்பார் ஒருவர் தாமா?
வேறு வேறு நபர்களா?

இவனை ஆவூர் மூலங்கிழார் பாடுகிறார்.
விண்ணந்தாயன் ஓதல், ஓதுவித்தல்
வேட்டல், வேட்பித்தல், ஈதல், ஏற்றல்
எனும் அறுவகைத் தொழிலிலும்
சிறந்தவனாக விளங்கி
வாகைத் திணையில்,
கேட்க வேண்டியவற்றைக் கேட்டு
முதன்மையானவனாக நின்று,
யாகத்தாலும் வெற்றியைப் பெருக்கியதால்
பார்ப்பன வாகைத்துறையில் இவனைப் பாடியுள்ளார்.

பாடல்

நன்று ஆய்ந்த நீள் நிமிர்சடை
முது முதல்வன் வாய் போகாது,
ஒன்று புரிந்த ஈர்--இரண்டின்,
ஆறு உணர்ந்த ஒரு முதுநூல்
இகல் கண்டோர் மிகல் சாய்மார்,   5

மெய் அன்ன பொய் உணர்ந்து,
பொய் ஓராது மெய் கொளீஇ,
மூ-ஏழ் துறையும் முட்டு இன்று போகிய
உரைசால் சிறப்பின் உரவோர் மருக!
வினைக்கு வேண்டி நீ பூண்ட   10

புலப் புல்வாய்க் கலைப் பச்சை
சுவல் பூண் ஞாண்மிசைப் பொலிய;
மறம் கடிந்த அருங் கற்பின்,
அறம் புகழ்ந்த வலை சூடி,
சிறு நுதல், பேர்அகல் அல்குல்,   15

சில சொல்லின் பல கூந்தல், நின்
நிலைக்கு ஒத்தநின் துணைத் துணைவியர்
தமக்கு அமைந்த தொழில் கேட்ப;
காடு என்றா நாடுஎன்று ஆங்கு
ஈர்-ஏழின் இடம் முட்டாது,   20

நீர் நாண நெய் வழங்கியும்
எண் நாணப் பல வேட்டும்;;
மண் நாணப் புகழ் பரப்பியும்,
அருங் கடிப் பெருங் காலை,
விருந்துற்ற நின் திருந்து ஏந்து நிலை,   25

என்றும் காண்கதில் அம்ம, யாமே! குடாஅது
பொன்படு நெடு வரைப் புயலேறு சிலைப்பின்,
பூவிரி புதுநீர்க் காவிரி புரக்கும்
தண் புனற் படப்பை எம் ஊர் ஆங்கண்;
உண்டும் தின்றும் ஊர்ந்தும் ஆடுகம்;   30

செல்வல்அத்தை யானே; செல்லாது,
மழை அண்ணாப்ப நீடிய நெடுவரைக்
கழைவளர் இமயம் போல,
நிலீஇயர்அத்தை, நீ நிலம்மிசையானே!

திணை: வாகை   துறை: பார்ப்பனவாகை
புலவர்: சோணாட்டுப் பூஞ்சாற்றூர்ப் பார்ப்பான் கௌணியன்
விண்ணந்தாயனை ஆவூர் மூலங்கிழார் பாடியது.

நன்கு ஆய்வு செய்யப்பட்ட
மிக நீண்ட சடையினை உடைய
முதிய இறைவன் (சிவபெருமான்)
அவனுடைய வார்த்தைகளை விட்டு விலகாதவன்;
அறம் ஒன்றையே சார்ந்து,
நான்கு பிரிவினதாகி (ரிக், யஜுர், சாமம், அதர்வணம்),
ஆறு அங்கத்தாலும்
(வியாகரணம், சோதிடம், நிருத்தம், சந்தம், சிக்கை, கற்பம்)
உணரப்பட்ட ஒரு பழம் நூல் வேதம்.
இத்தகைய பழம் நூலாகிய வேதத்திற்கு
எதிரான நூல்களைக் கண்டவர்களாகிய
(புத்தர் முதலியோரின்) எண்ணிக்கை மிகுதியை
அழிக்க எண்ணினாய்.
அதற்காக மெய் போலச் சொல்லப்பட்ட
அவர்களின் பொய்யை மெய் என்று ஏற்காமல்
உண்மைப் பொருளை அவர்கள் உணர,
ஏற்கச் சொன்னாய்;
இருபத்தொரு வேள்வித் துறைகளையும்
குறைவில்லாமல் செய்து முடித்தாய்;
அதனால் புகழ் கொண்ட தலைமை உடைய
அறிவுடையோரின் மரபில் வந்தவனே!

வேள்வித் தொழிலுக்காக
முல்லை நிலத்தில் வாழும் கலைமானின் தோல்
உன் தோள் மேல் இடப்பட்ட
பூணூல் மீதே சிறந்து தோன்ற நீ அணிந்தாய்.
அக்கொடுமையை நீக்கிய, பெறுவதற்கு
அரிய கற்பினையும், அறநூலால் புகழப்பட்ட
(யாக பத்தினிகள் அணியும் அணி)
சாலகத்தைச் சூடி,
சிறிய நுதல், பெரிய அகன்ற அல்குல்,
மெல்லிய சொல், பலவாகிய கூந்தல் என
இவை எலாம் கொண்டு உன் நிலைக்கு
மனம் ஒத்தவர் உன் துணைவியர்.

அவர்கள் தத்தமக்கு ஏற்ற
ஏவல் தொழிலைக் கேட்டுச் செய்தனர்.
காடோ, நாடோ அந்த அந்த இடத்தில்
ஏழு, ஏழு வகைப்பட்ட (14) பசுவால்
குறையே இல்லாமல் நீர் வெட்கப்படும்படி
நெய்யை வழங்கினாய்.
எண்ணற்ற பல வேள்விகளைச் செய்தாய்.
மண்முட்ட புகழ் பரப்பினாய்.
பெறுவதற்கு அரிய சிறந்த
வேள்வி முடிபாகிய உன்
திருத்தமான நல்ல நிலையை
நாங்கள் என்றென்றும் காண்போமாக.

மேற்கில் பொன்படும் நெடிய
குடகு மலையில் மேகங்களில்
ஆண் இடி முழங்கினால்
பூக்கள் மிதக்கும் புதிய நீரை உடைய காவிரி,
உலகைப்பாதுகாக்கும்.
குளிர்ந்த நீர் நிறைந்த
வயல் வெளிகளை உடைய
எங்கள் ஊர்ப்பக்கம் உண்பதை உண்டும்,
தின்பதைத் தின்றும்,
ஏறுவதின் மேல் ஏறியும்,
கொண்டாடுவதற்காக நான் போவேன்.
மழை நீங்காமல் பெருக, உயர்ந்து
நீண்ட பக்க மலைகள் உடையதாய்,
மூங்கில்கள் வளரும் இமயமலையைப் போல்
நீ இப்பூவுலகில் நிலைபெற்று வாழ்வாயாக.

3.7 வீரரைப் பாடிய புலவர்கள்

1. அடை நெடுங் கல்வியார் - 283
2. அரிசில் கிழார் - 285, 300, 304
3. ஆலியார் - 298
4. ஆவூர் கிழார் - 322
5. ஆவூர் மூலங்கிழார் - 301
6. உலோச்சனார் - 258, 274
7. எருமை வெளியனார் - 303
8. ஔவையார் - 269, 290, 311
9. கழாத்தலையார் - 288, 289
10. கோடை பாடிய பெரும்பூதனார் - 259
11. கோவூர் கிழார் - 308
12. நெடுங்கழுத்துப் பரணர் - 291
13. பொன்முடியார் - 299, 310
14. மதுரை இளங்கண்ணி கௌசிகனார் - 309
15. மதுரை கள்ளிற் கடையத்தார் - 316
16. மதுரை பேராலவாயர் - 262
17. மதுரை மாங்குடிகிழார் - 313
18. விரியூர் நக்கனார் - 332
19. வெறிபாடிய காமக்கண்ணியார் - 302

புலவரும் 'வீரரும் இல்லாப் பாடல்கள்
257, 297, 307, 323, 327, 328

அடைநெடுங் கல்வியார்

271. 'வாளை, நீர் நாயின் காலை உணவு' (283)

பாடல்

ஒண்செங் குரலித் தண் கயம் கலங்கி,
வாளை நீர்நாய் நாள் இரை பெறூஉப்
பெளவ உறை அளவா, ...
.... வி மயக்கி
மாறுகொள் முதலையொடு ஊழ்மாறு பெயரும்

அழும்பிலன் அடங்கான் தகையும் என்றும்,
வலம்புரி கோசர் அவைக் களத்தானும்,
மன்றுள் என்பது கெட........
....................................ானே பாங்கற்கு
ஆர் சூழ் குறட்டின் வேல் நிறத்து இங்க,

உயிர்ப் புறப்படாஅ அளவைத் தெறுவர,
தெற்றிப் பாவை திணி மணல் அயரும்
மென்தோள் மகளிர் நன்று புரப்ப,
............................ண்ட பாசிலைக்
கவிழ் பூந் தும்பை நுதல் அசைத்தோனே.

திணை: தும்பை. **துறை: பாண்பாட்டு;**
[பாடாண் பாட்டும் ஆம்.]

புலவர்: அடைநெடுங் கல்வியார்.

ஒளிரும் சிவந்த
குரலிக் கொடிகள் இருக்கும்
குளிர்ந்த நீருள்ள குளம் கலங்க
வாளை மீனை நீர்நாய் தன்
காலை உணவாகப் பெறும்;
அது போதாததால்

அங்கிருக்கும் நீர்ப்பாம்புகளை
விரால் மீன் என்று எண்ணி மயங்கும்.
அதனால் தன்னுடன் பகை கொள்ளும்
முதலைகளுடன் பகையாகி விலகிப் போகும்
அழும்பில் என்னும் ஊரை உடையவன்.
அவன் அடங்காமல் பகையாகி
எதிர்த்துப் போர் செய்வேன்.
என்று எழுவான்.

வெற்றியை விரும்பும் கோசரின்
அவைக்களத்திலும், போர்க்களத்திலும்
தன் நண்பனுக்காக
ஆரக் கால்கள் சூழச்
செருகப்பட்டுக் காணப்படும்
வண்டியின் குடத்தைப் போல
மார்பிலே வேல் பாய்ந்து
இறங்கி நிற்க
உயிர் ஊசலாடும் நேரம்;

அப்போது சினந்து
திண்ணையின் மேல் வைத்து
விளையாடும் பாவையைத்
திணிந்த மணல் மேல் வைத்து
விளையாடும் மென் தோளையுடைய பெண்கள்
விரும்பி வளர்க்க
நன்கு வளர்ந்து ஒளியுடன் நீண்ட
பசும் இலைகளை உடைய
மணம் மிக்க தும்பைப் பூவால் ஆன
கண்ணியைத் தன் நெற்றியில் கட்டினான்.

அரிசில் கிழார்

272. 'வேந்தனின் வேலையைச் செய்வார்' (285)

பாடல்

பாசறையீரே! பாசறையீரே!
துடியன் கையது வேலே; அடிபுணர்
வாங்கு இரு மருப்பின் தீம்தொடைச் சீறியாழ்ப்
பாணன் கையது தோலே; காண்வரக்
கடுந்தெற்று மூடையின்............   5

வாடிய மாலை மலைந்த சென்னியன்;
வேந்துதொழில் அயரும் அருந்தலைச் சுற்றமொடு
நெடுநகர் வந்தென, விடுகணை மொசித்த
மூரி வெண் தோல்.......................
சேறுபடு குருதிச் செம்மல் உக்குஒஒ!   10

மாறு சேறு நெடுவேல் மார்பு உளம் போக
நிணம்பொதி கழலொடு நிலம் சேர்ந்தனனே
அது கண்டு, பரந்தோர் எல்லாம்---புகழத் தலைபணிந்து
இறைஞ்சியோனே, குருசில்!---பிணங்குகதிர்
அலமருங் கழனித் தண்ணடை ஒழிய;   15

இலம்பாடு ஒக்கல் தலைவற்கு ஓர்
கரம்பைச் சீறூர் நல்கினன் எனவே.

திணை: வாகை.   துறை: சால்பு முல்லை.
புலவர்: அரிசில் கிழார்.

பாசறையில் இருப்போரே! பாசறையில் இருப்போரே!
துடிப் பறை கொட்டுபவன் கையில்
வேல் இருக்கிறது; அடிவரை இணைக்கப்பட்ட
வளைந்த கரிய கோட்டையும்

இனிய இசை எழுப்பும் நரம்புத் தொடையையும் உடைய
சிறிய யாழைக் கொண்ட
பாணர் கையில் கேடயம் இருக்கிறது.
நன்கு தெரியும்படி நெருங்க நிறைந்த
தானிய மூடைகளைப் போல
................வாடிய மாலையை அணிந்த
தலையை உடைய நம் தலைவன்;

அரச காரியத்தைச் செய்யும்
அரிய தலைமை கொண்ட சுற்றத்தோடு
பெரிய நகருக்கு வந்தான்.
பகைவர் எய்த அம்புகள் மொய்த்த
வலிமை மிக்க தோள்
.......தலைவனாகிய அவன்
நிலத்தைச் சேறுபடுத்தும் இரத்தத்தைச் சிந்தி
பகைவர் சினங்கொண்டு எறிந்த
நீண்ட வேல் மார்பினுள் இறங்குவதால்
பிணங்களிடையே கொழுப்பு நிறைந்த வீரக் கழலோடு
நிலத்தில் வீழ்ந்து விட்டானே.

......அதைப் பார்த்து வருந்திய சான்றோர் நெருங்கிய கதிர்கள்
காற்றில் அசையும் வயல்களை உடைய
'தண்ணடை' (மருத நிலத்தூர்)களை
முன்பு வறுமை மிக்க இரவலர்க்குக் கொடுத்து விட்டதால்
தலைவனான இரவலனுக்கு எஞ்சி இருந்த
கரம்பை என்னும் ஒரு சிற்றூரையும்
வழங்கினான், என்று
பெரியோர் எல்லாம் புகழ,
வீரனான அவன்
தலை தாழ்த்தி
வணங்கினான்.

273. 'கள்ளை முகக்கும் பாத்திரம்' (300)

பாடல்

'தோல்தா தோல்தா' என்றி; தோலொடு
துறுகல் மறையினும் உய்குவை போலாய்;
நெருநல் எல்லைநீ எறிந்தோன் தம்பி,
அகல்பெய் குன்றியின் சுழலும் கண்ணன்,
பேர் ஊர் அட்ட கள்ளிற்கு   5

ஓர் இல் கோயின் தேருமால் நின்னே.

திணை: தும்பை.   துறை: தானைமறம்.
புலவர்: அரிசில் கிழார்.

கேடயத்தைக் கொடு,
கேடயத்தைக் கொடு என்கிறாய்;
கேடயத்தோடு குண்டான கல்லின் பின்னே
உன்னை மறைத்துக் கொண்டாவது
தப்பித்துக் கொள்ளலாம் என்கிறாயோ?
நேற்றுப் பகலில்
உன்னால் கொல்லப்பட்டவனின் தம்பி;
அகலுள் இட்ட குன்றி மணியைப் போலச்
சினத்தால் சுழலும் கண்களை உடையவனாகி
பெரிய ஊரில் காய்ச்சப்பட்ட கள்ளைப் பெற
முகப்பதற்கு உரிய கோயை (பாத்திரத்தை)
வீட்டுக்குள் சென்று தேடுவது போல
உன்னைத் தேடித் திரிகிறான்.

274. 'நேற்று இறந்தவனின் தம்பி செய்த வஞ்சினம்' (304)

பாடல்

கொடுங்குழை மகளிர் கோதை சூட்டி,
நடுங்கு பனிக் களைஇயர் நார் அரி பருகி,
வளிதொழில் ஒழிக்கும் வண்பரிப் புரவி
பண்ணற்கு விரைதி, நீயே; 'நெருநை,
எம்முற் தப்பியோன் தம்பியொடு, ஓராங்கு

நாளைச் செய்குவென் அமர்' எனக் கூறி,
புன் வயிறு அருத்தலும்செல்லான், வன் மான்
கடவும் என்ப, பெரிதே; அது கேட்டு,
வலம்படு முரசின் வெல்போர் வேந்தன்
இலங்குஇரும் பாசறை நடுங்கின்று---

'இரண்டு ஆகாது அவன் கூறியது' எனவே.

திணை: தும்பை துறை: குதிரை மறம்.

புலவர்: அரிசில் கிழார்.

வளைந்த குழைகளை அணிந்த
பெண்கள் மாலை சூட்ட,
நடுக்கம் தரும் குளிரைப் போக்க
நாரால் அரியப்பட்ட மதுவைக் குடித்து,
காற்றும் அதன் வேகத்தை இழக்கும்படி
வேகமுள்ள குதிரைகளைப் போருக்கு ஏற்ப
ஆயத்தம் செய்யப் புறப்படுகின்றாய் நீ;

நேற்று என் அண்ணனைக்
கொன்றவனோடும் அவன் தம்பியோடும்
நாளை ஒருசேரப் போரிடுவேன் என்று வஞ்சினம் கூறி

வயிற்றுக்கு அற்ப உணவும் இடாதவனாய்,
பல குதிரைகளையும் ஓடவிட்டுச்
சிறந்த குதிரையைத் தெரிவு செய்வான்
என்று கூறுகின்றனர். அதைக் கேட்டு
வெற்றி முழக்கமிடும் முரசும்
வெல்லும் போரும் உடைய வேந்தனின்
பாசறையில் உள்ளவரும் நடுங்கினர்.
காரணம், அவன் கூறிய வஞ்சினம் ஒன்றே;
அது இரண்டு ஆகாது. (தவறாது)

ஆலியார்

275. 'வேந்தன் எங்களுக்கு வேண்டாதவன் ஆகிவிட்டான்' (298)

பாடல்

எமக்கே கலங்கல் தருமே; தானே
தேறல் உண்ணும்மன்னே; நன்றும்
இன்னான் மன்ற வேந்தே; இனியே---
நேரார் ஆர் எயில் முற்றி,
வாய் மடித்து உரறி, 'நீ முந்து' என்னானே.

திணை: கரந்தை. **துறை:** நெடுமொழி.

புலவர்: ஆலியார், [ஆனியார், ஆவியார்.]

கலங்கிய கள்ளை
எங்களுக்குக் கொடுப்பான்;
பெரும்பாலும் தெளிந்த கள்ளைத்
தான் பருகுவான் முன்பு;
வேந்தன் இப்போது எங்களுக்கு
வேண்டாதவனாகி விட்டான்;
பகைவர்தம் மதிலைச் சூழ்ந்து,
தன் வாயை மடித்துச்

சத்தமாக 'நீ முந்து' என்று
எங்களைக் கூறாமல்
தானே முந்துவான்.

ஆவூர் கிழார்

276. 'அரசுகளை எதிர்க்கும் குறுநிலத் தலைவனுக்கான குரல்' (322)

ஆவூரில் வாழ்ந்த நிலஉடைமையாளர் இவர்
இந்த ஆவூர் ஒருவேளை
திருவண்ணாமலைப் பகுதியைச் சேர்ந்ததாக
இருக்கலாம் என்பார் ஔவை அவர்கள்.
இவரது உண்மையான பெயர் தெரியவில்லை.

முல்லை நிலத்தை ஆளும் வீரன் ஒருவனைப்
பாராட்டிப் பாடப்பட்டுள்ள இப்பாடலில்
பேரரசர்களை எதிர்க்கும் குரல்
ஒலிக்கக் காணலாம்.

பாடல்

உழுது ஊர் காளை ஊழ் கோடு அன்ன
கவை முட் கள்ளிப் பொரி அரைப் பொருந்தி,
புது வரகு அரிகால் கருப்பை பார்க்கும்
புன் தலைச் சிறாஅர் வில் எடுத்து ஆர்ப்பின்,
பெருங் கட் குறு முயல் கருங் கலன் உடைய   5

மன்றில் பாயும் வன் புலத்ததுவே--
கரும்பின் எந்திரம் சிலைப்பின், அயலது.
இருஞ் சுவல் வாளை பிறழும் ஆங்கண்,
தண் பணை ஆளும் வேந்தர்க்குக்
கண் படை ஈயா வேலோன் ஊரே.   10

திணை: வாகை   துறை: வல்லாண் முல்லை.

புலவர்: ஆவூர்கிழார்.

நிலத்தை உழுததனால் தளர்ந்த நடையுடன்
செல்லும் காளையின் தலையில் முளைத்த கொம்பைப் போன்று
பிளவுபட்ட முள்ளை உடைய
கள்ளி மரத்தின் வெடிப்புகள் கொண்ட
பட்டைகளை உடைய அடிப்பாக நிழலில்
அமர்ந்த சிறுவர்கள்

அங்கே புதிதாக அறுக்கப்பட்ட
வரகின் அடிப்பாகத்தில்
சிந்திக் கிடப்பவற்றை மேய
வரகின் தூரின் கீழ் வாழும்
எலிகள் வர,
அவற்றைப் பிடிப்பதற்காக
சிறிய தலையை உடைய அச்சிறுவர்கள்
தங்கள் கையில் வில்லை எடுத்துக் கொண்டு
சத்தம் இடுகின்றனர்.
சத்தத்தில் பயந்த
பெருங் கண் கொண்ட குறுமுயல்
மனறத்தில் பயன்படுத்தப்பட்டுக் கரி பிடித்த
மண் பாத்திரத்தின் மீது பாயும்
குறிஞ்சியும் முல்லையும்
கலந்த புன்செய் நிலம் அது. அதை
வேலைத் தன்னகத்தே கொண்டவன் ஆள்கிறான்.
பக்கத்தில் நீர்வளம் மிக்க
வயல்களைக் கொண்ட ஊர்களை
வேந்தர்கள் ஆள்கின்றனர்.
அங்கே கரும்பாட்டும் எந்திரத்தின் ஓசையில்
வாளை மீன்கள் துள்ளுகின்றன.
ஆனால் இந்த வேந்தர்க்கு
வேலை உடைய அவன் ஊர்
இனி உறக்கம் தராது; அச்சமே தரும்.

ஆவூர் மூலங்கிழார்

277. 'குமரி மகளிர் கூந்தல் போல' (301)

பாடல்

பல் சான்றீரே! பல் சான்றீரே!
குமரி மகளிர் கூந்தல் புரைய,
அமரின் இட்ட அருமுள் வேலிக்
கல்லென் பாசறைப் பல் சான்றீரே!
முரசுமுழங்கு தானைநும் அரசும் ஓம்புமின்!

ஒளிறு ஏந்து மருப்பின் நும் களிறும் போற்றுமின்;
எனைநாள் தங்கும் நும் போரே, அனைநாள்
எறியார் எறிதல் யாவணது? எறிந்தோர்
எதிர் சென்று எறிதலும்செல்லான்; அதனால்
அறிந்தோர் யார், அவன் கண்ணிய பொருளே?

'பலம்' என்று இகழ்தல் ஓம்புமின்! உதுக் காண
நிலன் அளப்பன்ன நில்லாக் குறுநெறி,
வண்பரிப் புரவிப் பண்பு பாராட்டி,
எல்லிடைப் படர்தந்தோனே; கல்லென
வேந்து ஊர் யானைக்கு அல்லது,

ஏந்துவன் போலான், தன் இலங்கு இலை வேலே.

திணை: தும்பை. துறை: தானைமறம்.

புலவா ஆவூர் மூலங்கிழார்.

பல்வேறு போர் வீரர்களே!
பல்வேறு போர் வீரர்களே!
திருமணம் ஆகாத பெண்களின் கூந்தலை
ஆண்கள் தீண்ட முடியாதது போல
பகைவரால் கடக்க முடியாத முள்வேலி சூழ்ந்த

ஓவென ஒலிக்கும் படை வீட்டிற்குள் இருக்கும்
பல்வேறு போர் வீரர்களே

முரசு முழங்கும் படையை உடைய
உங்கள் அரசனைக் காத்துக் கொள்ளுங்கள்!
விளங்கித் தோன்றும்
வளைந்த கொம்பினை உடைய உங்கள்
ஆண்யானைகளையும் பாதுகாத்துக் கொள்ளுங்கள்.
எத்தனை நாள்தான்
இங்கே நடக்கும் உங்கள் போர்?
அத்தனை நாளும்
தன்னுடன் போரிடாதவரோடு
போரிடுவது என்பதுதான் எப்படி?

தன்னை எதிர்த்துப் போரிட வருவாரும்
தம் தகுதிக்குக் கீழானவராயின்
அவரை எதிர்த்துப் போரிடவும் மாட்டான்;
அதனால் அவன் எண்ணியதை எவர் அறிவார்?
அவர் என்முன் வரட்டும்.
நாங்கள் பலராக, பலமாக உள்ளோம்
என்று பிறரை இகழ்வதை விட்டுவிடுங்கள்.

இதைப் பாருங்கள்,
நிலத்தை அளப்பது போல
மிகக் குறுகிய வழியிலும் நில்லாமல்
விரைந்து ஓடும் குதிரையின்
பண்பைப் பாராட்டி
எங்கள் தலைவன்
இரவுப் பொழுதில் வந்து தன் நெடுமனைக்குச் சென்றுள்ளான்.
அவன் தனது ஒளிரும்
இலைகள் கொண்ட வேலை
உங்கள் வேந்தன் ஆரவாரமாக
ஊர்ந்து வரும் யானையைத் தவிர்த்துப்
பிறர் மீது எறிய
ஏந்தாதவன் போன்றிருக்கின்றான்.

உலோச்சனார்

278. 'இளையன் தான்' (258)

.............உலோச்சனார்
உலோச்சு என்பது சமணர்கள்
செய்து கொள்ளும் ஒரு சடங்கு
இவர் அச்சடங்கைச் செய்;ததால்
இவரைச் சமணர் என்பர்.

பாடல்

முட்கால் காரை முதுபழன் ஏய்ப்பத்
தெறிப்ப விளைந்த தீம் கந்தாரம்
நிறுத்த ஆயம் தலைச்சென்று உண்டு,
பச்சூன் தின்று, பைந்நிணம் பெருத்த
எச்சில் ஈர்ங் கை, விற்புறம் திமிரி,   5

புலம் புக்கனனே, புல்அணற் காளை
ஒரு முறை உண்ணாஅளவை, பெரு நிரை
ஊர்ப்புறம் நிறையத் தருகுவன்; யார்க்கும்
தொடுதல் ஓம்புதி முதுகட் சாடி;
ஆ தரக் கழுமிய துகளன்,   10

காய்தலும் உண்டு, அக் கள் வெய்யோனே.

திணை:வெட்சி.   துறை:உண்டாட்டு.
புலவர்:உலோச்சனார்.

தண்டில் முள் உடைய காரைச் செடியின்
முதிர்ந்த பழம் போல
நன்கு விளைந்த இனிய
கந்தாரம் என்னும் பெயருடைய மது அது.
அந்தக்கள் விலைக்கு ஈடாக

அவன் வேற்று மண்ணிலிருந்து
தான் கவர்ந்து கொண்டு
அங்கே நிறுத்தி இருக்கும்
பசுக் கூட்டத்தைக் கொடுத்தான்; உண்டான்;
நல்ல தசைகளைத் தின்றான்;
நன்கு கொழுப்பு மிக்க
ஈரமான எச்சில் கையைத்
தன் வில்லின் மேற் பகுதியிலேயே துடைத்தான்

மீண்டும் பசுக் கூட்டத்தைக் கவர
அடுத்துப் பிறிதொரு
வேற்றுப் புலத்திற்குள் நுழைந்தான்.
தோன்றியும் தோன்றாமலும் இருக்கும்
சிறு தாடியை உடைய அந்தக் காளை,
இங்கிருக்கும் வீரர்
ஒரு முறை குடித்து முடிக்கும் முன்பே
பெரிய பசுக் கூட்டத்தை
இவ்வூரின் வெளி எல்லாம்
நிற்கக் கொண்டு வருவான்.

அதனால் இனி வேறு யாருக்கும்
கள்ளை ஊற்றாமல்
அந்த முதிர்ந்த மதுஉள்ள சாடியைக்
காத்து வையுங்கள்.
பசுக் கூட்டத்தை ஓட்டி வரும் போது
உடம்பு எங்கும் தூசியை உடையவனாய்
அம் மது மீதுமிகுந்த விருப்புடையவனாய்
கோபப்படவும் செய்வான்.

279. 'தன் உயிரையும் தருவான்' (274)

பாடல்

நீலக் கச்சை, பூ ஆர் ஆடை,
பீலிக் கண்ணிப் பெருந்தகை மறவன்
மேல் வருங் களிற்றொடு வேல் துரந்து, இனியே,
தன்னும் துரக்குவன் போலும்---ஒன்னலர்
எஃகுடை வலத்தர்; மாவொடு பரத்தர,   5

கையின் வாங்கி, தழீஇ,
மொய்ம்பின் ஊக்கி, மெய்க் கொண்டனனே!

திணை: தும்பை.   துறை: எருமை மறம்.

புலவர்: உலோச்சனார்.

நீல நிறக் கச்சையையும்.
சிறந்த பூத்தொழில் செய்யப்பட்ட ஆடையையும்.
மயில் தோகையால் தொடுக்கப்பட்ட
தலைமாலையையும் உடைய பெருந்தகை வீரன்
தன்னை எதிர்த்து வரும் களிற்றின் மேல்
தன் வேலை எய்தான்.
இப்போது தன் உயிரையும் கொடுத்துப்
போரிடுவான் போலும்; (ஏனென்றால்)
அப்போது வேலை வலக்கரந்தில் எந்திய பகைவர்
யானையோடு பரவி வருவதைப் பார்த்து
அவர் எறிந்த வேலைத்
தன் உடலில் பட அதைப் பறித்து
அவர் கூட்டத்தை அழித்தான்.
அவர்களின் தலைவனைத்
தன் தோளோடு தழுவினான்;
(பிறகு) உடல் வலிமை மிகுதியால்
உயரத் தூக்கித் தரையில் மோதி,
உயிர் நீங்கிய உடலைப்
பற்றிய படியே நிற்கின்றான்.

எருமை வெளியனார்

280. 'பலரும் காண வருகின்றான்' (303)

பாடல்

நிலம் பிறக்கிடுவது போலக் குளம்பு குடையூஉ,
உள்ளம் அழிக்கும் கொட்பின் மான்மேல்
எள்ளுநர்ச் செகுக்கும் காளை கூர்த்த
வெந்திறல் எஃகம் நெஞ்சுவடு விளைப்ப
ஆட்டிக் காணிய வருமே----நெருநை,

உரைசால் சிறப்பின் வேந்தர் முன்னர்,
கரைபொரு முந்நீர்த் திமிலின் போழ்ந்து, அவர்
கயந்தலை மடப்பிடி புலம்ப,
இலங்கு மருப்பு யானை எறிந்த எற்கே.

திணை: தும்பை துறை: குதிரைமறம்.

புலவர்: எருமை வெளியனார்.

நேற்று புகழ் மிக்க
சிறந்த மன்னர் காண
கரையோடு மோதும் கடலைப் பிளந்து செல்லும்
தோணியைப் போலப்
பகைவர் படையைப் பிளந்து கொண்டு
அவரின் மெல்லிய தலையையும்
மடப்பத்தையும் உடைய
பெண் யானைகள் தனிமை அடைந்து புலம்ப,
விளங்கும் கொம்புகளை உடைய
யானையைக் கொன்ற என்பொருட்டு
நிலம் பின் செல்வது போல காற்குளம்பை ஊன்றி
காண்போர் ஊக்கத்தையும் கெடுக்கும்படி
குதிரையை வேகமாகச் செலுத்தி
அக்குதிரையின் மேல் வரும்

தன்னை இகழ்வாரை அழிக்கும்
திறன் மிக்க காளை
கூர்மையான கொடும் வேலை
எதிர்ப்போரின் மார்பில் வடு
உண்டாக்குமாறு அசைத்துக் கொண்டு
பலரும் காணுமாறு வருகின்றான்.

ஔவையார்

281. 'புலிக்கண் வெப்பர்' (269)

பாடல்

குயில்வாய் அன்ன கூர்முகை அதிரல்
பயிலாது அல்கிய பல்காழ் மாலை
மை இரும் பித்தை பொலியச் சூட்டி,
புத்தகல் கொண்ட புலிக் கண் வெப்பர்
ஒன்று இரு முறை இருந்து உண்டபின்றை,

உவலைக் கண்ணித் துடியன் வந்தென,
பிழிமகிழ் வல்சி வேண்ட, மற்று இது
கொள்ளாய் என்ப, கள்ளின் வாழ்த்தி;
கரந்தை நீடிய அறிந்து மாறு செருவில்
பல் ஆன் இன நிரை தழீஇய வில்லோர்,

கொடுஞ்சிறைக் குரூஉப் பருந்து ஆர்ப்ப,
தடிந்துமாறு பெயர்த்தது, இக் கருங்கை வானே,

திணை: வெட்சி. **துறை:** உண்டாட்டு

புலவர்: ஔவையார்.

குயிலின் வாய் போன்ற
கூரிய மொட்டுக்களை
இங்கொன்றும் அங்கொன்றுமாக விட்டிருந்த

காட்டு மல்லிகைப் பூவால்
தொடுக்கப்பட்ட மாலையைக்
கருந் தலைமுடி அழகுபெறச் சூட்டி,
புதிதாக அகலமான இடத்தில்
பிடிபட்ட புலியின் கண்ணைப் போன்ற
வெம்மையான கள்ளை மட்டும்
இருமுறை இங்கே இருந்து உண்டான்.

பிறகு, இலை கலந்து கட்டப்பட்ட
மாலையை அணிந்த துடியன் வந்தான்.
வந்தவன் துடியைக் கொட்டி
வெட்சிப் (பசுக்களைக் கவரும்)
போருக்கு எழ வேண்டினான்.
பிழிந்து எடுக்கப்பட்ட மதுவாகிய உணவை
விரும்பி உண்க என, வேண்டியும்
கள்ளை வாழ்த்தி
அதை வேண்டாம் என மறுத்து வாளை வேண்டினாய் என்பர்;

பசுக் கூட்டத்தை மீட்க விரும்பியோர்
கரந்தை சூடி
அவர்கள் மறைந்திருப்பதை அறிந்து
மாறிச் சென்று செய்யும் போரில்
அவர்களின் பல பசுக் கூட்டத்தைக்
கவர்ந்து கொண்டு
வளைந்த இறக்கைகளையும்
நிறமுமுடைய பருந்துகள் ஆர்ப்ப
கரந்தை சூடிய வில் மறவர்களைக் கொன்று
மீட்டுக் கொண்டு வந்தது.
இந்தப் பெரிய கை வாளே.

282. 'வழி வழியாக நன்றி' (290)

பாடல்

இவற்குஈத்து உண்மதி, கள்ளே சினப்போர்
இனக்களிற்று யானை, இயல்தேர்க் குருசில்!
நுந்தை தந்தைக்கு இவன்தந்தை தந்தை,
எடுத்து எறி ஞாட்பின் இமையான், தச்சன்
அடுத்து எறி குறட்டின், நின்று மாய்ந்தனனே;   5

மறப்புகழ் நிறைந்த மைந்தினோன் இவனும்
உறைப்புழி ஓலை போல,
மறைக்குவன்---பெரும! நிற் குறித்துவரு வேலே.

திணை: கரந்தை.   துறை: குடிநிலையுரைத்தல்.

புலவர்: ஔவையார்

சினம் மிக்க போரைச் செய்யும்
சிறந்த ஆண்யானையையும்
செல்லும் தேரையும் உடைய குருசிலே!

படைக்கலங்களை எடுத்து எறியும் போரில்
உன் பாட்டன் மீது
பகைவர் எடுத்து எறியும் வேலை
இவன் பாட்டன்,
கண்ணையும் இமைக்காதவனாய்
உருளையில் தச்சன் செய்த
குடம் போல தானே ஏற்று
மாய்ந்து போனான்.

வீரத்தால் விளையும் புகழ் மிக்க
ஆற்றல் நிறைந்தவனாகிய இவனும்
மழை பெய்யும் போது மழைத்துளிகள்
நம் மேலே விழாதபடி காக்கும் ஓலைக்குடை போல

இவனும் உன் மீது வரும் வேலிலிருந்து
உன்னைக் களத்துள் மறைத்துக் காப்பாற்றுவான்
அதனால் முதலில் இவனுக்குக் கள்ளைக் கொடு;
பின்பு நீ குடி.

283. 'உவர் நிலத்துக் கிணற்றுநீரில் ஊருக்கு வெளுத்த தாய்' (311)

பாடல்

களர்ப் படு கூவல் தோண்டி, நாளும்,
புலைத்தி கழீஇய தூ வெள் அறுவை;
தாது எரு மறுகின் மாசுண இருந்து,
பலர் குறை செய்த மலர் தார் அண்ணற்கு
ஒருவரும் இல்லைமாதோ, செருவத்து;   5

சிறப்புடைச் செங் கண் புகைய, ஓர்
தோல் கொண்டு மறைக்கும் சால்பு உடையோனே.

திணை : தும்பை.   துறை : பாண்பாட்டு.
புலவர் : ஔவையார்.

உவர் நிலத்தில் கிணற்றைத் தோண்டி,
அந்தத் தண்ணீரில் ஒவ்வொரு நாளும்
சலவைத் தொழில் செய்யும் பெண்
வெளுத்துத் தந்த வெள்ளாடையை உடுத்தி
எருப்பொடி நிறைந்த தெருவில்
ஆடை அழுக்குப்பட அமர்ந்து
பலருக்கான குறைகளையும் போக்கி
பூக்களால் தொடுக்கப்பட்ட மாலையை அணிந்த தலைவன்;

இப்போது போர்க்களத்தில்
சிறப்பு மிக்க அவன் கண்கள்
சிவந்து புகைய

பகைவர் தன் மீது எறியும்
போர்க்கருவிகளை
ஒரு கேடயத்தால் மறைக்கும்
வீரனாக நிற்கின்றான்.
அந்தத் தலைவனுக்கு இப்போது
துணையாக நின்று உதவி செய்ய
ஒருவரும் இல்லையே!

கழாத்தலையார்

284. 'பருந்துகள் மொய்க்கும் மார்பு' (288)

பாடல்;

மண்கொள வரிந்த வைந்நுதி மருப்பின்
அண்ணல் நல்ஏறு இரண்டு உடன் மடுத்து,
வென்றதன் பச்சை சீவாது போர்த்த
திண்பிணி முரசம் இடைப்புலத்து இரங்க,
ஆர் அமர் மயங்கிய ஞாட்பின், தெறுவர,

நெடுவேல் பாய்ந்த நாணுடை நெஞ்சத்து,
அருகுகை....................மன்ற
குருதியொடு துயல்வரு மார்பின்
முயக்கிடை ஈயாது மொய்த்தன, பருந்தே.

திணை: தும்பை துறை: மூதின் முல்லை.

புலவர்: கழாத்தலையார்.

மண்ணைக் குத்துவதால்
வரிபட்ட கொம்புள்ள
முதன்மையான இரண்டு காளைகளைத்
தம்முள் மோதவிட்டு,
அதில் வெற்றி பெற்ற காளையின் தோலை
மயிர் சீவாமல் போர்த்தப்பட்ட

திண்ணியதாய் நன்கு இறுக்கிக் கட்டப்பட்ட
போர் முரசானது போர்க்களத்தின் நடுவில் ஒலிக்க,
தடுப்பதற்கு அரிய போர் நிகழ்ந்த
போர்க்களத்தில் அச்சம் பிறக்க,
நெடிய வேல் பாய்ந்ததால்
வெட்கம் நிறைந்த நெஞ்சத்துடன்.....
நிச்சயமாகவே இரத்தம் கொட்டுவதோடு
அசையும் மார்பினை, மகளிர் தழுவுவதற்கு
இடம் கொடாமல், பருந்துகள் மொய்த்தன.

285. 'வீறு வீறு ஆயும் உழவன்' (289)

பாடல்

ஈரச் செவ்வி உதவினஆயினும்,
பல் எருத்துள்ளும் நல் எருது நோக்கி,
வீறு வீறு ஆயும் உழவன் போல,
பீடு பெறு தொல் குடிப் பாடு பல தாங்கிய
மூதிலாளருள்ளும், காதலின்   5

தனக்கு முகந்து ஏந்திய பசும் பொன் மண்டை,
'இவற்கு ஈக!' என்னும்; அதுவும் அன்றிசினே;
கேட்டியோ வாழி---பாண! பாசறை,
'பூக் கொள் இன்று' என்று அறையும்
மடி வாய்த் தண்ணுமை இழிசினன் குரலே?   10

    திணை:   துறை: முல்லை.
    புலவர்: கழாத்தலையார்.

பாணனே!
ஈரமான பருவம் உழவிற்கு உதவிதான்;
ஆயினும், தன்னிடம் உள்ள
பல உழவு எருதுகளிலும்
நல்ல எருதைப் பார்த்து

அவ் எருதின் குணங்களை
வேறு வேறாக ஆய்வு செய்யும்
உழவனைப் போல,
பெருமை மிக்க முதுகுலத்திற்கு
ஏற்ற பழம் வழக்கங்கள்
பல கொண்ட மறக்குடியில்
பிறந்த பலருள்ளும்
தன்பால் உள்ள அன்பினால் தனக்கு
முகந்து கொடுத்த
பொன்னால் ஆன கள்ளை தனக்கு அருகே

பாத்திரத்தை இவனுக்குக் கொடுங்கள்.
சொல்லும் சிறப்பை
மனத்தில் வைத்து வியக்காதே.

பாணனே! அதுவும் அல்லாமல் படை வீட்டில்
போர்ப் பூக்களைத் தருவதற்கு
ஏற்ற நல்ல நாள்
இன்று என்று
தோலை மடித்துப் போர்த்திய
வாயுள்ள மத்தளத்தைக்
(குணத்தால் தொழிலால், பொருளால்?)
இழிந்தவர் அடிக்கும் சத்தத்தையும்
கேட்டாயோ? நீ வாழ்வாயாக.

கோடை பாடிய பெரும்பூதனார்

286. 'தெய்வம் உடம்பில் ஏறிய புலைமகள் போல' (259)

கோடை பாடிய பெரும் பூதனார்
கோடைக் காலத்தையா, மலையையா
எதைப் பாடினார் என்று தெரியவில்லை
பெரும் பூதனார் - இவரது இயற் பெயர்.

பாடல்

ஏறுடைப் பெருநிரை பெயர்தர, பெயராது,
இலை புதை பெருங்காட்டுத் தலை கரந்து இருந்து
வல்வில் மறவர் ஒடுக்கம் காணாய்;
செல்லல், செல்லல், சிறக்க, நின் உள்ளம்;
முருகு மெய்ப் பட்ட புலைத்தி போலத்   5

தாவுபு தெறிக்கும் ஆன்மேல்--
புடை இலங்கு ஒள்வாள் புனை கழலோயே!

திணை: கரந்தை   துறை: செருமலைதல்
[பிள்ளைப் பெயர்ச்சியுமாம்].

புலவர்: கோடை பாடிய பெரும்பூதனார்.

இடையில் ஒளிமிக்க வாளையும்,
காலில் வீரக் கழலையும்
அணிந்தவனே!
தம்மால் கவர்ந்து கொள்ளப்பட்ட காளையுடன்
பெரிய பசுக் கூட்டம் முன்னே போக,
(அதை இழந்தவர்கள்
மீட்க வருவார் என எண்ணித்)
தாம் அப்பசுக் கூட்டத்தோடு
போகாமல்
தழைகளால் மூடப்பட்டுள்ள பெரிய காட்டில்
வலிமை மிக்க வில்லை உடைய மறவர்
தலைமறைவாக ஒளிந்து இருக்கின்றனர்.
அதை எண்ணிப் பார்,
தெய்வம் (முருகு) தன் உடம்பில் ஏறிய
புலைப்பெண் போலக்
குதித்துத் துள்ளும் பசுக் கூட்டத்தோடு
நீ போகாதே; போகாதே.
உன் எண்ணம் வெல்வதாக.

கோவூர் கிழார்

287. 'பெண் யானை நாண ஆண் யானை ஓடும்'
(308)

பாடல்

பொன் வார்ந்தன்ன புரி அடங்கு நரம்பின்,
மின்நேர் பச்சை, மிஞிற்றுக்குரற் சீறியாழ்
நன்மை நிறைந்த நயவரு பாண!
சீறூர் மன்னன் சிறியிலை எஃகம்
வேந்துஊர் யானை ஏந்து முகத்ததுவே;   5

வேந்து உடன்று எறிந்த வேலே, என்னை
சாந்து ஆர் அகலம் உளம் கழிந்தன்றே;
உளம்கழி சுடர்ப் படை ஏந்தி, நம் பெருவிறல்
ஓச்சினன் துரந்த காலை, மற்றவன்
புன் தலை மடப் பிடி நாண,   10

குஞ்சரம் எல்லாம் புறக்கொடுத்தனவே.

திணை: வாகை   துறை: மூதின் முல்லை.

புலவர்: கோவூர் கிழார்.

பொன் கம்பியினைப் போன்ற
முறுக்கு அடங்கின நரம்பினையும்,
மின்னலைப் போன்ற தோலினையும்,
மிஞிறு எனப்படும் வண்டுச் சாதியின்
இனிய குரல் போன்ற ஓசையையும் உடைய
சிறிய யாழ்க் கல்வியின் நன்மை நிறைந்த
கேட்டார் நெஞ்சில் விருப்பம் விளைவிக்கும்
பாணனே!

குறுநில மன்னனின்
சிறிய இலைகளை உடைய வேலானது.
வேந்தன் ஊர்ந்து வரும் யானையின்
ஏந்திய முகத்தில் பதிந்திருக்கிறது!
அது கண்டு வேந்தன்
சினந்து எறிந்த வேலோ
என் தலைவனின் சந்தனம் பூசப்பட்ட
மார்பினுள் ஊடுருவிச் சென்றது.
நம் வலிமை மிக்க வீரன்
தன் மார்பினுள் ஊடுருவிச் சென்ற
அவ்வொளி பொருந்திய வேற்படையைப்
பறித்து எடுத்து
ஓங்கிச் செலுத்திய போது
பகை வேந்தனின்
சிறிய தலையையுடைய
பெண் யானை வெட்கப்பட
களிறுகள் எல்லாம்
புறங்கொடுத்து ஓடின!

நெடுங்கழுத்துப் பரணர்

288. 'விளரிப் பண் பாடி வெள்ளை நரியை ஓட்டு (291)

பாடல்

சிறாஅஅர்! துடியர்! பாடுவல் மகாஅஅர்;
தூவெள் அறுவை மாயோற் குறுகி,
இரும் புட் பூசல் ஓம்புமின்; யானும்,
விளரிக் கொட்பின், வெள் நரி கடிகுவென்;
என் போல் பெரு விதுப்புறுக, வேந்தே -

கொன்னும் சாதல் வெய்யோற்குத் தன் தலை!
மணி மருள் மாலை சூட்டி, அவன் தலை
ஒருகாழ் மாலை தான் மலைந்தனனே!

திணை: கரந்தை. துறை: வேத்தியல்.

புலவர்: நெடுங்கழுத்துப் பரணர்.

சிறுவர்களே! துடிப்பறை கொட்டுவோரே!
பாடுந் திறம் மிக்க பாணர்களே!
பெரிதும் வெள்ளை ஆடையைக் கொண்ட
கரும் நிறமுடையவனை நெருங்கிக்
கரிய பறவைகள் இடும்
ஆரவார சத்தத்தைத் தடுங்கள்;
நானும், சாவுப் பண்ணாகிய
விளரிப்பண்ணை சுழற்சியுறப் பாடி,
தின்ன வரும் வெள்ளை நரிகளை விரட்டுவேன்.

என்னைப் போலவே வேந்தனும்
நடுக்கம் பெரிதும் உள்ளவன் ஆவானாக,
பயன் ஏதும் இல்லாமலே வேந்தனுக்காகத்
தன்னுயிர் தர விரும்பும் என் தலைவனுக்கு
தன் மார்பிலிருந்த பல்வகை மணிகள் கலந்த
பல வடமுள்ள மாலையைத் தலைவனுக்கு அணிந்து
அவன் மார்பில் உள்ள.
ஒற்றை வடமாலையைத்
தான் சூடிக் கொண்டான்.

பொன் முடியார்

289. 'அணங்குடை முருகன்' (299)

பாடல்

பருத்தி வேலிச் சீறூர் மன்னன்
உழுத்ததர் உண்ட ஓய்நடைப் புரவி,
கடல்மண்டு தோணியின், படை முகம் போழ---
நெய்ம்மிதி அருந்திய, கொய்சுவல் எருத்தின்,
தண்ணடை மன்னர், தாருடைப் புரவி,

அணங்குடை முருகன் கோட்டத்துக்
கலம் தொடா மகளிரின், இகந்து நின்றவ்வே.

திணை: நொச்சி. துறை: குதிரை மறம்.

புலவர்: பொன் முடியார்.

பருத்தி வேலிகள் சூழ்ந்த
சிற்றூர் மன்னன் அவன்;
(அவன் அளித்த)
உழுந்தின் சக்கையை உண்டு வளர்ந்த
தளர்ந்த நடை நடக்கும் குதிரைகள்
கடலைப் பிளந்து செல்லும் படகைப் போல,
எதிரியின் படையைப் பிளந்து செல்கின்றன.

ஆனால்,
மருத நில மன்னனின் குதிரை
நெய்யை ஊற்றி மிதித்த
உருண்டையை உண்டு
பிடரி கொய்யப்பட்டு,
கிண்கிணி மாலை அணிந்து
அழகாக விளங்குகின்றன.
என்றாலும் அவை
(தீயவர்க்கு) வருத்தந் தரும்
முருகன் கோயிலில் புழங்கும் பாத்திரங்களைத் தொடச்
சுத்தம் இல்லாத பெண்கள்
பயந்து நிற்பது போலப்,
போருக்கு அஞ்சிப் பின்னிட்டு நின்றனவே!

290. 'பிடரி போன்ற குடுமி; சிறிய தாடி' (310)

பாடல்

பால் கொண்டு மடுப்பவும் உண்ணான்ஆகலின்,
செறாஅது ஓச்சிய சிறு கோல் அஞ்சியொடு,

உயவொடு வருந்தும் மன்னே! இனியே
புகர் நிறம் கொண்ட களிறு அட்டு ஆனான்,
முன்நாள் வீழ்ந்த உரவோர் மகனே!

உன்னிலன் என்னும், புண் ஒன்று அம்பு---
மான் உளை அன்ன குடுமித்
தோல் மிசைக் கிடந்த புல்அணலோனே.

திணை: தும்பை துறை: நூழிலாட்டு.

புலவர்: பொன் முடியார்.

முதல் நாள் போரில் மடிந்த
மறவனின் மகன்தான் இவன்;
ஒருகாலத்தில் கிண்ணத்துப் பாலை
உண்பித்த போதும் உண்ணவில்லை;
அதனால், மனத்துள் கோபம் இல்லாமல்
சினந்து நோக்கிச் சிறிய கோலை ஓங்க
அஞ்சி உண்ட இவனுக்காக
கவலை கொண்டு வருந்தும் மனமே!

இப்போதோ
புள்ளிகளை உடைய களிற்றைக்
கொன்ற பிறகும் நிறைவில்லாதவனாய்
மார்பின் புண்ணின்மேல் தைத்துக் கொண்டு நிற்கும்
அம்பைக் காட்டிய போதும்
நான் அதை நினைக்கவே இல்லை
என்று கூறுகிறான், குதிரையின் பிடரிமயிர் போன்ற
குடுமியுடனே
கேடகம் கிடக்க அதன்மேல் விழுந்து கிடக்கும்
அற்பமான தாடியை உடையவன்.

மதுரை இளங்கண்ணி கௌசிகனார்

291. 'பாம்பு வாழும் புற்று, காளை திரியும் கொட்டில்' (309)

பாடல்

இரும்புமுகம் சிதைய நூறி, ஒன்னார்
இருஞ்சமம் கடத்தல் ஏனோர்க்கும் எளிதே;
நல் அரா உறையும் புற்றம் போலவும்,
கொல்ஏறு திரிதரு மன்றம் போலவும்,
மாற்று அருந் துப்பின் மாற்றோர், 'பாசறை

உளன்' என வெரூஉம், ஓர்ஒளி
வலன் உயர் நெடு வேல் என்னைகண்ணதுவே.

திணை: தும்பை துறை: நூழிலாட்டு.

புலவர்: மதுரை இளங்கண்ணிக் கௌசிகனார்.

பகைவர்தம் போர்க் கருவிகளின்
முகம் சிதையும்படி கெடுத்து.
அவர்களின் போரரை வெல்வது
எல்லார்க்கும் எளிதான காரியமே.

நல்ல பாம்பு வாழும் புற்றைப் போலவும்.
கண்டாரைக் கொல்லும் காளை திரியும் மன்றம் போலவும்
மாற்றுவதற்கு அரிய வலிமையுடைய
பகைவர் பாசறையில்
இவன் இருக்கின்றான் என்று கேட்டு
பயப்படுவதற்குக் காரணமாகிய
ஒப்பற்ற ஒளி,
வெற்றியால் உயர்த்தும்
நெடிய வேற்படையை உடைய
என் தலைவனிடமே உள்ளது.

மதுரை கள்ளிற் கடையத்தார்

292. 'அடகு வைத்தும் அடுத்தவர்க்கு உதவி' (316)

பாடல்

கள்ளின் வாழ்த்தி, கள்ளின் வாழ்த்தி,
காட்டொடு மிடைந்த சீயா முன்றில்,
நாட் செருக்கு அனந்தர்த் துஞ்சுவோனே.
அவன் எம் இறைவன்; யாம் அவன் பாணர்;
நெருநல் வந்த விருந்திற்கு மற்றுத் தன்

இரும் புடைப் பழ வாள் வைத்தனன்; இன்று இக்
கருங் கோட்டுச் சீறியாழ் பணையம்; இது கொண்டு
ஈவதிலாளன் என்னாது, நீயும்,
வள்ளி மருங்குல் வயங்கு இழை அணிய,
கள்ளுடைக் கலத்தேம் யாம் மகிழ் தூங்க,

சென்று வாய் சிவந்து மேல் வருக---
சிறு கண் யானை வேந்து விழுமுறினே.

திணை: வாகை. துறை: வல்லாண் முல்லை.

புலவா மதுரைக் கள்ளிற் கடையத்தன் [வெண்ணாகனார்]

சிறிய கண் கொண்ட
யானைகளை உடைய பகை வேந்தன்
போரில் வீழ்ந்தான்; அதனால்
செத்தைகள் கலந்து
பெருக்கப்படாத முற்றத்தில்
கள்ளினை வாழ்த்தி. கள்ளினை வாழ்த்தி
விடியற்காலத்தில் கள்ளைக் குடித்த
மயக்கத்தால் உறங்குகின்றானே
அவனே எம் தலைவன்;
நாங்கள் அவன் பாணர்கள்,

நேற்று அவனைத் தேடி வந்த விருந்திற்கு
உதவி செய்யத் தன்னிடம்
பொருள் ஏதும் இல்லாததால்
இரும்பால் ஆன தன்
பழைய வாளை அடகு வைத்தான்.

இன்றைக்குக் கரிய தண்டை உடைய
சிறிய யாழைப் பணயமாக வைக்க
சீறியாழே ஈடாகும்; இதனால்
கொடுக்க ஏதும் இல்லாதவன் என்று
எண்ணாமல் நீயும்
பூங்கொடி ஒத்த இடையை உடைய பாடினி
ஒளிரும் நகைகளை அணிய
நாங்கள்
கள்ளை உடைய கலத்தவராய்
மகிழ்ச்சி அடைய
நீ அவனிடம் சென்று விருந்து உண்டு
வாய் சிவந்து வருவாயாக.

மதுரைப் பேராலவாயர்

293. 'சோர்ந்து வருவாருடன் சேர்ந்து பருகுங்கள்' (262)

பாடல்

நறவும் தொடுமின்; விடையும் வீழ்மின்;
பாசுவல் இட்ட புன் காற் பந்தர்ப்
புனல் தரும் இள மணல் நிறையப் பெய்ம்மின்---
ஒன்னார் முன்னிலை முருக்கி, பின் நின்று,
நிரையொடு வரூஉம் என்னைக்கு   5

உழையோர் தன்னினும் பெருஞ் சாயலரே.

திணை: வெட்சி. துறை: உண்டாட்டு [தலைத் தோற்றமுமாம்.]
புலவர்; மதுரைப் பேராலவாயர்.

பகைவர்களின் முன்னால் வரும்
தூசிப் படையை முறியடித்து,
(தன் ஊரை நோக்கித்) திரும்பிப் போகும்
தன் படைக்குப் பின்னே நின்று
பசுக் கூட்டத்தோடு வரும் என் தலைவனுக்கு
பக்க வீரராகப்
பசுக் கூட்டத்தைக் கொண்டு வருவோர்
அவனை விடப்
பெரிதும் சோர்ந்து இருப்பார்;
அதனால் மிகுதியாகக் குடிக்கும்படி
மதுவைப் பிழியுங்கள்;
செம்மறியாட்டையும் வெட்டுங்கள்,
பசுந் தழையால் பின்னப்பட்ட
அற்பமான சிறு காலை உடைய பந்தலில்
நீர் கொழித்துத் தந்த இளமணலை
நிறையப் பரப்புங்கள்.

மாங்குடி கிழார்

294. 'உப்புவண்டிகளின் உமணர்' (313)

பாடல்

அத்தம் நண்ணிய நாடு கெழு பெருவிறல்
கைப் பொருள் யாதொன்றும் இலனே; நச்சிக்
காணிய சென்ற இரவல் மாக்கள்
களிறொடு நெடுந் தேர் வேண்டினும், கடவ;
உப்பு ஒய் சாகாட்டு உமணர் காட்ட   5

கழி முரி குன்றத்து அற்றே,
எள் அமைவு இன்று; அவன் உள்ளிய பொருளே.

திணை: வாகை   துறை: வல்லாண் முல்லை.

புலவர்: மாங்குடி மருதனார்.

அரிய வழிகள் பல நிறைந்த
நாட்டை உடைய வலிமையுள்ள தலைவன்,
தன் கையில் பொருள் ஏதும்
இல்லாதவன்தான்,
ஆனாலும்
அவனை விரும்பிக்
காணச் சென்ற இரவலர்
களிற்றோடு பெருந்தேரைக் கேட்டாலும்
பகைவரிடம் இருப்பதைக் காட்டித் தரும்
உள்ளத்தன்
அவன் அவ்வாறு தருவதற்கேற்ப அவன் எண்ணம்
உப்பைக் கொண்டு செல்லும்
வண்டிகளை உடைய உப்பு வாணிகரது
காட்டிடத்தில் உள்ள கழிநீரால் அலைக்கப்பட்ட
குன்றைப் போன்று என்றும்
இகழ்ச்சிக்கு உரியது அன்று.

விரியூர் நக்கனார்

295. 'மறவன் வேல்' (332)

பாடல்

பிறர் வேல் போலாதாகி, இவ் ஊர்
மறவன் வேலோ பெருந் தகை உடைத்தே;
இரும் புறம் நீறும் ஆடி, கலந்து இடைக்
குரம்பைக் கூரைக் கிடக்கினும் கிடக்கும்,
மங்கல மகளிரொடு மாலை சூட்டி,   5

இன் குரல் இரும் பை யாழொடு ததும்ப,
தெண் நீர்ப் படுவினும் தெருவினும் திரிந்து,

மண் முழுது அழுங்கச் செல்லினும் செல்லும்; ஆங்கு,
இருங் கடல் தானை வேந்தர்
பெருங் களிற்று முகத்தினும் செலவு ஆனாதே,   10

திணை: வாகை   துறை: மூதின் முல்லை.

புலவர்: விரியூர் நக்கனார்.

மற்றவர் ஏந்து வேலைப் போல இல்லாமல்
இந்த ஊரின் மறவனது வேலோ
பெருந் தகைமை உடையது.
அதன் அகன்ற இலைப் பக்கம்
புழுதி படிந்து
சிறு குடிசையின் கூரையில்
செருகப்பட்டுக் கிடந்தாலும் கிடக்கும்,

மாலை சூட்டப் பெற்று,
மங்கல மகளிரின் இனிய குரலானது.
பெரிய பையில் வைக்கப்படும்
யாழின் இசையோடு கலந்து ஒலிக்க
தெளிந்த நீர் உண்டான குழிகளிலும்
தெருக்களிலும் ஊர்வலம் போய்ப்
பூமியில் உள்ளவர் அனைவரும்
வருந்துமாறு சென்றாலும் செல்லும்,
பெரிய கடல் போன்ற
படை கொண்ட வேந்தனின்
பெரும் யானைகளின் முகத்திலும் போய்ப்
பாய்வதிலிருந்து தப்பாது ஆகும்.

வெறி பாடிய காமக்கண்ணியார்

296. 'மழைத் துளிகளின் எண்ணிக்கை' (302)

பாடல்

வெடி வேய் கொள்வது போல ஓடி,
தாவுபு உகளும், மாவே; பூவே,
விளங்குஇழை மகளிர் கூந்தற் கொண்ட;
நரந்தப் பல்காழ்க் கோதை சுற்றிய
ஐதுஅமை பாணி வணர்கோட்டுச் சீறியாழ்க்

கைவார் நரம்பின் பாணர்க்கு ஒக்கிய,
நிரம்பா இயல்பின் கரம்பைச் சீறூர்;
நோக்கினர்ச் செகுக்கும் காளை ஊக்கி,
வேலின் அட்ட களிறு பெயர்த்து எண்ணின்,
விண் இவர் விசும்பின் மீனும்,

தண்பெயல் உறையும், உறை ஆற்றாவே,

திணை: தும்பை. துறை: குதிரை மறம்.

புலவர்: வெறி பாடிய காமக்கண்ணியார் [காமக் கணியார் எனவும் பாடம்.]

வளைத்து விடப்பட்ட மூங்கில்
விரைந்து மேலே எழுவது போல
ஓடித் தாவிக் குதிரை துள்ளும்
பொன்னால் ஆன பூக்கள்
ஒளி மிகும் நகை அணிந்த விறலியர்
தம் கூந்தலில் இடம் பிடித்திருக்கின்றன.

நரந்தம் பூக்களால்
பலவடமான மாலை சுற்றப்பட்டு

மென்மையாக அமைந்த தாளத்திற்கு ஏற்ப
வளைந்த மருப்பு என்னும்
உறுப்பினை உடைய சீறியாழில்,
எட்டு வகை இசைக் கரணங்களுள் ஒன்றாகிய
சுட்டு விரலால் செய்யப்படும் தொழிலை
நரம்பில் செய்யும் பாணர்களுக்கு
அறுதியாகக் கொடுக்கப்பட்டன
குறுகிய வழிகளை உடைய
கரம்பைகள் நிறைந்த சிற்றூர்கள்
தன்னைப் பகைத்துப் பார்த்து பகைவர்களைக்
கொல்லும் காளை போன்ற வீரன் அவன்;
அவன் ஊக்கம் மிகுந்து வேலால் கொன்ற
களிறுகளைத் திரும்ப எண்ணினால்,
வானத்து நட்சத்திரங்களின் எண்ணிக்கையும்
குளிரிந்த மழைத் துளிகளின் எண்ணிக்கையும்
ஈடாக மாட்டா.

3.8 பாடிய புலவரும் படமான வீரரும் இல்லாப் பாடல்கள்

297. 'பகைவருக்குச் செருப்பிற் கிடையே சிறுகல்' (257)

பாடல்

செருப்பு இடைச் சிறு பரல் அன்னன்; கணைக்கால்,
அவ் வயிற்று, அகன்ற மார்பின், பைங்கண்,
குச்சின் நிரைத்த குரூஉ மயிர் மோவாய்,
செவிஇறந்து தாழ்தரும் கவுளன்; வில்லொடு,
யார்கொலோ, அளியன்தானே? தேரின்

ஊர்பெரிது இகந்தன்றும் இலனே; அரண்எனக்
காடு கைக் கொண்டன்றும், இலனே; காலை,
புல்லார் இனநிரை செல் புறம் நோக்கி,

கையின் சுட்டிப் பையென எண்ணி,
சிலையின் மாற்றியோனே; அவைதாம்

மிகப் பலவாயினும், என் ஆம்---எனைத்தும்
வெண்கோள் தோன்றாக் குழிசியொடு,
நாள்உறை மத்து ஒலி கேளாதோனே?

திணை வெட்சி துறை: உண்டாட்டு.

புலவர்: பெயர் தெரிந்திலது.

செருப்பிற்கும் காலிற்கும் இடையில்
சிறு கல் இருந்தால்
(நம்மை) எப்படி மேலும் நடக்கவிடாதோ
அதுபோலவே தன்னைக் கடந்து
பகைவரைச் செல்ல விடாதவன்.
திரண்ட கால்கள்
அழகிய வயிறு, விரிந்த மார்பு, கரிய கண்கள்,
குச்சுப் புல்லை நிறைத்தது போல
மோவாயில் இங்கு மங்குமாக வளர்ந்துள்ள தாடி
காதைக்கடந்து முன்னே தாழ்ந்த கன்னம்;
இவற்றோடு வில்லும் சுமக்கும் இவன் யாரோ?
இரங்கத்தக்கவனே!

இவனை யார் என்று ஆராய்ந்தால்;
பெரிதும் ஊரை விட்டு நீங்கியவன் அல்லன்;
தனக்குப் பாதுகாப்பாக இருக்கும் என்று
காட்டைக் கைப்பற்றியவனும் இல்லை.

இன்று காலையில்
பகைவர்தம் பசுக்கூட்டம் போகின்ற இடத்தைப்
பார்த்துப் போய், மெதுவாக எண்ணிக்
கையால் குறித்து, வில்லைக் கொண்டே
அந்நிரைகளைக் காக்க எண்ணிச்
செய்த பூசலைத் தோற்கடித்து

அவற்றைத் தன் வசமாக்கினான்.
அவை மிகப்பலதாம்;
ஆனாலும் அவற்றால் அவனுக்கு என்ன பயன்?
பால் ஊற்றப்படாததால்
கொஞ்சமும் வெள்ளையாகக் காணப்படாத
பானையைக் கண்டதும்
காலைப் பொழுதில் உறை தெறிப்பக்
கடையும் மத்தின் ஒலியைக் கேட்காமல்
நேராக அவற்றை அப்படியே
மற்றவர்க்குக் கொடுப்பதில்
வல்லவன் ஆயினான்.

298. 'நீர்வளமிக்க நிலம் பெற உரியன்' (297)

பாடல்

பெரு நீர் மேவல் தண்ணடை எருமை
இருமருப்பு உறழும் நெடுமாண் நெற்றின்
பைம்பயறு உதிர்த்த கோதின் கோல்அணை,
கன்றுடை மரையாத் துஞ்சும் சீறூர்க்
கோள் இவண் வேண்டேம், புரவே; நார்அரி   5

நனை முதிர் சாடி நறவின் வாழ்த்தி
துறைநனி கெழீஇக் கம்புள் ஈனும்
தண்ணடை பெறுதலும் உரித்தே---வைந்நுதி
நெடுவேல் பாய்ந்த மார்பின்,
மடல் வன் போந்தையின், நிற்குமோர்க்கே!   10

திணை:வெட்சி.   துறை:இண்டாட்டு.
புலவர்:பெயர் இல்லை.

மிகுந்த நீரில் இருப்பதை விரும்பும்
மருத நிலத்து தண்ணிய நடையை உடைய எருமையின்
கரிய கொம்புகளைப் போன்று

நெடிய முற்றிய நெற்றுக்கள் கொண்ட
பயிற்றம் பயறு நீக்கப்பட்ட சக்கையை
திரண்ட படுக்கையாகப் பரப்பிக்
கன்றுடன் கூடிய
மரையா என்னும் விலங்கு உறங்கும்
சிறிய ஊர் அது;
அதை இறையிலி நிலமாகப்
பெற விரும்பவில்லை.

கூரிய நுனி கொண்ட
நீண்ட வேல் மார்பெங்கும் பாய்ந்திருக்க
மடலை உடைய வலிய பனைமரம்
நிற்பது போல நிற்கும் வீரன்,
நாரால் அரிக்கப்பட்டுப்
பழஞ் சாடியில் இருக்கும்
நறவோடு வாழ்த்தவும்;
நீர்த்துறை: அருகே கூடிய
கம்புட் பறவை முட்டையிடும்
மருத நிலத்து ஊர்களையும் பெறுவதற்கும்
உரியவன் ஆவான்.

299. 'எங்கள் தலைவன் எங்கே இப்போது?'
(307)

பாடல்

ஆசு ஆகு எந்தை யாண்டு உளன்கொல்லோ?
குன்றத்து அன்ன களிற்றொடு பட்டோன்;
வம்பலன் போலத் தோன்றும்; உதுக்காண்;
வேனல் வரிஅணில் வாலத்து அன்ன,
கான ஊகின் கழன்று உகு முதுவீ

அரியல் வான் குழல் சுரியல் தங்க,
நீரும் புல்லும் ஈயாது, உமணர்

யாரும்இல் ஒரு சிறை முடத்தொடு துறந்த
வாழா வான் பகடு ஏய்ப்ப, தெறுவர்
பேர் உயிர் கொள்ளும்மாதோ அது கண்டு,   10

வெஞ்சின யானை வேந்தனும், 'இக்களத்து,
எஞ்சலின் சிறந்தது பிறிது ஒன்று இல்' என,
பண்கொளற்கு அருமை நோக்கி,
நெஞ்சு அற வீழ்ந்த புரைமையோனே.

திணை: தும்பை   துறை: களிற்றுடனிலை

அதோ அங்கே பார்!
அயலான் போலத் தோன்றுகிறான்;
முதுகில் மூன்று கோடுகளை உடைய
அணிற் பிள்ளையின் வாலைப் போன்று
வெயில் காலத்தில்
காட்டு ஊகம் புல்லிலிருந்து
உதிர்ந்து விழும் நாள்பட்ட பூ அரியரியாகத் திரண்டவை
பெரிய தலை முடியின் மேற் சுருளில் தங்க,
நீரும் புல்லும் வைக்காமல்.
முடமானதால்
எவரும் இல்லாத வெளியில்
உப்பு வணிகர்கள் விட்டு விட்டுச் சென்ற
முடமான எருது
(கண்டதை எலாம் உண்பது போல)
கண்ணில் அகப்படும் பகைவர் உயிர் எலாம் கொள்வான்;
அதைப் பார்த்த கடுங் கோப முடைய
யானையைக் கொண்ட வேந்தனும்
இக்களத்தில் போரிட்டு இறப்பதைவிடச்
சிறந்தது வேறு ஒன்றும் இல்லை என்று எண்ணியும்
புலவர் புகழ்ந்து பாடும்
பாட்டைப் பெறுவதற்கான வேறு வகையில்
அரிய வாய்ப்பை எண்ணியும்

தன் உயிர் மேல் ஆசையின்றி வீழ்ந்த
பெருமைக்கு உரியவன் ஆயினான்.

எங்கள் பிடிமானமாகிய அந்தத் தலைவன்
இப்போது எங்கே இருக்கின்றான்?
மலை போன்ற யானையைக் கொன்று
அதனோடு அவனும் வீழ்ந்து விட்டான்.

300. 'தாயை இழந்த கன்றுக்குத் தாயாக நின்ற மூதா' (323)

பாடல்

புலிப்பாற் பட்ட ஆமான் குழவிக்குச்
சினம் கழி மூதாக் கன்று மடுத்து ஊட்டும்
கா... க்கு
உள்ளியது சுரக்கும் ஓம்பா ஈகை,
வெள் வேல் ஆவம்ஆயின், ஒள் வாள்   5

கறையடி யானைக்கு அல்லது
உறை கழிப்பு அறியா, வேலோன் ஊரே.
....
...........................டார் கிழார் பாடியது.

திணை: வாகை.   துறை: வல்லாண் முல்லை.

புலியிடம் அகப்பட்டுக் கொண்ட
தாவும் மானின் கன்றினுக்குச் சினமில்லாத
முதிய பசு தன் கன்றோடு சேர்த்து
இடை விடாமல்
பால் ஊட்டும்
....
அதுபோல (இரவலர்க்கு)
அவர் விரும்பியதைக் கொடுக்கும்

தனக்கென எதையும் வைத்துக் கொள்ளாது
பிறர்க்குத் தரும் குணத்தையும்
வேல் ஏந்திச் செய்யும் போர் உண்டாயின்
உரல் போன்ற
அடியை உடைய யானையைக்
கொல்வதற்கே அல்லாமல்
பிறவற்றிற்குத் தன் வேலை
உயர்த்த மாட்டான்.

301. 'சுற்றிக் கொண்ட கடன் காரர்கள்' (327)

பாடல்

எருது கால் உறாஅது, இளைஞர் கொன்ற
சில் விளை வரகின் புல்லென் குப்பை,
தொடுத்த கடவர்க்குக் கொடுத்த மிச்சில்
பசித்த பாணர் உண்டு, கடை தப்பலின்,
ஒக்கல் ஒற்கம் சொலிய, தன் ஊர்ச் 5

சிறு புல்லாளர் முகத்து, அவை கூறி,
வரகு கடன் இரக்கும் நெடுந் தகை
அரசு வரின் தாங்கும் வல்லாளன்னே.

திணை: வாகை   துறை: மூதின் முல்லை.

மாடுகட்டி மிதிக்காமல்
இளைஞர்களே தம் காலால் மிதித்து எடுத்த
சிலவாக விளைந்த வரகரிசியின்
அற்பமான பொலியைத்
தன்னைச் சுற்றிக் கொண்ட
கடன்காரர்களுக்குக் கொடுத்து விட்டான்;
மிஞ்சியவற்றைப்
பசியுடன் வந்த பாணர்கள்
உண்டு புறப்பட்டு விட்டார்கள்;

அதன் பின் வறுமையுற்று வந்த
தன் சுற்றத்தாரின் வறுமையைப்
போக்குவதற்குத்
தன் ஊரில் வாழும் அற்ப மனிதர்களிடம்
அவரவர்க்கு ஏற்றபடி பேசி
வரகினைக் கடனாகக் கேட்டுப் பெறும்
பெரும் புகழுக்குரிய தலைவன் அவன்.
போரை எண்ணிப் பெரிய அரசர்களே வந்தாலும்
அவரைத் தடுத்து நிறுத்தி
வெற்றி பெறும் வீரன் அவன்.

302. 'இல்லை என்றாலும் கொடுப்பான்' (328)

பாடல்

....டை முதல் புறவு சேர்ந்திருந்த
புன் புலச் சீறூர், நெல் விளையாதே;
வரகும் தினையும் உள்ளவை எல்லாம்
இரவல் மாக்களுக்கு ஈயத் தொலைந்தன;
....டு அமைந்தனனே;

அன்னன் ஆயினும், பாண! நன்றும்
வெள்ளத்திடும் பாலுள் உறை தொட
களவுப் புளி அன்ன விளை
..வாடு ஊன் கொழுங் குறை
கொய் குரல் அரிசியோடு நெய் பெய்து அட்டு,

துடுப்போடு சிவணிய களிக் கொள் வெண் சோறு
உண்டு, இனிது இருந்த பின்
..... தருகுவன் மாதோ---
தாளி முதல் நீடிய சிறு நறு முஞ்ஞை
முயல் வந்து கறிக்கும் முன்றில்,

சீறூர் மன்னனைப் பாடினை செலினே.

திணை: வாகை துறை: மூதில் முல்லை

புலவர்: பெயர் இல்லை

புல்லும் அடிமரமும் உடைய காடாகிய
முல்லை நிலத்தைச் சேர்ந்த
கொல்லைகள் உடைய சிறிய ஊர்கள்;
அங்கு நெற்பயிர் விளையாது.
விளையக் கூடிய வரகு, தினை
முதலியவற்றை எல்லாம்
இரந்து வருவோர்க்குக் கொடுக்க
அவை தீர்ந்து விட்டன.
எனினும் பாணனே!
தாளி மரத்தின் கீழ்
நீளமாகப் படர்ந்திருக்கும்
சிறிய மணமிக்க முல்லைக் கொடியைக்
குறுமுயல்கள் கண்டு கறிக்கும்;
முற்றத்தை உடைய சிறிய ஊர்களின்
மன்னனைப் பாடி நீ செல்வாய் என்றால்
கிண்ணத்தில் இட்டு உண்ணப்படும்
பாலின் உள்ளே இருக்கும் உறைந்த தயிரும்
தொடரிப் பழமும், களரிப் பழம் போன்ற
புளிப்பை உடைய கள்ளும்.
காய்ந்து கொழுத்த தசைத் துண்டங்களையும்
கதிரிலிருந்து கொய்து பெற்ற அரிசியோடு
நெய்யும் கலந்து சமைத்துத்
துடுப்பால் துழாவிக் கொண்டு
மகிழ்ச்சி தரும் வெண் சோற்றை
பசி தீர உண்டு மகிழக் கொடுப்பான்.

4. போர்

4.1 போருக்கான காரணங்கள்

1. மன்னர்களின் மனம் கவர்ந்த பெண்கள் - 339, 340
2. பெண் தர மறுத்ததால்; - 344, 347, 348, 350
3. தாய் காரணம் - 336,
4. தந்தை காரணம்-337, 338, 341, 343, 346, 349, 351, 352, 354
5. அண்ணன்மார் காரணம் - 342, 353
6. ஊர் என்ன ஆகுமோ - 345, 357

303. 'மன்னர்களின் மனத்தைக் கவர்ந்தாள்; மறைந்து கொண்டாள்' (339)

பாடல்

வியன் புலம் படர்ந்த பல் ஆ நெடு ஏறு
மடலை மாண் நிழல் அசைவிட, கோவலர்
வீ ததை முல்லைப் பூப் பறிக்குந்து;
குறுங் கோல் எறிந்த நெடுஞ் செவிக் குறு முயல்
நெடு நீர்ப் பரப்பின் வாளையொடு உகளுந்து;   5

தொடலை அல்குல் தொடித் தோள் மகளிர்
கடல் ஆடிக் கயம் பாய்ந்து,
கழி நெய்தல் பூக்குறூஉந்து;
பைந் தழை துயல்வரும் செறு விற்ற ....
..லத்தி   10

வளர வேண்டும், அவளே, என்றும் ---
ஆர் அமர் உழப்பதும் அமரியளாகி,
முறம் செவி யானை வேந்தர்
மறம் கெழு நெஞ்சம் கொண்டு ஒளித்தோளே.

திணை: காஞ்சி.   துறை: மகட்பாற் காஞ்சி.

புலவர்: பெயர் தெரியவில்லை.

பல பசுக்களோடு கூடிய
நெடிய காளைகள்
அகன்ற புல் வெளியில்
பரந்து மேய்ந்து.
விரிந்து பரந்த பூக்களை உடைய மரநிழலில்
படுத்து அசை போட்டுக் கொண்டிருக்கும்.
பூக்கள் நிறைந்த
முல்லைக் கொடியிலிருந்து

ஆயர்கள் பூக்களைப் பறிப்பர்;
குறுந் தடியை எறிந்து
விரட்டப்பட்ட நெடுங்காதுகளை உடைய
குறுமுயல் ஆழமான நீர் நிலையில் உள்ள
வாளை மீன்களோடு
அவை போலவே துள்ளித் தாவும்.

மணிக் கோவைகளால் தொடுக்கப்பட்ட
மேகலையை அணிந்த இடையையும்
தொடி அணிந்த
தோளையும் உடைய பெண்கள்
கடல் நீரில் விளையாடி உப்புநீர் போக
நன்னீர்க் குளத்தில் குதித்து முங்கி
உப்பங்கழிகளில் பூத்த
நெய்தல் பூக்களைப் பறிப்பார்கள்.
அரிய போரைச் செய்வதையும் விரும்பியவளாய்
முறம் போன்ற காதுகளைக் கொண்ட
யானைகளை உடைய வேந்தர்களின்
வீரம் நிறைந்த நெஞ்சத்தைக்
கவர்ந்து கொண்டு எவரும் பார்க்காதபடி மறைந்த அவளே!
பாத்திகளில் நெருங்கிய பசுந்தழை
காற்றுக்கு அசையும் கலத்தைப் போல
என்றும் வளர வேண்டும் என்று இவ்வூரார் வேண்டுவர்

304. 'களிற்றைக் கொல்பவனுக்கே கன்னியைத் தருவான்' (340)

பாடல்

அணித் தழை நுடங்க ஓடி, மணிப் பொறிக்
குரல் அம் குன்றி கொள்ளும் இளையோள்,
மா மகள்..
............................ல் என வினவுதி, கேள், நீ
எடுப்பவெ..............................

......................................மைந்தர் தந்தை
இரும் பனை அன்ன பெருங் கை யானை
கரந்தை அம் செறுவின் பெயர்க்கும்
பெருந் தகை மன்னர்க்கு வரைந்திருந்தனனே.

திணை: காஞ்சி. துறை: மகட்பாற் காஞ்சி.

அ...............

இடையில் அணிந்திருக்கும்தளிர்களாலும்
பூக்களாலும் ஆன
ஆடை அசைய ஓடிச் சென்று
செம்மணி போன்ற நிறமும்
புள்ளிகளும் உடைய குன்றிமணி கொத்துக்களைத்
தொகுக்கும் இளையவளாய்
பொன் நிறமுமுடைய இவளை
யார் மகளோ எனக் கேட்கின்றாய்;
கூறுகிறேன், நீ கேட்பாயாக;

எடுப்பவே............
......................வீரர்களின் தகப்பன்
கரிய பனைமரம் போன்ற
பெருங் கைகொண்ட யானையைக்
கரந்தைக் கொடிகள் படர்ந்த
வயலில் நின்று போர் செய்து
வீழ்த்தும் பெரும் வீரம் மிக்க
வேந்தர்களுக்கு என்று
அவளைக் குறித்து வைத்துள்ளான்.

305. 'பண்பில்லாத வீரம்' (344)

பாடல்

செந்நெல் உண்ட பைந் தோட்டு மஞ்ஞை,
செறி வளை மகளிர் ஓப்பலின், பறந்து எழுந்து,

துறை நணி மருதத்து இறுக்கும் ஊரொடு,
நிறைசால் விழுப் பொருள் தருதல் ஒன்றோ---
புகை படு கூர் எரி பரப்பிப் பகை செய்து,   5

பண்பு இல் ஆண்மை தருதல் ஒன்றோ---
இரண்டினுள் ஒன்று ஆகாமையோ அரிதே,
காஞ்சிப் பனிமுறி ஆரங் கண்ணி
கணி மேவந்தவள் அல்குல் அவ் வரியே.

திணை: காஞ்சி.   துறை: மகட்பாற்காஞ்சி.
புலவர்: அடைநெடுங் கல்வியார்.

செந் நெற் கதிர்களைத் தின்ற
பசுந் தோகை கொண்ட மயில்
நிறைய வளையலை அணிந்த
இளம்பெண்கள் விரட்டுவதால்
பறந்து போய் நீர்த் துறைக்குப்
பக்கத்திலிருக்கும் மருத மரத்தில் தங்குகிறது,
இத்தகைய ஊர்களுடனே
தகுதி மிக்க பெரும் பொருட்களைத்
தர வேண்டியது மட்டும் அல்ல.

பகை கொண்டு, புகை உண்டாகும் பெருந்தீயை
ஊரெங்கும் பரவச் செய்து,
பண்பு ஏதும் இல்லாத
வீரச் செயலைச் செய்வது பிறிதொன்று;

இவ்விரண்டில் ஏதோ ஒன்று
நடை பெறப் போவது என்னவோ உறுதி.
காஞ்சியின் குளிர்ந்த தளிரோடு
ஆத்திப் பூவைக் கலந்து தொடுத்த கண்ணி
அல்குலின் பரந்த அழகிய வரிகள்
அணிய விரும்பும், இவளை

*(அடைய விரும்பினால்
இவற்றுள் ஏதேனும் ஒன்றைச்
செய்ய வேண்டும்)*

306. 'ஊர் என்ன ஆகுமோ?' (347)

பாடல்

உண்போன் தான் நறுங் கள்ளின் இடச் சில
நா இடைப் பல் தேர் கோலச் சிவந்த
ஒளிறு ஒள் வாடக் குழைந்த பைந் தும்பை,
எறிந்து இலை முறிந்த கதுவாய் வேலின்,
மணம் நாறு மார்பின், மறப் போர் அகுதை   5

குண்டு நீர் வரைப்பின், கூடல் அன்ன
குவை இருங்கூந்தல் வரு முலை சேப்ப,
..
என்ஆவதுகொல் தானே?....................
விளங்குறு பராரைய ஆயினும், வேந்தர்   10

வினை நவில் யானை பிணிப்ப,
வேர் துளங்கின, நம் ஊருள் மரனே.

திணை: காஞ்சி   துறை: மகட்பாற் காஞ்சி.
புலவர்: கபிலர்.

*மணமிக்க கள்ளை உண்பவன்
சுவைக்காக இறைச்சித் துண்டங்களையும் உண்டான்.
பற்களுக்கு இடையே துண்டங்கள்
சிக்கிக் கொள்ள
நாவால் அவற்றைத் துழாவினான்.
நா அதனால் சிவந்து போனது.
அதுபோல
ஒளிமிகு வாளால் வெட்டுவதால்*

வாடிய தும்பை மாலையையும்
பகைவரைத் தாக்கியதால்
பக்கம் முறிந்து வடுப்பட்ட வேலையும்,
சந்தனம் மணக்கும் மார்பினையும் உடையவனாய்
வீரஞ் செறிந்த போர் செய்யும் அகுதையின்
ஆழமான நீர்நிலைகளை உடைய
மதுரையைப் போன்று செறிந்த கரிய
கூந்தலை உடையவளின்
வளரும் முலைகள் சிவக்குமாறு

நம் ஊரில் உள்ள மரங்கள் நன்கு
தெரியும்படி பருத்த அடிப்பாகம்
உடையவை ஆயினும் வேந்தர்களின்
போர்ச் செயல்களில் சிறந்த யானைகளை
அவற்றில் கட்டுவதால் நம் ஊருக்குள்
இருந்த மரங்களின் வேர்கள் தளர்ந்து அசையத் தொடங்கியதால்
(இனி ஊர் என்ன ஆகுமோ?).

307. 'இவள் தாய் இவளைப் பெறாமல் இருந்திருந்தால்' (348)

பாடல்

வெண்ணெல் அரிஞர் தண்ணுமை வெரீஇ,
கண் மடற் கொண்ட தீம் தேன் இரிய,
கள் அரிக்கும் குயம், சிறு சில்
மீன் சீவும் பாண் சேரி,
வாய்மொழித் தழும்பன் ஊணூர் அன்ன,   5

குவளை உண்கண் இவளை, தாயே
ஈனாளாயினள் ஆயின், ஆனாது
நிழல்தொறும் நெடுந் தேர் நிற்ப, வயின்தொறும்,
செந் நுதல் யானை பிணிப்ப,
வருந்தலமன் - எம் பெருந் துறை: மரனே!   10

திணை: காஞ்சி   துறை: மகட்பாற் காஞ்சி
புலவர்: பரணர்.

நெல் கணுக்களில் வளர்ந்த தோகையில்
கூடு கட்டி வாழும் தேனீக்கள்
நெல் அறுப்போர் கொட்டும்
மத்தள ஓசையைக் கேட்டு அஞ்சிப்
பறந்து செல்கின்றன.
குயவர் சேரி மக்கள் தேனடையிலிருந்து தேனை வடிக்கும்

சின்னஞ் சிறு மீன்களைப் பிடித்து உண்டு
சேர்ந்து வாழும் பாண் சேரியும் சேர்ந்தே இருக்கின்றன.
(ஆனாலும் தான் என்ன?)
சொல் தவறாத தழும்பன் வாழும்
ஊணூர் போல.
குவளைப் பூப் போன்ற கண்களை உடைய
இவளை இவள் தாய்
பெறாமல் இருந்திருப்பாள் என்றால்
நன்றாக இருந்திருக்கும்.

ஏனென்றால், இப்போது
மர நிழல் இருக்கும் இடங்களில் எல்லாம்
நெடிய தேர்கள் நிறுத்தப்பட்டுள்ளன;
சிவந்த நெற்றியை உடைய யானைகளைப்
பெரிய மரங்கள் தோறும் கட்டியிருப்பதால்
எமது ஊரின் பெரிய நீர்த் துறைகளில்
நின்ற மரங்கள்
வேர் வெளியே வந்து தெரியப்
பெரிதும் கெட்டுப் போய் விட்டன.

308. 'இனி என்ன ஆகுமோ? இந்த மூதூர்' (350)

பாடல்

தூர்ந்த கிடங்கின், சோர்ந்த ஞாயில்,
சிதைந்த இஞ்சி, கதுவாய் மூதூர்
யாங்கு ஆவதுகொல் தானே, தாங்காது?
படு மழை உருமின் இரங்கு முரசின்
கடு மான் வேந்தர் காலை வந்து, எம்   5

நெடு நிலை வாயில் கொட்குவர்மாதோ,
பொருதாது அமைகுவர் அல்லர்--போர் உழந்து
அடு முரண் முன்பின் தன்னையர் ஏந்திய
வடிவேல் எஃகின் சிவந்த உண்கண்,
தொடி பிறழ் முன்கை, இளையோள்   10

அணி நல் ஆகத்து அரும்பிய சுணங்கே.

திணை: காஞ்சி   துறை: மகட்பாற் காஞ்சி.
புலவர்: மதுரை ஓலைக்கடைக் கண்ணம் புகுந்தார் ஆயத்தனார்.

போர் செய்து, வெற்றி விளைக்கும்
வலிமை மிக்க இவளுடைய அண்ணன்மார்
தங்கள் கைகளில் ஏந்திய
அழகிய வேலின் கூர்மை போல்
சிவந்து மை பூசப்பட்ட கண்ணையும்
முன்னும் பின்னும் அசையும் முன்கையையும்
தொடியையும் உடைய
இந்த இளம் பெண்
அழகிய நல்ல மேனியில்
சுணங்கு பரந்து விட்டது.

முழங்கும் முரசினையும்,
மேகத்தின் இடிபோல
விரைந்து ஓடும் குதிரைகளையும் உடைய
வேந்தர்கள், காலைப் பொழுதில் வந்து,
உயரமான நிலைகளையுடைய
எங்கள் வாசலில் சுற்றித் திரின்றனர்.
பெண் கொடுக்க மறுத்தால்
போர் செய்யாமல் விடமாட்டார்கள்.

நீரில்லாமல் மேடிட்டுப் போன அகழியையும்
இடிந்து போன மதில் உறுப்பினையும்,
சிதைந்து போன மதிலையும் கொண்டு
சிதிலமாகிப் பகைவர் செய்யும்
அழிவுகளால்அழகிழந்து போன பழம் ஊர்
இனி என்ன ஆகுமோ?

309. 'தன் கடமை, தான் அறியாத தாய்' (336)

பாடல்

வேட்ட வேந்தனும் வெஞ் சினத்தினனே;
கடவன கழிப்பு இவள் தந்தையுஞ் செய்யான்;
ஒளிறு முகத்து ஏந்திய வீங்கு தொடி மருப்பின்
களிறும் கடிமரம் சேரா சேர்ந்த
ஒளிறு வேல் மறவரும் வாய் மூழ்த்தனரே;

இயவரும் அறியாப் பல் இயம் கறங்க,
அன்னோ, பெரும் பேதுற்றன்று, இவ் அருங் கடி மூதூர்;
அறன் இலள் மன்ற தானே - விறல் மலை
வேங்கை வெற்பின் விரிந்த கோங்கின்
முகை வனப்பு ஏந்திய முற்றா இளமுலைத்

தகை வளர்த்து எடுத்த நகையொடு,
பகை வளர்த்திருந்த இப் பண்பு இல் தாயே.

திணை: காஞ்சி துறை: மகட்பாற் காஞ்சி.

புலவர்: பரணர்;.

இவளை விரும்பிப்
பெண் கொடையாகக்
கேட்ட மன்னன்
கடுங்கோபம் கொண்டிருக்கிறான்.
இவள் தந்தையும்
தான் செய்ய வேண்டிய கடமையைச்
செய்ய எண்ணவில்லை.

உயர்ந்து விளங்கும் பருத்த
தொடியை அணிந்த கோட்டினை
முகத்தில் உடைய களிறுகளும்
காவல் மரத்தைச் சேர்ந்து நிற்கின்றன.
வேந்தனும் தந்தையுமாய்
வேல் ஏந்திய இரு பக்கத்து வீரர்களும்
வாய் மூடிக் கொண்டிருக்கின்றனர்.
வாத்தியக்காரர் அனைவராலும்
அறியப்படாத வாத்தியங்கள்
பலவும் முழங்குகின்றன;
கடக்க முடியாத காவல் உள்;ள
பழமையான இந்த ஊரும்
பெருந் துயரை அடைந்துள்ளது.
ஐயோ!
வலிமை மிக்க வேங்கை மலையில் உள்ள
கோங்க மரத்தின் அரும்பு போல
முதிராத இளம் முலை கொண்ட மகள்
அழகு பெருகுவதால் உண்டான மகிழ்ச்சியினையும்
ஊருக்குப் பகைவர் மிகுதியாக இருப்பதால்
பண்பற்ற இந்தத் தாய்
நிச்சயமாகவே அறம் இல்லாதவளே.

310. 'கமழும் மணம் மிக்க வீட்டில் கன்னி அடைக்கப்பட்டுள்ளாள்' (337)

பாடல்

ஆர்கலியினனே, சோணாட்டு அண்ணல்
கவி கை மண் ஆள் செல்வர்ஆயினும்,
வாள் வலத்து ஒழியப் பாடிச் சென்றாஅர்
வரல்தோறு அகம் மலர
ஈதல் ஆனா விலங்கு தொடித் தடக் கைப்   5

பாரி பறம்பின் பனிச் சுனை போல,
காண்டற்கு அரியள் ஆகி, மாண்ட
பெண்மை நிறைந்த பொலிவொடு, மண்ணிய
துகில் விரி கடுப்ப நுடங்கி, தண்ணென
அகில் ஆர் நறும் புகை ஐது சென்று அடங்கிய   10

கபில நெடு நகர்க் கமழும் நாற்றமொடு,
மனைச் செறிந்தனளே, வாணுதல் இனியே.
அற்றன்றுஆகலின், தெற்றெனப் போற்றி,
காய் நெல் கவளம் தீற்றி, காவுதொறும்
கடுங்கண் யானை காப்பனர் அன்றி,   15

வருதல் ஆனார் வேந்தர்; தன்னையர்
பொரு சமம் கடந்த உரு கெழு நெடு வேற்
குருதி பற்றிய வெருவரு தலையர்;
மற்று இவர் மறனும் இற்றால்; தெற்றென
யார் ஆகுவர்கொல் தாமே-நேரிழை   20

உருத்த பல சுணங்கு அணிந்த
மருப்பு இள வன முலை ஞெமுக்குவோரே?

திணை: காஞ்சி   துறை: மகட்பாற் காஞ்சி.

புலவர்: கபிலர்.

சோழ நாட்டின், தலைவன்
பெரும் ஆரவாரம் உடையவன்,
பூமியை அரசாளும்
செல்வமே உடையவர் என்றாலும்
அதை எண்ணாமல்
கொடுக்கக் கவிழும் தம் கையில்
வெற்றியைப் பெற வாளை ஏந்தாமல்
பாணர்களைப் போலப் பாடியே வந்தார்கள்.
வரும்போது மனம் மகிழ்ந்து
கொடுப்பதில் குறையாத தொடி அணிந்த
பெருங் கையனாகிய பாரியின்
பறம்பு மலையில் இருக்கும் குளிர்ந்த சுனை நீர் போலப்
பிறர் காண்பதற்கு முடியாதவளாய்
மாட்சி மிக்க பெண்மைக் குணம்
நிறைந்த அழகுடையவள்;

துவைக்கப்பட்ட துணியை விரிக்கும்போது
அது அசைவது போல அசைந்து
மணமிக்க அகிற் புகையானது
மெல்லச் சென்று படிந்ததால்
கபில நிறமுடைய பெரிய வீட்டில்
ஒளி மிக்க நெற்றியை உடைய கன்னி
அடைக்கப்பட்டுள்ளாள்.

நிலைமை இதுவாதலால்
அரிசியால் உணவு அளித்து,
சோலைகள் எங்கும் சினம் கொண்ட
கண்களை உடைய யானைகளைக்
கட்டிக் காப்பதோடு
மணம் பேசுவதற்காக அரசர்கள் வந்தனர்.
இவள் உடன் பிறந்தவர்களோ
முன்பே போரிட்டதால்
பார்ப்பவர்க்குப் பயம் தரும்
நெடிய வேலைப்

பகைவர் மீது எறிந்தனர்.
பகைவர் இரத்தம் சிந்துவதோடு
பார்ப்பவர்க்குப் பயம் தரும்
தலையர் ஆயினர்.
இவர்களின் வீரப் பண்பு இத்தகையது.
நல்ல நகைகளை அணிந்து
இவளுக்கு உரியதான தேமல் பரந்து
யானையின் கோடு போன்ற அழகிய மார்பகம்
அழுங்குமாறு தழுவுவோர்
உள்ளபடியே யாரோ?

311. 'ஒரு மதில் உடையான் ஒரு மட மகள்' (338)

பாடல்

ஏர் பரந்த வயல், நீர் பரந்த செறுவின்,
நெல் மலிந்த மனை, பொன் மலிந்த மறுகின்,
படு வண்டு ஆர்க்கும் பல் மலர்க் காவின்,
நெடு வேள் ஆதன் போந்தை அன்ன,
பெருஞ் சீர் அருங் கொண்டியளே; கருஞ் சினை,

வேம்பும் ஆரும் போந்தையும் மூன்றும்
மலைந்த சென்னியர், அணிந்த வில்லர்,
கொற்ற வேந்தர் வரினும், தன் தக
வணங்கார்க்கு ஈகுவன் அல்லன் - வண் தோட்டுப்
பிணங்கு கதிர்க் கழனி நாப்பண், ஏமுற்று

உணங்கு கலன் ஆழியின் தோன்றும்
ஓர் எயில் மன்னன் ஒரு மட மகளே!

திணை: காஞ்சி துறை: மகட்பாற் காஞ்சி.

புலவர்: குன்றூர் கிழார் மகனார்.

வளமான தோட்டினையும்,
ஒன்றோடு ஒன்ற
தமக்குள் பின்னிக் கிடக்கும்
கதிர்களையும், உடைய வயல்கள்,
இவற்றுக்கு நடுவே கரையில் கட்டப் பெற்று
உலர்ந்து காணப்படும்
மரக்கலமும் கடலும் போலக்
காட்சி அளிப்பது ஒற்றை மதில் சூழ்ந்த நகரம்;
அந்த நகருள் வாழும்
மன்னனின் மடப்பம் மிக்க மகள்;

ஏரால் உழப்பட்ட வயல்களையும்
நீர் நிறைந்து நிற்கும் பாத்திகளையும்
நெல் நிறைந்த வீடுகளையும்
பொன் நிறைந்த தெருக்களையும்,
மொய்க்கும் வண்டுகள் ஒலிக்கும்
பல மலர்கள் நிறைந்த சோலைகளையும் உடைய
நெடுவேள் ஆதன் என்பவனின்
போந்தை எனும் ஊரைப் போன்று
மிகுந்த சீரை உடையவள்;
பகைவரிடம் அரிய போர் செய்து
கைப்பற்றிய செல்வமும் உடையவள் அவள்.

கரிய கிளைகளை உடைய
வேப்பம் பூ மாலையும், ஆத்தி மாலையும்,
பனந்தோட்டு மாலையும் ஆகிய மூன்றையும்
தலையில் சூடியவர்களாய்
வரிந்து கட்டப்பட்ட வில்லை உடையவராய்
வெற்றிமிகு வேந்தர் மூவருமே
பெண் கேட்டு வருவார் என்றாலும்
தன் தகுதிக்கு ஏற்பத்
தன்னை வணங்கிப்
பணிந்து கேட்பவாக்கே அல்லாமல்
இவள் தந்தை இவளை
மகள் கொடையாக அளிக்க மாட்டான்.

312. 'களிறுகள் சண்டையிடக் கலங்கும் குளமாமோ ஊர்கள்?' (341)

பாடல்

வேந்து குறையுறவும் கொடாஅன், ஏந்து கோட்டு
அம் பூந் தொடலை அணித் தழை அல்குல்,
செம் பொறிச் சிலம்பின் இளையோள் தந்தை,
எழு விட்டு அமைத்த திண் நிலைக் கதவின்
அரை மண் இஞ்சி நாட் கொடி நுடங்கும்

புலிக் கணத்து அன்ன கடுங் கண் சுற்றமொடு,
மாற்றம் மாறான், மறலிய சினத்தன்,
'பூக் கோள்' என ஏஎய், கயம் புக்கனனே;
விளங்குஇழைப் பொலிந்த வேளா மெல் இயல்,

சுணங்கு அணி வன முலை, அவளொடு நாளை
மணம் புகு வைகல் ஆகுதல் ஒன்றோ -
ஆர் அமர் உழக்கிய மறம் கிளர் முன்பின்,
நீள் இலை எஃகம் மறுத்த உடம்பொடு
வாரா உலகம் புகுதல் ஒன்று - எனப்

படை தொட்டனனே, குருசில்; ஆயிடைக்
களிறு பொரக் கலங்கிய தண் கயம் போல,
பெருங் கவின் இழப்பதுகொல்லோ,
மென் புனல் வைப்பின் இத் தண் பணை ஊரே!

திணை: காஞ்சி துறை: மகட்பாற் காஞ்சி.

புலவர்: பரணர்

வேந்தனே வந்து பெண் கேட்டான்
மறுத்து விட்டான் பெண்ணைப் பெற்றவன்

அழகிய பூக்களை அடுத்தடுத்துக் கலந்து
கதம்பமாகக் கட்டப்பட்ட
தழை ஆடையினையும்,
உயர்ந்த பக்கமுள்ள அல்குலினையும்,
செம்மையாகச் செய்யப்பட்ட
சிலம்பினையும் உடைய
இளம் பெண்ணின் தந்தையோ
வஞ்சினம் உரைத்தான்;
அத்தோடு கூட
கணைய மரத்தைக் குறுக்கே போட்டு
திண்ணிய கதவை மூடினான்.
மதிலோ அரைத்த மண்ணால் ஆனது;
அதில் ஏற்றப்பட்ட கொடியோ
நாள்தோறும் பெற்ற வெற்றிக்கு அறிகுறியாக ஏற்றப்பட்டது.
புலிக் கூட்டம் போன்ற வீரர் சுற்றத்துடன்
கூறிய வஞ்சினத்திலிருந்து மாறுபடாமல்
அவனோ போருக்கு என்று
கடும் சினமுடையவனாய் இருந்தான்.
போருக்கு உரிய பூவை
வந்த வீரர்கள் பெற்ற,
'எழுக போருக்கு' எனறு கூறிய மன்னன்
புனலாடக் குளத்துள் புகுந்து விட்டான்.

ஒளிரும் நகைகளால் அழகு பெற்று
மென்மையான இயல்பினையும்,
தேமல் பரந்த அழகிய முலைகளையும் கொண்டு
மணமாகாத அவளை
மணம் செய்யும் நாள்
நடந்தாக வேண்டும்; அல்லது
கடப்பதற்கு அரிய போரைச்
செய்வதற்கு ஏற்ற வீரம்
மிகுந்த வலிமையுடன்,
நீண்ட இலை போன்ற
தோற்ற முடைய வேலால் புண்பட்டு

வடுப்பட்ட உடம்புடன்
வீரசொர்க்கம் புக வேண்டும்.
இவ்விரண்டில் ஏதேனும் ஒன்று
நடக்கட்டும் என்று வஞ்சினம் கூறி
ஆயுதத்தைக் கையில் ஏந்தினான் தலைவன்;

அப்போது,
நன்செய் வயல்கள் சூழ்ந்த
இந்த மருத நிலத்து ஊர்கள்,
யானைகள் சண்டையிட்டுக் கொள்ளக்
கலங்கிச் சேறாகும்
குளிர்ந்த நீர் நிறைந்த
குளம் போலத் தன் போழகை
இழந்து விடுமோ?

313. 'தன் தகுதிக்குச் சமமில்லையா தரமாட்டான் மகளை' (343)

பாடல்

'மீன் நொடுத்து நெல் குவைஇ,
மிசை அம்பியின் மனை மறுக்குந்து;
மனைக் குவைஇய கறி மூடையால்,
கலிச் சும்மைய கரை கலக்குறுந்து;
கலம் தந்த பொற் பரிசம்   5

கழித் தோணியான், கரை சேர்க்குந்து;
மலைத் தாரமும் கடல் தாரமும்
தலைப் பெய்து, வருநர்க்கு ஈயும்
புனல்அம் கள்ளின் பொலந் தார்க் குட்டுவன்
முழங்கு கடல் முழவின் முசிறி அன்ன,   10

நலம்சால் விழுப் பொருள் பணிந்து வந்து கொடுப்பினும்,
புரையர் அல்லோர் வரையலள், இவள்' எனத்

தந்ஷையும் கொடாஅன்ஆயின் - வந்தோர்,
வாய்ப்பட இறுத்த ஏணி ஆயிடை
வருந்தின்றுகொல்லோ தானே - பருந்து உயிர்த்து   15

இடை மதில் சேக்கும் புரிசை,
படை மயங்கு ஆர் இடை, நெடு நல் ஊரே?

திணை: காஞ்சி   துறை: மகட்பாற் காஞ்சி.

புலவர்: பரணர்

மீன்களை விற்று அதற்கு ஈடாக
நெல் வாங்கிக் குவிக்க,
நெல்லின் மிகுதியால்
இது வீடா, இல்லை தோணியா என்று
காண்பவரை மறுகச் செய்யும்;
வீட்டில் குவித்துள்ள மிளகு மூடைகளால்
இது மிளகு மூடைகளா,
இல்லை மிகுந்த முழக்க முடைய கடற்கரையா
எனக் கலக்கம் உண்டாக்கும்,

கப்பல் தந்த பொன்பொருள்களை
உப்பங்கழிகளில் உள்ள
ஓடங்களால் கரை சேர்ப்பர்.

மலையில் கிடைக்கும் பொருட்களும்
கடலில் கிடைக்கும் பொருட்களும் கலந்து
நாடி வருவார்க்குக் கொடுக்கும்,
நீரைப் போல மிகுதியாகக்
கள்ளை உடைய,
பொன் மாலை அணிந்த குட்டுவனின்
முழங்கும் கடலாகிய முழவை உடைய
நலம் மிகுந்த சிறந்த பொருள்களைப்
பணிவோடு வந்து கொடுத்தாலும்

தன் தகுதிக்குச் சமம் அல்லாதவரை
இவள் மணம் செய்து தரப்பட மாட்டாள் என்று
இவள் தந்தை கொடுக்க மாட்டான்;

அவ்வாறு கொடுக்கவில்லை என்றால்
பெண் கேட்டு வந்தவர்கள்
(அகலமும் உயரமும் ஆன கோட்டை ஆதலால்)
இளைப்பாறப் பருந்து தங்கும்
இடை மதில் உடைய கோட்டையையும்
ஆயுதம் ஏந்திய வீரர்கள் காக்கும்
அரிய வழிகளையும் உடைய,
நெடிய நல்ல ஊரில்
மதிலைக் கடக்க வந்தவர்கள்
அதைக் கைப்பற்றி மேல் ஏற
வழி உண்டாகும்படி சார்த்திய ஏணிகள்
இனி வருத்தப்படும் போலும்!

314. 'இவள் அழகு இவ்வூருக்கு எமனோ?' (346)

பாடல்

பிற.ள பால் என மடுத்தலின்,
ஈன்ற தாயோ வேண்டாள் அல்லள்;
கல்வியென் என்னும், வல் ஆண் சிறாஅன்;
ஒல்வேன் அல்லன், அது வாய் ஆகுதல் -
அழிந்தோர் அழிய, ஒழிந்தோர் ஒக்கல்   5

பேணுநர்ப் பெறாஅது விளியும்
புன் தலைப் பெரும் பாழ் செய்யும் இவள் நலனே.

திணை: காஞ்சி   துறை: மகட்பாற் காஞ்சி.
புலவர்: அண்டர் மகன் குறுவழுதி.

நீ நிறையக் குடிக்கவில்லை;
இன்னும் பால் இருக்கிறது
என்று ஊட்டுவதால்
தாய் வேண்டாதவள் அல்லள்;
நான் கற்ற கல்விதான் என்ன என்று
வலிமையும் வீரமும் மிக்க இவன் தமையன் சொல்கின்றான்;
ஒளி மிக்க வேல் வீச்சில் சிறந்த இவள் தந்தை
போர்க் களத்தில் அழிந்தவர் போக
இருப்போர் என் சுற்றத்தார் என உதவுவான்.
இனி இவள் அழகு
காப்பாற்றுவார் இல்லாமல்
அழிந்து போகும்.
இவ்வூரையும் பாழ் செய்து விடும்;
அது உண்மையாவது உறுதி.

315. 'மரத்தில் பற்றிய சிறு தீ, மரத்தையே அழிக்கும்' (349)

பாடல்

நுதி வேல் கொண்டு நுதல் வியர் துடையா,
கடிய கூறும் வேந்தே; தந்தையும்,
நெடிய அல்லது பணிந்து மொழியலனே;
இஃது இவர் படிவம் ஆயின், வை எயிற்று,
அரி மதர் மழைக் கண், அம் மா அரிவை,

மரம் படு சிறு தீப் போல,
அணங்கு ஆயினள், தான் பிறந்த ஊர்க்கே.

திணை: காஞ்சி துறை: மகட்பாற் காஞ்சி.

புலவர்: மதுரை மருதனிள் நாகனார்.

வேந்தனோ,
வேலின் கூரிய முனையைக் கொண்டு
நெற்றி வியர்வையைத் துடைத்துக் கொண்டே
கடுஞ் சொற்களைக் கூறுகிறான்.
இவள் தந்தையோ,
பேச்சை நெடிதாக
இழுத்துக் கொண்டே போகின்றானே அன்றிப்
பணிவான சொற்களைப் பேசவில்லை.

இதுதான் இவ்விருவரின் விரதம் என்றால்,
கூரிய பல்லும், அரி பரந்து
மதர்த்துக் குளிர்ந்த கண்ணும்,
அழகிய மாமை நிறமும் உடைய இவள்
மரத்தில் பற்றிய சிறிய தீ
அம்மரத்தையே அழித்து விடுவது போலத்
தான் பிறந்த ஊரையே
அழித்துத் துன்புறுத்தும்
தெய்வம் ஆகிவிட்டாள் என்பது உறுதி!

316. 'மருதமரத்தை வெறுத்தால் காஞ்சி மரம்' (351)

பாடல்

படு மணி மருங்கின பணைத் தாள் யானையும்
கொடி நுடங்கு மிசைய தேரும், மாவும்,
படை அமை மறவரோடு, துவன்றிக் கல்லென,
கடல் கண்டன்ன கண் அகன் தானை
வென்று எறி முரசின் வேந்தர், என்றும்,

வண் கை எயினன் வாகை அன்ன
இவள் நலம் தாராது அமைகுவர் அல்லர்;
என் ஆவதுகொல் தானே-தெண் நீர்ப்
பொய்கை மேய்ந்த செவ் வரி நாரை
தேங் கொள் மருதின் பூஞ் சினை முனையின்,

காமரு காஞ்சித் துஞ்சும்
ஏமம்சால் சிறப்பின், இப் பணை நல் ஊரே?

திணை: காஞ்சி   துறை: மகட்பாற் காஞ்சி
புலவர்: மதுரைப் படைமங்க மன்னியார்.

பருத்த கால் கொண்ட யானைகளின்
முதுகுப் பக்கங்களில் ஒலிக்கும் மணி கட்டப்பட்டிருக்கிறது
தேரின் உச்சியில் கொடி அசைகிறது.
குதிரைகளும் ஆயுதம் ஏந்திய வீரர்களும்
நிறைந்திருக்கின்றனர்;
ஓ என முழக்க மிடும் கடலைக் கண்டது போன்று
அகன்ற பெருஞ் சேனை;
வெற்றி பெற ஒலிக்கும் முரசினை உடைய அரசர்;

எப்போதும் கொடைக்குணம் உடைய
எயினன் என்பவனின் வாகை என்னும்
நகரம் போன்று இவளின் பெண்மை நலத்தை
(வேண்டி, பெண் கேட்டு வந்து விட்டார்)
பிறர் மணம் செய்து கொள்ள
இவளை இவள் தந்தை தர மறுப்பான் என்றால்
வெறுமையாகத் திரும்பிப் போகக்
கூடியவர் அல்லர் அவர்.
தெளிந்த நீர் நிறைந்த பொய்கையில்
மீனை மேய்ந்த செங்கால் நாரைகள்
தேன் நிறைந்த மருத மரத்தின்
பூக்கள் மலிந்த கிளைகளில் தங்குவதை வெறுத்தால்
அழகிய காஞ்சி மரத்தில் உறங்கும்,
காவல் மிகுந்த மருத நில
வயல்வளம் நிறைந்த இந்த ஊர்
இனி என்ன ஆகுமோ?

317. 'அழகில் இவள் உறந்தை' (352)

பாடல்

தேஎம் கொண்ட வெண் மண்டையான்,
வீ................................. கறக்குந்து;
....
அவல் வகுத்த பசுங் குடையான்;
புதல் முல்லைப் பூப் பறிக்குந்து;
ஆம்பல் வள்ளித் தொடிக் கை மகளிர்   5

குன்று ஏறிப் புனல் பாயின்,
புற வாயால் புனல் வள...............
........................நொடை நறவின்
....
மா வண் தித்தன் வெண்ணெல் வேலி
உறந்தை அன்ன உரைசால் நன் கலம்   10

கொடுப்பவும் கொளாஅனெ..
.............ர்தந்த நாகு இள வேங்கையின்,
கதிர்த்து ஒளி திகழும் நுண் பல் சுணங்கின்
மாக் கண் மலர்ந்த முலையள்; தன்னையும்
சிறுகோல் உளையும் புரவிண.........   15

....யமரே
....

திணை: காஞ்சி   துறை: மகட்பாற் காஞ்சி.
புலவர்: பரணர்.

கள் நிறைந்த வெள்ளை மண்டையில்
பருத்த மடியிலிருந்து பால் கறக்கும்;
பள்ளம் இருக்கும்படிச் செய்யப்பட்ட பசிய குடையில்

புதரில் பூத்திருக்கும் முல்லைப்
பூக்களைப் பறிக்கும்;

ஆம்பல் தண்டால் செய்யப்பட்ட வளையல்
அணிந்த கையை உடைய பெண்கள்
மணல் குன்றில் ஏறி
நீர் நிலையில் விளையாடப்
பாய்ந்து குதித்தால். புறத்தே
நீர் செல்வதற்குரிய
மதகின் வழியே வழிந்து செல்லும்
விலைக்கான கள்ளை உடைய
பெருங் கொடையினைக் கொண்ட
தித்தனின் வெண்ணெல் வயல்கள்
வேலியாகச் சூழ்ந்த உறையூரைப் போலப்
புகழ் நிறைந்த நல்ல
ஆபரணங்கள் பலவற்றைத் தந்த போதும்
இவள் தகப்பன் அவற்றை
ஏற்றுச் கொள்ளவில்லை; எனவே,

இப்பெண்ணும்
விரிந்த கிளைகளில்
கொத்துக் கொத்தாகப் பூத்துள்ள இளம்
வேங்கை மரம் போலக்
கதிர் விட்டு ஒளிரும்
நுண்ணிய பல சுணங்கு பாந்த
கருங் கண்ணை உடைய முலை
கொண்டவள் ஆனாள்;

இவள் தமையன்
சிறிய கோலுக்கு வருந்தும் குதிரையுடன்

..அமரே.

318. 'இவள் அழகு இந்த ஊரின் அழகிற்கு எமன்' (354)

பாடல்

அரைசு தலைவரினும் அடங்கல் ஆனா
நிரை காழ் எஃகம் நீரின் மூழ்கப்
புரையோர் சேர்ந்தென, தந்தையும் பெயர்க்கும்;
வயல் அமர் கழனி வாயிற் பொய்கை,
கயல் ஆர் நாரை உகைத்த வாளை   5

புனலாடு மகளிர் வள மனை ஒய்யும்
ஊர் கவின் இழப்பவும் வருவது கொல்லோ---
சுணங்கு அணிந்து எழிலிய அணந்து ஏந்து இள முலை,
வீங்கு இறைப் பணைத் தோள், மடந்தை
மான் பிணை அன்ன மகிழ் மட நோக்கே?   10

திணை: காஞ்சி   துறை: மகட்பாற்காஞ்சி.
புலவர்: பரணர்.

சுணங்கு நிறைந்து அழகானதாய்,
மேல் நோக்கி உயர்ந்த.
இளம் முலைகளையும்,
பெருத்த சந்து அமைந்த
மூங்கில் போன்ற தோளையும் உடைய
இப்பெண்ணின் பெண் மான் போன்ற
மருண்ட மகிழ்ச்சி தரும் பார்வைக்கே
அரசர்களே முன் நின்று
போரிட வந்தாலும்,
அடங்காத நீண்ட காம்பு உடைய வேலை
நீர்ப்படை செய்வதற்காக
வீரர்கள் வந்து கூடிவிட்டனர் என
இவள் தந்தையும் புறப்பட்டுவிட்டான்.

வயல்கள் சூழ்ந்த கழனிகளுக்கு
வாசலாகிய நீர் நிலையில்
கயல் மீனை உண்ணும் நாரையால்
துரத்தப் பட்ட வாளை மீனை
நீரில் விளையாடும் பெண்கள்
தங்கள் வளப்பமான வீடுகளுக்குக்
கொண்டு செல்லும் ஊர்,
தன் அழகை
இழந்து விடவும் நேருமோ?

319. 'வாளின் திறத்திற்கு ஏற்ப நாளும் போர் உண்டு' (342)

பாடல்

கானக் காக்கைக் கலிச் சிறகு ஏய்க்கும்
மயிலைக் கண்ணி, பெருந் தோட் குறுமகள்,
ஏனோர் மகள்கொல் இவள்?' என விதுப்புற்று,
என்னோடு வினவும் வென் வேல் நெடுந்தகை!
திரு நயத்தக்க பண்பின் இவள் நலனே

பொருநர்க்கு அல்லது, பிறர்க்கு ஆகாதே;
பைங் காற் கொக்கின் பகு வாய்ப் பிள்ளை
மென் சேற்று அடைகரை மேய்ந்து உண்டதற்பின்,
ஆரல் ஈன்ற ஐயவி முட்டை,
கூர் நல் இறவின் பிள்ளையொடு பெறூஉம்,

தண் பணைக் கிழவன் இவள் தந்தையும்; வேந்தரும்
பெறாஅமையின் பேர் அமர் செய்தலின்,
கழி பிணம் பிறங்கு போர்பு அழி களிறு எருதா,
வாள் தக வைகலும் உழக்கும்
மாட்சியவர், இவள் தன்னைமாரே.

புறநானூறு (புதிய வரிசை வகை)

திணை: காஞ்சி துறை: மகட்பாற் காஞ்சி
புலவர்: அரிசில் கிழார்

காட்டுக் காக்கையின்
தழைக்கும் சிறகைப் போல்
இருவாட்சிப் பூவால்
தொடுக்கப்பட்ட கண்ணியையும்
பெரிய தோளையும் உடைய
இவ்விளம் பெண்
மறப் பண்பு இல்லாதவரின் மகளோ என எண்ணி என்னிடம்
வெற்றிதரும் வேலையுடைய மன்னன்
ஆசை மிகுதியால் விரைந்து கேட்டான்;
திருமகளும் விரும்பத்தக்க
பண்பும் அழகும் உடைய இவள் நலனோ
போரில் வெற்றி பெறும்
வீரருக்கே அன்றிப் பிறருக்குக் கிடைப்பது அரிது.

ஈரம் பட்ட காலை உடைய
கொக்கின் அகன்ற வாயை உடைய பிள்ளை
குறைந்த சேறு உடைய
கரை ஓரம் மேய்ந்து, உண்டபின்
ஆரல் மீன் ஈன்ற
வெண் சிறு கடுகு போன்ற முட்டையை
மிக நல்ல இறால் மீனின் குஞ்சோடு தாய் தரப்
பெறுகின்ற குளிர்ந்த வயல்களை உடைய
ஊரின் தலைவன் இவள் தந்தை.
இவளோடு, மணக் கொடை
பெறாத வேந்தர் பெரும் போர் செய்தனர்.
அப்போது இறந்தவர் பிணம்
வைக் கோற் போர் ஆனது
யானை எருதானது.
வாளாற்றலுக்கு ஏற்ப நாளும்
வாள் உழவு செய்யும் சிறப்பினை உடையவர்
இவளுடைய அண்ணன்மார்களே.

320. இம் மருத நில நல்லூர் என்ன ஆகுமோ? (345)

பாடல்

களிறு அணைப்பக் கலங்கின, காஅ;
தேர் ஓடத் துகள் கெழுமின, தெருவு;
மா மறுகலின் மயக்குற்றன, வழி;
கலங் கழாஅலின், துறை கலக்குற்றன;
தெறல் மறவர் இறை கூர்தலின்,

பொறை மலிந்து நிலன் நெளிய,
வந்தோர் பலரே, வம்ப வேந்தர்,
பிடி உயிர்ப்பு அன்ன கை கவர் இரும்பின்
ஓவு உறழ் இரும் புறம் காவல் கண்ணி,
கருங் கண் கொண்ட நெருங்கல் வெம் முலை

மையல் நோக்கின், தையலை நயந்தோர்
அளியர் தாமே; இவள் தன்னைமாரே;
செல்வம் வேண்டார், செருப் புகல் வேண்டி,
'நிரல் அல்லோர்க்குத் தரலோ இல்' என;
கழிப் பிணிப் பலகையர், கதுவாய் வாளர்;

குழாஅம் கொண்ட குருதிஅம் புலவொடு
கழாஅத் தலையர் கருங் கடை நெடு வேல்
இன்ன மறவர்த்துஆயினும், அன்னோ!
என் ஆவதுகொல்தானே -
பன்னல் வேலி இப் பணை நல் ஊரே!

திணை: காஞ்சி **துறை: மகட்பாற் காஞ்சி.**

புலவர்: அடைநெடுங் கல்வியார்.

மரங்களில் யானைகளைக் கட்டியதால்
சோலைகள் கலங்கின;

தேர்கள் ஓடியதால் தெருக்களில்
புழுதி மிகுந்தன,
குதிரைகள் சாரி போனதால்
வழிகள் தெரியாதபடி அழிந்தன;
ஆயுதங்களைக் கழுவுவதால்
குளத் துறைகள் குழம்பி விட்டன;

பெண் யானையின் பெருமூச்சுப் போல
உலைத் துருத்தியின் வாயிரும்பு போல
இரட்டைக் கதவு அமைந்த சுரங்க வழியைக்
காக்கப்படுவதை எண்ணிப் புதிதாக வந்த வேந்தர்கள்
போரிடும் வீரர்கள் தங்குவதால்
பாரம் கூடி, பூமி நெளியுமாறு
புதிய அரசர் பலர் வந்தார்கள்
கருங்கண் கொண்டு நெருங்கி இருந்து
காண்பார்க்கு விருப்பம் தரும் முலை,
மயக்கும் பார்வையை உடைய பெண்ணை
விரும்பியவர்கள் இரக்கத்திற்குரியவர்களே,

இவளுடைய அண்ணன்மாரோ
பொருள் விரும்பாதவர்கள்;
போர் செய்வதையே விரும்புவார்கள்;
தங்கள் வரிசைக்குத் தகுதி அற்றவர்க்குப்
பெண் தருவதில்லை என்று கூறிக்,
கழிகளால் கட்டப்பட்ட கேடகத்தை உடையராய்,
வடுப்பட்ட வாள்களைக் கொண்டவராய்க்
கூட்டமாகக் கூடி இரத்தமும் சதையுமாகக்
கழுவாத தலையை உடையவராய்
கரிய பிடி கொண்ட நீண்ட வேலை உடைய
வீரர்களைக் கொண்டது இவ்வூர். எனினும்
பருத்தி வேலி சூழ்ந்த
இம்மருத நில நல்லூர்
இனி என்ன ஆகுமோ?

321. 'அண்ணன்மார் விரும்பவில்லை' (353)

பாடல்

ஆசு இல் கம்மியன் மாசு அறப் புனைந்த
பொலம் செய் பல் காசு அணிந்த அல்குல்,
ஈகைக் கண்ணி இலங்கத் தைஇ,
தருமமொடு இயல்வோள் சாயல் நோக்கி,
தவிர்த்த தேரை, விளர்த்த கண்ணை,

வினவல் ஆனா வெல் போர் அண்ணல்!
'யார் மகள்?' என்போய் - கூறக் கேள்! இனி
குன்று கண்டன்ன நிலைப் பல் போர்பு
நாள் கடா அழித்த நனந் தலைக் குப்பை
வல் வில் இளையர்க்கு அல்கு பதம் மாற்றாத்

தொல் குடி மன்னன் மகளே! முன்நாள்
கூறி வந்த மா முது வேந்தர்க்கு
....
உழக்கிக் குருதி ஓட்டிக்,
கதுவாய் போகிய துதி வாய் எஃகமொடு,

பஞ்சியும் களையாப் புண்ணர்,
அஞ்சுதகவு உடையர், இவள் தன்னைமாரே!

திணை: காஞ்சி துறை: மகட்பாற் காஞ்சி.

புலவர்: காவிரிப்பூம் பட்டினத்துக் காரிக்கண்ணனார்.

தொழில் திறம் மிக்க பொற்கொல்லர்
பிழைபடாது பொன்னால் செய்த
பல காசுகளை அணிந்த மேகலையும்,
பொன்னால் ஆன மாலையையும்
நன்கு தெரியும்படி அணிந்து
புதிதாகப் பரப்பப்பட்ட மணலில்

நடந்து செல்பவளின் சாயலைப் பார்த்து,
மேலே தேரைச் செலுத்தாமல் நிறுத்தி,
வெளுத்த பார்வை உடையவனாய்
இடை விடாது கேட்கும்
வெல்லும் போரை உடைய தலைவனே!

இவள் யாருடைய மகள் என்று
கேட்கின்றாய்; இதோ கூறுகிறேன்; கேள்.
சிறிய மலையைப் பார்ப்பது போன்ற
நெற்போர் பலவற்றை
காலைப் பொழுதில்
கடாவிட்டு அவற்றை அழித்துக்
குவிந்த நெல்லை
வலிமை மிக்க வில் வீரர்களுக்கு
இட்டு வைத்து உண்ணும் உணவாக
மிகுதியும் கொடுப்பதற்கு
இல்லை என்று சொல்லாத
பழங்குடிகள் நிறைந்த ஊருக்கு
மன்னன் ஆனவனின் மகளே இவள்.

முன்பு இவளைப்
பெண் கேட்டு வந்த
பெரிதும் மூத்த வேந்தர்களுக்குப்
போர்க்களத்தில் அவர்களைக் கொன்று

அவர் இரத்தத்தை ஆறாக ஓடச் செய்து
முனை மழுங்கிச் சிதைந்த வேலுடன்;
துணியும் அவிழ்க்கப்படாத
புண்ணை உடையவராய்ப்
பார்த்தவர் பயப்படத்தக்க நிலையராய்
நிற்கின்றனர் இவளுடைய அண்ணன்மார்.

4.2 போருக்கு முன்

1. முன்

1. வீரர்க்குத் தூது - 284
2. பகை மன்னனிடம் - 95, 305
3. பொது மக்களுக்கு அறிவிப்பு - 9
4. மன்னன் வஞ்சினம் கூறுதல் - 71, 72, 73
5. முன்னதாக மது - 292

2. பின்

1. போருக்கு இடையே - 255, 287
2. களத்தில் - 275, 294
3. குடும்பமே களத்தில் - 279
4. இளம் வீரர்கள் - 276, 277, 278, 286, 295
5. குடும்பத் தலைவன் மடிய - 270
6. இளம் பெண்கள் மடிய - 271, 272, 273
7. காயப்பட்ட வீரர்கள் - 281
8. வீரர்கள் திரும்பாத போது - 296
9. வீரனைப் பாராட்டல் - 282
10. ஊரின் நிலை - 355
11. சிறைப்படுவது - 74

322. 'வீரர்களே போருக்கு வாருங்கள்!' (284)

இன்று அரசியல், சமய, சாதித்
தலைவர்கள் மக்களை 'எழுக, திரள்க புறப்படுக'
என்று அழைப்பது போல் அன்று.

பாடல்

'வருகதில் வல்லே; வருகதில் வல்' என,
வேந்து விடு விழுத் தூது ஆங்கு ஆங்கு இசைப்ப,
நூலரி மாலை சூடி, காலின்,
தமியன் வந்த மூதிலாளன்,
அருஞ் சமம் தாங்கி, முன் இன்று எறிந்த   5

ஒரு கை இரும் பிணத்து எயிறு மிறையாகத்
திரிந்த வாய் வாள் திருத்தா,
தனக்கு இரிந்தானைப் பெயர் புறம் நகுமே.

திணை: தும்பை   துறை: பாண்பாட்டு.

புலவர்: ஓரம்போகியார்.

(வேந்தனுக்குத் துணையாக வருமாறு
சிறந்த வீரர்களைத்
தூதர் போய் அழைப்பது
வழக்கம் ஆதலால்)
வேந்தன் அனுப்பிய தூதர்கள்
அங்கும் இங்குமாகப்
பல்வேறு இடங்களுக்குப் போய்ப்
போருக்கு வருக;
விரைவாகப் போருக்கு வருக"
என்று கூறினர்.

அதைக்கேட்ட
முதிய மறக்குடியில் பிறந்த இளைஞன்

நூலை அரிந்து கட்டிய
மாலையை அணிந்து
தன்னந் தனியனாய் காலால் நடந்து
வந்தான்.
தடுப்பதற்கு அரிய போரில்
பகைவரை மேலே செல்ல விடாமல் தடுத்து
முன்னே நின்று தான் வீழ்த்திய
இறந்து போன யானையின்
கொம்பின் இடையே
வளைவாக வேறுபட்ட கத்தியை நிமிர்த்துக் கொண்டு
தனக்குத் தோற்றுப் புறமுதுகிட்டு
ஓடும் வீரனைப் பார்த்துச்
சிரித்துக் கொண்டு நிற்பான்.

323. 'முதல் பெண் தூதுவர்' (95)

தொழில் பெருக்கமோ,
சொந்த மண்ணை வளப்படுத்தும் நினைவோ
மலராத காலம் அது.
அடுத்தவர் செல்வத்தைப்
போரிட்டு அள்ளிச் செல்வது வீரம் என்ற சிந்தனை
உலகம் எங்கும் பலகிளை பரப்பி
வலம் வந்த காலம் அது.
தமிழகமும் அதற்குத் தப்பிக்கவில்லை.

அஞ்சி வாழ்ந்த போது
காஞ்சியை ஆண்டவன் தொண்டைமான்.
பெரும்பாணாற்றுப் படை இவன்
புலமையைப் பேசுகிறது.
இவனுக்குள் ஒரு கவிஞன்
இந்த நூலிலும் (185) நற்றிணையிலும்
இருப்பதில் இவன் இதயம் தெரியும்.
இவனும் அஞ்சியும் இதயத்தால்
இருதுருவம் ஆயினர்.

அஞ்சி இவனை அச்சுறுத்தவோ
அடக்கவோ எண்ணி ஔவையைத்
தூது விட்டான்.
தமிழ் வரலாற்றில் நமக்குத் தெரியும்
முதல் தூது. அதுவும் பெண் தூதுவர்.
கற்பனையும், சொல் திறமும் கைகோத்துக்
கவி வடிவெடுத்த தூது இது.

பாடல்

இவ்வே, பீலி அணிந்து, மாலை சூட்டி,
கண்திரள் நோன்காழ் திருத்தி, நெய் அணிந்து,
கடியுடை வியல் நகரவ்வே; அவ்வே,
பகைவர்க் குத்தி, கோடு, நுதி, சிதைந்து,
கொல் துறைக் குற்றிலமாதோ----என்றும்

உண்டாயின் பதம் கொடுத்து,
இல்லாயின் உடன் உண்ணும்,
இல்லோர் ஒக்கல் தலைவன்,
அண்ணல்எம் கோமான், வைந் நுதி வேலே.

திணை: பாடாண் துறை: வாண்மங்கலம்

புலவர்: ஔவையார்

மன்னன்: அதியமான் நெடுமான் அஞ்சி

இவை எல்லாம்
மயில் தோகையால் அழகு செய்யப்பட்டு,
மாலை சூட்டப் பட்டு,
திண்ணிய கைப்பிடியை அழகாகச் செய்து,
நெய்யும் பூசிப் பாதுகாப்போடு
அரண்மனையில் இங்கே இருக்கின்றன.
ஆனால் அங்கே
தன்னிடம் இருந்தால்
பிறர்க்கு உணவு கொடுத்து,

இல்லாது போனால்
இல்லாதவர்களுடனே சேர்ந்து உண்ணும்
வறிய சுற்றத்தின் தலைவன்,
அண்ணல் என் கோமானின்
கூரிய நுனியை உடைய வேலோ
பகைவரைக் குத்தி, வளைந்த நுனி உடைந்து,
கொல்லனின் உலைக் களத்திலேயே
எப்போதும் கிடக்கின்றன..

324. 'சின்ன வயது அந்தணன்; சேதி சொன்னான்' (305)

பாடல்

வயலைக் கொடியின் வாடிய மருங்குல்,
உயவல் ஊர்தி, பயலைப் பார்ப்பான்
எல்லி வந்து நில்லாது புக்கு,
சொல்லிய சொல்லோ சிலவே; அதற்கே
ஏணியும் சீப்பும் மாற்றி,   5

மாண் வினை யானையும் மணி களைந்தனவே.

திணை வாகை   துறை: பார்ப்பன வாகை.

புலவர்: மதுரை வேளாசான்.

வசலைக் கொடி போல
வாடி மெலிந்த இடையையும்,
வருத்தம் தரும்படி
ஊர்ந்து செல்லும் நடையையும் உடைய
இளம் வயது அந்தணன்
இரவுப் பொழுதில் வந்து,
வாயில் காவலனிடம் சொல்லி விடாமல்
தானாகவே அரண்மனைக்குள் புகுந்தான்.

வந்த அவன் சொன்ன சொற்கள் சிலதாம்;
அதைக் கேட்டே மன்னன்
மதிலுக்கு ஏறும் ஏணியையும்
கதவுக்குப் பலமாக
உள் வாசற் படியில்
நிலத்தில் விழும்படி இடப்படும்
மரமாகிய சீப்பையும்
(ஒருவகைத் தாழ்ப்பாள்)
நீக்கி விட்டான்;
போரிலே எதிர்த்தால் அல்லாமல்
மற்றபடி எவரையும் துன்புறுத்தாத
அரிய செயலை ஆற்றும்
யானைக்குப் பக்கத்தில் கட்டப்படும்
மணிகளையும் களைந்து விட்டான்
(சமாதானம் பிறந்து விட்டது.)

325. 'போரிலும் அற வழி' (9)

பாடல்

'ஆவும், ஆன் இயற் பார்ப்பன மாக்களும்,
பெண்டிரும், பிணியுடையீரும், பேணித்
தென் புல வாழ்நர்க்கு அருங் கடன் இறுக்கும்
பொன் போல் புதல்வர்ப் பெறாஅதீரும்
எம் அம்பு கடி விடுதும், நும் அரண் சேர்மின்' என,   5

அறத்து ஆறு நுவலும் பூட்கை, மறத்தின்
கொல் களிற்று மீமிசைக் கொடி விசும்பு நிழற்றும்
எம் கோ, வாழிய, குடுமி---தம் கோச்
செந் நீர்ப் பசும் பொன் வயிரியர்க்கு ஈத்த,
முந்நீர் விழவின், நெடியோன்   10

நல் நீர்ப் பஃறுளி மணலினும் பலவே!

திணை: பாடாண். துறை: இயன்மொழி.

புலவர்: நெட்டிமையார்

நெட்டிமையார் ஊராலா, உறுப்பாலா? உறுப்பால் என்பார் உ.வே.சா. நெடுமை இமையார்.

மன்னன்: பாண்டியன் பல்யாகசாலை முதுகுடுமிப் பெருவழுதி

பசுவும், பசுவைப் போன்ற
குணம் கொண்ட பார்ப்பனர்களும்,
பெண்களும், நோய் வசப்பட்டோரும்,
இறந்து தென் திசையில் ஆவியாக இருக்கும்
தம் மூதாதையர்க்குப் பிதிர்க் கடன் செய்யும்
பொன் போன்ற ஆண்மக்களைப் பெறாதவர்களும்
தற்காப்பிற்கான இடத்திற்குச் சென்று விடுங்கள்;

ஏன் எனில்
எங்கள் மன்னனின் அம்பு
உங்களை நோக்கி
விரைந்து வரப் போகிறது.
இது அறவழியில் கூறுவதாகும்.
சின மிகுந்து கொல்லும் யானையின் மேல்
விண்ணைத் தொடும் கொடி நிழல் தருகிறது
யானையின் மேல் எங்கள் மன்னன்
குடுமி இருக்கிறான்.
கடல் தெய்வத்திற்கு எடுக்கப்படும் விழாவின் போது
சிவந்த பொன்னை
அவன் கூத்தர்க்கு வழங்குவான்.
அத்தகையோன் நெடியவனால் காக்கப்படும்
நன்னீர் ஓடும் பஃறுளி என்னும்
ஆற்று மணலின் எண்ணிக்கையிலும்
அதிககாலம் வாழ்வானாக.

326. 'அறம் தவறாத அன்பின் அவையம்' (71)

பூதபாண்டி என்றோர் ஊர்
கன்னியாகுமரி மாவட்டத்தில் இன்றும் உண்டு.
அந்த மாவட்டத்தில்
பூத பாண்டி என்று
ஆண் பிள்ளைகளுக்குப் பெயரிடும் வழக்கமும் உண்டு
இந்தப் பூத பாண்டியன்
மதுரையை ஆண்டவன்
இன்றைக்குப் புதுக்கோட்டை மாவட்டத்தில் உள்ள
ஒலிய மங்கலம் எனப்படும் ஒல்லையூரை
சோழர்களிடமிருந்து மீட்டிருக்கிறான்
அதனால் ஒல்லையூர் தந்த (வென்ற)
பூதப் பாண்டியன் என்று
அழைக்கப்படுகிறான்
சிறந்த கவிஞன். (70)

பாடல்

மடங்கலின் சிலைஇ, மடங்கா உள்ளத்து,
அடங்காத் தானை வேந்தர் உடங்கு இயைந்து,
என்னோடு பொருதும் என்ப; அவரை
ஆர் அமர் அலறத் தாக்கித், தேரொடு
அவர்ப் புறங்காணேன்ஆயின்---சிறந்த   5

பேர் அமர் உண்கள் இவளினும் பிரிக;
அறன் நிலை திரியா அன்பின் அவையத்து,
திறன் இல் ஒருவனை நாட்டி, முறை திரிந்து
மெலிகோல் செய்தேன் ஆகுக; மலி புகழ்
வையை சூழ்ந்த வளம் கெழு வைப்பின்   10

பொய்யா யாணர் மையற் கோமான்
மாவனும், மன் எயில் ஆந்தையும், உரை சால்
அந்துவஞ் சாத்தனும், ஆதன் அழிசியும்,

வெஞ் சின இயக்கனும், உளப்படப் பிறரும்,
கண் போல் நண்பின் கேளிரொடு கலந்த

இன் களி மகிழ் நகை இழுக்கி, யான் ஒன்றோ,
மன்பதை காக்கும் நீள் குடிச் சிறந்த
தென் புலம் காவலின் ஒரீஇ, பிறர்
வன் புலம் காவலின் மாறி யான் பிறக்கே!

திணை: காஞ்சி துறை: வஞ்சினக் காஞ்சி.

புலவர்: ஒல்லையூர் தந்த பூதப்பாண்டியன்.

சிங்கம் போலச் சினந்தும்,
மேற் கொண்ட செயலில்
பின் வாங்காத மனத்தோடும்,
பெரும் படை கொண்ட வேந்தர்கள்
ஒன்றாகச் சேர்ந்து
என்னோடு போரிடுவோம் என்கின்றனர்.
அவர்களை, அரிய போரிலே
அலறிக் கூச்சலிடத் தாக்கி,
தேரோடும் புறங்காட்டி ஓடச் செய்வேன்.

அவ்வாறு செய்யாது போனால்.
சிறந்த பெரிய முகத்தோடு பொருந்திய
மைபூசப்பட்ட கண்ணைக் கொண்ட
இவளை (என் மனைவியைப்) பிரிவேனாகுக;

அறம் தவறாத
அன்போடு கூடிய அவைக்குத்
திறமை இல்லாத ஒருவனைத்
தலைவன் ஆக்கி
நீதி தவறிக் கொடுங்கோல்
செய்தவன் ஆகுக.

புகழால் மலிந்த
வையை ஆறு பாயும்
வளம் மிக்க ஊர்களில்
குறையாத புது வருவாயை உடைய
மையல் என்றும் ஊரின் தலைவன் மாவன்,
நிலைத்த எயில் என்னும்
ஊரையுடைய ஆந்தை,
புகழ்கொண்ட அந்துவஞ்சாத்தன்,
ஆதன் அழிசி,
கடுங் கோபமுடைய இயக்கன்
எனஇவர்களோடு மற்றவர்களும்,
என் கண் போன்ற நட்பினையுடைய
நண்பர்களோடு கூடிய இனிய
செருக்கு மிக்க மகிழ்ச்சியை
இழந்தவன் ஆவேன்.

மேலும் பல உயிர்களையும் காக்கும்
அரசர் குலத்தில் சிறந்த
பாண்டிய நாட்டைக் காக்கும் காவலை இழந்து,
குடிப்பிறப்பை நீங்கி,
மற்றவர்தம் வன் நிலங்களைக்
காக்கும் காவலில்
நான் பிறப்போன் ஆகுக.

327. 'குடி மக்கள் பழி சொல்லும் ஆட்சியாளன்' (72)

பாடல்

'நகுதக்கனரே, நாடு மீக்கூறுநர்;
இளையவன் இவன்' என உளையக் கூறி,
'படுமணி இரட்டும் பா அடிப் பணைத் தாள்
நெடு நல் யானையும், தேரும், மாவும்,
படை அமை மறவரும், உடையம் யாம்' என்று

உறு துப்பு அஞ்சாது, உடல் சினம் செருக்கி
சிறு சொல் சொல்லிய சினம் கெழு வேந்தரை
அருஞ் சமம் சிதையத் தாக்கி, முரசமொடு
ஒருங்கு அகப்படேன் ஆயின்----பொருந்திய
என் நிழல் வாழ்நர் செல் நிழல் காணாது,   10

கொடியன் எம் இறை எனக் கண்ணீர் பரப்பி,
குடி பழி துடற்றும் கோலேன் ஆகுக;
ஓங்கிய சிறப்பின் உயர்ந்த கேள்வி
மாங்குடி மருதன் தலைவன் ஆக,
உலகமொடு நிலைஇய பலர் புகழ் சிறப்பின்   15

புலவர் பாடாது வரைக, என் நிலவரை;
புரப்போர் புன்கண் கூர,
இரப்போர்க்கு ஈயா இன்மை யான் உறவே.

திணை: காஞ்சி.   துறை: வஞ்சினக் காஞ்சி,
புலவர்: பாண்டியன் தலையாலங்கானத்துச் செரு வென்ற
நெடுஞ்செழியன்.

இவன் ஆளும் நாட்டைச்
சிறப்பாகச் சொல்லுவோர்
நம்மால் இகழத் தக்கவர்களே என்றெலாம்
நான் வெறுக்கும்படி பேசியுள்ளனர்.
இரு பக்கமும் ஒலிக்கும் மணி
ஒன்றோடொன்று மாறி ஒலிக்க,
பரந்த கால்களையும்,
பெரிய வாலையும் உடைய
உயரமான யானை, தேர், குதிரை,
ஆயுதங்களைப் பயன்படுத்துவதில்
தேர்ந்த வீரர் என
இவை எல்லாம் உடையவர்
நாங்கள்என்று சொல்லி,
எனது பெரும் வலிமைக்குப்

பயப்படாமல், பகை உண்டாக்கும்
சினம் மிக்க சிறு சொற்களைக் கூறிய
இவ்வரசர்களைப்
பொறுத்துக் கொள்ள முடியாத போரில்
அவர் சிதறுமாறு மோதி
முரசத்தோடு கூட
அவரைக் கைப்பற்றுவேன்.

தவறினால்
நிழல் தரும் என் குடையின் கீழ்
இப்போது வாழும் குடிமக்கள்
தாங்கள் சென்று தங்க
நிழல் ஏதும் காணாமல்,
கொடியவன் எங்கள் மன்னன்
என்று எண்ணிக் கண்ணீர் சிந்திப்
பழி தூற்றும் கொடுங் கோலன் ஆவேனாக.

உயர்ந்த தலைமை, சிறந்த கேள்வி என
இவற்றை உடைய மாங்குடி மருதன் முதல்வனாக,
உலகில் வாழும் பலரும் புகழும்
தலைமையையுடைய புலவர்கள்
பாடாமல் என் நில எல்லையை விட்டு
நீங்குவார்களாக

என்னால் காக்கப்படும் உறவினர்
துயரம் பெருகி வருந்த
அவர்களுக்கு உதவ முடியாத
வறுமையை நான் அடைவேனாக.

328.'ஆட்சிதானா? உயிரையே தருவேன்' (73)

சோழன் நலங்கிள்ளியும்
சோழன் காரியற்றுத் துஞ்சிய நெடுங்கிள்ளியும்
சோழர்கள் தாம்; என்றாலும் என்ன?

இருவருக்குள்ளும் பகை; எழுந்தது போர்
அப்போது நலங்கிள்ளி சொன்ன வஞ்சினம்.

பாடல்

மெல்ல வந்து, என் நல் அடி பொருந்தி,
'ஈ' என இரக்குவர்ஆயின், சீருடை
முரசு கெழு தாயத்து அரசோ தஞ்சம்;
இன் உயிர் ஆயினும் கொடுக்குவென், இந் நிலத்து;
ஆற்றல் உடையோர் ஆற்றல் போற்றாது, என்

உள்ளம் எள்ளிய மடவோன், தெள்ளிதின்
துஞ்சு புலி இடறிய சிதடன் போல,
உய்ந்தனன் பெயர்தலோ அரிதே; மைந்துடைக்
கழை தின் யானைக் கால் அகப்பட்ட
வன் திணி நீள் முளை போல, சென்று, அவண்

வருந்தப் பொரேஎன்ஆயின், பொருந்திய
தீது இல் நெஞ்சத்துக் காதல் கொள்ளாப்
பல் இருங் கூந்தல் மகளிர்
ஒல்லா முயக்கிடைக் குழைக, என் தாரே!

திணை: காஞ்சி **துறை: வஞ்சினக் காஞ்சி.**

புலவர்: சோழன் நலங்கிள்ளி

['நல்லுருத்திரன் பாட்டு' எனவும் பாடம்.]

(எனக்கு எதிராகப்
படை எடுத்து வந்திருப்போர்)
மெதுவாக வந்து,
என் காலடியைச் சார்ந்து
எங்களுக்கு ஈவாயாக என்று
பணிந்து கேட்டிருந்தால்
அவர்களுக்குச் சீர்மிக்க முரசு பொருந்தித்
தொன்று தொட்டு வரும்

ஆளும் உரிமை கொண்ட
எனது அரசைக் கொடுப்பது தானா பெரிது?

என் இன்னுயிரே என்றாலும் கொடுப்பேன்.
இவ்வுலகில் அமைச்சர், படைத்தலைவர் முதலாகிய
வலிமை மிக்க ஆற்றலை
எண்ணிப் பாராது,
என் உறுதி மிக்க உள்ளத்தை
இகழ்ந்த அறிவற்றவன்,
பலரும் காணத் தூங்கும் புலியைப்
பார்வை இல்லாததால் மோதிய
கண் இல்லாதவனைப் போலப்
பிழைத்துப் போவது கடினம்

மூங்கிலைத் தின்னும் வலிமை மிக்க
யானையின் காலின் கீழ் அகப்பட்ட
வலிய உறுதி மிக்க
மூங்கிலின் நீண்ட முளையைப் போல
மேற் சென்று
அவர்கள் (பகைவர்) இருக்கும் இடத்திலேயே
போர் செய்யாமல் போவேன் என்றால்
தீதில்லாத மனத்தினால் காதல் கொள்ளாத,
பலவகைப்படும் கரிய கூந்தலை உடைய
விலை மகளிரின் பொருத்தமற்ற கூடலில்
என் மாலை துவள்வதாக.

329. 'என் முறை வரட்டும் என்று சொல்லாதவன்'
(292)

பாடல்

வேந்தற்கு ஏந்திய தீம் தண் நறவம்
யாம் தனக்கு உறுமுறை வளாவ, விலக்கி,
'வாய் வாள் பற்றி நின்றனன்' என்று,

சினவல் ஓம்புமின் சிறு புல்லாளர்!
ஈண்டே போல வேண்டுவன் ஆயின்,
'என் முறை வருக' என்னான், கம்மென.
எழு தரு பெரும் படை விலக்கி,
ஆண்டு நிற்கும் ஆண் தகையன்னே.

திணை: வஞ்சி துறை: பெருஞ்சோற்று நிலை.

புலவர்: விரிச்சியூர் நன்னாகனார்.

புல்லிய ஆண்மையை உடையோரே!
மன்னருக்கென நாம் தயாரித்த
இனிய, குளிர்நத மதுவை
அவனுக்கே உரிய முறையில்
நாங்கள் கலந்து கொடுக்க
அதை மறுத்து
குறி தப்பாத தன் வாளைப்
பற்றிக் கொண்டு எழுந்து நிற்கின்றான் என்று
கோபங் கொள்வதைத் தவிருங்கள்;

அவன் நினைத்தால்
இங்கே செய்தது போலவே
போருக்குச் செல்ல
என்முறை வரட்டும் என்று
தாமதிக்காது விரைந்து எழுந்து வரும்
பெரும் படையைத் தடுத்துக்
களத்தில் முந்தி நிற்கும் மாவீரன் அல்லவோ அவன்.

330. 'அறம் அற்ற எமன்
அடைக உன்போல் துயரே' (255)

பாடல்

ஐயோ! எனின், யான் புலி அஞ்சுவலே;
அணைத்தனன் கொளினே, அகல் மார்பு எடுக்கவல்லேன்;
என் போல் பெரு விதிர்ப்புறுக, நின்னை
இன்னாது உற்ற அறன் இல் கூற்றே!
நிரை வளை முன் கை பற்றி--   5

வரை நிழல் சேர்கம் - நடத்திசின் சிறிதே!

திணை: பொதுவியல் துறை: முதுபாலை

புலவர்: வன்பரணர்

ஐயோ என்று சத்தமிட்டு அழுதால்
அந்தச் சத்தத்தைக் கேட்டுப் புலி வந்து
உன் உடம்பைக் கூட
நான் காண முடியாதபடி
துன்பம் தந்து விடுமே
என்று பயப்படுகிறேன்.

சத்தமில்லாமல்
உன்னை அணைத்துத்
தூக்கிக் கொண்டு
இங்கிருந்து போய்விடலாம்
என்று எண்ணினால்
உன் அகன்ற மார்பைத் தூக்கும் சக்தி
எனக்கு இல்லை.

உன்னை இறக்கும்படி
வந்து தாக்கி

இந்த நிலைக்கு ஆளாக்கிய
தரம் இல்லா எமன்
என்னைப் போலப் பெரும்
நடுக்கத்தினை அடைவதாக ஆகட்டும்.
வளையல் நிறைந்த
என் முன்னங்கையைப் பிடித்துக் கொண்டு
இந்த மலையின் நிழலை
நோக்கிப் போவோம். மெல்ல நடப்பாயாக.

331. 'துடி எறிவாய்! எறிகோல் கொள்ளுவாய்!' (287)

பாடல்

துடி எறியும் புலைய!
எறி கோல் கொள்ளும் இழிசின!
கால மாரியின் அம்பு தைப்பினும்,
வயற் கெண்டையின் வேல் பிறழினும்,
பொலம்புனை ஓடை அண்ணல் யானை

இலங்கு வால் மருப்பின் நுதி மடுத்து ஊன்றினும்,
ஓடல் செல்லாப் பீடுடையாளர்
நெடு நீர்ப் பொய்கைப் பிறழிய வாளை
நெல்லுடை நெடு நகர்க் கூட்டுமுதல் புரளும்,
தண்ணடை பெறுதல் யாவது? படினே,

மாசு இல் மகளிர் மன்றல் நன்றும்,
உயர் நிலை உலகத்து, நுகர்ப; அதனால்
வம்ப வேந்தன் தானை
இம்பர் நின்றும் காண்டிரோ, வரவே!

திணை: கரந்தை துறை: நீண்மொழி.

புலவர்: சாத்தந்தையார்.

துடியை அடிக்கும் புலையரே!
குறுந்தடியைப் பிடிக்கும் செயலால்
குறைவானவரே! (இழிவானவரே!)
கார் காலத்து மழை போல்
அம்பு தைத்தாலும்,
வயலில் இருக்கும்
கெண்டை மீன் பிறழ்வது போலக்
களத்தில் வேல் பாய்ந்தாலும்,
பொன்னால் செய்யப்பட்ட நெற்றிப் பட்டமுடைய
முதன்மையான தன் ஒளிரும் கொம்பின்
நுனியை ஊன்றிக் குத்தினாலும்
பயந்து களத்தை விட்டு ஓடாத
பெருமைக்குரிய வீரர்கள்,
ஆழமான நீர் நிறைந்த பொய்கையில்
கிளர்ந்து எழுந்த வாளை மீன்;,
நெல் நிறைந்த பெரிய வீடுகளின்
நெற்கூட்டில் விழுந்து புரளும்,
குளிர்ந்த வயல்கள் சூழ்ந்த
மருத நிலங்களைப் பெறுவதால் என்ன பயன்?

போரில் மடிந்தால்
குறையில்லாத தெய்வப் பெண்களை மணந்து
சொர்க்கத்தில் என்றும் மகிழ்ச்சி பெறுவர்.
அதனால்
பகை வேந்தனின் புதிய படை
அதோ அங்கே வருவதை
இதோ இங்கே இருந்து காண்பீராக.,

332. 'நண்பனுக்கு உதவ
பகை நடுவே வந்தான்' (275)

பாடல்

கோட்டங் கண்ணியும், கொடுந்திரை ஆடையும்,
வேட்டது சொல்லி வேந்தனைத் தொடுத்தலும்,
ஒத்தன்று மாதோ, இவற்கே; செற்றிய
திணி நிலை அலறக் கூவை போழ்ந்து, தன்
வடி மாண் எஃகம் கடிமுகத்து ஏந்தி,   5

'ஓம்புமின், ஓம்புமின், இவண்!' என, ஓம்பாது
தொடர் கொள் யானையின் குடர் கால் தட்ப,
கன்று அமர் கறவை மான,
முன் சமத்து எதிர்ந்த தன் தோழற்கு வருமே.

திணை: தும்பை   துறை: எருமை மறம்.

புலவர்; ஒரூஉத்தனார்.

வளையத் தொடுத்த மாலையைச் சூடுவதும்
சுருண்டு வரும் அலை போன்ற ஆடையை உடுத்துவதும்
வேந்தன் விரும்புவதையே சொல்லி
அவனை வாழ்த்துவதும் வசப்படுத்துவதும்
அவனுக்கு ஒத்தது (இசைவானது)

(ஆனால்) சினந்த பகைவர்கள்
கூட்டத்திலுள்ள வீரர்
பயந்து, அலறிச்சிதைய,
அவரின் பின்னணிப் படையைப்
பிளந்து கொண்டு
கூர்மையாகச் செய்யப்பட்ட தன் வேலை,
பகைவரை நோக்கி ஏந்தி,
'அவன் வருவதைத் தடுங்கள், தடுங்கள்

என்று சொல்லி அவ்வீரர்கள்
தங்களுக்குள் கூறித் தடுக்கவும்
தடையை மீறி அவன்,
சங்கிலியால் கட்டப்பட்டுச்
செல்லும் யானையைப் போல
கூட்டத்தில் உள்ள தன் வீரர்களின்
குடல் தன் காலைத் தடுக்கவும்,
கன்றைக் காதலிக்கும் பசுவைப் போலப்
முன்னணிப் போரில் பகைவரை எதிர்த்து
அவரால் சூழ்ப்பட்டிருக்கும்
தன் நண்பனுக்கு உதவி செய்ய வந்தான்.

333. 'பாம்பு வைத்த மணி' (294)

பாடல்

'வெண்குடை மதியம் மேல் நிலாத் திகழ்தர,
கண்கூடு இறுத்த கடல் மருள் பாசறை,
குமரிப் படை தழீஇய கூற்று வினை ஆடவர்
தமர் பிறர் அறியா அமர் மயங்கு அழுவத்து,
இறையும் பெயரும் தோற்றி, நுமருள்   5

நாள்முறை தபுத்தீர் வம்மின், ஈங்கு' என,
போர் மலைந்து ஒரு சிறை நிற்ப, யாவரும்
அரவு உமிழ் மணியின் குறுகார்---
நிரை தார் மார்பின் நின் கேள்வனை, பிறரே!

திணை: தும்பை   துறை: தானை மறம்
புலவர்: பெருந்தலைச் சாத்தனார்

பெண்ணே! வெண்குடையை
வானத்தில் கவிழ்த்தது போல
முழு நிலவு ஒளி வீச,
வீரர்கள் சேர்ந்து தங்கிய

கடலைப் போன்ற பாசறை வீட்டிலிருந்து சென்று
அழியாத படை ஆகிய
புதிய படையைத்; தழுவிய
யமனைப் போல்
கொல்லும் செயலைச் செய்யும்
வீரமறவர்; தங்களவர் என்றும்
அயலவர் என்றும் அறியாது
போர் மயங்கிய களப்பரப்பில்
உங்கள் தலைவன்
பெயரும் புகழும் இன்னது என்பதையும்,
உம் புகழ் இன்னது எனபதையும்
வெளிப்படுத்தி,
உங்களுக்குள் வெட்கமும்
வாழும் விருப்பமும் இல்லாதோர்
இங்கே வருக எனப்
போர்த் தொழிலை மேற்கொண்டு
ஒரு பக்கம் நின்றான்.

மணியை உமிழ்ந்துவிட்டு
மேயச் சென்ற பாம்பு,
(மணியையே நினைத்திருக்கும் ஆதலால்)
அம்மணியை எவரும் நெருங்க
விரும்பாதது போல
தொகுக்கப்பட்ட மாலை அணிந்து நின்ற உன் கணவனை
எவரும் நெருங்கவே இல்லை.

334. 'நெஞ்சே! பெருமிதத்தால் நிமிர்க!' (279)

பாடல்

கெடுக சிந்தை; கடிது இவள் துணிவே;
மூதின் மகளிராதல் தகுமே;
மேல்நாள் உற்ற செருவிற்கு இவள் தன்னை,
யானை எறிந்து, களத்து ஒழிந்தனனே;
நெருநல் உற்ற செருவிற்கு இவள் கொழுநன்

786 • புறநானூறு (புதிய வரிசை வகை)

பெரு நிரை விலக்கி, ஆண்டுப்பட்டனனே;
இன்றும், செருப்பறை கேட்டு, விருப்புற்று, மயங்கி,
வேல் கைக் கொடுத்து, வெளிது விரித்து உடீஇ,
பாறு மயிர்க் குடுமி எண்ணெய் நீவி,
ஒரு மகன் அல்லது இல்லோள்,   10
'செருமுகம் நோக்கிச் செல்க'என விடுமே!

    திணை: வாகை   துறை: மூதின் முல்லை.
    புலவர்: ஒக்கூர் மாசாத்தியார்.

நேற்றைக்கு முந்திய நாள்
நிகழ்ந்த போரில்
இவள் தந்தை யானையைக் கொன்று
களத்திலே தானும் மாய்ந்தான்;

நேற்று நடந்த போரிலே
பெரும் பசுக்கூட்டத்தைக் கவர்ந்து போகாதபடி
இவள் கணவன் பகைவரோடு போரிட்டு
அங்கேயே மாண்டு போனான்

இன்றும் வீரரை அனுப்ப விரும்பினாள்;
பெரிய வீரர் இல்லாததால்
மனம் கலங்கினாள்
(அவளுக்கு இருப்பதோ
மகன் ஒருவன்தான்;
அவனோ சிறியவன்.) ஆனாலும்
அவன் கையில் வேலைக் கொடுத்தாள்
வெள்ளை ஆடையை விரித்து உடுத்தினாள்;
விரிந்த மயிர்க் குடுமியில் எண்ணெய் தடவினாள்;
அதன் பின் களம் நோக்கிச் செல்க' என்று
(கைகாட்டி) அனுப்புகின்றாள்.
இவள் துணிச்சல்தான் எத்தனை பெரிது!
முதிய மறக்குடியில்
மலர்ந்தவள் எனத் தகுமே;
நெஞ்சே!நிமிர்க!

335. 'சிறுவன் தான்; பகைவர் படைக்குச் சேதம் எலாம் தந்தான்' (276)

பாடல்

நறு விரை துறந்த நரை வெண் கூந்தல்,
இரங் காழ் அன்ன திரங்கு கண் வறு முலை,
செம் முது பெண்டின் காதல்அம் சிறாஅன்,
மடப் பால் ஆய்மகள் வள்உகிர்த் தெறித்த
குடப் பால் சில் உறை போல,   5
படைக்கு நோய் எல்லாம் தான் ஆயினனே.

திணை: தும்பை   துறை: தானை நிலை.
புலவர்: மதுரைப் பூதன் இளநாகனார்.

மணப் பொருட்களை மறுத்து நரைத்த
வெள்ளிய மயிரால் விளங்கிய கூந்தல்
இரவ என்னும் மரத்தின்
விதைபோல்
வற்றிச் சுருங்கி வறண்டு
கண் மூடிய முலையோடு கூடிய
பெருமைக்குரிய முதிய பெண்ணின்
அன்பிற்குரிய சிறுவன்

இளமை நிறைந்த ஆயர்குலப் பெண்
தன் கூரிய நகத்தால் தெறித்த
ஒரு துளி உறை மோர்,
குடத்துப் பால் முழுவதையும் கலக்கி
மாற்றி விடுவது போல
பகைவர்களின் பெரிய படைக்கு
அச்சிறுவன்

தான் ஒருவனே (நோய்) துன்பம் எல்லாம்
தருபவன் ஆனான்.

336. 'வெண்முடித் தாயின் வீரம்' (277)

பாடல்

'மீன் உண் கொக்கின் தூவி அன்ன
வால் நரைக் கூந்தல் முதியோள் சிறுவன்
களிறு எறிந்து பட்டனன்' என்னும் உவகை
ஈன்ற ஞான்றினும் பெரிதே; கண்ணீர்
நோன் கழை துயல்வரும் வெதிரத்து 5

வான் பெயத் தூங்கிய சிதரினும் பலவே.

திணை: தும்பை   துறை: உவகைக் கலுழ்ச்சி.
புலவர்: பூங்கணுத்திரையார்.

மீனை உண்ணும் கொக்கின் இறகைப்போல
வெள்ளியாய் நரைத்த கூந்தலை உடைய
முதியவளின் மகன்;
போரில்தன்னை எதிர்த்து வந்த
யானையைக் கொன்றுதானும் வீழ்ந்தான்
என்றமகிழ்ச்சியான செய்தியை
அவள் கேட்;ட போது அடைந்த மகிழ்ச்சி
அவனைப் பெற்ற போது
அடைந்த மகிழ்ச்சியைக் காட்டிலும்
பெரியது.

அப்போது அவள் சிந்திய
மகிழ்ச்சிக் கண்ணீரோ
வலிய மூங்கில் காற்றில்
அசைந்து ஆடும் முதிர மலையில்
மழை பெய்த போது
அம் மூங்கில் இலைகளில்
தங்கிச் சிதறும் நீர்த் துளிகளிலும்
பலவாகும்.

337. 'பெற்ற பொழுதைவிடப் பெரிதும் மகிழ்ச்சி' (278)

பாடல்

'நரம்பு எழுந்து உலறிய நிரம்பா மென் தோள்,
முளரி மருங்கின், முதியோள் சிறுவன்
படை அழிந்து மாறினன்' என்று பலர் கூற,
'மண்டு அமர்க்கு உடைந்தனன்ஆயின், உண்ட என்
முலை அறுத்திடுவென், யான்' எனச் சினைஇ,

கொண்ட வாளொடு படு பிணம் பெயரா,
செங்களம் துழவுவோள், சிதைந்து வேறு ஆகிய
படு மகன் கிடக்கை காணூஉ,
ஈன்ற ஞான்றினும் பெரிது உவந்தனளே!

திணை: தும்பை துறை: உவகைக் கலுழ்ச்சி.

புலவர்: காக்கை பாடினியார் நச்செள்ளையார்.

நரம்புகள் புடைத்து,
வற்றி உலர்ந்த மெல்லிய தோளும்
தாமரை இலை போன்ற
அடிவயிறும் கொண்டமுதியவள்;
அவள் மகன்போர்க்களத்தில் பயந்து,
புறமுதுகு காட்டி மடிந்தான் என்று அறியாதவர்
பலரும் சொன்னார்கள்.

'கடும் போரில் நிற்க முடியாமல்
தோற்று ஓடினான் என்பது
உண்மை என்றால்
அவன் என்னிடம் பாலுண்ட
என் முலைகளை நான் அறுத்தெறிவேன்'
எனக் கோபம் அடைந்து சொல்லி,

வாளைக் கொண்டு
களத்தில் விழுந்து கிடந்த
பிணங்களைப் புரட்டிப் பார்த்தாள்.
இரத்தத்தால் சிவந்த போர்க்களத்தில்
சுற்றித் தேடிய போது,
நெஞ்சில் வேல் ஏந்தி.
உருவம் சிதைந்து,
உடல் துண்டு பட்டுக் கிடந்த
மகனைக் கண்ட போது, அவனைப்
பெற்றபோது அடைந்ததைவிடப்
பெரும் மகிழ்ச்சியை அடைந்தாள்.

338. 'என் மகன் வீரன்' (286)

பாடல்

வெள்ளை வெள் யாட்டுச் செச்சை போலத்
தன் ஓர் அன்ன இளையர் இருப்ப,
பலர் மீது நீட்டிய மண்டை என் சிறுவனைக்
கால் கழி கட்டிலில் கிடப்பி,
தூ வெள் அறுவை போர்ப்பித்திலதே!

திணை: கரந்தை துறை: வேத்தியல்.

புலவர்: ஔவையார்.

வெள்ளை நிறங் கொண்ட
வெள்ளாட்டுக் கிடாய் போல
என் மகனைப் போன்ற
இளம் வீரர் பலரும் இருக்க,
அப் பலருக்கும் மேலாக
என் மகனுக்குக் கொடுக்கப்பட்ட கள்

என் சிறுவனை மட்டும்
பாடையில் (கால்கழி கட்டில்) கிடத்தி
வெள்ளைத் துணியைப் போர்த்தாதது ஆயிற்று.

(என் மகன் மட்டும் வெற்றி) வீரனாய்
களத்திலிருந்து திரும்பி விட்டான்.

339. 'வறண்ட முலைகளும் சுரந்தன' (295)

பாடல்

கடல் கிளர்ந்தன்ன கட்டூர் நாப்பண்,
வெந்து வாய் மடித்து வேல் தலைப் பெயரி,
தோடுஉகைத்து எழுதரூஉ, துரந்து எறி ஞாட்பின்,
வரு படை போழ்ந்து வாய்ப் பட விலங்கி,
இடைப் படை அழுவத்துச் சிதைந்து வேறாகிய,

சிறப்புடையாளன் மாண்பு கண்டருளி,
வாடு முலை ஊறிச் சுரந்தன---
ஓடாப் பூட்கை விடலை தாய்க்கே.

திணை: தும்பை துறை: உவகைக் கலுழ்ச்சி.

புலவர்: ஔவையார்.

கடல் பொங்கியது போலப்
பாசறையோடு கூடிய
போர்க்களத்தின் நடுவில்
நெருப்பில் வேகவைத்து வாயைக்
கூரிதாகத் தீட்டிய
வேலைப் பகைவர் மீது திருப்பி
சேனையின் தொகுப்பை முன்னே செலுத்தி, தானும் எழுந்து,
சொல்லும் போரில் முன் வரும் படையை
இடமுண்டாகப் பிளந்து விலக்கினான்.

இடையே வரும் படைப் பரப்பில்
போரிட்டு உடல் சிதைந்து துண்டுபட்டுக்
கிடந்தான் மறக்குடிக்கே உரிய
அச்சிறப்பிற்குரியவன்.

(களத்தை விட்டுப் பின் வாங்காத, உடல் சிதறுண்டு கிடந்த அச்சிறிய) இளைஞனின் தாய்
அவனுடைய சிறப்புகளைப் பார்த்தாள்;
அப்போது வறண்டு போன
அவளுடைய முலைகளும் மீண்டும்
பால் ஊறிச் சுரந்தன.

340. 'வாளின் மேல் கிடந்த வீரன்' (270)

பாடல்

பல் மீன் இமைக்கும் மாக விசும்பின்
இரங்கு முரசின், இனஞ்சால் யானை,
நிலம் தவ உருட்டிய நேமியோரும்
சமங்கண் கூடித் தாம் வேட்பவ்வே-
நறு விரை துறந்த நாறா நரைத் தலைச்

சிறுவர் தாயே! பேரிற் பெண்டே!
நோகோ யானே; நோக்குமதி நீயே;
மறப் படை நுவலும் அரிக் குரற் தண்ணுமை
இன் இசை கேட்ட துன் அரு மறவர்
வென்றி தரு வேட்கையர், மன்றம் கொண்மார்,

பேர் அமர் உழந்த வெருவரு பறந்தலை,
விழு நவி பாய்ந்த மரத்தின்,
வாள் மிசைக் கிடந்த ஆண்மையோன்திறத்தே.

திணை: கரந்தை துறை: கையறுநிலை.

புலவர்: கழாத்தலையார்.

மணப் பொருட்களைப் பயன்படுத்தாதலால்
மணக்காமல் வெளுத்துப் போன
நரை முடிகளை உடைய சிறுவர் தாயே!
பெரிய குடும்பத்துப் பெண்ணே!

நீயே என்னைப் பார்;
நானும் வருந்துகிறேன்.

போர்ப் படை எழுச்சிக்கான
அரித்து எழும் ஓசையை உடைய
தண்ணுமையின் இன்னிசையைக் கேட்ட,
அருகில் நெருங்குவதற்கு அரிய வீரர்கள்
வெற்றியைப பெறும் விருப்பமுள்ளவர்களாய்
மன்றத்தைக் கைப்பற்ற எண்ணிப்
பெரும் போர் செய்த
அச்சமூட்டும் போர்க் களத்தில்
வெட்டிய கோடாலியால் விழுந்த
மரத்தைப் போல
வாளின் மேல் கிடந்த
ஆண்மை மிக்கவனாகிய உன் மகனின் திறத்தில்
நட்சத்திரங்கள் பலவும் மின்னும்,
பெரிய வானத்தைப் போல,
ஒலிக்கும் முரசினையும்,
இனம் மிகு யானைகளையும்,
இப்பூமியில் பெரிதும்
தம் அதிகாரத்தைச் செலுத்திய அரசர்களும்
போர்க்களத்தில் ஒன்றுகூடி
வருந்துகின்றனர்.

341. 'நேற்று பெண்கள்; இன்று' (271)

வெறி பாடிய காமக் கண்ணியார்.
காமக் கண்ணியார் - காமாட்சி;
காஞ்சியில் இருக்கும் பெண் தெய்வம்.
வெறி - தெய்வம் ஏறுதல், இதுபற்றிச்
சிறப்பாகப் பாடிய பெண் என்பர்.

பாடல்

நீர் அறவு அறியா நிலமுதற் கலந்த
கருங் குரல் நொச்சிக் கண் ஆர் குரூஉத் தழை,
மெல் இழை மகளிர் ஐது அகல் அல்குல்,
தொடலை ஆகவும் கண்டனம்; இனியே,
வெருவரு குருதியொடு மயங்கி, உருவு கரந்து,   5

ஒறுவாய்ப் பட்ட தெரியல் ஊன் செத்து,
பருந்து கொண்டு உகப்ப யாம் கண்டனம்--
மறம் புகல் மைந்தன் மலைந்தமாறே!

திணை: நொச்சி   துறை: செருவிடை வீழ்தல்.
புலவர்: வெறி பாடிய காமக்கண்ணியார்.

நீர் இல்லாது போவது என்பதையே அறியாத
நிலத்தோடு இணைந்து நிற்கும்
கரிய, பூங்கொத்துக்களை உடைய நொச்சியின்
கண்ணுக்கு நிறைவான அழகிய நிறமுடைய தழை,
நகைகளை உடைய
மெல்லிய இளம் பெண்களின் அல்குலிடத்து
முன்பு அணியப்பட்டிருக்கக் கண்டோம்.

இப்பொழுதோ
அந்த நொச்சியை
வீரம் விளைக்க விரும்பும்
இளையன் அணிந்திருப்பதால்
அச்சம் தரும் இரத்தத்தோடு கலந்து
வடிவம் மாறி
மூளியாகிக் கிடக்கும் அதை
ஊன் என்று எண்ணிப்
பருந்து கவர்ந்து கொண்டு
மகிழ்வதைக் கண்டோம்.

342. 'நெடுந்தகையின் உரிமையும் நீயே' (272)

இப்பாடல், வெறி பாடிய காமக்கண்ணியாரின்
பாடற் கருத்தைப் போலவே
இருக்கக் காணலாம்.

பாடல்

மணி துணர்ந்தன்ன மாக் குரல் நொச்சி!
போது விரி பல் மரனுள்ளும் சிறந்த
காதல் நல்மரம் நீ; நிழற்றிசினே!--
கடியுடைவியல் நகர்க் காண்வரப் பொலிந்த
தொடியுடை மகளிர் அல்குலும் கிடத்தி;   5

காப்புடைப் புரிசை புக்கு மாறு அழித்தலின்,
ஊர்ப் புறங்கொடாஅ நெடுந்தகை
பீடு கெழு சென்னிக் கிழமையும் நினதே.

திணை: நொச்சி   துறை: செருவிடை வீழ்தல்.
புலவர்: மோசிசாத்தனார்.

நீல மணி பூத்தது போன்ற
கருங் கொத்துகளை உடைய நொச்சியே!
பூக்களைப் பூக்கும்
பல்வேறுபட்ட மரங்களுக்குள்ளும்
ஆசை கொள்ளத்தக்க மரம் நீயே!

காவல் மிகுந்த
அகலமான நகரத்திற்குள்
காண்பதற்கு இனிமையான
அழகு மிக்க, தொடி என்னும்
அணியையும் உடைய பெண்களின்
அல்குலிலும் கிடக்கின்றாய்
(அது போலவே)

காவல் மிகுந்த கோட்டைக்குள்
புகும் பகைவரை அழிப்பதால்
ஊரைக் கைவிடாமல் காக்கும் பெருவீரனின்
பெருமைமிக்க தலைக்குரிய உரிமையும்
உன்னுடையதே.

343. 'குதிரை வரவில்லையே' (273)

எருமை வெளியனார் (303)
எருமை வெளி - ஒர் ஊரின் பெயர்
இயற்பெயர் தெரியவில்லை.

பாடல்

மா வாராதே; மா வாராதே;
எல்லார் மாவும் வந்தன; எம் இல்,
புல் உளைக் குடுமிப் புதல்வற் தந்த
செல்வன் ஊரும் மா வாராதே-
இரு பேர் யாற்ற ஒரு பெருங் கூடல் 5

விலங்கிடு பெரு மரம் போல,
உலந்தன்றுகொல்; அவன் மலைந்த மாவே?

திணை: தும்பை   துறை: குதிரை மறம்.
புலவர்: எருமை வெளியனார்.

குதிரை வரவில்லையே!
எல்லார் குதிரைகளும் வந்துவிட்டன;
சிறியதாக அசையும்
குடுமியை உடைய புதல்வனை
எனக்குத் தந்த கணவன்
ஏறிச் சென்ற குதிரை
இன்னும் வரவில்லையே! (ஒரு வேளை)

இரண்டு பெரிய ஆறுகள்
கூடுவதைத் தடுக்கும்
பெரிய மரம் அலைக்கப்பட்டு வீழ்வது போல
இரண்டு பெருஞ் சேனைகளும் மோதும்போது
இடையே அவன் ஏறிச் சென்ற குதிரையும்
இங்குமங்குமாக அலைக்கப்பட்டு
அழிந்து போனதோ?
குதிரை வரவில்லையே.

344. 'ஐயவி புகைத்து ஆவியை விரட்டுவோம்' (281)

பாடல்

தீம் கனி இரவமொடு வேம்பு மனைச் செரீஇ,
வாங்கு மருப்பு யாழொடு பல் இயம் கறங்க,
கை பயப் பெயர்த்து மை இழுது இழுகி,
ஐயவி சிதறி, ஆம்பல் ஊதி,
இசை மணி எறிந்து, காஞ்சி பாடி,

நெடு நகர் வரைப்பின் கடி நறை புகைஇ,
காக்கம் வம்மோ - காதல்அம் தோழி!--
வேந்துறு விழுமம் தாங்கிய
பூம் பொறிக் கழற் கால் நெடுந்தகை புண்ணே.

திணை: காஞ்சி துறை: பேய்க் காஞ்சி.

புலவர்: அரிசில் கிழார்.

அன்பின் அழகிய தோழியே!
சுவையான பழங்களை உடைய
இரவத்தின் தழையோடு, வேப்பந் தழையையும்
சேர்த்து வீட்டில் செருகுவோம்;

மருப்பு என்னும் உறுப்புடன் சேர்ந்த
வளைந்த யாழோடு
பல இசைக் கருவிகளும் ஒலிக்கக்,
கையை மெல்ல எடுத்து, மை இட்டு,
வெண்சிறு கடுகைச் சிதறி,
ஆம்பலங் குழலால் ஊதி,
இசைக்குரிய மணியை அடித்து,
காஞ்சிப் பண்ணைப் பாடி,

நீண்ட மணமுள்ள
அகில் முதலானவற்றைப் புகைத்து,
வேந்தன் அடைந்த துன்பத்தைக் தடுத்த,
அழகிய வேலைப்பாடு அமைந்த
கழலைக் காலில் அணிந்த
வீரனின் புண்ணிலிருந்து
அவனைக் காப்பாற்றுவோம்; வாயேன்.

345. 'பகையை அழித்தபின் வருவானோ?' (296)

போருக்குச் சென்ற வீரர்
அனைவரும் வந்து விட்டனர்.
அவன் தேர் மட்டும் வருவதற்குக்
கால தாமதம் ஆகிறது.
அதை எண்ணிய அவன் தாய்..

பாடல்

வேம்பு சினை ஒடிப்பவும், காஞ்சி பாடவும்
நெய்யுடைக் கையர் ஐயவி புகைப்பவும்,
எல்லா மனையும் கல்லென்றவ்வே;
வேந்து உடன்று எறிவான்கொல்லோ--
நெடிது வந்தன்றால் நெடுந்தகை தேரே?   5

திணை: வாகை   துறை: ஏறாண் முல்லை.
புலவர்: வெள்ளைமாளர்.

(புண்பட்டவர்களைப்
பேய் நெருங்காதிருக்கப்
பெண்கள்)
வேம்பின் கிளைகளை ஒடித்து
அதன் இலையைக் கொண்டு வரவும்
காஞ்சிப் பண்ணைப் பாடவும்
நெய்யை உடைய கையால்
வெண்சிறு கடுகைப் புகைக்கவும்
வீடுகளில் எல்லாம்
ஒ என்ற ஆரவாரம் கேட்கிறது
பகை மன்னனைக் கொன்று
வீழ்த்தாமல் திரும்பக் கூடாது எனப்
பொருமுகின்றானோ?
அவன் தேர் காலந் தாழ்த்தி வந்தது.

346. 'பாடும் புலவர்களின் பாடலில் வாழ்கிறான்' (282)

பாடல்

எஃகு உளம் கழிய இரு நில மருங்கின்,
அருங் கடன் இறுத்த பெருஞ் செயாளனை,
யாண்டு உளனோ? என, வினவுதிஆயின்,
....
வரு படை தாங்கிய கிளர் தார் அகலம்
அருங் கடன் இறுமார் வயவர் எறிய,
உடம்பும் தோன்றா உயிர் கெட்டன்றே;
மலையுநர் மடங்கி மாறு எதிர் கழியத்
....
அலகை போகிச் சிதைந்து வேறாகிய
பலகை அல்லது, களத்து ஒழியாதே;
சேண் விளங்கு நல் இசை நிறீஇ,
நா நவில் புலவர் வாய் உளானே.

புலவர்: பாலை பாடிய பெருங்கடுங்கோ.

அவன் நெஞ்சில் பகைவரின்
வேல் இறங்கியது;
ஆனாலும் இப்பரந்த உலகில்
அருங் கடமையை ஆற்றிய
பெருஞ் செயலை ஆளும் வீரனை
எங்கே இருக்கிறான்
என்று கேட்கின்றாய்

ஆராய்ந்தால்
தன்னை எதிர்த்து வந்த
படையைத் தடுத்த,
ஒளிரும் மாலை அணிந்த மார்பு,
தம் அரிய செயலை முடிப்பதற்குப்
பகைவர் எறிந்த படைக்கலங்களுக்குள் கிடப்பதால்
உடம்பும் தெரியாமல் போயிற்று;
கண்ணுக்குத் தெரியாத உயிரும் நீங்கியது.

போரிடும் எதிரிகள் பின் வாங்கி,
எதிர்ப்பு குறைந்து கெடுவதால்
அமைதி இழந்து, கேடகம் சிதைந்து
துண்டு துண்டாகி ஒழிந்தது.
ஆனால் அவனோ, களத்திலேயே கிடந்து விடாமல்
நெடுந் தொலைவிலும் பரவும்
நற்புகழை நிலை நிறுத்தி
புலவர்கள் பாடும் பாடலில் வாழ்கிறான்.

347. 'பாழ்பட்ட ஊர்' (355)

பாடல்

மதிலும் ஞாயில் இன்றே; கிடங்கும்,
நீஇர் இன்மையின், கன்று மேய்ந்து உகளும்;
ஊரது நிலைமையும் இதுவே;
....

இந்த ஊரின் மதிலுக்கும்
அதன் உறுப்பாகிய ஞாயில் இல்லை;
அகழியில் நீர் இல்லாததால்
கன்றுகள் மேய்ந்து திரியும்;
ஊரின் நிலையும் இதுதான்.
இவள் தந்தை இதுபற்றிய சிந்தனையற்றவன்.
இவளுடைய தமையன்மார் கண்ணுக்கு
அழகு நிறைந்த ஆத்திமாலையும் விரைந்து செல்லும்
குதிரையும் உடைய கிள்ளி.........

சேரமான் கணைக்கால் இரும்பொறை

கணைக்கால் இரும்பொறை சேரமன்னன்.
இப்பெயருக்கான காரணம், விளங்கவில்லை,
இவன் ஆண்ட ஊர் தொண்டி
இவனுக்கும்
சோழன் கோச்செங்கணானுக்கும் பகை,
செங்கணான் இரும் பொறையைத்,
திருப்போர்ப் புறத்துப் போரில்
சிறைப்பிடித்து விட்டான்.
பிடிபட்ட அவனை
குடவாயிற் கோட்டம் (கும்பகோணம்) கோட்டையின்
மேற்குவாயில் புறத்தில் இருந்த
சிறைக்கூடத்தில் சிறைப்படுத்தினான். (த.வ.அ)

சிறையில் இருந்த மன்னனுக்குத் தாகம்;
தகுதியை விட்டுக்
காவலரிடம் கேட்டு விட்டான்.
நிலை இழந்து விட்டால்
மன்னன் என்ன?
அவர்கள் உடனே தரவில்லை
காலம் தாழ்த்தினர்.
இந்த இடை வெளியில் மன்னன்
நெஞ்சொடிந்து போனான்.

தாமதமாகத் தரப் பெற்ற தண்ணீரை
உண்டுதான் உயிர் வாழ வேண்டுமா?
மானம் இழந்த பின்
உயிர் வாழாக் கவரிமான் ஆனான்.
அப்போது அவன் பாடிய பாட்டு
இது என்பர்;

இந்தப் பாட்டு எப்படி
ஏட்டிற்கு வந்தது?
எதிலும் (சுவரில்) எழுதி வைத்து விட்டு
இறந்தானோ? விளக்கம் இல்லை.

348. 'வயிற்றுப் பசிக்காக எதையும், வாங்குவாரோ பிறரிடம்' (74)

பாடல்

குழவி இறப்பினும், ஊன்தடி பிறப்பினும்,
'ஆள் அன்று' என்று வாளின் தப்பார்;
தொடர்ப்படு ஞமலியின் இடர்ப்படுத்து இரீஇய
கேள் அல் கேளிர் வேளாண் சிறுபதம்,
மதுகை இன்றி, வயிற்றுத் தீத் தணிய,   5

தாம்இரந்து உண்ணும் அளவை
ஈன்மரோ, இவ் உலகத்தானே?

திணை: பொதுவியல் துறை: முதுமொழிக் காஞ்சி.
புலவர்: சேரமான் கணைக்காலிரும்பொறை.

மன்னர் குடியில் குழந்தை
இறந்து பிறந்தாலும்
தசைப் பிண்டமாகப் பிறந்தாலும்
அது முழுமையான ஆள் அல்ல
என்று எண்ணாமல்,

(போரில் மாண்டவர் அடையும்
நற்கதியை இவரும் அடைய வேண்டும்
என்றுகடவுளை வேண்டி,)
வாளால் வெட்டிப் புதைப்பது வழக்கம்.

அரசர் என்றபோதும்
பகைவரது வாளால் வீழாமல்
சங்கிலியால் கட்டப்பட்ட நாய் போலக் கட்டி,
துன்பப் படுத்தி விட்டனர்.
இது உறவற்ற சுற்றம்.
இவர்கள் உதவியாகக் கொடுத்த தண்ணீரை
வயிற்றுப் பசியைப் போக்க எண்ணிப்
பிச்சையாக வாங்கியேனும்
உண்ணும் எண்ணம் உடையவரை
இவ்வுலகில் அவ்வரசர் பெறுவார்களோ?
(ஒருநாளும், பெற மாட்டார்)

4.3 வீரர் மறைவும் புலவர் நிலையும்

1. மறைவை நம்ப மறுத்தல் -233
2. வீரன் வீட்டில் - 238, 239
3. அவன் நாட்டில் - 242, 244
4. புலவர் நிலை - 383.

349. 'பொய்யே ஆகட்டும்' (233)

பாடல்

பொய்யாகியரோ! பொய்யாகியரோ!
பா அடி யானை பரிசிலர்க்கு அருகாச்
சீர் கெழு நோன் தாள் அகுதைகண் தோன்றிய
பொன் புனை திகிரியின் பொய்யாகியரோ!---
'இரும் பாண் ஒக்கற் தலைவன், பெரும் பூண், 5

போர் அடு தானை, எவ்வி மார்பின்
எஃகுறு விழுப்புண் பல' என
வைகுறு விடியல், இயம்பிய குரலே.

திணை: பொதுவியல் துறை: கையறுநிலை.
புலவர்: வெள்வெருக்கிலையார்.
மன்னன்: வேள் எவ்வி.

பெரும் பாணர்களின் சுற்றத்திற்குத் தலைவனும்
போரில் கொல்லும் படையினையும் உடைய
எவ்வியின் மார்பில்
வேல் குத்தியதால் ஆன பெரும் புண்
பல என்று பொழுது புலரும் விடியற்காலத்தில்
சொல்லப்பட்ட வார்த்தை பொய்யாகட்டும்;
பொய்யே ஆகட்டும்

பரந்த அடியை உடைய யானைகளைப்
பரிசிலருக்குக் குறையாமல் கொடுக்கும்
தகுதி மிக்கவன்,
வலிய முயற்சியையும் உடையவன் ஆகிய
அகுதையிடம் உள்ள (பொன்னால்) இரும்பால் ஆன
சக்கரம் போலவே
பொய்யாய்ப் போகட்டும்.

350. 'கண்ணில்லாத ஊமை கடலில் வீழ்ந்தது போல' (238)

பாடல்

கவி செந் தாழிக் குவி புறத்து இருந்த
செவி செஞ் சேவலும் பொகுவலும் வெருவா,
வாய் வன் காக்கையும் கூகையும் கூடி,
பேஎய் ஆயமொடு பெட்டாங்கு வழங்கும்
காடு முன்னினனே, கட் காமுறுநன்;

தொடி கழி மகளிரின் தொல் கவின் வாடி,
பாடுநர் கடும்பும் பையென்றனவே;
தோடு கொள் முரசும் கிழிந்தன, கண்ணே;
ஆள் இல், வரை போல், யானையும் மருப்பு இழந்தனவே;
வெந் திறல் கூற்றம் பெரும் பேதுறுப்ப,

எந்தை ஆகுல அதற் படல் அறியேன்;
அந்தோ! அளியேன் வந்தனென்; மன்ற
என் ஆகுவர்கொல், எற் துன்னியோரே?
மாரி இரவின், மரம் கவிழ் பொழுதின்,
ஆர் அஞர் உற்ற நெஞ்சமொடு, ஒராங்குக்

கண் இல் ஊமன் கடற் பட்டாங்கு,
வரை அளந்து அறியாத் திரை அரு நீத்தத்து,
அவல மறு சுழி மறுகலின்,
தவலே நன்றுமன்; தகுதியும் அதுவே.

திணை: பொதுவியல் துறை: கையறுநிலை.

புலவர்: பெருஞ்சித்திரனார்.

மன்னன்: இளவெளிமான்.

வீரர்கள் விரும்பும் கள்ளைப்
பெரிதும் விரும்புபவன் (வெளிமான்);
அவன் இப்போது இடுகாட்டிற்குப்

புறப்பட்டு விட்டான்.
அந்தக் காட்டில்
பிணத்தை உள்ளே வைத்துப்
புதைக்கப்பட்ட கவிழ்ந்த
சிறந்த நிறத் தாழியின்
குவிந்த வெளிப்பக்கம் தெரிகிறது.

அதன்மேல்
சிவந்த காதுடைய ஆண் கழுகும்,
பொகுவல் என்னும் பறவையும்
பயப்படாமல் அமர்ந்திருக்கின்றன.
அவற்றோடு கூட
வாயில் பலமுள்ள காக்கையும் கோட்டானும கூடிப்
பேயினத்துடன் தாம் விரும்பியபடி எல்லாம்
பறந்து திரிகின்றன.

அவனுடைய வளை கழிக்கப்பட்ட
உரிமை மனைவியரைப் போல
பழம் அழகு போய்,
பாடுபவரின் சுற்றமும்
ஒளி மழுங்கி இருக்கின்றன.
பல தொகுதியான முரசுகளும்
கண் கிழிந்தன.
பாகர் முதலான
ஆளற்ற, மலை போன்ற யானைகளும்
மருப்பை இழந்து விட்டன.
இவ்வாறு கொடும் திறம் கொண்ட எமன்
பேரிழப்பைக் கொடுக்க,
என் இறைவன் இறந்துபட்டதை அறியாதவனாய்
ஐயோ! இரக்கத்திற்குரியவனாகிய நான் வந்தேன்.

என்னை அடைந்த சுற்றத்தார்
எத்தகைய துயரத்தை அடைவார்களோ?
மழையுள்ள இரவுப் பொழுதில்

கடலில் மரக்கலம் கவிழ்ந்த போது
அதில் தாங்க முடியாத
துன்பம் அடைந்த நெஞ்சுடன்
கண்களும் இல்லாத
வாயும் பேசமுடியாத ஒருவன்
அந்தக் கடலில் மூழ்கினாற் போல
அளவு இவ்வளவு என்று அறியப்படாத,
அலை இல்லாத வெள்ளத்தில்
துன்ப மறு சுழியில் சிக்கிச் சுழலுவதை விட
இறந்து போவதே நல்லது!
நமக்குத் தகுந்த செயலும் அதுவே.

351. 'அறுத்தாலும் சரி; எரித்தாலும் சரி; நடப்பது நடக்கட்டும்' (239)

நம்பி நெடுஞ் செழியன்
இவன் பாண்டிய நாட்டுச் சிற்றரசன், இவனைப்
பேரெயின் முறுவலார் பாடியது.
பேரெயில், காவிரியின் தென்கரையில் உள்ள ஊர்.
இப்பெயர் சிவனைக் குறிக்கும் என்பர்.

பாடல்

தொடியுடைய தோள் மணந்தனன்;
கடி காவில் பூச் சூடினன்;
தண் கமழும் சாந்து நீவினன்;
செற்றோரை வழி தபுத்தனன்;
நட்டோரை உயர்பு கூறினன்;   5

'வலியர்' என, வழிமொழியலன்;
'மெலியர்' என, மீக்கூறலன்;
பிறரைத் தான் இரப்பு அறியலன்;
இரந்தோர்க்கு மறுப்பு அறியலன்;
வேந்துடை அவையத்து ஓங்கு புகழ் தோற்றினன்;   10

வருபடை எதிர் தாங்கினன்;
பெயர்படை புறங்கண்டனன்;
கடும் பரிய மாக் கடவினன்;
நெடுந் தெருவில் தேர் வழங்கினன்;
ஓங்கு இயல் களிறு ஊர்ந்தனன்;   15

தீம் செறி தசும்பு தொலைச்சினன்;
பாண் உவப்பப் பசி தீர்த்தனன்;
மயக்குடைய மொழி விடுத்தனன்; ஆங்குச்
செய்ப எல்லாம் செய்தனன் ஆகலின்--
இடுக ஒன்றோ! சுடுக ஒன்றோ!   20

படு வழிப் படுக, இப் புகழ் வெய்யோன் தலையே!

திணை: பொதுவியல் துறை: கையறுநிலை

புலவர்: பேரெயின் முறுவலார்

மன்னன்: நம்பி நெடுஞ்செழியன்

(நம்பி நெடுஞ் செழியன்) இளம் பெண்களின்
வளை அணிந்த தோளைத் தழுவினான்.
காவல் மிக்க இளஞ் சோலையின்
பூவைச் சூடினான்;
குளிர்ந்து மணக்கும்
சந்தனத்தைப் பூசினான்.
தன்னைப் பகைத்தவரைக் கிளையோடும் அழித்தான்.
நட்புக் கொண்டவரை உயர்வாகக் கூறினான்.
இவர் நம்மை விட வலியவர்
என்று எண்ணி அவரை
வழிபடவும் மாட்டான்;
இவர் நம்மை விட எளியவர்
என்று எண்ணி அவரினும் பெரிதாகத்
தான் பேசவும் மாட்டான்.
பிறரிடம் தான் ஒன்றை

இரந்தும் அறியான்.
தன்னைச் சூழ்ந்து வந்து
கேட்பவருக்கு ஏதும் இல்லை என்று
மறுத்தும் அறியான்.

அரசர்களுடைய அவைக் களத்தில்
தன் உயர்ந்த புகழை வெளிப்படுத்தினான்.
தன்னை எதிர்த்து வரும் படையைத்
தன் எல்லைக்குள் புகாமல்
எதிர்த்து நின்று தடுத்தான்;
புறங்காட்டி ஓடும் படையின்
ஓட்டங் கண்டு
அதன்பின் செல்லாமல் நின்றான்.

விரைந்து ஓடும் ஓட்டமுடைய குதிரையைத்
தன் மனத்தைவிட வேகமாகச் செலுத்தினான்.
நீண்ட வீதியில் தேரைச் செலுத்தினான்.
உயர்ந்த இயல்பையுடைய களிற்றைச் செலுத்தினான்.
இனிய அடர்ந்த மதுவுள்ள குடங்களைப்
பலருக்கும் வழங்கித் தீர்த்தான்,
பாணர் மகிழுமாறு அவர்
பசியைப் போக்கினான்.
நடுவுநிலை தவறாதவன்
நடுவுநிலையின் போது மயக்கம் இல்லாத சொற்களைக்
கூறினான்.
இவ்வாறு செய்ய வேண்டியவற்றை எல்லாம்
செய்தான் என்பதால்
புகழ் விரும்பியாகிய அவன் தலையை
வாளால் அறுத்துப் போட்டாலும் போடுங்கள்;
அல்லது எரித்தாலும் எரியுங்கள்;
நடப்பது நடக்கட்டும்.

352. 'முல்லையே இனியும் நீ பூப்பாயோ?' (242)

பாடல்

இளையோர் சூடார்; வளையோர் கொய்யார்;
நல் யாழ் மருப்பின் மெல்ல வாங்கி,
பாணன் சூடான்; பாடினி அணியாள்;
ஆண்மை தோன்ற ஆடவர்க் கடந்த
வல் வேற் சாத்தன் மாய்ந்த பின்றை

முல்லையும் பூத்தியோ, ஒல்லையூர் நாட்டே?

திணை: பொதுவியல் துறை: கையறுநிலை

புலவர்: குடவாயிற் கீரத்தனார்

மன்னன; ஒல்லையூர் கிழான் மகன் பெருஞ்சாத்தன்

தனது திறம் மிக்கவீரம் எல்லார்க்கும் விளங்குமாறு
தன்னை எதிர்த்தவரை
எதிர் நின்று கொன்று வென்ற
வலிமையான வேலை உடைய சாத்தன்
இறந்து போன பின்பு
ஒல்லையூர் நாட்டில்
இளம் வீரர் தலை மாலை சூட மாட்டார்;
வளை அணிந்த பெண்கள்
பறிக்க மாட்டார்கள்.
நல்ல யாழின் கோட்டை மெல்ல வளைத்துப்
பறித்துப் பாணன் சூடிக் கொள்ள மாட்டான்.
பாடினியும் சூட மாட்டாள்.

இத்தனைக்கும் பின்பு
ஒ! முல்லைப் பூவே!
சாத்தனது ஒல்லையூர் நாட்டில்
நீ பூக்கவும் செய்வாயோ?

353. 'முன்னங் கையில் தொடி இல்லை' (244)

பாடல்

பாணர் சென்னியும் வண்டு சென்று ஊதா;
விறலியர் முன்கையும் தொடியின் பொலியா;
இரவல் மாக்களும்.........................
....
....

பாணர் தலையில்
வண்டு வந்து தாது ஊதுவதில்லை.
விறலியர் முன்னங் கையோ
தொடியால் அழகு பெறுவது இல்லை.
இரப்போரும்...........

354. 'அவியனைப் பெற்றேன் வருந்த மாட்டேன்' (383)

பாடல்

ஒண்பொறிச் சேவல் எடுப்ப ஏற்றெழுந்து,
தண் பனி உறைக்கும் புலரா ஞாங்கர்.
நுண் கோல் சிறு கிணை சிலம்ப ஒற்றி,
நெடுங் கடை நின்று, பகடு பல வாழ்த்தி,
தன் புகழ் ஏத்தினெனாக, ஊன் புலந்து,   5

அருங் கடி வியல் நகர்க் குறுகல் வேண்டி,
கூம்பு விடு மென் பிணி அவிழ்த்த ஆம்பல்,
தேம் பாய் உள்ள தம் கமழ் மடர் உள,
பாம்பு உரி அன்ன வடிவின, காம்பின்
கழை படு சொலியின் இழை அணி வாரா   10

ஒண் பூங்கலிங்கம் உடீஇ, நுண் பூண்
வசிந்து வாங்கு நுசுப்பின், அவ் வாங்கு உந்தி,
கற்புடை மடந்தை தன் புறம் புல்ல,
எற் பெயர்ந்த நோக்கி...................
........................கல் கொண்டு   15

அழித்துப் பிறந்ததெனனாகி, அவ் வழி,
பிறர், பாடு புகழ் பாடிப் படர்பு அறியேனே;
குறு முலைக்கு அலமரும் பால் ஆர் வெண் மறி,
நரை முக ஊகமொடு, உகளும், சென.
....................கன்று பல கெழீஇய   20

கான் கெழு நாடன், கடுந் தேர் அவியன், என
ஒருவினை உடையேன்மன்னே, யானே;
அறான், எவன் பரிகோ, வெள்ளியது நிலையே?

திணை: பாடாண்   துறை: கடைநிலை

புலவர்: மாறோக்கத்து நப்பசலையார்

ஒளிமிக்க புள்ளிகள் கொண்ட சேவல்
உறங்கியவர்கள் துயில் உணர்ந்து
எழுமாறு கூவி எழுப்ப,
படுக்கையிலிருந்து எழுந்து
குளிர் பனி துளிக்கும் இன்னும்
விடியாத பொழுதில்
நுண்ணிய கோல் கட்டப்பெற்ற சிறுகிணைப் பறை
முழங்குமாறு அடித்து
நெடிய மனை வாசலில் நின்று
உழும் எருதுகளையும்,
எருமைக் கடாக்களையும் வாழ்த்தி
அவியனின் புகழைச் சிறப்பாகப் பாடினேன்.

பின்பு உடல் மெலிய என்னிடம் இருந்த
வறுமைத்துயர் நீங்க
குவிந்த மொட்டு தன் மெல்லிய கட்டை
அவிழ்த்த ஆம்பல் பூவைப் போன்ற
தேன் ஒழுக மணக்கும் கள்ளின் தெளிவை
அழகிய மடாரில் பெய்து
உண்ணச் செய்து
அரிய காவல் மிக்க அகன்ற
அவன் பெருமனைக்குள் அவன்
பார்க்குமாறு நாம் அணுக விரும்பி
பாம்பின் தோல் போன்று இழைகளின் வரிசையை
அறிய முடியாதபடி நெய்யப்பட்ட,
ஒளிமிகு பூவேலை செய்யப்பட்ட
கலிங்கம் என்னும் நல்ல ஆடையை
உடுத்துவித்தான்.

நுண்ணிய அணிகலன்களை அணிந்ததால்
மின்னலைப் போல மின்னி
வளைந்த இடையையும்,
அழகு மிக சுழிந்த கொப்பூழையும்,
கற்பையும் உடைய பெண்ணாகிய
தன் மனைவி
தன் முதுகைத் தழுவ
படுக்கையில் கிடந்து உறங்கியவன்

என்னை விட்டு விலகிப் பார்த்து

அதனால் திரும்பப் பிறந்தவன் போன்று ஆகி,
மற்றவர்தம் புகழைப் பாடிச்
செல்வதை அறியாதவன் ஆனேன்.
பாலைப் பருகத் தாயைச் சுற்றித் திரிந்து
பால் பருகும் இளம் ஆட்டுக் குட்டிகள்
வெளுத்த முகக் குரங்குக் குட்டியுடன்
விளையாடும் மூங்கில் வளர் குன்றுகள்

பல பொருந்தி காடுகள் நிறைந்த நாடன்
விரைந் தோடும் தேர் அவியன்
என்னும் ஒருவனைப் பெற்றிருக்கிறேன்.
அவன் காக்கும் கடமையிலிருந்து விலக மாட்டான்.
வெள்ளி (சுக்கிரன்) என்னும் நட்சத்திரம்
நிற்கும் நிலைமைக்கு இனி உலகு என்னாகுமோ என்று
சிறிதும் வருந்த மாட்டேன்.

5. போருக்குப் பின் பெண்களின் நிலை

1. காயப்பட்ட கணவனோடு - 280
2. கணவன் மடிய- 253, 254
3. கடுகாட்டில் - 356
4. புதைத்த பின் - 234, 249
5. கைம்பெண் உண்ண - 248, 250
6. பூ இல்லை - 293
7. தலை மொட்டை - 261, 256
8. முதுமக்கள் தாழி - 263, 264, 265
9. நடுகல் -260, 335
10. மனைவி மடிய - 245
11. மன்னன் மடிய - 246, 247

355. 'கழிகல மகளிர்' (280)

பாடல்

என்னை மார்பில் புண்ணும் வெய்ய;
நடுநாள் வந்து தும்பியும் துவைக்கும்;
நெடுநகர் வரைப்பின் விளக்கும் நில்லா;
துஞ்சாக் கண்ணே துயிலும் வேட்கும்;
அஞ்சுவரு குராஅல் குரலும் தூற்றும;   5

நெல்நீர் எறிந்து விரிச்சி ஓர்க்கும்
செம்முது பெண்டின் சொல்லும் நிரம்பா;
துடிய! பாண! பாடுவல் விறலி!
என் ஆகுவிர்கொல்;? அளியிர்; நுமக்கும்
இவண்உறை வாழ்க்கையோ, அரிதே! யானும்   10

மண்ணுறு மழித்தலைத், தெண் நீர் வார,
தொன்றுதாம் உடுத்த அம் பகைத் தெரியற்
சிறுவெள் ஆம்பல் அல்லி உண்ணும்
கழி கல மகளிர் போல,
வழி நினைந்திருத்தல், அதனினும் அரிதே!   15

திணை: பொதுவியல் துறை: ஆனந்தப் பையுள்

புலவர்: மாறோக்கத்து நப்பசலையார்

என் தலைவனின் மார்புக் காயம்
கடுமையானதாக இருக்கிறது.
அதில் உள்ள புண்ணின் வாடைக்கு
தும்பி என்னும் வண்டு
நடு இரவில் வந்து
புண்ணைத் துளைக்கிறது.
பெரிய வீட்டில் ஏற்றப்பட்டுள்ள விளக்கோ
அடிக்கடி அணைந்து போகிறது.

அவன் அருகில் அமர்ந்து
உறங்காமல் இருக்கும்
என் கண்களோ
உறக்கத்தை விரும்புகின்றன.
பயம் ஊட்டும் பெரும் சத்தத்தைப்
பெண் கூகை உண்டாக்குகிறது.
நெல்லும் நீரும் இரைத்து
நல்ல சொல்லைக் (சகுனத்தை)
காதைத் தாழ்;த்திக் கேட்கும்
முதியவள் சொல்லும் சொற்களோ
நம்பிக்கை தருவதாக இல்லை.

துடியனே! பாணனே!
பாடும் திறமுள்ள விறலியே!
இனி நீங்கள் என்ன ஆவீர்களோ?
இரக்கத்திற்குரியவர்களே!
இங்கே வாழும் வாழ்க்கையோ
இனி உங்களுக்கு மிகவும் சிரமமே;
நானும் மொட்டை அடிக்கப்பட்ட
தலையில் தண்ணீர் வழிய,
முன்பு நான் உடுத்திய அழகிய
பகை மாலையாகிய
சிறு வெள் ஆம்பலின் அரிசியை உண்ணும்
(அணிகலன்களைத் துறக்கும்) விதவைகள் போல
வரும் நாளெல்லாம் அவனையும்,
அடுத்து வருவதையுமே எண்ணி இருப்பது
அதைவிடக் கொடுமையானதாகும்.

356. 'வளையல் இல்லாக் கையைத் தலைமேல் வைத்து' (253)

பாடல்

என் திறத்து அவலம் கொள்ளல், இனியே;
வல் ஆர் கண்ணி இளையர் திளைப்ப,
'நகாஅல்' என வந்த மாறே, எழா நெல்
பைங் கழை பொதி களைந்தன்ன விளர்ப்பின்,
வளை இல், வறுங் கை ஓச்சி,

கிளையுள் ஒய்வலோ? கூறு நின் உரையே!

திணை: பொதுவியல் **துறை:** முதுபாலை.

புலவர்: குளம்பாதாயனார்.

உன்னைப் பிரிந்து
பிரிவைத் தாங்க மாட்டாத
என் மீது இனி வருத்தப்படாதே.
நன்கு சுற்றப்பட்ட
தலைமாலையை உடைய உன்னோடு
சேர்ந்து விளையாட வந்த இளையோர்
விளையாடிக் கொண்டு இருக்க
அவர்களோடு சிரித்து விளையாடேன் என்று
போருக்குச் சென்ற உனது சாவைக்
கேள்விப்பட்ட நான்,

நெல் விளையாத பச்சை மூங்கில்
பட்டையைக்கழித்தது போன்று வெளுத்துப் போன
வளையல் இல்லாத வெறுங்கையை
என் தலைமேல் வைத்துக் கொண்டு இறந்து போகாமல்
உன் சுற்றத்தாரிடம் அனுப்பச் செல்வேனோ?
என்னசொல்லுகிறாய், எனக்குச் சொல்லு.

357. 'ஓயாது புகழும் தாய்' (254)

கயமனார் - இவர்
பெயர்க் காரணம் தெரியவில்லை.
குறுந்தொகை (9) பாட்டு வரியும் கருத்தும்கொண்டு
இப்பெயர் கொடுக்கப்பட்டதாம்.
அங்கே அந்தப் பெயர் சரி;
அதே பெயர்இங்கே எப்படி வந்தது?
எதனால் தந்தனர்?

பாடல்

இளையரும் முதியரும் வேறு புலம் படர,
எடுப்ப எழாஅய், மார்பம் மண் புல்ல,
இடைச் சுரத்து இறுத்த, மள்ள! விளர்த்த
வளை இல் வறுங் கை ஓச்சி, கிளையுள்,
'இன்னன் ஆயினன், இளையோன்' என்று

நின் உரை செல்லும்ஆயின், 'மற்று
முன் ஊர்ப் பழுனிய கோளி ஆலத்து,
புள் ஆர் யாணர்த்தற்றே; என் மகன்
வளனும் செம்மலும் எமக்கு' என, நாளும்
ஆனாது புகழும் அன்னை

யாங்கு ஆகுவள்கொல்? அளியள் தானே!

திணை: பொதுவியல் துறை: முதுபாலை.

புலவர்: கயமனார்.

போர் முடிந்து போனது.
இளைஞரும் முதியவரும்
வேற்று மண்ணிற்குப் போய் விட்டனர்.
வீரனே! நீயோ
உன் மார்பு மண்ணைத் தழுவ

நான் எழுப்பவும் எழாமல்
பாலைநிலத்தில் கிடக்கின்றாய்.

வளையல் இல்லாமல்
வெளுத்துப் போன வெறுங்கையைத்
தலைமேல் வைத்துக் கொண்டு
உன் சுற்றத்தாரிடம் போய்
இளையன் இப்படி ஆனான்
என்று நான் சொல்ல
நீயோ இறந்து போனாய்
இந்தச் சொல் அவர்களிடம் பரவுமானால்
ஊருக்கு முன்னே
பூக்காமலே பழுக்கும் ஆலமரத்தைத் தேடிப்
பறவைகள் பெரிதும் வருவது போல,
புதுவருவாயை உடைய என்
மகனின் செல்வமும் தலைமையும்
எனக்கே என்று நாளும்
ஓயாமல் புகழும் உன் தாய்
இதை எவ்வாறு தாங்கிக் கொள்வாளோ?
அவள் பெரிதும் இரக்கத்திற் குரியவள்தான்.

358. 'மக்கள் கூட்டம் மண்டும் மயானம்' (356)

பாடல்

களரி பரந்து, கள்ளி போகி,
பகலும் கூஉம் கூகையொடு, பிறழ்பல்,
ஈம விளக்கின், பேஎய் மகளிரொடு
அஞ்சு வந்தன்று, இம் மஞ்சு படு முதுகாடு;
நெஞ்சு அமர் காதலர் அழுத கண்ணீர்

என்பு படு சுடலை வெண் நீறு அவிப்ப,
எல்லார் புறனும் தான் கண்டு, உலகத்து
மன்பதைக்கு எல்லாம் தானாய்,
தன் புறம் காண்போர்க் காண்பு அறியாதே.

திணை: காஞ்சி துறை: பெருங்காஞ்சி.

புலவர்: தாயங்கண்ணனார்.

பரந்து கிடக்கும் காடு; அதில்
கள்ளிச் செடிகள் நிறைந்திருக்கின்றன
அங்கே பகல் பொழுதிலும்
இருள் அடர்ந்து இருக்கிறது.
அத்துடன் ஒழுங்கற்ற பற்களோடு
இருக்கும் பேய்ப் பெண்களோடு
பிணத்தைச் சுடும் விறகின்
நெருப்போடு புகையும் மண்டி
அச்சம் தரும் மயானம் அது.

அங்கே காதல் மிகுந்த பெண்கள்
அழுது சிந்திய கண்ணீர்
எலும்புகள் கிடக்கும்
சுடலையின் சாம்பலை அவிக்கிறது.
மக்கள் அனைவரின் எதிர்காலத்தையும்
தான் பார்ப்பது;
மக்கள் கூட்டத்திற்கு எல்லாம்
தானே முடிவான
இடமாய் இருப்பது;
இதன் எதிர்காலத்தைக்
காண வல்லவரை அம்முது காடு
கண்டது இல்லை.

359. 'பிண்டம் வைக்கும் மனைவி' (234)

பாடல்

நோகோ யானே? தேய்கமா காலை!
பிடி அடி அன்ன சிறு வழி மெழுகி,
தன் அமர் காதலி புல் மேல் வைத்த
இன் சிறு பிண்டம் யாங்கு உண்டனன்கொல்--
உலகு புகத் திறந்த வாயில்
பலரோடு உண்டல் மரீஇயோனே?

திணை: பொதுவியல் துறை: கையறுநிலை.
புலவர்: வெள்ளெருக்கிலையார்.
மன்னன்: வேள் எவ்வி.

உலகத்தவர் அனைவரும் நுழையும்படியாகத்
திறந்த வாசலை உடையவன்;
பலரோடுங் கூடச் சேர்ந்து உண்பதையே
விரும்பிச் செய்தவனும் ஆகிய வேள் எவ்வி,
பெண் யானையின் பாதம் போன்ற
சிறிய இடத்தில் மெழுகி,
அவனை விரும்பிய அவன் மனைவி,
புல்மேல் வைத்த இனிய சிறிய பிண்டத்தை
எப்படித்தான் உண்டானோ?

இனி நான்
மனம் நொந்தே வாழ்வேனோ?
என் வாழ்நாட்களும் மாய்வதாக.

360. 'அன்று பலர் உண்ட இடம் இன்று பசுஞ் சாணம் பூசும் இடம்' (249)

பாடல்

கதிர் மூக்கு ஆரல் கீழ்ச் சேற்று ஒளிப்ப,
கணைக் கோட்டு வாளை மீநீர்ப் பிறழ,
எரிப் பூம் பழனம் நெரித்து உடன் வலைஞர்
அரிக் குரல் தடாரியின் யாமை மிளிர,
பனை நுகும்பு அன்ன சினை முதிர் வராலொடு,   5

உறழ் வேல் அன்ன ஒண் கயல் முகக்கும்,
அகல் நாட்டு அண்ணல் புகாவே, நெருநைப்
பகல் இடம் கண்ணிப் பலரொடும் கூடி,
ஒருவழிப்பட்டன்று; மன்னே! இன்றே,
அடங்கிய கற்பின், ஆய் நுதல் மடந்தை,   10

உயர் நிலை உலகம் அவன்புக..............வரி
நீறு ஆடு சுளகின் சீறிடம் நீக்கி,
அழுதல் ஆனாக் கண்ணள்,
மெழுகும், ஆப்பி கண் கலுழ் நீரானே.

திணை : பொதுவியல் துறை : தாபத நிலை.

புலவர் : தும்பி சொகினனார்.

கதிர் நுனி போன்ற
மூக்கை உடைய ஆரல் மீன்
சேற்றின் கீழ் ஒளிந்து கொள்கிறது;
திரண்ட மீசையான
கோட்டை உடைய வாளை மீன்
நீர் மேல் எழுந்து துள்ளுகிறது;

நெருப்பாகச் சிவந்த
பூக்கள் உள்ள பொய்கைகளை
வலை கொண்ட (வலைஞர்) மீன் பிடிப்போர்
நெருங்குகின்றனர்.
அப்போது அவர்களின்
ஓசை நிரம்பாத கிணைப் பறையின்
முகம் போன்ற ஆமை பிறழ்கிறது.
பனையின் துரும்பை ஒத்த சினை முற்றிய வரால்,
அதோடு மாறுபடும் வேல் போன்ற
ஒள்ளியான கயல் மீனை
முகந்து கொள்ளும்
அகன்ற நாட்டின் தலைவனின் உணவு;
அவன் நேற்றுப் பகலில்
பகுக்கும் இடம் பார்த்து
பலருடன் கூடி
ஒரே இடத்தில் இருந்தது;
அது கடந்தது,

இன்று
உயர்ந்த நிலையில் இருக்கும்
விண்ணுலகிற்குள் அவன் சென்று விட்டதால்,
கற்பினையும்
சிறு நெற்றியையும் உடைய மடந்தை
அவனுக்கு உணவு தர வேண்டியதை எண்ணி
சுளகு போன்ற சிறிய இடத்தைத் துடைத்து
அழுவதை நிறுத்தாத கண்ணை உடையவளாய்த்
தன் கண் சிந்தும் நீரால்
பசுஞ் சாணம் கொண்டு மெழுகுகின்றாள்
(அன்று பலரும் கூடி உண்ட இடம்
இன்று மிகச் சிறியதாகச்
சாணமிடும் அளவிற்கு ஆகிவிட்டது)

361. 'இன்பத்திலும் துன்பத்திலும் ஏற்ற துணை ஆம்பல்' (248)

பாடல்

அளியதாமே சிறு வெள் ஆம்பல்!---
இளையமாகத் தழைஆயினவே;
இனியே, பெரு வளக் கொழுநன் மாய்ந்தென, பொழுது மறுத்து,
இன்னா வைகல் உண்ணும்
அல்லிப் படூஉம் புல் ஆயினவே.   5

திணை: பொதுவியல் துறை: தாபதநிலை.

புலவர்: ஒக்கூர் மாசாத்தனார்.

சின்னஞ் சிறிய வெள்ளை ஆம்பல்
பெரிதும் நம் இரக்கத்திற்கு உரியதே,
அன்று நாங்கள்
சிறு வயதினராக இருந்தபோது
தழை ஆடையாக அவை உதவின.

இன்று பெருஞ் செல்வமுடைய கணவன்
மாண்டு போனான்.
நாங்கள் உண்ணும் நேரம் மாறித்
துன்பப்படுகிறோம்.
இப்போதும் (ஆம்பல்)
அல்லி இடத்தில் உண்டாகும்
புல்லரிசியாய் இருந்து உதவுகின்றன.
(நாங்கள் மகிழும் போதும்,
மனம் வாடித் துன்புறும் போதும்
ஆம்பல் எங்களுக்கு உதவுவதால் இரக்கத்திற்குரியதே.)

362. 'வளங்கள் நிறைந்த நகரே!' (250)

பாடல்

குய் குரல் மலிந்த கொழுந் துவை அடிசில்
இரவலர்த் தடுத்த வாயில், புரவலர்
கண்ணீர்த் தடுத்த தண் நறும் பந்தர்,
கூந்தல் கொய்து, குறுந் தொடி நீக்கி,
அல்லி உணவின் மனைவியொடு, இனியே   5

புல்லென்றனையால்--வளம் கெழு திரு நகர்!--
வான் சோறு கொண்டு தீம் பால் வேண்டும்
முனித்தலைப் புதல்வர் தந்தை
தனித் தலைப் பெருங் காடு முன்னியபின்னே.

திணை: பொதுவியல் துறை: தாபதநிலை.
புலவர்: தாயங் கண்ணியார்.

வளங்கள் நிறைந்த அழகிய நகரமே!
வெண்சோற்றை வெறுத்து
இனிய பாலை விரும்பும்
பிள்ளைகளின் தகப்பன்,
தன்னந் தனியாகச்
சுடுகாட்டை அடைந்து விட்டான்;

இப்போது தாளிக்கும் ஓசை மிகுந்த
கொழுத்த துவையலோடு கூடிய
சோற்றை உண்ணும் இரவலரைத்
தன்னிடம் வரத் தடுக்கும் வாசலையும்,
தன்னால் புரக்கப்படுவாரின்
கண்ணீரை மாற்றிய
குளிர்ந்த, மணமிக்க பந்தலை உடைய வீட்டில்
கூந்தலைக் குறைத்து
சிறிய வளையலை நீக்கி
அல்லி அரிசியால் ஆன உணவை
உண்ணும் மனையாளுடன்
நீ உன் அழகை இழந்து போனாய்;

363. 'குடும்பப் பெண்கள் வீட்டிற்கா வேறு பெண்கள் வீட்டிற்கா?' (293)

பாடல்

நிறப் படைக்கு ஒல்கா யானை மேலோன்
குறும்பர்க்கு எறியும் ஏவல் தண்ணுமை
நாண் உடை மாக்கட்கு இரங்கும் ஆயின்,
எம்மினும் பேர் எழில் இழந்து, வினை எனப்
பிறர் மனை புகுவள்கொல்லோ---   5

அளியள் தானே, பூவிலைப் பெண்டே!

திணை: காஞ்சி   துறை: பூக்கோட் காஞ்சி.
புலவர்: நொச்சி நியமங்கிழார்.

(யானையைச் செலுத்தும்) குத்துக்கோலுக்கு
அடங்காத யானையின் மேலிருப்பவன்
வெளியே மதிலைச் சூழ்ந்து இருக்கும்
சிற்றரசுகளுடன் போர் செய்யப்

பூவைப் பெற ஏவப்படும்
தண்ணுமைப் பறையின் ஒலி,
போர்ப் பறையின் ஒலியைக்
கேட்ட வுடனே புறப்படாத
நாணம் இல்லாத வீரர்
இதைக் கேட்டு விரைந்து போய்ப்
போர்ப் பூவை பெறும்படி ஒலிக்கும்.

ஆகவே, குடும்பப் பெண்களாகிய (மனை மகளிர்)
எங்களைக் காட்டிலும்
பெரிய தனது உற்சாகம் குறைந்து,
போர் நடைபெறும் காலம் ஆதலால்
தனித்து வாழும் குடும்பப் பெண்கள்
இனி பூவை வாங்க மாட்டார்
என்று எண்ணிப்
பூ விற்கும் பெண்
வேறு பெண்கள் வாழும் வீடுகளுக்கு மட்டும்
செல்வாள் போலும் பாவம்!
அப்பெண் இரக்கத்திற்குரியவளே.

364. 'எனக்கும் ஓர் இடம்' (256)

பாடல்

கலம் செய் கோவே! கலம் செய் கோவே!
அச்சுடைச் சாகாட்டு ஆரம் பொருந்திய
சிறு வெண் பல்லி போல, தன்னொடு
சுரம் பல வந்த எமக்கும் அருளி,
வியல் மலர் அகன் பொழில் ஈமத் தாழி   5

அகலிதாக வனைமோ---
நனந் தலை மூதூர்க் கலம் செய் கோவே!

திணை: பொதுவியல் துறை: முதுபாலை.

புலவர்

(பிணத்தைப் வைத்துப் புதைக்கும்)
தாழியைச் செய்யும் (வனையும்)
குயவரே (வேட்கோவே!)
தாழியைச் செய்யும் குயவரே!
இடம் பெரிதாகக் கொண்ட
பழமையான ஊரில்
தாழியைச் செய்யும் குயவரே!

சுற்றும் சக்கரத்தில் உள்ள
ஆரத்தில் ஒட்டிக் கொண்டு வந்த
சின்னஞ்சிறு வெள்ளைப் பல்லியைப் போல
நேற்று முதல் பல அரிய வழிகளை
அவனோடு கூடக் கடந்து வந்த
எனக்கும் இரக்கம் காட்டி
(நானும் அவனோடு கூடியிருக்கும்படி)
பெரிதாகப் பரந்து கிடக்கும்
இந்த அகன்ற பூமியின் இடுகாட்டில் முதுமக்கள் தாழியில்
எனக்கும் இடம் இருக்கும்படியாகச்
செய்வாயாக.

365. 'என் இறைவன் இல்லாத இல்லமே' (261)

பாடல்

அந்தோ! எந்தை அடையாப் பேர் இல்
வண்டு படு நறவின் தண்டா மண்டையோடு
வரையாப் பெருஞ்சோற்று முரி வாய் முற்றம்,
வெற்று யாற்று அம்பியின் எற்று? அற்று ஆகக்
கண்டனென், மன்ற; சோர்க, என் கண்ணே!

வையம் காவலர் வளம் கெழு திரு நகர்,
மையல் யானை அயாவுயிர்த்தன்ன
நெய் உலை சொரிந்த மை ஊன் ஓசை
புதுக்கண் மாக்கள் செதுக்கண் ஆரப்
பயந்தனை, மன்னால், முன்னே! இனியே

பல் ஆ தழீஇய கல்லா வல் வில்
உழைக் குரற் கூகை அழைப்ப ஆட்டி,
நாகு முலை அன்ன நறும் பூங் கரந்தை
விரகறியாளர் மரபின் சூட்ட,
நிரை இவண் தந்து, நடுகல் ஆகிய 15

வென் வேல் விடலை இன்மையின் புலம்பி,
கொய்ம் மழித் தலையொடு கைம்மையுறக் கலங்கிய
கழி கல மகடூஉப் போலப்
புல்லென்றனையால் பல் அணி இழந்தே

திணை : கரந்தை   துறை : கையறுநிலை.

புலவர் : ஆவூர் மூலங்கிழார்

வண்டுகள் மொய்க்கும் மதுவைக்
குறையாதபடி மண்டையுடன் (உண்ணும் பாத்திரம்)
எல்லார்க்கும் தடை இல்லாமல் வழங்கியவன்.
அவனது மிகுந்த சோற்றையுடைய
முரிந்த திண்ணை இருக்கும் முற்றம்,
நீரில்லாத ஆற்றில் ஓடம் எப்படியோ
அப்படி ஆகிவிட்டதை உண்மையாகவே கண்டேன்;
கண்ட என் கண்கள்
பார்வை இழந்து போகட்டும்.

உலகைக் காக்கும் வேந்தனின்
செல்வம் மிக்க அழகிய நகரில்
மதத்தால் மயங்கிய யானை நடமாடுவதால்
மக்கள் பெருமூச் செறிவது போல,
நெய் காயும் உலையில் போடப்பட்ட
ஆட்டு இறைச்சியின் ஓசையையுடைய பொரியலைப்
புதிய மனிதர்களின் ஒளி மழுங்கிய கண்கள்
தெளிவு பெறுமாறு முன்பு உண்டாக்கினாய்;
அது இப்போது இல்லை

இப்பொழுது பல பசுக்களையும்
கொண்டு வந்த கற்க வேண்டாத
வரி வில்லையே உடையவன்;
பெருஞ் சத்தமுடைய
கூகை அழைப்பது போல.
வில்லை அடித்துக் கொண்டு வந்தான்!
நாகின் மொட்டுப் போன்ற
மணமிக்க பூக்களை உடைய கரந்தையை
அறிவுடையோர் சூட்டும் மரபுப்படி சூட்ட
பசுக் கூட்டத்தை இவ்வூரில் மீட்டுத் தந்து
நடப்பட்ட கல்லாகினான்.

வெற்றி வேலை உடைய
அத்தலைவன் இல்லாததால்
தனித்து மொட்;டை போடப்பட்;ட தலையுடன்
கைம்மை நோன்பு மிக்க கலக்கத்தோடும்,
அணிகலன்களால் ஆகிய அழகை இழந்தும் இருக்கும்
அவன் மனைவியைப் போல
என் தலைவன் இல்லாத
பெரிய இல்லமும் பொலிவோடு
பல்வேறு அழகையும் இழந்து இருக்கிறது.
என் இறைவன் வராத பெரிய இல்லமே!
உன் நிலை இதுவா? அந்தோ!

366. 'கல்லாகி விட்டாயே' (265)

பாடல்

ஊர் நனி இறந்த பார் முதிர் பறந்தலை,
ஓங்கு நிலை வேங்கை ஒள் இணர் நறு வீப்
போந்தை அம் தோட்டின் புனைந்தனர் தொடுத்து,
பல் ஆன் கோவலர் படலை சூட்ட,
கல் ஆயினையே- கடுமான் தோன்றல்!--

வான் ஏறு புரையும் நின் தாள் நிழல் வாழ்க்கைப்
பரிசிலர் செல்வம் அன்றியும், விரி தார்க்
கடும் பகட்டு யானை வேந்தர்
ஒடுங்கா வென்றியும், நின்னொடு செலவே.

திணை: கரந்தை   துறை: கையறுநிலை.

புலவர்: சோணாட்டு முகையலூர்ச் சிறுகருந்தும்பியார்.

விரைந்து ஓடும் குதிரைகளின் தலைவனே!
ஊருக்குத் தொலைவில் உள்ள
முரம்பு நிலமாகிய
மிகப் பழைய இடுகாட்டில்
உயர்ந்து நிற்கும் வேங்கை மரத்தின்
ஒளியும் மணமும் மிக்க பூங்கொத்தை
பனை ஓலையால் அழகாகத் தொடுத்துப்
பல பசுக் கூட்;டங்களை உடைய கோவலர்
மாலையாகச் சூட்ட நீ கல்லாகி விட்டாயே!

மழையின் இடிபோன்ற உன் பாத நிழலில்
வாழும் வாழ்க்கையை உடைய
இரவலர்தம் செல்வம் மட்டுந்தானா
விரிந்த மலர் மாலை அணிந்த
விரைந்து செல்லும் யானைகளை உடைய
வேந்தர்களின் வெற்றிச் சிறப்பும் அல்லவா
உன்னோடு கூடவே போய் விட்டன!

367. 'அரிதாகப் பிறர் செல்லும் உலகில் எளிதாக இவன்' (260)

பாடல்

வளரத் தொடினும், வெளவுபு திரிந்து,
விளரி உறுதரும் தீம் தொடை நினையா,
தளரும் நெஞ்சம் தலைஇ, மனையோள்

உளரும் கூந்தல் நோக்கி, களர
கள்ளி நீழற் கடவுள் வாழ்த்தி,

பசி படு மருங்குலை, கசிபு, கைதொழாஅ,
'காணலென்கொல்?' என வினவினை வரூஉம்
பாண! கேண்மதி, யாணரது நிலையே;
புரவுத் தொடுத்து உண்குவைஆயினும், இரவு எழுந்து
எவ்வம் கொள்வைஆயினும், இரண்டும்,

கையுள போலும் கடிது அண்மையவே;
முன் ஊர்ப் பூசலின் தோன்றி, தன் ஊர்
நெடு நிரை தழீஇய மீளியாளர்
விடு கணை நீத்தம் துடி புணை ஆக,
வென்றி தந்து, கொன்று கோள் விடுத்து,

வையகம் புலம்ப வளைஇய பாம்பின்
வை எயிற்று உய்ந்த மதியின், மறவர்
கையகத்து உய்ந்த கன்றுடைப் பல் ஆன்
நிரையொடு வந்த உரையன் ஆகி,
உரி களை அரவம் மான, தானே

அரிது செல் உலகில் சென்றனன்; உடம்பே,
கானச் சிற்றியாற்று அருங் கரைக் கால்உற்று,
கம்பமொடு துளங்கிய இலக்கம் போல,
அம்பொடு துளங்கி ஆண்டு ஒழிந்தன்றே;
உயர் இசை வெறுப்பத் தோன்றிய பெயரே,

மடம்சால் மஞ்ஞை அணி மயிர் சூட்டி,
இடம் பிறர் கொள்ளாச் சிறு வழி,
படம் செய் பந்தர்க் கல் மிசையதுவே!

திணை: கரந்தை [பாடாண் திணையுமாம்].

துறை: கையறுநிலை.

புலவர்: வடமோதங்கிழார்.

பெருஞ் சத்தம் வேண்டும் என்று அடித்தாலும்
குறைவான சத்தமே வேண்டும் என்று
பயத்தோடு அடித்தாலும்
இரங்கல் பண்ணாகிய விளரிதான் வரும்.
இத்தீமையை எண்ணும் போது
மனம் நடுங்கும்.
அதனால் என்ன ஆகுமோ
என்று எண்ணிப் புறப்பட
அப்போது எதிரில் ஒரு குடும்பப் பெண்
கூந்தலை விரித்துப் போட்டு வர
அதை நிமித்தமாக (குறியாக) எண்ணினான்.

அதனால் களர் நிலத்தில் உள்ள
கள்ளி மரத்தின் நிழலில் இருக்கும்
தெய்வத்தைத் துதித்தவனாய்,
பசி நிறைந்த வயிற்றோடு
தன் எதிரில் வருபவரைப் பார்த்துக்
கைதொழுது (நம் வீரனைக்) காண மாட்டேனோ
என்று கேட்டு வரும் பாணனே!

நம் வருவாய் இருக்கும்
நிலையைக் கேட்பாயாக.
இனி அவன் நமக்கு அளித்த
விளை நிலங்களைக் கொண்டு
உண்பாய் என்றாலும் சரி;
அவன் இருந்த போது
இன்பமாக வாழ்ந்த நாம்
இப்போது அவன் இல்லாததால்
உயிர் வாழப் பிறரிடம்
பிச்சை கேட்க வேண்டுமோ
என்று வருத்தப்பட்டாலும் சரி
இரண்டில் எதுவானாலும் அது உன் விருப்பம்.

மிகப் பக்கமாக இருந்த ஊரில்
முன்பு செய்த சண்டையில் தோன்றித்
தன் ஊருக்குப் பெரும் பசுக் கூட்டத்தைக்
கொண்டு வந்த வீரம் மிக்க வீரர்கள்
எய்த அம்பு வெள்ளத்தைத்
தன் துடியையே (உடுக்கை என்னும் பறை)
துணையாகக் கொண்டு
பகைவர்களைக் கொன்றான்.
அவர்கள் வசம் இருந்த
பசுக் கூட்டத்தை மீட்டான்
உலகம் தனித்து இருக்கத்
தன்னைச் சூழ்ந்த பாம்பின்
கூரிய பல்லுக்குத் தப்பித்த
நிலவைப் போல மீட்டு வந்தான்.

அவன் தோல் உரித்த பாம்பு போலத்
தான் ஒருவனாகவே
செல்ல அரிதான தேவலோகத்திற்குப்
போய்விட்டான், அவன் உடம்போ
காட்டிலுள்ள சிற்றாற்றங் கரையில்
அசைவோடு நின்று
சாய்ந்த குறி இலக்கம் போல
அம்பால் சலிக்கப்பட்டு
வீழ்ந்து கிடக்கிறது.
புகழ் பெரிதான அம் மறவனின் பெயரோ
மெல்லிய மயில் தோகை சூட்டப்பட்டு,
பிறர் இடங் கொள்ள முடியாத சிறிய இடத்தில்
புடவையால் ஆன பந்தலின் கீழ்
நடப்பட்ட கல்லின் மேல் இருக்கிறது.

368. 'நடுகல்லையே கும்பிடுவோம்' (335)

பாடல்

அடல் அருந் துப்பின்........
.........குருந்தே முல்லை என்று
இந் நான்கு அல்லது பூவும் இல்லை;
கருங்கால் வரகே, இருங் கதிர்த் தினையே,
சிறு கொடிக் கொள்ளே, பொறி கிளர் அவரையொடு   5

இந்நான்கு அல்லது உணாவும் இல்லை;
துடியன், பாணன், பறையன், கடம்பன், என்று
இந்நான்கு அல்லது குடியும் இல்லை;
ஒன்னாத் தெவ்வர் முன் நின்று விலங்கி,
ஒளிறு ஏந்து மருப்பின் களிறு எறிந்து வீழ்ந்தென,   10

கல்லே பரவின் அல்லது,
நெல் உகுத்துப் பரவும் கடவுளும் இலவே.

திணை: வாகை   துறை: மூதின் முல்லை.
புலவர்: மாங்குடிகிழார்.

வெல்ல முடியாத வலிமையை உடைய
..

பூ என்றால்
குரவ மலர், தளவ மலர், குருந்த மலர், முல்லைமலர்
என்னும் நான்கு பூக்களே அன்றி
வேறு இல்லை.

உணவு என்றால்
கரிய கால் கொண்ட வரகு
பெரிய கதிர் கொண்ட தினை,
சிறிய கொடியில் வரும் கொள்,
புள்ளிகள் உள்ள அவரை

என்னும் நான்கு உணவுப்
பொருள்களே அன்றி
வேறு இல்லை;

குடிகள் என்றால்
துடியர், பாணர், பறையர், கடம்பர்
எனப்படும் நான்கு குடிகளை அன்றி
வேறு குடிகளும் இல்லை

தன்னுடன் சேராத பகைவரின்
முன்னே நின்று தடுத்துச்
சிறந்து தோன்றும் கோடுகளை உடைய
களிற்றைக் கொன்று வீழ்த்தித்
தானும் வீழ்ந்த வீரனின்
நடுகல்லைக் குடும்பிடுவோமே அல்லாமல்
நெல்லைத் தூவிக் கும்பிடும்
வேறு கடவுளும் இல்லையே,

369. 'இன்றும் வருமோ பாணர்தம் சுற்றம்'
(264)

பாடல்

பாலுடை மருங்கின் பதுக்கை சேர்த்தி,
மரல் வகுந்து தொடுத்த செம் பூங் கண்ணியொடு,
அணி மயிற் பீலி சூட்டிப், பெயர் பொறித்து,
இனி நட்டனரே! கல்லும்; கன்றொடு
கறவை தந்து பகைவர் ஓட்டிய

நெடுந்தகை கழிந்தமை அறியாது,
இன்றும் வரும்கொல், பாணரது கடும்பே?

திணை: கரந்தை   துறை: கையறுநிலை.
புலவர்: உறையூர் இளம்பொன் வாணிகனார்.

அது பருக்கைக் கற்களை உடைய இடம்,
அங்கே கற்குவியலான மேட்டைச் (திட்டை)
சேர்த்தாகி விட்டது,
அங்கிருந்த பெருங்குரும்பையைக் (மரல்) கீறி
சிவந்த பூக்களைச் சேர்த்துக்
கண்ணி மாலை தொடுத்தாயிற்று;
அழகிய மயிலின்
தோகையையும் சூட்டியாயிற்று;
அவன் பெயரையும் கூட
கல்லில் பொறித்து
அக்கல்லை நட்டு விட்டனர்.

கன்றுகளோடு கூட
கறவைப் பசுக்களையும்
மீட்டுக் கொண்டு வந்து
பிறர்க்குத் தந்து
பகைவரை விரட்டிய நெடுந்தகை
இறந்து போனதை அறியாமல்
பாணர்களின் சுற்றம்
இனியும் அவனை எண்ணி வருமோ?

370. 'தொழாமல் போகாதே' (263)

பாடல்

பெருங் களிற்று அடியின் தோன்றும் ஒரு கண்
இரும் பறை இரவல! சேறிஆயின்,
தொழாதனை கழிதல் ஓம்புமதி; வழாது,
வண்டு மேம்படூஉம், இவ் வறநிலை ஆறே---
பல் ஆத் திரள் நிரை பெயர்தரப் பெயர்தந்து,

கல்லா இளையர் நீங்க---நீங்கான்,
வில் உமிழ் கடுங் கணை மூழ்க,
கொல் புனல் சிறையின் விலங்கியோன் கல்லே.

திணை: கரந்தை துறை: கையறு நிலை.
புலவர்: ....

பெரிய யானையின் அடியைப் போலத் தெரியும்
ஒரு கண்ணை உடைய
பெரும் பறையை வைத்திருக்கும் இரவலனே!
தவறாமல் இடைவிடாது
வண்டுகள் பெருகி வாழும்
கொடிய வழி இது.

இதில் பல பசுக்கள் நிறைந்த
பெரும் பசுக் கூட்டத்தைத்
திரும்பத் திரும்பத்
தன்னோடு கொண்டு வந்து
இயல்பாகவே போர்த் தொழில் செய்யும் வீரர்
பகைவர்க்கு அஞ்சி விலகி ஓட,
தான் மட்டும் போகாதவனாய்
வில் உமிழ விரையும் அம்பு மூடக்
கரையை அழிக்கும்
நீருக்கு எதிரான அணை போல
எதிர்நின்று தனியாகத் தடுத்தவனின் நடுகல்லை
நீ அங்கே போவாய் என்றால்
அக்கல்லைத் தொழாமல் போய் விடாதே;
தொழுத பின் கடந்து போ.

371. 'கல்லாகி விட்டாயே' (245)

இன்றைய கேரளத்தின் அம்பலப் புழை
அன்று கோட்டம்பலம் எனப்பட்டது. (ஔவை)

பாடல்

யாங்குப் பெரிதுஆயினும், நோய் அளவு எனைத்தே,
உயிர் செகுக்கல்லா மதுகைத்து அன்மையின்?

கள்ளி போகிய களரி மருங்கின்
வெள்ளிடைப் பொத்திய விளை விறகு ஈமத்து,
ஒள் அழற் பள்ளிப் பாயல் சேர்த்தி, 5

ஞாங்கர் மாய்ந்தனள், மடந்தை;
இன்னும் வாழ்வல்; என் இதன் பண்பே!

திணை: பொதுவியல் துறை: கையறுநிலை.

புலவர்: சேரமான் கோட்டம்பலத்துத் துஞ்சிய மாக்கோதை.

நான் அடைந்த துன்பம்தான்
எத்தனை பெரிது?
ஆனாலும் அதற்கு
என் உயிரைப் போக்கும் ஆற்றல்
இல்லாமல் போய் விட்டதே!

(இதோ) கள்ளிச் செடி
வளர்ந்து இருக்கும் சுடுகாட்டில்
ஒரு வெற்றிடம்,
அங்கே தீ மூட்டுவதற்காக
அடுக்கப்பட்ட விறகுப் படுக்கையில்
ஒளி பெருகும் நெருப்பாகிய
பாயில் கிடத்தப்பட்டு,
என் மடப்பம் நிறைந்த மனைவி
மேல் உலகம் சென்று விட்டாள்.
அவள் மாய்ந்து போன பின்னும்
நான் இன்னமும் உயிரோடு வாழ்கிறேன்.
(ஒருவேளை) இந்த உலகின் இயல்பே
இதுதானோ?

372. 'உடன்கட்டை ஏறல்' (246)

பெருங் கோப் பெண்டு
(முதல் மனைவி)

பூதப் பாண்டியனின் மனைவி
அவன் இறந்து போக
அவள் உடன்கட்டை ஏறச் செல்கிறாள்.
தமிழ் மக்களிடம் இப்பழக்கம்
மேட்டுக் குடித்தனமாக
இருந்திருக்கிறது.

பாடல்

பல் சான்றீரே! பல் சான்றீரே!
'செல்க' எனச் சொல்லாது, 'ஒழிக' என விலக்கும்,
பொல்லாச் சூழ்ச்சிப் பல் சான்றீரே!
அணில் வரிக் கொடுங் காய் வாள் போழ்ந்திட்ட
காழ் போல் நல் விளர் நறு நெய் தீண்டாது,

அடை இடைக் கிடந்த கை பிழி பிண்டம்,
வெள் எட் சாந்தொடு புளிப் பெய்து அட்ட
வேளை வெந்தை, வல்சி ஆக
பரற் பெய் பள்ளிப் பாய் இன்று வதியும்
உயவல் பெண்டிரேம் அல்லேம்மாதோ;

பெருங் காட்டுப் பண்ணிய கருங் கோட்டு ஈமம்
நுமக்கு அரிதாகுகதில்ல; எமக்கு எம்
பெருந் தோட் கணவன் மாய்ந்தென அரும்பு அற
வள் இதழ் அவிழ்ந்த தாமரை
நள் இரும் பொய்கையும், தீயும் ஓரற்றே!

திணை: பொதுவியல் துறை: ஆனந்தப் பையுள்.

புலவர்: பூதப்பாண்டியன் தேவி பெருங்கோப்பெண்டு.

பலசான்றோர்களே! பலசான்றோர்களே!
'உன் கணவனோடு இறக்க நீ போ'
என்று சொல்லாமல்,
'போகாதே' என்று தடுக்கும்

பொல்லாத வஞ்சகமுடைய
பல சான்றோர்களே!

அணிலின் முதுகில் இருக்கும்
கோடு போன்ற வரியை உடைய
வளைந்த வெள்ளரிக்காய்;
அதை அரிவாளால் நறுக்கிப் போடப்பட்ட
விதை போன்ற நல்ல வெண்மையான,
மணமிகு நெய் தீண்டாமல்
இலையில் பிழிந்து கொண்ட
பழைய சோற்றுத் திரளோடு,
வெள்ளை எள் துவையலோடு,
புளியையும் சேர்த்துச் சமைக்கப்பட்ட,
வெந்த வேளை இலையுமாகிய இவற்றை
உணவாகக் கொள்ள வேண்டும்.

பருக்கைக் கற்களால் உருவாக்கப்பட்;ட
படுக்கையில், பாயும் இல்லாமல் கிடக்கும்
கைம்மை நோன்பால் வருந்தி,
வாழ வேண்டிய பெண்ணும் அல்ல நான்,
சுடுகாட்டில் கரிய முருட்டுக் கட்டைகளால்
அடுக்கப்பட்ட பிணப்படுக்கை,
உங்களுக்கு வேண்டுமானால்
கொடியதாக இருக்கலாம்;
ஆனால் எங்களுக்கோ
பெரிய தோள் கொண்ட
எங்கள் கணவன் இறந்து போனான்;
அதனால் மொட்டு இல்லாமல்
வளமான இதழ்களை விரித்து மலர்ந்த
தாமரையை உடைய நீர் நிறைந்த
பெரிய பொய்கையும் தீயும்
ஒன்றேதான்.

373. 'சுடுகாட்டில்' (247)

பூதப் பாண்டியனின் மனைவி
தீயினுள் பாய, அது கண்ட
மதுரைப் பேராலவாயர் பாடியது.
இப்பெயர் உண்மைப் பெயரா,
'இறையனார்' போன்று கற்பனைப் பெயரா?
எண்ணுக.

பாடல்

யானை தந்த முளி மர விறகின்
கானவர் பொத்திய ஞெலி தீ விளக்கத்து,
மட மான் பெரு நிரை வைகு துயில் எடுப்பி,
மந்தி சீக்கும் அணங்குடை முன்றிலில்,
நீர் வார் கூந்தல் இரும் புறம் தாழ,   5

பேர் அஞர்க் கண்ணள், பெருங் காடு நோக்கி,
தெருமரும் அம்ம தானே - தன் கொழுநன்
முழவு கண் துயிலாக் கடியுடை வியல் நகர்ச்
சிறு நனி தமியள் ஆயினும்,
இன் உயிர் நடுங்கும் தன் இளமை புறங்கொடுத்தே!   10

திணை: பொதுவியல் துறை: ஆனந்தப் பையுள்.

புலவர்: மதுரைப் பேராலவாயர்.

யானை கொண்டு வந்த
உலர்ந்த மரவிறகால்
வேடர்கள் மூட்ட,
கடைந்து கொள்ளப்பட்ட நெருப்பாகிய
விளக்கின் வெளிச்சத்தில்
மானின் பெருங் கூட்டம் தூங்க
அவற்றைப் பெண் குரங்கு எழுப்பும்.

அருகே பெண் தெய்வம்
(கொற்றவை) இருக்கும் முற்றம்,
அங்கே ஒரு காலத்தில்
காவல் மிகுந்த அகன்ற முழவின் ஓசை அடங்காத
அரண்மனையுள் தன் தலைவன் இல்லாமல்
முழவின் கண்ணில் வைக்கப்பட்ட மாவு
உலராத மிகச் சிறிது நேரமே
தனித்து இருந்தாலும்
தன் இனிய உயிர் சோரும் இளமை
வீணாகிறதே என்று ஆவி சோர்ந்தவள்
இப்போது நீர் வடிகின்ற கூந்தல்
முதுகில் விழுந்து கிடக்கப்
பெரும் துன்பம் உடைய கண்ணளாய்
சுடுகாட்டை நோக்கியே அரற்றுகிறாள்.

6. அரசிற்கு அறிவுரை

1. ஆளும் கட்சி (மன்னன்) அறிய - 186, 185
2. மக்களின் மகிழ்ச்சி - 191
3. அரசும் வரியும் - 184
4. எது செல்வம்? - 199
5. தேவை அறிந்து செய்வது அரசு - 385
6. நானே என்றால் - 366
7. மக்கள் அப்படியே - 187

374. 'வாழ்வோரின் உயிர் ஆளுவோரே' (186)

நாட்டை ஆளுவோர் எப்படி இருக்க வேண்டும்
என்று தெளிவு படுத்துகிறார்

பாடல்

நெல்லும் உயிர் அன்றே; நீரும் உயிர் அன்றே;
மன்னன் உயிர்த்தே மலர்தலை உலகம்;
அதனால், யான்உயிர் என்பது அறிகை
வேல் மிகு தானை வேந்தற்குக் கடனே.

திணை : பொதுவியல் துறை : பொருண் மொழிக் காஞ்சி

புலவர் : மோசிகீரனார்

ஆளப்படும் பரந்த நாடு (மக்கள்)
வேந்தன் (ஆளுங் கட்சி) எனப்படும்
உயிரைக் கொண்டிருக்கிறது.
அதனால் ஆளப்படும் நாட்டிற்கு உயிர்
நெல்லும் அல்ல; நீரும் அல்ல;
தான் தான் மக்களுக்கு உயிர் என்பதை
நன்கு அறிந்து கொள்ள வேண்டியது
(சட்டம், நீதி, காவல் எனும்)
அதிகாரம் கொண்ட
ஆளும் வேந்தனுக்குக் (கட்சிக்கு)
(அரசுப் பணியாளர்களுக்குக்) கடமையாகும்.

375. 'ஆட்சியாளன் எப்படிப் பட்டவனாக இருக்க வேண்டும்' (185)

இவன் காஞ்சி நகரத்தில் இருந்த
ஓர் அரசன்.
நாட்டை ஆள்வோர்

எத்தகையராக இருக்க வேண்டும்என்பதை
மிகத் தெளிவாகக் கூறுகிறான்

பாடல்

கால்பார் கோத்து, ஞாலத்து இயக்கும்
காவற் சாகாடு கைப்போன் மாணின்,
ஊறுஇன்றாகி ஆறுஇனிது படுமே;
உய்த்தல் தேற்றான்ஆயின், வைகலும்,
பகைக்கூழ் அள்ளற் பட்டு,   5

மிகப்பல் தீ நோய் தலைத்தலைத் தருமே.

திணை: பொதுவியல் துறை: பொருண்மொழிக் காஞ்சி

புலவர்: தொண்டைமான் இளந்திரையன்

சக்கரத்தையும் வண்டியின்
அடிப் பக்கத்தையும்இணைக்கும்
சட்டத்தையும் இணைத்து
இந்த உலகத்தில் செலுத்தப்படும் வண்டி அது.
அதை ஓட்டுபவன் நல்லவனாய்
வல்லவனாய் இருந்தால் வழியில் சிரமமின்றி
இனிதே செல்லும்.

ஒருவேளை (அரசு) என்ற வண்டியைச்
செலுத்தத் தெரியாதவனாக
அவன் இருப்பான் என்றால்
அந்த வண்டி
நாளும் பகையாகிய
செறிந்த சேற்றிலே அழுந்தி
(அதாவது பக்கத்து நாட்டின் பகை,
தன் மக்களின் வெறுப்பு
என்னும் சேற்றில் அழுந்தி)
பெருந் துன்பத்தை
மேலும் மேலும் உண்டாக்கும்.

376. 'கவலை இன்மைக்குக் காரணம் காக்கும் அரசே' (191)

தலைமுடி நரைத்துப் போவதற்கும்
தலையில் வழுக்கை விழுவதற்கும்
வயதும் பரம்பரையும்
காரணங்கள் என்பர்.
பிசிராந்தையார் காலத்தில்
இது பற்றிய வினா
புலவர்களிடையே எழுந்த போது
அவர் கவலையின்மைதான் காரணம் என்று
தெளிவாக அடுக்குகிறார்.

பாடல்

'யாண்டு பல ஆக, நரை இல ஆகுதல்
யாங்கு ஆகியர்?' என வினவுதிர் ஆயின்,
மாண்டஎன் மனைவியொடு, மக்களும் நிரம்பினர்;
யான் கண்டனையர்என் இளையரும்; வேந்தனும்
அல்லவை செய்யான், காக்கும்; அதன்தலை   5

ஆன்றுஅவிந்து அடங்கிய கொள்கைச்
சான்றோர் பலர், யான் வாழும் ஊரே.

திணை: பொதுவியல் துறை: பொருண்மொழிக் காஞ்சி
புலவர்: பிசிராந்தையார்.

உமக்கு (வயதால்)
பல ஆண்டுகள் கடந்து விட்டன;
என்றாலும் (இப்போதும்)
முடி நரை இல்லாமல் இருப்பது
எப்படி என்று கேட்கிறீர்கள்!
இதோ (கேளுங்கள்)

என் மனைவி
மேன்மையான குணங்களை உடையவள்
என் பிள்ளைகள் அறிவாளிகள்

என் வீட்டில் பணி செய்வோர்
நான் என்ன செய்ய விரும்புகிறேனோ
அதையே அவர்களும் விரும்பிச் செய்வார்கள்.

என் நாட்டு அரசனும்
தவறானவற்றைச் செய்யாமல்
மக்களைக் காப்பான்.

மேலும் சொல்வது என்றால்
நான் வாழும் ஊரில்
நல்ல குணங்களால் நிறைந்து
பணிய வேண்டிய மேன்மக்களிடம் பணிந்து
ஐந்து புலனும் தீயவழி செல்லாமல்
அடங்கிய நல்ல குணங்களை உடைய
சான்றோர் பலர்
வாழ்கின்றனர்.

377. 'சுய நலம் உள்ள அரசுப் பணியாளருடன்?' (184)

ஆரம்ப நாட்களில் அரசு என்பது
பக்கத்து நாடுகளில் இருந்து
வீரம் என்ற பெயரில்
கொள்ளை அடிப்பதால்,
வேற்றவர் பொருள் வுந்தால்
அதற்குச் சுங்கம் என்ற பெயரில்
வரி வசூலிப்பதால்,
விவசாயிகளிடம் ஆறில் ஒன்று
என்று பெறுவதால் நடந்து வந்தது.

ஆனாலும் பெரிதும் பாதிக்கப்பட்டவர்கள்
காலம் எல்லாம் விவசாயிகள் தாம்.
பிசிராந்தையார் தம் தேர்ந்த அறிவுத் திறத்தால்
ஒரு சிறந்த அரசு
எப்படி விவசாயிகளிடம் வரி வசூல் செய்வது
என்பதைக் கூறும் போதே
அனைத்துக் காலத்திற்கும்
பொருந்தும் வண்ணம் பாடுகிறார்.

பாடல்

காய் நெல் அறுத்துக் கவளம் கொளினே,
மா நிறைவு இல்லதும், பல் நாட்கு ஆகும்;
நூறுசெறு ஆயினும், தமித்துப்புக்கு உணினே,
வாய் புகுவதனினும் கால்பெரிது கெடுக்கும்;
அறிவுடை வேந்தன் நெறி அறிந்து கொளினே,   5

கோடி யாத்து, நாடுபெரிது நந்தும்;
மெல்லியன் கிழவன் ஆகி, வைகலும்
வரிசை அறியாக் கல்லென் சுற்றமொடு,
பரிவுதப எடுக்கும் பிண்டம் நச்சின்,
யானை புக்க புலம் போல,   10

தானும் உண்ணான், உலகமும் கெடுமே!

திணை: பாடாண்   துறை: செவியறிவுறூஉ
புலவர்: பிசிராந்தையார்
மன்னன்: பாண்டியன் அறிவுடை நம்பி.

(மக்கள் அரசு, வரியை
எப்படி முடிவு செய்ய வேண்டும்?
நன்கு விளைந்த நெல்லை அறுத்துக்
கவளமாக யானைக்குக் கொடுத்தால்
ஒரு மாவிற்கும் குறைந்த நிலத்தில்

விளைந்த கதிரும்
பல நாளைக்கு ஆகும்;
நூறு செய் நிலந்தான்;
ஆனால் அதற்குள் யானை
தனியாக நுழைந்து உண்ணுமானால்
அதன் வாயில் புகும்
நெல்லைக் காட்டிலும்
நான்கு கால்களால் கெடுவது மிகுதியாகும்.

இது போலவே
அறிவு உள்ள அரசன்
வரி வாங்கும் முறையை அறிந்து
வரி வாங்கினால்
அவன் நாடு வருத்தம் இல்லாமல்
கோடிப் பொருளைக் கொடுக்கும்
தானும் மகிழ்ச்சியாகத் தழைக்கும்.

ஆள்வோன் அறிவுச் சிறுமையாளனாகி,
நாள் தோறும் நன்மை தரும்
நேர்மையான வழியைக் கூறாமல்
ஆளும் அவன் விரும்புவதையே
தானும் கூறும்
ஆரவாரம் மிக்க
அரசுப் பணியாளருடன் சேர்ந்து
மக்களின் அன்பு கெடுமாறு
பெரும் பொருள் திரட்ட விரும்பினால்
யானை புகுந்த வயல் போல
அவனும் உண்ண மாட்டான்;
அவன் ஆளும் நாடும் அழியும்.

378. 'மேன்மக்களின் செல்வம் ஏழைகளின் செல்வமே' (199)

பெரும் என்பது ஏன்? தெரியவில்லை
பதுமனார் என்றால் தாமரையார்
என்பது பொருள். ஒருவேளை
பிரம்மாவைக் குறிப்பிடுகிறதோ
என்று எண்ணத் தோன்றுகிறது.
இவரைப் பற்றி இந்த நூலில் வேறு
செய்திகள் இல்லை.

பாடல்

கடவுள் ஆலத்துத் தடவுச்சினைப் பல்பழம்
நெருநல் உண்டனம் என்னாது, பின்னும்
செலவு ஆனாவே, கலிகொள் புள்ளினம்;
அனையர் வாழியோ இரவலர்; அவரைப்
புரவு எதிர்கொள்ளும் பெருஞ்செய் ஆடவர்   5

உடைமை ஆகும், அவர் உடைமை;
அவர் இன்மை ஆகும், அவர் இன்மையே.

திணை: பாடாண்   துறை: பரிசில் கடாநிலை

புலவர்: பெரும்பதுமனார்

(செல்வர்தம் செல்வம் எவருடைய செல்வம்?)
தெய்வம் வாழுகின்ற ஆலமரத்தின்
நீண்ட கிளையில் இருந்த
மிகுந்த பழத்தை நேற்றுத்தான்
உண்டு விட்டோமே என்று எண்ணாமல்
மறுபடியும் ஒலிஎழுப்பும் அப்பறவைகள்
அங்கே போகாமல் இருக்கமாட்டா.

இரப்போரைக் காக்க
அவரை எதிர்கொள்ளும்
மேலான செயலைச் செய்யும்
பெருமக்களின் (ஆட்சியாளரின்) செல்வம்
ஏழைகளின் செல்வமாகும்
அப்பெரு மக்களின் (ஆட்சியாளரின்) வறுமை
ஏழையரின் வறுமையே.

379. 'மக்கள் தேவை அறிந்து செயல்படும் அரசு' (385)

பாடல்

வெள்ளி தோன்ற, புள்ளுக்குரல் இயம்ப,
புலரி விடியல் பகடு பல வாழ்த்தி,
தன்கடைத் தோன்றினும் இலனே; பிறன் கடை,
அகன்கண் தடாரிப் பாடு கேட்டருளி,
வறன்யான் நீங்கல் வேண்டி, என்அரை 5

நீல் நிறச் சிதாஅர் களைந்து,
வெளியது உடீஇ, என் பசி களைந்தோனே;
காவிரி அணையும் தாழ்நீர்ப் படப்பை
நெல் விளை கழனி அம்பர் கிழவோன்,
நல் அருவந்தை, வாழியர்!--- புல்லிய 10

வேங்கட விறல்வரைப் பட்ட
ஓங்கல் வானத்து உறையினும் பலவே!

திணை: பாடாண்   துறை: வாழ்த்தியல்
புலவர்: கல்லாடனார்.
மன்னன்: அம்பர் கிழான் அருவந்தை

அதிகாலை வெள்ளி பூத்து விட்டது;
சேவற் கோழியும் கூவிவிட்டது;
புலரும் விடிகாலைப் பொழுது;
பல உழவு எருதுகளையும்
எருமைக் கடாக்களையும் வாழ்த்தி
அவன் வீட்டு வாசலுக்கு
நான் போகவும் இல்லை.

அகன்ற கண்ணை உடைய
தடாரியின் ஓசையைப்
பிறன் வீட்டு வாசலில் கேட்டு
என் வறுமை விலகுமாறு அருள்கூர்ந்து
நான் இடுப்பில் உடுத்தி இருந்த மண் தின்னும்படியான
அழுக்குக் கந்தை ஆடையை நீக்கி,
வெள்ளாடையை உடுத்தி
என் பசியையும் போக்கி விட்டான்.

காவிரியாறு சூழும் தோட்டங்களும்
நெல் விளையும் வயல்களும் கொண்ட
அம்பர் என்னும் ஊரின் தலைவன்
நல்ல அருவந்தையே அவன், புல்லி என்பவனின்
வேங்கட மலையின் மேல் விழும்
உயர்ந்த வானத்து மழைத் துளிகளினும்
பலகாலம் அவன் வாழ்வானாக.

380. 'நாமே எல்லாம் என்று நடக்காதே; நாளை நடப்பது கொடிதாகும்' (366)

பாடல்

விழுக்கடிப்பு அறைந்த முழுக்குரல் முரசம்
ஒழுக்குடை மருங்கின் ஒருமொழித்து ஆக,
அரவு எறி உருமின் உரறுபு சிலைப்ப,
ஒருதாம் ஆகிய பெருமையோரும்,
தம்புகழ் நிறீஇச் சென்று மாய்ந்தனரே;

அதனால், அறவோன் மகனே! மறவோர் செம்மால்!
....உரைப்பக் கேண்மதி
நின் ஊற்றம் பிறர் அறியாது,
பிறர் கூறிய மொழி தெரியா,
ஞாயிற்று எல்லை ஆள்வினைக்கு உதவி;   10

இரவின் எல்லை வருவது நாடி,
உரை...
உழவு ஒழி பெரும்பகடு அழி தின்றாங்கு,
செங்கண் மகளிரொடு சிறு துனி அளைஇ,
அம் கட் தேறல் ஆய் கலத்து உகுப்ப,   15

கெடல் அருந் திருவ!..........................
மடை வேண்டுநர்க்கு இடை அருகாது,
அவிழ் வேண்டுநர்க்கு இடை அருளி
விடை வீழ்த்துச் சூடு கிழிப்ப,
நீர்நிலை பெருத்த வார்மணல் அடை கரை,   20

காவுதோறும்..
மடங்கல் உண்மை மாயமோ அன்றே.

திணை: காஞ்சி   துறை: பெருங்காஞ்சி
புலவர்: கோதமனார்
மன்னன்: தருமபுத்திரன்

பெரிய குறுந்தடியால் அடிக்கப்பட்ட
முரசம் எழுப்பும் பேரொலி
போர் ஒழுக்கம் உடைய
வீரர்களிடம் சென்று, அரசாணை என்ற குறிப்புத் தோன்ற
பாம்பை நடுங்கச் செய்யும்
இடி முழக்கமாக ஒலிக்கிறது.
இத்தனைச் சிறப்பிற்கும்
தாம் ஒருவரே உரியவர் என்ற
பெருமை உடையவரும்

தங்கள் புகழை இங்கே நிறுவிவிட்டுத்
தாம் மடிந்து போய் விட்டனர்.

ஆகவே, அறம் செய்தவனின் மகனே!
வீரம் உடையோரின் தலைவனே!
உனக்கு ஒன்று சொல்வேன் கேட்பாயாக;
உன் வலிமையைப் பிறர் அறியாமலும்,
மற்றவர் சொன்ன சொற்களின்
பொருள் ஆழம் அறிந்தும்
சூரியன் ஆட்சி செய்யும் பகற் பொழுதில்
செயல் செய்பவர்களுக்கு உதவியும்
இரவின் எல்லை வருவதை அறிந்து
செயல் செய்வார் பலரோடும் இருந்து
மறுநாள் செய்ய வேண்டியதை ஆராய்ந்தும்
கடமை ஆற்றுவோர்க்குச் சொல்வாயாக, பெருமானே!

உழவு செய்து முடித்த பெரிய எருது
வைக்கோலைத் தின்றது போல
சிவந்த கண்களை உடைய பெண்களோடு
சிறிதாகிய பொய்க் கோபம் (ஊடல்) காட்டி,
இனிய கள்ளின் தெளிவைத்
தேர்ந்த கலத்தில் ஊற்றித் தரக்
குறைவில்லாத செல்வமுடையவனே!

ஆட்டுக் கிடாயை வெட்டி
சூட்டுக் கோலில் கோத்துச் சுட்ட கறியோடு சமைத்து,
தெய்வத்திற்கு இடும் மடை வேண்டுபவர்க்குக்
குறை இல்லாமல் இலையில் கொடுத்துச்
சோறு வேண்டுபவர்க்கு இடம் தந்து, வழங்கி
நீர் நிலைகள் ஒதுக்கியுள்ள
மணல் பரந்த கரையில்
நிற்கும் சோலைகள் தோறும்
எமன் இருப்பது உண்மையே;
அதில் பொய்யே இல்லை.

381. 'ஆள்பவர் எப்படியோ வாழ்பவரும் அப்படியே' (187)

ஔவையார் நம் அன்புத் தாய்
நாடு நலம் பெற வேண்டும் என்றால்
அது எவர் கையில் இருக்கிறது என்பதை
எளிமையாக, ஆழமாகச்
சொல்லி விடுகிறார்

பாடல்

நாடாகொன்றோ் காடாகொன்றோ
அவலாகொன்றோ் மிசையாகொன்றோ
எவ்வழி நல்லவர் ஆடவர்,
அவ்வழி நல்லை; வாழிய நிலனே!

திணை: பொதுவியல் துறை: பொருண்மொழிக் காஞ்சி

புலவர்: ஔவையார்

ஓ நிலமே!
நீ நாடாக இருந்தாலும் சரி,
காடாக இருந்தாலும் சரி
பள்ளமே என்றாலும் சரி
மேடாகவே இருந்தாலும் சரி
(நிலம் எப்படி இருந்தாலும் சரியே)

(அங்குள்ள ஆண்கள்) அதை ஆள்பவர்
நல்லவர், வல்லவர் என்றால்
அது போதும்.
நாடு நன்றாக முன்னேறி,
சிறந்து பண்பட்டு இருக்கும்.

(அவர் திறமை இல்லாதவர்,
தீயவர் என்றால்

நாடும் அப்படியே (அவர் போலவே)
கெட்டுப் போகும்.

ஆகவே ஆள்வோரின் பண்பாடே
நிலத்தின் பண்பாடு
நிலத்திற்கு என்று
தனி நலம் ஏதும் இல்லை.)

7. முதிர்ந்த சிந்தனைகள்

1. முதுமை முட்டிய போது - 195, 243, 361
2. இளமையும் முதுமையும் - 251
3. முயற்சி - 190
4. நடப்பிற்கு நாம் காரணம்- 192
5. உலகம் நிலைக்க - 182
6. ஆட்சி செய்ய - 75
7. இல்லறமா துறவறமா - 358, 252
8. அறமே துணை - 357
9. பிறர்க்குக் கொடு - 173, 189
10. பண்பு - 362, 363
11. வாழ்வின் இறுதி- 364, 365, 359, 360

382. 'பயன் அற்ற மூப்பில் பழுத்த பலவகைக் குணத்தர்' (195)

இந்தப் புலவர், அன்று
முதுமைப் போர்வையில்
முட்டாள் தனத்தை அரங்கேற்றிய
பெரியார் சிலரையோ, பலரையோ பார்த்துச்
சிந்தை நொந்து
சிந்தித்ததின் விளைவே இச்சிந்தனை.

பாடல்

பல் சான்றீரே! பல் சான்றீரே!
கயல்முள் அன்ன நரைமுதிர் திரைகவுள்,
பயன் இல் மூப்பின், பல் சான்றீரே!
கணிச்சிக் கூர்ம்படைக் கடுந் திறல் ஒருவன்
பிணிக்கும்காலை, இரங்குவிர் மாதோ

நல்லது செய்தல் ஆற்றீர்ஆயினும்,
அல்லது செய்தல் ஓம்புமின்; அதுதான்
எல்லாரும் உவப்பது; அன்றியும்,
நல் ஆற்றுப் படூஉம் நெறியும்மார் அதுவே.

திணை: பொதுவியல் துறை: பொருண்மொழிக் காஞ்சி.

புலவர்: நரிவெரூஉத் தலையார்.

சான்றோர்களே!
பல நல்ல குணங்களும்
கொண்ட சான்றோர்களே!
மீனின் முள்ளைப் போன்ற
முதிர்ந்த நரை, சுருக்கம் விழுந்த கன்னம்,
பயன் ஏதும் இல்லாத முதுமை,
பலவகைக் குணங்கள்
இவை அனைத்தும் உடைய சான்றோர்களே!

மழு எனப்படும்
கூர்மையான ஆயுதத்தையும்,
மிகுந்த வலிமையையும் உடைய
ஒருவனாகிய காலன்,
பாசக் கயிற்றால் கட்ட,
அவனோடு கூடப் போகும் காலத்தில்
நீங்கள் பெரிதும் வருந்துவீர்கள்.

(ஒருவேளை) நல்ல செயல்களைச்
செய்ய முடியாதவர்களாய்ப் போனாலும்
தீய செயலைச் செய்வதையாவது
விட்டு விடுங்கள், அதுதான்
அனைவராலும் விரும்பப்படுவது;
அதுமட்டுமன்று;
நல்ல நெறியில் நம்மைச் சேர்க்கும்
வழியும் அதுவே.

383. 'அந்த இளமைதான் இப்போது எங்கே?' (243)

புலவர் பெயர் பாடலின் சொற்களைக் கொண்டு எவரோ கொடுத்தது.

பாடல்

இனி நினைந்து இரக்கம் ஆகின்று; திணிமணல்
செய்வுறு பாவைக்குக் கொய் பூத் தைஇ,
தண்கயம் ஆடும் மகளிரொடு கைபிணைந்து,
தழுவுவழித் தழீஇ, தூங்குவழித் தூங்கி,
மறை எனல் அறியா மாயம் இல் ஆயமொடு   5

உயர் சினை மருதத் துறை உறத் தாழ்ந்து,
நீர்நணிப் படி கோடு ஏறி, சீர் மிக,
கரையவர் மருள, திரையகம் பிதிர,

நெடுநீர்க் குட்டத்துத் துடுமெனப் பாய்ந்து,
குளித்துமணற் கொண்ட கல்லா இளமை   10

அளிதோ தானே! யாண்டு உண்டு கொல்லோ---
தொடித்தலை விழுத்தண்டு ஊன்றி, நடுக்குற்று,
இரும் இடை மிடைந்த சில சொற்
பெரு மூதாளரேம் ஆகிய எமக்கே?

திணை: பொதுவியல் துறை: கையறு நிலை.
புலவர்: தொடித்தலை விழுத்தண்டினார்.

பூண் பிடித்த தலையோடு கூடிய
பருத்த நடைக் கம்பு (தண்டுக்கோல்)
அதை ஊன்றிக் கொண்டுதான் நடை
(காரணம்) உடல் தளர்ந்து விட்டது;
அவ்வப்போது இருமல்;
அதற்கு இடை இடையே
திணறித் திணறி வரும் சில சில சொற்கள்;
மிகுந்த முதுமையை உடைய
(நான் என் இளமை நாட்களைத் திரும்ப
எண்ணிப் பார்க்கிறேன்).

செறிந்த மணலில்
விளையாட்டாக மண்ணில் செய்யப்பட்ட
(பதுமை.) பொம்மை.
பறிக்கப்பட்ட பூவை
அதற்குச் சூட்டினோம்.
பின்பு குளிர்ந்த நீர் நிறைந்த குளத்தில்
பெண் பிள்ளைகளோடு சேர்ந்து குளித்தோம்.
அப்போது அவர்களுடன்
கையோடு கை சேர்த்துத்,
தழுவிய போது தழுவி,
அசைந்த போது அசைந்தாடினோம;;
அதுமட்டும் அன்று;

யாரும் அறியாமல்
தனித்து இருவராகச் செய்யும்
அதை அறியாத (வஞ்சகம் இல்லாத)
இளம் பையன்களுடன் சேர்ந்து,
உயர்ந்த கிளைகளை உடைய
மருதமரம் நின்ற துறைக்கு வந்தோம்.

அம்மரத்தில் குள நீருக்குப் பக்கமாக
இருந்த கிளையில் ஏறினோம்.
பின்பு அழகு மிகுந்த
அந்தக் கரையில் நின்றவர்
வியந்து போகுமாறு
திரையில் திவலை எழ
ஆழம் மிகுந்த நீர்கொண்ட மடுவில்
துடும் என்று ஒலிக்கக் குதித்தோம்
நீருக்குள் மூழ்கினோம்;
மண்ணைக் கையில் அள்ளி
உயர்த்திக் காட்டினோம்,
அத்தகைய கல்வி இல்லாத இளமையை
இப்போது எண்ணினால்
வருத்தமாக இருக்கிறது;
அந்த இளமை
இப்போது எங்கேதான் இருக்கிறதோ!.

384. 'எங்கள் தலைவன் இவற்றை அறிவான்'
(361)

பாடல்

கார் எதிர் உருமின் உரறி, கல்லென,
ஆர் உயிர்க்கு அலமரும் ஆராக் கூற்றம்!
நின்வரவு அஞ்சலன் மாதோ நன்பல
கேள்வி முற்றிய வேள்வி அந்தணர்க்கு,
அருங் கலம் நீரொடு சிதறி, பெருந்தகைத்

தாயின் நன்று பலர்க்கு ஈத்து,
தெருள் நடை மா களிறொடு தன்
அருள் பாடுநர்க்கு நன்கு அருளியும்,
உருள்நடை.................டன்றதன்
தாள் சேருநர்க்கு இனிது ஈத்தும்,   10

புரி மாலையர் பாடினிக்குப்
பொலந் தாமரைப் பூம் பாணரொடு
கலந்து அலைஇய நீள் இருக்கையால்
பொறையொ.............மான் நோக்கின்
வில் என விலங்கிய புருவத்து, வல்லென   15

நல்கின் நாஅஞ்சும் முள் எயிற்று, மகளிர்
அல்குல் தாங்கா அசைஇ, மெல்லென
.....................பொலங்கலத்து ஏந்தி,
அமிழ்து என மடுப்ப மாந்தி, இகழ்விலன்,
நில்லா உலகத்து..................மை நீ   20

சொல்ல வேண்டா.............முந்தறிந்த
....

.................னார் பாடியது.

கார் காலத்து இடிபோல
சட்டெனத் தோன்றி
ஓவென உயிர்களை எல்லாம்
கைக்கொண்டு செல்வதற்குச்
சலிக்காத எமனே!
நீ வருவது அறிந்து
பயப்பட மாட்டான்;
நல்ல பல கேள்விச் செல்வத்தால்
நிறைந்து வேள்வி செய்யும் அந்தணர்க்குப்
பெறுவதற்கு அரிய பொற் கலன்களை
நீர் வார்த்துக் கொடுக்கும்
பெருந்தகையாளன் எங்கள் தலைவன்.

தாயை விட நன்றாகப் பலருக்கும்
வேண்டியதைக் கொடுத்து,
தன் இரக்கம் குறித்துப் பாடுவோர்க்குத்
தெளிவான நடையுடைய குதிரையையும்
யானையையும் கொடுத்துப்
பகைவர்களைக் கொன்ற தன்
வீரத்தைப் பாராட்டிப் பாடும் புலவர்க்கு
உருண்டோடும் தேர்கள் பலவற்றையும்
இனிதே தந்து,
பொன்னரி மாலையைப் பெறுவதற்குரிய பாடினிகளுக்கும்,
பொன்னால் செய்யப்பட்ட தாமரைப் பூவைத்
தேர்ந்த பாணர்க்கும்,
தம்மில் கலந்து வேண்டுவதைக் கொடுத்துக்
கலந்து பேசும் நீண்ட இருக்கையில்
பொறுமைக் குணத்தோடு,
நிறைந்த கற்பினையும்,
மான் போன்ற பார்வையையும்
வில் போல் வளைந்த புருவத்தையும்
விரைந்து பேசினால் எதிராகப் பேச
அஞ்சும் முள்போன்ற பற்களையும் உடைய பெண்கள்
அணிந்திருக்கும் மேகலையைத்
தாங்க முடியாமல் இடைதளர,
மெல்லிதாகக் கலங்கிய தேறலைப்
பொற்கலத்தில் ஏந்தி,
அமிழ்தம் போல அளிக்க,
அதை உண்டு,
இகழ்ச்சி இல்லாதவனாய்,
நிலையாமையை இகழ்ந்து
எந்த நாளும் மறப்பதில்லை,

நிலையில்லாத இவ்வுலகின் இயல்பை
நீ சொல்ல வேண்டாம்.
இவற்றை எல்லாம் எங்கள் தலைவன்
முழுவதுமாக முன்பே அறிந்த

கேள்விச் செல்வம் உடையவன்;
அதன்படி நடக்கும்
செல்வமும் உடையவனே.

385. 'மங்கையர் மனம் அவன் பின்னே; மகன் மனமோ தவத்தின் முன்னே' (251)

பாடல்

ஓவத்து அன்ன இடனுடை வரைப்பில்,
பாவை அன்ன குறுந்தொடி மகளிர்
இழைநிலை நெகிழ்த்த மள்ளற் கண்டிகும்-
கழைக்கண் நெடுவரை அருவி ஆடி,
கான யானை தந்த விறகின்

கடுந்தெறல் செந் தீ வேட்டு,
புறம் தாழ் புரி சடை புலர்த்துவோனே!

திணை: வாகை. துறை: தாபத வாகை.

புலவர்: மாற்பித்தியார்.

மால்+பித்தியார் என்றால்,
திருமாலின் மிது பித்துக் கொண்டவர் எனலாம்.
எதுவும் உறுதியாகச் சொல்ல முடியவில்லை
பெண்ணாகத் தெரிகிறது என்பார் உ.வே.சா.

ஓவியம் போல அழகான
இடம் உள்ள வீடு.
கண்டவரைக் கொல்லும்
கொல்லிப் பாவை போன்ற
குறும் வளையல் அணிந்த பெண்கள்.
முன்பு அப்பெண்களின் அணிகலன்களை
அவை அணியப்பட்டிருக்கும் இடத்திலிருந்து

கழலும்படி அவனையே எண்ணி
மெலியச் செய்தவனைப் பார்த்தோம்.

இப்போது அவன் தன் தவமிகுதியினால்
மூங்கில் நிறைந்த நெடிய மலையின்
அருவி நீரில் ஆடி,
காட்டு யானை கொண்டு வந்த
விறகால் பெரும் வெம்மையை உடைய
செந்தீயை மூட்டி
முதுகில் தாழ்ந்திருக்கும்
சிக்கு விழுந்த சடையை
உலர்த்திக் கொண்டிருக்கிறான்.

386. 'எலியாய் இராதே. புலியாய் வாழ்வாயாக' (190)

இவன் பெயர் சோழன் நல்லுருத்திரன்,
நல்லுத்திரன், உருத்திரன் என்றெலாம்
வேறுபட்டுக் காணப்படுகின்றதாம்.
உருத்திரன் என்பது ருத்திரன் என்ற
வடசொல்லின் தமிழாக்கம்.
இது எப்படி தமிழ் அரசனின்
பெயர் ஆனது?
அதுவும் எக்காலத்தில்?
இவன் முல்லைக் கலியைப்
பாடியவன் என்றும் சொல்கிறார்கள்.
உண்மைதானா?

எப்படியும் வாழலாம் என்பார் சிலர்;
இல்லை இப்படித்தான்.
மேலான நோக்கங்களுடன் தான்
என்பார் மேலானவர்.
அவர்கள் தாம் எப்படி என்று
காட்டுகிறார் புலவர் நல்லுருத்திரன்.

பாடல்

விளைபதச் சீறிடம் நோக்கி, வளைகதிர்
வல்சி கொண்டு, அளை மல்க வைக்கும்
எலி முயன்றனையர் ஆகி, உள்ளதம்
வளன் வலியுறுக்கும் உளம் இலாளரோடு
இயைந்த கேண்மை இல்லாகியரோ! 5

கடுங்கண் கேழல் இடம்பட வீழ்ந்தென,
அன்று அவண் உண்ணாதாகி, வழிநாள்,
பெரு மலை விடரகம் புலம்ப, வேட்டு எழுந்து,
இருங்களிற்று ஒருத்தல் நல்வலம் படுக்கும்
புலி பசித்தன்ன மெலிவு இல் உள்ளத்து 10

உரனுடையாளர் கேண்மையொடு
இயைந்த வைகல் உள ஆகியரோ!

திணை: பொதுவியல். துறை: பொருண்மொழிக் காஞ்சி.
புலவர்: சோழன் நல்லுருத்திரன்.

(இந்த உலகில் எப்படி,
எத்தகைய கொள்கையுடன் வாழ வேண்டும்?
அறுப்பதற்குரிய பக்குவத்தில்
நன்கு விளைந்து விட்டதைக்கண்டு
சிறிய இடத்தில் விளைந்த
கதிராகிய உணவைப் பற்றிக் கொண்டு
குழிக்குள் நிறைத்து வைக்கும் எலி;
அந்த எலி முயல்வது போலச்
சிறிய முயற்சியை உடையவர்கள் ஆகித்
தம்மிடம் இருக்கும் செல்வத்தைத்
தாமும் அனுபவிக்காமல்
இறுகப் பிடித்துச் சேர்த்து வைக்கும்
ஊக்கம் பெரிதும் இல்லாதவரோடு
நமக்கு நட்பு இல்லாமலே போகட்டும்.

அச்சம் இல்லாமல் வாழும்
காட்டுப் பன்றி
தான் அடித்த ஒரே அடியில்
தன் இடப்பக்கமாக விழும் என்றால்
அதை அங்கே அன்று உண்ணாது விட்டு விடும்.
அடுத்த நாள் பெரிய மலையில் உள்ள
தன் குகையிலிருந்து உணவைத் தேடி எழுந்து
தன்னந் தனியாகப் பெரிய ஆண் யானையைத்
தன் வலப்பக்கம் விழும்படி அடிக்கும்
பசித்த புலி போலக்
குறையில்லாத கொள்கையோடு கூட
விடாத கடும் முயற்சியுடையோரது
நட்போடு கூடி வாழும் நாட்கள்
நமக்கு உண்டாவதாக.

387. 'நன்மையோ தீமையோ நம் செயலின் விளைவே' (192)

கணியன் என்றால்
சோதிடம் கணிப்பவன்;
பூங்குன்றம் அன்றைய நகரம்.
மகிபாலன் பட்டிக்கு அருகிலுள்ள சாசனங்களில்
'பூங்குன்ற நாட்டுப் பூங்குன்றம்' என்று
குறிப்பிடப் பட்டுள்ளதாம்.
இன்றைய தமிழ் மக்களின்
உதட்டளவிலான கொள்கையை அன்று
உள்ளத்தால் உணர்ந்து
அறிவுடன் சொல்லி
உலகிற்கே வழங்கிய
அருங் கோட்பாடு இந்தப் பாட்டு,

பாடல்

யாதும் ஊரே; யாவரும் கேளிர்;
தீதும் நன்றும் பிறர்தர வாரா
நோதலும் தணிதலும் அவற்றோரன்ன;
சாதலும் புதுவது அன்றே; வாழ்தல்
இனிதுஎன மகிழ்ந்தன்றும் இலமே; முனிவின்   5

இன்னாது என்றலும் இலமே; 'மின்னொடு
வானம் தண்துளி தலைஇ, ஆனாது
கல் பொருது இரங்கும் மல்லல் பேர்யாற்று
நீர் வழிப்படூஉம் புணைபோல், ஆர் உயிர்
முறை வழிப்படூஉம்' என்பது திறவோர்   10

காட்சியின் தெளிந்தனம்ஆகலின், மாட்சியின்
பெரியோரை வியத்தலும் இலமே;
சிறியோரை இகழ்தல் அதனினும் இலமே.

திணை: பொதுவியல்.   துறை: பொருண்மொழிக்காஞ்சி.
புலவர்: கணியன் பூங்குன்றன்.

ஊர் எல்லாம் நம் ஊரே;
உலக மக்கள் யாவரும்
நம் சுற்றத்தாரே
தீமையோ நன்மையோ
நமக்கு நாமே செய்து கொள்வதே;
பிறர் நமக்குச் செய்வது இல்லை.
நாம் வருந்துவதோ
அது தீர்வதோ. முன்னதைப் போல
நம்மாலே வந்தவை தாம்;

இறப்பு இன்று தான் வரும்
புதியது அன்று;
(கருவில் நாம் உருவானபோதே

தொடங்கியதுதான் அது.)
இப்பூவுலகில் உயிர் வாழ்வது
இனிதானது என்று மகிழ்வதும் இல்லை;
வெறுப்பு வந்த போது
கொடியது என்று வருந்துவதும் இல்லை.

மின்னலோடு கூடிய மேகம்
குளிர்ந்த மழைத் துளியைப்
பெய்வதோடு நில்லாது,
கல்லை இழுத்துச் சத்தமிடும்
பெரிய ஆற்று நீரின்
வழியே போகும் மிதவையைப் போலப்
பெறுவதற்கு அரிய இந்த உயிர்
விதி வழியே தான் செல்லும், என்று
நன்மை தீமை வேறுபாடுகளை
அறிவோர் கூறிய நூலால்
தெரிந்து கொண்டோம்.
ஆகவே தகுதியால் மிக்கவரை
மதிப்பதும் இல்லை
சிறிய வரை இகழ்வதோ
அதனிலும் (மதிப்பதினும்) இல்லை.

388. 'உலகம் ஏன் இன்றும் நிலைத்திருக்கிறது?' (182)

பாண்டியன்.
'இளம் பெரு' என்பது
இளமையில் பேர் அறிவு படைத்தவன்
என்பதைக் குறிக்கலாம்.
இவன் என்ன காரணத்தாலோ
கடலுக்குள் மடிய நேர்ந்திருக்கிறது; அதனால்
கடலுள் மாய்ந்த இளம் பெரு வழுதி என்று கூறினர்.
பாண்டிய அரசு மரபினனான

இவனுக்கு உலகத்துச் சிறுமைகள்
நன்கு தெரிந்திருக்கின்றன.
இத்தனைச் சிறுமைக்குரிய இவ்வுலகம்
இன்றும் ஏன் அழியாமல் இருக்கிறது?
இதற்கு உரிய காரணங் கூறுவதே இப்பாட்டு.

பாடல்

உண்டால் அம்ம, இவ் உலகம்-இந்திரர்
அமிழ்தம் இயைவதுஆயினும், 'இனிது' எனத்
தமியர் உண்டலும் இலரே; முனிவு இலர்;
துஞ்சலும் இலர்; பிறர் அஞ்சுவது அஞ்சி,
புகழ் எனின், உயிரும் கொடுக்குவர்; பழி எனின்,   5

உலகுடன் பெறினும், கொள்ளலர்; அயர்விலர்;
அன்ன மாட்சி அனையர் ஆகி,
தமக்கு என முயலா நோன்தாள்,
பிறர்க்கு என முயலுநர் உண்மையானே.

திணை: பொதுவியல்.   துறை: பொருண்மொழிக்காஞ்சி.
புலவர்: கடலுள் மாய்ந்த இளம்பெரு வழுதி.

(உலகம் இன்னும் நிலைத்து நிற்கக்
காரணம் என்ன?)
தேவர்களின் உலகத்தே
இந்திரர்க்கு உரிய
சாவாமைக்குக் காரணமான அமிழ்தம்
தெய்வ அருளாலோ, நம் முயற்சியாலோ
தமக்குக் கிடைப்பது ஆயினும்
அதைக் கிடைத்தற் கரிய இனிது என்று
தனித்துத் தானே உண்பவரும் இல்லை,
எவர் மேலும் கோபம் கொண்டவரும் இல்லை
பிறர் பயப்படும் தீயவற்றிற்குத் தாமும் அஞ்சுவர்.
அந்த தீமை விலகும்படி முயற்சி செய்யாமல்
சோம்பி இருக்கவும் மாட்டார்.

புகழ் கிட்டும் என்றால்
தம் உயிரையும் கொடுப்பார்;
பழி வருமானால் அதனொடு
உலகத்தையே பெறுவது என்றாலும் ஏற்கமாட்டார்.
சோம்பி இருக்கவும் மாட்டார்
அத்தகைய பெரும் சிறப்புகளை உடையவர்கள் ஆகி
எதற்காகவும் தமக்கு என முயலாமல்
பிறருக்காகவே முயலும்
வலிய முயற்சியை உடையவர்கள்
இன்றும் இவ்வுலகில் இருப்பதால் தான்
இந்த உலகம் இன்றளவும்
நிலைத்து இருக்கிறது.

389. 'ஆளத்தக்கவர் யார்?' (75)

பாடல்

'மூத்தோர் மூத்தோர்க் கூற்றம் உய்த்தென,
பால்தர வந்த பழவிறல் தாயம்
எய்தினம்ஆயின், எய்தினம் சிறப்பு' எனக்
குடி புரவு இரக்கும் கூர் இல் ஆண்மைச்
சிறியோன் பெறின், அது சிறந்தன்று மன்னே;

மண்டுஅமர்ப் பரிக்கும் மதனுடை நோன்தாள்
விழுமியோன் பெறுகுவன்ஆயின், தாழ்நீர்
அறு கயமருங்கின் சிறுகோல் வெண்கிடை
என்றூழ் வாடுவறல் போல, நன்றும்
நொய்தால் அம்ம தானே----மை அற்று,

விசும்புற ஓங்கிய வெண்குடை,
முரசு கெழு வேந்தர் அரசுகெழு திருவே.

திணை: பொதுவியல். **துறை:** பொருண்மொழிக் காஞ்சி.

புலவர்: சோழன் நலங்கிள்ளி.

ஒருவனது குடியில்
வயது முதிர்ந்தோரை எல்லாம்
காலன் கைப்பற்றிக் கொண்டு போய் விட.
அதனால்
அவர்கள் ஆண்டு வந்த பழமையான,
வலிமைக்கு உரிய அரசினைப்
பெறும் உரிமை
நமக்கு விதி தந்ததால் கிடைத்தது,
அதனாலேயே நாட்டை
ஆளும் சிறப்பையும் அடைந்தோம், என்று கூறி
குடிமக்களிடம் வரிதனைக் கேட்கும்
தகுதியற்ற ஆண்மையை
அற்ப மனம் படைத்தோன் பெற்றால்
அந்த அரசுரிமை அவனுக்குச் சிறப்பாகுமா? (ஆகாது)
அது அவனுக்குப் பாரமே ஆகும்.

பெரிய போரைத் தாங்கும் மன எழுச்சியோடு
வலிய முயற்சியையும் படைத்த
சிறப்புக்கு உரியவன்
அதைப் பெறுவான் என்றால்
குற்றமற்று விண்ணை முட்ட
ஓங்கிய வெண் கொற்றக் குடையோடு
முரசினை உடைய அரசோடு
சேர்ந்த செல்வமானது
நீர் வற்றிப் போன குளத்தில்
விளையும் சிறிய தண்டான நெட்டி
கோடை காலத்தில் உலர்ந்த சுள்ளியைப் போல
என்றும் (எல்லோர்க்கும்) எளியதாகும்.

390. 'அரசாட்சியா தவமாட்சியா?' (358)

பாடல்

பருதி சூழ்ந்த இப் பயம்கெழு மா நிலம்
ஒரு பகல் எழுவர் எய்தியற்றே;

வையமும் தவமும் தூக்கின், தவத்துக்கு
ஐயவி அனைத்தும் ஆற்றாதுஆகலின்,
கைவிட்டனரே காதலர்; அதனால்   5

விட்டோரை விடாஅள், திருவே;
விடாஅதோர் இவள் விடப்பட்டோரே.

திணை: காஞ்சி.   துறை: மனையறம, ; துறவறம்.
புலவர்: வான்மீகியார்.

சூரியன் வலம் வரும்
பயன்கள் மிகுந்த பெரிய இவ்வுலகம்
ஒரே பகலில் ஏழு பேருக்குச்
சொந்தம் ஆகும் இயல்பினது.
உலகை ஆளுவதையும்
தனியாக வாழும் துறவறத்தையும்
நிறுத்துப் பார்த்தால்
துறவறத்திற்கு, உலகை ஆளும் சிறப்பு
சிறு கடுகளவும் ஈடாகாது.

உலகை ஆளுவதை விரும்பாதவர்கள்
அதன் மீதுள்ள பற்றை ஒழித்தனர்;
பற்றை ஒழித்தவரைத் திருமகள்
விட்டு விலக மாட்டாள்.
திருமகளால் கைவிடப்பட்டவரே
உலக வாழ்க்கையில்
பற்று விடாமல் வருந்துவர்.

391. 'வசப்படுத்தியவன் தவ வசப்பட்டான்' (252)

பாடல்

கறங்குவெள் அருவி ஏற்றலின், நிறம் பெயர்ந்து,
தில்லை அன்ன புல்லென் சடையோடு,

அள் இலைத் தாளி கொய்யுமோனே---
இல் வழங்கு மடமயில் பிணிக்கும்
சொல்வலை வேட்டுவன் ஆயினன், முன்னே.   5

திணை: வாகை.   துறை: தாபத வாகை.

புலவர்: மாற்பித்தியார்.

ஓசையிடும் வெள்ளிய அருவியின்
நீரைப் பயன்படுத்துவதால் பழைய நிறம் மாறித்
தில்லை இலை போன்று
நிறம் மாறிய சடையோடு கூடி,
செறிந்த இலைகளோடு சேர்ந்த
தாளியைக்
கொய்கின்றானே.

இவன் தானே முன்பு
மயில் போன்ற இளம் பெண்களைக்
காதல் சொல் வலை வீசி
அவர்களைத் தன் வசப்படுத்தும்
வேட்டைக் காரனாக இருந்தான்?

392. 'பொது என்று எண்ணாத மன்னரும் மடிந்தார்' (357)

பாடல்

குன்று தலைமணந்த மலைபிணித்து யாத்த மண்,
பொதுமை சுட்டிய மூவர் உலகமும்,
பொதுமை இன்றி ஆண்டிசினோர்க்கும்,
மாண்ட அன்றே, யாண்டுகள்; துணையே
வைத்தது அன்றே வெறுக்கை; வி..........   5

....ணை
புணை கைவிட்டோர்க்கு அரிதே, துணை அழத்
தொக்கு உயிர் வெளவும்காலை,
இக்கரை நின்று இவர்ந்து உக்கரை கொளலே.

திணை: காஞ்சி.   துறை.....;பெருங்காஞ்சியும் ஆம்.

புலவர்: பிரமனார்.

குன்றுகளுடன் கூடிய மலைகளைத்
தன்னோடு பிணித்துக் கொண்ட இப்பூமியில்
பொது என்று சொல்லப்பட்ட
மூவேந்தர்களின் நாடு மூன்றையும்
பொது என்று எண்ணாமல்
தனக்கே உரியது எனக் கொண்டு
ஆண்ட வேந்தருக்கும்
வாழ்நாட்கள் நீடித்திருக்கவில்லை .

அவர்கள் சேர்த்த செல்வமும்
சென்ற அவர்கள் உயிருக்குத்
துணையாக இல்லை,
அவரவர் செய்த தருமச் செயல்கள்
அல்லவா சிறந்த துணையாக நின்று இன்பம் தரும்.
அந்தத் துணையாகிய தெப்பத்தைக்
கைவிட்டு விட்டவர்க்குத்
துணைவர்கள் கூடி அழ
உயிர் கவர்ந்து கொள்ளப்படும் போது
இக்கரையிலிருந்து (இவ்வுலகிலிருந்து)
அக்கரைக்குச் செல்ல (வீட்டுலகிற்கு)
அறச் செயல் ஒன்றே
பெருந் தோணியாகும். அதைக் கைவிட்டவர்க்கு
மேல் உலக வாய்ப்பு இல்லை.

393. 'பசிப்பிணி மருத்துவன்' (173)

மன்னன் சோழன் குளமுற்றத்துத் துஞ்சிய
கிள்ளி வளவன்
எளிய கிழானைப் பற்றிப் பாடுவது புதுமை.

பாடல்

யான் வாழும் நாளும் பண்ணன் வாழிய!
பாணர்! காண்க, இவன் கடும்பினது இடும்பை;
யாணர்ப் பழுமரம் புள் இமிழ்ந்தன்ன
ஊண் ஒலி அரவம்தானும் கேட்கும்;
பொய்யா எழிலி பெய்விடம் நோக்கி,   5

முட்டை கொண்டு வன் புலம் சேரும்
சிறுநுண் எறும்பின் சில் ஒழுக்கு ஏய்ப்ப,
சோறுடைக் கையர் வீறுவீறு இயங்கும்
இருங் கிளைச் சிறாஅர் காண்டும்; கண்டும்,
மற்றும் மற்றும் வினவுதும், தெற்றென;   10

பசிப்பிணி மருத்துவன் இல்லம்
அணித்தோ? சேய்த்தோ? கூறுமின், எமக்கே.

திணை: பாடாண்.   துறை: இயன்மொழி.
புலவர்: சோழன் குளமுற்றத்துத் துஞ்சிய கிள்ளி வளவன்.

பாணர்களே!
நான் உயிர் வாழும் நாளையும் சேர்த்துப்
பண்ணன் வாழ்வானாக;
இதோ, இந்தப் பரிசிலனின்
சுற்றத்தாரின் வறுமையைப் பாருங்கள்;
புதிதாக விளைச்சலைக் கொண்ட
பழ மரத்தின் மேல்

பறவைகளின் சத்தம் ஒலிப்பது போல,
உணவு உண்பதால்
உண்டாகும் ஆரவாரம் கேட்கும்.

காலம் தவறாமல்
மழை பெய்யும் காலம் பார்த்துத்
தம் முட்டைகளை எடுத்துக் கொண்டு
மேட்டு நிலத்திற்குச் செல்லும் சிற்றெறும்பின்
சில சில வரிசையைப் போல
சோற்றை வைத்திருக்கும் கையை உடையவராய்,
வேறு வேறு திசையில் செல்லும்
பெரும் சுற்றத்தோடுங் கூடிய
பிள்ளைகளைக் காண்போம்.
அதற்குப் பிறகு
எங்கள் பசி வருத்தத்தாலும்.
தொலை தூரமாக நடந்து வரும் வருத்தத்தாலும்
திரும்பத் திரும்பக் கேட்கின்றோம்.
பசிநோயைப் போக்கும் மருத்துவன்
வாழும் வீடு பக்கத்தில் இருக்கிறதா?
இல்லை, தொலைவில் இருக்கிறதா?
தயை செய்து எங்களுக்குச் சொல்லுங்களேன்.

394. 'நாமே அனுபவிப்போம் என்பார் நலமெலாம் இழந்து போவார்' (189)

மதுரை நக்கீரர்;
மதுரை கணக்காயனார்,
மதுரைக் கணக்காயனார் மகனார் நக்கீரர்
என மூன்று பேர் குறிப்பிடப்படுகின்றனர்.
இவருள்
மதுரைக் கணக்காயனார் *(330)*
மகனார் *(156, 189)* நக்கீரன் *(395)*
மூவரும் ஒருவரா, இருவரா என்பது சிந்திக்க
வேண்டியது.

கணக்காயர் என்றால் கற்றுத்தரும்
ஆசிரியர்.
நக்கீரர் - நல் + கீரர் என்றால்
கீரர் என்ற சொல்லின் பொருள்
என்ன?
பிற்காலத்தில் திருவிளையாடல்
புராணக் கதை வழி
இவரைச் சங்கு அறுக்கும் குலத்தவர்
என்கிறார்களே. இது சரியா?
குறுந்தொகைப் பாடலை எழுதியவர்
இறையனார் என்று சொல்லி
அவர் சிவ பெருமானே என்று நிறுவப்
புராணக் கதை புனைந்தது போல
இப் பெயரும்
கதைகளில் சிக்கிக் கொண்டதா?
கண்டு அறிய வேண்டிய உண்மை
காத்து இருக்கிறது.
இந்தப் பாடலில் நக்கீரனார்
செல்வச் செருக்கில் நிமிர்ந்து
எவரையும் மதியாதவரையும்,
ஏதும் உடைமை இன்றி
உணவு ஒன்றையே தேடி
அலையும் மக்களையும் கண்டு
தன் சிந்தனைக் குதிரையைத்
தட்டி விட்டுப் பறக்கிறார்.

பாடல்

தெண்கடல் வளாகம் பொதுமை இன்றி
வெண் குடை நிழற்றிய ஒருமையோர்க்கும்,
நடு நாள் யாமத்தும் பகலும் துஞ்சான்
கடு மாப் பார்க்கும் கல்லா ஒருவற்கும்,
உண்பது நாழி; உடுப்பவை இரண்டே

பிறவும் எல்லாம் ஓர் ஒக்கும்மே;
செல்வத்துப் பயனே ஈதல்;
துய்ப்பேம்எனினே, தப்புந பலவே.

திணை: பொதுவியில்.   துறை: பொருண்மொழிக் காஞ்சி.

புலவர்; மதுரைக் கணக்காயனார் மகனார் நக்கீரனார்.

(நாம் அனைவரும் இரவு பகல் பாராமல்
உண்டும் உண்ணாமலும்
உறங்கியும் உறங்காமலும்,
உறவுக்குக் கொடாமலும்
பணந் தேடி அலைகிறோமே
அது சரியானது தானா?)
தெளிந்த நீரால் சூழப்பட்ட
உலகம் இது.
இது முழுமையும்
வேறு எவர்க்கும் சொந்தம் அல்ல;
தன் ஒருவனுக்கே
சொந்தமாகக் கொண்டு
ஆட்சி செய்யும் ஒருவன் ஒரு பக்கம்;
(உடைமை அதிகம் இன்றி)
நள்ளிரவிலும், நடுப் பகலிலும் கூட
உறங்காதவனாக
விரைந்து ஓடும் விலங்குகளைப் பிடிக்க
எண்ணிச் செல்லும்
கல்வி அறிவு இல்லாத ஒருவன்
இன்னொரு பக்கம்;
இந்த இருவருக்குமே
உண்பதற்குத் தேவைப்படும் பொருள்;
நாழி அளவே;
அவர்கள் உடுத்தத் தேவைப் படுவதும்
இரண்டே தான்
பிற (அறம் இன்பம்,

சுக, துக்கம் எனும் உணர்வுகள்) எல்லாம்
இருவர்க்கும் ஒன்று போலவேதான்.

அதனால் நாம் (அனைவரும்)
செல்வத்தைப் பெற்றதன் பயன்
அதனைப் பலர்க்கும் கொடுப்பதே.
(அது எப்படி; அது என் உழைப்புஅது எனக்கும்
என் பிள்ளைகளுக்கும் மட்டுமே
என்று எண்ணிப்)
பிறர்க்குக் கொடாமல்
தாமே அனுபவிப்போம்
என்று எண்ணினால்
நாம் இழக்கப் போவது
மிகுதியாக இருக்கும்.

395. 'பண்பாலும் செயலாலும் சிறந்தோர் பார்வை' (362)

பாடல்

ஞாயிற்று அன்ன ஆய்மணி மிடைந்த
மதி உறழ் ஆரம் மார்பில் புரள,
பலிபெறு முரசம் பாசறைச் சிலைப்ப,
பொழிலகம் பரந்த பெ...................
...................கும விசய வெண்கொடி   5

அணங்கு உருத்தன்ன கணம்கொள் தானை,
கூற்றத்து அன்ன மாற்று அரு முன்பின்,
ஆக் குரல் காண்பின் அந்தணாளர்
நான்மறை குறி.....................யின்
அறம் குறித்தன்று; பொருள் ஆகுதலின்   10

மருள் தீர்ந்து, மயக்கு ஒரீஇ,
கைபெய்த நீர் கடற் பரப்ப,

ஆம் இருந்த அடை நல்கி,
சோறு கொடுத்து, மிகப் பெரிதும்
வீறு சான....................நன்றும்,   15

சிறுவெள் என்பின் நெடுவெண் களரின்,
வாய்வன் காக்கை கூகையொடு கூடிப்
பகலும் கூவும் அகலுள் ஆங்கண்,
காடுகண் மறைத்த கல்லென் சுற்றமொடு
இல் என்று இல்வயின் பெயர, மெல்ல   20

இடம் சிறிது ஒதுங்கல் அஞ்சி,
உடம்பொடும் சென்மார், உயர்ந்தோர் நாட்டே.

திணை: பொதுவியில்.   துறை: பெருங்காஞ்சி.

புலவர்; சிறுவெண்டேரையார்.

சூரியனைப் போன்று ஒளிரும்
ஆராய்ந்து எடுத்த மாணிக்கம் வைத்துச்
செய்யப்பட்ட பிறைவடம்
மார்பில் புரள்கிறது;
பலியைப் பெறும் முரசு
பாசறையில் முழங்குகிறது.

பொழிலின் இடம் எல்லாம்
நிறைந்த செயல் வீரர்கள்
களம் புகுந்து
வெற்றியைப் புலப்படுத்த உயர்த்திய வெண் கொடி;
தெயவங்களே வடிவெடுத்து வந்தது போலக்
கூட்டமாக வந்த சேனை;
எமனைப் போன்று தடுப்பதற்கு அரிய
வலிமையுடன்,

பகைவரைத் தாக்குவதற்காகச் செய்யும்
போர்க் குரலைக் கேளுங்கள் அந்தணர்களே!

இது அருள் ஆகாது ஆகையால்
நான்கு வேதத்திலும் குறிக்கப்பட்டது அன்று;
பொருள் ஆவதால் அற நூல்களில் குறித்ததும் அன்று;
அறிவுக் குழப்பம் தீர்ந்து,
மயக்கமும் விலகி, அந்தணர்க்குக் கொடுக்கும்போது அவர்
கையில் பெய்த நீர்
கடல் அளவும் பரந்து செல்வதுபோல
நீர்வளம் மிக்க
மருத நிலத்து ஊர்களைக் கொடுத்தும்
பசி என வருபவர்க்கு மிகுந்த
சோறு கொடுத்தும்
சிறப்பு மிக்க நல்ல அணிகலன்களைப் பெரிதும் கொடுத்தும்

சின்னஞ் சிறு வெள் எலும்புகள் கிடக்கும்
நீண்டு பரந்த இடுகாட்டில்
வலிய வாயை உடைய காக்கையோடு
கோட்டானும் சேர்ந்து
பகல் பொழுதிலும் கூடக் கூவக்கூடிய
இடம் பரந்த சுடுகாடு என்ற
ஒன்று உண்டு என்னும் இதுவே
அறிவிற்குப் புலனாகாதபடி
மறைந்த சுற்றத்தார் நிறைந்திருப்பதால்
இவ்விடத்தில் நமக்கு வேலை இல்லை என்று
மெல்ல அங்கிருந்து நீங்க எண்ணியும்
நிலவுலகம் சிறிது என்பதால்
ஒதுங்கப் பயந்தும்,
பண்பாலும் செயலாலும் உயர்ந்தோர்
தம் உடலோடு கூடப் போவதற்கே முயல்கின்றனர்.

396. 'கடல் மணல் அளவு மன்னரும் சுடுகாடேகிப் போனார்' (363)

பாடல்

இருங்கடல் உடுத்தஇப் பெருங்கண் மாநிலம்
உடையிலை நடுவணது இடை பிறர்க்கு இன்றி,
தாமே ஆண்ட ஏமங் காவலர்
இடுதிரை மணலினும் பலரே; சுடுபிணக்
காடு பதி ஆகப் போகி, தம்தம்

நாடு பிறர் கொளச் சென்று மாய்ந்தனரே;
அதனால், நீயும் கேண்மதி அத்தை! வீயாது
உடம்பொடு நின்ற உயிரும் இல்லை;
மடங்கல் உண்மை மாயமோ அன்றே;
கள்ளி வேய்ந்த முள்ளிஅம் புறங்காட்டு,

வெள்ளில் போகிய வியலுள் ஆங்கண்,
உப்பு இலாஅ அவிப்புழுக்கல்
கைக்கொண்டு, பிறக்கு நோக்காது,
இழி பிறப்பினோன் ஈயப் பெற்று,
நிலம் கலனாக, இலங்குபலி மிசையும்

இன்னா வைகல் வாராமுன்னே,
செய்நீ முன்னிய வினையே,
முந்நீர் வரைப்பகம் முழுது உடன் துறந்தே.

திணை: பொதுவியல். துறை: பெருங்காஞ்சி.

புலவர்; ஐயாதிச் சிறுவெண்டேரையார்.

கரிய கடல் சூழ்ந்து இடம் அகன்ற
இந்தப் பெரிய நிலத்தின் நடுவில்
உடை மரத்தின் இலை அளவு கூடப்

பிறர்க்கு உரிமை இல்லை என்னும்படி
அனைத்தையும் தாமே கொண்டு
ஆட்சி செய்த அரசர்கள்
கடல் அலைகள் கரையில் ஒதுக்கும்
மணலினும் பலராவர்,
அவரெல்லாம்
பிணங்களைச் சுடும் சுடுகாடே
உரிய, முடிவான இடமாகப்
போய்ச் சேர்ந்து
தங்கள் நாட்டைப் பிறர் கொள்ள
இறந்து விட்டனர்.

ஆகவே நீயும் கேட்பாயாக;
அழியாத உடம்போடு வாழ்ந்தவர்
எவரும், எப்போதும் இல்லை.
சாவு என்பது உண்மை; பொய் இல்லை.
கள்ளிச் செடிகள் பரந்து,
முட் செடிகளும் நிறைந்து
முதுகாடாகிய மயானத்தில்
இடையே இருக்கும் அகன்ற இடத்தில்
உப்பு இல்லாமல் ஆக்கிய சோற்றைக்
கையில் வாங்கித் திரும்பிப் பார்க்காமலே
(கூலியும், மரியாதையும் பெறாமல் வாழ்ந்ததால்
இழிந்த பிறப்பு என்று கருதப்பட்ட புலையர்)
மயானத் தொழிலாளி கொடுக்க வாங்கி
நிலத்தையே பாத்திரமாகக் கொண்டு
விருப்பம் இல்லாத
பலிச் சோற்றை உண்ணும் இவ்வுலகில்
துன்பம் மிக்க இறுதி நாட்கள் வருமுன்னே
அனைத்துப் பாசங்களையும் விட்டு விலகி
நீ எண்ணிய தவமாகிய
நல்ல செயலைச் செய்வாயாக.

397. 'இப்போதே மகிழ்வோம். இறந்த பின் ஏதும் கிடைக்காது' (364)

பாடல்

வாடா மாலை பாடினி அணிய,
பாணன் சென்னிக் கேணி பூவா
எரிமருள் தாமரைப் பெருமலர் தயங்க,
மைவிடை இரும்போத்துச் செந் தீச் சேர்த்தி,
காயம் கனிந்த கண் அகன் கொழுங்குறை   5

நறவு உண் செவ்வாய் நாத்திறம் பெயர்ப்ப,
உண்டும், தின்றும், இரப்போர்க்கு ஈய்ந்தும்,
மகிழ்கம் வம்மோ, மறப்போரோயே!
அரியஆகலும் உரிய, பெரும!---
நிலம் பக வீழ்ந்த அலங்கற் பல்வேர்   10

முதுமரப் பொத்தின் கதுமென இயம்பும்
கூகைக் கோழி ஆனாத்
தாழிய பெருங்காடு எய்திய ஞான்றே.

திணை: பொதுவியல்.   துறை: பெருங்காஞ்சி.
புலவர்: கூகைக்கோழியார்.

வீரமிகு போர் செய்யும் தலைவனே!
பொன்னரி மாலையைப்
பாடினி அணியட்டும்;
பாணனது தலையில்
குளத்தில் பூக்காத பெரிய செந்தாமரை மலர்
ஒளிவீசட்டும்
கரிய ஆட்டுக் கிடாயைக் கொன்று
அதன் ஊனைத்
தீயில் இட்டுச் சுடட்டும்;
உறைப்பு ஏற்றிச் செய்த

பெரிய கொழுத்த கறித் துண்டை
மதுவை உண்டு சிவந்த நாவானது
சுவை காண இருபக்கமும் அசைத்துத் தின்னட்டும்;
இவ்வாறு
உண்போம், தின்போம், இரப்போர்க்கு ஈவோம்
இதனால் மகிழ்வடைவோம் வருவாயாக.
நிலம் பிளவுபடுமாறு
பூமியின் கீழே சென்று
அசைக்கும் பலப்பல வேர்களை உடைய
முதிய மரத்தின் பொந்துகளில் இருந்து
கதும் எனக் கூவும் பேராந்தைகளும்
காட்டுக் கோழிகளும், பிணங்களை வைக்கப்
பயன்படும் தாழிகளும் உள்ள
சுடுகாட்டை அடையும் போது
பெருமானே! இவை எல்லாம்
நமக்குக் கிடைக்காமலே போகும்.

398. 'காஞ்சியும் உண்டு; கண்ணீர் விடும் நிலமகள்' (365)

பாடல்

'மயங்குஇருங் கருவிய விசும்பு முகன் ஆக,
இயங்கிய இரு சுடர் கண் என, பெயரிய
வளி இடை வழங்கா வழக்கு அரு நீத்தம்,
வயிரக் குறட்டின் வயங்கு மணி ஆரத்துப்
பொன்அம் திகிரி முன் சமத்து உருட்டி,

பொருநர்க் காணாச் செரு மிகு முன்பின்
முன்னோர் செல்லவும், செல்லாது, இன்னும்
விலை நலப் பெண்டிரின் பலர் மீக்கூற,
உள்ளேன் வாழியர், யான்' எனப் பல்மாண்
நிலமகள் அழுத காஞ்சியும்

உண்டு என உரைப்பரால், உணர்ந்திசினோரே.

திணை: காஞ்சி   துறை: பெருங்காஞ்சி
புலவர்: மார்க்கண்டேயனார்.

தமக்குள் கலந்த மேகம்,
மின்னல் முதலிய தொகுதியை உடைய
ஆகாயத்தை முகமாகக் கொண்டு,
அந்த ஆகாயத்தில் இயங்கும்
சூரியன், நிலவு என்னும் இரு சுடர்களையும்
கண்களாகக் கொண்டு
பலவகையிலும் சிறப்புப் பெற்றவள்
இந்த நிலமாகிய பெண்.

இங்கும் அங்குமாகப் போகும் காற்றின்
இயக்கம் இல்லாத
எந்த உயிரும் போகமுடியாத
ஆகாயத்தைக் கடந்து,
வயிரத்தால் செய்த குறட்டில்
மணிகள் செறிந்து விளங்கும்
ஆரக்காலைக் கொண்ட
பொன்னால் ஆன சக்கரத்தைப்
போர்க் களத்தின் முன் உருட்டி,
எதிர்ப்பவர் இல்லாது போனதால்
போரில் மேம்பட்ட
ஆற்றல் மிக்க முன்னோர்
விண்ணுலகு சென்றதைப் பார்த்தும்
உடன் செல்லாமல்
தம் நலத்தைப் பிறர்க்கு
விலை கூறி விற்கும் பெண்களைப் போலப்
பலர் என் நலத்தைப் பாராட்ட
நான் இன்னும் இருக்கின்றேன்;
நான் வாழ்வேனாக" என்று
நிலமகள் பலகாலும் அழுத காஞ்சியும்
(நிலையாமையும்) உண்டு என்று
அறிவுடையோர் கூறுவார்கள்.

399. 'நமக்கும் ஒருநாள் வரும்' (359)

பாடல்

பாறுபடப் பறைந்த பல் மாறு மருங்கின்,
வேறுபடு குரல் வெவ்வாய்க் கூகையொடு
பிணம்தின் குறுநரி நிணம்திகழ் பல்ல,
பேஎய் மகளிர் பிணம்தழூஉப் பற்றி,
விளர்ஊன் தின்ற வெம் புலால் மெய்யர்,   5

களரி மருங்கின் கால்பெயர்த்து ஆடி,
ஈம விளக்கின் வெருவரப் பேரும்
காடு முன்னினரே, நாடு கொண்டோரும்!
நினக்கும் வருதல் வைகல் அற்றே;
வசையும் நிற்கும்; இசையும் நிற்கும்;   10

அதனால் வசைநீக்கி இசை வேண்டியும்,
நசை வேண்டாது நன்று மொழிந்தும்,
நிலவுக் கோட்டுப் பல களிற்றொடு,
பொலம் படைய மா மயங்கிட,
இழைகிளர் நெடுந்தேர் இரவலர்க்கு அருகாது,   15

'கொள்' என விடுவை ஆயின், வெள்ளென,
ஆண்டுநீ பெயர்ந்த பின்னும்,
ஈண்டுநீடு விளங்கும், நீ எய்திய புகழே.

திணை: காஞ்சி   துறை: பெருங்காஞ்சி

புலவர்: காவட்டனார்

மன்னன்: அந்துவன் கீரன்

முழுவதுமாக ஒடிந்தும் நொறுங்கியும்
மட்கியும் போன பலவாறான முட்கள் கிடக்கும் இடுகாட்டில்
ஏறியும் இறங்கியுமாகப்
பல வேறு சத்தங்களில் கத்தும்

கொடிய வாயுடைய கோட்டானோடு
பிணத்தைத் தின்னும் குள்ள நரிகள்,

தசை ஒட்டிய பற்களை உடையனவாய்த் தின்று கொண்டிருக்க
பேய்ப் பெண்கள் பிணங்களைத் தழுவிக்
கொழுப்பிருக்கும் தசைகளைத் தின்று
அதனால் புலால் மணக்கும் உடம்பை உடையவராய்
பிணத்தைச் சுடும் சுடுகாட்டுப் பக்கமாகக்
காலை மாற்றி மாற்றிக் கூத்தாடிப்
பிணஞ் சுடும் வெளிச்சத்தில்
அச்சம் உண்டாக விலகும்,
அம்மயானத்தை நோக்கி
நாடு பிடித்தோரும் புறப்பட்டனர்.
உனக்கும் அந்த ஒரு நாள் வரும்; இது உறுதி,

இவ்வுலகில் ஒருவன் செய்த
பழியும் நிற்கும்; புகழும் நிற்கும்,
அதனால் பழியை நீக்கிப் புகழை வேண்டியும்
ஆசை கொள்ளாமல், நல்லதே சொல்லி
வெண் கோடு உடைய பல யானைகளோடு
பொன்னணி பூண்ட குதிரைகளும்,
நகைகளால் அழகு செய்யப்பட்ட,
நெடிய தேர்களையும் இரப்பார்க்குக்
குறையாமல் கொள்க எனத் தருவாய் என்றால்
வெளிப்படையாகவே நீ அவ்வுலகு சென்ற பின்பும்,
நீ ஈகையால் அடைந்த புகழ் இவ்வுலகில்
நெடிது நிலை நிற்கும்.

400. 'படைப்பெலாம் அழியப் பார்த்த பின்னும் பகுத்துண்பார் இல்லை' (360)

பாடல்

பெரிது ஆராச் சிறு சினத்தர்,
சில சொல்லான் பல கேள்வியர்,
நுண் உணர்வினான் பெருங் கொடையர்,
கலுழ் நனையான் தண் தேறலர்,
கனி குய்யான் கொழுந் துவையர்,

தாழ் உவந்து தழூஉ மொழியர்,
பயன் உறுப்பப் பலர்க்கு ஆற்றி,
ஏமம் ஆக இந்நிலம் ஆண்டோர்
சிலரே; பெரும! கேள், இனி நாளும்,
பலரே, தகையஃது அறியாதோரே;

அன்னோர் செல்வமும் மன்னி நில்லாது;
இன்னும் அற்று, அதன் பண்பே; அதனால்
நிச்சமும் ஒழுக்கம் முட்டிலை; பரிசில்
நச்சுவர் கையின் நிரப்பல் ஓம்புமதி; அச்சுவரப்
பாறுஇறை கொண்ட பறந்தலை, மாகத

கள்ளி போகிய களரி மருங்கின்,
வெள்ளில் நிறுத்த பின்றை, கள்ளொடு
புல்லகத்து இட்ட சில் அவிழ் வல்சி,
புலையன் ஏவ, புல்மேல் அமர்ந்து உண்டு,
அழல்வாய்ப் புக்க பின்னும்,

பலர் வாய்த்து இராஅர், பகுத்து உண்டோரே.

திணை: காஞ்சி   துறை: பெருங்காஞ்சி
புலவர்: சங்க வருணர் என்னும் நாகரியர்
மன்னன்: தந்துமாறன்

சிலர் அதிகம் உண்ண மாட்டார்;
அவர் கோபமும் சிறிதே;
நிறைய கேட்பார்; குறைவாகவே பேசுவார்.
நுண்ணிய அறிவினால் மிகுந்த கொடையும் தருவார்.
கலங்கிய கள்ளோடு,
குளிர்ந்த தேனையும் அளிப்பவர்;
மணம் மிக்க தாளிப் போடு கூடிய
கொழுத்த ஊனை அளிப்பவர்;
பணிவை விரும்பிப்
பிறரைக் கவரும் சொற்களைக் கூறுவார்;
பலன் தரும் செயல்களையே
பலருக்கும் செய்பவர்;
என, இவ்வாறு
இப்பூவுலகிற்குக் காவலாகப் பலருக்கும்
பயன்தரத் தக்க செயலையே செய்து
ஆட்சி செய்தவர் சிலரே;
பெருமானே!
இப்போது நான் சொல்வதைக் கேள்;

இந்த உலகில் எப்படி வாழ்வது
என்பதை அறியாதவர் பலர்.
இப்படி அறியாதவரின் செல்வம்
நிலைத்து நிற்காது;
அதன் நிலைத்து நிற்காத குணம்
முன்பு போலவே இன்றைக்கும்
அப்படியே தான் ஆம்,
ஆகவே உனக்குரிய ஒழுக்கத்தில்
நாளும் குறைவு படாமல் வாழ்வாயாக.

உன்னிடம் பொருள் வேண்டி வருவார்க்கு
வேண்டும் பொருளைக் கொடுத்து,
அவர்களைக் காப்பாற்று.

பார்ப்பவர்க்குப் பயம் வருமாறு
முற்றிலும் பாழ்பட்டுப் போன,
கள்ளிச் செடிகள் மிகுந்து வளர்ந்த,
பிணத்தைச் சுடும் இடத்தில்
பாடையை வைத்த பின்பு,
பரப்பப்பட்ட தருப்பைப் புல்லின் மேல்
கள்ளுடன் படைக்கப்பட்ட
சில சோறாகிய உணவை உண்ணுமாறு
மயானத் தொழிலாளி (புலைமகன்) படைக்க
தர்ப்பைப் புல் மேல் அமர்ந்து உண்டு
சுடலைத் தீயில் வெந்து
சாம்பலானதைக் கண்ட பிறகும்
பகுத்து உண்டு வாழும்
புகழ் படைத்தவராய்ப்
பலர் வாழ்வதில்லை.

திணை - துறை விளக்கம்

மனித வாழ்க்கை பணத்தைத் தேடுவது மட்டும் அன்று; அறத்தை அறிவதையும் அறிந்ததைப் பின்பற்றுவதையும் அடிப்படையாகக் கொண்டது என்பர் தமிழ் மக்கள். பணமும் அறமும் தேடும் வாழ்க்கையில் ஒழுக்கம் இருக்க வேண்டும். இந்த ஒழுக்கத்தைத் திணை என்று கூறுவர்.

குடும்பத்தை நடத்த நிலம் பொருள் தருகிறது. அரசை நடத்தப் பொருள் வேண்டுமே? விவசாயி நில உற்பத்தியில் ஆறில் ஒரு பங்கு அரசிற்கு வரி தந்தான் (வாரி) (330). தோற்ற மன்னர்கள் திறை (கப்பம்) கட்டினர் (22, 156)போதுமா? வெளி நாடுகளிலிருந்து வரும் பொருட்களுக்குச் சுங்கவரி வாங்கப்பட்டது. (பெரு 80-82) இவை மட்டுமே போதுமா? போதாது. இத்தனைக்கும் உலகு எங்கும் இருந்த அரசுகள் சமூக நலம் காக்கும் அரசுகள் அல்ல; தாம் அயல் நாடுகளில் கொள்ளை அடிப்பது போல் தம் நாட்டிற்குள் அயல் நாடுகள் கொள்ளை அடிக்க வராமல் தடுக்கும் அரசுகள்; அவ்வளவே. அன்றைய அரசுகள் தங்கள் வசதிக்காகவும் படைக்கருவிகளின் பெருக்கத்திற்காகவும் தங்கள் எல்லையைக் காக்கவும் விரிவு செய்யவுமே அயல் மண்ணில் புகுந்து கொள்ளை அடித்தன. போரிடச் சென்ற வீரர்களுக்கும் அதில் பங்கு உண்டு. அன்றைய மக்கள் தொடர்பாளராகிய புலவருக்கும் பாணருக்கும் விறலியர்க்கும், பாராட்டும் பரிசும் உண்டு. அன்றைக்குப் பெரிய கொள்ளைப் பொருள் பசுக்களின் கூட்டமே. பிற அணிகலன்களும், உடைமைகளும், பெண்களுமே. (338)

தமிழ் மக்கள் தாம் அயல் மண்ணிற்குள் புகுந்து அவர்தம் பசுக்களைக் கவருவதோ, அவரை எதிர்த்துப் போருக்குப் போவதோ ஒவ்வொன்றிற்கும் தாம் அவர்களுக்கு எதிராக இன்ன செய்யப் போகிறோம் என்று சொல்வதற்கு அடையாளமாக ஒரு குறிப்பிட்ட பூவைச் சூடிக் கொள்வர். அந்தப் பூவின் பெயரே அவர்கள் செய்யும் செயலுக்கும் பெயராக அமைந்துவிட்டது. அந்தச் செயலை ஒழுக்கம் என்றனர். இலக்கண ஆசிரியர்கள் அதைத் திணை: என்றனர்.

இந்தத் திணையை வெட்சி, கரந்தை, காஞ்சி, தும்பை, நொச்சி, வஞ்சி, வாகை என்று செடி, கொடி, மரப் பூக்களோடு தொடர்பு படுத்திப் போருக்குரிய செயல்களுக்குப் பெயர் இட்டனர்.

பூக்கள் இல்லாத மூன்று துறைகள் பாடாண், கைக்கிளை, பொதுவியல். ஆக மொத்தம் பத்துத் திணைகள் புறத்தில் கூறப்பட்டுள்ளன.

ஒவ்வொரு திணையையும் ஒரு பெரிய ஊர், அல்லது பெரிய குளம் என்று கொண்டால், ஊருக்குள் போகவும், குளத்திற்குள் இறங்கவும் பல வழிகள், பல திசைகளில் இருப்பது போலத் திணைக்குள் இறங்கப் பல படிகள். அவற்றைத் துறை: என்றனர். ஒவ்வொரு திணைக்கும் பலப்பல துறைகள் உண்டு. புறநானூற்றில் வரும் திணைகளையும் அவ்வவற்றில் வரும் துறைகளையும் அவற்றிற்கான விளக்கங்களையும் கீழே வரும் பட்டியலில் கண்டு கொள்ளலாம்.

திணை	துறை
1. **வெட்சித்திணை:** அரசனது ஆணையைப் பெற்றோ பெறாமலோ போய் 'வெட்சி மாமலர்' (புறம் 100) (ixora coceinea) சூடிப் பகைவரின் பசுக்களைக் கவர்வது.	**உண்டாட்டு** கவரப் போகும் முன்போ கவர்ந்து வந்த பின்போ கள் உண்டு வீரர் களித்தலைச் சொல்வது.
2. **கரந்தைத் திணை:** பசுக் கூட்டத்தை இழந்தவர்கள் மீட்டுக் கொண்டு வரும் போது 'நாடு முலை அன்ன நாறும் பூங்கரந்தை' (புறம் 261) (sphaeranthus indicus) மலரைச் சூடிக் கொள்வது. இது வயலில் விளையும் பூ.	1. **குடிநிலை உரைத்தல்** நெடுங்காலமாக வீரத்தில் சிறந்து வரும் குடியின் வரலாற்றைக் கூறுவது. 2. **கையறுநிலை** ஒருவன் இறந்து போனால் அவனைச் சார்ந்தோர் புலம்புவது. இழந்து விட்ட பொருளை எண்ணி வருந்திச் செல்வது. 3. **செரு மலைதல்** பசுக்களைக் கவர்ந்தவரை நெருங்கி அவர் பயப்படுமாறு பெரும் போர் செய்வது. 4. **நெடுமொழி** வீரன் தன் சிறப்பை அரசனிடம் உயர்த்திக் கூறுவது. 5. **பிள்ளைப் பெயர்ச்சி** போருக்குச் செல்லும்

வீரனை காரி என்னும்
பறவை சகுனத்தால்
தடுத்தாலும் அதற்கும்
அஞ்சாமல் போய்ப்
போரிட்ட வீரனுக்கு அரசன்
இரக்கம் காட்டுவது

6. வேத்தியல்
அரசனது உயர்வை வீரர்
கூறுவது. இது வேத்தியல்
மரபு எனவும் வழங்கும்.

3. **காஞ்சித் திணை:**
பகைவர் படை எடுத்து
வந்து விட்டால் தன்
நாட்டைக் காக்க அரசன்
'நீர்த் தாழ்ந்த குறுங்
காஞ்சிப் பூவைச்
(புறம் 18) (river portia)
சூடிக் கொள்வது.
இது ஆற்றுப் பூவரசம் பூ.

1. **பூக்கோட் காஞ்சி**
போர் செய்யப் புறப்படும்
வீரன் திணைப் பூவை
உரியவரிடம் பெறுவதைக்
கூறுவது. இதைப் பூக்கோள்
நிலை என்றும் கூறுவர்.

2. **பெருங்காஞ்சி**
நிலையாமையை எண்ணிச்
சொல்வது.

3. **பேய்க்காஞ்சி**
போர்க் களத்தில்
காயப்பட்டுக் கிடப்பவரைப்
பேய் பெரிதும்
பயப்படுத்துவதைக்
கூறுவது.

4. **மகட்பாற் காஞ்சி**
உன் பெண்ணைக் கொடு
என்று கேட்டு வரும்
அரசனை எதிர்த்து நிற்பதைக்
கூறுவது.

5. **வஞ்சினக் காஞ்சி**
பகைவரை அழிக்க இன்ன இன்ன இவ்வாறு செய்வேன் என்று அரசன் சொல்வது.

4. **தும்பைத் திணை:**
பகைவரோடு போர் செய்வதற்காக 'பாசிலைக் கமழ் பூந் தும்பை' (புறம் 283) (phlomix) சூடுவது.

1. **உவகைக் கலுழ்ச்சி**
உடம்பெலாம் வாளால் காயப்பட்டு வந்த கணவனைக் கண்டு மனைவி மகிழ்ந்து கண்ணீர் விடுவது.

2. **எருமை மறம்**
தன் சேனை புறமுதுகு காட்டி ஓடிவர விரட்டி வரும் பகைப் படையைத் தான் ஒருவனாக எதிர்த்து நிற்பது.

3. **களிற்றுடன் நிலை**
தன்னால் கொல்லப்பட்ட யானையுடன் தானும் வீழ்ந்து இறந்து போவது.

4. **தானை நிலை**
தன் படையும் பகைப் படையும் தன் வீரத்தைப் பாராட்டும்படி வீரன் போர்க்களத்தில் சிறப்பு அடைவது.

5. **தொகை நிலை**
போர்க்களத்தில் போரிட்ட அனைவருமே மடிந்து போனதைச் சொல்வது.

6. **நூழிலாட்டு**
   தன் மார்பில் பதிந்திருக்கும் வேலைப் பறித்துப் பகைப் படையை அழிக்க எறிவது.

7. **பாடாண்பாட்டு**
   ஒருவனது தொலைவிலும் சென்ற புகழ், ஆற்றல், கொடை, அன்பு ஆகிய வற்றை ஆய்ந்து கூறுவது.

8. **பாண் பாட்டு**
   கடும் போர் புரிந்து மடிந்த வீரர்களுக்கு ஒப்பாரிப் பாடலைப் (சாப்பண்) பாடிப் பாணர் தம் துக்கம் ஆற்றுவது.

9. **குதிரை மறம்**
   வீரனது குதிரையின் வீரத்தையும் கூறுவது.

5. **நொச்சித் திணை:**
   மதிலைக் காக்கும் வீரர்கள் 'மணி துணர்ந்தது அன்ன மாக்குரல் நொச்சி' யைச் (புறம் 272) சூடுவது.
   (vitex megundu)

1. **செருவிடை வீழ்தல்**
   அகழியையும் காவற்காட்டையும் காத்து இறந்து போன வீரனின் பெருமையைக் கூறுவது.

2. **மகள் மறுத்தல்**
   உன் மகளை நான் மணக்கக் கொடு என்று சிற்றரசனிடம் கேட்டு வரும் வீரனுக்குத் தர மறுத்துச் சினந்து பகை கொள்வதைக் கூறுவது.

6. **வஞ்சித் திணை:**
வஞ்சிப் பூவைத் தலையில் சூடிய அரசன் பகைவர் நாட்டைக் கைப்பற்ற எண்ணுவது, இது கொடிப் பூ.
(calamus ortang)

1. **கொற்ற வள்ளை**
அரசனது பெருமையைச் சொல்லி அவனால் அவனது பகைவர் நாட்டின் அழிவிற்கு வருந்துவது.

2. **துணை வஞ்சி**
அடுத்தவனைக் கொல்லவோ வெல்லவோ வந்தவனைச் சில கூறி அமைதிப்பட வைப்பது.

3. **பெருஞ்சோற்று நிலை**
பகைவரின் நாட்டை அழித்து அதைத் தனக்குத் தருவார்கள் என்று எண்ணி மிகுதியான சோற்றை வீரர் உண்ணக் கொடுப்பது.

4. **மழபுல வஞ்சி**
பகை நாட்டைத் தீயிட்டு, கொள்ளை அடித்த அரசனின் சிறப்பைக் கூறுவது.

7. **வாகைத்திணை:**
வாகைப் பூவைத் தலையில் சூடிக் கொண்டு பகைவரைக் கொன்று வெற்றி ஆரவாரம் செய்தல். இது மரப் பூ.
(mimosa flexuosa)

1. **அரச வாகை**
அரசனது இயல்பைக் கூறுவது.

2. **ஏர்க்கள உருவகம்**
போர்க்களத்தையே ஏர்க்களமாக உருவகித்துப் பாடுவது.

3. **ஏறாண் முல்லை**
எதிரிகளே இல்லாதபடி

வீரத்தில் உயரும் குடியின்
சிறப்பைக் கூறுவது.

4. **தானை மறம்**
போரிட வந்த இரு
படைகளும் தமக்குள்
போரிட்டு மடியாதபடி
காத்த வீரனின் சிறப்பைக்
கூறுவது.

5. **தாபத வாகை**
பெரியோரின் நல்ல
ஒழுக்கத்தைக் கூறுவது.

6. **நல்லிசை வஞ்சி**
பகைவர்தம் நாட்டிற்குள்
சென்று அவர்தம் இடங்கள்
பலவற்றை அழித்த
பெருமையைக் கூறுவது.

7. **பார்ப்பன வாகை**
கேட்க வேண்டிய
அனைத்தையும் கேட்டு
முதன்மை பெற்ற
பார்ப்பனன்
வேள்வியாலும் வெற்றியை
அதிகரிப்பதைக் கூறுவது.

8. **மறக்கள வழி**
உழும் வேளாளனாக
அரசனை எண்ணிச்
சிறப்பிப்பது.

9. **முதல் வஞ்சி**
பழம் வரலாறு படைத்த முன்னோரின் நிலையைக் கூறுவது. இதை முதுமொழி வஞ்சி என்றும் கூறுவர்.

10. **மூதின் முல்லை**
வீரர்களுக்குத் தான் என்றில்லை; அந்தக் குடும்பத்தில் பிறந்த பெண்களுக்கும் சினம் உண்டாவதைப் பெரிதாகக் கூறுவது.

11. **வல்லாண் முல்லை**
ஒரு வீரனின் வீடு, ஊர், இயல்பு இவற்றை எல்லாம் கூறி அவனது ஆண்மைத் தலைமை நன்மை அடையக் கூறுவது.

8. **பாடாண் திணை:**
பாடப்படும் ஆண்மகனின் புகழ், ஆற்றல், கொடை, அருள் என்பனவற்றை ஆராய்ந்து கூறுவது.

1. **இயன் மொழி**
பாட்டுக்குரியவனது சிறப்புகளையும் அவன் முன்னோர் சிறப்புகளையும் அவன்மீது ஏற்றிக் கூறுவது.

2. **உடன் நிலை**
உடன் இருந்த (ஒன்றாக இருந்த) இருவரைப் பாடுதல்.

3. **கடை நிலை**
எவனைப் பாட வந்தானோ அவன் வாசலில் நின்றே பாடுதல்

4. குடை மங்கலம்
அரசன் குடையைப் புகழ்ந்து சொல்வது.

5. செவியறிவுறூஉ
சுயநலம் அற்ற பொதுநலம் மட்டுமே சார்ந்த அறிவுரைகளை அரசனது காது படக் கூறுவது.

6. பரிசில் கடாநிலை
எல்லாரும் பரிசு பெற்றுச் செல்லத் தான் மட்டும் பெறாத நிலையையும் தன் குடும்ப வறுமையையும் புரவலனிடம் கூறுவது.

7. பரிசில் துறை
அரசன் முன்னே பரிசிலர் தாம் எண்ணிய பொருள் இது என்று கூறுவது.

8. பரிசில் விடை
பரிசு பெற்றானோ பெறவில்லையோ புரவலனிடம் விடை சொல்லிக் கொள்வது. தன் புகழைச் சொன்னவர்க்கு மன்னன் மிகுந்த பொருள் கொடுத்து விடை தருவது.

9. பாணாற்றுப் படை
பரிசு பெற்று வரும் பாணன் பரிசு பெறவரும் பாணனை

ஒரு மலை வழியில்
பார்த்து அவன் இந்த இந்த
வழியில் செல்ல வேண்டும்
என்று கூறுவது.

10. **புலவராற்றுப்படை**
பரிசு பெற வரும்
புலவனைப் பார்த்த
பிறிதொரு புலவன், தன்
தலைவனின்
குணங்களையும், அவன்
வாழும் ஊரையும் தன்
உயர்வு தோன்றக் கூறி
அவனிடம் புலவனை
அனுப்புவது. அறிவால்
மிக்கவனைத் தேவர்களிடம்
அனுப்புவதும் ஆகும்.

11. **பூவை நிலை**
திருமாலின் திரு உருவோடு
உவமித்துக் கூறப்படும்
காயாம் பூவைப் புகழ்வது.
மனிதரைத் தேவரோடு
உவமித்துக் கூறுவது.

12. **பொருள் மொழிக்காஞ்சி**
வாழும் போதும் மறைந்த
பின்பும் உயிருக்கு நலம்
தரும் சிந்தனைகளை
ஒழுக்கம் மிக்க பெரியோர்
கூறுவது.

13. **வாள் மங்கலம்**
அரசனின் வாளைப்
புகழ்வது.

	14. வாழ்த்தியல் தலைவனை வாழ்த்துவது **15. வாழ்த்து** தலைவனின் கொடையையும், வெற்றியையும் கூறிப் பாராட்டுவது. **16. விறலியாற்றுப் படை** அரசனின் புகழைப் பாடும் பாடினிக்கு அவன் செல்ல வேண்டிய வழியைக் கூறுவது.
9. கைக்கிளை பிறர் இசைவு தெரியாமல்/இல்லாமல் தானாகவே ஒருவர் மீது இச்சை கொள்வது. ஆண் என்றால் ஆண்பாற் கூற்று, பெண் என்றால் பெண்பாற் கூற்றுக் கைக்கிளை என இருவகை.	**1. பழிச்சுதல்** துதித்துக் கூறுவது.
10. பொதுவியல் எல்லாத் திணைகளுக்கும் பொதுவான இலக்கணங்களைத் தொகுத்துக் கூறுவது.	**1. ஆனந்தப் பையுள்** தன் கணவன் இறந்தது கண்டு மனைவி துன்பப்படுவது. அவனது உறவினர்தம் வருத்தத்தைக் கூறுவதும் இத்துறையே.

2. *தாபத நிலை*
 கணவன் இறந்து போக மனைவி கைம்பெண் ஆன நிலையைக் கூறுவது.

3. *முதுபாலை*
 காட்டில் தன் கணவனை இழந்த பெண்ணின் தனிமை நிலையைக் கூறுவது.

பயன்பட்ட நூல்கள்

1. புறநானூறு மூலமும் உரையும் - உ.வே.சா
2. என் சரித்திரம் - உ.வே.சா
3. புறநானூறு மூலமும் உரையும் - ஔவை.துரைசாமி
4. புறநானூறு மூலமும் உரையும் - வ.த.ராமசுப்பிரமணியன்
5. புறநானூறு மூலமும் உரையும் - புலவர் இளங்குமரன்
6. புறநானூறு மூலமும் உரையும் - புலியூர் கேசிகன்
7. புறநானூறு மூலமும் உரையும் - சுஜாதா
8. புறநானூறு மூலம் மட்டும் - மர்ரே.எஸ்.ராஜம்
9. பாட்டும் தொகையும் - மர்ரே.எஸ்.ராஜம்
10. பாட்டும் தொகையும் - வையாபுரியார்
11. இலக்கிய வரலாறு - வையாபுரியார்
12. புறநானூறு பதிப்பு வரலாறு - அ.செல்வராசு
13. தமிழ்நாட்டு வரலாறு (வாழ்வியல்) - தமிழ்நாட்டு வரலாற்றுக் குழு
14. தமிழ்நாட்டு வரலாறு (அரசியல்) - தமிழ்நாட்டு வரலாற்றுக் குழு
15. தமிழக வரலாறு மக்களும் பண்பாடும் - கே.கே.பிள்ளை
16. தமிழக வரலாறு மக்களும் பண்பாடும் - வே.தி.செல்லம்
17. தமிழக வரலாறும் பண்பாடும் - மா.ராசமாணிக்கனார்
18. கிரீஸ் வாழ்ந்த வரலாறு - வெ.சாமிநாதசர்மா
19. இந்திய வரலாறு - மாஸ்கோ பதிப்பகம்
20. தமிழக ஆட்சி - மா.ராசமாணிக்கனார்
21. சங்க கால சமுதாயம் - கா.சுப்பிரமணியன்
22. பண்டைத் தமிழ்ச் சமூகம் - கா.சிவத்தம்பி

23. சங்க கால வேந்தர்கள் - அரங்க.ராமலிங்கம்
24. சங்க கால இனக்குழு சமுதாயமும் அரசு உருவாக்கமும் - பெ.மாதையன்
25. திரவிடத்தாய் - ஞா.தே.பாவாணர்
26. கிறித்தவர் திருமறை
27. இந்து தத்துவ இயல் - ராகுல சாங்கிருத்தியாயன்
28. தலித் படும் பாடு - சாவித்திரி விஸ்வநாதன்
29. இந்திய தத்துவம் ஓர் அறிமுகம் - தே.பி.சட்டோபாத்யாயா
30. The Four Hundred Songs of War and Wisdom - George L.Hart & Hank Heifetz
31. Ancient India - D.D.kosambi
32. A history of India - Romila Thapar

பாடல் முதற் குறிப்பு அகராதி

அகரவரிசை	மூலம்	புதுவரிசை
அ		
அகன்தலை வையத்துப்	371	121
அஞ்சு வரு மரபின்	211	41
அடல் அருந் துப்பின்	335	368
அடி புனை ஆயினும்	83	49
அடுநை ஆயினும்	36	104
அடு மகள் முகந்த	399	232
அணங்குடை அவுணர் கணம்	174	238
அணங்குடை நெடுங் கோட்டு	52	141
அணித் தழை நுடங்க ஓடி	340	304
அத்தம் நண்ணிய நாடு	313	294
அதள் எறிந்தன்ன நெடு வெண்	193	21
அந்தோ எந்தை	261	365
அமரர்ப் பேணியும்	99	164
அரி மயிர்த் திரன்	11	39
அருப்பம் பேணாது அமர்	224	73
அருவி ஆர்க்கும் கழை	168;	251
அருவி தாழ்ந்த பெரு வரை போல	198	129
அருளாய் ஆகலோ கொடிதே	144	144
அரைசு தலைவரினும் அடங்கல் ஆனா	354	318
அலங்கு கதிர் சுமந்த	375	188
அலர் பூந் தும்பை	96	167
அழல் அவிர் வயங்கு	222	62
அழல் புரிந்த அடர்	29	86
அளிதோ தானே பாரியது	109	197
அளிதோ தானே பேர் இருங் குன்றே	111	199
அளிய தாமே சிறு வெள் ஆம்பல்	248	361
அற்றைத் திங்கள்	112	200

அகரவரிசை	மூலம்	புதுவரிசை
அறவை நெஞ்சத்து ஆயர்	390	173
அறு குளத்து உகுத்தும்	142	143
அறையும் பொறையும்	118	206
அன்ன ஆக நின் அருங்	146	147
அன்னச் சேவல்! அன்னச் சேவல்!	67	53

ஆ

ஆக ஆகு எந்தை	307	299
ஆக இல் கம்மியன்	353	321
ஆடு இயல் அழல் குட்டத்து	229	35
ஆடு நடைப் புரவியும்	240	189
ஆடு நனி மறந்த கோடு	164	225
ஆர்கலியினனே சோணாட்டு அண்ணல்	337	310
ஆர்ப்பு எழு கடலினும்	81	46
ஆரம் தாழ்ந்த அணி கிளர்	59	131
ஆவும் ஆன் இயற் பார்ப்பன	9	325
ஆன் முலை அறுத்த	34	95
ஆனா ஈகை அடுபோர்	42	96
ஆனினம் கலித்த அதர்	138	248

இ

இம்மைச் செய்தது மறுமைக்கு	134	185
இமிழ் கடல் வளைஇய	19	117
இரங்கு முரசின் இனம் சால் யானை	137	247
இரவலர் புரவலை	162	243
இருங் கடல் உடுத்த	363	396
இருப்பு முகஞ் செறித்த ஏத்து	369	43
இரும் பணை வெண் தோடு	45	89
இரும் பிடித் தொழுதியொடு	44	88
இரும்பு முகம் சிதைய	309	291

அகரவரிசை	மூலம்	புதுவரிசை
இரு முந்நீர்க் குட்டமும்	20	32
இல் அடு கள்ளின்	329	3
இல்லாகியரோ, காலை மாலை!	232	171
இவ்வே பீலி அணிந்து	95	323
இவர் யார்? என்குவை ஆயின்,	201	210
இவற்கு ஈத்து உண்மதி	290	282
இவன் யார்?	13	52
இழை அணிப் பொவிந்த	89	160
இளையரும் முதியரும்	254	357
இளையோர் சூடார்	242	352
இன் கடுங் கள்ளின்	80	45
இன்று செவினும் தருமே	171	254
இனி நினைத்து இரக்கம் ஆகின்று	243	383

ஈ

	மூலம்	புதுவரிசை
ஈ என இரத்தல்	204	177
ஈண்டு நின்றோர்க்கும் தோன்றும்	114	203
ஈரச் செல்வி உதவின்	289	285
ஈன்று புறத்தருதல் என் தலைக் கடனே	312	19

உ

	மூலம்	புதுவரிசை
உடையன்ஆயின் உண்ணவும்	315	155
உடைவளை கடுப்ப	90	161
உடும்பு உரித்தன்ன	68	81
உண்டால் அம்ம	182	388
உண்போன் தான் நறுங் கள்ளின்	347	306
உருகெழு ஞாயிற்று	160	223
உருமிசை முழக்கு என	373	111
உவவு மதி உருவின்	3	139

அகரவரிசை	மூலம்	புதுவரிசை
உழுது ஊர் காளை ஊழ்	322	276
உள் ஆற்றுக் கவலைப்	219	65
உற்றழி உதவியும்	183	20

ஊ

ஊர்க் குறுமாக்கள்	94	154
ஊர் நனி இறந்த	265	366
ஊர் முது வேலிப் பார் நடை	326	7
ஊனும் ஊணும் முனையின்	381	257

எ

எஃகு உளம் கழிய	282	346
எந்தை வாழி ஆதனுங்க	175	239
எம் கோன் இருந்த	54	44
எமக்கே கலங்கல் தருமே	298	275
எருது கால் உறாஅது	327	301
எருதே இளைய	102	166
எருமை அன்ன கருங் கல்	5	42
எழு இனி நெஞ்சம்	207	242
எறி புனக் குறவன்	231	170
என்திறத்து அவலம்	253	356
என்னைக்கு ஊர் இஃது	85	51
என்னை புற்கை உண்டும்	84	50
என்னை மார்பில் புண்ணும்	280	355
எனைப் பல் யானையும்	63	23

ஏ

ஏர் பரந்த வயல்	338	311
ஏற்றுக உலையே	172	255

அகரவரிசை	மூலம்	புதுவரிசை
ஏற்றுவலன் உயரிய	56	126
ஏறுடைப் பெரு நிரை	259	286

ஐ

ஐயோ எனின்	255	330

ஒ

ஒண் செங்குரலித்	283	271
ஒண் பொறிச் சேவல்	383	354
ஒரு சார் அருவி ஆர்ப்ப	115	204
ஒரு தலைப் பதலை தூங்க	103	156
ஒரு திசை ஒருவனை உள்ளி	121	213
ஒரு நாள் செல்லலம்	101	152
ஒருவனை ஒருவன் அடுதலும்	76	118
ஒல்லுவது ஒல்லும் என்றலும்	196	130
ஒளிறு வாள் மன்னர்	177	266
ஒன்று நன்கு உடைய	156	261
ஒன்னார் யானை ஓடைப்	126	217

ஓ

ஓங்குமலைப் பெரு வில்	55	128
ஓர் இல் நெய்தல் கறங்க	194	22
ஓரை ஆயத்து ஒண் தொடி மகளிர்	176	228
ஓவத்து அன்ன இடனுடை	251	385

க

கடந்து அடுதானை	110	198
கடல் கிளர்ந்தன்ன கட்டூர்	295	339

அகரவரிசை	மூலம்	புதுவரிசை
கடல் கொளப்படாஅது	122	214
கடவுள் ஆலத்துத்	199	378
கடற் படை அடல் கொண்டி	382	84
கடுங்கண்ண கொல்	14	29
கடுந் தேர் குழித்த	15	133
கடும்பின் அடுகலம்	32	80
கண்ணி கார் நறுங் கொன்றை	1	1
கதிர் மூக்கு ஆரல்	249	360
கந்து முனிந்து உயிர்க்கும்	178	234
கல் அறுத்து இயற்றிய	331	12
கல் முழை அருவிப்	147	148
கலம் செய் கோவே! கலம் செய் கோவே! அச்சுடைச்	256	364
கலம் செய் கோவே! கலம் செய் கோவே! இருள்	228	108
கலை உணக் கிழிந்த	236	212
கவி செந் தாழிக்	238	350
கவைக் கதிர் வரகின்	215	57
'கழிந்தது பொழிந்து' என	203	67
கள்ளின் வாழ்த்தி, கள்ளின் வாழ்த்தி	316	292
களங்கனி அன்ன	127	180
களம் புகல் ஓம்புமின்	87	158
களர்ப் படு கூவல் தோண்டி	311	283
களரி பரந்து கள்ளி போகி	356	358
களிறு அணைப்பக் கலங்கின	345	320
களிறு கடைஇய தாள்	7	72
களிறு நீறு ஆடிய விடு நிலம்		2
களிறு பொரக் கலங்கு	306	13
களிறு முகந்து பெயர்குவம்	368	25
கறங்குமிசை அருவி	148	218
கறங்கு வெள் அருவி	252	391
கன்று அமர் ஆயம்	230	169

அகரவரிசை	மூலம்	புதுவரிசை
கா		
காமரு பழனக் கண்பின்	334	9
காய் நெல் அறுத்துக்	184	377
கார் எதிர் உருமின் உரறி	361	384
கார்ப் பெயல் தலைய	119	207
கால் பார் கோத்து	185	375
காலனும் காலம் பார்க்கும்	41	97
கான் உறை வாழ்க்கை	33	79
கானக் உறை வாழ்க்கை	342	319
கானல் மேய்ந்து வியன் புலத்து	374	179
கி		
கிண்கிணி களைந்த கால்	77	114
கீ		
கீழ் நீரான் மீன்	396	235
கு		
குய்குரல் மலிந்த	250	362
குயில் வாய் அன்ன	269	281
குழவி இறப்பினும்	74	348
குறத்தி மாட்டிய	108	196
குறி இறைக் குரம்பைக்	129	181
குன்று தலைமணந்த மலை பிணித்து	357	392
குன்றும் மலையும் பல	208	150
கூ		
கூதிர்ப் பருந்தின் இருஞ் சிறகு	150	220

அகரவரிசை	மூலம்	புதுவரிசை
கெ		
கெடுக சிந்தை	279	334
கே		
கேட்டல் மாத்திரை அல்லது	216	58
கை		
கையது கடன் நிறை யாழே	69	100
கையது வேலே	100	165
கொ		
கொடுங் குழை மகளிர்	304	274
கொடுவரி வழங்கும்	135	186
கொண்டைக் கூழைத்	61	75
கொய் அடகு வாட	318	5
கோ		
கோட்டங் கண்ணியும்	275	332
கோதை மார்பின் கோதையானும்	48	37
சா		
சாறுதலைக் கொண்டென	82	48
சி		
சிலை உலாய் நிமிர்ந்த	394	237
சிற்றில் நல் தூண் பற்றி	86	47

அகரவரிசை	மூலம்	புதுவரிசை
சிறப்பு இல் சிதடும்	28	85
சிறப்புடை மரபின்	31	78
சிறாஅஅர்! துடியர்!	291	288
சிறிய கட் பெறினே	235	172

சு

சுவல் அழுந்தப் பல காய	139	191

செ

செஞ்ஞாயிற்றுச் செலவும்	30	76
செந்நெல் உண்டபைந் தோட்டு	344	305
செய்குவம் கொல்லோ	214	56
செருப்பு இடைச் சிறு பரல்	257	297
செற்றன்று ஆயினும்	226	106

சே

சேயிழை பெறுகுவை	105	193
சேற்று வளர் தாமரை	27	83

ஞா

ஞாயிற்று அன்ன ஆய் மணி	362	395
ஞால மீமிசை வள்ளியோர்	179	263

த

தடவுநிலைப் பலவின்	140	249
தண் துளி பல பொழிந்து	391	265

அகரவரிசை	மூலம்	புதுவரிசை
தமர் தற் தப்பின்	157	230
தலையோர் நுங்கின் தீம் சேறு	225	77

தி

திண் தேர் இரவலர்க்கு	241	190
திண் பிணி முரசம்	93	168
திரை பொரு முந்நீர்க்	154	259

தீ

தீம் கனி இரவமொடு	281	344
தீம் நீர்ப் பெருங் குண்டு	116	201

து

துடி எறியும் புலைய!	287	331

தூ

தூங்கு கையான்	22	33
தூர்ந்த கிடங்கின் சோர்ந்த ஞாயில்	350	308

தெ

தென் கடல் வளாகம்	189	394
தென் குமரி வட பெருங்கல்	17	31
தென் பரதவர் மிடல் சாய	378	69
தென் பவ்வத்து முத்துப் பூண்டு	380	250

தே

தேஎம் கொண்ட வெண் மண்டையான்	352	317
தேஎம் தீம் தொடைச்	70	101

அகரவரிசை	மூலம்	புதுவரிசை
தொ		
தொடியுடைய தோள் மணத்தனன்	239	351
தோ		
தோல் தா என்றி	300	273
ந		
நகுதக்கனரே நாடு மீக் கூறுநர்	72	327
நஞ்சுடை வால் எயிற்று	37	98
நரம்பு எழுந்து உலறிய	278	337
நல் யாழ், ஆகுளி	64	134
நல்லவும் தீயவும்	106	194
நள்ளி! வாழியோ	149	219
நளி இரு முந்நீர் ஏணி	35	92
நளி இரு முந்நீர் நாவாய்	66	74
நளி கடல் இருங் குட்டத்து	26	123
நறவும் தொடுமின்	262	293
நறு விரை துறந்த நரை வெண் கூந்தல்	276	335
நன்று ஆய்ந்த நீள்	166	270
நனி பேதையே	227	107
நா		
நாகத்து அன்ன பாகு	367	137
நாடன் என்கோ?	49	38
நாடாகொன்றோ	187	381
நாள் அன்று போகி	124	216
நாள் கள் உண்டு	123	215

அகரவரிசை	மூலம்	புதுவரிசை

நி

நிரப்பாது கொடுக்கும் செல்வமும்	180	256
நிலம் பிறக்கிடுவது போலக்	303	280
நிலமிசை வாழ்;நர்	43	87
நிறப் படைக்கு ஒல்கா யானை	293	363
நின் நயந்து உறைநர்க்கும்	163	17
நினைக்கும் காலை மருட்கை யுடைத்தே	217	59

நீ

'நீடு வாழ்க!' என்று	237	244
நீண்டு ஒலி அழுவம்	161	224
நீயே அமர் காணின்	167	236
நீயே, தண் புனற் காவிரிக்	58	138
நீயே, பிறர் ஒம்புறு	40	99
நீயே, புறவின் அல்லல்	46	105
நீர் அறவு அறியா	271	341
நீர் நுங்கின் கண் வலிப்ப	389	240
நீர் மிகின் சிறையும் இல்லை	51	140
நீருள் பட்ட மாரிப்	333	16
நீலக் கச்சை, பூ ஆர் ஆடை	274	279

நு

நுதி வேல் கொண்டு நுதல் வியர்	349	315
'நும் கோ யார்?'	212	54
நும் படை செல்லும் காலை	169	252

நெ

நெடு நீர நிறை கயத்துப்	386	93

அகரவரிசை	மூலம்	புதுவரிசை
நெல் அரியும் இருந்	24	125
நெல்லும் உயிர் அன்றே	186	374

நோ

நோகோ யானே?	234	359

ப

படுமணி மருங்கின பணைத் தான்	351	316
படைப்புப் பல படைத்துப்	188	18
பண்டும் பண்டும் பாடுநர்	151	231
பதி முதல் பழகாப் பழங்கண்	393	102
பயம் கெழு மா மழை	266	71
பர லுடை மருங்கின் பதுக்கை	264	369
பருத்திப் பெண்டின் பனுவல்	125	245
பருத்தி வேலிச் சீறூர்	299	289
பருதி சூழ்ந்த இப்பயம்	358	390
பல் சான்றீரே! பல் சான்றீரே! கயல் முள்	195	382
பல் சான்றீரே! பல் சான்றீரே! குமரி மகளிர்	301	277
பல் சான்றீரே! பல் சான்றீரே! 'செல்க்' எனச்	246	372
பல் மீன் இமைக்கும்	270	340
பலர்க்கு நிழல் ஆகி	223	63
பனி பழுநிய பல் யாமத்துப்	377	113
பனி வரை நிவந்த	200	209

பா

பாசறையீரே! பாசறையீரே!	285	272
பாடுநர்க்கு ஈத்த பல்	221	61
பாணர் செந்நியும்	244	353
பாணர் தாமரை	12	132
பாணன் சூடிய பசும் பொற்	141	142
'பாரி பாரி' என்று	107	195
பால் கொண்டு மடுப்பவும்	310	290
பாறுபடப் பறைந்த பல் மாறு	359	399

அகரவரிசை	மூலம்	புதுவரிசை
பி		
பிறள பால் என மடுத்தலின்	346	314
பிறர் வேல் போலா தாகி	332	295
பு		
புலவரை இறந்த	21	136
புலிப்பாற்பட்ட ஆமான்	323	300
புறவின் அல்லல் சொல்லிய	39	91
பூ		
பூவற் படுவில் கூவல்	319	6
பெ		
பெரிது ஆராச் சிறு சினத்தர்	360	400
பெருங் களிற்று அடியின் தோன்றும்	263	370
பெருஞ் சோறு பயந்து	220	60
பெரு நீர் மேவல் தண்ணடை	297	298
பொ		
பொய்கை நாரை போர்வில்	209	246
பொய்யாகியரோ	233	349
பொறிப் புறப் பூழின்	321	14
பொன் வார்ந்தன்ன	308	287
பொன்னும், துகிரும்	218	64
போ		
போர்க்கு உரைஇப்	97	162
போற்றுமின், மறவீர்	104	157

அகரவரிசை	மூலம்	புதுவரிசை
ம		
மட்டு வாய் திறப்பவும்	113	202
மடங்கலின் சினைஇ	71	326
மடத் தகை மா மயில்	145	146
மண் கொள வரிந்த	288	284
மண் திணிந்த நிலனும்	2	27
மண் முழா மறப்ப	65	26
மண்டு அமர் அட்ட	213	55
மணி துணர்ந்தன்ன	272	342
மதி ஏர் வெண்குடை	392	174
மதி நிலாக் கரப்ப	398	233
மதிலும் ஞாயில் இன்றே	355	347
மயங்கு இருங் கருவிய விசும்பு	365	398
மரை பிரிந்து உண்ட	170	253
மலை வான் கொள்க! என	143	145
மழை அணி குன்றத்துக் கிழவன்	153	176
மழைக் கணம் சேக்கும்	131	183
மன்பதை காக்கும் நின் புரைமை	210	40
மன்றப் பலவின் மாச்சின்	128	178
மன்ற விளவின் மனை	181	269
மன்னா உலகத்து மன்னுதல்	165	226
மனைக்கு விளக்கு ஆகிய	314	10
மா		
மாக விசும்பின்	400	82
மாக அற விசித்த	50	36
மா வாராதே; மா வாராதே;	273	343

அகரவரிசை	மூலம்	புதுவரிசை

மீ

மீன் உண் கொக்கின் தூவி அன்ன	277	336
மீன் திகழ் விசும்பில்	25	119
மீன் நொடுத்து நெல் குவைஇ	343	313

மு

முட்கால் காரை	258	278
முதிர் வார் இப்பி	53	34
முந்நீர் நாப்பின் திமில்	60	109
முரசு கடிப்பு இகுப்பவும்	158	221
முழங்கு முந்நீர்	18	124
முற்றிய திருவின் மூவர் ஆயினும்	205	241
முன் உள்ளுவோனைப் பின் உள்ளினேனே!	132	192
முன்றில் முஞ்ஞையோடு	320	15
முனைத் தெவ்வர் முரண் அவியப்	98	163

மூ

மூத்தோர் மூத்தோர்க் கூற்றம்	75	389
மூதூர் வாயில் பணிக் கயம்	79	115

மெ

மெல் இயல் விறலி	133	184
மெல்ல வந்து, என் நல் அடி	73	328
மென் பாலான் உடன் அணைஇ	384	258
மென் புலத்து வயல் உழவர்	395	264

மை

மைம் மீன் புகையினும்	117	205

அகரவரிசை	மூலம்	புதுவரிசை
யா		
யாங்குப் பெரிது ஆயினும்	245	371
'யாண்டு பல ஆக்	191	376
யாதும் ஊரே; யாவரும் கேளிர்	192	387
யாவிர் ஆயினும்	88	159
யாழ்ப் பத்தர்ப் புறம் கடுப்	136	187
யாழொடும் கொள்ளா	92	153
யான் வாழும் நாளும்	173	393
யானே பெறுக, அவன் தாள் நிழல்	379	229
யானை தந்த முளி	247	373
வ		
வடா அது பனி படு	6	135
வணங்கு தொடைப் பொலிந்த	78	116
வணர் கோட்டுச் சீறியாழ்	155	260
வயலைக் கொடியின்	305	324
வருகதில் வல்லே; வருகதில் வல்	284	322
வருதார் தாங்கி,	62	24
வரை புரையும் மழ களிற்றின்	38	94
வல்லார் ஆயினும்	57	127
வலம்படு வாய்வாள் ஏந்தி,	91	151
வழிபடுவோரை	10	66
வள் உகிர வயல் ஆமை	387	30
வள்ளியோர்ப் படர்ந்து	47	90
வளரத் தொடினும், வெளவுபு திரிந்து	260	367
வளி நடந்தன்ன வாச் செலல்	197	110
வா		
வாடா மாலை	364	397
வாயிலோயே! வாயிலோயே!	206	149

அகரவரிசை	மூலம்	புதுவரிசை
வாழும் நாளாடு யாண்டு	159	222
வாள், வலம் தர	4	70

வி

விசி பிணித் தடாரி	372	120
விசும்பு நீத்தம் இறந்த ஞாயிற்றுப்	376	228
வியன் புலம் படர்ந்த	339	303
விழுக் கடிப்பு அறைந்த	366	380
விளங்கு மணிக் கொடும் பூண்	130	182
விளைபதச் சீறிடம் நோக்கி	190	386
வினை மாட்சிய	16	112

வெ

வெட்சிக் கானத்து வேட்டுவர்	202	211
வெடி வேய் கொள்வது	302	296
வெண்குடை மதியம் மேல்	294	333
வெண்வெல் அரிஞர் தண்ணுமை	348	307
வெப்புள் விளைந்த வேங்கைச்	120	208
வெருக்கு விடை அன்ன	324	4
வெள்ளி தென்புலத்து உறைய	388	262
வெள்ளி தோன்ற, புள்ளுக் குரல் இயம்ப	385	379
வெள்ளியும் இரு விசும்பு	397	103
வெள்ளை வெள் யாட்டுச்	286	338
வெளிறு இல் நோன்	23	122
வென்வேல்.நது	317	11

வே

வேட்ட வேந்தனும் வெஞ் சினத்தினனே	336	309
வேந்தற்கு ஏந்திய தீம் தண் நறவம்	292	329

அகரவரிசை	மூலம்	புதுவரிசை
வேந்து குறையுறவும் கொடாஅன்,	341	312
வேந்துடைத் தானை முனை கெட	330	8
வேம்பு சினை ஒடிப்பவும்	296	345
வேழம் வீழ்த்த விழுத் தொடைப்	152	175

வை

வையம் காவலர் வழி மொழிந்து	8	28

முதல் சிதைந்த பாடல்கள்

..டை முதல் புறவு	328	302
..ளி, நாரும் போழும் செய்து	370	68

முற்றும் மறைந்த பாடல்கள்   267, 268

1